நிலம் உங்கள் எதிர்காலம்

ஒரு ரியல் எஸ்டேட் ஏஜெண்டின் குறிப்புகள்

பாகம் - I

ஆசிரியர்

சா. மு. பரஞ்சோதி பாண்டியன்

சொத்து வாங்குவோர், சொத்து வைத்திருப்போர், சொத்து விற்போர்
என அனைவருக்குமான ரியல் எஸ்டேட் வழிகாட்டி

பிராப்தம் ரியல் எஸ்டேட் அகாடமி (பி) லிட்.,
எண் 103/1, இல்லத்தார் வடக்கு தெரு,
முத்துகிருஷ்ணாபுரம்,
கடையநல்லூர் – 627751.
போன் : 9841665836, 9841665837, 9962265834

ISBN 979-8-89475-352-2

நிலம் உங்கள் எதிர்காலம்

(ரியல் எஸ்டேட் ஏஜெண்டின் குறிப்புகள்)

Land is Your Future

(Diary from a Real Estate Agent)

அர்ப்பணிக்கிறேன்!

அவருடைய நெடிய உயரமான உருவம் என்னுடைய கண்களில் என் பதினோரு வயதில் பதிந்தது. 2000 பள்ளி மாணவர்களை கொண்டிருக்கும் சென்னை, சாந்தோம் மேல்நிலைப் பள்ளியை நிர்வகிக்கும் பிரின்சிபால் ஆக, மிகப்பெரிய விளையாட்டு Indoor Stadium-யத்தை பள்ளிக்கூடத்தில் கட்டி முடித்த செயல்வீரராக, இரவெல்லாம் தூங்காமல் பள்ளிக்கூடத்தின் ஏதாவது ஒரு மூலையில் நடந்து ஒவ்வொன்றையும்

சகோ.**K.J.ஜார்ஜ்**
நிறுவனர்:மாண்ட்போர்ட் சமுதாய பள்ளி

நுணுக்கமாக பார்வையிட்டு சீர் செய்யும் களப்பணியாளராக, சிறந்த கல்வித் தலைவராக அவரைப் பார்த்து பார்த்து அவருடைய அர்ப்பணிப்பு, உழைப்பு, பொதுநோக்கம், ஆளுமை எல்லாம் இன்றும் என் ஆழ் மனதில் பதிந்துவிட்டது. தற்பொழுது நான் செய்யும் அனைத்து வேலைகளிலும் அவருடைய பாதிப்பு கொஞ்சம் இருந்து கொண்டே இருக்கும்.

தற்பொழுது மனிதர் மிகப்பெரிய சாதனையை சத்தமில்லாமல் செய்து கொண்டு இருக்கிறார். சேலம் அயோத்தியாபட்டினம்–குப்பனூர் வழியாக ஏற்காடு செல்லும் சாலையில் பஸ்கள் செல்லாத மலை காடுகளின் இடையே சுத்துப்பட்டு 15 பழங்குடியினர் கிராமங்களுக்கு மாண்ட்போர்ட் சமுதாய பள்ளியை உருவாக்கி தரமான கல்வியை 100% இலவசமாக தந்து கொண்டு இருக்கிறார். தற்போது 850 பழங்குடி மாணவ மாணவிகள் படிக்கிறார்கள்.

அதில் 250 மாணவ, மாணவிகள் இலவசமாக தங்கி (boarding) படிக்கிறார்கள். மாணவ, மாணவிகளுக்கு தங்கும் வசதி தரமாகவும், பாதுகாப்பாகவும், உணவு ஆரோக்கியமானதாகவும், சுகாதாரமாகவும் இருக்கிறது. மிகப்பெரிய அறிவியல் லேப், 100 கணினிகளை கொண்ட வசதியான கம்பயூட்டர் லேப், நல்ல நூலகம், விசாலமான வகுப்பறைகள் என்று மிக அற்புதமான கல்வியை அங்கிருக்கும் பழங்குடி மக்கள் இலவசமாக பயன் பெறுகின்றனர்.

கடந்த பத்தாண்டுகளில் 400-க்கும் மேற்பட்ட பழங்குடி மக்களை கிராஜுவேட் ஆகி இருக்கிறார்கள். காட்டு வேலை மட்டும் செய்து கொண்டு இருக்கின்ற பல குடும்பங்களில் இன்று பலர் அரசு மற்றும் தனியார் நிறுவனங்கள், வங்கிகளில் பணிபுரிய ஆரம்பித்து இருக்கின்றனர். இந்த பள்ளியால் அந்த பகுதியில் உள்ள அடித்தட்டு சமூகம் அடுத்த கட்ட முன்னேற்றத்தை நோக்கி செல்கிறது. 100% தேர்ச்சி, திறமை கூட்டும் ஆங்கில வகுப்புகள் என்று பணக்காரர்கள் படிக்கும் பள்ளிக்கு இணையாக பள்ளி நடைபெறுகிறது.

விளையாட்டு போட்டிகளில் மாவட்ட, மாநில ஏன் ஒலிம்பிக் வரை வீட்டில் இருக்கும் கூழோ, கஞ்சியோ சாப்பிட்டு போட்டிகளில் பங்கெடுக்கின்றனர். சத்தமில்லாமல் மனதளவில் பலவீனமாகவும், சமூக நீதி கிடைக்க பெறாத ஒரு பகுதி மக்களை முன்னேற்றி விடும் ஏணியாக இருக்கிறார் எனது மனம் கவரும் bentreality தலைவர் சகோ. **K.J.ஜார்ஜ்.** அவர்கள். அது என்ன bentreality தலைவர்? என்று கேட்கிறீர்களா! இந்த உலகம் கலாச்சாரம், பண்பாடு, விதிகள், சட்டம் என்று பல கட்டுப்பாடுகளை போட்டு பெண்கள் படிக்கக் கூடாது, பழங்குடியினர்கள் படிக்கக் கூடாது, ஒடுக்கப்பட்ட மக்கள் படிக்கக் கூடாது, பெண்களுக்கு சொத்தில் பங்கு கூடாது, ஒடுக்கப்பட்ட மக்கள் சொத்து வைத்திருக்கக் கூடாது, பழங்குடியினர் சொத்து வைத்திருக்கக் கூடாது என்று பலவித கன்டிஷன்கள் கடந்த 2000 ஆண்டுகளாக போட்டு நடைமுறைப்படுத்தி வந்ததை நான் CONDITION REALITY என்று சொல்கிறேன். அந்த கன்டிஷன்களை வளைத்து மேற்படி மக்களுக்கு கல்வி அறிவையும், சொத்துரிமையையும் உருவாக்கி கொடுப்பவர்களை bentreality தலைவர் என்று நான் உணருகிறேன். அப்படி நான் நேரடியாக பார்த்த தலைவர் எங்கள் சங்கைக்குரிய சகோதரர் **கே.ஜெ.ஜார்ஜ்** அவர்கள் அன்னாரின் காலடியில்   இந்த புத்தகத்தை அர்பணிக்கிறேன்.

மேலும் ஒவ்வொரு புத்தக விற்பனையில்   புத்தகத்திற்கு ரூபாய் 50 மான்ட்போர்ட் சமுதாய பள்ளிக்கு காணிக்கையாக்குகிறேன்.

இப்படிக்கு

சா.மு.பரஞ்சோதி பாண்டியன்

ரியல் எஸ்டேட் தொழில் முனைவர்

பொருளடக்கம் - பாகம் - I

தொகுதி - 1

சொத்துக்கள் வாங்கும்போது கவனிக்க வேண்டியவை சம்மந்தமாக கட்டுரைகள்:-

தொகுதி – 2

நிலம் வாங்குவோர் கவனிக்க வேண்டியவை!!

தொகுதி – 3

சொத்து சிக்கல்கள் மற்றும் பிரச்சினைகள் பற்றிய கட்டுரைகள்

<u>**தொகுதி – 4**</u>

சொத்து சிக்கலில் இருப்பவருக்கான மாதிரி விண்ணப்ப படிவங்கள்

<u>தொகுதி – 5</u>

<u>மக்களும் சொத்துக்களும் பற்றிய உளவியல் கட்டுரைகள்</u>

தொகுதி 6

உதிரி கட்டுரைகள்:

நிலம் உங்கள் எதிர்காலம் பாகம்-II
புத்தகத்தில் உள்ள தலைப்புகளின் பட்டியல்
தொகுதி - 7
சார்-பதிவகம் சம்மந்தப்பட்ட கட்டுரைகள்!

1) ஆவணங்கள் பதிவும் சார்-பதிவக வரலாறும், தெரிய வேண்டிய 15 செய்திகள்!

2) ஒவ்வொருவரும் தெரிந்து கொள்ள வேண்டிய 3 வகை EC-க்கள்!

3) அரசு வழிகாட்டி மதிப்பு பற்றி அறிந்து கொள்ள வேண்டிய 20 விஷயங்கள்!

4) முத்திரைத்தாள்கள், முத்திரை வில்லைகள் குறித்து தெரிந்து கொள்ள வேண்டிய 28 விஷயங்கள்!

5) அறிந்துகொள்ள வேண்டிய அசையும் சொத்து, அசையா சொத்து 18 விஷயங்கள்!

6) பத்திரங்களை எங்கெல்லாம் பதியலாம்? தெரிந்து கொள்ள வேண்டிய 15 செய்திகள்!

7) சார்-பதிவகத்தின் 5 புத்தகங்கள் மற்றும் 4 அனுபந்தங்கள் பற்றிய செய்திகள்!

8) பத்திரங்களை சார்-பதிவகத்தில் தாக்கல் செய்பவர் பற்றி தெரிந்து கொள்ள வேண்டிய 10 விஷயங்கள்!

9) பதிவு செய்ய தயார் செய்யப்பட்ட பத்திரத்தை எவ்வளவு நாளுக்குள் தாக்கல் செய்யலாம்? தெரிய வேண்டிய 14 விஷயங்கள்

10) சார்-பதிவாளர் எதற்காக எல்லாம் பதிவை மறுக்கலாம்? தெரிய வேண்டிய 19 செய்திகள்!

11) பிற மொழிகளில் கிரயபத்திரங்கள் தமிழகத்தில் எங்கெல்லாம் பதியப்படுகின்றன? 11 சுவாரஸ்ய தகவல்கள்!

12) பத்திரங்களில் கையெழுத்தும் கைரேகையும் தெரிந்து கொள்ள வேண்டிய 13 செய்திகள்!

13) எழுதி கொடுப்பவர் நில உரிமையாளரா என்று சார்-பதிவாளர் விசாரிக்கலாமோ? அறிய வேண்டிய 9 செய்திகள்!

14) காலாவதியாகிப் போன நகல் எழுத்தர்கள் பற்றி தெரிந்து கொள்ள வேண்டிய 12 விஷயங்கள்!

15) பத்திர பதிவு செய்யாமலேயே எங்கெல்லாம் சொத்துரிமைகள் மாறுகிறது? தெரிய வேண்டிய 17 செய்திகள்!

16) பதிவு அலுவலகத்தில் தோன்றாமலேயே பதிவு நடக்கும் பத்திரங்கள்! தெரிந்து கொள்ள வேண்டிய 10 செய்திகள்!

தொகுதி 8

அங்கீகாரம் சம்பந்தபட்ட கட்டுரைகள்

தொகுதி 9

நீதிமன்றம் தொடர்பான கட்டுரைகள்

தொகுதி 10

வருவாய்துறை ஆவணங்கள் பற்றிய கட்டுரைகள்

6) கிராம நிர்வாக அலுவலகம் பற்றி தெரிந்து கொள்ள
வேண்டிய 27 சங்கதிகள்!

தொகுதி 11

பத்திர ஆவணங்கள் மற்றும் கிரயப் பத்திர மாதிரிகள் பற்றிய கட்டுரைகள்

A. புல்லட் புரூஃப் கிரயப் பத்திரங்கள் எழுதுவது எப்படி?
தெரிந்து கொள்ள வேண்டிய 19 விஷயங்கள்

A1) இந்த புத்தகத்தில் வருகின்ற பத்திரங்களின் மாதிரிகள் பற்றிய
கவனத்தில் கொள்ள வேண்டியவை!

A2) கிரயப் பத்திரம் மாதிரி

A3) கிரயப் பத்திரம் (மற்றொரு மாதிரி)

A4) கிரயப் பத்திரம் வேறொரு மாதிரி

A5) சுத்தக் கிரய சாஸனம்

A6) கிரய சாஸனம் (இன்னொரு மாதிரி)

A7) கிரய பத்திரம் இது வேறுவகை மாதிரி

A8) நஷ்ட ஈட்டுடன் கூடிய கிரயப்பத்திர மாதிரி

A9) தன் வீட்டை ஒட்டியிருக்கும் காலிமனையை விற்கும்
கிரயப்பத்திர மாதிரி

A10) நீதிமன்ற உத்தரவுபடி அடிமனை விக்கிரயப் பத்திர மாதிரி

A11) அடமானம் பெற்றவர் நேரடியாக வேறு நபருக்கு
கிரயம் செய்யும் கிரய பத்திர மாதிரி!

A12) ஈரெட்டு கிரயம் மாதிரி (எதிர்நடை கிரயம்)

B பவர்ஆஃப் அட்டார்னியை பற்றி தெரிந்து கொள்ள
வேண்டிய 28 விஷயங்கள்

B1) சிறப்பு அதிகாரப் பத்திரம் பற்றிய மாதிரி

B2) சிறப்பு அதிகாரப் பத்திரம் இன்னொரு மாதிரி (தூக்கல் பவர்)

B3) பொது அதிகாரப் பத்திரம் மாதிரி (பொது வக்காலத்து நாமா)

B4) பொது அதிகாரப் பத்திரம் மற்றொரு மாதிரி

C உயில் சொத்தா? கவனிக்க வேண்டிய 35 செய்திகள்

C1) உயில் மாதிரி மகளுக்கும் பேரனுக்கும் கொடுத்தல்

C2) உயில் கடவுளுக்கு கொடுத்தல் (மாதிரி)

C3) உயிலில் கார்டியனை நியமித்தல் (மாதிரி)

C4) உயில் அனுபந்தம் மாதிரி (Codicil)

D கிரய ஒப்பந்தத்தை பற்றி கவனம் செலுத்த வேண்டிய
10 விஷயங்கள்

D1) வீடு வாங்குவதற்காக செய்து கொள்ளப்படும் அக்ரிமென்ட் (மாதிரி)!

D2) மறு விக்கிரய ஒப்பந்தப் பத்திரம் மாதிரி

D3) விக்கிரய ஒப்பந்தம் மாதிரி

E **கண்டிப்பாக தெரிந்து கொள்ள வேண்டிய பிழைதிருத்தல் பத்திரத்தின் 19 தகவல்கள்**

E1) யாதொருவிதமான பாத்யத்தையும் உண்டாக்காத திருத்தல் பத்திரம் மாதிரி (சாதாரண பிழைத்திருத்தல் பத்திரம்)

E2) புதியதாய் பாத்தியதையை உண்டாக்கும் திருத்தல் பத்திரம் மாதிரி (உரிமை மாறும் பிழைத்திருத்தல் பத்திரம்)

E3) சாதாரண பிழைத்திருத்தல் பத்திரம் இன்னொரு மாதிரி

F **பாகப்பிரிவினை போது தெரிந்து கொள்ள வேண்டிய 12 விஷயங்கள்**

F1) பாகப்பிரிவினையில் பணத்தை வீணாக்காமல் இருக்க 11 வழிமுறைகள்!

F2) தெரிந்து கொள்ள வேண்டிய மூன்று வகையான பாகப்பிரிவினை பத்திரம்!

F3) பாகப்பிரிவினை பத்திரம் உருவாக்கும்போது கவனிக்க வேண்டிய விஷயங்கள்!

F4) புரிந்து கொள்ள வேண்டிய முகமதிய பாகப்பிரிவினை சட்டம்!

F5) இந்து பாகப்பிரிவினைக்கான வாரிசுரிமை சட்டங்கள்! தெரிந்து கொள்ள வேண்டிய 22 செய்திகள்!

F6) கிறிஸ்துவ பாகப்பிரிவினைக்கான வாரிசுரிமை சட்டங்கள்! தெரிந்து கொள்ள வேண்டிய 11 செய்திகள்!

F7) பாகப்பிரிவினை பத்திரம் மாதிரி இந்து கூட்டுக் குடும்பம் பிரிதல்!

F8) பாகப்பிரிவினைச் சாஸனம் (இன்னொரு மாதிரி)

F9) இரண்டு பேருக்குச் சொந்தமான சொத்தின் பாகப்பிரிவினை பத்திரம் (வேறொரு மாதிரி)

G **விடுதலைப் பத்திரம் பற்றிப் புரிந்து கொள்ள வேண்டிய 15 செய்திகள்**

G1) பாக உரிமை விடுதலைச் சாசனம் மாதிரி

G2) கருதப்படும் பாக உரிமை விடுதலை பத்திரம் மாதிரி

G3) சொத்து ஜீவனாம்ச உரிமை விடுதலைச் சாசனம் மாதிரி

G4) அடமான பாத்தியதை விடுதலை மாதிரி

G5) பட்டா (பாத்தியதை) விடுதலை மாதிரி

G6) இன்டெம்னிடி விடுதலை பத்திரம்

G7) ஆயுள் பாத்தியதை விடுதலை பத்திரம்

G8) மைனர் மேஜரானவுடன் கார்டியனை
விடுதலை செய்யும் பத்திரம்

**H செட்டில்மெண்ட் பத்திரம் பற்றி தெரிந்து
கொள்ள வேண்டிய 21 விஷயங்கள்**

H1) செட்டில்மெண்ட் சாஸனம் மாதிரி

H2) செட்டில்மெண்ட் சாஸனம் மற்றொரு மாதிரி

H3) செட்டில்மெண்ட் சாஸனம் வேறொரு மாதிரி

H4) தான சாஸனம் மாதிரி

H5) நிபந்தனையுடன் செட்டில்மெண்ட் மாதிரி

H6) ஆயுள் பாத்தியதையுடன் செட்டில்மெண்ட் மாதிரி

H7) பல ஆயுள் பாத்தியதைக்கு பிறகு மாற்றம் மாதிரி

H8) அனுபவிக்கும் பாத்தியதை செட்டில்மெண்ட் மாதிரி

**I இரத்துபத்திரம் பற்றி தெரிந்து கொள்ள
வேண்டிய 21 செய்திகள்! (Cancellation Deed)**

I-1) கிரய ஒப்பந்தம் ரத்து செய்தல் மாதிரி

I-2) உயில் ரத்து பத்திரம் மாதிரி

I-3) பொது அதிகார இரத்துப் பத்திரம் மாதிரி

**J சம்மத பத்திரம் தெரிந்து கொள்ள
வேண்டிய 9 விஷயங்கள்! (Ratification Deed)**

J-1) சம்மத பத்திரம் மாதிரி

**K பரிவர்த்தனை பத்திரம் புரிந்து கொள்ள
வேண்டிய 9 செய்திகள்! (Deed of Exchange)**

K1) பரிவர்த்தனை பத்திரம் மாதிரி

**L ஜாமீன் கடன் பத்திரம் தெரிந்து கொள்ள
வேண்டிய 7 செய்திகள்! (Deed of Indemnity)**

L1) ஜாமீன் ஈட்டுக் கிரயம் மாதிரி

L2) மைனர் தொகைக்கு இன்டெம்னிட்டி மாதிரி

L3) பத்திரம் காணாமல் போனதுக்கு இன்டெம்னிட்டி மாதிரி

**M தெரிந்து கொள்ள வேண்டிய கட்டுமான ஒப்பந்தம்
24 விஷயங்கள்! (Construction Agreement)**

M1) வீடு கட்டுபவர்களும், கட்டுமான ஒப்பந்தக்காரர்களும்
போட்டுக்கொள்ளும் வீடு கட்டும் ஒப்பந்த மாதிரி!

N அறிய வேண்டிய 6 வகை அடமான கடன் பத்திரங்கள்

N1) அடமான மேடோவர் பத்திரம் மாதிரி

N2) அசையும் (ஜங்கம்) சொத்து அடமான சாஸனம் மாதிரி

N3)	சாதாரண அடமானம் அல்லது சுத்த பெந்தகம்

N4)	அனுபோக ஒத்தி அல்லது சுவாதீன அடமானம் மாதிரி

N5)	ஒத்தி போக்கிய பத்திரம் மாதிரி

N6)	கட்டுவழி போக்கியம் மாதிரி

N7)	அடமான வட்டிவிகிதம் மாற்றுதல் மாதிரி

N8)	பத்திர வைப்பு அடமானம் மாதிரி

N9)	கீழ் அடமானம் மாதிரி

N10)	கொதுவைப் பத்திரம் மாதிரி

N11)	அடமானத்தை மாற்றுதல் மாதிரி

N12)	அடமானம் மேற்கொண்டு பொறுப்பு கொடுத்தல் மாதிரி

N13)	அடமான தீர்ப்பு குறிப்பு மாதிரி

O	நிலத்தில் ஈஸ்மெண்ட் ரைட்ஸ் (வசதி, உரிமைகள்) பற்றி தெரிந்து கொள்ள வேண்டிய 14 தகவல்கள்

O-1)	ஈஸ்மெண்ட் பாத்யத்தை ஒளி காற்று பற்றிய ஒப்பந்தம் மாதிரி

P	இந்த தலைமுறைக்கு துல்லியமான புரிதல் இல்லாத குத்தகை(லீசு) பற்றிய 22 சங்கதிகள்

P1)	மனைக் குத்தகை பத்திரம் மாதிரி

P2)	நஞ்சை அல்லது புஞ்சை முச்சலிக்கை மாதிரி

P3)	நஞ்சை நிலக் குத்தகைப் பத்திரம் 1 வருஷம் – மாதிரி

P4)	நெல் சாகுபடி ஒப்பந்தம் மாதிரி

P5)	சவுக்கு சாகுபடி குத்தகை ஒப்பந்தம்

P6)	டிப்போ மனை வாடகை குத்தகை ஒப்பந்தம்

P7)	கோழி கால்நடை பண்ணை குத்தகை ஒப்பந்தம்!

P8)	ஹோட்டல் குத்தகை ஒப்பந்தம்!

P9)	குத்தகை மேடோவர் சாஸனம்!

Q	தத்து எடுத்தல் கட்டாயம் தெரிய வேண்டிய 27 உண்மைகள்!

Q1)	சுவீகாரச் சாஸனம் மாதிரி

Q2)	சுவீகாரம் செய்து கொள்ள அதிகாரமளிக்கும் சாஸனம் மாதிரி

Q3)	தத்து எடுப்பு பத்திரம் மாதிரி

R	வாடகை ஒப்பந்த பத்திரம் பற்றி கட்டாயம் புரிந்து கொள்ள வேண்டிய 14 செய்திகள்!

R1)	குடிக்கூலி வாடகை ஒப்பந்த பத்திரம் மாதிரி

R2)	கடை வாடகை ஒப்பந்த பத்திரம் மாதிரி

S	பலவகை ரசீதுகளின் மாதிரிகள்!

S1)	பத்திரங்களின் ஜாப்தா

S2) மேஜரானவர் கிரய உறுதி செய்தல்

S3) மேஜரான பிறகு கிரயத் தொகை பெற ரசீது

S4) சொத்தை ஒப்புவித்து கிரயத் தொகை பெற ரசீது

S5) மைனர் கிரயத் தொகையை சொத்து வாங்க
கொடுத்ததற்கு ரசீது!

S6) அடமான ரசீது!

T பதிவு செய்ய கட்டாயமற்ற ஆவணங்கள் பற்றிய 11 தகவல்கள்!

U பத்திர அலுவலகத்தில் கொடுக்கப்படும் விண்ணப்பங்கள் மாதிரி!

U1) பத்திரம் வீட்டில் பதிவு செய்ய மனு!!

U2) முத்திரைக் கட்டணம் குறைத்ததை குறிக்க மனு

U3) டியூப்ளிகேட் பத்திரம் பதிவு செய்ய மனு

U4) கட்டாய ரிஜிஸ்டிரேஷனுக்கு மனு

V பிராமிசரி நோட்டு பற்றி தெரிந்துக் கொள்ள
வேண்டிய 13 செய்திகள்!

V1) புரோநோட்டு (அன்–டிமாண்டு)!

V2) ஒன்றுக்கு மேற்பட்ட நபர்கள் எழுதிக் கொடுக்கும்
புரோநோட்டு

V3) கேட்கும்போது கொடுக்க வேண்டும் என்ற நிபந்தனை
இல்லாமல் குறிப்பிட்ட கெடுவுக்குள் திருப்புத் தரத்தக்க
பிராமிசரி நோட்டு!

V4) மத்தியஸ்தத் (பஞ்சாயத்)துக்குக் கட்டுப்பட ஒப்பந்தம்!

<u>தொகுதி 12</u>

அரசுக்கு நிலம் சம்பந்தமாக என்னுடைய ஆலோசனை
மனுக்கள் – அதனைப் பற்றிய கட்டுரைகள்

1) 2007–ம் ஆண்டில் அரசின் நில கையைப்படுத்துதலை எதிர்த்து நான்
எழுதிய அரைவேக்காட்டு மனுவும், அதற்கு அரசின் பதிலும்!

2) அரசு நிலம் கையைப்படுத்துதலில் நஷ்டாஈடு வாங்குவதற்கு நிலத்தை
இழந்தவருக்கு பட்டா இருப்பது நன்று!

3) தமிழ்நாடு முழுவதும் மீண்டும் நிலவரித் திட்ட சர்வே செய்ய
வேண்டும் என்பதற்கு நான் எழுதிய மனுவும், அதற்கு அரசின்
பதிலும்!

4) பத்திரப்பதிவுத்துறை, வருவாய்த்துறை மற்றும் அங்கீகாரத்துறை ஆகிய
மூன்று துறையினருக்கும் தேவை ஒரு முழு ஒருங்கிணைப்பு!

5) தேவை தமிழகம் முழுவதும் ஒரு மாஸ்டர் பிளான்!

6) அங்கீகாரம் சம்பந்தமாக போடப்பட்டுள்ள அரசு ஆணையின்
முரண்பாடுகள்!

7) சென்னை High கோர்ட்டு தடைவிதித்த காலத்தில் பதியப்பட்ட பத்திரங்களுக்கு உயிர் கொடுக்குமாறு வேண்டி மனு!

8) பத்திரப்பதிவுத் துறைக்கு வழிகாட்டி மதிப்பு பற்றி என்னுடைய ஆலோசனை மனு!

9) ஆவண எழுத்தர்களுக்கு முறையாக லைசென்ஸ் வழங்க வேண்டும் ஏன்? பதிவுத் துறைக்கு அன்பான வேண்டுகோள்!

10) மோசடி பத்திரங்களை இரத்து செய்யும் அதிகாரத்தை பதிவுத் துறைக்கு கொடுத்தல் வேண்டும்!

11) பிழையான சட்ட குழப்பமுள்ள பத்திரங்கள் உருவாவதை தடுப்பதற்கு பதிவுத்துறை கவனம் எடுக்க வேண்டிய செயல்பாடுகள்!

12) பிழையான பத்திரங்கள் உருவாகாமல் இருக்க பிரெஞ்சு இந்திய பதிவுச் சட்டத்தின் நொத்தேர் (Notaire) முறையை கொண்டு வர வேண்டும்!

13) விவசாயத்தை காப்பாற்ற வழக்கறிஞர் யானை இராஜேந்திரன், குடும்பத்துடன் களை வெட்ட வருவாரா? கட்டுரை!

14) நில நிர்வாக துறையினருக்கு நிலம் உங்கள் எதிர்காலம் நூலின் ஆசிரியரின் 22 அம்ச கோரிக்கைகள்!

15) திருவாலங்காட்டை சுற்றியுள்ள BIL நிலங்களில் தெரியாமல் வாங்கிய அப்பாவி மக்களுக்கே பட்டா கொடுக்க வேண்டும்?

16) SLR ஆவணங்களையும் ஆன்லைன் செய்ய வேண்டும்!

17) உயிலில் செய்ய வேண்டிய சீர்திருத்தங்கள்!

18) வழங்கப்படாமல் இருக்கின்ற பூமிதான நிலங்களை, நிலமற்ற விவசாயிகளுக்கு வழங்கிட வேண்டுகிறேன்!

பாகம் – II முடிவுரை

நிலம் உங்கள் எதிர்காலம் பாகம் – I, பாகம் – II–ன் சொல்லகராதி

நிலம் உங்கள் எதிர்காலம் பாகம் – I, பாகம் – II உறுதுணையாக இருந்த பிற நூல்கள்

என் பயணங்களே என் மனதின் பார்வையை விசாலமாக்கியது!

சா.மு.பரஞ்சோதி பாண்டியனின் அடுத்து வரவிருக்கின்ற நூல்களின் முன்னோட்டம்

முன்னுரை

என்னுடைய 17 ஆண்டு கால ரியல் எஸ்டேட் கள அனுபவங்களின் மூலமாக நான் கற்றுத் தேர்ந்து இருக்கிற தகவல்கள், உண்மைகள், கள நிலவரங்களெல்லாம் அனைவருக்கும் நிச்சயம் பயன்பட வேண்டும் என்ற நோக்கில் எழுதியிருப்பதுதான் இந்த நிலம் உங்கள் எதிர்காலம் என்ற பெயரிலான இந்த புத்தகம்.

விவரம் தெரியாமல் ரியல் எஸ்டேட் தொழிலில் நுழைந்து கஷ்டப்பட்டு சம்பாதித்து சேர்த்த பணத்தை இழந்தவர்கள் பலர். ரியல் எஸ்டேட் தொழில் நன்றாக தெரிந்தும், அரசின் கொள்கை முடிவுகளால் வீழ்ந்தவர்கள் பலர். தொடர்ந்து கற்றுக் கொண்டே இருப்பதும் காலமாற்றங்களை உணர்ந்து கொண்டே இருப்பதும், அதற்கேற்றவாறு வியாபாரத்தை உருமாற்றம் செய்வதுமே ரியல் எஸ்டேட் தொழிலில் நிலைத்து நிற்க உதவும். உண்மையில் அறிவுதான் நமக்கு சம்பாதித்துக் கொடுக்கிறது. இப்பொழுது நாம் எந்த அறிவுடன் இருக்கிறோமோ! அந்த அறிவை பயன்படுத்திதான் சம்பாதித்துக் கொண்டு இருக்கிறோம், அதனை வைத்துதான் வாழ்ந்துக் கொண்டும் இருக்கிறோம்.

அறிவால் பலர் அப்டேட்டில் இருக்கிறார்கள், சிலர் தேங்கி நிற்கிறார்கள். அப்டேட் ஆகிறவர்கள் முன்னேறிச் சென்றுக் கொண்டே இருக்கிறார்கள்.

ஏதோ ஒரு கல்வி அறிவு, தொழில் அறிவு, வியாபார அறிவை பயன்படுத்திதான் பணத்தை சம்பாதிக்கிறார்கள். சம்பாதித்த பணத்தை ரியல் எஸ்டேட்டில் முதலீடு செய்வதற்கும், சம்பாதித்த பணத்தை வீடு, வாசல், தோட்டம், தோப்பு, வயற்காடுகள் வாங்குவதற்கும், கொஞ்சமாவது ரியல் எஸ்டேட் அறிவு தேவைப்படுகிறது. மேற்படி அறிவை பெற கலாசாலைகள் இல்லை, பயிற்சி நிலையங்கள் இல்லை, இவையெல்லாம் நமது பள்ளிக்கூட கல்வி பாடத்திட்டங்களில் இல்லை!

கிராம தண்டல்காரரும், மணியக்காரரும் பெற்றிருக்கிற நிலத்தை பற்றிய அடிப்படை செய்திகள் மெத்த படித்தவர்களுக்கு இன்னும் பிடிபடாமலேயே இருக்கிறது.

கடந்த 17 ஆண்டுகள், தமிழ் நாட்டின் அனைத்து தாலுக்காக்களிலும் எனது இருசக்கரவாகனத்தின் சக்கரங்கள் படாத இடமே இல்லை! மேலும் பேருந்திலும், தொடர் வண்டியிலும், காரிலும், விமானத்திலும், ஏன் நடந்தும், இன்றுவரை பயணித்துக் கொண்டே இருக்கிறேன். இந்த

புத்தகத்தில் இருக்கின்ற தகவல்களில் பல நேரடி அனுபவம் மூலம் நான் பெற்றதுதான், அனைத்து தகவல்களும் அடித்தட்டு, நடுத்தர மற்றும் மேல்தட்டு மக்களிடையே உரையாடி கற்றுக் கொண்டவைதான்.

எனவே மக்களிடம் இருந்து கற்றதை இப்புத்தகம் மூலம் மக்களுக்கே சமர்ப்பிக்கிறேன். இதை படிப்பவர்கள் நிலத்தைப் பொறுத்த வரை மூன்று விதமான சிக்கல்களில் இருப்பார்கள் என்று உணர்ந்து வகைப்படுத்தி இருக்கிறேன்.

1. அடிப்படையே தெரியாமல் இருப்பார்கள். நிலத்தில் சிக்கல்கள் என்றால் அவற்றை சரி செய்ய எப்படி ஆரம்பிப்பது? எங்கிருந்து தொடங்குவது? என்று தெரியாமல் இருப்பார்கள். அவர்களுக்கு ரியல் எஸ்டேட் சம்மந்தப்பட்ட எளிமையான பாடங்களை பிரித்துப் பிரித்து தனித்தனியாக எளிமையான நடையில் எழுதி இருக்கிறேன்.

2. அங்கும் இங்கும் கொஞ்சம் அடிப்படைகள் தெரியும். ஆனால் கோர்வையாக தெரிந்து இருக்காது அல்லது ஒரளவுக்கு தெரியும். என்கிறவர்களுக்கு, நடைமுறையில் இருக்கும் சிக்கல்களை சரிப்படுத்த ஒரு தெளிவான பார்வையைக் கொடுக்க வேண்டும் என்ற நோக்கில் செய்ய வேண்டிய செயல்களை உத்திகளாக எழுதி இருக்கிறேன்.

3. மூன்றாவது முற்றிலும் வேறுபட்டது. அடிப்படைகள் முழுவதும் தெரிந்த பின்பும் மற்றும் உத்திகள் தெரிந்த பின்பும் இந்த சிக்கல்களை சரி செய்ய முடியாமலேயே இருக்கும், அவை முழுவதும் அரசு நடைமுறையை சார்ந்து, அதாவது திட்டமே (கொள்கையே) தவறு. அது போல திட்டத்தில் குளறுபடிகள் இருந்தால் அந்த குளறுபடியில் நமது நிலம் மாட்டியிருந்தால் தற்போது நாம் அதனை உடனே சரிசெய்ய முடியாது. அதனால் நாம்தான் ஒன்றிணைந்து, ஒருங்கிணைந்து அதனை சரி செய்ய அரசை நிர்பந்திக்க வேண்டும். அவ்வாறு செய்வதன் மூலம் அரசு கொள்கை முடிவுகளையும், செயல் திட்டக்குளறுபடிகளையும் மாற்றுமானால், அது தமிழகத்தின் அனைத்து தரப்பு மக்களுக்கும் மிகவும் பயனுள்ளதாக இருக்கும். அதனை பற்றி இறுதித் தொகுதியில் எழுதி இருக்கிறேன். இறுதித் தொகுதியில் இருக்கின்ற கட்டுரைகளை நீங்கள் மக்களிடம் கொண்டு செல்வதன் மூலம் மக்களும் அதிக விழிப்புணர்வு பெறுவார்கள். தமிழகத்தில் இருக்கின்ற அரசியல் தலைவர்கள், சமூக தலைவர்கள், கல்வி தலைவர்கள் யாருக்கும் நிலங்களில் உள்ள சிக்கல்களால் மக்கள் எவ்வளவு அவதிப்படுகிறார்கள் என்பதைப் பற்றி போதுமான தகவல்களும் அறிவும் இல்லாமல் இருக்கிறார்கள். நிச்சயம் இந்த புத்தகம் அவர்கள் கைகளிலும் தவழ வேண்டும் என்பது என்னுடைய ஆசை.

இந்த புத்தகம் படிப்பவர்கள் நிச்சயம் சொத்துக்கள் வாங்கும் போது அதிக கவனம் எடுத்துக் கொள்வார்கள். இருக்கின்ற சொத்துக்களில் சிக்கல்கள் என்றால் நல்ல முடிவுகளை எடுக்கக் கூடிய அளவில் அவர்களுடைய மனநிலை நிச்சயம் வந்துவிடும்.

20 ஆண்டுகளுக்கு முன்பு நிலத்தின் மதிப்பு, நிலத்தின் தேவை (Demand) பற்றி எல்லாம் மக்கள் உணராமலே இருந்தார்கள். ஆனால் இன்றைய தலைமுறையின் நிலைமை அப்படி இல்லை. நிலத்தின் அருமையை அனைவரும் உணர்ந்து இருக்கிறார்கள். அதனால் இன்றைய தலைமுறையினருக்கு மிகவும் தேவையான புத்தகம் இதுவாகும். அதுமட்டும் இல்லாமல் ரியல் எஸ்டேட் முகவர்கள், ரியல் எஸ்டேட் தொழில் செய்பவர்கள், ஆவண எழுத்தர்கள், வழக்கறிஞர்கள் மற்றும் ரியல் எஸ்டேட் முதலாளிகளுக்கு இந்த நூல் மிகப்பெரிய அளவில் பயன்படும்.

மேலும் எல்லாவிதமான ரியல் எஸ்டேட் ஞானமும், அறிவும் உள்ளவர்களுக்கும் கூட இந்தப் புத்தகத்தில் ஏதாவது ஒரு செய்தி எடுத்து கொள்ளக்கூடிய செய்தியாக கண்டிப்பாக இருக்கும். புத்தகத்தின் விரிவு கருதி இரண்டு பாகங்களாகப் பிரித்து வருவாய்த்துறை ஆவணங்களை மையப்படுத்தி முதல் பாகமாகவும், பதிவுத்துறை ஆவணங்களை மையப்படுத்தி இரண்டாவது பாகமாகவும் என, தனித்தனி இரண்டு புத்தகங்களாக உருவாக்கியுள்ளேன்.

இந்த புத்தகத்தில் ஒவ்வொரு தலைப்பிற்கும் ஏற்றவாறு, அவை தொடர்பான ஆவணங்களின் படங்களை எல்லாம் வைக்கலாம் என்று நினைத்தேன். அதாவது விநோபா ஒப்படைப்பட்டா, அரசு ஒப்படைப்பட்டா போன்ற பட்டாக்கள், சிட்டாக்கள், அரசு ஆவணங்களின் படங்கள், அரசு ஆணைகள், நீதிமன்ற ஆவணங்கள், அரசு நில எடுப்பு ஆவணங்கள் மேலும் ஈசி, பழைய பத்திரங்கள் என அனைத்தையும் வைத்தால் படிப்பவர்களுக்கு ஒரு புரிந்து கொள்ளுதல் வரும் என்று நினைத்தேன் ஆனால் எழுத்தால் கொடுக்க வேண்டிய உள்ளடக்கம் குறைந்து, படங்களே புத்தகங்களை நிரப்பிவிடும் என்று கருதியே அதனையெல்லாம் சேர்க்கவில்லை. இறுதி தொகுதியில் மட்டும் புரிதலுக்காக சில ஆவணங்களை சேர்த்துள்ளேன்.

ஆனால் மேற்கண்ட ஆவணங்களின் நகல்களை, கிட்டத்தட்ட ஐயாயிரத்திற்கும் அதிகமான ஆவணங்கள் PDF – ஆக www.paranjothipandian.in, என்ற எனது இணையதளத்திற்கு தொடர்பு கொண்டு மெயிலில் பெற்றுக்கொள்ளுமாறு வேண்டுகிறேன். இந்தப்

புத்தகத்தை முழுமையாக படித்து விட்டு மேற்கண்ட ஆவணங்களை எல்லாம் ஒரு கழுகுப் பார்வை பார்த்தாலே தமிழ்நாட்டின் நில விஷயங்களை எல்லாம் நிச்சயம் புரிந்து கொள்வீர்கள்.

அதற்கு மேலும் ஏதாவது சந்தேகங்கள் இருந்தால் 9841665836, 9841665837, 9962265834 என்ற எண்களுக்கு தொடர்பு கொள்ளுங்கள். எனது குழுவினரோ அல்லது நானோ தெளிவுபடுத்த முயற்சிக்கிறோம்.

மேலும் இந்த புத்தகம் அமேசானில் kindle பதிப்பாகவும் (PART 1: https:// www.amazon.in/dp/B07RNQTLD3; PART 2: https://www.amazon.in/dp/ B08VRC7FNR), PAPER BACK புத்தகமாகவும் (PART 1 : https://www.amazon.in. dp.935426462X; PART 2 : https://www.amazon.in/dp/B094W49CW8) கிடைக்கிறது. வெளிநாட்டில் வசிக்கும் நண்பர்கள், அன்பு வாசகர்கள் தாங்களும் அதனை வாங்கி உங்கள் உறவினர்களுக்கும், நண்பர்களுக்கும் இப்புத்தகத்தை அமேசானில் பரிந்துரைக்குமாறு வேண்டுகிறேன். மேலும் புத்தகம் படித்து பிடித்து இருந்தால் அமேசானில் 5 Star Review-வும் ஏதாவது விமர்சனங்கள் இருந்தால் என்னுடைய paranjothip@gmail.com என்ற ஈமெயிலுக்கு அனுப்பும்படி வேண்டுகிறேன்.

மேலும் அனைத்து தரப்பு மக்களும் நிலங்களின் பயனை அடைய வேண்டும் என்ற என்னுடைய இலட்சிய பயணத்திற்கு தொண்டு நிறுவனங்கள், இளைஞர் சங்கங்கள், பொதுநல அமைப்புக்கள், மகளிர் சங்கங்கள் துணை நிற்க விரும்பினால் தமிழ்நாட்டின் ரியல் எஸ்டேட் நில விவரங்களை நேரடியாக வந்து வகுப்புகள் எடுக்கவும் விழிப்புணர்வு ஏற்படுத்தவும், பேசவும் தயாராய் இருக்கிறேன்.

தமிழகம் முழுவதும் நிலம் சம்பந்தப்பட்ட ஒருநாள், இருநாள், மூன்றுநாள் பயிற்சி வகுப்புகளை தொடர்ந்து நடத்துகிறேன். ரியல் எஸ்டேட் மற்றும் நிலம் பற்றிய கல்வியை இளைய தலைமுறையினருக்கு சொல்லிக் கொடுப்பதற்காக தமிழ்நாட்டிலேயே முதன்முதலில் அகடமி ஆரம்பித்து நடத்துவதும் நான்தான், அதற்கும் உங்களின் ஆதரவையும் அன்பையும் வேண்டுகிறேன். இறுதியாக உங்களின் ரியல் எஸ்டேட் மற்றும் நில அறிவை மேம்படுத்த உங்களை வெற்றிகரமான முதலீட்டாளராக்க, ரியல் எஸ்டேட் ஏஜென்டுகளுக்கு ஒரு கோனார் விளக்க உரையாக இந்தப் புத்தகம் அமையும் என நம்புகிறேன்.

இப்படிக்கு

சா.மு.பரஞ்சோதி பாண்டியன்

ரியல் எஸ்டேட் தொழில் முனைவர்

அணிந்துரை

பணம் சேர்த்து வீடு, மனை, நிலம் சார்ந்த சொத்துகள் வாங்குவது ஒரு பெரிய வெற்றி என்றால், அந்த வெற்றியைத்தக்க வைத்துக்கொள்ள தொடர்ந்து சில பணிகளை செய்து கொண்டே இருக்க வேண்டி இருக்கிறது. அப்போதுதான் அந்த சொத்துகளை இடையூறு இல்லாமல் தக்க வைத்துக் கொள்ளமுடியும். நண்பர் **திரு.சா.மு.பரஞ்சோதி பாண்டியன்**, அசையாச் சொத்துகள் தொடர்பான சட்டங்கள், நடைமுறைகள், களப்பணிகளில் தேர்ந்த அனுபவம் பெற்று சொத்துகள் தொடர்பான ஆலோசனை மற்றும் சேவைப் பணிகளை தன் வாடிக்கையாளர்களுக்கு வழங்கி வருகிறார்.

இந்தத் துறையில் மக்களுக்கு நிறைய விழிப்புணர்ச்சி தேவை என்று கருதுபவர். அது தொடர்பான பயிலரங்கங்களைத் தொடர்ந்து நடத்தி வருவதோடு, கட்டுரைகளையும் இதழ்கள் மற்றும் சமூகவலைத்தளங்களில் எழுதியும் வருகிறார்.

பலருடைய வேண்டுகோள்களை ஏற்று நிலம், வீடு, மனைகளை வாங்குவோருக்கும், விற்போருக்கும், ஆலோசகர்களுக்கும், புரோக்கர்களுக்கும் பயன்படும் வகையில் இந்த நூலை எழுதி இருக்கிறார். நிலங்களின் வகைகள் முதல் சொத்துப் பரிமாற்றம் வரை அனைவரும் அறிந்து கொள்ள வேண்டிய பல்வேறு முதன்மையான செய்திகளைத் தந்து இருக்கிறார்.

பாகப்பிரிவினையின்போது கடைப்பிடிக்க வேண்டிய நுட்பமான செய்திகள், பலவிதமான பட்டாக்கள், பத்திரங்கள் மற்றும் ஆவணங்கள், என்று எண்ணற்ற செய்திகள் இந்த நூலில் இடம்பெற்று இருக்கின்றன. இது நிலம் தொடர்பான ஏட்டில் உள்ள சட்டங்கள் பற்றி மட்டும் விளங்கும் நூல் அல்ல. அன்றாடம் திரு.சா.மு.பரஞ்சோதிபாண்டியன் அனுபவப்பட்டு எழுதிய நடைமுறை உண்மைகள் நிரம்பிக்கிடக்கும் வழிகாட்டி நூல், ரியல் எஸ்டேட் துறையில் உள்ள அனைவருக்கும் பயன்படும் நூல் இது என்பதோடு, சொத்து வைத்திருக்கும், சொத்து வாங்க விரும்பும் பொதுமக்களுக்கும் பயன்படும் வகையில் அமைந்து உள்ளது. இந்த நூலை தமிழ் உலகிற்கு அளித்து இருக்கும் நண்பர் திரு.சா.மு.பரஞ்சோதிபாண்டியன் அனைவரின் பாராட்டுக்கும் உரியவர். அந்த வகையில் என்னுடைய பாராட்டுகளையும் இணைக்கிறேன்.

க.ஜெயகிருஷ்ணன்
ஆசிரியர், வளர்தொழில்

ஆய்வுரை:

"நீரின்றி அமையாது உலகு" பூகோள ரீதியாக உலகமே, நீர்நிலைகள் தவிர்த்துப் பார்த்தால், நிலம்தான் அதிகம். மேலும் நிலமே அடிப்படைத் தேவைகளில் ஒன்று என்பதும் உண்மை! அடிப்படைத் தேவைகள் என்றால் – மனிதர்களுக்கு உண்ண உணவு, மானங்காத்திட உடுக்க உடை, அடுத்ததாக இருக்க இடம் இவைதாம். எனவே 'நிலமின்றி அமையாது உலகு' என்ற புதுமொழி உருவாகிவிட்டதாகவே தோன்றுகிறது.

நிலம் என்றால் உணவுப் பயிர்களைப் பயிரிடும் இடம் என்பதைத்தாண்டி, கிராமங்களைவிட்டுக் குடிபெயர்ந்து, புதுவீடு கட்ட, மனை வாங்கிட மக்கள் விரும்பத் துவங்கிய காலகட்டத்தில்தான் நகர்ப்புறங்களில் மனைப்பிரிவுகள் உருவாகத் துவங்கியிருக்க வேண்டும். அதுவே படிப்படியாக வளர்ந்து, நகர்ப்புறங்களில் மனைகளை வாங்குவது நல்ல முதலீடு என்ற ஒரு நிலை ஏற்பட அடிப்படைக் காரணமாக அமைந்துவிட்டது எனலாம். ஒரு தனி நபர் 30 ஆண்டுகளாக அரசாங்கத்திலோ அல்லது தனியார் துறை நிறுவனத்திலோ பணியாற்றி மிகுந்த சிரமத்திற்கிடையே ஈட்டும் பணத்தைவிட மனையில் சில ஆயிரங்களை முதலீடு செய்பவர்கள் அதே 30 ஆண்டுகளில் எந்த உழைப்புமின்றி அதிக பணம் ஈட்டிவிட முடிகிறதென்பது முரண்பாடாக இருந்தபோதும் – நிதர்சனமான உண்மைதான்.

நிலத்தில் முதலீடு என்பது வழக்கமான, இயல்பான ஏறக்குறைய அவசியமான ஒன்றாகிவிட்டபின்பு, அதனை எங்கே, எப்படி, எப்பொழுது, சிக்கல்கள் எதுவும் ஏற்படாத வண்ணம் செய்யலாம் என்று சிந்தித்து முடிவெடுக்க வேண்டியது அவசியமாகிவிடுகிறது. மனைப்பிரிவின்முதல் நிலை விற்பனை பெரும்பாலும் செய்தித்தாள் விளம்பரம், தொலைக்காட்சி விளம்பரம், செய்தித்தாள்களின் இடையே செருகி அனுப்பப்படும் சில துண்டு விளம்பரங்கள், சுவரொட்டிகள், நண்பர்கள் என்று பலவிதமாகவும் மக்களைச் சென்றடைந்துவிடுகின்றது. ஆனால் மறுவிற்பனை என்று வரும்பொழுதோ, பெரும்பாலும் இடைத்தரகர்கள் மூலமாகவோ அல்லது இடைத்தரகு நிறுவனங்கள் மூலமாகவோதான் நடைபெறுகின்றது. ஏறக்குறைய அவை தவிர்க்க முடியாதவையாகிவிட்டன.

நூலாசிரியர் திரு. சா.மு.பரஞ்சோதி பாண்டியன் அவர்கள் சென்னையில் 1980ஆம் ஆண்டு பிறந்தவர். சிறுவயது முதலே திரு.ஈ.வெ.ரா. அவர்களின் கருத்துக்களால் ஈர்க்கப்பட்டார். ஒன்பதாம் வகுப்புப் படிக்கையில், "தொண்டு செய்த பழுத்த பழம்" என்ற பெயரில்

கவிமாலை வெளியிட்டதற்காகத் ஆசிரியர் திரு.கி.வீரமணி அவர்களிடமிருந்து ரூ.1000/– பரிசு மற்றும் பாராட்டுகளும் பெற்றதாகவும், 11ஆம் வகுப்புப் படிக்கையில், "புரட்சிக்கவி விதைகள்" என்ற நூலை வெளியிட்டதாகவும் குறிப்பிடுகிறார். தற்பொழுது வரை பெரியார் திராவிடக் கழகத் தலைவர் கோவை இராமகிருஷ்ணன் அவர்களை ஆஸ்தான தலைவராக ஏற்று வாழ்வதாக சொல்கிறார்.

ருஷ்ய எழுத்தாளர் மாக்சிம் கார்க்கி அவர்களின் 'தாய்' காவியம் படித்தபின்னர் அதன் கதாநாயகன் 'பாவெல்'ஆக உருவகப்படுத்திக் கொண்டதாகவும் பெருமையுடன் கூறுகிறார். 'வளர்தொழில்' பத்திரிகையில் தொடர்ந்து கட்டுரைகள் எழுதிவருகிறார். "PARANJOTHI PANDIAN" என்ற பெயரில் "YOU TUBE" சேனல் ஒன்றும் நடத்திக் கொண்டிருக்கிறார். இவரது தந்தை, 'சிவகாமியின் சபதம்' நூலின் நாயகன் தான் பரஞ்சோதி. அவர் மீதான ஆர்வம் காரணமாகவே தனக்குப் 'பரஞ்சோதி' என்று பெயரிடப்பட்டதாகக் கூறுகிறார். எளிமையாக உடையணியும் இவர் "MINIMALIST PHILOSOPHY" என்ற குறைந்தபட்ச தேவை நிவர்த்தி போதுமானதென்ற கொள்கை கொண்டவராகவே தன்னை வெளிப்படுத்திக் கொள்கிறார்.

தொட்டியில் பதிந்து, உரமிட்டு, தினமும் தண்ணீர் ஊற்றி முளைக்கச் செய்யும் விதையின் செடியைவிட, வீசி எறியப்பட்டு, விதையாக பூமியில் புதைந்து, தானே இயற்கையாய் வேர்விட்டு வளரும் செடியே செழிப்பாக வளரும். எவரேனும் சைக்கிளில் உட்கார வைத்து, கேரியரைப் பிடித்துக் கொண்டு, லேசாகத் தள்ளியபடி, "நேராகப் பார், இடுப்பை வளைக்காதே, பெடலைமிதி" என்றெல்லாம் சொல்லிக்கொடுத்து கற்றுக் கொள்பவர்களைவிட; தானே சைக்கிளைத் துடைத்து, தானே தள்ளிச் சென்று காற்றடித்து, முதலில் உந்தி, பின்பு குரங்குப்பெடல் போட்டு, பார் (Bar) மீது அமர்ந்து ஓட்டி, பின்னர் சீட்டில் அமர்ந்து ஓட்டத்துவங்கி, ஒருகையை விட்டு ஓட்டி, இறுதியாக இரண்டு கைகளையும் விட்டுவிட்டு ஸ்டைலாக ஓட்டுபவர்கள்தான் தன்னைத்தானே வளர்த்துக்கொள்ளும் திறமைசாலிகள்.

திரு. சா.மு.பரஞ்சோதி பாண்டியன் அவர்களும், அவர்களைப் போன்றவர்தான். இவரின் இருபத்திரண்டாம் வயதில், ஏறக்குறைய பழைய மகாபலிபுரம் சாலை உருவாகத்தொடங்கிய காலத்தில் இவரது இடைத் தரகர் வாழ்க்கையும் துவங்கியதாகவும், மேடவாக்கத்திலுள்ள 'கவிதா காபிக்கடை' மற்றும் 'சீவரம்' பகுதியிலுள்ள 'மணி டீக்கடை' இவையே இவர் ரியல் எஸ்டேட் துறையில் வேரூன்றுவதற்கான விதை ஊன்றப்பட்ட

'சந்திப்பு முனையங்கள்' என்று நினைவுகூர்கிறார். ஒரளவு வளர்ந்தபின், 'பெரியார் ரியல் எஸ்டேட்' என்ற பெயரில் சிறு நிறுவனம் துவங்கி, படிப்படியாக வளர்ந்து, சுய அனுபவமும் சேர்ந்துகொள்ள, "PRAPTHAM REALTORS" என்ற PRIVATE LIMITED நிறுவனம் உருவாகி, தமிழகத்தின் சில மாவட்டங்கள் மற்றும் சில வெளிமாநிலங்களிலும், வேரூன்றி வருவது இவரின் வெற்றி. இதன் மூலம் நிலம் வாங்குபவர்கள், விற்பவர்கள், ரியல் எஸ்டேட் முதலீட்டாளர்கள் என இவர் பல தரப்பினருக்கும் ஆலோசனை வழங்கி வருவதுடன் ரியல் எஸ்டேட் பற்றிய பயிற்சி வகுப்புகளும் எடுத்துவருவது குறிப்பிடத்தக்கது. இவர் பாரத முன்னாள் ஜனாதிபதி. மேதகு பிரதிபா பாட்டில் அவர்களிடம் "GLOBAL INDIAN - 2014" விருது பெற்றது முத்தாய்ப்பான செய்தி. இப்படிப் பரந்துபட்ட அனுபவம் கொண்ட இவர், பலமுறை விழுந்து, ஒவ்வொரு முறையும் எழுந்து, விழுப்புண்களுடன் கற்றுக்கொண்டவற்றை நூல் வடிவில் கொணர விரும்பியதைப் பாராட்டியே தீரவேண்டும். ஏனெனில் சிறுகதைகள், நாவல்கள், கட்டுரைகள், கவிதைகள் என்று பார்த்தால் ஏராளமான நூல்கள் காணக்கிடைக்கும். ஆனால் 'ரியல் எஸ்டேட்' குறித்த நூல்களையோ தேடித்தான் கண்டுபிடிக்கவேண்டும்.

முதலில் "நிலம் உங்கள் எதிர்காலம்" என்ற நூலின் தலைப்பினைப் பாராட்ட வேண்டும். ஏனெனில் பொதுவாக எதிர்காலம் என்றால், ஒருவர் சேர்த்து வைக்கும் சொத்தையே குறிப்பிடும் மனோபாவம் உள்ளது. அதிலும் சொத்து என்னும்பொழுது பணம், நகை, மற்ற எல்லாவற்றையும்விட நிலத்திற்கே முக்கியத்துவம் அதிகம் தரப்படுகிறது. அவ்வகையில் மிகப்பொருத்தமான தலைப்புதான். அடுத்தபடியாக தலைப்பின் "ஒரு ரியல் எஸ்டேட் ஏஜென்டின் குறிப்புகள்" என்ற அப்பட்டமான அடிக்குறிப்பு தான் என்றும் ஒரு ரியல் எஸ்டேட் ஏஜென்ட் என்பதைச் சொல்லிக்கொள்வதில் அவருக்கு எந்தவிதத் தயக்கமும் இருக்கவில்லை (பிராப்தம் ரியல்டர்ஸ் என்ற லிமிடெட் நிறுவனமாகத் துவங்கிய பின்னும்) என்பதைப் பறைசாற்றுகிறது. "YOUR DRESS STARTS TO SPEAK, BEFORE YOU DO" அது போலவே புத்தகத்தின் அட்டை முகப்பினை அமைத்துள்ளார். "நிலத்தின் பயன்கள் அனைவரையும் அடையச் செய்வதே தனது முக்கிய நோக்கம்" என்று முகப்பு அட்டையிலேயே கோடிட்டுக் காட்டுகிறார். சி(பு)லர் முதலீடு என்ற பெயரில் சரிவர ஆராயாமல் அவசரப்பட்டுப் பணத்தைப் போட்டு மாட்டிக் கொள்கின்றனர் என்ற ஆதங்கத்தினை, "பார்த்துப் பார்த்துச் சம்பாதிப்பதைப் பார்க்காமலேயே ரியல் எஸ்டேட்டில் போட்டு வீணடிக்கின்றனர்" என்ற பின்னட்டைக் குறிப்பின் மூலமும், சொத்து /

நிலம் வாங்கும் நேரத்தில் எப்படி அணுக வேண்டும் என்பதைச் "சொத்து விஷயம் என்று வரும்போது, உணர்வுகள், உணர்ச்சிகள் இல்லா மரக்கட்டையாய் மாறிவிடுங்கள்" என்ற பின்னட்டைக் குறிப்பின் மூலம் அறிவுறுத்தலாகவும் குறிப்பிடுகிறார். மொத்தத்தில் முகப்பு அட்டை துவங்கி, பின் அட்டை, காகிதத் தரம், அச்சு நேர்த்தி, என அனைத்தும் ஒரு வெளிநாட்டுப் பதிப்பாளரின் தரத்திற்கு இந்த நூல் ஒத்திருக்கிறது..

குழந்தைப் பருவம் துவங்கி பதின்ம வயது வரையிலான காலத்தில் நமக்கு ஆசானாக, வழிகாட்டியாக இருப்போரின் ஆளுமைத்தன்மையே பெரும்பாலும் நம்மை உருவாக்கும். அவ்வகையிலேயே திரு. பரஞ்சோதி பாண்டியன் அவர்களின் மனங்கவர்ந்த சென்னை சாந்தோம் பள்ளியின் அன்றைய முதல்வராக இருந்து பள்ளியின் வளர்ச்சியில் பங்காற்றி, பணி ஒய்வுக்குப்பின், சேலம் அயோத்தியாப்பட்டினம் அருகாமையில் மலைக்காடுகளின் நடுவே, புனித மான்ட்ஃபோர்டு சமுதாயப் பள்ளி (மலைவாழ் மக்களுக்கான சிறப்புப் பள்ளி) உருவாக்கி, நூற்றுக்கும் மேற்பட்ட மலைவாழ் பழங்குடியின மாணவ மாணவியரின் வளர்ச்சிக்கு இன்றும் பணியாற்றிக் கொண்டிருக்கும் திரு.K.J.ஜார்ஜ் அவர்களுக்கு இந்த நூலை அர்ப்பணித்து கௌரவிக்கிறார். மேலும் நூல் விற்பனை மூலமாகக் கிடைக்கும் தொகையில் ஏறக்குறைய 10% (ரூ.50.00) பெருமையுடன் அந்தப் பள்ளிக்கு நன்கொடையளிப்பதாகக் குறிப்பிட்டுள்ளார்.

தனது 17 ஆண்டுகால கள அனுபவத்தினை நிலம் வாங்க, விற்க மற்றும் முதலீடு செய்பவர்களுக்கும் பயன்படும் வகையிலேயே, 'நிலம் உங்கள் எதிர்காலம்' என்று நூல் வடிவில் கொண்டுவருவதாகப் பெருமையுடன் குறிப்பிடுகிறார். பெரும்பாலானோர் தமது பரந்துபட்ட அனுபவத்தை மற்றவர்களுடன் எளிதில் பகிர்ந்து கொள்ளமாட்டார்கள்; கேட்டாலும் சொல்லித்தரமாட்டார்கள். சிலர் ஏதோ கொஞ்சம் மட்டும் சொல்லித்தருவார்கள். அப்படிப் பார்க்கையில், பெரிய அளவில் பணம் எதுவும் புத்தக வெளியீட்டில் கிடைத்துவிடாது என்றபோதும் தனது நெடிய அனுபவத்தைப் பகிர்ந்துகொள்ள முன்வந்திருப்பது பாராட்டிற்குரிய விஷயமாகவே எண்ணத்தோன்றுகிறது. ஒரு புத்தகம் 560 பக்கங்களுடன், நல்ல தரமான காகிதத்தில் தரமான அச்சுடன், வயது மூத்தவர்களும் எளிதாய் படிக்கக்கூடியவகையில், பெரிய எழுத்துகளுடன், எளியநடையிலும் எழுதப்பட்டுள்ளது மிகவும் பாராட்டத்தக்கது. ஒரு நாவலைப் படிப்பதுபோல், இத்தகைய தலைப்பிலான புத்தகத்தைப் படிக்கத் தோன்றாது என்பதால், புத்தகத்தை 12 தொகுதிகளாக, 2 பாகங்களாக

பிரித்து, பொருத்தமான தலைப்புகள் கொண்ட பொருளடக்கத்துடன் நாம் அறிய விரும்பும் செய்தி நூலில் எங்குள்ளது என்பதை எளிமையாகக் கண்டுகொள்ளும் விதத்தில் கொடுத்துள்ளது கவனத்தை ஈர்க்கிறது. ஒவ்வொரு தலைப்பின் முடிவிலும், அதனுடைய சாராம்சத்தை இரத்தினச் சுருக்கமாக கட்டங்கட்டித் தந்திருப்பது – முத்தாய்ப்பு.

இந்த அரிய நூலில் திரு.சா.மு.பரஞ்சோதி பாண்டியன் அவர்கள் வழங்கியுள்ள தலைப்புகளும், விபரங்களும் ஏறக்குறைய முழுமையானது என்றால் – மிகையில்லை. புத்தகத்தின் அளவு கருதி, நூலுடன் இணைக்க விரும்பிய ஏராளமான ஆவணங்களை இலவசமாகப் www.paranjothipandian.in என்ற எனது இணையதளத்திற்கு தொடர்பு கொண்டு PDF–ஆக மெயிலில் பெற்றுக்கொள்ளுமாறு வேண்டுகிறேன். இதற்கும் மேலாக நூலை வாசிக்கும் எவருக்கேனும் சந்தேகங்கள் இருப்பின் தெளிவுபடுத்திக்கொள்ள 9841665836, 9841665837, 9962265834 என்ற செல்பேசி எண்ணையும் குறிப்பிட்டுள்ளார்.

இவர் பயின்ற பள்ளியின் முதல்வர் **திரு.கே.ஜே.ஜார்ஜ்** துவங்கி, வளர்தொழில் பத்திரிகை ஆசிரியர் **திரு.க.ஜெயகிருஷ்ணன்** அவர்கள் வரை நூற்றுக்கும் மேலான, தனது வளர்ச்சிக்குப் பல்வேறு காலகட்டங்களிலும் உதவிய மனிதர்களை, பரந்தமனத்துடன் நினைவுகூர்ந்து நன்றி தெரிவித்துள்ளார்.

'வளர் தொழில்' ஆசிரியர் **திரு.க. ஜெயகிருஷ்ணன்** அவர்கள் தனது சஞ்சிகையில் வாய்ப்பளித்ததோடு கட்டுரை தாண்டி, இந்த நூல் எழுதியதற்காகவும், தமது அனுபவங்களை பகிர்ந்துள்ளதற்காகவும், மனந்திறந்து பாராட்டியுள்ளார்.

செய்யாறு – சுலைமான் ரியல் எஸ்டேட் நிறுவனர் **Dr. A. பெரோஸ்கான் மாலிக்** அவர்களோ, தனது வாழ்த்துரையில் **திரு.சா.மு.பரஞ்ஜோதி பாண்டியன் அவர்களை 'மக்கள் ரியல்டர்''** என்று பாராட்டியுள்ளார்.

திருநெல்வேலி – ஜெனிசன் லேண்ட் புரோமோட்டர்ஸ் நிறுவனர் **டாக்டர். C.சங்கர்** அவர்கள், திரு. சா.மு.பரஞ்ஜோதி பாண்டியன் அவர்களின் அனுபவம், தொழில் மீதான பற்று மற்றும் ஆர்வம் ஆகியவற்றுக்கு வாழ்த்து தெரிவிப்பதுடன், "சூர்சீட்டு, நாரசந்து போன்ற பல விஷயங்களை இவரின் எழுத்துக்கள் மூலமாகப் புதிய பரிமாணத்தில் நானே உணர்ந்து இருக்கிறேன்" என்று பாராட்டியுள்ளார்.

இந்த அரிய நூலில் திரு.சா.மு.பரஞ்சோதி பாண்டியன் அவர்கள்

வழங்கியுள்ள தலைப்புகளும், விவரங்களும் ஏறக்குறைய முழுமையானது என்றால் அது மிகையில்லை.

மூன்றுவிதமான வில்லங்கச் சான்றிதழ்கள், அரசு வழிகாட்டி மதிப்பு பற்றி அறிய வேண்டிய செய்திகள், பவர் ஆஃப் அட்டார்னி, உயில் சொத்து, பிழைதிருத்தப் பத்திரம், பாகப்பிரிவினை, மைனர் சொத்து, விடுதலைப் பத்திரம், எட்டு விதமான பட்டாக்கள், ஜமாபந்தி, யாருக்கு எல்லாம் சொத்தில் உரிமையில்லை, போலிப் பத்திரங்களை எவ்வாறு கண்டுபிடிப்பது, பத்திரம் தொலைந்துவிட்டால் என்ன செய்ய வேண்டும், ஐப்தி சொத்து பற்றி தெரியவேண்டிய செய்திகள், பஞ்சமி நிலம் குறித்து அறிய வேண்டியவை, இன்னும் பல செய்திகளை உள்ளடக்கி எழுதியுள்ளார்.

சில சரி பார்க்கும் பட்டியல்கள், சில மாதிரி மனுக்கள், சில கடித நகல்கள், நாளிதழ் செய்தி நகல்கள் இவையும் இணைத்துள்ளார். ஏறக்குறைய ஒரு சிறிய 'REAL ESTATE ENCYLOPEDIA' போல இதனைத் தந்துள்ளார். 'BLACK IS BEAUTY' என்பதுபோல கறுப்பு மற்றும் நீல நிற பின்னணியில், தங்க நிற எழுத்துகளிலான தலைப்புடன், தமக்கே உரிய வெள்ளைப் புன்னகையுடன், நிலம் வாங்கும் முன்பு இதனை வாங்கிப் படித்தால் பல(ன்)ம் என்று சொல்லாமல் சொல்கிறார். வாங்கிப் பார்க்கலாம்; படித்துப் பயனுள்ள செய்திகளை உறவுகள் மற்றும் நட்புகளுடன் பகிர்ந்தும் கொள்ளலாம். எளிமை, உழைப்பு, பாசாங்கில்லாத பழகும் தன்மை, மற்றும் பன்முகத் திறமைகள் கொண்ட அருமை சா.மு.பரஞ்சோதி பாண்டியன் மென்மேலும் வெற்றிகளைக் குவித்திட வாழ்த்துகள்.

நன்றி! வணக்கம்!! ஜெய்ஹிந்த்!!!

அன்புடன்,
ரவிஜி @ மாயவரத்தான் எம்.ஜி.ஆர்.
செல்பேசி: 9841665836,

வாழ்த்துரை

ரியல் எஸ்டேட் துறை என்பது உலக தொழில் பட்டியலில் முதல் இடத்தில் இருந்து கொண்டு இருக்கின்ற துறை. இந்த துறையில் **பிராப்தம் ரியல் எஸ்டேட்** என்ற நிறுவனத்தை உருவாக்கி அதனை சிறப்பாக செயல்படுத்தி தன்னைத் தானே செதுக்கி கொண்ட சிற்பத்தை பார்க்க வேண்டும் என்றால் அது **திரு.சா.மு.பரஞ்சோதி பாண்டியன்** அவர்கள் மட்டுமே. ரியல் எஸ்டேட் துறையில் அனைத்து நுணுக்கங்களையும் நேரடியாக களம் கண்டு தன் குடும்பத்தை மறந்து, தொடர்ந்து தொழிலுக்காக தன் வாழ்க்கையை அர்ப்பணிக்கும் நபர்கள் மிக சொற்பமே. அவர்களில் பரஞ்சோதிபாண்டியன் அவர்களும் ஒருவர். பல நேரங்களில் ரியல் எஸ்டேட் தொழிலில் மக்கள் பக்கமே, மக்கள் நலனுக்காகவே பேசியும் எழுதியும் செயல்பட்டு வருபவர். அதனால் இவரை **மக்கள் ரியல்டர்** என்றே அழைக்கலாம். இவருடைய "**நிலம் உங்கள் எதிர்காலம்**" என்ற இந்த புத்தகம் அனைத்து மக்களுக்கும் பயன்படக் கூடிய ஒன்று! அவருடைய இலட்சிய பயணங்கள் நிறைவேற வாழ்த்துக்கள்!

இப்படிக்கு

Dr.A.பெரோஸ்கான் மாலிக்

நிறுவனர்–சுலைமான் ரியல் எஸ்டேட் &
சிக்னேச்சர் பிராப்பர்டீஸ்
சென்னை–செய்யாறு

வாழ்த்துரை

பெரும்பாலும் ஒரு சொத்தை வாங்கும்போதோ அல்லது ஒரு சொத்தின் சிக்கலைத் தீர்க்கும்போதோ பத்திரங்கள், பட்டா, சிட்டா போன்ற வருவாய்த்துறை ஆவணங்கள் வழக்கறிஞரின் சட்டக் கருத்துரை போன்றவற்றை மட்டும்தான் நாம் அலசி ஆராய்வோம். ஆனால் இந்த புத்தகத்தை படிக்கும் பொழுதுதான், இதனைத் தாண்டி இன்னும் பல நிறைய விசயங்களை பார்க்க வேண்டி இருக்கிறது என்பது தெரிகிறது.

இந்த புத்தக ஆசிரியர் திரு.**சா.மு.பரஞ்சோதி** பாண்டியன் என்னுடன் 15 ஆண்டுகளுக்கு மேலாய் தொழில் ரீதியான பழக்கமும், பரஸ்பர அன்பும், கொண்டவர். இவரின் எழுத்துக்களை ஆன்லைனில் தொடர்ந்து படிக்கின்ற பழக்கம் எனக்கு உண்டு. கூர்சீட்டு, நாரசந்து, போன்ற விசயங்களை இவரின் எழுத்துக்கள் மூலமாக புதிய பரிமாணத்தில் நானே உணர்ந்து இருக்கிறேன்.

100 ஆண்டுகளுக்கு முன் நிலவிசயங்கள் சம்பந்தமாக புழங்கிய வார்த்தைகள், அளவுகள் போன்றவை இன்றைய தலைமுறை யினருக்கு தெரிய வாய்ப்பில்லை. ஆனால் திரு.சா.மு.பரஞ்ஜோதி பாண்டியன் தன் சுயமுயற்சி கற்றலினால் தமிழ்நாடு முழுவதிலும் உள்ள கிராமங்கள், நகரங்கள் என பயணப்பட்டு, பல தரப்பட்ட மக்களை சந்தித்துப்பேசி அவற்றை இன்றைய தலைமுறை யினருக்கு சேர்க்கின்ற ஒருவராக திகழ்கிறார். மேலும் ரியல் எஸ்டேட்டை பொறுத்தவரை தமிழ்நாட்டின் ஒவ்வொரு பகுதியிலும், ஒவ்வொரு சொற்பதங்கள், ஒவ்வொரு நில அமைப்புகள், அளவு முறைகள். அவற்றை எல்லாம் புரிந்து வைத்து இருக்கிறார்.

ரியல் எஸ்டேட் தொழிலில் ஆர்வமும், அதன்மேல் இருக்கின்ற பிடிப்பும், அன்பும், இவரை நன்றாக உழைக்க வைத்து இருக்கிறது. நான் பார்த்து கொண்டு இருக்கின்ற காலத்திலேயே தன்னை நன்றாக வளர்த்தெடுத்து கொண்டுள்ள திரு.சா.மு.பரஞ்ஜோதி பாண்டியன் அவருக்கும், அவரின் குழுவினருக்கும் வாழ்த்துக்கள்.

இப்படிக்கு

டாக்டர்.**சி.சங்கர்,** நிறுவனர்

(ஜெனிசன் லேண்ட் புரோமோட்டர்ஸ், திருநெல்வேலி)

பாகம் - I

<u>தொகுதி 1</u>

<u>சொத்துக்கள் வாங்கும்போது கவனிக்க வேண்டியவை சம்பந்தமாக கட்டுரைகள்:-</u>

1. சொத்துக்கள் வாங்கும்போது யார் யாரிடம் ஆலோசனைகள்? கருத்துக்களைப் பெற வேண்டும்?

பெரும்பாலும், மனைகளோ சொத்துக்களோ வாங்கும் போது நெருங்கிய நண்பரை நம்பி இருந்துவிட்டேன், யாரிடமும் எந்தவிதமான கருத்துக்களையும் பெறவில்லை.

எனக்கு ரியல் எஸ்டேட்டை பற்றி நிலத்தை பற்றி ஆழமாக தெரியாது. அதனால் அந்த ரியல் எஸ்டேட் ஏஜென்ட் சொன்னதை கேட்டேன், என்று பலர் சொல்வதை கேட்டு இருக்கிறேன்.

மேற்படி செயல்கள் முற்றிலும் தவறானது நிறைய பேருடைய கருத்துக்களை கேட்ட பிறகு முடிவு நீங்கள் எடுத்ததாக இருக்க வேண்டும். சொத்தில் தவறுகள் இருந்தாலும் நீங்கள் தெரிந்தே வாங்கி இருக்க வேண்டுமே தவிர தவறு இருப்பது தெரியாமல் வாங்கக்கூடாது என்ற முடிவை எடுங்கள்!

சொத்துக்களை நீங்கள் வாங்கி இருக்க வேண்டுமே தவிர சொத்துக்கள் உங்களுக்கு விற்கப்பட்டு இருக்கக்கூடாது என்ற உண்மையை உணர்ந்து செயல்பட வேண்டும். அதற்கு கீழ்க் கண்ட நபர்களின் ஆலோசனைகளையும் கருத்துக்களையும் பெறுதல் வேண்டும்.

கிராம நிர்வாக அதிகாரியிடம் பெற வேண்டிய கருத்துக்கள் :

ஒரு இடம் வாங்கப்போகும்போது அந்த கிராம நிர்வாக அதிகாரியிடம் சென்று மேற்படி வாங்கப்போகும் சொத்து விவரத்தை சொல்லி சொத்தில் நிலஉச்சவரம்பு, நகர்புற நில

உச்சவரம்பு, அரசு நில எடுப்பு, அரசு ஐப்தி போன்றவை இருக்கிறதா? கிராமக் கணக்கு பயிர் பதிவேட்டில் வேறு யார் பெயராவது இருக்கிறதா? அ–பதிவேட்டில் அல்லது சிட்டா பதிவில் குறிப்புகள் என்ற பகுதியில் அரசு உத்தரவுகள், நீதிமன்ற உத்தரவுகள் ஏதாவது இருக்கிறதா? என்று கிராம நிர்வாக அதிகாரியிடம் கருத்துக்களைப் பெற வேண்டும்.

சர்வேயரிடம் பெற வேண்டிய கருத்துக்கள் :

இடம் கூட்டுப் பட்டாவில் இருந்தால் சொத்து வாங்கிய பிறகு பட்டாவை உட்பிரிவு செய்யவும், தனிப்பட்டா பெறவும், ஏதாவது சிக்கல்கள் இருக்கிறதா? இடத்தில் உருவப்பிழை, அளவுப்பிழை, உபரி நிலம் என ஏதாவது சிக்கல்கள் இருக்கிறதா? என்று சொத்துக்களை வாங்குவதற்கு முன்கூட்டியே கருத்துக்களை பெற வேண்டும்.

வழக்கறிஞரிடம் பெற வேண்டிய கருத்துக்கள் :

இடத்தின் ஆவணங்களைக் கொடுத்து ஆவணங்களில் சட்டக் குழப்பங்கள் இருக்கிறதா? ஒரு ஆவணத்துக்கும், இன்னொரு ஆவணத்துக்கும் சொத்து இறங்குவதில் ஏதாவது தடைகள் இருக்கிறதா? என்று கேட்க வேண்டும். உயில், தானம், பாகப் பிரிவினை, பவர், போன்ற பத்திரங்கள் இருந்தாலும், சொத்தின் மீது வேறு ஏதாவது நீதிமன்ற வழக்குகள், தடை உத்தரவுகள் இருந்திருந்தால் அதன்மூலம் எதிர்காலத்தில் ஏதாவது சிக்கல் வருமா என்று அதிகப்படியான சட்ட ஆலோசனைகளை மேற்கொண்டு வழக்கறிஞரின் கருத்துக்களைப் பெற வேண்டும்.

சார்பதிவாளரிடம் பெறவேண்டிய கருத்துக்கள் :

வாங்கப் போகும் சொத்து இருக்கிற சார்பதிவகம் சென்று நிலத்தில் / கட்டிடத்தில் அரசு வழிகாட்டி மதிப்பு! முன் பத்திரங்கள் பிரிவு 47(A)ன் படி குறைவான முத்திரைத்தால்

கட்டி சார்பதிவகத்திற்கு பாக்கி வைத்திருப்பதனால் பத்திர ஆவணங்கள் நிலுவையில் இருக்கிறதா? வாங்க போகின்ற சொத்துக்களில் அரசோ அல்லது அரசின் பிற துறைகளோ அல்லது பிற நபர்களோ ஏதாவது தடை உத்தரவோ அல்லது தடை மனுவோ கொடுத்திருக்கிறார்களா? என்று பார்க்க வேண்டும்.

அங்கீகார அலுவலகம் :

சென்னை பெருநகர வளர்ச்சிக்குழுமம் (CMDA), நகர்புற ஊரமைப்பு இயக்குனரகம் (DTCP), உள்ளூர் திட்ட குழுமம் (LPA), மலைப்பகுதி பாதுகாப்பு ஆணையம் (HACA) போன்ற அங்கீகார அமைப்புகளின் அலுவலகத்திற்கு சென்று மனையின் / கட்டிடத்தின் அங்கீகாரத்தின் மெய்தன்மையை அறிந்து கொள்ள வேண்டும். அங்கீகார அனுமதி எண் உண்மையானது தானா? அங்கீகாரத்தில் கொடுக்கப்பட்டுள்ள சர்வே எண்களும், அதனுடைய பரப்பும், நாம் வாங்கப் போகும் சொத்தோடு பொருந்தி போகிறதா? என்று பார்க்க வேண்டும்.

ரியல் எஸ்டேட் ஏஜென்ட்டிடம் பெறவேண்டிய கருத்துக்கள் :

அந்த பகுதியில் என்ன விலைக்கு இறுதியாக இடம் முடிந்து இருக்கிறது? இதற்கு முன் வாங்கப் போகும் சொத்துக்களை யாராவது வாங்க முயன்றார்களா? சொத்து விற்பவர் நிலவியாபாரியா? இல்லறவாசியா? முதலீட்டாளாரா? என்று விசாரித்தல் வேண்டும். சொத்து விற்பவர் எந்த காரணங்களுக்காக சொத்துக்களை விற்கிறார் என்ற விவரங்களையும் பெற வேண்டும்.

மேற்படி சொத்து பொருளாதார குற்ற வழக்குகளுக்காக அதாவது கலைமகள் சபா, ஸ்டெர்லிங், அனுபவ் போன்ற பொருளாதார குற்ற வழக்குகளுக்காக சிபிஐஆல் நிலங்கள் கையகப்படுத்தப்பட்டு உள்ளதா? என்று விசாரிக்க வேண்டும்.

அக்கம் பக்கத்தினரிடமிருந்து பெற வேண்டிய கருத்துக்கள் :

சொத்து இருக்கும் இடத்தில் உள்ள அக்கம் பக்கத்தினர், சொத்து விற்பவர் வீட்டுக்கு அருகில் உள்ள அக்கம் பக்கத்துக்காரரிடம் சொத்து விற்பவருக்கு எத்தனை வாரிசுகள்? சின்னவயதிலேயே காணாமல் போன அல்லது தொலைந்து போன வாரிசுகள் யாராவது இருக்கிறார்களா? பெண் வாரிசுகள் யாரேனும், வீட்டுக்கு பிடிக்காமல் வேறு சாதியில் திருமணம் செய்து கொண்டு சொத்து விற்பவருடன் தொடர்பில் இல்லாமல் தொலை தூரத்தில் இருக்கிறார்களா? சொத்து விற்பவருக்கு ஒன்றுக்கு மேற்பட்ட மனைவிகள், காதலிகள் அதன் மூலமாக முறையற்றுப் பிறந்த குழந்தைகள் இருக்கிறார்களா? என்பன போன்ற கருத்துக்களை பெற வேண்டும்.

நீதிமன்ற தீர்ப்புரைகள் பற்றிய கருத்துக்கள் :

மேலே சொன்ன விஷயங்கள் எல்லாம் வரையறுக்கப்பட்ட விஷயங்கள் ஆகும். ரியல் எஸ்டேட்டை பொறுத்தவரை இன்னும் முடிவு கிடைக்காத சிக்கல்கள் சட்டக் குழப்பங்கள் நிறைந்த வஃக்ப் போர்டு சர்ச்சை, இந்து அறநிலையத்துறை சர்ச்சை, பூமிதான, பஞ்சம நிலச் சர்ச்சை, நிலச்சீர்த்திருத்த உச்சவரம்பு சிக்கல் நிறைந்த நிலங்கள் என பல இருக்கின்றன. அவற்றில் பலவற்றிற்குத் தீர்ப்புரைகள் வந்திருக்கின்றன. இன்னும் பல விஷயங்களுக்கு தீர்ப்புகள் உச்சநீதிமன்றங்களில் நிலுவையில் இருக்கின்றன. மேற்படி அதிக சட்டச் சிக்கல்கள் வாங்கப்போகும் சொத்துக்களில் இருந்தால் மேற்படி நீதிமன்றத் தீர்ப்புகளையும் கருத்தில் கொண்டு சொத்துக்களை வாங்க வேண்டும்.

2. சொத்தை யாரிடம் இருந்து வாங்குகிறீர்கள்? கொஞ்சம் கவனிக்க வேண்டிய 14 விஷயங்கள்!

1. உரிமையாளர் மனநிலை பாதிக்கப்பட்டிருந்தால் (பைத்தியம்) நீதிமன்ற அனுமதியுடன் கார்டியனிடம் கிரயம் வாங்க கையெழுத்து வாங்க வேண்டும்.

2. உரிமையாளர் மைனராக இருந்தாலும் நீதிமன்ற அனுமதியுடன் கார்டியனிடம் இருந்து கையெழுத்து வாங்க வேண்டும்.

3. உரிமையாளர் நொடிந்தவராக (Insolvent) ஆக இருந்தால் அதிகாரப் பூர்வ கோர்ட் சொத்துக் காப்பாளர் (Assignee) எழுதிக்கொடுக்க வேண்டும்.

4. சர்ச் நிலங்களுக்கு அறங்காவலர் குழு & பிஷப் அனுமதி வேண்டும்.

5. இந்து கோயில் சொத்து என்றால் அறநிலையத்துறை அனுமதி வேண்டும்.

6. இஸ்லாமிய அறக்கட்டளை என்றால் வக்ஃபு வாரியம் அனுமதி வேண்டும்.

7. கூட்டுப்பங்கு நிறுவனத்தின் சொத்து என்றால் சொத்தை விற்க அனுமதி பெற்ற பார்ட்னர் (அ) அனைத்து பங்குதாரரும் இருப்பது நல்லது.

8. கம்பெனி சொத்து என்றால், கம்பெனி சட்டப்படி கம்பெனி நிர்வாகக் குழு தீர்மானம் சொத்தை விற்க அனுமதி வழங்கியுள்ளதா? என்றும், கையெழுத்து போட வரும் நபருக்கு போர்ட் மீட்டிங் தீர்மானம் மூலம் அதிகாரம் இருக்கிறதா? என்றும் பார்க்க வேண்டும். திவாலாகிவிட்ட கம்பெனி சொத்துக்களை நீதி மன்றத்தின் அதிகாரப்பூர்வ கலைப்பாளருக்கு (Liquidator) மட்டுமே உரிமை இருக்கிறது.

9.   கடனாளிகளின் சொத்தை விற்க வங்கியின் அதிகாரபூர்வ ஏலத்துறையினருக்கு விற்க அதிகாரம் உண்டு.

10.   12 வருடம் அனுபவம் காட்டி (Adverse Possession) விற்பவர் என்றால் விளம்புகை நீதிமன்ற ஆணையை விற்பவர் வாங்கி இருக்க வேண்டும்.

11.   நாட்டை விட்டு வெளியேறியவர் சொத்தானால் அல்லது குடிபெயர்ந்தவர் சொத்து என அறிவிக்கப்பட்டு இருந்தால் சொத்துக்கு அரசு பாதுகாப்பாளர் (Custodian) மட்டுமே விற்க உரிமை பெற்றவர்.

12.   வாரிசு இல்லாமல் அரசால் கையகப்படுத்தப்பட்ட சொத்தை மாவட்ட நிர்வாகம் மட்டுமே விற்கலாம்.

13.   பொது அதிகார முகவர் சொத்தை விற்க வந்தால் அதிகாரம் இன்னும் தொடர்கிறதா? என்று கவனிக்க வேண்டும்.

14.   தமிழ்நாடு வீட்டு வசதி வாரியம், தாட்கோ, சிப்காட், டிட்கோ போன்ற அரசு நிறுவனங்கள் சொத்துக்களை விற்கும்பொழுது, அவற்றில் கையெழுத்துப் போட அந்த அதிகாரிகள் உரிமை பெற்று இருக்கிறாரா? என்று நேரடியாக சென்று விசாரிக்க வேண்டும்.

3. யாருக்கு எல்லாம் சொத்தில் உரிமை இல்லை அறிந்து கொள்ள வேண்டிய 7 செய்திகள்!

1. ஒரு பெண்ணுக்கு, அவளின் பெற்றோர்கள் இடத்தில் இருந்து வந்த சொத்து என்றால், அப்பெண் இறக்கும் போது, அவளுக்கு குழந்தைகள் இல்லை என்றால், அச்சொத்தை அவளின் கணவன் அடைய உரிமை இல்லை! அச்சொத்து மீண்டும் பெற்றோர்கள் வீட்டிற்கே சென்று விடும்.

2. வாரிசு முறைப்படி சொத்துக்களை பெற்று கூட்டாக இருக்கின்ற சொத்துக்களை ஒரே ஒருவர் மட்டும் தன் பிரிவு படாத பங்கை வெளி நபருக்கு உடனேயே விற்று விட உரிமை இல்லை. அப்படி விற்க விரும்பினால் முதலில் மற்ற வாரிசுரிமை பங்குதாரர்களுக்குத்தான் விற்க வேண்டும்.

3. தந்தையை கொன்ற மகனுக்கு தந்தையின் சொத்தை பங்கு கேட்கும் உரிமை இல்லை.

4. கணவன் இறந்த பிறகு அவரின் தந்தை வழியே கிடைக்கும் பூர்வீக சொத்துக்களை விதவை மனைவி வேறு திருமணம் செய்து இருந்தால் அந்த சொத்தில் உரிமை இல்லை.

5. இந்து மதத்தில் இருந்து மதம் மாறி விட்ட பிறகு இந்து தாத்தா சொத்து வேறுமத பேரன் அடைய உரிமை இல்லை. ஆனால் வேறு மத மகன் அடைய உரிமை உண்டு.

6. சொத்தை வைத்து இருப்பவர், அவர் உயிருடன் இருக்கும் போதும், சுயநினைவுடன் இருக்கும் போதும் உயில், தானசெட்டில்மெண்ட் எழுதி இருப்பார் என்றால் அந்த உயில் படியும் அந்த தான செட்டில்மெண்ட்படியும் எழுதி

வைத்தவருக்கு போய் சேரும். அதில் வாரிசுகளுக்கு உரிமை இல்லை.

7. மனைவி கர்ப்பமாக இருக்கும் போது கணவன் இறந்தால் கணவனின் சொத்தில் வயிற்றில் இருக்கும் குழந்தைக்கு உரிமை இருக்கிறது. ஆனால் வயிற்றிலேயே இறந்து பிறந்தால் அந்தச் சொத்தில் அந்தக் குழந்தைக்கு உரிமை இல்லை.

மனதில் கொள்ள வேண்டிய பாடங்கள் :

உரிமை இல்லாதவர்கள் கையெழுத்துப் போட்டு பல கிரயப் பத்திரங்கள் உருவாக்கியிருக்கின்றனர். அப்படிப்பட்ட பத்திரங்கள் உங்கள் கைகளுக்கு வந்தால் மிக கவனமாக ஆராய்ந்து முடிவெடுக்கவும்.

Paranjothi Pandian's Quotes

நம் மீதும், பிறர் மீதும் நம்பிக்கையை மட்டும் திட்டமாக வைத்து முதலீடு செய்வதை விட தெளிவான திட்டங்களில் முதலீடு செய்வது நடுத்தர மக்களுக்கு பாதுகாப்பானது.

4. மாநில எல்லைகளில் நிலம் வாங்கும் போது தெரிந்து கொள்ள வேண்டிய 14 செய்திகள்!

1. கேரளா, கர்நாடகா, ஆந்திரா, பாண்டிச்சேரி ஆகிய தமிழ்நாட்டை ஒட்டிய மாநிலங்களில் பெரும் பரப்பு நிலங்கள் வாங்கும்போது தெரிந்து கொள்ள வேண்டிய விஷயம் என்னவென்றால்;

2. பொதுவாக மொழிவாரி மாநிலங்கள் பிரிந்த பிறகு, அதாவது 1954–க்கு பிறகு, துல்லியமான அளவில் எல்லைகளை நாம் பிரிக்கவில்லை என்பதே உண்மை. அதனால் பல இடங்களில் இரண்டு மாநில சார்பதிவகத்தில் பதிவுகள் நடப்பதால், இரட்டை ஆவணங்களாக பல சொத்துக்கள் இருக்கின்றன.

3. எல்லையோரம் இருக்கும் இரு மாநில அரசுகளும் 10 ஆண்டுகளுக்கு ஒருமுறை மாநில எல்லைகளை ஆய்வு செய்து சரிசெய்து கொள்ள வேண்டும். ஆனால் அப்படி கள நிலவரத்தில் நடப்பதில்லை.

4. தமிழ்நாடு – கேரளா மாநிலங்களுக்கு இடையேயான எல்லையின் நீளம் 830.1 கி.மீ, தமிழ்நாடு – ஆந்திரா மாநிலங்களுக்கு இடையேயான எல்லையின் நீளம் 578.8 கி.மீ, தமிழ்நாடு – கர்நாடகா மாநிலங்களுக்கு இடையேயான எல்லையின் நீளம் 481 கி.மீ, தமிழ்நாடு – பாண்டிச்சேரி மாநிலங்களுக்கு இடையேயான எல்லையின் மொத்த நீளம் 353.88 கி.மீ. உள்ளது.

5. எல்லையோர கிராமங்களில் இரண்டு மாநில வாக்காளர் அட்டை, இரண்டு மாநில ரேசன் அட்டை என இரண்டு மாநிலத்திலும் மக்கள் பயனடைகின்றனர். இதனை வைத்து பல ஆவணங்களை இரண்டு மாநிலத்திலும் உருவாக்கி இருக்கின்றனர். இதனை நாம் கவனித்துக் கொண்டு நிலத்தை வாங்கவேண்டும்.

6. ஒன்றை நினைவில் வைத்து கொள்ளுங்கள். மாநில எல்லை சர்வே இன்னும் முழுமையாக முடிந்த பாடில்லை, இன்னும் நிர்ணயித்தபாடில்லை.

7. ஓசூர் சுற்றியுள்ள கிராமங்களிலும், கோவை புளியம்பட்டி சுற்றியுள்ள கிராமங்களிலும், வேலூர் மாவட்டத்தில் ஆந்திர எல்லையோரம் இருக்கின்ற கிராமங்களிலும், நீலகிரி மாவட்டத்தில் உள்ள கிராமங்களிலும், தெலுங்கு, கன்னடம், படுகா மொழி பேசுகின்ற கிராமங்கள் இன்னும் தமிழகத்தில் இருக்கின்றன. அதேபோல் தமிழ் பேசுகின்ற கிராமங்கள், ஆந்திரா, கர்நாடாகவிலும் உள்ளன.

8. மேற்படி கிராமங்களில் பூர்வ கிரயப்பத்திரங்கள் அவர் அவர் தாய் மொழியிலேயே இருக்கின்றன. சமீபத்திய காலம் வரை தமிழக பதிவு அலுவலகங்களில் தெலுங்கு, கன்னடம், படுகா, உருது மொழிகளில் கிரயப்பத்திரங்கள் பதிந்து கொண்டுதான் இருக்கிறார்கள்.

9. எனவே பிற மாநில மொழி ஆளுமை தெரியாமல் கிரயம் வாங்க இறங்க கூடாது.

10. கேரளா மாநிலத்தில் ஒரு சொத்தும், தமிழகத்தில் ஒரு சொத்தும், ஒரு கேரளாக்காரருக்கு இருந்த இரண்டு சொத்தையும் அவர் மற்றொரு கேரளாக்காரருக்கு கிரயம் செய்ய கேரளா பதிவு அலுவலகத்திலேயே பதிவு செய்கின்ற நடைமுறை 1997—வரை நடந்தது.

11. அதனால் தமிழ்நாட்டு சொத்து, தமிழக பதிவு அலுவலக EC—ல் காட்டாது. இதனால் பல சிக்கல்கள் இதனை பயன்படுத்தி கேரளாவில் ஒரு தொடர் சங்கிலி ஆவணங்கள் தமிழ்நாட்டில் ஒரு தொடர் சங்கிலி ஆவணங்கள் என டபுள் டாக்குமென்ட்டுகளாக விழ ஆரம்பித்துவிட்டன.

12. 20 ஆண்டுகளுக்கு முன்புதான் தமிழக சொத்துக்கள் பிற மாநில பதிவகத்தில் பதிவது செல்லாது என அறிவித்துள்ளது.

13. தமிழக சொத்திற்காக பிற மாநிலத்தில் பதிவு செய்யப்பட்ட உயில், தானம், ஹிபா, இறப்புசான்று, வாரிசு சான்று போன்றவற்றின் மெய்தன்மையை தீர விசாரித்தே செயல் படவேண்டும்.

14. தகவல் பெறும் உரிமை சட்டத்தின் கீழ் கேரளா மற்றும் தமிழ்நாடு எல்லைகள் நிர்ணயித்தாயிற்றா? என்று நான் கேள்விகள் கேட்டு பதில் வாங்கி இருந்தேன். அதில் தமிழ்நாடு கேரளா எல்லையின் நீளம் 830.1 கி.மீ என்றும், மொத்த நீளமும் அளந்து சர்வே செய்யவில்லை எனவும், பொது எல்லை இதுவரை நிர்ணயிக்கவில்லை என்று பதில் அளித்து இருந்தார்கள். மேற்படி விவரத்தை அடுத்த தலைப்பில் கட்டுரையாக தந்திருக்கிறேன்.

பழைய பத்திர சொற்களும் அதன் அர்த்தங்களும்

அமானத்து = அமானத்து என்பது வைப்புத்தொகை மற்றும் முன் தொகை என்ற அர்த்தத்தில் வரும். இது அரபு மொழியாகும்.

5. தமிழ்நாடு - கேரளா மாநிலத்தில் இருக்கின்ற எல்லைகளை அளந்துவிட்டார்களா? அரசுக்கு என்னுடைய RTI கேள்வியும் மற்றும் பதிலும்!

1. 21.07.2010-ஆம் ஆண்டு தமிழ்நாடு, கேரளா இரு மாநிலங்களுக்கிடையே இருக்கின்ற எல்லை விவரங்களை மாநில எல்லைகளில் ஓடுகின்ற ஆறுகளை, ஓடைகளை, அணைக்கட்டுகளை, அருவிகளை, மலை களை, குன்றுகளை, காடுகளைப் பற்றிய தகவல்களையும் மேலும் இரண்டு மாநில அரசுகளின் எல்லைகளை உறுதியாக வரையறுத்து அளந்து விட்டார்களா? என்று தலைமைச் செயலகத்திற்கு தகவல் பெறும் உரிமைச் சட்டத்தின் கீழ் நான் கேள்விகள் கேட்டிருந்தேன்.

2. அதற்கு இரு மாநில அரசுகளுமே எனக்கு உடனடியாக சம்மந்தப்பட்ட வனத்துறை, பொதுப்பணித்துறை, சர்வேதுறை போன்ற துறைகளுக்கு பார்வர்டு செய்து விட்டு எனக்கு விரைவில் பதில் வரும் என்று தகவல் அனுப்பி இருந்தனர். பிறகு தமிழ்நாடு மற்றும் கேரள மாநிலத்திலுள்ள அந்தந்த மாவட்ட நிர்வாகம் அதற்குக் கீழ் உள்ள கோட்டம், உட்கோட்டங்களுக்கு பார்வர்டு செய்துவிட்டு எனக்கு பதில் வரும் என்று தகவல் தெரிவித்து இருந்தனர்.

3. இறுதியாக இரண்டு மாவட்ட எல்லைகளில் உள்ள ஆறுகள், மலைகள், ஏரிகள் அனைத்து விவரங்கள் குறித்து தனித்தனியாக எனக்கு பதில்கள் வந்திருந்தன. ஆனால் இரண்டு மாநில எல்லைகளை முறையாக அளந்து சர்வே செய்து அத்துக்கட்டி கறார் செய்து விட்டார்களா? எல்லைக்கட்டி அளந்துவிட்டார்களா?

4. என்று நான் கேட்ட கேள்விகளுக்கு மட்டும் பதில்

இல்லாமலேயே இருந்தது. அதனால் அந்தக் கேள்விகளுக்கு மட்டும் விடைவேண்டி மேல்முறையீடு செய்து போராடிக் கொண்டிருந்தேன், இறுதியாக தமிழ்நாட்டின் நிலநிர்வாக ஆணையர் எனக்கு அழைப்பாணை அனுப்பி என்னை நேரடியாக வரவைத்து எதற்காக இந்தக் கேள்விகளை எல்லாம் கேட்கிறீர்கள் என்று விசாரித்து இதை இரண்டு மாநில அரசின் இராஜதந்திர விவகாரம் அதனால் அந்தத்தகவலை தர இயலாது. இருமாநில அரசின் எல்லைகளை இதுவரை துல்லியமாக அளக்கவில்லை என்று மட்டும் சொல்லி இருந்தார். நானும் அதற்கு மேல் தகவல் பெறும் உரிமை சட்டத்தில் அவர்களை குடைய விரும்பாததினால் அதனை அப்படியே விட்டுவிட்டேன்.

5. இந்த தகவல் உரிமைச் சட்டத்தின் மூலமாக கேட்ட கேள்விகளுக்கு அவர்கள் கொடுத்த தகவலின் ஆவணங்களை இந்த புத்தகத்துடன் கொடுக்கப்படும் free pdf-ல் இணைத்துள்ளேன். இதனை www.paranjothipandian.in என்ற இணையதளத்தில் தொடர்பு கொண்டு மெயில் மூலம் பெற்றுக்கொள்ளுமாறு வேண்டுகிறேன். மாநில எல்லையோரம் இருக்கின்ற மாவட்டங்களில் உள்ள கிராமத்தினர் யாருக்காவது இந்தத் தகவல்கள் தேவைப்பட்டால் பயன்படுத்திக் கொள்ளுங்கள்.

6. தமிழக மலைகளில் சொத்துக்கள் வாங்க தெரிந்து கொள்ள வேண்டிய 18 சங்கதிகள்!

1. தமிழகம் முழுவதும் இருக்கின்ற சிறிய, பெரிய குன்றுகள், மதுரையை சுற்றியுள்ள எண்பெரும் குன்றங்கள் என்ற மலைகள், செஞ்சியை சுற்றி கற்களை கொட்டிவைத்து குவித்து வைத்திருப்பது போல இருக்கும் மலைகள், தமிழகத்தின் வடகிழக்கில் இருந்து தென் மேற்காக அறுந்து அறுந்து வரும் கிழக்கு தொடர்ச்சி மலைகள், தமிழகத்தின் மேற்கு திசை எல்லை முழுவதும் நீண்டு விரிந்து, தொடர்ந்து இருக்கிற மேற்குத் தொடர்ச்சி மலைகள் என மலை வளம் நிரம்பி இருக்கிறது நம் தமிழகத்தில்.

2. திருச்சி உச்சிபிள்ளையார்மலை, பர்வதமலை, திருவண்ணாமலை, சதுரகிரிமலை, வெள்ளியங்கிரி, கொல்லிமலை, தாமஸ்மலை, அச்சரப்பாக்கம் மாதாகோவில்மலை, ஷேக் அப்துல்லா தர்கா பிரான்மலை, பழனி முருகன் மலை போன்ற ஆன்மீகம் பரப்பும் மலைகள் தமிழகத்தில் பல உள்ளன. பல மலைகள், குடவரை கோவில்கள், பௌத்த, சமண தொல்லியல் சின்னங்களாக அரசின் கட்டுப்பாட்டில் இருக்கிறது.

3. சென்னையில் திரிசூல மலை அதிக அளவில் வீடுகள், குடியிருப்புகள் என்று நிரம்பி இருக்கின்ற மலை ஆகும். இதுபோல தமிழகம் முழுவதும் சின்னச் சின்ன மலைகளில் பழங்குடி மக்கள் மற்றும் அடிதட்டு மக்கள் மலை அடிவாரங்களிலும் மலைகளிலும் வசித்து வருகின்றனர்.

4. மேலே சொன்ன எல்லா மலைகளும் அரசினுடைய புறம்போக்காகத் தான் வகைபடுத்தப்பட்டு உள்ளது.

கோடிக் கணக்கில் வருமானம் உள்ள பழனிமுருகன், பழனிமலையில் புறம்போக்கு நிலத்தில்தான், குடியிருந்து வருகின்றார்.

5. பல அடித்தட்டு மக்கள் தமிழகம் முழுவதும் புறம்போக்கில் வசித்து பட்டா கேட்டு போராடி வருகின்றனர். அவர்களுக்காவது அரசு பட்டாவை ஆங்காங்கே கொடுக்கிறது. ஆனால் பழனி முருகன் அரை நூற்றாண்டாக பட்டா கேட்டு வருகின்றார். அவருக்கு இன்னும் கிடைத்த பாடில்லை.

6. தமிழகத்தின் கிழக்கு, மேற்குத்தொடர்ச்சி மலைகளில் பழங்குடியினர்! அல்லது தோட்டத் தொழிலாளர்கள் பெருமளவில் வசிக்கின்றனர். ஒவ்வொரு மலையிலும் அங்கிருக்கின்ற மக்கள் ஒவ்வொரு வகையாக ரெவின்யூ பட்டா வாங்குவதற்கு போராட்டம் நடத்தி கொண்டிருக்கிறார்கள்.

7. நில உடமை மேம்பாட்டு திட்டத்தின் கீழ் சர்வே செய்த போது அதிகப்படியான தப்புகளும் தவறுகளும் மலைப்பகுதிகளில் தான் அதிகமாக நடந்திருக்கிறது. தரையில் நில உடமை மேம்பாட்டுத் திட்ட சர்வேயில் உரிமையாளர்களின் பெயர் பிழை, தந்தை பெயர் பிழை, அளவு பிழை, சர்வே எண் பிழை என்று அதிகளவில் இருக்கும். ஆனால் மலையில் நில உடமை மேம்பாட்டுத் திட்ட சர்வேயில் நில வகையில் அதிகமான பிழை இருக்கும் மலை கிராமங்களில் எல்லா பகுதியையும் காடு (FOREST) என்றே குறித்து விட்டனர்.

8. மலையை சர்வே செய்ய போன சர்வேயர் அங்கு வசிக்கும் காட்டுவாசியின் பார்வையில் நின்று சர்வே செய்தால் தான், எது காட்டுவாசியின் கிராமம், எது காட்டுவாசியின் விவசாயம் இடம், எது காட்டுவாசியின் கால்நடை

மேய்ச்சல் நிலம் என்று பிரித்து அறிந்திருக்க முடியும். போன சர்வேயர் டவுனில் இருந்து போனதால் அவர் அதிக மரங்களையும், செடிகளையும் பார்த்திராததால் எல்லாமே காடாகத்தான் தெரிந்து இருக்கிறது, அதனால் எது காட்டுக் கிராமம், எது உண்மையான காடு என்று வகைப்படுத்தி ஆவணப்படுத்த தெரியாமல் அனைத்தையும் காடு என்றே வகைப்படுத்திவிட்டார்கள். இந்தப் பிரச்சனை தமிழகத்தின் கல்வராயன் மலை, ஜவ்வாது மலை, பச்சமலை உட்பட பல மலைக்காடுகளில் இருக்கிறது. இதனால் ஆதிவாசிகள் இது காடு இல்லை இது மேய்ச்சல் நிலம் என்று வனத்துறையினரிடம் சண்டை போட்டு கொண்டு இருக்கிறார்கள். வனத்துறையினர் இது மேய்ச்சல் இடம் இல்லை இது காடு என்று அங்கு மேய்ந்து கொண்டிருக்கும் கால்நடைகளை பிடித்துக் கொண்டு போய் பிரியாணி செய்து விடுகிறார்கள். ஆதிவாசியினர் தன் காட்டு கிராமத்தில் பல்விளக்குவதற்கு மரக்குச்சி ஒடித்தால் கூட வனத்தை சேதப்படுத்தியதற்காக பிடித்து கொண்டு போகிறார்கள். பிறகு முயலையோ, கோழியையோ வனத்துறையினருக்கு அன்பளிப்பாகக் கொடுத்துவிட்டு வீட்டிற்கு வருகிறார்கள். ஆரம்பக் கட்டத்திலேயே சர்வேயர்கள் நில வகையை ஒழுங்காக வகைப்படுத்தி இருந்தால் ஆதிவாசிகள் இவ்வளவு அல்லல்பட வேண்டியது இல்லை.

9. நீலகிரி, ஏற்காடு, கொடைக்கானல் போன்ற பகுதிகளில் ஆதிவாசியினர் பூர்வீகமாகவே ரெவின்யூ பட்டா பெற்றிருக்கிறார்கள். அதனை ஆதிவாசிகள் அல்லாத வேறு நபர் வாங்கி அது இன்னொரு கைமாறி, பழத்தோட்டமாக, கேரட் காடாக, காய் கறி மேடாக, வீடாக, ரெசார்ட் ஆக எல்லாம் மாறி இப்பொழுது

இருக்கிறது. அழகியத் தோட்டம், ஆஹா அழகிய ரெசார்ட் என்று நம்பி அதனை வாங்கி விடாதீர்கள். பத்திர ஆபிசில் கிரயப்பத்திரம் எல்லாம் போடுவார்கள்! மேற்படி சொத்து எல்லாம் ஆதிவாசிகள் மாவட்ட ஆட்சியரை சந்தித்து எங்கள் நிலங்களை மீட்டு கொடுங்கள் என்று மனுகொடுக்காத வரைதான் உங்கள் கைகளில் அந்த நிலங்கள் இருக்கும்.

10. ஆதிவாசிகளும் பழங்குடியினர்களும் அடுத்த பத்தாண்டு களில் படித்த தலைமுறையினராக வந்துவிடுவார்கள். அதற்குப் பிறகு இப்பொழுது இருப்பதுபோல உறக்க நிலையில் அவர்கள் இருக்கமாட்டார்கள். அவர்களும் விழிப்புற்று நிலமீட்பு போராட்டங்களை ஆரம்பித்து விடுவார்கள் என்பதனை நினைவில் வைத்துக்கொண்டு மலையில் நிலங்களை வாங்க வேண்டும்.

11. ஊட்டி, கொடைக்கானல், ஏலகிரி, ஏற்காடு, போன்ற தமிழக மலைகளை வெள்ளைக்காரர்கள் சர்வே செய்து பிற பொதுமக்களுக்கு (பழங்குடியினரல்லாத) ரெவின்யூ பட்டா கொடுத்து இருக்கிறார்கள். இந்த மலைகளில் மட்டும்தான் இடம் வாங்க வேண்டும். மீதி இருக்கின்ற மலைகளில் இடம் வாங்க வேண்டும் என்றால் அந்த மலைகளில் நில உடமை மேம்பாட்டுத் திட்ட சர்வே நடந்து பழங்குடியினர் அல்லாத மக்களுக்கு ரெவின்யூ பட்டா கொடுக்கப்பட்டு இருக்கிறதா? என்று பார்த்துதான் நிலங்களை வாங்க வேண்டும்.

12. ஊட்டியில் பெரும்பாலும் படுகா செட்டில்மென்ட் கிராமங்கள் அதிகம். எனவே படுகா செட்டில்மென்ட் தோட்டங்கள் மற்றும் காடுகளை வாங்கலாம். கொடைக்கானலில் ஏலகிரியில் இடம் வாங்க "A" Registrar உடன்தான் செல்ல வேண்டும். ஏற்காட்டில்தான் சர்

தாமஸ் மன்றோ போன்ற வெள்ளைக்காரர்கள்தான் முதன் முதலில் ரெவின்யூ பட்டாவிற்கு சர்வே செய்தார்கள். அந்த SLR சேலம் மாவட்ட ஆட்சியர் அலுவலகத்தில் கிடைக்கும். அதனைக் கொண்டு சென்றுதான் நிலங்களை வாங்க வேண்டும்.

13. மலைகளில் உள்ள படுகா நில உரிமையாளர்கள் பெரும்பாலும், தாத்தாவிற்கும் – பேரனுக்கும் ஒரே பெயர், ஒரே இனிஷியல் என்று வைத்திருப்பார்கள். அவை ஆதார், ஓட்டர் (Voter) ஐடியிலும் ஆதாரமாக நிலைத்திருக்கும் எனவே சொத்துக்களை பார்த்து வாங்க வேண்டும். இல்லையெனில் தாத்தா பட்டாவை வைத்து பேரன் உரிமையோடு விற்பனை செய்து விடுவார். அதன் பிறகு தாத்தாவினுடைய முதல் நிலை வாரிசுகள் பங்கு கேட்டு உங்களை படையெடுப்பார்கள்.

14. நீலகிரி மாவட்டத்தில் கூடலூர், தேவாலா, பாடந்தொரை, சிறுமுள்ளி, நெல்லியாளம், சேரங்கோடு, மும்மநாடு, முதுமலை, எல்லாம் செழிப்பான அழகான அற்புதமான மலை கிராமங்களை பார்த்தாலே சொர்க்கம்தான். இங்கு கண்டிப்பாக தோட்டம் ஒன்று வாங்க வேண்டும் என்று நினைக்கும்பட்சத்தில் செக்ஷன் 17 ஜென்மலேண்ட் என்று சொல்லி, ஒரு 50 வருட கோர்ட் இழுத்தடிப்பு வரலாறை சொல்வார்கள் அதனால் மேற்படி பகுதிகளில் ஜென்ம நிலம் இல்லாத, செக்ஷன் 17 பிரிவு இல்லாத நிலங்களாக பார்ப்பது நல்லது.

15. மலைவாசத் தலங்களே இந்தியாவில் மிகக்குறைவு. இமயமலையில் இருக்கின்ற நகரங்கள் மிகமிகக் குளிரானவை. 50 வயதினருக்கு மேல் அங்கு பயணம் செய்ய குளிருக்கு பயப்படுகின்றனர். அதனால் ஊட்டி, கொடைக்கானல், மூணார், ஏற்காடு, கூர்க் போன்ற

தென்னிந்திய மலைவாசஸ் தலங்களில்தான் அதிகம் பேர் பயணிக்கின்றனர். இதனால் கூடுதல் மார்க்கெட் மதிப்பை இம்மலையில் உள்ள சொத்துக்கள் பெறுகின்றன.

16. அதிக சுற்றுலா பயணிகளால் ரூம் வாடகை, கார் வாடகை, பயண டிக்கெட் கட்டணம் எல்லாம் அதிக டிமாண்டில் அதிக விலையில் விற்கப்பட்டுக் கொண்டிருக்கிறது. எனவே ஒரு ரிசார்ட் இருந்தால் ஒரு சீசனிலேயே ஒரு வருட லாபத்தை எடுத்து விடலாம் மீதி இருக்கின்ற மாதங்களெல்லாம் உபரி இலாபங்களாக வந்து கொண்டிருப்பதால் நல்ல பிசினஸ் வாய்ப்பு அங்கு இருக்கும் மலைகளில் இருக்கின்றது. அதனால் மலைகளில் இருக்கின்ற நிலங்களுக்கு அதிக கவர்ச்சியும் அதிக மதிப்பும் இருக்கிறது.

17. மேற்படி மலைகளில் இருக்கும் நிலங்கள் பட்டாவாகவோ, புறம்போக்காகவோ, அரசு கண்டிசனாகவோ எதுவாக இருந்தாலும், எல்லாவற்றையும் ரிசார்ட் கட்டி வாடகை விட்டு வாடகை வருமானம் அதிகம் கிடைக்கும் என்பதால் பல கட்டிடங்கள் மலைகளில் உயர்ந்து நிற்கின்றன. அந்த கட்டிடங்களெல்லாம் புறம்போக்கில் இருக்கிறது, ரெவின்யூ பட்டா இல்லாமல் இருக்கின்றது என்பது எல்லாம் சுற்றுலா போகிறவர்களுக்கு தெரிய வாய்ப்பில்லை. அப்படிப்பட்ட சுற்றுலா பயணிகளுக்கே கட்டிடத்தின் அழகையும், வருமானத்தையும், மலையின் கவர்ச்சியையும் காட்டி விற்றுவிடுகிறார்கள் சுற்றுலா பயணிகளும் விபரம் தெரியாமல் அதனை வாங்கி விடுகிறார்கள். மேற்படி ரெவின்யூ பட்டா இல்லாத சொத்துக்களை பத்திர அலுவலகங்களில் பதிந்து விடுகிறார்கள் என்பதை நினைவில் கொள்ளுங்கள்.

18. அதிக பணமதிப்பும், அதிக பேர் வருகின்ற ஊர் என்றால் அதிகம் பேர் நிலம் வாங்குகிற ஊராக இயல்பாகவே ஆகிவிடுகிறது. அதனால் நிறைய நில சட்ட சிக்கல்களை அங்கு இருக்கிற மக்கள் உருவாக்கி வைத்து இருப்பார்கள்.

உதாரணமாக ஏற்காட்டிலும் கொடைக்கானலிலும் சிவில் வழக்குகளை சந்திக்காத நிலத்துண்டுகளே இல்லை எனலாம்! எனவே இப்பகுதிகளில் சொத்து வாங்கும் போது நீதிமன்ற சிக்கல்கள் ஏதாவது இருக்கிறதா? என்று கவனித்து வாங்க வேண்டும்.

Paranjothi Pandian's Quotes

ரியல் எஸ்டேட் முதலீட்டில் முதலீடு செய்துவிட்டு காத்திருக்கும் காலம் அதிகமாக இருக்கிறது என்று நினைத்து, இதுதான் எதார்த்தம் என்று பொறுமையாக இல்லாமல், பின்பு வரும் பலாக் காயை விட, களாக் காயே போதும் என்று சீக்கிரம் விற்றுவிடுகின்றனர்.

7. ஹாகா (HACA) லேண்டில் மனை வாங்குகிறார்களா?
அறிந்து கொள்ள வேண்டிய 17 செய்திகள்!

1) ரியல் எஸ்டேட் தொழிலில் இருப்பவர்கள் மட்டுமே பெரும்பாலும் தெரிந்திருக்கும் வார்த்தை இந்த ஹாகா லேண்டு, இன்னும் சில பாமர ரியல் எஸ்டேட் ஏஜென்டுகள் இதனை சொல்லும்போது காக்கா லேண்டு என்பார்கள். என்னிடமே பலர் அண்ணே அந்த பிளாட் காகா நிலத்தில் வருகிறது என்று சொல்வார்கள் அதனை கேட்பதற்கு நகைச்சுவையாக இருக்கும்

2) ஆனால் உண்மையில் அது ஹாகா லேண்டு அது நான்கு ஆங்கில வார்த்தையின் சுருக்க வடிவம் ஆகும். அதாவது Hill Area Conservation Authority தமிழில் மலைப்பகுதி பாதுகாப்பு ஆணையம் என்று சொல்வார்கள்.

3) 1990-களில் மலைப்பகுதி மற்றும் மலைகளின் கனிமவளம், இயற்கை வளம் என்று அனைத்தையும் பாதுகாக்கும் நோக்கில் தமிழக அரசால் இந்த ஆணையம் அமைக்கப்பட்டது. இந்த குழுவில் இரண்டு ஐஏஎஸ் ஆபிசர், டிடிசிபி, நிதி, வனத்துறை, கால்நடை, சுற்றுலா, வீட்டுவசதி, தொழில், கிராமவளர்ச்சி, குடிநீர், மின்சாரம் போன்ற எல்லா துறைகளிலும் உள்ள அதன் இயக்குநர்கள், அதன் தலைமை பொறியாளர்கள் இந்த ஹாகாவில் உறுப்பினர்களாக இருப்பார்கள்.

4) மேற்படி ஹாகாவில் மாவட்ட ஆட்சியர்களில் நீலகிரி மாவட்ட ஆட்சியர் மட்டும் உறுப்பினராக இருக்கிறார். மேற்கண்ட அனைவரும் சேர்ந்து தமிழ்நாட்டில் ஒரு 55 தாலுகாக்களை மலையும் மலை சார்ந்த தாலுகாவாக்க முடிவு செய்து அதனை காப்பதற்காகக் கீழ்கண்ட

வேலைகளை செய்ய வேண்டும் என்பவர்களை எல்லாம் ஹாகா குழுவில் க்ளியரன்ஸ் பெற வேண்டும் என்று முடிவு எடுக்கப்பட்டிருக்கிறது.

5) இந்த ஹாகா குழு மூன்று ஆண்டுக்கு ஒரு முறை மலைப்பகுதிகளை பற்றி ரிப்போர்ட் தயாரிக்க வேண்டும், சூழலியலை பாதிக்காத வண்ணம் மலைகளின் செயல்பாடுகளை கண்காணிக்க வேண்டும். ஹாலிடே ரிசார்ட், ஹோட்டல், ரியல் எஸ்டேட், வீடு என்று எது கட்டினாலும் 300 சதுரமீட்டருக்கு மேல் சென்றால் இந்த ஆணையத்திடம் அனுமதி வாங்க வேண்டும்.

6) ஆயில் பைப்லைன், கேபிள்காரர், நெடுஞ்சாலை, அணைகட்டுகள், மின்சாதன உற்பத்தி நிறுவனங்கள், இரப்பர் ஆலைகள், மரம் சம்பந்தபட்ட தொழில்கள், காகித தொழிற்சாலைகள், உணவு தொழிற்சாலைகள், வேதியியல் தொழிற்சாலை என்று எது ஆரம்பித்தாலும் இந்த ஆணையத்தை கேட்க வேண்டும் என்ற கட்டாயம் இருக்கிறது.

7) கோழி, ஆடு போன்ற கால்நடை பண்ணைகளுக்கும் காளான் வளர்ப்பு உட்பட விவசாயம் சார்ந்த அக்ரி அடிப்படையிலான தொழில்களுக்கும் இந்த ஆணையத்திடம் கிளியரன்ஸ் வாங்க வேண்டும். என்றெல்லாம் இந்த ஹாகா விதிமுறையை வடிவமைத்து இருக்கிறார்கள்.

8) 2002ஆம் ஆண்டுகளில் ஊட்டியில் HADP (Hill Area Development Authority) என்று ஒன்று இருந்தது. நான் நேரடியாக அந்த அலுவலகம் சென்று அங்கிருக்கும் மலை கிராமங்களின் வரைபடங்கள் பழங்குடியினர் புத்தகம் எல்லாம் இலவசமாக பெற்று வந்து இருக்கிறேன். ஊட்டியை நன்றாக பாதுகாத்து கொண்டிருந்த அந்த

ஆணையத்தை இந்த ஹாகாவோடு 2009-களில் இணைத்துவிட்டார்கள். தமிழ்நாடு திட்ட கமிசனின் கீழ் இருந்த மேற்கு தொடர்ச்சி மலை மேம்பாட்டு புரோகிராம் என்ற திட்டங்களையும் இந்த ஹாகா ஆணையத்தோடு இணைத்துவிட்டார்கள்.

9) இந்த ஹாகா கட்டுபாட்டில் தமிழக மலைகள் வந்த பிறகு தான் பல மலைகள் பாளம்பாளமாக அறுக்கப்பட்டது. பல மலைகள் காணாமலேயே போய்விட்டது. மலையில் குடையப்பட்டிருந்த பௌத்த, சமண குகை கோயில்கள் உள்ள மலைகளெல்லாம் உடைக்கப்பட்டுவிட்டன. தண்ணீர் மற்றும் மண் பரிசோதனை செய்யத் தான் அனுமதியில்லாமல் ட்ரிலிங் போட்டு மலையை குடையலாம். மீதி ட்ரிலிங் குடையலுக்கெல்லாம் ஹாகாவின் அனுமதி வேண்டும். இப்படி அனுமதி இல்லாமல் பல மலைகள் மார்பில் மார்பிள்களாக குடைந்து எடுக்கப்பட்டு வெளிநாடுகளுக்கு விற்கப் பட்டது. இன்னும் பல மலைகள் சேலம் பக்கத்தில் பெரு முதலாளிகள் குடைவதற்கு காத்துக் கொண்டிருக்கிறது.

10) இப்படி ஹாகாவின் அனுமதியுடன் மலைகளையே உடைத்து விற்கும்பொழுது மலைகளில் இருந்த வியாபாரிகள் மலைகள் முழுவதும் ரிசார்ட்டு, டூரிஸம், ஹோட்டல் என்று சக்கைபோடு போட்டு வியாபாரங்களை செய்தனர். இதனை பார்த்த எங்களை போல ரியல் எஸ்டேட்காரர்களும், மலை மற்றும் மலையடிவார கிராமங்களில் வீட்டு மனைகளை போட்டு தள்ளு! தள்ளு! என்று விற்பனையை தள்ளினார்கள்.

11) ரியல் எஸ்டேட் வியாபாரம் மலைகளில் நடந்து கொண்டு இருந்தபொழுதெல்லாம் கும்பகர்ண உறக்கத்தில் இருந்த ஹாகா ஆணையம், எங்களை போன்ற ரியல்எஸ்டேட் ஏஜெண்டுகள் வயிற்றில் அடித்த புண்ணியவான் யானை

ராஜேந்திரன் என்பவர் பஞ்சாயத்து அங்கீகார மனைகளை பத்திரப் பதிவுக்கு தடை செய்ய சொல்லி உயர்நீதி மன்றத்தில் ஒரு தடை வாங்கினார்.

12) அதன் பிறகு அந்த பஞ்சாயத்து அங்கீகார மனைகளுக்கு எல்லாம் வரன்முறைப்படுத்தி பணம் கட்டி மீண்டும் பதியலாம் என்று அரசு புதிய உத்தரவைப் (உத்தரவு எண்: 78) போட்டது. அப்பொழுதுதான் மலையிலும் மலை அடிவாரங்களில் இருக்கும் மனைகளுக்கு அரசு உத்தரவு 78-ன் படி வரன்முறைப்படுத்தி மனைகளுக்கு அங்கீகாரம் தர முடியாது என்று சொன்னார்கள். ஏன்? என்று கேட்கும்பொழுதுதான் மலை மற்றும் மலை அடிவாரங்களில் இருக்கின்ற நிலங்கள் எல்லாம் ஹாகாவில் இருக்கிறது என்றார்கள் டிடிசிபி அலுவலக ஊழியர்கள்.

13) அதுவரை ஹாகா ஆணையம் பற்றி பெரிய அளவில் யாரும் கவலைப்படாமல் மனைப்பிரிவுகளை போட்டு கொண்டே இருந்தது தவறு என்று உணர்ந்தனர். ஹாகா ஆணையமும், மலைகளை விற்றுக் கொண்டு இருந்ததால், இந்த பெருகிவரும் மனைப்பிரிவுகளைப் பற்றி கவலைப்படாமல் இருந்தனர். அரசு உத்தரவு 78-க்கு பிறகுதான் ஹாகா பற்றிய விழிப்பு ரியல் எஸ்டேட்காரர்களுக்கும் மலைப்பகுதிகளில் மனைகள் வாங்கியவர்களுக்கும் வந்தது தெரியாது. இப்பொழுது வரை ஹாகா கட்டுப்பாட்டில் மனைபிரிவுகள் போட்ட ரியல் எஸ்டேட் உரிமையாளர்கள், மனைகள் வாங்கிய சிறிய முதலீட்டாளர்கள் அனைவரும் விவரம் தெரியாமல் மாட்டிக்கொண்டு திருதிருவென்று விழித்துக் கொண்டிருக்கிறார்கள்.

14) எப்பொழுது டிடிசிபி அலுவலகத்திலிருந்து ஹாகா நிலத்தில் உருவாக்கப்பட்ட மனைகளுக்கு வரன்முறைப்

படுத்துதல் செய்தல் வேண்டும் என்று கேட்டாலும் "டிடிசிபி விரைவில் அரசு உத்தரவு வரும், அரசு உத்தரவு போடும் காத்திருங்கள்" என்று சொல்லி சொல்லி திருப்பி அனுப்பி கொண்டிருந்தனர். அதன்பிறகு 2020-ம் ஆண்டு மே மாதம் அரசு உத்தரவு எண்.66 ஹாகா நிலத்தில் மனை வரன்முறைப்படுத்துதல் பற்றி போட்டிருக்கிறார்கள்.

15) மேற்படி அரசு உத்தரவு 66-ல் மலை பகுதிகளில் இருக்கும் மனைப்பிரிவுகளுக்கு டிடிசிபி அங்கீகாரம் வரன்முறைப்படுத்தி கொள்ளும்படி உத்தரவிட்டிருக் கிறது. அந்த உத்தரவில் யானை வழிதடங்கள் உள்ள மலை கிராமங்கள், நிலச்சரிவுக்கு அதிகம் வாய்ப்புள்ள மலை கிராமங்கள், ஈகோ சென்சிட்டிவ் (Eco sensitive) மலை கிராமங்கள் என்று வகைப்படுத்தி மேற்படி கிராமங்களுக்கு எல்லாம் வரன்முறைப்படுத்துதல்படி அங்கீகாரம் வழங்க தடை செய்யப்பட்டு உள்ளது.

16) தமிழகத்தில் 55 தாலுகாக்களில் 595 மலை கிராமங்கள் இருக்கிறது. மேற்படி கிராமங்களில் எந்த கிராமங்களில் மனைகளை வரன்முறைப்படுத்தி அங்கீகாரம் பெற முடியும். எந்தெந்த கிராமங்களில் மனைகளை வரன் முறைப்படுத்தி அங்கீகாரம் பெற முடியாது என்ற விவரங்களனைத்தையும் இந்த புத்தகத்தோடு கொடுக்கப் பட்டிருக்கும் இலவச PDF-ல் இருக்கிறது. அதனை தாங்கள் www.paranjothipandian.in என்ற இணைய தளம் மூலம் தொடர்பு கொண்டு மெயிலில் பெற்றுகொள்ளலாம்.

17) இனி நீங்கள் மலையில் சொத்து வாங்கும்பொழுது எதற்காக சொத்து வாங்க போகிறீர்கள், ஏன் சொத்து வாங்குகிறீர்கள் என்று முடிவு செய்து அவை ஹாகாவில் கிளியரன்ஸ் கிடைக்குமா? என்று முன்கூட்டியே பார்த்து விட்டு சொத்து வாங்குவது மிகவும் நல்லது.

8. வெளிநாடுகளில் இருக்கும் நபர் இங்கு சொத்து வாங்க, கட்டாயம் செய்ய வேண்டிய 14 காரியங்கள்!

1. வெளிநாடுகளில் இருக்கும் இந்திய குடிமக்கள் இங்கு சொத்து வாங்கவோ, பராமரிக்கவோ தங்களால் நேரில் வந்து செயலாற்ற முடியாதபோது அவர்களுக்கு நம்பிக்கையான நபருக்கு பொது அதிகாரம் கொடுக்க வேண்டும்.

2. பொது அதிகார பத்திரம் பெரும்பாலும் நீங்கள் இந்தியாவில் விடுமுறையில் இருக்கும்போது இங்குள்ள பத்திரப்பதிவு அலுவலகத்தில் வைத்து நம்பிக்கை யானவருக்கு பவர் கொடுக்கலாம்.

3. இங்கு இருக்கும்போதே பவர் கொடுத்து விட்டால் வீண் செலவுகள் குறையும். வெளிநாடுகளில் நோட்டரி அட்வகேட்டுக்கு அப்பாயிண்ட்மெண்ட் வாங்குவது, தூதரகத்தில் பவருக்காக செல்ல வேண்டும் என்றால் அங்கு வருமான கணக்கு வழக்கு கேள்விகள் போன்ற கூடுதல் வேலைப் பளுக்களை சுமக்க வேண்டி இருக்கும்.

4. தவிர்க்க முடியவில்லை என்றால் வெளிநாட்டில் இருந்தபடியே கூட இந்தியாவில் இருப்பவருக்கு பவர் கொடுக்கலாம். பவர் கொடுக்கும்போது, தூதரக அலுவலர் அல்லது நோட்டரி பப்ளிக் கையெழுத்து இடவேண்டும்.

5. காமன் வெல்த் நாடுகள் என்று இங்கிலாந்துக்கு அடிமையாக யார் யாரெல்லாம் இருந்தார்களோ அங்கு நோட்டரி பப்ளிக் செல்லும். மீதி நாடுகளில் இந்திய ஹைகமிஷன் கான்சல் அதிகாரி முன்னிலையில் பவர் கொடுப்பவர் கையெழுத்து இடவேண்டும்.

6. வெளி நாடுகளில் இந்திய முத்திரைத்தாள்கள் கிடைக்காது. அதனால் வெள்ளை பேப்பரில் தெளிவாக, எழுத வேண்டியவைகளை டைப் செய்து ஆவணத்தை உருவாக்க வேண்டும்.

7. இந்தியாவில் இருக்கும்போது முத்திரைத்தாள் வாங்கி வைத்தது ஒன்று வெளிநாட்டில் என் கையில் இருக்கிறது, என்று அதனை ஏன் பயன்படுத்தக்கூடாது என்று நினைக்காதீர்கள். எக்காரணம் கொண்டும் வெளி நாட்டில் இருந்து கொண்டு இந்திய முத்திரைத்தாள்களை பயன்படுத்தக் கூடாது.

8. மேற்படி எழுதிய பத்திரத்தை கையெழுத்து இட்டு இந்தியாவில் உள்ள உறவினருக்கு தபாலில் அனுப்பிவைக்க வேண்டும். Scan செய்து மெயில் அனுப்பலாமா? என்று கேட்காதீர்கள்.

9. உங்கள் உறவினர் மேற்படி ஆவணம் கையில் கிடைத்த மூன்று மாதங்களுக்குள் அந்த சொத்து இருக்கிற ஆட்சி எல்லைக்கு உட்பட்ட மாவட்ட இணை சார்பதிவகத்தில் "அட்ஜூடிகேட்" செய்ய வேண்டும்.

10. "Adjudication" என்பது மேற்படி பத்திரத்தை இந்தியாவில் உபயோகித்து கொள்ளும் உரிமையை பெறுவது ஆகும்.

11. மாவட்ட பதிவாளர் வெளிநாட்டில் இருந்து வந்த ஆவணத்தை சோதனையிட்டு, தேவையான கட்டணத்தை பெற்று பவர் வாங்கியவரின் போட்டோவை அதில் ஒட்டி, சான்று செய்து Adjudication எண் ஒன்றும் தருவார்.

12. பவர் கொடுக்கும்போது சொத்து விற்கலாம் என்றும், தனி நபரிடம் அடமானக் கடன் வாங்கலாம் போன்ற அதிகாரங்களை கண்டிப்பாக கொடுக்க வேண்டாம்.

13. வீடு, மனை, சொத்து வாங்க உங்கள் பெயரில் வங்கிக் கடன் வாங்க தேவையான ஆவணங்களை கையெழுத்து இட அதிகாரம் கொடுக்கலாம்.

14. பவர்பத்திரம் ஒன்று தெளிவாகவும், பாதுகாப்பாகவும் கொடுத்துவிட்டால் இங்கு அடிக்கடி வர தேவையில்லை. வெளிநாட்டிலும், தாய்நாட்டிலும் உங்கள் பணிகள் தடையில்லாமல் நடக்கும்.

Paranjothi Pandian's Quotes

சொத்துக்கள் ஈர்ப்பு விதியினால் கூடும் என்று உருவகப்படுத்திக் கொண்டு சொத்து சேர்ப்பதற்கு இறங்கி வேலை செய்ய வேண்டும் என்பதை மறந்து விடுகின்றனர்.

9. இரட்டை குடியுரிமை உள்ளவர்கள் தமிழ்நாட்டில் சொத்து வாங்க தெரிந்து கொள்ள வேண்டிய 20 செய்திகள்!

1) வெளிநாட்டில் இருந்து கொண்டு தமிழ்நாட்டில் சொத்து வாங்க வேண்டும் அல்லது விற்க வேண்டும் அல்லது வேறு நபருக்கு உரிமையை மாற்ற வேண்டும் என்றாலும் இந்திய அரசாங்கத்தின் வெளிநாடு வாழ் இந்தியர்களின் துறையும் இந்திய ரிசர்வ் வங்கியும் சேர்ந்து சில விதிமுறைகளை வகுத்துள்ளது.

2) அவற்றை தெரிந்து கொண்டால்தான் சரியான நபரிடம் இருந்து நாம் சொத்து வாங்குகிறோமா? சட்ட விதிகளுக்கு உட்பட்டுத்தான் சொத்து பரிவர்த்தனை நடைபெறுகிறதா? என்று புரிந்து கொள்ளலாம்.

3) வெளிநாடுகளில் இருந்து சொத்து வாங்கும் இந்தியர்களை நாம் Non-Residential Indian என்று சொல்கிறோம். அதனை சுருக்கமாக எல்லாரும் NRI என்று சொல்வதை நாம் கேள்விப்பட்டு இருப்போம்.

4) உண்மையில் NRI என்பவர்கள் இரண்டு வகையான வர்கள் அவர்கள் இரண்டு வகையான அடையாள அட்டைகளை வைத்து இருப்பார்கள். ஒரு கார்டின் பெயர் OCI இன்னொரு கார்டின் பெயர் PIO ஆகும்.

5) OCI என்பது ஒவர்சீஸ் சிட்டிசன் ஆஃப் இந்தியா (Overseas Citizens Of India), PIO என்பது பெர்சன் ஆஃப் இந்தியன் ஆரிஜன் (Person of Indian Origin) என்றும் சொல்வார்கள். பொதுவாக தமிழில் "வெளிநாடு வாழ் இந்தியர்" என்று OCI-யையும் "வம்சாவளி இந்தியர்" என்று PIO-வையும் சொல்வார்கள்.

6) வெளிநாடுவாழ் இந்தியரை NRI என்று சொல்கிறார்கள். அந்த வார்த்தை பிழையானது NRI-யை "இந்தியாவில் வசிக்காத இந்தியர்கள்" என்று தான் சொல்ல வேண்டும்.

7) மேற்படி நபர்கள் எல்லாம் தமிழ்நாட்டில் சொத்து வாங்க, விற்க, தானம் கொடுக்க ஃபெமா (FEMA) என்று சுருக்கமாக சொல்லக்கூடிய ஃபாரின் எக்சேஞ் மேனேஜ்மென்ட் ஆக்ட் (Forign Exchange Management Act) என்ற ஒரு சட்டம் இருக்கிறது. அந்த சட்டத்தின்படி எந்தவித விதிமீறலும் அத்துமீறலும் செய்யாமல் பார்த்து கொள்ள வேண்டியது தான் முக்கியம்.

8) உண்மையில் OCI-யும் PIO-வும் கண்டிப்பாக இந்தியாவில் விளை நிலங்கள், தோட்டங்கள், பண்ணைகள் வாங்கக் கூடாது. ஆனால் என் கள அனுபவத்தில் பல நுழைவு சமூகம் (Gated Community) பண்ணை நிலங்களை, ஏக்கர் கணக்கான விவசாய நிலங்களை பல OCI கார்டு வைத்திருப்பவர் வாங்கியிருக்கின்றனர்.

9) அவர்கள் எல்லாம் இனி விற்கும்பொழுது, அதிக கவனமும், ரிசர்வ் வங்கி அனுமதியும் தேவைப்படும். முன்பு ஆதார் இல்லை, ஆன்லைன் பதிவு இல்லை, இப்பொழுது மாவட்டந்தோறும் நடக்கும் பத்திரங்களை, எல்லா வகையிலும் தணிக்கை செய்ய மாவட்டந்தோறும் ஒரு அலுவலகம் பதிவுத்துறையில் தனியாக செயல்பட ஆரம்பித்து விட்டது.

10) அந்த தணிக்கை அலுவலகத்தை ஃபெமா (FEMA) காவல்காரர்களின் கண்காணிப்புக்கு போய் விடுகிறது என்பதை நினைவில் கொள்ளவும். சரி ஃபெமா (FEMA) ஒன்று இருக்கிறது என்று தெரிந்து கொண்டீர்கள் பத்திரிக்கைகளில் ஃபெரா (FERA) என்று கேள்விப்பட்டு இருப்பீர்கள். அப்படி என்றால் அதுவும் ஒரு சட்டம்தான்.

அதற்கு விரிவாக்க பெயர் ஃபாரின் எக்சேஜ் ரெகுலேசன் ஆக்ட் (Forign Exchange Regulation Act)-யை தான் ஃபெரா (FERA) என்று சொல்கிறார்கள் மேற்படி ஃபெரா சட்டம் 1971 ஆம் ஆண்டு போடப்பட்டது அந்த சட்டத்தைத்தான் மேம்படுத்தி 1999–ம் ஆண்டு ஃபெமா என்ற புதிய சட்டமாக நடைமுறைபடுத்தியுள்ளது.

11) தப்பித்தவறியும் பாகிஸ்தான், பங்களாதேஷ் போன்ற நாட்டிற்கு வேலைக்கு சென்று வந்து வெளிநாடு வாழ் இந்தியர் என்று சொல்லி OCI கார்டு வாங்க முடியாது அதன் அடிப்படையில் தமிழ்நாட்டில் சொத்து வாங்குதலும் விற்றலும் கூடாது.

12) அதேபோல பாகிஸ்தான், பங்களாதேஷ், பூடான், சீனா, ஸ்ரீலங்கா, ஆப்கானிஸ்தான், ஈரான், நேபாள் ஆகிய நாட்டினர் POI கார்டு வாங்க முடியாது அதன் அடிப்படையில் இங்கு சொத்தும் வாங்க முடியாது.

13) பாண்டிச்சேரியில் இருந்து பிரான்சிற்கு சென்றவர்கள் பிரான்சு குடியுரிமை, பிரான்சு நாட்டுரிமை, பிரான்சு ரெனேசான் மூவகையில் 1961–க்கு முன்பு இருந்தார்கள். தற்பொழுது பிரான்சில் வம்சாவழி இந்தியராகவும் அல்லது வெளிநாடு வாழ் இந்தியராகவும் இரண்டு வகையாக மாற்றப்பட்டுள்ளது என்பதை புரிந்து கொள்ளவும்.

14) இனி வரப்போகும் சிட்டிசன்ஷிப் அமென்ட்மெண்ட் ஆக்ட் (Citizenship Amendment Act) நேஷனல் பாப்புலேஷன் ரிஜிஸ்டர் (National Population Register) (NPR) and the நேஷனல் ரிஜிஸ்டர் ஆப் சிட்டிசன் (National Register of Citizens) (NRC) சட்டங்களால் சொத்து வாங்கும் FEMA விதிகளும் மாற்றத்திற்கு உட்பட வாய்ப்பு இருக்கிறது.

15) ஒரு மில்லியன் டாலருக்கு மேல் அதாவது 60 இலட்சத்திற்கு மேல் ஒரு OCI-யோ ஒரு PIO-வோ நிலம் வாங்குவதற்காக பணப் பரிமாற்றம் செய்தால் கண்டிப்பாக ரிசர்வ் வங்கியின் அனுமதி வேண்டும்.

16) ஒரு OCI தமிழ்நாட்டில் வீடு, மனை, வணிகவளாகம், வணிக இடம் மட்டுமே வாங்கலாம் விற்கலாம். அதேபோல் ஒரு OCI–ன் சொத்தை வாங்குபவர்கள் இந்த நாட்டில் வாழும் இந்தியர், வேறு ஒரு OCI அல்லது ஒரு POI–ஆக இருக்கலாம்.

17) ஒரு POI-யும் அதேபோல விற்கலாம், வாங்கலாம். ஆனால் அந்த அந்த காலங்களில் உள்ள ஃபெமா சட்ட விதிகளை கண்டிப்பாக ஒப்பிட்டுப் பார்த்துகொள்ள வேண்டும்.

18) OCI-யோ அல்லது POI-யோ இந்தியாவில் நிறுவனம் ஆரம்பிக்கலாம். அதன் பேரில் நிறுவன சட்டப்படி தமிழ்நாட்டில் சொத்து வாங்கலாம் அந்த சொத்து தோட்டங்களாக, பண்ணை நிலங்களாக, விளை நிலங்களாக இருந்தால் ரிசர்வ் வங்கியிடம் அனுமதி பெற வேண்டும்

19) அதேபோல பூடான், பர்மா, இலங்கை, சீனா, ஆப்கானிஸ்தான், பாகிஸ்தான், பங்களாதேஷ் ஆகிய நாடுகளில் இருந்த குடியுரிமையை விடுவித்துவிட்டு சட்டப்படி இந்திய குடியுரிமை பெற்ற பிறகு ரிசர்வ் வங்கி அனுமதியுடன் சொத்து தமிழ்நாட்டில் வாங்கலாம்.

20) வெளிநாட்டு குடிமகன்களோ, வெளிநாட்டினர் உரிமையாளராக இருக்க கூடிய நிறுவனங்களோ தமிழ்நாட்டில் எந்தவித சொத்தும் வாங்கக் கூடாது வேண்டுமானால் 5 ஆண்டுகளுக்குள் குத்தகை எடுத்து கொள்ளலாம்.

10. அடுக்கு மாடி கட்டிடங்கள் வாங்க கட்டாயம் தெரிந்துக் கொள்ள வேண்டிய 20 விஷயங்கள்!

1. அடுக்குமாடி கட்டப்போகும், அல்லது கட்டி இருக்கின்ற அடிமனை பரப்பு நிலத்தை முதலில் சட்ட ஆய்வு, கள ஆய்வு செய்ய வேண்டும்.

2. தற்போதைய நில உரிமையாளருக்கு அதற்கு முன் கொடுத்த கிரயங்களில் எந்தவித சட்டத்தடையும் இல்லாமல் சொத்து இறங்கி இருக்கிறதா? என்று ஆய்வு செய்ய வேண்டும்.

3. பட்டா, சிட்டா, FMB, அ–பதிவேடு, TSLR பட்டா, சர்வே எண், நகர சர்வே எண், புதிய சர்வே எண் போன்றவற்றில் மாற்றம் ஏற்பட்டு இருந்தால் புதிய மற்றும் பழைய சர்வே எண்களை வருவாய் ஆவணங்கள் மூலம் தெளிவாக உறுதிப்படுத்திக் கொள்ள வேண்டும்.

4. அடிமனைக்கும், கட்டிடத்திற்கும் (அ) வெறும் கட்டிடத்திற்கு DTCP/CMDA அப்ரூவல் பெறப்பட்டு உள்ளதா? என ஆய்வு செய்ய வேண்டும். DTCP/CMDA இணைய தளத்தில் அங்கீகார எண்ணை போட்டு இருப்பார்கள். அதனை ஒப்பிட்டு சரிபார்க்க வேண்டும்.

5. ஆழமாகவும், தெளிவாகவும் உறுதி செய்ய CMDA/DTCP அலுவலகத்திற்கு நேரடியாக சென்று விசாரிக்கலாம். காலை 10 மணிக்கு சென்று விசாரிக்க வேண்டும்.

6. காலை 10–12 மணி வரை சென்னை மற்றும் தமிழகத்தின் பிற பெருநகர, அங்கீகார அமைப்புகள் இது போன்ற விசாரணைகளுக்கு பதில் சொல்லவும், ஆவணங்களை ஒப்பிட்டு காட்டவும் கவுன்சிலிங் கவுண்டர் என்று ஒன்று வைத்து இருப்பார்கள் அதனை முறையாக பயன்படுத்திக் கொள்ளவும்.

7. தீயணைப்புத்துறையில் இருந்து பெறப்படும் ஃபயரிங் சான்றிதழ் (Firing Certificate) வாங்கப்பட்டு இருக்கிறதா? என்று பார்க்க வேண்டும். அதனுடைய மெய்தன்மையை தீயணைப்புத்துறை அலுவலகத்திற்கே சென்று விசாரிக்க வேண்டும்.

8. இலாப வெறி கொண்ட பில்டர்கள் 1+2 என்று மாடி அமைக்க கட்டிட அனுமதி பெற்று 1+3 என்று மாடி கட்டி வைத்து இருப்பார்கள். அதனை தீர விசாரித்து அங்கீகரிக்கப்படாத மாடியில் வீட்டை நிச்சயம் வாங்காமல் இருத்தல் வேண்டும்.

9. வீடு வாங்குபவர் தங்களுக்கு பத்திரம் பதிவு செய்யும் போது கிடைக்கப்படும் UNDIVIDED SHARE (பிரிக்கப் படாத பங்கை) பற்றி முழுமையாக விவரம் தெரிந்து இருக்க வேண்டும்.

10. 5000 சதுரஅடி பரப்பில் ஒரு அடுக்கு மாடி குடியிருப்பு 10 பேருக்கு கட்டுகிறார்கள் என்று வைத்து கொண்டால் ஒரு நபருக்கு 500 சதுர அடிவீதம், 10 பேருக்கும் 5000 சதுர அடிநிலத்தை பிரிக்கப்படாத பங்காக பத்திரம் போட்டு தருவர்.

11. உங்கள் இடம் இந்த குறிப்பிட்ட 500 சதுரஅடி என்று உங்களுக்கு காண்பிக்கப்படாது. உங்களுடைய 500 ச.அடி, இந்த 5000 சதுர அடிக்குள் இருக்கிறது என்றே பத்திரம் போடுவது தான், பிரிக்கப்படாத பங்கு (UNDIVIDED SHARE) என்பர்.

12. அடுக்கு மாடி வீடுகளில் கட்டப்பட்டு இருக்கும் அறைகளில் முறையாக ஜன்னல் கட்டப்பட்டு இருக்கிறதா? என்று ஆய்வு செய்யவும். 100 சதுரஅடி அறை என்றால் குறைந்தது 8 சதுர அடிக்கு ஜன்னல் இருக்க வேண்டும்.

13. வீட்டை ஒப்படைக்கும் போது வீட்டிற்கான இன்சூரன்ஸ் போடப்பட்டு இருக்கின்றதா? என்று சோதித்துக் கொள்ள வேண்டும்.

14. உங்களுக்கான பொதுவான இடம், பார்க்கிங் போன்றவை தெளிவாகக் குறிப்பிடப்பட்டு இருக்கிறதா? என தெரிந்து கொள்ள வேண்டும்.

15. அப்ரூவல் பிளானில் உள்ளபடியேதான் நீங்கள் வாங்கப்போகும் அடுக்குமாடி குடியிருப்பு கட்டப்பட்டு இருக்கிறதா? என்று சோதியுங்கள்.

16. பில்டர், நிலத்தின் உரிமையாளரா? பவர் ஆஃப் அட்டார்னியா? அவருக்கு நிலத்தின் மீது முழு உரிமை இருக்கிறதா? என்றுபாருங்கள்.

17. ஒட்டுமொத்தப் பிரிக்கப்படாத பங்கும், சரியாக அனைத்து வீடு வாங்குபவர்களுக்கும் சென்றுவிட்டதா? என்று பரிசோதியுங்கள்.

18. கட்டிடம் முடிக்கப்பட்டு விட்டதா? என்ற நிறைவுச் சான்று (Completed Certificate) பெறப்பட்டுள்ளதா? என்று ஆய்வு செய்யுங்கள்.

19. பில்டர், அடுக்கு மாடி குடியிருப்பில் மொட்டைமாடியில் மற்றும் பொது ஏரியாவிலோ இடத்தை கையிருப்பாக வைத்து இருக்க உரிமையும் இல்லை என்பதை தெரிந்து கொள்ளுதல் வேண்டும்.

20. கட்ட போகும் வீடுகளை வாங்கும் போது பில்டருக்கும் உங்களுக்கும் போடப்போகும் அக்ரிமெண்ட்டில்தான் எல்லாம் இருக்கிறது. சிறிய எழுத்துகளாக இருக்கிறது என படிக்காமல் விட்டுவிடாதீர்கள்.

11. அப்பார்ட்மென்ட்டில் வீடு வாங்கும் போது தோன்றும் 13 தோற்ற பிழைகள்!

1. இலவச திட்டங்கள், தள்ளுபடிகள், பரிசுகள் போன்ற வற்றில் மயக்கம் கொள்ள வைக்கும் பிழை.

2. மனை விலைகள் ஒருபோதும் இறங்காது, ஏறி கொண்டே தான் இருக்கும் என்று சொல்லப்படும் பிழை.

3. வாங்கும் வீடுகளில் உயர்ந்த வாடகை கிடைக்கும் என்ற மாயை ஏற்படுத்துவார்கள்.

4. அடுக்குமாடி குடியிருப்புக்கு கட்டுமானர் குறிப்பிடும் விலையை நிச்சயம் ஒத்துக்கொள்ள வேண்டும் என்பதும் பிழைதான்.

5. கிளப்பிற்கு, பார்க்கிற்கு என பராமரிப்பிற்கான கட்டணங்களுக்கு நிறைய தொகை செலவு ஆகும். இவை விளம்பரங்களில் வராது என்பதை நினைவுப்படுத்தி கொள்ளவும்.

6. வாங்குவதற்கு லேட் செய்யும் போது, விரைவில் விற்பனை முடிந்துவிடும் என்று நெருக்குவதும், விலை ஏற போகுது என்று சொல்வதும் ஒரு தோற்றப்பிழை.

7. நிச்சயம் வீட்டை ஒப்படைப்பதில் காலதாமதங்கள் ஆகும், ஆகாது என்று நம்பிக் கொண்டு இருக்க வேண்டாம்.

8. காலதாமதத்திற்கு கொடுக்கப்படும் நஷ்டஈடு உங்களின் மாதத்தவணையைக் கட்ட உதவும் என நினைப்பதும், உடனடியாக தாமத நஷ்டஈடு கொடுத்து விடுவார்கள் என்று நம்புவதும் ஒருபிழை.

9. குடியிருப்பு மாதிரிகளில் எந்த மாதிரியான பெயிண்ட், லைட்டிங் கொடுத்தால் அறை பெரியதாக தெரியும் என

பில்டர்களுக்கு தெரியும். எனவே அதனை நம்பி வீடு வாங்குவது ஒரு பிழை.

10. பில்டர்கள் வங்கிகளுடன் தொடர்பில் இருப்பதால், கட்டிடத்தின் செயல்திட்டத்திற்கு ஒப்புதல் கிடைத்திருக்கும் என நம்புவது ஒருபிழை.

11. பில்டர்க்கு இருக்கும் வங்கியின் தொடர்பு இலாபமுள்ள வட்டி விகிதங்களை கொடுக்கும் சிறந்த வீட்டுக்கடன் திட்டங்களைப் பரிந்துரைப்பார் என்று நினைப்பதும், எதிர்கால வட்டி விகிதங்கள் குறையும் என்று கணக்குப் போடுவதும் பிழை.

12. முன்பதிவு செய்துவிட்டு இரத்து செய்தால் எத்தனை சதவீதம் கழிவு? என தெளிவாகக் கேட்டுக் கொள்ளுங்கள். எப்பொழுது முன்பதிவு தொகை திரும்ப கிடைக்கும் என்பதை உறுதிப்படுத்திக் கொள்ளுங்கள். பிறகு முன் பதிவு பணத்தை பெறுவதற்கு காவடி எடுக்க வேண்டும் என்பதை நினைவில் வைத்து கொள்ளுங்கள்.

13. விற்பனைப் பிரதிநிதி அட்வான்ஸ் பெறுவதிலேயே கவனமுடன் உங்களிடம் காய் நகர்த்துவார். அதனை புரிந்து கொண்டு செயல்பட வேண்டும்.

12. ஏலச்சொத்தை வாங்குகிறீர்களா? தெரிய வேண்டிய 16 விஷயங்கள்!

1. பொது ஏல அறிவிப்பு என்று தினமும் செய்தித்தாள்களில் விளம்பரங்கள் வருவதை பார்த்து இருப்பீர்கள். பெரும்பாலும் வங்கியில் கடனை வாங்கி வீடுகள் வாங்கி விட்டு, பிறகு வங்கிக்கடனை கட்ட முடியாதவர்களின் வீடுகள் இப்படி ஏலத்திற்கு வரும். இப்படி ஏலத்திற்கு வரும் சொத்துக்களை வாங்குவதற்கு என்றே ஒரு கூட்டம் இருகின்றது.

2. பெரும்பாலும் வங்கிகளில் வேலை செய்கின்ற நபர்களுக்கு தெரிந்தவர்கள் மற்றும் ரியல் எஸ்டேட் தொழில் செய்பவர்கள், ரியல் எஸ்டேட் முதலீட்டாளர்கள் மேற்படி ஏல சொத்தை வாங்குவதற்கு மும்முரம் காட்டுவார்கள்.

3. மேற்படி நபர்களின் நம்பிக்கை என்னவென்றால், சந்தை மதிப்பை கணக்கிட்டு ஏலத்தொகையை நிர்ணயிக்கி றார்கள். வங்கிகளும் நல்ல சொத்து மதிப்பீட்டாளர்களை வைத்து ஏல சொத்துக்களை மதிப்பிடுவதால் விலை நம்பகமானதாக இருக்கும் என்று நம்புகிறார்கள்.

4. ஆனால், உண்மையில் களத்தில் சந்தை மதிப்பு உயர்வு என்பது உண்மையான வளர்ச்சியாலும் இருக்கிறது. நீர்குமிழி போன்று வீங்குவதாலும் இருக்கிறது. உண்மையான வளர்ச்சியில் இருக்கின்ற பகுதிகளில் சொத்துக்களை ஏலம் எடுத்தால் மிக நல்ல விஷயம். ஆனால் போலியான வீக்கத்தில் இருக்கின்ற பகுதிகளில் ஏலத்திற்கு வருகின்ற சொத்துக்களை ஏலம் எடுத்தால் உங்களுடைய சேமிப்புகள்தான் கரையும்.

5. ரியல் எஸ்டேட்டில் போலி விலை உயர்வும், மாய

வளர்ச்சித் தோற்றமும் சோப்புநுரை நீர்க்குமிழிகள் போல்தான்! கொஞ்ச நேரத்தில் ஒன்றுமே இல்லாமல் காற்றில் கரைந்துவிடும்.

6. இவ்வாறு நீர்க்குமிழி ரியல் எஸ்டேட்கள் அதிக அளவு ஆனதற்கு முழுமுதற்காரணம் வங்கிகளே. அவர்களின் வீட்டுக்கடன் (Home Loan) ப்ராடக்ட்களை (product) விற்பதற்காக பதிவுத்துறையின் அரசுவழிகாட்டி மதிப்புகளை விட அதிகமான சொத்து மதிப்பினை கூட்டி கிரயப்பத்திரம் போடுகின்ற தகிடுதத்தங்களை வங்கிகள் தான் பெருமளவில் செய்தது. அதனைப் பார்த்து நம்முடைய களஞானம் நிறைந்த பதிவுத்துறையும் வழிகாட்டி மதிப்புகளை உயர்த்தி விட்டார்கள்.

7. இப்படிதான் விலையுயர்வு செயற்கையாக உருவாக்கப் பட்டது. இதை வைத்து எங்களைப்போன்ற ரியல் எஸ்டேட் காரர்கள் அண்டபுளுகு ஆகாசபுளுகு புளுகி பணத்திற்கு சபலப்படுகின்ற மக்களுக்கு எல்லாம் பேராசை காட்டி சொத்துக்களின் விலையை உயர்த்துகிறோம். இதனைத்தான் வீக்கம் என்கிறோம். ஆனால் அவை மக்களிடம் வளர்ச்சி என்று சந்தைபடுத்தப்படுகிறது. மேலும் துணிக்கடையில் ஆடித்தள்ளுபடியில் அதிகவிலை நிர்ணயித்துவிட்டு, அதிலிருந்து தள்ளுபடி தருவது போல துணிகளை நமக்கு விற்பார்கள். அதே போலத்தான் ஏலத்திற்காக சொத்துக்களை விலை நிர்ணயம் செய்கிறார்கள் வங்கிகள்.

8. அடுத்ததாக மிகப்பெரிய வதந்தி தமிழகத்தில் என்றுமே நிலவுகிறது. வங்கிக் கடனில் இருக்கின்ற சொத்துக்கள் எல்லாம் 100 சதவீதம் லீகல் சரியாக இருக்கும் என்று நம்புவது ஆகும். வங்கியில் இருக்கின்ற சட்ட நிபுணர்களும் மனிதர்கள்தான் என்பதையும், அவர்களும்

அவசரகதியில் வேலைகள் செய்வார்கள், அதில் தவறுகள் நடக்கும் என்பதையும் மறந்து விடுகின்றார்கள்.

9. பெரும்பாலும் வங்கிகளில் இருக்கக்கூடிய வழக்கறிஞர்கள் கிரய ஆவணங்கள், தாய்ப் பத்திரங்கள் எல்லாம் ஆய்வு செய்து சட்டத்தடைகள், சட்டக் குழப்பங்கள் இருந்தால் கண்டுபிடித்துவிடுவார்கள். ஆனால் வருவாய்த்துறை சம்பந்தப்பட்ட நில ஆவணங்களின் சிக்கல்கள், சர்வே சிக்கல்களில் கொஞ்சம் தடுமாறுவார்கள் என்பதை மனதில் வையுங்கள்.

10. போலியாக உருவாக்கப்பட்ட இறப்புச்சான்றுகள், போலியாக உருவாக்கப்படும் வாரிசுச்சான்றுகள், பிறகு திருத்தப்படுகின்ற இறப்பு மற்றும் வாரிசு சான்றுகள் மற்றும் பிற ஆவணங்களின் மெய்த்தன்மையை கண்டுபிடிப்பதற்கு சிரமப்படுவார்கள்.

11. அடுத்ததாக ஒரே நபர், இரண்டு சொத்தை வைத்து வங்கியில் கடன் வாங்கியுள்ளார் என்றால், அதில் ஒரே ஒரு சொத்து கொஞ்சம் சொத்தையான சொத்தாய் கூடஇருக்கும். நிலம் சம்பந்தப்பட்ட ஆவணங்களை வெறும் மேஜையில் உட்கார்ந்து படித்துப் பார்ப்பதால் முழுமையான லீகல் வெளிச்சத்திற்குவராது. நிச்சயம் எங்களை போன்றவர்களின் களப்பணி விசாரணையும் தேவை.

12. உதாரணமாக ஒரு DTCP அங்கீகார மனைப்பிரிவில் உயர் அழுத்த மின்சார கோபுரமும் மின்சார ஒயரும் (High Power Tension Tower & Line) போகும். மேற்படி டவர் இருப்பதால் அந்த மனைப்பிரிவோ அல்லது அந்த டவருக்கு கீழே இருக்கின்ற மனைகளோ சந்தை மதிப்பு குறைவாகத் தான் போகும். மேலும் அந்த மனை உரிமையாளர்கள்

டவர் தன் மனையின் மீது சென்ற விரக்தியில் சீக்கிரம் அதனை வேறு யாருக்காவது விற்றுவிட வேண்டும் என்ற மனநிலைக்கு வந்து இருப்பார். அப்படிபட்ட மனைகளை இன்னும் அடித்து பேசி விலை குறைத்து வாங்குவதற்கென்று சிலர் இருக்கிறார்கள் அப்படி வாங்கியவர்கள் அதிக வழிகாட்டி மதிப்பிற்கு (Guide Line Value)-க்கு கிரயப்ம் போட்டுவிட்டு அந்த சொத்தின் மதிப்பை உயர்த்தி வேறு ஒரு சொத்துடன் சேர்த்து வங்கியில் அடமானக் கடன் வாங்கிவிடுவார்கள். களத்திற்கு செல்லாத வங்கி ஊழியர்கள் நிலத்தின் உண்மை நிலையை அறியாமல் கடன் கொடுத்து விடுவார்கள்.

13. அடுத்து சட்டச்சிக்கல்கள், குத்தகை, சட்டப் பிரச்சனைகள் என்று நீதிமன்றத்தில் இருக்கும் சொத்துக்களைக் கூட, ஆவணங்களில் கொஞ்சமாக களவாணித்தனம் செய்துவிட்டு, அடமானம் போட்டு விடுவார்கள். பின் கடன்களை கட்டாமல் விட்டுவிடுவார்கள். அதன்பிறகு அந்த சொத்துக்கள் எல்லாம் ஏலத்திற்கு வரும்.

14. அப்படிப்பட்ட சொத்துக்களை ஏலத்தில் வாங்கி வைத்துக் கொண்டு பிற்காலத்தில் அவதிப்பட்டு கொண்டிருப்பார்கள் !

15. மேலும் வங்கிக்கு வருகின்ற அடமானவீட்டுக்கடன் சொத்துகள் ஏற்கனவே பல சட்டச்சிக்கல்களில் இருக்கும். அதனை சமாளிக்க முடியாமல் ஆவணங்களில் சில திருத்தங்களை செய்துவிட்டு வங்கியின் தலையில் கட்டி, கடன் வாங்கீவிட்டு வெளியேறிவிடுவார்கள். அதன்பிறகு அந்த சொத்தை வங்கி ஏலத்திற்கு கொண்டு வரும்போது அதற்கு முன்

இருந்த சட்ட சிக்கல்கள் எல்லாம் வங்கியின் சர்ஃபாசி சட்டத்தால் துடைத்து சுத்தமாக்கப்படுகிறது.

16. ஏலத்தில் சொத்து எடுப்பவர்களோ யாரோ ஒரு நபர் தான் வங்கியில் வாங்கிய கடனை கட்ட முடியாமல்தான் வங்கியில் மூழ்கிவிட்டது. என்று நினைக்கிறார்கள் ஆனால் உண்மையில் அதுவல்ல. சில கில்லாடிகள் சட்ட சிக்கல் உள்ள சொத்துக்களை வேண்டுமென்றே வங்கி யில் அடமானம் வைத்து மூழ்கடித்து விடுகிறார்கள்.

"பெரும்பாலானவர்கள் சொத்துக்கள் பராமரிப்பதில் *REACTIVE MANAGEMENT* யை செய்கின்றனர். அப்படி என்றால் சொத்து சம்பந்தமாக அதனை விற்க முற்படும் போதோ, கடன் பெறும்போதோ அல்லது சிலர் ஆக்கிரமிக்கும் போதோ அதற்கு தேவையான சில பராமரிப்புகளை செய்ய முற்படுவது. ஆனால் செய்ய வேண்டியது *PROACTIVE MANAGEMENT* (சொத்துக்குத் தேவையான எல்லா விசயங்களையும் நமக்கு உடனடியாக தேவைபடாத போதும் முன் கூட்டியே தயார் செய்து கொள்வது)"

13. ட்ரஸ்ட் சொத்துக்கள் தெரிந்து கொள்ள வேண்டிய 17 செய்திகள்!!

1) அறக்கட்டளை, நம்பகம், டிரஸ்ட், (Trust) என்று சொல்லப் படுகின்ற அமைப்புகள் எல்லாம் கல்வி, மருத்துவம், சுகாதாரம், ஆரோக்கியம், ஆன்மீகம், உணவு, உடை, வீடு போன்றவற்றிற்கு நலத்திட்ட உதவிகளைப் பொதுமக்கள் பெறுவதற்காகவும் அல்லது நேரடியாகவோ மறைமுக மாகவோ பயனடைவதற்காகவும் மக்களில் தரமான சிந்தனை உள்ளவர்களால் ஆரம்பிக்கப்படுகிறது.

2) அவ்வாறு அவர்கள் ஆரம்பிக்கும்போது டிரஸ்டின் நோக்கம், எதற்காக என்னென்ன வேலைகள் செய்யப் போகின்றன, டிரஸ்ட் எவ்வளவு தொகை ஆரம்பிக்கும் பொழுது இருப்பு வைக்கப்படுகிறது என்ற விவரங்களை எல்லாம் ஒரு ஆவணமாக எழுதி வைத்து இருப்பார்கள். அதற்கு டிரஸ்ட் பத்திரம் (Trust Deed) என்று சொல்வார்கள்.

3) மேற்படி டிரஸ்ட் தன் கையிருப்பு தொகையிலோ அல்லது வேறு பலரின் நன்கொடையைப் பெற்றும் பல அசையா சொத்துக்களை வாங்கி வைத்து இருக்கும். அப்படிப்பட்ட சொத்துக்களான நிலம், கட்டிடம் விற்பனைக்கு வரும்போது நாம் முக்கியமாகக் கவனிக்க வேண்டியது என்னென்னவென்றால்;

4) டிரஸ்ட் சொத்து வாங்க போகிறீர்கள் என்றால், முதலில் பார்க்க வேண்டியது. சொத்து பத்திரத்தை அல்ல டிரஸ்ட் பத்திரத்தைத்தான் பார்க்க வேண்டும். அதில்தான் டிரஸ்ட் சொத்துக்களை டிரஸ்டின் நலனுக்காக விற்க இயலும் என்று எழுதி இருப்பார்கள்.

5) டிரஸ்ட் பத்திரத்தில் மேற்கண்டவாறு எழுதவில்லை என்றால் அனைத்து ட்ரஸ்ட் உறுப்பினர்களும் சேர்ந்து

சொத்தை விற்க ஒத்துக் கொண்டு தீர்மானம் நிறைவேற்றினாலும் அந்த சொத்தை விற்க இயலாது.

6) என் அனுபவத்தில் இது போன்ற சிக்கலில்தான் நிறைய டிரஸ்ட் சொத்துகள் இருக்கின்றன. டிரஸ்ட் சாசனத்தில் டிரஸ்ட் சொத்துக்களை விற்கக் கூடாது என்றும் அல்லது விற்பது பற்றி எந்தவிதமான குறிப்பும் பெரும்பாலும் இருக்காது.

7) மேற்படி சொத்தை விற்பதற்கு முயற்சிகள் நடக்கும், அதற்கு அந்த டிரஸ்ட் சாசனத்தை அழித்து திருத்தம் செய்ய முயல்வார்கள். அதனால் டிரஸ்ட் சாசனத்தின் ஒரிஜினல் பிரதியைக் கண்டிப்பாகப் பரிசோதிக்க வேண்டும்.

8) தேவைப்பட்டால் டிரஸ்ட் சாசனம் பதிவு செய்யப்பட்ட சார்பதிவகத்தில் இருந்து சாசனத்தின் நகலை பெற்று இந்த தகவல்களை உறுதி செய்து கொள்ளலாம்.

9) டிரஸ்ட் சாசனத்தில் சொத்துக்களை விற்க எந்த வழிவகையும் இல்லை என்றால், டிரஸ்ட் உறுப்பினர்கள் அனைவரும் நீதிமன்றத்தில் அனுமதி கேட்க வேண்டும்.

10) நீதிமன்றம் அனுமதியை உடனடியாகத் தராது. நன்கு ஆராய்ந்து டிரஸ்டின் நன்மைக்காக, வளர்ச்சிக்காக விற்றுதான் ஆக வேண்டும் என்று நினைத்தால் நீதிமன்றம் விற்பதற்கு அனுமதி கொடுக்கும்.

11) விற்பதற்கு அனுமதி மட்டும் இல்லாமல், யார் அதனை வாங்க வேண்டும் என்றும், நீதிமன்றம் கண்காணிக்கும். பெரும்பாலும் அதே நோக்கமுடைய இன்னொரு டிரஸ்டிற்குத்தான் விற்பனை செய்வதற்கு அனுமதி அளிக்கும்.

12) எனக்கு தெரிந்தே ஒரு உதாரணம் இருக்கிறது

சென்னையில் ஓ.எம்.ஆர் பெரும்பாக்கத்தில் வெகு காலமாக தமிழ்நாடு ஹாஸ்பிடல் என்று ஒரு டிரஸ்ட் மருத்துவமனை இருந்தது. அது காஞ்சி சங்கரா மருத்துவமனையாக மாறியது. பிறகு காஞ்சி சங்கரா சாரியார் அவர்களுக்கு ஜெயலலிதா அம்மையாரால் நேரம் சரி இல்லாததால் அந்த மருத்துவ மனை விற்பனைக்கு வந்தது. அதனை வாங்குவதற்காக அதிக விலை கேட்டு ஸ்ரீராம் பிராப்பர்டீஸ் என்ற ரியல் எஸ்டேட் நிறுவனத்துடன் வியாபாரத்தை சங்கர மடத்தினர் முடித்துவிட்டார்கள்.

13) ஆனால் குறைவான விலை கேட்டு இருந்த குளோபல் ஹாஸ்பிட்டல் என்ற நிறுவனம், நீதிமன்றத்தை நாடி டிரஸ்ட் உருவாக்கப்பட்ட நோக்கத்தின்படி விற்பனை நடைபெறவில்லை என்றும், ஸ்ரீராம் பிராப்பர்டீஸ் என்ற ரியல் எஸ்டேட் நிறுவனத்திற்கு மருத்துவமனை நடத்துகின்ற அனுபவம் இல்லை என்றும் குளோபல் ஆஸ்பிட்டல் ஆகிய எங்களுக்கே மருத்துவமனை நடத்துகின்ற அனுபவம் இருப்பதாலும் மேலும் ஏற்கெனவே பணிபுரிகின்ற மருத்துவர்கள் மற்றும் பணியாளர்களை அப்படியே பணியில் வைத்து கொள்கிறோம் என்ற வாக்குறுதிகளை குளோபல் ஆஸ்பிட்டல் நீதிமன்றத்திற்கு உறுதி கொடுத்தார்கள்.

14) ஸ்ரீராம் பிராப்பர்டீஸ் என்ற ரியல் எஸ்டேட் நிறுவனத்துடன் சங்கரமடம் அதிக லாபத்திற்கு போட்டிருந்த வியாபார ஒப்பந்தத்தை ரத்து செய்துவிட்டு குளோபல் மருத்துவ மனை கேட்டு இருந்த குறைவான விலைக்கே வாங்கி கொள்ள நீதிமன்றம் அனுமதி அளித்தது, இதிலிருந்து நீங்கள் புரிந்து கொள்ள வேண்டியது என்னவென்றால், டிரஸ்டினுடைய நோக்கம்தான் முக்கியம் என்று நீதிமன்றம் கருதுகிறது.

15) இப்படியும் சில கதைகள் இருக்கின்றது. 50 ஆண்டு களுக்கு முன்பு பாகப்பிரிவினை, தான செட்டில்மெண்ட், உயில் எழுதி இருக்கின்ற நிலச்சுவான்தாரர்கள், ஏதாவது ஒரு சொத்தை விற்கக் கூடாது என்றும், அதில் இருந்து வரும் வருவாய் கொண்டு குலதெய்வ கோவிலுக்குப் பூசை, அன்னதானம் மற்றும் பிராமணர்களுக்குத் தான தர்மங்கள் செய்ய வேண்டும் என்றும் எழுதியிருப்பார்கள். ஏறக்குறைய இதுவும் விற்க இயலாத டிரஸ்ட் சொத்துதான்.

16) "அது எப்படி சார் டிரஸ்ட் சாசனம் எதுவும் தனியா பதியலியே, கிரயப் பத்திரத்தில் தானே தான தர்மம் செய்ய வேண்டும் என்று எழுதி இருக்கிறார். அது எப்படி டிரஸ்ட் சட்டத்திற்குள் வரும்" என்று கேட்பீர்கள். ஆனால், உண்மையில் அவர் பதிவு செய்யப்பட்ட பாகப்பிரிவினை, தான செட்டில்மெண்ட், உயில் பத்திரத்தில் அவர் ஒரு டிரஸ்டையும் உருவாக்கிவிட்டார் என்றுதான் சொல்ல வேண்டும். மேலும் அதனை விற்கக் கூடாது என்று சொன்னதனால், தான தர்மங்கள் செய்ய வேண்டுமென்று சொன்னதனால் அவையே டிரஸ்ட் விதிகளாக மாறி விட்டது. மேற்படி சொத்தை விற்க வேண்டுமென்றாலும் அவருடைய வாரிசுதாரர்கள் நீதிமன்றத்திற்குத்தான் சென்று அனுமதி வாங்க வேண்டும்.

17) டிரஸ்டு சொத்தைப் பொறுத்தவரை டிரஸ்டு சாசனத்தில் விற்கலாம் என்று எழுதி இருந்தும், சொத்தை விற்க அனைத்து டிரஸ்ட்களும் ஒத்துக்கொண்டால்தான் அந்த டிரஸ்ட் சொத்தை வாங்கலாம். அவ்வாறு இல்லையெனில் நீதிமன்றம் சென்றுதான் அனுமதி வாங்க வேண்டும் என்பதை நினைவில் கொண்டால் போதுமானது.

14. குடிசை மாற்று வாரிய வீடுகளை வாங்கலாமா? தெரிந்து கொள்ள வேண்டிய 24 செய்திகள்!

1) குடிசை வாழ் மக்களுக்கு நல்ல குடியிருப்புகளையும், மேம்படுத்தபட்ட வாழ்க்கை தரத்தையும் அளித்து குடிசை வாழ் மக்களுக்கு மறுவாழ்வும் குடிசை பகுதிகளை மேம்படுத்தி அங்கு வாழும் மக்களை உயர்த்துவதும் தமிழ்நாடு அரசின் குடிசை மாற்று வாரியத்தின் தலையாய பணி ஆகும்.

2) நடுத்தர அடிதட்டு மக்கள் சென்னையில் ஒரளவுக்கு நாகரீகமாக இன்றும் வாழ்கிறார்கள் என்றால் இந்த குடிசை மாற்று வாரியத்தின் வீடுகளே காரணம்.

3) குடிசை மாற்று வாரியம் அடிமனைகளாகவும் வழங்கும் அல்லது அடுக்குமாடி வீடுகள் கட்டி வீடுகளாகவும் வழங்கும்.

4) கே.கே.நகர், எம்ஜிஆர் நகர், பள்ளிக்கரணை பாலாஜி நகர், மந்தைவெளி காரைகுட்டை, சைதாபேட்டை சின்னமலை பகுதிகளில் வெறும் அடிமனைகளாக ஒதுக்கப்பட்டதையும், அதன் ஆவணங்களையும் நான் பார்த்து இருக்கிறேன்.

5) சென்னை முழுக்க இருக்கும் சேரிகள், குப்பங்கள், தோட்டங்கள் என எல்லா பகுதிகளிலும் மூன்று மாடி 4 மாடி குடியிருப்பு வீடுகள் 200 சதுரடிக்கு கீழே கட்டி குடிசை மாற்று வாரியம் விற்பனை செய்திருந்த வீடுகளை பார்க்கலாம்.

6) சென்னை ஓ.எம்ஆரில் துரைப்பாக்கத்தில் கண்ணகி நகர் குடியிருப்பும் செம்மஞ்சேரி சுனாமி நகர் குடியிருப்பும் நான் பார்த்த அளவில் மிகப்பெரிய குடிசை மாற்று வாரிய அடுக்கு மாடி குடியிருப்புகள் ஆகும்.

7) இப்படி தமிழகம் முழுக்க பெருநகரங்களில் இருக்கும் குடிசைமாற்று வாரிய அடுக்குமாடி வீடுகளை ஒதுக்கீடுதாரர்களிடம் இருந்து வெளிநபர் வாங்குவது என்றால் என்னென்ன தெரிந்து கொள்ள வேண்டும்.

8) குடிசை மாற்று வாரிய வீடுகள் மற்றும் நிலங்கள் பயனாளிகளுக்கு கொடுக்கும்போது, சுத்த கிரயமாகவோ அல்லது நிலவரித்திட்ட சர்வே காலத்தில் நிலத்தை செட்டில்மெண்ட் செய்வார்களே அதுபோலவோ செய்வது இல்லை.

9) ஒப்படைக்கப்படும் சொத்து முதலில் குத்தகையாகவும் தவணை முறையில் பணம் செலுத்தி அந்த சொத்தை உரிமை ஆக்குதல் என்று அக்ரிமெண்ட் போட்டு தற்காலிக ஒதுக்கீட்டு ஆணையை மட்டும் குடிசை மாற்று வாரியம் வழங்கும்.

10) குத்தகை என்றால் நேரடியாக போய் அனுபவத்தில் இருந்து கொள்ளலாம். ஆனால் அதற்கு ஒரு கிரயப் தொகையை நிச்சயித்து 15 வருடங்களோ அல்லது 20 வருடங்களுக்கோ தவணை முறையில் மாதந்தோறும் பணத்தை செலுத்துவதற்கு குடிசை மாற்று வாரியம் ஒரு கடிதம் கொடுத்து இருக்கும்.

11) பெரும்பாலும் இந்த மாத தவணை தொகை ரூபாய் 100-க்கு கீழேதான் நிர்ணயிக்கப்பட்டு இருக்கும். மேலும் 1990-களுக்கு முன்பு கொடுக்கப்பட்ட ஒதுக்கீடுகளுக்கு மாத தவணை 12 ரூபாயிலிருந்து 15 ரூபாய் வரைதான் இருப்பதை ஒதுக்கீடு கடிதங்களில் பார்த்து இருக்கிறேன்.

12) மேற்படி குடிசைமாற்று வீட்டுவசதி திட்டங்கள் பெரும்பாலும் உலக வங்கி மூலம் கடன் பெற்று கட்டுவதால் மேற்படி சிறு தவணை தொகை வசூலிக்கபடுவதாக சொல்கிறார்கள்.

13) மேற்படி குடிசைமாற்று வாரிய சொத்துகளை வாங்குவதாக இருந்தால் விற்பனையாளர் முதன்முதலில் மனை/வீடு ஒதுக்கீடு பெற்றவரா? என்று பார்க்க வேண்டும்.

14) ஒதுக்கீடு பெற்றவர்தான் விற்பனையாளர் என்று தெரிந்தால் வாரியத்திற்கு கட்ட வேண்டிய தவணைத் தொகை முழுவதும் கட்டிவிட்டு அரசிடம் இருந்து கிரயபத்திரம் மூலம் சொத்தை முழுமையாக பெற்று விட்டாரா என்று பார்க்க வேண்டும். கிரயப் பத்திரம் பெற்றுவிட்டார் என்றால் அப்படிபட்ட நபரிடம் தாராளமாக கிரயம் வாங்கலாம்.

15) அரசுக்கு கட்ட வேண்டிய தவணைத் தொகை கட்டாமல் நிலுவையில் வைத்து இருந்தால் சொத்தை வாங்குபவர் முதலில் ஒதுக்கீட்டுதாரரை அரசுக்கு கட்ட வேண்டிய பாக்கியை கட்டி ஒதுக்கீடுதாரர் பெயரில் கிரயப் பத்திரம் போட வைக்க வேண்டும். அதன் பிறகுதான் சொத்தை வாங்க விரும்புபவர் தன் பெயருக்கு கிரயப் பத்திரம் எழுதி கொள்ள வேண்டும்.

16) அடுத்து ஒரு ரகம் இருக்கிறது, குடிசைமாற்று வாரிய வீட்டின்/நிலத்தின் பயனாளிகளும் மேற்படி தொகையை ஒழுங்காகக் கட்ட மாட்டார்கள். பல ஆண்டுகள் கட்டாமல் அப்படியே நிலுவையில் வைத்து இருப்பார்கள். அப்படி இருக்கும் நிலையிலேயே பயனாளிகள் வேறு நபர்களுக்கு விற்றுவிடுவார்கள். பத்திர ஆபிசுக்கு சென்றெல்லாம் விற்பனையை பதிவு செய்து இருக்க மாட்டார்கள். சாதாரணமாக பதிவு செய்யப்படாத ஒரு கிரயப்பத்திரம் எழுதி எழுதி இருப்பார்கள்.

17) மேற்படி வீடுகளை வாங்க விரும்பினால், ஒதுக்கீடுதாரர் ஒருவர் அனுபவதாரர் ஒருவர் என்று இருப்பார்கள்.

கொஞ்சம் சவாலான வேலைதான் முடிந்தால் ஒதுக்கீடு தாரரை தேடி கண்டுபிடித்து குடிசைமாற்று வாரியத்திடம் முழுதொகை கட்டி கிரய பத்திரத்தை ஒதுக்கீடுதாரர் பெயரில் பெற்று அதன்பிறகு அந்த வீட்டை வாங்க விரும்புபவர்கள் வாங்கி கொள்ளலாம். என்ன பழைய ஒதுக்கீடுதாரருக்கு செலவிற்கு கொஞ்சம் பணம் கொடுக்க வேண்டியிருக்கும். இருந்தாலும் சொத்து பிரச்சனை இல்லாமல் உங்களிடம் வந்து சேரும்.

18) இந்த மாதிரியும் பிரச்சனைகள் இருக்கிறது. ஒதுக்கீடுதாரரே யாரென்று பல வருடமாக தெரியவில்லை. எங்கே போனார்கள் என்ற ஆள் அட்ரசே தெரியவில்லை என்றால் அந்த சொத்தில் பல ஆண்டுகளாக அனுபவிக்கும் அனுபவதாரர் குடிசை மாற்று வாரியத் தலைவரிடம் innocent Buyer அதாவது தெரியாமல் வாங்கிவிட்டேன் என்று மனு செய்து நாலு பெரிய மனிதர்களை பிடித்து அரசுக்கு செலுத்த வேண்டிய தொகைகளை எல்லாம் கட்டி கிரயப் பத்திரம் பெற்று கொள்ளலாம். அதன் பிறகுதான் அந்த வீட்டை வேறு நபர் வாங்க முடியும்.

19) மேற்படி ஒதுக்கீடுதாரர் ஒருவர், அனுபவதாரர் ஒருவர் அதன்பிறகு மேலும் பதிவு செய்யப்படாமல் கைமாறி புதிய ஒரு அனுபவதாரரிடம் இருக்கின்ற சொத்துக்களெல்லாம் இருக்கின்றது. இப்படி இடியாப்ப சிக்கல் நிறைந்த சொத்துக்கள் தமிழ்நாட்டில் 1990 ஆண்டுகளுக்கு முன் உள்ள குடிசை மாற்று வாரியத்தில் நிறைய இருக்கிறது. இப்படியெல்லாம் நடக்குமா? என்று கேட்காதீர்கள். மேற்படி குடிசை மாற்று வாரிய சொத்துக்களெல்லாம் அடித்தட்டு மக்களுடையது. அவர்கள் கொஞ்சம் கோளாறாகவே சொத்துக்களை வாங்குவார்கள், விற்பார்கள்.

20) 1990-ம் ஆண்டிற்கு பிறகு உருவான குடிசைமாற்று வாரிய வீடுகளை பயனாளிகள் அடுத்தவருக்கு விற்பனை செய்வதை குடிசைமாற்று வாரிய பொறியாளர்கள் தடுக்க ஆரம்பித்தனர். பயனாளிகளுக்கு கொடுக்கப்படும் ஒதுக்கீடு தற்காலிகமானது என்றும் விதிகள் மீறினால், மாத தவணை கட்டாமல் இருந்தால், வேறு யாருக்காவது பதிவு செய்யாமல் விற்பனை செய்தால், மேற்படி ஒதுக்கீட்டை இரத்து செய்வோம் என்று அழுத்தம் கொடுக்க ஆரம்பித்தனர். அதனால்தான் இந்த குடிசை மாற்று வாரிய வீடுகளில் அனுபவதாரர் ஒருவர் ஒதுக்கீடுதாரர் ஒருவர் என்ற பிரச்சனை இல்லை.

21) இப்படியும் சிலர் இருக்கிறார்கள் அதாவது குடிசை மாற்று வாரிய வீடுகளை பெற்ற பயனாளிகள் வாரியத்திற்கு கட்ட வேண்டிய முழு தொகையும் கட்டி விட்டு கிரய பத்திரம் (sale deed) பெற வேண்டும். பொதுவாக பயனாளிகள் இந்த கிரயப் பத்திரத்தை (sale deed) வாரிய அலுவலகத்தில் இருந்து வாங்கி வருவார்கள். மேற்படி கிரயப் பத்திரத்தில் முத்திரைத்தாள்கள் போட்டு கிரய பத்திரத்திற்கான சரத்துக்களை எல்லாம் எழுதி அந்த வீட்டையோ அல்லது அந்த இடத்தையோ கிரயம் கொடுப்பதாக பயனாளியின் பெயரை, கிரயம் வாங்குபவராக போட்டு வாரிய அதிகாரிகளை விற்பவராக காட்டி அந்த கிரய பத்திரத்தை தயார் செய்து இருப்பார்கள்.

22) அந்த கிரய பத்திரத்தை (sale deed) பயனாளிகள், அவ்வளவுதான் வேலை முடிந்து விட்டது, நம் கையில் பத்திரம் வந்துவிட்டது என்று அதனை நேரடியாக வீட்டிற்கு கொண்டு வந்து விடுவார்கள். ஆனால் அந்த sale deed-ஐ நேரடியாக சார்பதிவகத்திற்கு எடுத்து சென்று

அதனை பதிவு செய்தல் வேண்டும். மேற்படி சார்பதிவகத்திலிருந்து பதிவு செய்வதற்கு வாரியத்தில் இருந்து எந்த அலுவலரும் வந்து கையெழுத்துப் போடத் தேவையில்லை. பயனாளிகள் மட்டுமே தாக்கல் செய்து பதிவு செய்தால் போதுமானது.

23) எப்பொழுது குடிசைமாற்று வாரிய சொத்தை வாங்க விரும்பினாலும், முதலில் சம்மந்தபட்ட குடிசைமாற்று வாரிய அலுவலகத்திற்கு சென்று தீர விசாரித்தும் அந்த sale deed பதிவு செய்யப்பட்டிருகிறதா என்று பார்த்துக் கொள்வதும் வேறு எதாவது பயனாளிகள் ஒதுக்கீடுகளில் தில்லு முல்லு நடந்திருக்கிறதா? என்றும் தீர விசாரித்து முடிவு எடுப்பது நன்று.

24) சென்னை மாநகர பகுதிகளில் இருக்கின்ற பழைய குடிசைமாற்று வாரிய வீடுகளை எல்லாம் உடைத்து விட்டு புதிய வீடுகளை கட்டி தருவதற்காக திட்டம் தீட்டியுள்ளார்கள். தற்பொழுது இருக்கின்ற பயனாளிகளை அனுபவதாரர்களை எல்லாம் நான்கு வருடங்களுக்கு வேறு எங்காவது சென்று வாடகை இருந்து கொள்ள சொல்லி இருக்கிறார்கள். எனவே இந்த நேரத்தில் மேற்படி சொத்தை வாங்குகிற வேலைகளை யாரும் செய்யாமல் இருப்பது நல்லது.

பழைய பத்திர சொற்களும் அதன் அர்த்தங்களும்

அமானி = அமானி என்பது அரசு உத்தரவு. இது அரபு மொழியாகும்.

15. சமத்துவபுர வீடுகளை வாங்கலாமா?
தெரிந்து கொள்ள வேண்டிய 15 செய்திகள்!

1) தமிழகம் முழுவதும் ஊர், சேரி என இரண்டாக பிரிந்து கிடப்பதும் தீண்டாமை வேறுபாடு, ஏற்றத்தாழ்வு என மனிதர்களை பிரிக்கும் சைக்கோ எண்ணங்கள் கிராமங் களில் மிகுந்து இருப்பதை குறைக்க மாற்று மருந்து (Antidote) திட்டமாக சமத்துவபுரம் என்ற திட்டத்தை மாவட்டந்தோறும் தமிழ்நாடு அரசு உருவாக்கியது.

2) இந்த சமத்துவபுரம் அமைந்த இடங்கள் எல்லாம் பெரும்பாலும் அரசு புறம்போக்கு நிலங்களாக இருக்கும். அதனை மாவட்ட ஆட்சியர் அவர்கள் தேர்ந்தெடுத்து நத்தம் நில வகையாக மாற்றம் செய்வார்கள்.

3) சமத்துவபுரத்திற்கு ஒப்படைதாரர்களை தேர்ந்தெடுத்து அவர்களுக்கு நத்தம் நிலவரித் திட்டம் செய்து நத்தம் புலப்படம் நத்தம் தூய அடங்கல் பதிவேடு ஒப்படைதாரர்கள் பெயரில் அரசு உருவாக்கும்.

4) மேற்படி நத்தம் நிலத்தை கிராமங்களில் வீட்டுமனை ஒப்படை செய்வது விஷயமாய் கொடுக்கப்படும் நமூனா பட்டா என்ற ஒப்படை பட்டா பயனாளிகளுக்கு கொடுக்கப்படும்.

5) சமத்துவபுரம் வீடுகளை பொறுத்தவரை அதன் அடிமனை ஒப்படைப் பட்டா விதிகளின்படி ஒப்படைதாரர்களிடம் கொடுக்கப்படுகிறது. ஆனால் கிராமக் கணக்கை பொறுத்தவரை நத்தம் கணக்காக மாற்றி அரசு தன்னுடைய பதிவேடுகளை வைத்து கொள்கிறது. அதாவது ஒரே நேரத்தில் ஒப்படைதாரருக்கு ஒப்படைப் பட்டாவும், நத்தம் நிலவரித்திட்ட பட்டாவும் ஒன்றாக வழங்கப்படுகிறது என்பதை புரிந்துகொள்ளவும்.

6) பல சமத்துவபுரங்களில் ஒதுக்கபட்ட இடங்களை நத்தம் கிராமக் கணக்கில் உடனடியாக ஏற்றிவிட்டனர். சில இடங்களில் நத்தம் கணக்கில் மாற்றாமல் அப்படியே சர்க்கார் புறம்போக்காகவே வைத்துள்ளனர் என்பது கள நிலவரம்.

7) சமத்துவபுர அடிமனையின்மேல் கட்டப்பட்டுள்ள வீடுகளைப் பொறுத்தவரை அரசின் மானியம் மற்றும் ஒதுக்கப்பட்ட தொகைகளை வைத்து வீடுகளை கட்டி கொடுக்கிறது.

8) மேற்படி வீடுகளை மற்றும் அடி, மனைகளை அந்தந்த பகுதிகளில் உள்ள கூட்டுறவு வீட்டுவசதி சங்கத்திற்கு ரூபாய் 10 ஆயிரத்திற்கோ, 15 ஆயிரத்திற்கோ அடமானக் கடன் பத்திரம் போட்டு ஒரு 10 வருடத்திற்கோ, 15 வருடத்திற்கோ மாதாந்திர தவணையாக பயனாளிகள் செலுத்த வேண்டும் என்ற நிபந்தனையுடன்தான் சமத்துவபுர வீட்டின் சாவி பயனாளிகளுக்கு ஒப்படைக்கப்படுகிறது.

9) சரி மேற்படி சமத்துவபுர வீட்டை வாங்கலாமா, விற்கலாமா என்றால்; அதில் இருக்கின்ற கண்டிசன்கள் மீறபடாமல் இருந்தால் வாங்கலாம் அல்லது விற்கலாம்.

10) அடிமனை பயனாளிகளுக்கு ஒப்படைப்பட்டா மூலம் வழங்கப்படுவதால் அந்த ஒப்படைப்பட்டாவில் பத்தாண்டுகளுக்கோ, இருபது ஆண்டுகளுக்கோ யாருக்கும் விற்க கூடாது என்று கண்டிசன் இருந்தால் அந்த காலத்திற்குப் பிறகுதான் விற்க வேண்டும் அல்லது பிறர் அதனை வாங்க வேண்டும்.

11) அதேபோல, அந்த மனையும் வீடும் கூட்டுறவு வங்கியில் அடமானத்தில் இருப்பதால் அங்கு கட்ட வேண்டிய

முழுப்பணத்தையும் கட்டி பதிவுத்துறையில் அடமான கேன்சல் பத்திரம் போட வேண்டும்.

12) பல இடங்களில் அடிமனை ஒப்படைப்பட்டா கண்டிசன்கள் மீறப்படுகிறது. அதாவது, பத்தாண்டுக்கு விற்க கூடாது என்றால் அதனை மீறியும் விற்று கொண்டு இருக்கிறார்கள், அதனை தெரியாமல் பலர் வாங்கி கொண்டு இருக்கிறார்கள். யாராவது மாவட்ட ஆட்சியருக்கு புகார் கொடுத்தால், விசாரணை நடத்தி மேற்படி கிரயத்தை இரத்து செய்யலாம்.

13) பல சமத்துவபுரங்களுக்கு நத்தம் பட்டாவும் கொடுத்து ஒப்படைப்பட்டாவும் கொடுத்து இருப்பதால் ஒப்படை பட்டாக்களை மறைத்து விட்டு நத்தம் பட்டாவை மட்டும் சார்பதிவாளரிடம் காட்டி பத்திரம் பதிவு செய்து விடுகிறார்கள். சார்பதிவாளரும் சமத்துவபுரத்தில் ஒப்படைப் பட்டா என்று ஒன்று இருக்கிறது என்பதை மறந்து விடுகிறார்கள்.

14) சமத்துவபுர வீடுகளின் மேல் வீட்டுவசதி சங்கத்திற்கு இருக்கின்ற அடமானக் கடன்களை மட்டும் பணம் கட்டி அந்தக் கடனை ரத்து செய்துவிட்டு வேறு நபர்களுக்கு கிரயம் செய்துவிடுகிறார்கள்.

15) சமத்துவபுர வீடுகளை வாங்கலாம். அவை முதன்முதலில் கொடுக்கப்பட்ட ஒப்படைப்பட்டா கண்டிசன்களை மீறி இருக்கக்கூடாது, நத்தம் பட்டா இருக்கிறது என்று ஒப்படைப்பட்டாவை மறைக்கக் கூடாது. மேலும் கூட்டுறவு வீட்டு வசதி சங்கத்தில் இருக்கும் அடமானத்தை இரத்து செய்து இருக்க வேண்டும்.

16. பத்திரம் எழுதுவது ஒரு கலை. ஆவண எழுத்தர்கள் தெரிந்து கொள்ள வேண்டிய 19 செய்திகள்!!

1) பத்திரம் எழுதுவது என்பது ஒரு தனித்துவமான கலை! பத்திரங்களில் சொத்துக்கள் கைமாறும்பொழுது, அதனோடு உணர்வுகளும் உணர்ச்சிகளும் பணமும், நிலமும், கைமாறுகின்றன. அப்படி இருக்கையில் எதிர்காலத்தில் எந்தவித வில்லங்கங்களும் வராதவாறு தடுக்கின்ற காப்பரண்கள்தான் பத்திரம். அந்த பத்திரங்களை நன்கு உருவாக்க ஆவண எழுத்தருக்கு தெரிந்து இருக்க வேண்டும்.

2) பத்திரம் உருவாக்குபவர் விசாலமான மொழி அறிவை கொண்டவராக இருத்தல் வேண்டும். நமது பத்திரங்களில் தமிழ், சமஸ்கிருதம், அரபு, பார்சி, தெலுங்கு, ஆங்கிலம் போன்ற எல்லா மொழிகளில் இருந்தும் வார்த்தைகள் பிரயோகிக்கப்படுகிறது.

3) ஒரு பத்திரம் சட்ட அந்தஸ்துள்ள ஆவணம் ஆகும். அதனை உருவாக்குபவர் இந்து வாரிசுரிமை சட்டம், முஸ்லீம் வாரிசுரிமை சட்டம், கிறிஸ்தவ வாரிசுரிமை சட்டம், சொத்து பரிமாற்ற சட்டம், வருவாய்த்துறை, அங்கீகாரத்துறை ஆவணங்களை பற்றிய அறிவு, முத்திரைத்தாள் பற்றிய சட்டங்கள், பதிவுத்துறை பற்றிய கள அறிவுகள் என்று நல்ல அறிவும் திறமையும் படைத்தவராய் இருப்பது நல்லது.

4) ஏற்கனவே உருவாக்கப்பட்ட பத்திரங்களில் பிழை இருந்தால் புதிய பத்திரத்தில் அதனை பொருத்தமான வார்த்தைகள் கொண்டு சந்தேகத்திற்கு இடம் தராமல் பத்திரத்தை எழுத வேண்டும்.

5) பத்திரம் இன்று எழுத போகிறீர்கள் என்றால் இறுதியாக நீங்களே ஒரு லீகல் பார்த்துவிட வேண்டும். ஆம், ஏற்கனவே பதிவான பத்திரங்கள், பட்டாக்கள், அங்கீகார ஆவணங்கள், வீட்டுவரி இரசீது, நிலவரி இரசீது, ஈசி, வாடகை இரசீது போன்ற அனைத்தையும் எடுத்து தேதி வாரியாக அடுக்க வேண்டும்.

6) தேதி வாரியாக என்றால் இன்றைய தேதி முதலிலும் நேற்றைய தேதி அதன் பின்னாலும் அதற்கு அடுத்த தேதி அதற்கு பின்பும் அதற்கு பிந்தைய தேதி அதற்கு பின்பும் என்று பின்நோக்கி backward ஆக அடுக்கிக் கொண்டே போக வேண்டும்.

7) சொத்து ஒரு பழைய தேதியிட்ட பத்திரத்தில் இருந்து அடுத்த முன்நோக்கிய தேதி பத்திரத்திற்கு இறங்கும் பொழுது அதாவது, சொத்து உரிமை மாறும்பொழுது அதில் சட்ட தடை, சட்ட குழப்பம் இருக்கிறதா? பழைய பத்திரங்களில் வரிப் பிழை, கருத்துப் பிழை வருகிறதா? என்று பார்க்க வேண்டும்.

8) ஈசியில் பதிவு செய்த பத்திரங்களின் விபரங்களும் கையில் இருக்கிற பத்திரங்களின் விவரங்களும் பொருந்தி போகிறதா? என்று பார்க்க வேண்டும்.

9) சொத்து எழுதிக் கொடுப்பவர்கள் இறந்து இருந்தால் அவர்களின் வாரிசு சான்றிதழ் வாங்கி அதன்படி எழுதிக் கொடுக்கின்ற நபர்கள் வந்து இருக்கிறார்களா? என்று பார்க்க வேண்டும்.

10) பல வாரிசுகள் இருக்கிறார்கள் அதாவது தாத்தா இறந்து விட நான்கு மகன்கள், இரண்டு மகள்கள், மேற்படி நபர்களின் பேரன்கள் என்று நிறைய பேர் கிரயப்ம் எழுதி கொடுக்க வந்தால், அவர்களின் வம்சாவழி அல்லது கொடி வழி வரைபடம் வரைந்து சொத்து யார் யாருக்கு

எவ்வளவு பங்கு வரும் என்பதை குறிப்பெடுத்துக் கொள்ள வேண்டும்.

11) ஏதாவது வாரிசு பதிவிற்கு வராமல் போய்விட்டாரா? இறந்துவிட்டாரா? அல்லது காணாமல் போய் பல ஆண்டுகள் ஆயிற்றா? என்று தீர விசாரித்துத் தெரிந்து கொள்ள வேண்டும்.

12) வாரிசுகளில் மைனர்கள் இருந்தால் சட்டப்படி அதனை விற்பதற்கு கார்டியனுக்கு அதிகாரம் இருக்கிறதா? கோர்ட்டு அனுமதி வாங்குதல் வேண்டுமா? போன்ற விவரங்களை தெரிந்து கொள்ள வேண்டும்.

13) இறந்த சொத்தின் சொந்தக்காரர் வாரிசுகளை தவிர்த்து உயில் ஏதாவது எழுதிவிட்டு சென்று இருக்கிறாரா? அந்த உயில் புரபேட் செய்ய வேண்டுமா? என்று பார்க்க வேண்டும். பதிவு செய்யப்படாத உயில் ஏதாவது இருந்தால் அதனையும் தீர விசாரித்து அதன்படி பத்திரம் எழுதுதல் வேண்டும்.

14) இன்னும் சிலர் செட்டில்மெண்ட் பத்திரம் எடுத்துக் கொண்டு பத்திரம் எழுத வருவர். அந்த பத்திரத்தில் ஆயுள் பாத்தியதை மட்டும்தான் இருக்கிறதா அல்லது விற்கும் உரிமை இருக்கிறதா? என்பதையெல்லாம் பார்த்து அதன்படி பத்திரம் எழுத வேண்டும்.

15) பத்திரங்கள் அசல் காணாமல் போய்விட்டது என்றால் எப்படி காணாமல் போயிற்று அதற்கு என்னென்ன நடவடிக்கைகள் எடுக்கப்பட்டது என்று தெரிந்து கொள்ள வேண்டும். காவல்துறை எப்ஐஆர் பெற வேண்டும். அதன் பிறகு பத்திர நகல் ஆவணம் வைத்து பதிவு நடவடிக்கைகளை செய்ய வேண்டும்.

16) அசல் பத்திரம் அதே சொத்தில் வேறு பங்குதாரரிடம்

இருந்தால் அதனை எழுதும் பத்திரத்தில் குறிப்பிட வேண்டும். காணாமல் போன பத்திரம், முடிந்து போன அடமானக் கடன் பத்திரம் போன்றவை இருந்தால் அதன் தேதியையும், ஆவண எண்ணையும் குறித்து அந்த கடன் பத்திரம் முடிந்துவிட்டது என்றும் காணாமல் போன பத்திரம் உண்மையிலேயே காணாமல் போய்விட்டது என்றும் உறுதி மொழி பத்திரங்கள் எழுத வேண்டும்.

17) ஈசி 15 வருஷம் பார்த்தால் போதும் 30 வருஷம் பார்த்தால் போதும் என்ற பழைய பழக்கத்தில் மூழ்கி இருக்க வேண்டாம். குறைந்தது 1950 ஆண்டில் இருந்து இன்று தேதிவரை ஈசி போட்டு பார்த்துவிட வேண்டியது அவசியம். இன்னும் சொத்தில் சந்தேகம் இருந்தால் சந்தேகம் தீரும் வரை எத்தனை வருஷம் வேண்டுமானால் ஈசி போட்டு பார்க்கலாம்.

18) எல்லா பத்திரங்களும் சரியாக இருந்து பத்திரம் எழுதி இன்று பதிவு செய்ய போகிறீர்கள் என்றால் அன்று தேதி வரை ஈசி ஆன்லைனில் கண்டிப்பா சோதித்து பார்த்து கொண்டு பத்திரத்தை உருவாக்குதல் வேண்டும்.

19) இறுதியாக பத்திரம் எழுதுவதற்கு முன்பு எல்லா ஆவணங்களையும் தேதிவாரியாக வைத்து ஒரு கம்ப்யூட்டர் எக்சல் ஷீட்டில் (excel sheet) ஒரு முழுமையான பட்டியலை தயார் செய்து கொள்ள வேண்டும். அந்த பட்டியல் படிதான் பத்திரம் எழுத வேண்டும். பட்டியல் தயாரிக்காமல் அப்படியே பத்திரங்களை பார்த்து டைப் செய்பவர்களால்தான் அதிகப்படியான பிழையான பத்திரங்கள் உருவாக்கப்படுகிறது.

17. பத்திரத்தில் சொத்து விவரம் எழுதும்போது கவனிக்க வேண்டிய 9 விஷயங்கள்!!

1. கிரயப் பத்திரம் எழுதும்போது, வருவாய் மாவட்டத்தையும், பதிவு மாவட்டத்தையும் தனித்தனியாக எழுதுதல் வேண்டும். இரண்டும் ஒரே மாவட்ட பெயராக இருந்தாலும், வருவாய் மாவட்டத்தையும் பதிவு மாவட்டத்தையும் தனித்தனியாகத்தான் எழுத வேண்டும்.

2. சில கிராமங்களில் கிராம எண்ணையும் பயன்படுத்து வார்கள், நிலத்தின் சர்வே எண்ணையும் பயன்படுத்து வார்கள். இரண்டைப் பற்றிய தெளிவான புரிதல் இருக்க வேண்டும்.

3. பட்டா எண், பட்டாப்படி உட்பிரிவு ஆகி இருந்தால் புதிய சர்வே எண் ஆகியவை குறிப்பிட்டு இருக்க வேண்டும்.

4. சொத்து கூட்டுப் பட்டாவில் இருந்தால், சர்வே எண்ணின் ஒட்டுமொத்த விஸ்தீரணத்தையும் குறிப்பிட்டு அதில், வடக்கு ஓரம் இருந்து சொத்து ஆரம்பித்தால், வட பாகம் என்றும், தெற்கு, கிழக்கு, மேற்கில் இருந்து ஆரம்பித்தால் தென்பாகம், கீழ்பாகம், மேல்பாகம், என்றும் குறிப்பிட வேண்டும்.

5. அப்படி வடபாகம், தென்பாகம், கீழ்பாகம், மேல்பாகம் என்று ஏற்கெனவே பிரிந்து இருக்கும் இடத்தில் ஒரு பகுதியை வாங்க போகிறீர்கள் என்றால்; உதாரணமாக :— வடபாகத்தில் கீழ்மேலாக வாங்கப் போகிறீர்கள் என்றால்; அல்லது தென்வடலாக வாங்கப் போகிறீர்கள் என்றாலும் இத்தனை அடி நீளம், இத்தனை அடி அகலம் என்று சரியான அளவுகளோடு தெளிவாக குறிப்பிட்டிருக்க வேண்டும்.

6. பெரும்பாலும் கூட்டுப் பட்டாவில் இருந்தால் கட்டாயம்

சொத்தின் நீள அளவுகளை அடியாலும், மீட்டரிலும், தெளிவாக குறிப்பிடுவது நல்லது. பழைய பத்திரங்களில் நீள அகலம் குறிப்பிட்டு இருந்தால் ஜதியடி, தச்சு முழம், கெஜம் என்று சொல்லி இருப்பார்கள். அதனை தற்போதைய நீள அகலத்திற்கு அடி கணக்கிட்டு சரியாக மாற்ற வேண்டும். அதேபோல் பரப்பளவும் குழி, மா, டிசிமல், வேலி போன்ற அலகுகளில் குறிப்பிட்டு இருந்தால் அதனை தற்போதைய சதுரஅடி, சதுர மீட்டருக்கு மாற்ற வேண்டும்.

7. கிரயம் எழுதும் பத்திரத்தில் நான்கு எல்லைகள் விவரம் குறிப்பிடும்போது சொத்து வாங்கப்போகும் பழைய பத்திரத்தில், அதனுடைய ஜக்குபந்தியில் எப்படி குறிப்பிட்டு இருப்பார்கள் என்றால்? உதாரணத்திற்கு; முனுசாமி மனைக்கு தெற்கு என்று இருக்கும், அப்படி என்றால் முனுசாமி மனையில் இருந்து நின்று பார்த்தால் நாம் வாங்க போகும் மனை தெற்கில் இருக்கிறது என்று அர்த்தம், இதே போன்ற நடைமுறையில்தான் வடக்கில், மேற்கில், கிழக்கில் என்று குறிப்பிட்டு இருப்பார்கள். இதுபோன்று நான்கு எல்லைகள் குறிப்பிடுவது இன்றைய தலைமுறையினருக்கு எளிமையாக புரியாது.

8. அதனால் மேற்படி ஜக்குபந்தியை தற்கால வழக்கில் எளிமையாக புரியும்படி மாற்றம் செய்ய வேண்டும். அதாவது நாம் கிரயம் வாங்கும் மனைக்கு வடக்கில் முனுசாமி மனை என்று குறிப்பிட வேண்டும், அதேபோல் முறையே தெற்கில், கிழக்கில், மேற்கில் என்று குறிப்பிட வேண்டும். இதில் நிறைய பேர் கவனக்குறைவாக தவறாக எழுதிவிடுவார்கள். இதனால் அதிக அளவு பத்திர சிக்கல்கள் வருகிறது.

9. கிரயம் எழுதப்போகும் சொத்து விவரத்தில் கட்டிடம்

இருந்தால், கட்டிடத்தைக் காட்ட வேண்டும், கிணறு இருந்தாலோ பொது வழி இருந்தாலோ, பொது சுவர் இருந்தாலோ, பொது தண்ணீர் பாத்தியம் போன்றவை இருந்தால் அதனை தெளிவாகக் குறிப்பிட்டு இருக்க வேண்டும். EB சர்வீஸ் இருந்தால் EB சர்வீஸின் நம்பரை குறிப்பிட வேண்டும். சொத்து வரி இருந்தால் சொத்து வரிவிதிப்பு எண், குடிநீர் வசதி இருந்தால் அதனுடைய விவரம், அதுமட்டுமில்லாமல் சூரிய வெளிச்சம், காற்று, சாக்கடை விடும் வழி, பொது கக்கூஸ் என்று எது இருந்தாலும் அதனை எழுதி அதனுடைய ஈஸ்ட்மெண்ட் பாத்யதைகள் என்று எது இருந்தாலும் எழுதி முடிக்க வேண்டும். இவையெல்லாம் தெளிவாக கவனிக்காத வர்கள் அடிக்கடி பிழைதிருத்தல் பத்திரம் போட்டு கொண்டு சார்பதிவகத்திற்கு அலைந்து கொண்டு இருக்கிறார்கள்.

- **நடுத்தர மக்கள் பெரும்பாலும் சொந்த வீடு வாங்குவதாக எண்ணி யானை கட்டி தீனி போடும் செலவையே வாங்குகின்றனர்.**

- **வீடு வாங்கும் போது தெரிந்தவர்களாலேயே நேர்முகமாகவோ, மறைமுகமாகவோ ஏமாற்றப்படுகின்றனர்.**

18. ஏற்கனவே கணினியில் வைத்திருக்கின்ற மாதிரி பத்திரங்களைப் பயன்படுத்தி பத்திரம் போடுவதால் வரும் பிரச்சனைகள்!

1. பல லட்சம் அல்லது பல கோடி செலவு செய்து தேடிப்பிடித்து சொத்துக்களை வாங்குவார்கள். அப்படி வாங்கும் சொத்துக்களை பத்திரம் எழுதும்போது, ஆவண எழுத்தர்கள் மூலம் பத்திரங்களை எழுதுகின்றனர். அந்த ஆவண எழுத்தர்கள் ஏற்கெனவே கணினியில் வைத்திருக்கின்ற மாதிரிகளைப் பார்த்து அப்படியே பத்திரம் போடுகிறார்கள். மாதிரிகள் என்பது ஏற்கனவே வேறு ஒரு நபருக்கு பத்திரம் செய்த போது டைப் செய்ததை, ஒரு Format ஆக வைத்து அதிலேயே புதிய ஆவணத்தை உருவாக்குவது ஆகும்.

2. இந்த நடைமுறை மிகவும் தவறானது. கொஞ்சம் கூட செலவானாலும் சரி நல்ல வழக்கறிஞர் அல்லது நல்ல ஆவண எழுத்தரை வைத்து எந்தவித மாதிரி ஆவணங்களை அப்படியே காப்பி அடிக்காமல் உங்களுக்கு என்று பிரத்யேகமாக பத்திரத்தை தயார் செய்வதே நல்லது. மேலும் இரண்டு மூன்று நாட்களுக்கு முன்கூட்டியே அதிக நேரத்தை பத்திரம் தயார் செய்வதற்காக வழக்கறிஞர் / ஆவண எழுத்தர்களுக்கு கொடுக்க வேண்டும்.

3. பெரும்பாலும் சொத்து வாங்குபவர்கள் நல்ல நேரம் முடிய போகின்றது, நல்ல நாள் முடிய போகின்றது என்று தங்களுக்கு உள்ளேயே ஒரு Belief System-த்தை உருவாக்கிக் கொண்டு பதட்டப்பட்டு கொண்டு இருப்பார்கள் அல்லது அவர்களுடைய உறவினர்கள், ரியல் எஸ்டேட் ஏஜென்டுகள், இடத்தை விற்பவர்கள் இந்த நல்ல நேரம் நம்பிக்கையை பத்திரப்பதிவு அன்று

சொல்லி அவசரப்படுத்திக் கொண்டு இருப்பார்கள். அப்படி அவசரப்படுத்தாமல் அங்கு இருக்கும் சூழ்நிலையிலேயே, Flow-லேயே பயணித்து மன அமைதியுடன் டிராஃப்ட் போடும் வேலையை பார்த்து அதனை ஒன்றுக்கு இரண்டு தடவை சரி செய்து அதன் பிறகு, கிரயப் பத்திரத்தை உருவாக்குவது சிறப்பாக இருக்கும்.

4. அவசர மனநிலையிலும் நேர நெருக்குதலிலும்தான் நிறைய பேர் டிராஃப்ட் போடுகிறார்கள். அந்த டிராஃப்டை வைத்துதான் பத்திரமும் போடுகிறார்கள். ஒரு சில ஆவண எழுத்தர்கள் ஏற்கனவே இருக்கும் மாதிரியை வைத்து கடமைக்கென்று பத்திரத்தை உருவாக்கு கிறார்கள். இப்படியெல்லாம் செய்வதால்தான் பத்திரங்களில் பிழைகளும் தவறுகளும் வருகின்றன.

5. உதாரணமாக; தந்தையின் பூர்வீகச்சொத்து, பட்டா அவர் பெயரில் இறங்கி இருக்கிறது. எந்தவித உயில் ஏற்பாடுகள் செய்யாமல் தந்தை இறந்துவிட்டார். அவருக்கு ஒரு மனைவி, நான்கு பெண்கள், ஒரு ஆண் வாரிசு. எல்லோரும் தமிழ்நாட்டின் ஒவ்வொரு பகுதிகளில் வசிக்கிறார்கள். ஆண் வாரிசோ வெளிநாட்டில் இருக்கிறார்.

6. சொத்தை 1 ஆணுக்கும் 4 பெண்களுக்கும் என 5 பாகமாக பிரிக்க வேண்டும் எனச் சொல்லி, சொத்தின் நீள அகலத்துடன் மற்றும் சொத்து விவரத்துடன் ஒரு விடுமுறையில் வேகவேகமாக பத்திர அலுவலகத்திற்கு வருகிறார்கள். அங்கு இருக்கிற ஒரு ஆவண எழுத்தரை பார்க்கிறார்கள். மேற்படி ஆவண எழுத்தர் ஒரு செட்டில்மென்ட் பத்திர டிராஃப்டை கணினியில் இருந்து எடுத்து அதை மாடலாக வைத்து ஒரு டிராஃப்ட் தயார்

செய்து 4 பெண்கள், 1 ஆண் உட்பட 5 பேருக்கு தனித்தனியாக அவர்களுடைய அம்மா கையெழுத்து போட்டுக் கொடுப்பது போல செட்டில்மென்ட் பத்திரத்தை உருவாக்கி இருக்கிறார். சார்பதிவாளர் அலுவலகத்திலும் மேற்படி பத்திரம் பதிவு செய்யப்பட்டு விடுகிறது. பத்திரம் முடிந்த கையோடு அனைவரும் வேகவேகமாக அவரவர் ஊர்களுக்குச் சென்று விடுகிறார்கள்.

7. சில மாதங்கள் கழித்து மேற்படி செட்டில்மென்ட் பத்திரங்கள் பட்டா பெயர் மாற்றத்திற்கு செல்லும்போதுதான், அவர்களுக்கு அந்த பத்திரங்களே தவறு என்று தெரிய வருகிறது. ஆம்! தந்தையின் பூர்வீக சொத்து அவரின் மனைவி உட்பட 6 பேருக்கும், வாரிசுரிமைப்படி நேரிடையாக இறங்கிவிடுகிறது. மேற்படி சொத்தில் ஒரு நபருக்கு 1/6 பங்கு வருகிறது.

8. அதன்படி பார்த்தால் செட்டில்மென்ட் எழுதி கொடுத்த தாயாருக்கு மற்ற வாரிசுகளைப்போல ஆறில் ஒரு பங்குதான் வருகிறது. ஆனால் சொத்து முழுவதும் அவருக்கு உரிமையானது போல் என்று நினைத்து, அனைவருக்கும் 5 பங்காக பிரித்து எழுதிக் கொடுத்துவிட்டார். உண்மையில் ஆவண எழுத்தர் 5 செட்டில்மென்ட் பத்திரம் போட்டால் அன்றைய வருமானம் செழிப்பாக இருக்கும் என்ற நினைப்பில் இவர்களை தவறாக வழிகாட்டிவிட்டார். இப்படி சார்பதிவாளரும் நுனிப்புல் மேய்வது போல் பத்திரங்களை ஆய்வு செய்துவிட்டு பத்திரம் போட்டு விடுகிறார். இப்படி தமிழ்நாடு முழுவதும் நிறைய கதைகள் இருக்கிறது.

9. மேற்படி பத்திரங்களை எல்லாம் தப்பான பத்திரங்கள் என்று சொல்லி அதனை இரத்து செய்துவிட்டு அதற்கு பதிலாக 6 பேரும் ஒரு குடும்ப ஏற்பாடோ அல்லது

பாகப்பிரிவினையோ செய்தால்தான் பட்டா கொடுக்க முடியும் என்று வருவாய்த்துறையினர் சொல்லி விட்டார்கள். இதோடு எப்படி மீண்டும் எல்லோரும் ஒரே நாளில் கூடி ஊருக்கு வந்து பழைய பத்திரங்களை ரத்து செய்துவிட்டு புதிய பத்திரங்களைப் போடுவது என்றும், போக்குவரத்து அலைச்சல் செலவுகளை நினைத்து மனம் கலங்க விழித்துக் கொண்டு இருக்கின்றார்கள்.

10. அடுத்த உதாரணம்; சென்னை வடபழனியில் ஒரு சொத்துக்கிரயப்ம். மேற்படி சொத்துக்கு மெயின்ரோட்டில் இருந்து 3 அடி தனிவழி. அதாவது மெயின் ரோட்டில் இருந்து இரண்டாவது துண்டு நிலம். மேலும் அது அவர்களுக்கு மட்டுமே ஆனவழி. அந்த வழியுடன் சேர்த்துதான் சொத்தின் மொத்த விஸ்தீரணத்தை குறிப்பிடுவார்கள். மேற்படி வழியை ஒட்டி வழியின் இரண்டு பக்கங்களிலும் முதல் துண்டு (FIRST PIECE LAND) சொத்துக்கள் இருக்கின்றன. மேற்படி கிரயச் சொத்திற்கு நான்கு எல்லைகளை பத்திரத்தில் காட்ட வேண்டும். ஒரு எல்லையில் 3 அடி வழி போய் முட்டுகின்ற சாலையும் வருகிறது. மேற்படி வழியை ஒட்டி இருக்கின்ற இருபக்கத்திலும் இரு வீட்டு உரிமையாளர்கள் வருகிறார்கள். அவர்களையும் காட்ட வேண்டும்.

11. ஆனால், மாதிரி பத்திரம் பார்த்து அடித்ததில், 3 அடி வழியை ஒட்டி இருக்கும் வீடுகளை மட்டும் காட்டினார்கள். ஆனால், 3 அடி வழி அது தொட்டுக் கொண்டு இருக்கும் சாலையை காட்டாமல் பத்திரம் பதிந்துவிட்டார்கள். மற்றபடிச் சொத்து கட்டிட அனுமதிக்கு போகும்போது இடத்தின் வரைபடம் சாலையோடு இணைகிறது. ஆனால் கிரயப் பத்திரம் சாலையோடு ஒட்டவில்லை என்று அங்கீகாரம் தராமல்

திருப்பி அனுப்பிவிட்டார்கள். அதன் பிறகு சொத்து விற்றவர்களை தேடி, பெரும் அலைச்சலுக்கு பிறகு திருத்தப் பத்திரம் போட்டு சரி செய்யப்பட்டது.

12. எனக்குத் தெரிந்த இன்னொரு கிரயப் பத்திரத்திற்கு மாதிரியில் டிராஃப்டில் இருந்து சொத்துக்கள் Copy & Paste செய்து போட்டுவிட்டார்கள். பொதுவாக கிரயம் எழுதும்போது சொத்து விற்பவர், "மேற்படி சொத்தினுடைய அனைத்து அசல் மற்றும் நகல் ஆவணங்களை ஒப்படைத்துவிட்டேன்" என்று சொத்து வாங்குபவருக்கு உறுதி கொடுக்கிற ஒரு ஷரத்து எழுதப்பட்டு இருக்கும். அந்த ஷரத்தை அப்படியே இந்த பத்திரத்தில் Copy & Paste செய்து போட்டுவிட்டார்கள். ஆனால், மேற்படி சொத்தில் இவர் நகல்கள் மட்டுமே பெற்றுக்கொள்கிறார். ஏனென்றால் அந்த பத்திரத்தில் வேறு ஒரு விற்கப்படாத சொத்தும் இருப்பதால் அசல் பத்திரம் விற்பவர்களே வைத்து கொள்கிறார்.

13. அதனால் உண்மையில் ஷரத்தில் நகல் மட்டுமே பெற்றுக் கொண்டார் என்று குறிப்பிட்டிருக்க வேண்டும். ஏற்கனவே தயாரிக்கப்பட்ட மாதிரி என்பதால் அப்படியே அசல் மற்றும் நகல் என்று போட்டுவிட்டனர். மேற்படி சொத்து கொஞ்சநாளுக்கு பிறகு வங்கிக் கடனுக்காக செல்கிறது. வங்கியில் தாய் பத்திரங்களின் அசலைக் கொண்டு வாருங்கள் என்று சொல்லி லோன் தடுக்கப் படுகிறது. சொத்துக்காரர்களோ தாய் பத்திரத்தின் அசல் பழைய உரிமையாளரிடம் இருக்கிறது என்று வங்கியில் பேசிப் பார்க்கிறார்கள். அதற்கு வங்கியும் அப்படியென்றால், அசல் கொடுத்துவிட்டதாக ஏன் ஷரத்தில் இருக்கின்றது என்று கேள்வி எழுப்புகின்றனர்.

14. "எனவே ஒன்று பழைய உரிமையாளரிடம் சென்று

ஒரிஜினல் தாய் பத்திரத்தை வாங்கி வாருங்கள் அல்லது அசல் என்ற வார்த்தையை நீக்கி, பிழைதிருத்தல் பத்திரம் போட்டுவிட்டு வாருங்கள்" என்று சொல்லிவிட்டனர். அதனால் அவர்கள் பிழைதிருத்தல் போட இப்பொழுது அலைந்து கொண்டு இருக்கிறார்கள். சொத்துக்காரர்கள் மேற்படி வேலைகளுக்கு எல்லாம் பணம் செலவு செய்வதை பற்றிக்கூட வருத்தப்படவில்லை. அவர்களின் நேரமும் அலைச்சலும் அதிகமாவதைத்தான் நினைத்து சலித்து கொள்கிறார்கள்.

15. இப்படி பல கதைகளை என்னால் சொல்லிக்கொண்டே போக முடியும். கொஞ்சம் கட்டணம் அதிகம் என்றாலும் நல்ல வழக்கறிஞர்களையோ அல்லது சிறப்பான ஆவண எழுத்தர்களையோ பார்த்து பத்திரம் போடுவதும், உங்களுக்கு என்று தனிப்பட்ட முறையில் ஆவணங்களை தயாரித்து, இரண்டு மூன்று முறை சோதித்து பிழைதிருத்தி, இறுதி டிராஃப்ட் முடிவு செய்து பத்திரம் செய்தால் மிகவும் பாதுகாப்பான தண்ட செலவுகளும், அலைச்சலும் இல்லாத சொத்துப் பரிமாற்றம் நடைபெறும்.

19. பத்திரங்களில் தேதி போடும்போது கவனம் கொள்ள வேண்டிய விஷயங்கள்!

1. கிரய பத்திரம் மற்றும் பிற பத்திரங்கள் எழுதுகின்ற போது முதல் ஷரத்தில் தேதி, மாதம், ஆண்டு எழுதும்போதும், அதேபோல் கிரய பத்திரத்தில் நடுவில் வரும் ஷரத்துகளில் தேதிகள் குறிப்பிட்டு ஆவண எண்கள் எழுதும்போதும், முத்திரைத்தாள்கள் வாங்கிய தேதியை முத்திரைத்தாளின் மீது குறிப்பிடும்போதும் பல கவனக்குறைவு பிழைகள் ஏற்படுகின்றன.

2. முத்திரைத்தாள் வாங்கும்போது முத்திரைத்தாள் மீது, முத்திரைத்தாள் விற்பனையாளர் ஒரு தேதியை பேனா வால் குறிப்பிடுவார். அந்த தேதிக்குப் பிறகுதான் அல்லது அந்த தேதியில்தான் கிரயப் பத்திர ஷரத்துக்கள் பத்திரத்தில் குறிப்பிட்டு இருக்க வேண்டும். அப்படி குறிப்பிடாமல் முத்திரைத்தாள் தேதி கிரய ஷரத்து எழுதும் தேதிக்குப் பிறகு இருந்தால் கட்டாயம் பத்திரம் செல்லாது.

3. அடுத்து அந்த கால கிரய பத்திரங்களில் தமிழ் ஆண்டுகள், தெலுங்கு ஆண்டுகள், சமஸ்கிருத ஆண்டு கள் குறிப்பிட்டு இருப்பார்கள். அதனை இப்பொழுது எழுத வேண்டிய கிரயப் பத்திர ஷரத்துகளில் சேர்க்க வேண்டி இருந்தால் இன்று நாம் பயன்படுத்தும் சரியான ஆங்கில ஆண்டுகளை கணக்கிட்டு போட வேண்டும்

4. ஒரு சில பத்திரங்களில் பத்திரம் எழுதிய தேதி ஒன்று இருக்கும் ஆனால் அதனை தாக்கல் செய்த தேதி ஒன்று இருக்கும். அதனை, இப்பொழுது உருவாக்கப்படும் பத்திரத்தில் ஷரத்துகளில் குறிப்பிடும்போது பத்திரம் எழுதிய தேதி மட்டும் குறிப்பிடுவார்கள். அது மிகமிகத்

தவறு. "இந்த தேதியில் கிரயப் பத்திரம் எழுதி இந்த தேதியில் தாக்கல் செய்யப்பட்டது" என்று ஷரத்துக்களில் எழுத வேண்டும்.

5. மேலும் கிரயப் பத்திரம் எழுதி நான்கு மாதங்களுக்குள் பத்திரத்தை பதிவு அலுவலகத்தில் தாக்கல் செய்யலாம். உதாரணமாக 1970 ஆண்டு நவம்பர் மாதம் 17 தேதி பத்திரம் எழுதப்படுகிறது என்றால், அதனை பத்திர ஆபிசில் ஜனவரி 1971 ஆம் ஆண்டு 20 தேதி பதிவுக்கு தாக்கல் செய்யப்பட்டு பதியப்படுகின்றன. அப்படி என்றால் பத்திரம் எழுதி கிட்டத்தட்ட இரண்டு மாதங்கள் கழித்து தாக்கல் செய்யப்படுவதால், ஆண்டு விவரம் எழுதும்போது ஒராண்டு தள்ளி 1971–ம் ஆண்டாக மாறிவிடுகிறது.

6. இதுபோன்ற பத்திரத்தைப் பார்த்து தேதியை, இப்பொழுது எழுதுகின்ற பத்திரத்தில் குறிப்பிடும்போதும், பத்திரத்தில் முன்பக்கம் எழுதியிருக்கிற 1970–ஆம் ஆண்டு தேதியை குறிப்பிட்டு விடுகின்றனர். ஆனால் அந்த பத்திரத்தின் ஆவண எண் 1971 என காட்டும். இப்படி அவசரகதியில், பத்திரம் எழுதிய தேதி எது தாக்கல் செய்த தேதி எது என்று புரியாமல் ஆவண எழுத்தர்கள், வழக்கறிஞர்கள் தவறு செய்கின்றனர்.

7. ஆங்கிலத்தில் எழுதுகின்ற பத்திரத்தில் தேதியை இறுதி வாக்கியங்களில் குறிப்பிடுவர். அதில் சரியாக குறிப்பிட்டு இருக்கிறார்களா? தேதி முன்பின் மாறி இருக்கிறதா? என்று கண்டிப்பாகப் பார்க்க வேண்டும்.

8. அந்த கால பத்திரங்களில் நாம் பயன்படுத்திய தமிழ் ஆண்டுகளையும், தமிழ், தெலுங்கு, மராத்தி மாதங் களையும் கீழ்கண்ட அட்டவணையில் நான் கொடுத் திருக்கிறேன். கண்டிப்பாக உங்களுக்கு பயன்படும்.

பழைய பத்திரங்களில் பயன்படுத்தப்பட்டிருக்கும் தமிழின் 60 ஆண்டுகளும் அதற்கு இணையான ஆங்கில வருடங்களும் :

சார்வரீ	2020–21	ஈசுவர	1997–98
விகாரி	2019–20	தாது	1996–97
விளம்பி	2018–19	யுவ	1995–96
ஹேவிளம்பி	2017–18	பவ	1994–95
துன்முகி	2016–17	ஸ்ரீமுக	1993–94
மன்மத	2015–16	ஆங்கீரஸ	1992–93
ஐய	2014–15	ப்ரஜோபத்தி	1991–92
விஜய	2013–14	ப்ரமோதூத	1990–91
நந்தன	2012–13	சுக்ல	1989–90
கர	2011–12	விபவ	1988–89
விக்ருதி	2010–11	பிரபவ	1987–88
விரோதி	2009–10	அக்ஷய	1986–87
ஸர்வாதாரி	2008–09	க்ரோதன	1985–86
ஸர்வஜித்	2007–08	ரக்தாக்ஷி	1984–85
விய	2006–07	ருத்ரோத்காரி	1983–84
பார்த்திப	2005–06	துந்துபி	1982–83
தாரண	2004–05	துன்மதி	1981–82
சுபானு	2003–04	ரௌத்ரி	1980–81
சித்ரபானு	2002–03	ஸித்தார்த்தி	1979–80
விஷு	2001–02	காளயுக்தி	1978–79
விக்ரம	2000–01	பிங்கள	1977–78
ப்ரமாதி	1999–00	நள	1976–77
வெகுதான்ய	1998–99	ராட்சஸ	1975–76

ஆனந்த	1974–75	ப்லவங்க	1967–68
ப்ராமாதீச	1973–74	பராபவ	1966–67
பரீதாபி	1972–73	விசுவாவசு	1965–66
விரோதகிருத்	1971–72	க்ரோதி	1964–65
ஸாதரணா	1970–71	சோபகிருத்	1963–64
ஸௌம்யா	1969–70	சுபகிருத்	1962–63
கீலக	1968–69	ப்லவ	1961–62

பழைய பத்திரங்களில் பயன்படுத்தப்பட்டிருக்கும் தமிழ் மற்றும் தெலுங்கு மாதங்கள் மற்றும் கிழமைகளை கீழ்வரும் பட்டியலில் காணலாம் :

தமிழ்	தெலுங்கு	தமிழ்	தெலுங்கு
சித்திரை	புஷ்யம்	ஐப்பசி	ஆஷாடம்
வைகாசி	மாகம்	கார்த்திகை	ச்ராவணம்
ஆனி	பால்குனம்	மார்கழி	பாத்ரபதம்
ஆடி	சைத்ரம்	தை	ஆஸ்விஜம்
ஆவணி	வைகாசம்	மாசி	கார்த்திகை
புரட்டாசி	ஜ்யோஷ்டம்	பங்குனி	மார்க்கசிரம்

தமிழ்	தெலுங்கு
ஞாயிறு	ஆதிவாரம்
திங்கள்	சோமவாரம்
செவ்வாய்	மங்களவாரம்
புதன்	புதவாரம்
வியாழன்	ப்ருஹஸ்பதி (அ) குருவாரம்
வெள்ளி	சுக்ரவாரம்
சனி	சனிவாரம்

20. மைனர் சொத்தை வாங்கும்போது தெரிய வேண்டிய 24 உண்மைகள்!!

1. இந்தியாவில் உள்ள அனைவரையும் 18 வயது பூர்த்தி அடைந்தவர்கள் மேஜர் வயதை அடைந்தவர் என்றும், அதற்குக் கீழ் உள்ளவர்கள் அனைவரையும் மைனர் என்றும் நமது சட்டம் வரையறுத்து உள்ளது.

2. சொத்து வாங்குவது, விற்பது, உடன்படிக்கைகள் ஏற்படுத்தி கொள்வது, கோர்ட்டில் வழக்குப் போடுவது போன்ற விசயங்களுக்கு கட்டாயம் ஒருவருக்கு 18 வயது நிரம்பி இருக்க வேண்டும்.

3. 18 வயது நிரம்பியவர் மட்டும்தான் தனியாக செயல்பட முடியும். அதற்குக் கீழ் உள்ளவர்கள் தனியாக இயங்க முடியாது. அவருக்கு ஒரு கார்டியன் [பாதுகாவலர்] வேண்டும்.

4. கார்டியன் என்றால் மைனரின் உடலையும் அவரின் சொத்துக்களையும் பாதுகாப்பவர் ஆவார். மைனரின் உடல் மற்றும் சொத்து இரண்டுக்கும் சேர்த்து, ஒரு பாதுகாவலர் இருக்கலாம் அல்லது ஏதாவது ஒன்றுக்கு மட்டும் பாதுகாவலராக இருக்கலாம்.

5. மைனருக்கு, சொத்து இரண்டு வகைகளில் கிடைக்கும். ஒன்று பூர்வீக சொத்துக்கள், மற்றொன்று மைனரின் பெயரில் வாங்கப்பட்ட தனிப்பட்ட சொத்துக்கள்.

6. மைனரை பாதுகாப்பது என்பது, படிக்க வைப்பது, சாப்பாடு கொடுப்பது, நோய்களில் இருந்து காப்பது போன்றவை ஆகும்.

7. மைனர் சொத்தை பாதுகாப்பது என்பது சொத்து எப்படி பாராமரிப்பது? எப்படி வாங்குவது? எப்படி விற்பது? போன்ற நடைமுறைகள் ஆகும்.

8. கார்டியன்கள் 3 வகைப்படும். **இயற்கை கார்டியன், உயில் கார்டியன், கோர்ட் நியமிக்கும் கார்டியன்** ஆகும்.

9. இயற்கை கார்டியன் என்பவர் தந்தை. தந்தை இல்லையென்றால் தாயார் ஆகிய இருவரையும் குறிக்கும்.

10. உயில் கார்டியன் என்பது இயற்கை கார்டியன் இல்லாதபோது அவர்கள் உயில் எழுதி ஒரு பாதுகாவலரை நியமித்து மைனரையும் அவரது சொத்துக்களைப் பாதுகாத்து மேஜர் வயது அடைந்தவுடன் அவரிடம் ஒப்படைக்கும்படி இருப்பது உயில் கார்டியன் ஆகும்.

11. நீதிமன்றம் ஏதாவது ஒரு காரணத்திற்காக கார்டியனை நியமித்தால் அதனை "கோர்ட் நியமிக்கும் கார்டியன்" என்பர்.

12. அண்ணன், பெரியப்பா, தாத்தா, பாட்டன், மாமா, சித்தப்பா போன்றோர் மைனரின் உடலுக்கு மட்டும் கார்டியனாக ஒருகாலத்தில் இருந்தார்கள். ஆனால் சொத்துக்கு கார்டியனாக இருக்கமுடியாது. இதற்கு [டிபேக்டோ – DE-FACTO] கார்டியன் என்று சொல்வார் கள். ஆனால் தற்பொழுது இந்த கார்டியன் முறையும், செல்லாது. இப்போது கோர்ட் யாரையும் நம்புவதில்லை.

13. இயற்கை கார்டியனில் தாயை விட, தந்தைக்குதான் முன் உரிமை. தந்தை வெளிநாட்டில் இருக்கும்போதோ, துறவி ஆனாலோ அல்லது உயிருடன் இல்லை என்றலோதான் தாய் கார்டியன்.

14. வளர்ப்பு குழந்தைகளுக்கு அந்த குழந்தைகளை வளர்க்கின்ற வளர்ப்புத் தந்தை தான் இயற்கை கார்டியன். அவருக்கு பிறகு, வளர்ப்புத் தாய் இயற்கை கார்டியன் ஆகும். சட்டபூர்வமற்று குழந்தை பிறந்து இருந்தால் அதற்கு தாய்தான் இயற்கை கார்டியன்.

15. மைனரின் தனிப்பட்டச் சொத்துக்களை இயற்கை கார்டியன் என்பவர் அதாவது அந்த மைனரின் தந்தையே ஆனாலும் விற்கவோ, அடமானம் வைக்கவோ, 5 வருஷத்துக்கு மேல் நீண்டகால லீசுக்கோ விட முடியாது.

16. மைனரின் சொத்தை சட்டக் கட்டுப்பாட்டை மீறி விற்றால் அதை மைனர் நினைத்தால் ரத்து செய்யலாம்.

17. மைனரின் சொத்தை மைனரின் நலனுக்காக விற்க வேண்டி இருந்தால், அந்த சொத்து இருக்கும் மாவட்ட நீதிமன்றத்தில் அனுமதி வாங்க வேண்டும். அந்த நீதிமன்றத்தில் அனுமதி இல்லை என்றால் அப்பீலிலும் அனுமதி வாங்கலாம். அப்பீலிலும் அனுமதி கொடுக்க வில்லை என்றால் வேறு வழி இல்லை, அந்த சொத்தை விற்க முடியாது.

18. பூர்வீக சொத்தில் அதில் உள்ள மைனரின் பங்கு சொத்தை மைனரின் கார்டியன் விற்கலாம். அடமானம் செய்யலாம். அதற்கு கோர்ட் உத்தரவு பெற வேண்டிய அவசியம் இல்லை.

19. நீதிமன்ற அனுமதியை பெறாமல் மைனரின் சொத்தை, தந்தை கார்டியனாக இருந்து விற்று இருந்தால் அந்த கிரயத்தை அந்த மைனர் 18 வயது முடிந்து மேஜர் வயதை அடைந்தவுடன் 21 வயதுக்குள் மேற்படி கிரயத்தை செல்லாது என்று நீதிமன்றத்தினை அணுகி வழக்குப் போடலாம்.

20. மைனரின் நலனுக்காக மைனர் சொத்து விற்கப் படவில்லை என்று தெளிவான ஆதாரங்கள் இருந்தால் நிச்சயம் அந்தக் கிரய பத்திரம் செல்லாது என நீதிமன்றம் அறிவிக்க வாய்ப்பு உள்ளது.

21. மைனர் தனது மைனர் சொத்தை மீட்க வேண்டும் என்றால்தான் மேஜர் ஆகி 18 வயதாகி 3 வருடத்திற்குள்

அதாவது 21 வயதுக்குள் வழக்கு போட வேண்டும். அதற்கு அடுத்து வழக்குப் போட வாய்ப்பு இல்லை.

22. பல மைனர்கள் இருந்து, அவர்கள் அனைவரும் கார்டியனின் மைனர் சொத்தின் கிரயத்தை ரத்து செய்ய வேண்டிய நிலையில் இருந்தால் கூட்டாக வழக்கு போட வேண்டும். இதில் மூத்த மைனருக்கு 21 வயது ஆகிவிட்டு இருந்தால் அவர் வழக்கு போட முடியாது. இளைய மைனருக்கு 21 வயது முடியவில்லை என்றால் அவர் தனியே தன் பாகத்திற்கு வழக்கு போடலாம்.

23. ஆனால் சொத்து கூட்டுக் குடும்ப சொத்தாக (Hindu Undivided Family) இருந்து, மூத்த மைனர் 21 வயது ஆகி, இளைய மைனர் 21 வயது ஆகவில்லை என்றாலும் அனைவருமே வழக்குப் போடும் உரிமையை இழந்து விடுவார்கள்.

24. கூட்டுக் குடும்ப சொத்தில் மூத்தவரின் உரிமைப் பறி போனால் கூடவே இளையவரின் உரிமையும் பறிபோய் விடும். ஏனென்றால் கூட்டுக் குடும்ப சொத்து ஒரு கூட்டான உரிமை ஆகும்.

மனதில் கொள்ள வேண்டிய பாடங்கள் :

1. மைனர்கள் பெரும்பாலும் பூர்வீக சொத்தில் வாரிசுரிமையில் வருகிறார்கள். பூர்வீக சொத்துக் களை வாங்கும்போது அனைத்து மைனர்களையும் கிரயப் பத்திரத்தில் கொண்டு வந்துவிட வேண்டும்.

2. கார்டியனாக பாட்டி, சித்தி, சித்தப்பா, தாத்தா, யார் இருந்தாலும் செல்லாது. தந்தைதான் கார்டியன், தந்தை அந்த நேரம் வெளிநாட்டில் இருந்தாலோ, இறந்துவிட்டாலோ தாய் கார்டியன் ஆவார்.

21. நீங்கள் சொத்து வாங்கும் நபரிடம் பத்திரம் இல்லாமல் வெறும் பட்டா மட்டும் இருக்கிறதா? அவருக்கு சொத்து எப்படி வந்திருக்கும் என்று தெரிந்து கொள்ள வேண்டிய விஷயங்கள்!

1. நீங்கள் வாங்கப்போகும் சொத்தை விற்பவர் தன்னிடம் எந்தவித கிரய பத்திரங்களோ, தாய்ப் பத்திரங்களோ இல்லை என்று சொல்கிறார். ஆனால் அவரிடம் பட்டா மட்டும் இருக்கிறது, அந்த பட்டாப்படி உள்ள உரிமையை வைத்து விற்பதற்காக உங்களிடம் வருகிறார். அப்பொழுது உங்கள் மனதில் உடனடியாக தோன்றக் கூடிய விஷயம் என்னவென்றால் இவருக்கு என்ன வகையில் அரசிடம் இருந்து பட்டா கிடைத்திருக்கும் என்று உங்கள் ஆழ்மனதில் கேள்விகள் எழும்பிவிட வேண்டும். மேற்படி கேள்விகளுக்கான பதிலை எனக்கு தெரிந்தவரை தொகுத்து இருக்கிறேன்.

2. செட்டில்மெண்ட் காலத்திலேயே விற்பவருடைய தாத்தாவிற்கோ அல்லது மூதாதையருக்கோ செட்டில்மெண்ட் பட்டா வந்திருக்கும். அதன்பிறகு, நில உடமை மேம்பாட்டு திட்டத்தின் கீழ் (யு.டி.ஆர்) பட்டாவிலும் அவர்கள் பெயர் தொடர்ந்து வந்திருக்கும்.

3. அடுத்தாக செட்டில்மெண்ட் காலத்திலேயே இடங்கள் தரிசு என்று வகைப்படுத்தி உரிமையாளர்கள் யாரும் இல்லாத நிலையில் இருந்திருக்கும் 1970-களில் அந்த நிலங்கள் தற்போது சொத்து விற்பவருடைய மூதாதையர்களுக்கு இலவசமாக கொடுத்திருப்பார்கள். அதன்பிறகு நில உடமை மேம்பாட்டு திட்டத்தின் கீழ் (யு.டி.ஆர்) பட்டாவிலும் அவர்கள் பெயர் தொடர்ந்து வந்திருக்கும்.

4. நில உடமை மேம்பாட்டுத் திட்டத்தின் கீழ் 1985–களில் புறம்போக்கு என்று வகைப்படுத்தி இருந்த நிலங்களை எல்லாம் இலவச ஒப்படைப் பட்டா மூலம் 1990–களுக்கு பிறகு மொழி போராட்ட தியாகிகள், சுதந்திரப் போராட்ட தியாகிகள் முன்னாள் இராணுவத்தினர், நலிந்தோர், ஆதிதிராவிடர், பழங்குடியினர் ஆகியோருக்கு ஒப்படைத்து இருப்பார்கள்.

5. அதிகமாக நிலங்கள் வைத்திருக்கக் கூடாது. அதனை கட்டுப்படுத்துவதற்காக நில உச்சவரம்பு சட்டம் போடப் பட்டது. அந்த சட்டத்தின்படி தனியார்கள் வரம்பிற்கு மீறி வைத்துள்ள மிகை நிலங்களை அரசு கையகப்படுத்தி ஒரு ஏக்கர், இரண்டு ஏக்கர் என்று பிரித்து அந்த பகுதியில் நிலம் அற்றவர்களுக்கு ஒப்படைத்து பட்டா வழங்கி இருப்பார்கள்.

6. அதேபோல நகர பகுதிகளில் அதிகமாக நிலங்கள் வைத்திருக்கின்றவர்களை நகர்புற நில உச்சவரம்பு சட்டத்தின் கீழ் மிகை நிலங்களை அரசு கையகப்படுத்தி அதனை 5 செண்டு, 3 செண்டு என்று சிறுசிறு மனைகளாக பிரித்து நிலம் அற்றவர்களுக்கு ஒப்படைத்து பட்டா வழங்கி இருப்பார்கள்.

7. அரசினுடைய நத்தம் புறம்போக்கு நிலமாக இருந்தால் நத்தம் நிலவரி திட்டத்தின்படி சர்வே செய்து தோராயப்பட்டா, நத்தம் நிலவரி திட்டம் தூரயபட்டா, நத்தம் மனைவரி பட்டா என்று அனுபவத்தை அடிப்படையாகக் கொண்டு மக்களுக்கு பட்டா மூலம் நிலங்களை ஒப்படைத்திருப்பார்கள்.

8. 1995–க்கு பிறகு நத்தம் அல்லாத பிற அரசு புறம் போக்கில் வசிப்பவர்களுக்கு புறம்போக்கு நிலங்களின் மீதான நீண்டநாள் அனுபவத்தைக் கொண்டு 'ஒன்டைம்

செட்டில்மெண்ட் பட்டா' என்ற திட்டத்தின்படி அரசு நிலங்களை ஒப்படைத்து பட்டா கொடுத்திருக்கும்.

9. ஆக நிலத்தை விற்பவருக்கு பத்திரம் இல்லாமல் பட்டா மூலமாக சொத்து வந்திருந்ததென்றால், நிலச்சீர்திருத்தத் துறை, ஆதிதிராவிட நலத்துறை அல்லது அரசின் பிற துறைகள் மூலமாக நிலங்கள் வழங்கப்பட்டிருந்தால் அதனுடைய விதிகள் எதனையும் மீறாமல் ரெவின்யூ கணக்கில் ஏறி ரெவின்யூ பட்டா வந்தால்தான் அந்த இடத்தை வாங்குவது சிறப்பு.

Paranjothi Pandian's Quotes

சொத்து முதலீடுகள் ஒருமுறை
தோல்வி அடைந்தாலே, எதனால்
தோல்வி வந்தது என்று
ஆராய்ந்து அதனை சரி செய்து,
மீண்டும் முயலுதல் வேண்டும்.
ஆனால் மனம் வருந்திக் கொண்டு
முயற்சி செய்யாமலேயே
இருந்துவிடுகின்றனர்.

22. நீங்கள் வாங்கும் சொத்திற்கு தாய்ப் பத்திரம் எந்த ஆண்டிலிருந்து கிடைக்கும்? தெரிந்து கொள்ள வேண்டிய 16 தகவல்கள்!

1. தற்பொழுது நீங்கள் வாங்கப்போகும் சொத்திற்கு தாய் பத்திரங்கள் அதிகமாக இருக்கிறது என்று வைத்து கொள்வோம் ஒரு தாய்ப் பத்திரம் 2010–ல் உருவாக்கப் பட்டது. அதனுடைய தாய்ப் பத்திரம் 2003–ல் உருவாக்கப் பட்டது, அதனுடைய தாய்ப் பத்திரம் 1995–ல் உருவாக்கப் பட்டது. இப்படி தாய்ப் பத்திரங்கள் ஆண்டுகள் பின்னோக்கி போய்கொண்டே இருக்கும்.

2. இப்படி ஆண்டுகள் பின்னோக்கி போய்க்கொண்டே இருக்கின்ற தாய்ப் பத்திரங்களுக்கு பின்னோக்கிய ஏதாவது ஒரு ஆண்டில் முற்றுப்புள்ளி இருக்கும் அல்லவா அதனை பற்றிய செய்திகளை இந்த கட்டுரையில் பார்ப்போம்.

3. 1800–க்கு முன்பு இந்தியாவில் யாருக்குமே இந்த நிலம் எனக்கு உரிமையானது என்று பட்டாவும் கிடையாது, பத்திரமும் குடியானவர்களுக்கு கிடையாது என்பதை நினைவில் கொள்ள வேண்டும்.

4. 1800–களுக்கு முன்பு ஜமீன்கள், ஜாகீர்கள், சௌத்திரிகள், குரோரிகள் போன்றவர்களுக்கு செப்பேடு களாக, ஓலைச்சுவடிகளாக, தங்க பட்டயங்களாக கூட நிலத்தின் மீதான மேல்வாரி உரிமை கொடுக்கப்பட்டு இருக்கிறது, ஆனால் அதற்கெல்லாம் இப்பொழுது இருப்பது போல முத்திரைத்தாள் பத்திரங்கள் கிடையாது.

5. 1800–களுக்கு முன்னால் அரசு நிர்வாகத்தில் வேலை செய்து கொண்டு இருக்கின்ற வருவாய்த்துறை ஊழியர்களான கர்ணம், தேஷ்பாண்டே, மஜும்தார்,

பவுஸ்தார் போன்றவர்களுக்கு சம்பளத்திற்கு பதிலாக இந்த கிராமங்களின் மேல்வாரி உரிமையை இனாமாக அரசு கொடுத்திருக்கும் அந்த இனாம் உரிமைக்கான பட்டயங்கள் ஓலைச்சுவடிகள் மூலமும் கொடுக்கப் பட்டிருக்கிறது. இதற்கும் இப்பொழுது இருப்பதுபோல முத்திரைத்தாள் பத்திரங்கள் கிடையாது.

6. 1800-களுக்கு முன்பு சமஸ்கிருத வேதம் படிக்கின்ற பிராமணர்களுக்கு ஸ்தோத்திரியம் என்றும், மசூதிகளில் இருக்கின்ற ஹாஜிக்களுக்கும் சில கிராமங்களின் மேல்வாரி உரிமையை இனாமாக பட்டயங்கள் மூலமும் ஓலைச்சுவடிகள் மூலமும் அரசு கொடுத்திருக்கும். அதற்கும் இப்பொழுது இருப்பது போல முத்திரைத்தாள் பத்திரங்கள் கிடையாது.

7. 1800-களுக்கு முன்பு கிராமத்தில் வேலை செய்கின்ற வெட்டியான்கள், தச்சர்கள், நாவிதர்கள், கருமான்கள், கிராம கோவில் பூசாரிகள் ஆகியோர்களுக்கு சம்பளத்திற்கு பதிலாக மேல்வாரி உரிமை உள்ள சிறு அளவிலான நிலங்கள் அந்தந்த கிராமத்திற்குள்ளேயே இனாமாக கொடுக்கப்பட்டது. அதனுடைய விவரங்கள் எல்லாம் 1800-களுக்கு முன்னாள் பராமரிக்கப்பட்ட கர்ணம் பதிவேடுகளில் இருக்கிறது.

8. 1800-க்கு பிறகு தான் காரன்வாலீஸ் பிரபு காலத்திற்கு பிறகு சாஸ்வத செட்டில்மெண்ட்டிற்கு (PERMANENT SETTLEMENT) பிறகு அனைத்து குடியானவர்களுக்கும் இந்த நிலம் உனக்குத்தான் என்ற நிரந்தர பட்டா வழங்கப் பட்டது. ஆக 1800-க்கு முன்புவரை எந்த ஒரு குடியானவருக்கும் இந்த நிலம் உனக்குத்தான் என்ற பட்டாவே இல்லாதபோது செப்பேடுகளோ, ஓலைச் சுவடிகளோ, பட்டயங்களோ இருப்பதற்கு வாய்ப்பில்லை.

அதேபோல முத்திரைத்தாள் பதித்த பத்திரங்களும் இருப்பதற்கு வாய்ப்பு இல்லை.

9. 1800-க்கு பிறகுதான் குடியானவர்களுக்கு பட்டா கொடுக்கப்பட்டதால் அவர்கள் அதனை பிற குடியானவர்களுக்கு கிரயம் கொடுப்பதற்கும் தானம் அளிப்பதற்கும், பாகப்பிரிவினை செய்வதற்கும், இன்னும் பிற வகையான பத்திரங்களை போடுவதற்கும் அவசியம் ஏற்பட்டது.

10. அதனால் 1840-களில் கல்கத்தாவில் முதன்முறையாக பத்திரப்பதிவுத்துறை உருவாக்கப்பட்டது. நம் தமிழ்நாட்டில் 1865-களில் பத்திரப்பதிவுத்துறை உருவாக்கப்பட்டது.

11. ஆக தமிழ்நாட்டில் குடியானவர்களுக்கு பழைய பத்திரம் வைத்திருந்தால் கண்டிப்பாக 1865-க்கு முன்பு இருப்பதற்கு வாய்ப்பில்லை.

12. எனவே இன்று இருக்கும் எல்லா சொத்துக்களுக்கும் தாய்ப் பத்திரங்கள் பெரும்பாலும் பின்னோக்கி சென்றால் 1865-யோடு முடிந்துவிடும் என்பதை நினைவில் கொள்ள வேண்டும்.

13. சரி 1865-க்கு முன்னாள் சில பத்திரங்கள் இருக்கிறது என்றால் நன்கு ஆராய்ந்து பார்த்தால் அது குடியானவர்களுடைய பத்திரங்களாக இருக்காது, ஒரு ஜமீன்தாரரோ அல்லது ஒரு இனாம்தாரரின் மேல்வாரி உரிமை சம்மந்தப்பட்ட பத்திரங்களாக இருக்கும். அந்த பத்திரங்கள் எல்லாம் நீதிமன்றத்தில் பதிந்தவைகளாக இருக்கும், ஏனென்றால் அப்பொழுது சார்பதிவகம் என்று ஒன்று இல்லவே இல்லை.

14. 1793 முதல் 1865 வரை நீதிமன்றத்தில் இருக்கின்ற

திவான்–இ–அதாலத் என்ற நீதிமன்ற பதிவாளர் முன்னிலையில்தான் மேற்படி பத்திரங்கள் பதிவு செய்யப் பட்டது. ஆக சார்பதிவகத்திற்கு முன்பு நீதிமன்றம்தான் பதிவு அலுவலகமாக இருந்திருக்கிறது என்பதை நினைவில் கொள்ள வேண்டும்.

15. ஆக 1865–க்கு பிறகுதான் குடியானவர்களுடைய நிலங்களுக்கான பத்திரங்கள் பதியப்பட்டு இருக்கிறது. 1865–க்கு முன்னாடி இருக்கின்ற பத்திரங்கள் ஜமீன் மற்றும் இனாம்தாரருடைய மேல்வாரி உரிமை சம்பந்தப்பட்ட பத்திரங்கள் அவை நீதிமன்றத்தில் பதியப் பட்டுள்ளது. எனவே நீதிமன்றத்தில் பதியப்பட்ட பத்திரங்கள் எல்லாம் நீதிமன்ற ஆவண காப்பகங்களில் தேடிப்பார்த்து இருக்கின்ற பத்திரங்களின் மெய்த் தன்மையை உறுதி செய்து கொள்ளலாம்.

16. 1865–க்கு பிறகு ஆன பத்திரங்களை எல்லாம் பத்திர பதிவுத்துறையில் உறுதி செய்து கொள்ளலாம். இறுதியாக இப்பொழுது இருக்கின்ற பத்திரங்களுக் கெல்லாம் முதல் தாய் பத்திரம் தமிழ்நாட்டில் 1865–ம் ஆண்டு வரைதான் இருக்கும் என்பதை மனதில் வைத்திருங்கள்.

> பழைய பத்திர சொற்களும் அதன் அர்த்தங்களும்
> அரத்தே = அரத்தே என்பதும் அரசு உத்தரவு என்ற பொருளில் வரும். இது பிரெஞ்சு மொழி. இதை பாண்டிச்சேரி பத்திரங்களில் அதிகம் காணலாம்.

23. நீங்கள் சொத்து வாங்கும்போது விற்பவரிடம் இருந்து வாங்குகின்ற தாய் பத்திரங்களுக்கு தனி ஜாபிதா போட வேண்டும். ஏன்?

1. நீங்கள் ஒரு சொத்தை கிரயம் வாங்க பத்திர அலுவலகத்தில் கிரயம் செய்யும்பொழுது சொத்தை விற்பவர் அந்த சொத்திற்கு உண்டான அனைத்து தாய் பத்திரங்களின் ஒரிஜினல் அல்லது அதனுடைய நகல்களை உங்களுக்கு ஒப்படைப்பார்.

2. அதேபோல பழைய UDR பட்டாக்களையும், செட்டில் மெண்ட் கால பட்டாக்களையும். அந்த சொத்தின் புல வரைபடங்களை. அந்த சொத்தின் வருவாய்த்துறை ஆவணங்களான அ–பதிவேடு, சிட்டா, அடங்கல் போன்ற ஆவணங்களை நீண்ட காலங்களாக போட்டு வைத்திருக்கின்ற ஈசிக்களை ஏதாவது நீதிமன்ற சிக்கல் இருந்தால் நீதிமன்ற டிகிரிக்களை வங்கியிலோ, அரசிடமோ இருந்து ஏலத்தில் எடுத்திருந்தால் அது சம்பந்தப்பட்ட விற்பனை சான்றிதழை எல்லாம் உங்களிடம் ஒப்படைப்பார்.

3. மேலும் நிலத்தின் கிஸ்தி, கந்தாய இரசீதுகளை, வீட்டு வாடகை மற்றும் மின்சார கணக்கு அட்டைகளை, நிலத்திற்கு அரசு எதாவது மானியங்கள் மூலம் கிணறு போன்றவற்றை வெட்டி கொடுத்திருந்தால் அதனுடைய ஆவணங்களை எல்லாம் உங்களிடம் ஒப்படைப்பார். மேற்படி ஆவணங்களில் சில ஒரிஜினல்கள் ஆகவும், சில நகல்களாகவும் கூட இருக்கும். சில தாய் பத்திரங்கள் காப்பி ஆஃப் த டாக்குமென்ட் ஆக கூட இருக்கும்.

4. கிரயத்தின் போது நீங்கள் உருவாக்குகின்ற பத்திரத்தில் ஒரு ஷரத்தில் "உங்களிடம் இருந்து அசல் மற்றும் நகல்

மூல ஆவணங்களை பெற்று கொண்டேன்" என்று உறுதி கொடுத்திருப்பார். அதற்கு மேல் அந்த ஷரத்தில் எந்தெந்த ஆவணங்கள் எல்லாம் மூல ஆவணங்களாக வாங்கினேன் என்ற விவரங்கள் எல்லாம் தெளிவாகவும், முழுமையாகவும், விவரமாகவும் இருக்காது. அசல் மற்றும் நகல் அனைத்து ஆவணங்களையும் பெற்றுக் கொண்டேன் என்று ஷரத்துலேயே அனைத்து கதைகளையும் முடித்துவிடுவார்கள்.

5. சொத்து வாங்குகின்ற நீங்கள் அன்று நடக்கின்ற கிரய பத்திரத்தில் உங்களுக்கு வருகின்ற பத்திரத்தை பற்றியும், பணப்பரிமாற்றங்களை பற்றியும் அதிக கவனம் செலுத்து வதனால் தாய்ப் பத்திரங்கள் சம்பந்தப்பட்ட விஷயங்களில் பெருமளவில் அக்கறை எடுத்துக் கொள்ளமாட்டீர்கள். கிரயம் எல்லாம் முடிந்த பிறகு சில மாதங்களோ, சில வருடங்களோ கழித்து நீங்கள் அந்த சொத்தை வங்கி கடனுக்கோ, கட்டிட அனுமதிக்கோ அல்லது வேறு ஏதாவது வேலைகளுக்கோ செல்லும் போது தாய்ப் பத்திரங்களில் அந்த ஆவணம் இல்லை, இந்த ஆவணம் இல்லை என்று உங்களை பதங்குலைய வைத்துக் கொண்டு இருப்பார்கள்.

6. அப்பொழுதுதான் மீண்டும் நீங்கள் சொத்தை விற்றவரை தேடி ஓடுவீர்கள். அதுவரை உங்களுக்கு எளிமையாக கிடைத்த நபர், எளிதில் போனில் பிடிக்கக்கூடிய நபராக இருந்தவர் தற்பொழுது நேரிலும், போனிலும் பிடிக்க முடியாமல் உங்களை அலைய வைத்துக் கொண்டு இருப்பார்.

7. அப்படி அலைந்து திரிந்து அவரை பிடித்தாலும், அவர் உங்களுக்காக மெனக்கெட்டு தாய்ப் பத்திரங்களை தேடி கொடுப்பதற்கு பல வெட்டி பந்தாக்களை காட்டி கொண்டு இருப்பார்.

8. மேலும், "நான் கிரயப் பத்திரம் எழுதிய அன்றைக்கே அனைத்து அசல் நகல்களையும் ஒப்படைத்துவிட்டேனே" என்று உங்கள் மீது ஒரு சின்ன இடியையும் தூக்கி போடுவார். அதன்பிறகு மேற்படி தவறிப்போன தாய் பத்திரங்களுக்காகவோ, ஆவணங்களுக்காகவோ நீங்கள் கைக்காசு கொடுத்து தேடுகூலி செலவழித்து நீங்களே உங்களுடைய ஆவணங்களை தேடி கண்டுபிடித்து கொள்ள வேண்டிய நிலை ஏற்படும். இதனால் உங்களுக்கு நேரமும், பணமும், மன உளைச்சலும் கூடுதலாகவே இருக்கும்.

9. எனவே கிரயப் பத்திரம் போடும்பொழுது அசல் நகல் பத்திரங்களை சொத்து விற்பவரிடமிருந்து சொத்து வாங்குபவர் பெற்றுக்கொண்டதற்காக தனியாக ஒரு உறுதிமொழி பத்திரம் எழுதி கொள்வது மிகவும் நல்லது. மேற்படி உறுதிமொழி பத்திரத்தில் ஒரு ஜாபிதாவை உருவாக்க வேண்டும். ஜாபிதா என்றால் வடமொழியில் பட்டியல் என்று அர்த்தம்.

10. அந்த ஜாபிதாவில் வரிசை எண், ஆவண எண், ஆவண தேதி, அதனுடைய விவரம், அது அசலா நகலா, வேறு ஏதாவது குறிப்புகள், கொடுத்துவிட்டாரா, கொடுக்க வில்லையா? என்று அட்டவணை தளங்களை உருவாக்கி 10 ஆவணங்களோ, 15 ஆவணங்களோ இருந்தால் அதனை ஒன்றின்கீழ் ஒன்றாக எழுதி அந்த ஜாபிதாவை உருவாக்குதல் வேண்டும். மேற்படி ஜாபிதாவில் ஒரு சாதாரண கிஸ்தி இரசீது விவரங்களை கூட அது 10 கிஸ்தி இரசீதுகளுக்கு மேல் இருந்தாலும் ஒன்றுவிடாமல் அனைத்து இரசீதுகளையும் ஒன்றின்கீழ் ஒன்றாக எழுதி சொத்து விற்பவரிடம் அவர் கொடுத்துவிட்டதாகவும், சொத்து வாங்குபவர் அனைத்தையும் பெற்றுக்

கொண்டதாகவும் உறுதிமொழி கொடுத்து அந்த ஜாபிதா பத்திரத்தை உருவாக்க வேண்டும்.

11. இப்படி தாய் பத்திரங்களின் ஜாபிதா உறுதிமொழி இரசீதை இப்பொழுது இருக்கின்ற ஆவண எழுத்தர்களும் சரி, வழக்கறிஞர்களும் சரி எங்குமே போடுவதில்லை, அதற்கு முக்கியத்துவம் கொடுப்பது இல்லை அல்லது இப்படி ஒரு ஜாபிதா போட தெரியா மலேயே தொழில் செய்து கொண்டு இருக்கிறார்கள்.

12. இப்படி ஜாபிதா போடுவதால் கிரயப் பத்திரத்திற்கு பிறகு தாய் பத்திரங்களினால் உண்டாகின்ற பல தலைவலிகள் சொத்துக்கள் வாங்குபவர்களுக்கு குறையும். என்னென்ன ஆவணகள் பெற்றுக் கொண்டோம் என்று இரசீது இருப்பதால் எதிர்காலத்தில் வேறு எதாவது ஆவணங்கள் தேவைப்பட்டால் சொத்து விற்றவர் ஆவணங்கள் அனைத்தையும் கொடுத்துவிட்டேன் என்று மறுக்க முடியாது.

13. மேற்படி இந்த ஜாபிதா உறுதிமொழி பத்திரத்தின் மாதிரியை இந்த புத்தகத்திலேயே.. மாதிரிகள் என்ற கட்டுரையில் கொடுத்துள்ளேன்.

அத்து = எல்லையை குறிக்கும். இன்றும்கூட அத்துகட்டி நிலங்களை அளக்க வேண்டும் என்ற வார்த்தை பயன்படுத்தப்படுகிறது. இது அரபு மொழி.

24. கிரயப் பத்திரம் போடும்பொழுது கண்டிப்பாக தனியாக பணப்பற்று இரசீது பத்திரமும் போட வேண்டும். ஏன்?

1. நீங்கள் எப்பொழுதெல்லாம் சொத்துக்கள் வாங்கு கிறீர்களோ? அப்பொழுது பணம் ரொக்கமாக கைமாறுவது அல்லது வங்கி மூலமாக கைமாறுவது போன்ற பணப்பரிமாற்றங்கள் நடக்கிறது.

2. மேற்படி பணப்பரிமாற்றங்களை பற்றி நாம் கிரய பத்திரத்திலேயே இரசீது போன்று ஒரு ஷரத்தை எழுதிக் கொள்வோம். அதாவது "இன்று தேதியில் ரூபாய் இத்தனை இலட்சம் பெற்றுக்கொண்டேன்" என்று எண்ணாலும், எழுத்தாலும் எழுதி இதுவே இரசீதாக பாவித்து கொள்ளும்படியும் அந்த கிரய பத்திர ஷரத்தில் நாம் எழுதி கொள்வது வழக்கமாக இருக்கிறது.

3. இப்படி கிரயப் பத்திரத்திலேயே இரசீது ஷரத்தை எழுதும்பொழுது பெரும்பாலானவர்கள் உண்மையான பணப்பரிமாற்ற தொகையை அதில் குறிப்பிடுவதில்லை.

4. ஏனென்றால் அரசின் வழிகாட்டி மதிப்புப்படி என்ன மதிப்பு வருகிறதோ அந்த மதிப்பைத்தான் கிரயப் பத்திரத்தில் இரசீது ஷரத்தில் குறிப்பிடுகிறார்கள். ஆனால் கள நிலவரத்தில் வழிகாட்டி மதிப்பு தொகையை விட உண்மையான கிரயத்தொகை அதிகமாகவே இருக்கும்.

5. உதாரணமாக வழிகாட்டி மதிப்பின்படி ஆறு இலட்சம் ரூபாய் கிரயப் பத்திர இரசீது ஷரத்தில் காட்டி இருக்கிறார்கள் என்றால் உண்மையான கிரயத்தின்படி பத்து இலட்சம் ரூபாய் பணப்பரிமாற்றம் நடந்திருக்கும். எனவே மீதி நான்கு இலட்ச ரூபாய்க்கு எழுத்து பூர்வமாக எந்த ஆவணங்களும் எந்த இரசீதும் பெரும்பாலும் யாரும்

உருவாக்குவதில்லை, அதனை அப்படியே விட்டு விடுகிறார்கள்.

6. மேற்படி வழிகாட்டி மதிப்பு ஆறு இலட்ச ரூபாயை கிரயப் பத்திரத்தில் காட்டிவிட்டு, மீதி நான்கு இலட்ச ரூபாயை நாங்கள் சொத்து விற்பவருடைய வங்கி கணக்கிற்கு ஆன்லைன் மூலம் மாற்றிவிட்டோம், ரொக்கமாக மாற்றி இருந்தால் தானே எங்களுக்கு கணக்கு வராது, இப்படி ஆன்லைன் மூலம் மாற்றினால் எங்களுக்கு கணக்கு வந்துவிடுமே என்று நீங்கள் சொல்லலாம்.

7. ஆனால் பணம் கைமாறியதற்கு வேண்டுமானால் ஆன்லைன் பரிமாற்றம் அத்தாட்சியாக இருக்குமே தவிர அது இந்த சொத்தின் கிரயத்திற்காகத்தான் என்பதற்கான அத்தாட்சியாக அது இல்லை என்பதை நீங்கள் புரிந்து கொள்ள வேண்டும்.

8. எதிர்காலத்தில் பணம் வரவு செலவு தொடர்பான சிக்கல்கள், வாங்குபவர் விற்பவருக்கிடையே எழுந்தாலும் அல்லது அரசின் கணக்கு வழக்குகள், வரி பிரச்சினைகள் போன்றவை எழுந்தாலும் உங்களுக்கு ஒரு பிடியான ஆவணம் இல்லாமல் அந்த நேரம் பதங்குலைவீர்கள்.

9. அதனால்தான் எப்பொழுது கிரயப்பத்திரம் போட்டாலும் கிரயப் பத்திர இரசீது ஷரத்தில் காட்டி இருக்கும் வழிகாட்டித் தொகையை உண்மையான கிரயத் தொகையில் கழித்தது போக மீதித் தொகைக்கு தனியாக ஒரு பணப்பற்று இரசீது பத்திரத்தை எழுதிக் கொள்ள வேண்டும்.

10. மேற்படி இரசீது பத்திரங்களை கிரயப் பத்திரம் போடும்பொழுது எந்த ஆவண எழுத்தர்களும், எந்த வழக்கறிஞர்களும் போடுவதை பழக்கமாக

வைத்திருப்பது இல்லை. ஆனால் பவர் பத்திரம் போடும்பொழுது பவர் பத்திரத்திற்காக பணம் கைமாறி இருந்தால் தனியாக பணப்பற்று இரசீது பத்திரம் போட்டுக் கொள்கின்ற பழக்கம் இன்றுவரை இருக்கிறது.

11. எனவே பவருக்கு எப்படி பணப்பற்று இரசீது போடுகிறோமோ? அதேபோல் கிரயப் பத்திரத்திற்கும் தனியாக பணப்பற்று இரசீது போட வேண்டும். ஆனால் அதில் வழிகாட்டி மதிப்பின்படியான கிரயத் தொகையை அதிலிருந்து கழித்திருக்க வேண்டும். என்பதை மட்டும் நினைவில் கொள்ள வேண்டும்.

12. ஒரு சிலர் கிரயப் பத்திரத்தின்போது கிரயத் தொகையை மொத்தமாக அந்த கிரய நேரத்தில் கொடுக்காமல் அதற்கு முன்னமே ஏதாவது ஒரு தொகை கடனாக கொடுத்திருப்பார்கள் அல்லது சிறிதுசிறிதாக கொடுத்திருப்பார்கள். அந்த விவரங்களை எல்லாம் கிரயப் பத்திரத்தில் உள்ள இரசீது ஷரத்தில் எழுத முடியாமல் போகலாம், எனவே அதற்கு பதிலாக தனியாக போடப்படும் பணப்பற்று இரசீதில் மேற்படி விவரங்களை எல்லாம் தெளிவாக எழுதிக் கொள்வது, எதிர்காலத்தில் பணப்பரிமாற்றத்தில் சிக்கல்கள் வரும்போது அதனை தவிர்க்க இந்த பணப்பற்று இரசீது துணையாக இருக்கும்.

பழைய பத்திர சொற்களும் அதன் அர்த்தங்களும்

அமில்தார்= அமில்தார் என்பது இன்றைய தாசில்தாரை ஒத்த பதவி. இது அரபு மொழியாகும்.

25. வாங்குகின்ற சொத்து
சிபில் நில சிக்கலில் இருக்கின்றதா?
தெரிந்து கொள்ள வேண்டிய 17 செய்திகள்!

1. 1991 முதல் 1997–களில் மக்களிடம் மொத்தமாகவோ அல்லது மாதத் தவணைகளாகவோ வசூல் செய்து அந்த பெருந்தொகையில் தமிழகம் முழுவதும் மேலும் இந்தியாவில் பல இடங்களிலும் ஏன் ஆப்ரிக்கா போன்ற நாடுகளிலும் ஏக்கர் கணக்கில் நிலங்களாக வாங்கி அதில் பல்வேறு வகையான மரப்பயிர்களை பயிரிட்டு அதில் வரும் இலாபத் தொகையை முதலீடு செய்திருந்த பொது மக்களுக்கு பிரித்துக் கொடுப்பதாக உறுதி அளித்து பல கம்பெனிகள் ஆர்ப்பாட்டமான ஆரவாரங்களுடைய மக்களிடையே சந்தைப்படுத்தப்பட்டு செயல்பட்டு வந்தன.

2. உதாரணமாக சென்னை தி.நகரை தலைமையாகக் கொண்ட கலைமகள் சபா என்ற நிறுவனம் அடித்தட்டு மற்றும் நடுத்தர மக்களிடையே நிறைய பணங்களை வசூல் செய்து தமிழகம் முழுவதும், மாவட்டந்தோறும் பல்லாயிரக்கணக்கான ஏக்கர் நிலங்களை வாங்கி போட்டிருக்கிறது. அதில் வருகின்ற இலாபத்தினை மக்களுக்கு பாதி பேருக்கு பிரித்து கொடுத்தும், பாதி பேருக்கு பிரித்துக் கொடுக்காமலும் தங்கள் வியாபாரத்தை நடத்திக் கொண்டு இருந்தார்கள். அதன் பிறகு அரசு போட்ட தடை சட்டங்களால் அந்த நிறுவனம் நோயுற்று இறந்தேவிட்டது. இப்பொழுதுகூட அந்த பழைய கலைமகள் சபா கட்டிடத்தை சென்னை தி.நகர் வடக்கு உஸ்மான் ரோட்டில் பார்க்கலாம்.

3. சென்னை பழைய மகாபலிபுரம் சாலையில் உள்ள

கோளம்பாக்கத்தில் பிரசாந்தி என்ற ஆன்மீக நிறுவனம் சிவசங்கர் பாபா என்ற சாமியார் நடத்திக் கொண்டு வந்தார். அந்த சாமியார் காலை 6 மணி முதல் 8 மணி வரை எல்லா தொலைக்காட்சிகளிலும் ஆன்மீகப் பிரச்சாரம் செய்வார். இப்பொழுதுதான் இணையதளம் சமூக ஊடகங்கள் என்று மார்க்கெட்டிங் செய்வதற்கு மிகவும் பலம் வாய்ந்தவையாக இருக்கின்றன. ஆனால் 1990-களில் தொலைக்காட்சி மிகப்பெரிய வலிமையான ஊடகம் அதில் அந்த சிவசங்கர் பாபா நிகழ்ச்சி காலையில் போடும்பொழுது அதில் ஒவ்வொரு ஐந்து நிமிடத்திற்கு ஒருமுறையும் அனுபவ் பவுண்டேஷன் என்ற பொது மக்களிடமிருந்து பணம் வசூலிக்கும் நிறுவனத்தைப் பற்றி தொடர் பிரச்சாரம் நடந்தது. அதில், ரூபாய் 2000 முதலீடு செய்தால் உங்களுக்கான ஒரு தேக்கு மரம் தமிழகத்தின் ஏதாவது ஒரு மூலையில் அல்லது இந்தியாவின் ஏதாவது ஒரு மூலையில், ஆப்பிரிக்காவில் ஏதாவது ஒரு மூலையில் வளர்க்கப்பட்டு அதில் வருகின்ற இலாபத்தை பொதுமக்களுக்கு பகிர்ந்து அளிப்பதாக உறுதி அளித்து பெருமளவில் மக்களிடம் பணத்தை வசூல் செய்தது.

4. அனுபவ் பவுண்டேஷனை போலவே தேக்கு மரம் வளர்த்து அதன் மூலமாக இலாபத்தை பொதுமக்களுக்கு அள்ளித் தருவதாக உறுதி அளித்து, பொதுமக்களிடம் பணத்தை வசூல் செய்து ஆயிரக்கணக்கான ஏக்கர் நிலங்களை இந்தியா முழுவதும் வாங்கி போட்டிருக்கிறது. ஸ்டெர்லிங் ட்ரீ மேக்னம் (STERLING TREE MAGNAM) என்ற நிறுவனம், இன்றும் ஊட்டி கொடைக்கானல் போன்ற இடங்களில் இயங்கிக்கொண்டிருக்கும் ஸ்டெர்லிங் ரிசார்ட்ஸ் நிறுவனத்தின் துணை நிறுவனம் ஆகும்.

5. அடுத்ததாக ஆந்திராவில் கோட் பார்ம் (GOAT FORM) என்று ஒரு நிறுவனம் 5,000 ரூபாய் முதலீடு செய்து ஒரு ஆடு வாங்கி கொடுத்து விட்டால் வாரம் தோறும் 2 கிலோ ஆட்டுக்கறி உங்கள் வீட்டிற்கு தேடிவரும் பத்து வருடங்களுக்கு என்று மக்களிடம் பணத்தை வசூல் செய்து பல இடங்களில் ஆட்டுப்பண்ணை இடங்களை வாங்கி போட்டு இருந்தது. அந்த நிறுவனமும் அரசின் தடை சட்டங்களால் காலப்போக்கில் விழுந்துவிட்டது.

6. இதேபோலவே ஸ்டெர்லிங் ஆர்ச்சிடிங்ஸ் (STERLING ORCHIDINGS) என்ற நிறுவனமும், இன்னும் பல ஆர்ச்சிடிங்ஸ் நிறுவனமும் 50 ஆயிரம் ரூபாய் முதலீடு செய்தால் உங்களுக்கு 25 சென்ட் நிலம் பவர் எழுதி வைக்கப்பட்டு அதில் விளையும் காய்கறிகள், பழங்கள், தானியங்கள் எல்லாம் மூன்று மாதத்திற்கு ஒருமுறை உங்கள் வீட்டிற்கு அனுப்பி வைக்கப்படும் என்று பல பேரிடம் பணத்தை வசூலித்து தமிழகம் முழுவதும் நிறைய நிலங்களை இந்த ஆர்ச்சிடிங்ஸ் கம்பெனி வாங்கிப்போட்டு உள்ளது.

7. அதற்கு அடுத்ததாக பி.எ.சி.எல் (PACL) என்ற நிறுவனம் ஏறக்குறைய இந்திய அரசின் எல்.ஐ.சி (LIC) நிறுவனத்திற்கு இணையாக தமிழகம் முழுவதும் குக்கிராமங்களில் நிறைய முகவர்களை வைத்துக் கொண்டு, மக்களிடம் பணத்தை வசூல் செய்து இந்தியா முழுவதும் பல்லாயிரக்கணக்கான ஏக்கர் நிலங்களை வாங்கிப் போட்டிருக்கிறது.

8. மேலே சொன்ன கம்பெனிகள் போல இன்னும் பல கம்பெனிகள் மக்களிடமிருந்து பணங்களை வசூலித்து பல்லாயிரக்கணக்கான ஏக்கர் நிலங்களை தமிழகம் முழுவதும் பல ஏக்கர் கணக்கான நிலங்களை வாங்கிப்

போட்டு இருந்தனர். 1997-ஆம் ஆண்டு அனுபவ் பவுண்டேஷன் மற்றும் ஸ்னேகம் சிட்ஸ் போன்ற பெரு நிறுவனங்கள் மக்களிடம் வசூலித்த பணத்திற்கு இலாபத்தையும் அசலையும் திருப்பிக் கொடுக்காததால், பல வழக்குகளை சந்தித்து அரசின் தலையீட்டால், இதுபோல மக்களின் பணங்களை வசூலித்து நடக்கும் நிறுவனங்கள் எல்லாம் மூடப்பட்டன. மேற்படி பி.ஏ.சி.எல் (PACL) நிறுவனத்தைத் தவிர நிதி நிறுவனங்கள் எல்லாம் 1997 –லேயே முடக்கப்பட்டு அந்த சொத்துக்கள் எல்லாம் நீதிமன்றத்தின் பொறுப்பிலும், பொருளாதார குற்றப்பிரிவு காவல் துறையின் கட்டுப்பாடுகளிலும் வந்துவிட்டது. பி.ஏ.சி.எல் நிறுவனம் மட்டும் சற்று தாமதமாக அதற்கென்று லோதா கமிட்டி என்று கமிட்டி போடப்பட்டு, அதனுடைய அனைத்து நிலங்களும் அந்த கமிட்டியின்கீழ் கொண்டுவரப்பட்டு இருக்கிறது. மேற்படி நிலங்கள் எல்லாம் அரசினுடைய கட்டுப்பாட்டுக்குள் கொண்டு வந்து அதற்கு தனி அதிகாரிகள் நியமித்து அந்த நிலங்களை எல்லாம் விற்பனை செய்து அதில் வருகின்ற தொகையை ஏற்கனவே பணம் போட்டு இருக்கின்ற அந்த நிறுவனங்களின் வாடிக்கையாளர்களுக்கு பிரித்து ஒப்படைக்கும் வேலையை அரசு செய்து கொண்டு இருக்கிறது.

9. மேலும் இந்த நிலங்கள் எல்லாம் இப்பொழுது அரசின் கட்டுப்பாட்டிலோ அல்லது நீதிமன்றத்தின் கட்டுப் பாட்டிலோ வந்துவிட்டதாலும், மேலும் 20 வருடங்களுக்கு மேலாக ஆகிவிட்டதாலும் அந்த நிலங்களில் பவுண்டரிகள் எல்லாம் யாரும் பராமரிக்காமல் விட்டு விட்டால் அந்த நிலங்கள் எல்லாம் ஆக்கிரமிக்கப்பட்டு, இந்த தலைமுறையில் இருக்கின்ற அப்பாவி இளைஞர் களுக்கு விற்கப்படுகின்றன. மேற்படி இடங்களெல்லாம்

தமிழகத்தின் ஒவ்வொரு மூலையில் இருப்பதாலும் இந்த நிர்வாகத்தின் அலுவலகங்கள் டெல்லியிலோ, சென்னையிலோ, மும்பையிலோ இருப்பதாலும் அந்த அதிகாரிகள் அடிக்கடி மேற்படி நிலங்களை நேரடியாக வந்து பார்வையிடாததாலும், அந்த நிலங்களுக்கு அருகில் உள்ள நிலம் மாஃபியாக்கள் டபுள் டாக்குமெண்ட் மற்றும் டுப்ளிகேட் டாக்குமெண்டுகளை உருவாக்கி எளிதாக அப்பாவி மக்களுக்கு தோட்ட நிலங்களாகவும், மனைப்பிரிவு நிலங்களாகவும், மனைப் பிரிவில் மனைகளாகவும் விற்றுவிடுகின்ற கதைகளாக நடந்து கொண்டு இருக்கின்றன.

10. மேலே சொன்ன நிறுவனங்கள் எல்லாம் 1990-களில் நிலங்களை வாங்கும்பொழுது பூர்வீக உரிமையாளர் களிடம் இருந்து பொது அதிகாரப் பத்திரங்கள் மூலமாகத்தான் நிலங்களை வாங்கி இருந்தார்கள். மேற்படி நிறுவனங்கள் திவால் ஆன பிறகு, அந்த நிறுவனத்தில் பணிபுரிகின்ற அதிகாரிகளே மேற்படி பத்திரங்களை லோக்கலில் உள்ள நில மாஃபியாக் களுடன் கூட்டு சேர்ந்து அந்த பவர் பத்திரங்களை எல்லாம் பூர்வீக உரிமையாளர்களை வர வைத்து ரத்து செய்துவிட்டு புதிய கிரயப் பத்திரங்களை உருவாக்கி அப்பாவி நபர்களுக்கு விற்றுவிடுகின்ற திருட்டுத் தனத்தை செய்கின்றார்கள்.

11. அடுத்ததாக மேற்படி நிறுவன நிலங்களுக்கு அருகில் இருக்கின்ற பூர்வீக உரிமையாளர்கள் கம்பெனியில் இருந்து, யாரும் இந்த நிலத்தைப் பார்க்க வராத காரணத்தினாலும், பராமரிக்காத காரணத்தினாலும் பூர்வீக உரிமையாளர்களே மீண்டும் அந்த இடங்களை உழுதும், பாடுபட்டு கொண்டும் இருக்கிறார்கள். மேலும்

அந்த நிறுவனங்கள் பவர் பத்திரம் மட்டும் போட்டிருந்தால் அதனை பூர்வீக உரிமையாளர்களே நேரடியாக சென்று ரத்து செய்து விடுகின்றார்கள். அதன்பிறகு வேறு நபர்களுக்கு புது கிரயம் செய்து கொடுத்து விடுகிறார்கள். இந்தப் பூர்வீக உரிமையாளர்கள் உண்மையிலேயே நில மாஃபியாக்கள் இல்லை. ஆனால், திருடுவதற்கு வாய்ப்பு கொடுத்துவிட்டதனால் திருடுகின்ற சபல பேர்வழிகளாக இருக்கின்றனர்.

12. அடுத்ததாக திருநெல்வேலி, நாங்குநேரி அருகே தேசிய நெடுஞ்சாலையின் மீதே ஏக்கர் கணக்கில் நிலங்கள் இருக்கிறது. அந்த நிலங்களை வாங்கிய கலைமகள் சபா நிறுவனம், தன்னுடைய நிறுவன பெயருக்கு பட்டா பெயர் மாற்றம் செய்யாமலேயே இருந்துவிட்டார்கள். 2008-களில் ரியல் எஸ்டேட் அதிவேகமாக எழுச்சியுற்றபோது அங்கு கலைமகள் சபாவிடம் நிலங்களை கொடுத்த பூர்விக உரிமையாளர்கள் சபலம் ஏற்பட்டு, பட்டா தங்கள் பெயரிலேயே இருப்பதை பயன்படுத்திக் கொண்டு, சென்னையில் இருக்கின்ற அப்பாவி இளைஞர்களை நாங்குநேரியில் ஐடி பார்க் இருக்கிறது என்றும், தேசிய நெடுஞ்சாலையிலேயே நிலம் இருக்கிறது என்றும் ஆசையை தூண்டி நிலங்களை விற்றுவிட்டார்கள்.

13. மேற்படி இளைஞர்களும் ஒழுங்காக ஈசி போட்டு ஏற்கனவே கலைமகள் சபாவிற்கு விற்கப்பட்டு இருக்கிறது என்பதனை பார்க்காமல் பட்டா இருக்கிறது என்று நம்பி பூர்வீக உரிமையாளரிடம் இருந்து நாற்பது இலட்சத்திற்கும் மேல் கொடுத்துவிட்டு பிறகு இந்த இடம் ஏற்கனவே கலைமகள் சபாவிற்கு விற்கப்பட்டு விட்டது என்று தெரிந்தவுடன் இன்று தவியாய்த் தவித்துக் கொண்டிருக்கின்றனர்.

14. பி.ஏ.சி.எல் (PACL) நிலங்களை பொறுத்தவரை அந்த நிறுவனத்தில் இருந்த நூற்றுக்கணக்கான இயக்குனர்கள் அந்த நிறுவனம் அரசின் கட்டுப்பாட்டிற்குள் போய்விட்ட பிறகும், நாங்கள்தான் உரிமையாளர்கள் என்று ஒவ்வொரு சார்பதிவகத்திலும் தோன்றி கையெழுத்துப் போட்டு மேற்படி நிலங்களை அப்பாவி மக்களுக்கு விற்றுக் கொண்டு இருக்கின்றார்கள். இப்பொழுதுதான் அரசும் பி.எ.சி.எல் (PACL)-ன் கீழிருக்கும் நிலங்களின் சர்வே நம்பர்கள் மற்றும் கிராமங்கள் மாவட்டங்களின் பெயர்களை ஒரு நீண்ட பட்டியல் தயாரித்து அதற்கென்று www.actionpacl.com இணையதளத்தில் வெளியிட்டு உள்ளது. இந்த நிலங்களை வாங்க வேண்டுமென்றால் அரசிடமிருந்துதான் ஏலத்தின் மூலம் வாங்க வேண்டுமே தவிர எந்த PACL இயக்குநரிடம் இருந்தோ அல்லது வேறு நபர்களிடம் இருந்தோ கிரயம் வாங்கக்கூடாது.

15. இப்படி PACL-ன் அனைத்து விவரங்களும் இணைய தளத்தில் இருப்பதுபோல அனுபவ் ஸ்டெர்லிங் உட்பட பல கம்பெனிகளின் அரசின் கட்டுப்பாட்டில் உள்ள சொத்து விவரங்களை இணையதளத்தில் வெளியிட்டு மக்களிடம் விழிப்புணர்வை ஏற்படுத்துவதன் மூலம் இதுபோன்ற சிக்கல் நிலங்களை அப்பாவி மக்கள் வாங்காமல் இருப்பதற்கும் அப்படி வாங்கினால் அரசிடமே ஏலத்தில் எடுக்க வேண்டும் என்ற விழிப்பை ஏற்படுத்த வேண்டும்.

16. மேலே சொன்ன நிறுவனங்கள் அனைத்திலுமே நான் நேரடியாக நிலம் சம்பந்தப்பட்ட விஷயத்தில் களப்பணி ஆற்றி இருக்கின்றேன். அனுபவ் நிலங்களை சுங்குவார்சத்திரம், ஸ்டெர்லிங் மேக்னம் நிலங்களை தென்காசி பொய்கை கிராமத்திலும், ஆர்ச்சிடென்ஸ் நிலங்களை ஒசூரிலும், கோட் ஃப்பார்ம் ஆந்திரா

நகரியிலும் என்று அதனுடைய நிலங்களை எல்லாம் சர்வே பிரச்சனைக்காக களப்பணி ஆற்றி கொடுத்து இருக்கிறேன். PACL–ஐ பொறுத்தவரை அதனுடைய பல சீனியர் முகவர்களை சந்தித்து பேசியிருக்கிறேன். இப்படி சிபில் சிக்கல் உள்ள நிலங்களை எல்லாம் மனைப் பிரிவுகளாக மாறி அப்பாவிகளுக்கு விற்பனை ஆவதைப் பார்த்திருக்கிறேன்.

17. இப்பொழுதெல்லாம் யாருக்கு நிலங்கள் வாங்க வழிகாட்டுதல்கள் உதவிகள் செய்தாலும் நிலங்களில் சிபில் சிக்கல் இருக்கின்றதா? என்ற ஒரு பாயிண்டை என் ஆழ்மனதில் வைத்துக் கொண்டே இருப்பேன். அதே போல் நீங்களும் எப்பொழுது நிலம் வாங்கினாலும், மனை வாங்கினாலும் வாங்கப்போகின்ற நிலங்களில் சிபில் சிக்கல் இருக்கிறதா? என்பதை உங்களுடைய செக் லிஸ்டில் (Check List) வைத்துக் கொள்ளவும்.

தொகுதி - 2
நிலம் வாங்குவோர் கவனிக்க வேண்டியவை!!
1. மனை / நிலம் வாங்குவதற்கான கள விசாரணைக்கான செக்லிஸ்ட்

1. இடத்தின் Frontage எவ்வளவு நீளம்?

2. நிலத்தின் Frontage அமைந்துள்ள சாலை என்ன?
   National Highway.................
   State Highway...................
   Major District Road.....................
   District Road....................... Block Road.................
   village Road....................... வண்டிப்பாட்டை..........
   நடைபாதை............. கெணால்பாதை................

3. இடத்தின்வடிவம் : சதுரம்........ செவ்வகம்...........
   முக்கோணம்........ ஒழுங்கற்றவடிவம்.........

4. மண்ணின்தன்மை : செம்மண்........ கரிசல்மண்.........
   களிமண்....... இருமண்........ சுக்காம்பாறை........
   பரம்பு......., வண்டல்மண் ....

5. தரைப்பகுதியில் அதிகமாக கிடக்கும் பொருள்கள் :
   மண்புழு......... நத்தை........., நண்டு.........,
   கிளிஞ்சல்மட்டி........., வேறு ஏதாவது இருந்தால்.........

6. நிலத்தில் இருக்கும் செடிகள், மரங்கள் :
   தென்னை........., வேப்பமரம்........., கருவேலம்.........
   முள்செடி........., வேலிகாத்தான்........., பனை.........,
   இதர மரங்கள்.........

7. நிலத்தின் மேல்மட்டம் சரி சமமாக உள்ளதா?
   ஆம்........ இல்லை.......

7.a நிலம் மேடாக இருக்கும்பட்சத்தில் : வடபகுதி.........
தென்பகுதி........., கிழக்குப்பகுதி.........,
மேற்குப்பகுதி........., நடுப்பகுதி.........,
வடகிழக்குப்பகுதி........., வடமேற்குப்பகுதி.........,
தென்கிழக்குப்பகுதி........., தென்மேற்குப்பகுதி.........

7b. நிலத்தில் பள்ளமாக இருக்கும் பட்சத்தில் :
வடபகுதி........., தென்பகுதி........., கிழக்குப்பகுதி.........,
மேற்குப்பகுதி........., நடுப்பகுதி.........,
வடகிழக்குப்பகுதி........., வடமேற்குப்பகுதி.........,
தென்கிழக்குப்பகுதி........., தென்மேற்குப்பகுதி.........

8. நிலத்திலோ அல்லது நிலத்திற்கு அருகிலோ 100
மீட்டர் சுற்றளவு கிணறு மற்றும் ஆழ்குழாய் கிணறு
உள்ளதா?
ஆம்......... இல்லை.........

8A. கிணறு உள்ளது என்றால் எத்தனை அடி ஆழத்தில்
உள்ளது? ....

9. நீரின் தன்மை : உவர்ப்பு........., துவர்ப்பு.........,
நல்ல குடிநீர்........., கசப்பு ....

10. இடத்தில் சர்வே எண், எல்லை கற்கள் எத்தனை
உள்ளன? ....

11. நிலத்திற்கோ நிலத்தை ஒட்டியோ உள்ள சர்வே கல்லில்
இருக்கும் குறியீடுகள் : ....

12. இடத்திலோ (அ) இடத்திற்கு அருகிலோ சிறிய மின்
இணைப்பு லைன் போகிறதா? ஆம்......... இல்லை.........

13. பெரிய HIGH TENSION TOWER LINE போகிறதா?
ஆம்............ இல்லை............

14. இடத்தில் பள்ளம் வெட்டி மணல்
எடுக்கப்பட்டிருக்கிறதா? ஆம்......... இல்லை.........

15. இடத்தில் சிறிய அரசு ஓடையோ (அ) பூஸ்துதி
ஓடையோ வாய்க்காலோ போகிறதா? அல்லது
அதற்கான தடம் இருக்கிறதா?
ஆம்......... இல்லை.........

16. இடம் வேலியிடப்பட்டிருக்கிறதா?
ஆம்......... இல்லை.........

17. இடத்திலுள்ள வீட்டிற்கோ, கிணற்றிற்கோ மின்
இணைப்பு இருக்கிறதா?
ஆம்......... இல்லை.........

18. இடத்தில் கோவிலோ (அ) குலக்கோவிலோ
இருக்கிறதா? ஆம்......... இல்லை.........

19. இடத்திற்கோ (அ) இடத்திற்கு அருகிலோ சுடுகாடு,
இடுகாடு உள்ளதா? ஆம்......... இல்லை.........

20. இடத்தில் ஏதாவது அரசு அறிவிப்பு பலகையோ (அ)
நீதிமன்ற சம்பந்தமான அறிவிப்பு பலகையோ உள்ளதா?
வேறு ஏதாவது குறிப்புகள் இருந்தால்?
ஆம்......... இல்லை.........

21. இடத்தில் வீடு, SHED, குடோன் என்று ஏதாவது
இருக்கிறதா? ஆம்......... இல்லை.........

22. இடத்திற்கு போகின்ற வழி பாதையில் முட்களால்
ஆன தடுப்புகளோ அல்லது வைக்கோல் போட்ட
தடுப்புகளோ அல்லது கல்லாலான அல்லது
பென்சிங்கான தடுப்புகள் ஏதாவது இருக்கிறதா?
ஆம்......... இல்லை.........

23. வாங்கப் போகும் நிலத்தில் சர்வே கற்கள், தியோலைட் கற்கள், கண்டம் சர்வே கற்கள், பாறைகுறிகள் சரியாக இருக்கிறதா?   ஆம்......... இல்லை.........

24. வாங்கப் போகும் நிலத்தில் கருங்கல் பாறைகள் சுக்காம் பாறைகள் இருக்கிறதா?   ஆம்......... இல்லை.........

25. வாங்கப் போகும் இடத்திற்கு அருகில் தீங்கு செய்யும் தொழிற்சாலை இருக்கிறதா?
    ஆம்......... இல்லை.........

26. வாங்கப் போகும் இடத்திற்கு அருகில் வெளிப்படையாக தெரியாத ஒரு குறிப்பிட்ட ஜாதியினருக்கோ அல்லது ஒரு குறிப்பிட்ட குடும்பத்திற்கான இடுகாடுகள் இருக்கிறதா?
    ஆம்......... இல்லை.........

Paranjothi Pandian's Quotes

குபேர முதலீடுகளில்

முடிவெடுக்கும் பொழுது

எப்பொழுதும் மூளையை மட்டும்

கேட்டு முடிவெடுத்து தோல்வி

அடைகின்றனர்.

2. மனை / நிலம் வாங்குவதற்கு
பத்திர ஆவணங்களுக்கான செக்லிஸ்ட்

1. நிலத்திற்கான பத்திர பதிவு அலுவலகத்தில் பதிவு செய்யப்பட்ட ஆவணங்கள் எத்தனை? ....

2. கிரையப் பத்திரங்கள் மற்றும் கண்டிஷனுடன் கூடிய கிரையப் பத்திரங்கள் எத்தனை? ....

3. கிரைய அக்ரிமெண்டுகள் எத்தனை ? ....

4. செட்டில்மெண்ட் பத்திரங்கள் மற்றும் கண்டிஷனுடன் கூடிய செட்டில்மெண்ட் பத்திரங்கள் எத்தனை? ....

5. பாகபத்திய விடுதலைப்பத்திரங்கள் பிறத்தியாருக்கான விடுதலைப் பத்திரங்கள் எத்தனை? ....

6. கருதப்படும் விடுதலை பத்திரங்கள் எத்தனை? ....

7. பாகப்பிரிவினை பத்திரங்கள் ....

8. உயில் பத்திரங்கள் எத்தனை? ....

9. தானம் மற்றும் பரிவர்த்தனை பத்திரங்கள் எத்தனை? .....

10. பொதுஅதிகார பத்திரங்கள் எத்தனை? ....

11. சிறப்பு அதிகார பத்திரங்கள் எத்தனை? ....

12. 1947–க்கு முன்பு பதிவுசெய்யப்பட்ட பத்திரங்கள் உள்ளனவா?   ஆம்................. இல்லை ....

13. இரத்து மற்றும் திருத்தல் பத்திரங்கள் எத்தனை? ......

14. அடமானம் மற்றும் குத்தகைப் பத்திரங்கள் எத்தனை? ....

15. ஜாமீன் மற்றும் உறுதிமொழி பத்திரங்கள் எத்தனை?.....

16. சொத்து வழக்கு மற்றும் ஹக்கு இருக்கிறதா? அதற்கான டிகிரி இருக்கிறதா?   ஆம்..... இல்லை.....

17. சொத்து ஏலம் மற்றும் ஜப்தியில் இருக்கிறதா? ....

18. சொத்து நிறுவனத்தின் பெயரில் உள்ளதா? ஆம்................. இல்லை.................

19. சொத்து Trust (அறக்கட்டளையின்) கீழ் உள்ளதா?
    ஆம்.................. இல்லை..................

20. சொத்து அரசு நில ஆர்ஜிதம் (Land Acquisition) கீழ்
    உள்ளதா? ஆம்.................. இல்லை..................

21. நிலம் SC/ST ஒப்படை, வினோபாவே ஒப்படை, டிசி Land
    ஆகியவற்றின் கீழ் வகைப்படுத்தப்படுகிறதா?
    ஆம்.................. இல்லை..................

22. நிலம் கோவில், ஆதீனம், அறநிலைத்துறை,
    வக்ஃப்போர்டு, சர்ச் நிலம் ஆகியவற்றின் கீழ்
    வருகிறதா?   ஆம்.................. இல்லை..................

23. சொத்தில் புறம்போக்கு நிலம் கலந்திருக்கிறதா?
    ஆம்.................. இல்லை..................

24. EC எந்த ஆண்டில் இருந்து எந்த ஆண்டு வரை
    இருக்கிறது? ....

25. Computer EC எந்த ஆண்டில் இருந்து எந்த ஆண்டு
    வரை இருக்கிறது? ....

26. Manual EC எந்த ஆண்டில் இருந்து எந்த ஆண்டு வரை
    இருக்கிறது? ....

27. பட்டா தற்பொழுது யார் பெயரில் இருக்கிறது? ....

28. சிட்டா அடங்கல், தற்பொழுது யார் பெயரில்
    இருக்கிறது? ....

29. சொத்தில் கிராம நத்தம் கலந்து இருக்கிறதா?
    ஆம்.................. இல்லை..................

30. மில்ட்டரி செட்டில்மெண்ட், சுதந்திர போராட்ட வீரர்கள்
    செட்டில்மெண்ட் என வகைப்படுத்தப்படுள்ளதா?
    ஆம்......... இல்லை.........

31. சிபில் நிலச்சிக்கலில் வருகிறதா?
    ஆம்......... இல்லை.........

32. பெண் பாகஸ்தர்கள், மைனர் பாகஸ்தர்கள், மந்தர்
    பாகஸ்தர்களின் விவரங்கள் ....

3. மனை / நிலம் வாங்கும் பொழுது பட்டா, சிட்டா, அடங்கல், அ–பதிவேடு, FMB (புலப்படம்) பற்றி கவனமாக செய்ய வேண்டிய ஆய்வுகள்!

1. பட்டாவின் மெய்த்தன்மையை நிருபிக்க:

அ. கம்ப்யூட்டர் பட்டாவாக இருந்தால் பட்டா எண்ணை வைத்து தமிழ்நாடு அரசின் தமிழ்நிலம் இணைய தளத்திலும், பாண்டிச்சேரி அரசின் நிலமகள் இணைய தளத்திலும் ஒப்பிட்டு பார்த்து கொள்ள வேண்டும்.

ஆ. மேனுவல் பட்டாவாக இருந்தால் {பெரும்பாலும் நத்தம் பட்டா (அ) T.S.L.R (டவுன் சர்வே பட்டா) ஆக இருக்கும்} அதனை சம்பந்தப்பட்ட அரசு அலுவலகத்தில் நேரிடையாக சென்று விசாரிக்க வேண்டும்.

2. பட்டாவில் இருக்கும் கீழ்க்கண்ட விவரங்களும், விற்பனை செய்பவரின் கிரைய பத்திரத்திற்கும் பொருந்தி போகிறதா? என்று பார்க்க வேண்டும்.

அ. பட்டாவிற்கும், பத்திரத்திற்கும் ஒரே பெயர்.

ஆ. பெயரில் எழுத்து பிழைகள்.

இ. ஒருநபர் இரு பெயர் பிழைகள்.

ஈ. பட்டாதாரரின் தந்தை பெயரில் பிழைகள்.

உ. சர்வே எண்/ உட்பிரிவு எண்.

ஊ. நஞ்சை / புஞ்சை என்ற நிலத்தின் தன்மை.

எ. நிலத்தின் அளவு (பட்டாவில் மெட்ரிக் அளவு முறையில் இருக்கும், பத்திரத்தில் பிரிட்டிஷ் முறையில் இருக்கும். அதனை நேர் செய்து பார்க்க வேண்டும்.)

3. பட்டா கிராம நத்தப் பட்டாவாக இருக்கும்பட்சத்தில் செய்ய வேண்டியது :–

அ. நத்தம் நிலவரித் திட்டத்தின் கீழ் உங்கள் கைகளில் இருப்பது தூயபட்டாவா? (அ) தோராயப்பட்டவா? என்று பார்க்க வேண்டும்.

ஆ. தோராயப்பட்டா என்றால் இன்னும் உறுதிபடுத்தப்பட வில்லை என்று அர்த்தம். எதிர்காலத்தில் அளவுகளில் தெளிவு மாற்றம் வர வாய்ப்பு இருக்கிறது!

இ. தோராயப்பட்டாவை ஆட்சேபித்து நத்தம் அலுவலகத்தில் யாராவது மனுகொடுத்து இருக்கிறார்களா? என்று பார்க்க வேண்டும்.

ஈ. தூயபட்டாவாக இருந்தால் அது இறுதிபடுத்தப்பட்ட பட்டா என எடுத்து கொள்ளலாம்.

4. பட்டா T.S.L.R பட்டாவாக இருக்கும் பட்சத்தில் செய்ய வேண்டியது :

அ. பெரும்பாலும், பேரூராட்சி, நகராட்சி, மாநகராட்சி பகுதிகளில் இந்த பட்டா வழங்கப்படும், சில இடங்களில் கணினிமயமாகவும், எல்லா இடங்களில் மேனுவலாகவும் பட்டா இருக்கும்.

ஆ. நாம் வாங்கும் நிலம் சிறிது காலத்திற்கு முன் கிராமமாக இருந்து பின்பு நகராட்சியோடு இணைக்கப்பட்டு இருந்தால் ரீசர்வே எண், வார்டு, பிளாக் நம்பர் மிக சரியாக இருக்கிறதா? என்று பார்க்க வேண்டும்.

இ. இடத்தின் வரைபடம், பட்டாவின் பின்புறம் வரைந்து இருந்தால் அதனுடைய அளவுகள் சரியாக குறிப்பிட்டு இருக்கின்றனவா? என்று பார்க்க வேண்டும்.

5. அசைன்மென்ட் பட்டா, ஒப்படைப் பட்டா, A.D. பட்டா, இலவச பட்டா போன்ற பட்டாவாக இருந்தால்:

அ. மேற்படி பட்டாவின் மூலம் அரசு நிலத்தை ஒப்படைத்து இருக்கும் நபர்களின் இடங்களை வாங்க நேர்ந்தால் அந்த பட்டாவில் இருக்கும் கண்டிசன்களை பார்க்க வேண்டும்.

ஆ. குறிப்பிட்ட வருஷத்திற்குள் விற்கக் கூடாது. குறிப்பிட்ட சாதியினருக்குத்தான் விற்க வேண்டும் என்ற கண்டிஷன் களை கவனித்து நிலம் வாங்க வேண்டும்.

இ. அரசு இந்த கண்டிசன் பட்டாக்களை மேனுவலாகத்தான் கொடுத்து இருக்கும். நிலம் வைத்து இருப்பவர் பெயருக்கு அரசின் UDR பட்டாவில் பெயர் ஏறி இருக்கும். மேற்படி UDR பட்டா எடுத்து வந்து உங்களிடம் விற்பனைக்கு வந்தால் அதனை தீவிரமாக ஆய்வுக்கு உட்படுத்தியே நிலம் வாங்க வேண்டும்.

ஈ. இன்னும் சில இடங்களில் அரசின் இலவச பட்டாக்களை அரசின் கணக்கில் ஏற்றாமலேயே வைத்து இருப்பார்கள். எப்பொழுது அரசின் கணக்கில் ஏறும்? என கள விசாரணை மேற்கொள்ள வேண்டும்.

உ. கிராமக் கணக்கில் ஏறி இருந்தால் பதிவுத்துறை வழிகாட்டி மதிப்பு பதிவேட்டில் ஏறியிருக்கிறதா? என்று பார்க்க வேண்டும்.

6. வாங்கும் இடம், கூட்டுப் பட்டாவில் செய்ய வேண்டியன :

அ. ஒரே புல எண்ணில் ஒன்றுக்கு மேற்பட்ட உரிமையா ளர்கள் இருந்தால் கூட்டுப்பட்டா, இதில் ஒரு பட்டாதாரர் விவசாயக் கடன், உரக்கடன், டிராக்டர் கடன் என வாங்கி இருந்தால் மேற்படி இன்னொரு பட்டாதாரரிடம் இருந்து

இடம் வாங்கும்போது கடன் வாங்கிய அந்த நபரை வர வைத்து வாங்க வேண்டும்.

ஆ. கூட்டுப் பட்டாவில் நீங்கள் கிரையம் வாங்கிவிட்டு நீங்கள் ஏதாவது லோனுக்கு போகும்பொழுது உங்களுக்கு சம்பந்தம் இல்லாத இன்னொரு கூட்டு பட்டாதாரர் கையெழுத்தோ, ஆட்சேபனையின்மையோ வேண்டும் என்ற சிக்கல்கள் வரும்! அதனை தவிர்க்க கூட்டுப் பட்டாவை தனிப் பட்டாவாக மாற்ற வேண்டும்.

7. சிட்டா, அடங்கல், அ–பதிவேடு, புலப்படம் பற்றி இடம் வாங்கும்போது கவனிக்க வேண்டியவை :

அ. பட்டாவை எப்பொழுதும் கிராமக் கணக்கில் இருக்கும் 10 ஆம் எண் புத்தகத்தில் (சிட்டா) ஒப்பிட்டுப் பார்க்க வேண்டும். சிட்டாவில் பட்டாதாரர் பெயர் நேர் இல்லாமல் இருந்தால் நேர் செய்ய வேண்டும். சிட்டாதான் வெளியில் சுற்றி வருகிற பட்டாவை கட்டுபடுத்துகிறது. எனவே நாம் வாங்கும் நிலத்தின் பட்டாவோடு கட்டுப்படுகிறதா? எனப் பார்க்க வேண்டும்.

ஆ. அடங்கல் (கிராமக் கணக்கு 2) என்பது ஆண்டுதோறும் நிலங்களில் என்ன பயிர், யார் செய்கிறார்கள் என்று பதிவு செய்து வைக்கின்ற பயிர் பதிவேடு! மேற்படி பெயரில் பட்டாதாரர் இல்லாமல் வேறு நபர் பெயர் இருக்கிறதா? என பார்க்க வேண்டும். எதற்காக என்றால், பெரும்பாலும் பட்டாதாரர் வெளியூரில் இருந்தால், உள்ளூர் விவசாயிடம் நிலத்தை ஒத்திக்கோ, குத்தகைக்கோ விட்டு அவர் பயிர் செய்து வருவார். ஆனால் குத்தகைதாரர் பெயர் அடங்கலில் இருக்கும். நீங்கள் நிலம் வாங்கும் பொழுது குத்தகை, ஒத்தி (உரிமையாளர், குத்தகைதாரர் சிக்கல்கள்) இருக்கிறதா? என பார்த்துக் கொள்ள வேண்டும்.

இ. குத்தகைதாரர், விவசாயக் கடன், உரக்கடன், இன்சுரன்ஸ் என மேற்படி அடங்கலை காட்டி கடன் வாங்கி இருக்கலாம். அவை எல்லாம் முற்றிலும் நேரான பின்னரோ அல்லது கட்டறுத்த பிறகோ, கிரையம் வாங்கலாம்.

ஈ. ஒரு கிராமத்தை ஒட்டு மொத்தமாக அளந்து, சர்வே செய்தார்கள் என்றால், அப்பொழுது உருவாக்கும் நிலையான பதிவேடுதான் அ.பதிவேடு. இது கிராமக் கணக்கில் (கணக்கு 11 ஆகும்) பெரும்பாலும் இடம் வாங்கும்பொழுது பழைய ஆவணங்களில் இருக்கும் பழைய சர்வே எண்ணை இந்த அ.பதிவேடுடன் ஒப்புமைப்படுத்திக் கொள்ள வேண்டும்.

உ. புலப்படம்(FMB) வைத்துத்தான் ஒரு சொத்தின் பரப்பளவு, நீளம், அகலம், சர்வே கற்கள் போன்றவற்றை ஆவணங் களுடன் ஒப்புமைப்படுத்தி பார்த்துக் கொள்ள வேண்டும்.

8. UDR திருத்தம் சம்பந்தமாக RDO நீதிமன்றத்தில் வழக்கு இருக்கிறதா?

அ. அ–பதிவேடு மற்றும் UDR பட்டா ஆவணங்களில் இருக்கின்ற உரிமையாளர் பெயர்கள் தவறுதலாக இருக்கிறது என்று RDO நீதிமன்றத்தில் வழக்குகள் ஏதாவது இருக்கிறதா? என்று நேரடி கள விசாரணையில் தெரிந்து கொள்ள வேண்டும்.

ஆ) பட்டாவில் இருக்கின்ற உரிமையாளர்கள் பெயரே தவறு என்று வேறு யாராவது ஆர்.டி.ஓ நீதிமன்றத்தில் பிராது கொடுத்திருக்கிறார்களா என்று பார்க்க வேண்டும்.

இ) தமிழ்நிலம் இணையதளத்திலும், நிலமகள் இணைய தளத்திலும் ஏதாவது தவறு என்று ஆர்.டி.ஓ–வில் பிராது கொடுத்திருக்கிறார்களா? என்று பார்க்க வேண்டும்.

9. SLR மற்றும் RSLR

மேற்படி ஆவணங்கள் UDR–க்கு முந்தைய பழைய கிராம கணக்குகள், பரம்பரை சொத்துக்களில் சிக்கல்கள் இருந்தால், மேற்படி ஆவணங்கள் மாவட்ட ஆட்சியர் அலுவலகத்தில் பெற்று ஒப்புமைப்படுத்தி பார்க்க வேண்டும். HRNCE, வஃக்ப்போர்டு, பஞ்சமி நில குறிப்புகள் இருக்கிறதா? என்று பார்த்துக் கொள்ள வேண்டும்.

10. செட்டில்மெண்ட் கணக்கு FMB

தற்போது நடைமுறையில் இருக்கின்ற FMB-யில் அளவு பிரச்சனைகள் வரும்போது, பழைய செட்டில் மெண்ட் கணக்கில் இருக்கும் FMB-ஐ எடுத்து பரிசோதிக்க வேண்டும். மேற்படி FMB லிங்க், செயின், ஏக்கர் அளவுகளில் இருக்கும். அதனை தற்போது இருக்கும் யுடிஆர் FMB-யில் ஒப்புமைப்படுத்தி பார்க்க வேண்டும்

11. D ஸ்கெட்ச் மற்றும் கிராம வரைபடம்

D ஸ்கெட்ச் என்பது டோப்போ ஸ்கெட்ச் என்று சொல் வார்கள். அது நாம் வாங்கப்போகும் சொத்தைச் சுற்றி உள்ள புலங்களை கிராம வரைபடம் போல டோப்போவும் காட்டும். இதனை பார்த்து நாம் வாங்கப்போகும் நிலங்கள் ஒன்றுவிட்டு ஒன்று ஒரு நிலத்திற்கும் மற்றொரு நிலத்திற்கும் தொடர்பில்லாமல் (ஜம்பிங்) ஒட்டி ஒட்டி இருக்கின்றனவா என்பதை தெரிந்து கொள்ளலாம். மேலும், கிராம வரைபடத்தில் இருக்கின்ற விளக்கிகள் (குறியீடுகள்) வைத்து அங்கு கோவில், ஏரி, குடியிருப்புகள், மின் கம்பங்கள் போன்றவை இருக்கிறதா என்று ஒப்புமைப்படுத்திப் பார்த்து தற்பொழுது நாம் வாங்கும் நிலத்தின் இருப்பிடத்தை உறுதி செய்து கொள்ள வேண்டும்.

4. மனை/நிலம் வாங்கும்பொழுது ஏற்படும் சிக்கல்களைத் தவிர்க்க, நினைவில் வைத்து கொள்ள வேண்டிய 15 சட்டங்கள்!

1. SARFEASI ACT - சொத்து வங்கியில் அடமானத்தில் இருந்தால், இந்த சட்டத்தின் கீழ் சொத்து இருக்கும்.

2. SPECIFIC RELIEF ACT 1963 - சொத்து ஏற்கனவே வேறு ஒரு நபருக்கு விற்க முயற்சித்து அதில் ஒப்பந்தம் சம்மந்தமாக நீதிமன்றத்தால் வழக்கு இருக்க வாய்ப்பு இருக்கும் (அ) அவ்வாறு வழக்கு எதுவும் உள்ளதா? என்று தீர விசாரித்து சொத்துக்களை வாங்குதல் வேண்டும்.

3. THE HINDU MINORITY GUARDIAN SHIP Act 1956 - சொத்து மைனரின் தாய், தந்தை இல்லாமல் மைனரின் பாதுகாவலரிடமும் சொத்து இருக்கிறதா? எனப் பார்க்க வேண்டும். பூர்வீகச் சொத்துக்கள் வாங்கும்போது மைனர்கள் இருந்தால் அவர்களின் உரிமை மற்றும் நலன்களை கருத்தில் கொண்டு வாங்குதல் வேண்டும்.

4. DECLARATION & PARTITION SUIT CASE – எங்களுடைய இடம் வேறு நபர் ஆக்கிரமித்து இருக்கிறார் என்றும், சகோதரர்களிடையே பாகம் பிரித்துக் கொடுக்க வேண்டும் என்ற வழக்கும், பெரும்பாலும் நீதிமன்றங் களில் நடக்கும். அதில் தீர்ப்புகள் இடைக்கால உத்தரவுகள், தடைகள் போன்றவற்றை இடம் வாங்கும் பொழுது கவனிக்க வேண்டும்.

5. HINDU SUCCESSION 1956 CHRISTIAN & MUSLIM SUCCESSION ACT – பெண்களுக்கு சொத்துரிமை, இரண்டு மூன்று மனைவிகள் மற்றும் இதர வாரிசுகளின்

உரிமைகள் சொத்தில் எழாமல் இருக்கிறதா? என்று கருத்தில் கொண்டு நிலங்களை வாங்க வேண்டும்.

6. **LAW OF WILLS** – சொத்தில் உயில் இருந்தால், மேற்படி உயிலை நிரூபித்தல் (Probate) செய்ய வேண்டுமா (அ) வேண்டாமா என்றும் உயில் மெய்தன்மையை தீர விசாரித்தும் சொத்து வாங்க வேண்டும்.

7. **TAMIL NADU LAND REFORM** - மேற்படி சட்டத்தின் கீழ் இத்தனை ஏக்கர் நிலத்திற்கும் மேல் (Fixation & Ceiling On Land 1961) வைத்து இருக்கக் கூடாது என உச்சவரம்பு சட்டம் உள்ள பகுதிகளில் கவனமாக நிலங்களை வாங்க வேண்டும்.

8. **URBAN LAND (CEILING AN REGULATION- ACT - 1976)** – பெரு நகரங்களின் புற பகுதிகளில் பெரும்பாலும் இந்த சீலிங் இருக்கும் தீர ஆராய்ந்து மேற்படி இடங்களை வாங்க வேண்டும்.

9. **LAND ACQUSTION ACT 1894 & 2013** - மேற்கண்ட சட்டங்கள் மூலமாக பொதுப் பயனுக்காக அரசு தனியார் இடங்களை ஆர்ஜிதம் செய்ய இந்த சட்டம் போட்டு இருக்கும். இந்த இடங்களை அறவே வாங்காமல் தவிர்க்க வேண்டும்.

10. **TAMIL NADU ESTATES (ABOLITION AND CONVERSION IN RYOTWARI ACT 1963)** - மேற்படி சட்டத்தின்படி ஜமீன் மற்றும் இனாம்தாரர்களின் மேல்வார உரிமையை ஒழித்து நிலங்கள் மக்களுக்கு ஒப்படைக்கப் பட்டன. இன்னும் சில ஜமீன் நிலங்கள் நீதிமன்றங்களில் வழக்குகளாக இருக்கின்றன. பெரும் சொத்துக்களை வாங்கும்பொழுது, இந்த சட்டத்தில் இடம் மாட்டி

இருக்கிறதா? என்று ஒரு கழுகுப் பார்வை பார்க்க வேண்டும்.

11. **BINAMI PROPERTY ACT - 1988** - இந்த சட்டத்தில் தற்போது பல அமெண்ட்மெண்ட்டுகள் போடப்பட்டு கருப்புப் பண ஒழிப்புக்காகப் பயன்படுத்துகின்றன. ரியல் எஸ்டேட்டில்தான் அதிகப்படியான கருப்புப்பணம் பினாமிகள் பெயரில் வைக்கப்படுகின்றன. இதனை அறிந்தால் அதிக அளவில் அபராதம் & தண்டனை உண்டு. அது மாதிரியான சொத்துக்கள்தானா என்று தாங்கள் கவனமுடன் பார்த்து வாங்குதல் வேண்டும்.

12. **TRIBAL LAND ACT** – பழங்குடியினர் வாழ்வாதாரங் களை பாதுகாக்க மேற்படி சட்டம் அவர்களின் நிலங்களோ (அ) அவர்களுக்கு அருகில் நிலங்கள் வாங்குவது தடுக்கப்பட்டு உள்ளன.

13. **INDIAN FOREST ACT 1929** - மலைகளில் பாதுகாக்கப்பட்ட மற்றும் ஒதுக்கப்பட்ட காடுகளின் அருகில் தோட்டங்கள், பண்ணைகள் வாங்கும்பொழுது இந்திய வனச் சட்டத்திற்கு எதிராக அமையாதவாறு பார்த்து கொள்ள வேண்டும்.

14. **INDIAN STAMP ACT 1899** - முத்திரைத்தாள்கள் சம்மந்தப்பட்டச் சட்டம், முத்திரைத்தாள் குறைவு அதிக பிரச்சனைகள் சம்மந்தமாக இந்த சட்டம் இடம் வாங்குபவருக்கு தேவைப்படும். (Ex. 47 (A))

15. **TRANSFER OF PROPERTY ACT 1882** – இந்தச் சட்டத்தின்கீழ் அனைத்து சொத்துப் பரிமாற்றங்களும் நடந்து இருக்கிறதா? (அ) அதற்கு எதிராக உள்ளதா? என ஆராய வேண்டும்.

<u>தொகுதி 3</u>

சொத்து சிக்கல்கள் மற்றும் பிரச்சினைகள் பற்றிய கட்டுரைகள்

1. உங்கள் பட்டாவில் தவறு இருக்கிறதா? திருத்த என்னென்ன செய்ய வேண்டும்!

1. UDR பட்டாவில் தவறான நபர் பெயர் சேர்க்கப்பட்டு உள்ளது. பிற பங்காளிகள் பெயர் கூட்டுப்பட்டாவில் இல்லை, பட்டாதாரர் & தந்தை பெயர் பிழையாக இருக்கிறது, எழுத்து மற்றும் பெயர் பிழையாக இருக்கிறது, UDR-க்கு முன்பே எங்களிடம் பட்டா இருக்கிறது, ஆனால் எங்கள் பெயர் ஏறவில்லை! இடத்தின் பரப்பளவு கூடுதலாக / குறைவாக UDR-ல் உள்ளது, சர்வே எண்கள் / உட்பிரிவுகள் தவறுதலாக உள்ளது, நிலத்தின் வகை புன்செய்யில் இருந்து நன்செய் ஆகிவிட்டது, புன்செய் – கிராமநத்தம் ஆகிவிட்டது, அதேபோல் நன்செய் – புன்செய் ஆகிவிட்டது. நத்தம் புன்செய் ஆகிவிட்டது போன்ற தவறுகள். கிராமநத்த சர்வேயின்போது எங்கள் இடத்தை அனாதீனம் ஆக்கி விட்டனர், புறம்போக்கு என்று வகைப்படுத்திவிட்டனர். கிராமநத்த ஆவணங்களில் நாங்கள் அனுபவிக்கும் வீட்டை பக்கத்து வீட்டுக்காரர் பெயரில் ஏற்றி விட்டனர். கிராமநத்த நிலத்தில் பத்திரத்தில் 10 சென்ட் இருக்கிறது, ஆனால் தோராயப்பட்டா 5 சென்ட்தான் கொடுத்து இருக்கிறார்கள்.

2. கிராமநத்த ஆவணங்களில் கூட்டுப்பட்டாவில் என்னுடைய பங்காளிகள் பெயர் இருக்கிறது. என் பெயர் இல்லை. கிராமநத்தம் / புன்செய்யாக மாற்றிவிட்டனர். UDR-ல் மாற்றிவிட்டார்கள். கிராமநத்த FMB-ல் அளவுகள் தவறு, உட்பிரிவு எங்கள் தவறு. கிராமநத்த

FMB–யில் புதிதாக வழி ஏற்படுத்திவிட்டார்கள் (அல்லது) வழியை எடுத்துவிட்டார்கள். UDR, FMB–ல் சர்வே எண் & உட்பிரிவு தவறுதலாக உள்ளது. UDR, FMB–ல் உள்ள பரப்பு அளவுகள், அ.பதிவேட்டுடன் ஒத்துப் போக வில்லை. FMB–ல் குளம், குட்டை, கிணறு, சின்னங்கள், தவறுதலாக மார்க் செய்யப்பட்டுள்ளது.

3. இப்படி பல பிரச்சினைகளுக்கு இளைய தலைமுறையினர் வட்டாட்சியர் & மாவட்ட ஆட்சியர் அலுவலகத்திற்கு படையெடுத்து வருகின்றனர். சென்ற தலைமுறை வரை நிலத்தின் விலை இவ்வளவு ஏறவில்லை. இடத்தின் விலை கூடக்கூட மக்களின் பேராசையும் கூடிவிட்டது. தற்போது இடம் வைத்து இருப்பவர் ஏதாவது சட்ட ஓட்டை தனது சொத்தில் வைத்து இருந்தால், அதனை எப்படி பயன்படுத்தி பணம் பார்க்க வேண்டும் என்ற குறுக்கு புத்தி உடையவர்களுடைய சிந்தனை.

4. மேலும் பட்டா, பத்திரப்பதிவு, ஆன்லைன் என ஆவண நடைமுறைகள் இறுக்கப்பட்டுக் கொண்டே வருவதால் பிழையான ஆவணங்கள் வைத்து இருந்தால் நிலங்களை பட்டா மாற்ற முடியவில்லை! கடன் கிடைக்கவில்லை. வீடு கட்ட அங்கீகாரம் கிடைக்கவில்லை என்பதால், வட்டாட்சியர் அலுவலகம் நோக்கி படையெடுத்து சரி செய்ய முயலுகிறார்கள்.

5. UDR / கிராமநத்தம் / FMB–ல் திருத்தங்கள் செய்ய என்னென்ன நடைமுறைகளைப் பின்பற்ற வேண்டும் என்று, என் கள அனுபவத்தில் கூறுகிறேன். நிச்சயம் இளைய தலைமுறையினர் பயன் பெறுவர். மேலே சொன்ன எல்லா சிக்கல்களும், தீர்வு கிடைக்க செய்ய வேண்டியவை பின்வருமாறு :

6. முதலில் உங்களுக்கு என்ன வகையான சிக்கல்

என்பதை தெளிவாக புரிந்து கொள்ள வேண்டும். தெரியவில்லை என்றால் தெரிந்தவர்களிடம் விவரங்கள் கேட்டு தெரிந்து கொள்ள வேண்டும். ஒரு பிரச்சினையை தெரிந்து கொண்டாலே அதற்கு பாதி தீர்வு கிடைத்துவிடுகிறது.

7. அதற்கு தங்கள் தரப்புக்கு ஆதரவான, உறுதுணையாக இருக்கக்கூடிய கிரயப் பத்திரங்கள், மேனுவல் மற்றும் கம்ப்யூட்டர் EC–கள், பழைய பட்டா, புதிய பட்டா, அ–பதிவேடு, FMB மற்றும் இதர ஆவணங்களை ஆகியவற்றை தேடி எடுத்து மேற்படி ஆவணங்கள் நம் கோரிக்கைக்கு துணை போகின்றனவா? என்று ஆராய்தல் வேண்டும்.

8. நம் பிரச்சினை என்னவோ அதனை அரசு தரப்பு நிர்வாக பார்வையில் இருந்து மனு எழுதுதல் வேண்டும். பெரும்பாலும் பலர் தங்கள் கோணத்தில் இருந்து எழுதுகின்றனர். சிலர் புரியும்படி எழுதுவதில்லை, சிலர் படிக்க முடியாதபடிக்கு பக்கம்பக்கமாக எழுதுகின்றனர். சிலர் ஆதாரமற்ற சந்தேகங்களை புகார்களாக வைக்கின்றனர். இதனால் குழப்பங்களும், நேர விரயங்களும்தான் நடக்கிறது.

9. மனுவில் இருக்கும் ஷரத்துக்கள் (DRAFT) மிகமிக முக்கியமானது. அவை மிகத் தெளிவாகவும், குழப்பம் இல்லாமலும் உயர்அதிகாரிகள் நிமிட நேரங்களில் புரிந்து கொள்ளக் கூடிய வகையில் சுருக்கமாக தெளிவாக மனு எழுதப்பட வேண்டும்

10. மேற்படி மனுவுடன் ஆதாரங்கள் இணைத்து மாவட்ட வருவாய் அலுவலருக்கு பதிவு தபால் அனுப்ப வேண்டும். நேரிடையாக சென்று கொடுத்தால் அத்தாட்சி பெறுதல்

விதிகளின்படி, அரசு அலுவலகத்தில் இருந்து அத்தாட்சி பெற வேண்டும். உங்கள் மனுவில் பணியாளர் & நிர்வாக சீர்திருத்தம் சட்ட ஆணை 114, 66, 89 கீழ் அத்தாட்சி கொடுக்கும்படி கேட்டுக் கொள்கிறேன் என்று மனுவில் எழுதி இருக்க வேண்டும்.

11. மனுவை பெரும்பாலும் நேரில் கொடுப்பதைவிட பதிவு தபாலில் அனுப்பி வைத்துவிட்டு போஸ்டல் அக்னாலஜ்மென்ட் பெறுவதே நமக்கும், அரசு எந்திரத்திற்கும் உள்ள எளிமையான வழி.

12. பதிவு தபால் அத்தாட்சி வந்தவுடன் DRO அலுவலகம் நேரிடையாக சென்று தபால் பிரிவில் இருப்பவரிடம் உங்கள் மனு வந்தாயிற்றா? அதற்கு வரிசைஎண் கொடுக்கப்பட்டு உரிய டேபிளுக்கு நகர்ந்திருக்கிறதா? என்று கவனிக்க வேண்டும். தேவைப்பட்டால் DRO–வை நேரிடையாக சந்திக்க வேண்டும்.

13. மேற்படி மனு வட்டாசியருக்கு DRO அலுவலகத்தில் இருந்து FORWARD செய்யப்படும். அதற்கான இன்னொரு நகல் கடிதம் உங்களுக்கு வந்து சேரும், அந்த கடிதம் கிடைத்தவுடன் தாங்கள் வட்டாட்சியர் அலுவலகம் நேரிடையாக சென்று அங்கு இருக்கும் தபால் பிரிவில் உங்கள் பெட்டிஷன் நம்பர் ஆகிவிட்டதா? என்றும், அது சம்பந்தப்பட்ட டேபிளுக்கு நகர்ந்து விட்டதா? என்றும் பார்த்துவிட்டு தேவைப்பட்டால் துணை வட்டாட்சியர், வட்டாட்சியரை சந்தித்து விவரங்களை சொல்ல வேண்டும்.

14. மேற்படி பெட்டிஷன், வருவாய் ஆய்வாளருக்கு (RI) முன்னனுப்புதல் (Forward) செய்யப்படும். பிறகு அவரை பின் தொடர்ந்து அதனை VAO-க்கு வர வைக்க வேண்டும். அதன்பிறகு, VAO நேரடியாக சந்தித்து கிராம

கணக்கு விவரங்கள், மற்ற கள விசாரணை செய்து மனுவை ஒட்டி VAO ஆய்வறிக்கை தயார் செய்வர். அப்பொழுது அவருக்கு தேவையான விவரங்களை நீங்கள் தர வேண்டும்.

15. மேற்படி VAO ஆய்வறிக்கை மற்றும் மனு RI–க்கு மீண்டும் ரிவர்ஸ் ஆகும். அவரை பின் தொடர்ந்தால் அம்மனு வட்டாட்சியர் அலுவலகத்திற்கு செல்லும். அங்கே பட்டா மேல் முறையீடுகள் டேபிளில் நமது பைல் சென்றுவிட்டதா? என உறுதி செய்யப்பட வேண்டும்.

16. UDR விஷயங்கள், பட்டா மேல் முறையீடு டேபிளுக்கும், FMB சிக்கல்கள் தலைமை சர்வேயருக்கும், கிராமநத்தம் பிரச்சினைகள் நத்தம் அலுவலகத்திற்கும் செல்லும். பிறகு வட்டாட்சியர் அலுவலகத்தில் இருந்து தங்களுக்கு விசாரணை அழைப்பாணை வரும்.

17. அழைப்பாணையில் குறிப்பிட்டு இருக்கும் தேதியில் தவறாமல் ஆஜராகி விசாரணையில், கேட்கின்ற கேள்விகளுக்கு பதிலளித்து தாங்கள் கொடுத்த பதில்களை ஆவணங்களாக உருவாக்கி உங்களிடம் கையெழுத்துப் பெற்று மேற்படி ரிப்போர்ட்களை DRO–விற்கு அனுப்பி வைப்பார்கள்.

18. எந்தவித சிக்கலும் பிரச்சினைகளும் ஆட்சேபனைகளும் உங்கள் பிராதுக்களில் இல்லை என்றால், DRO உத்தரவு போட்டு உங்களுக்கு ஏற்ற நிவாரணம் செய்வார். உங்கள் ஆவணங்கள் DRO உத்தரவுப்படி சரி செய்யப்படும்.

19. அதுவே உங்களுடைய எதிரிகளால் ஆட்சேபனைகளும், சிக்கல்களும் எதிர்ப்புகளும் இருந்தால், மேற்படி மனு வருவாய் கோட்டாட்சியர் நீதிமன்ற விசாரணையில் வழக்காக்கி பதியப்பட்டு, வழக்கு விசாரணை அடிப்படையில் தங்களுக்கு தீர்வு கிடைக்கும்.

20. மேற்படி வேலைகளுக்கு கூடுதல் ஆவணங்கள் தேவைப்பட்டால் மாவட்ட ஆட்சியர் அலுவலகம், சென்னை நில அளவைதுறை, நில நிர்வாகத்துறை போன்ற இடங்களில் ஆவண காப்பகங்களிலும் தேடுதல் நடத்தி ஆவணங்கள் பெற்று RDO கோர்ட்டில் வழக்குகள் நடத்தி வெற்றி பெற வேண்டும்.

21. மனு கொடுத்துவிட்டோம், நிச்சயம் அரசு வேலையை முடித்துவிடும் என்று வேறு வேலையைப் பார்க்க கிளம்ப கூடாது. தொடர்ச்சியான பின் தொடர்தல் இருந்தால்தான் மேற்படி மனு, அரசு எந்திரத்தின் ஒவ்வொரு டேபிளுக்கும் நகரும் என்பதை புரிந்து கொள்ள வேண்டும்.

22. அரசு எந்திரம் முன்கூட்டியே செயல்படும் திறனாக (PROACTIVE) இருக்க வேண்டும் என்று நினைக்காமல், நாம்தான் PROACTIVE ஆகவும், GO-GETTER (நாமே தேடிப்போய் எடுத்துக் கொள்பவர்களாகவும்) ஆகவும் இருக்க வேண்டும். அரசு அதிகாரிகளுக்கு உரிய மரியாதையும், நட்பினையும் வெளிபடுத்த தவறாதீர்கள்.

23. அரசு அதிகாரிகளிடம் எரிச்சல்படுதல், சண்டையிடுதல், லஞ்சம் / ஆதாயம் பெறுகிறார் என பழித்தல், சாதியுணர்வை காட்டுதல் போன்ற காரியங்களில் ஈடுபட்டால் எதிர்மறை விளைவுகள்தான் நிச்சயம் வரும்.

பழைய பத்திரங்களில் உள்ள வார்த்தைகளும் அதன் அர்த்தங்களும்

அர்ஜி = அர்ஜி என்பது தாழ்மையுடன் சமர்பிக்கும் மனு. இது அரபு மொழி.

2. உங்கள் அசைன்மெண்ட் பட்டா
கிராம கணக்கில் ஏறாமல் இருக்கிறதா!
தெரிய வேண்டிய 15 செய்திகள்!!

1. ஒப்படைப் பட்டாக்கள் என்பது அரசு விவசாய நிலத்தையோ வீட்டுமனையையோ வீடு / நிலம் இல்லாதவர்களுக்கு இலவசமாகவோ அல்லது பணம் பெற்று கொண்டோ ஒப்படைக்கும். அதுதான் ஒப்படைப் பட்டா என்பார்கள்.

2. இதனை அனுபந்தப் பட்டா, அடைமானப் பட்டா, இலவசப் பட்டா, செட்டில்மெண்ட் பட்டா என்றெல்லாம் கூறுவார்கள். இந்த ஒப்படை ஆவணத்தில் ஒப்படைக்கப் படும் இடத்தின் அளவு, வரைபடம், சர்வே எண், பயனாளியின் பெயர் இருக்கும். மேலும் ஒப்படை சம்மந்தபட்ட சில விதிமுறைகள் அதில் இருக்கும்.

3. மேற்படி ஒப்படைப் பட்டாவை மட்டும் இப்பொழுதும் வைத்துக் கொண்டு எங்களுக்கு இன்னும் கம்ப்யூட்டர் பட்டா, யூ.டிஆர் பட்டாவில் பெயர் ஏறவில்லை. கிராம கணக்கில் எங்கள் பெயர் இல்லை என்று அதனை சரி செய்து கொள்ள பலர் விரும்புகின்றனர்.

4. ஒப்படைப் பட்டாக்களை நன்செய் / புன்செய் / மானாவாரி நிலங்களிலும் வழங்கும், மேலும் நத்தம் நிலங்களிலும் அரசு வழங்கும் என்பதை தெரிந்து கொண்டு உங்கள் கைகளில் இருக்கும் ஒப்படைப் பட்டா, நத்தத்தில் இருக்கிறதா? நன்செய் / புன்செய் / மானாவாரியில் இருக்கிறதா? என்று முதலில் பார்க்க வேண்டும்.

5. நன்செய் / புன்செய் / மானாவாரியில் 1980க்கு முன் ஒப்படை வாங்கியவர்களுக்கு 1985க்கு நிலவரித் திட்ட சர்வேயில் அவர்கள் பெயர் சேர்க்கப்பட்டு யூ.டிஆர்.யிலும்

கிராமக் கணக்கு அ.பதிவேட்டிலும் பெரும்பாலும் சேர்க்கப்பட்டு இருக்கும்.

6. கிராம நத்தத்தில் ஒப்படை வாங்கப்பட்டு இருந்தால் 1995—களில் நத்தம் சர்வே நடந்து இருக்கும்பட்சத்தில் உங்கள் பெயர் அதில் ஏற்றப்பட்டு இருக்கும். இன்று வரை நத்தம் நிலங்கள் கம்ப்யூட்டரில் வராது. ஆனால், மேனுவல் கிராம கணக்கில் நத்தம் பதிவேட்டில் உங்கள் பெயர் ஏற்றப்பட்டு இருக்கும்.

7. 1995—க்கு முன் நத்தத்தில் உங்களுக்கு ஒப்படை நிலம் கிடைத்தாலும், 1995ல் நத்தம் சர்வே நடக்காத கிராமங்களில் அங்கு நத்தம் கணக்கே இல்லாததால் உங்கள் ஒப்படை ஆவணம் நத்தம் கிராம கணக்கில் ஏற வாய்ப்பு இல்லை.

8. நன்செய் / புன்செய் / மானாவரி நிலங்கள் 1985—ல் நிலவரி திட்ட சர்வே செய்து புது கிராமக் கணக்கு உருவாக்கிவிட்ட பிறகு உங்களுக்கு ஒப்படை வழங்கப்பட்டிருந்தால் அதன் விவரங்கள் கிராம கணக்குகளில் இன்னும் ஏற்றப்படவில்லை என்பதை புரிந்து கொள்ளுங்கள்.

9. அதேபோல் கிராம நத்தத்தில் இருக்கின்ற ஒப்படை 1995 நத்தம் நிலவரித் திட்ட சர்வேக்குப் பிறகு உங்களுக்கு கிடைத்து இருந்தாலும், அவையெல்லாம் கிராம கணக்கில் இன்னும் ஏற்றப்படவில்லை.

10. ஏன் இவையெல்லாம் கணக்கில் ஏறவில்லை என்று கேட்க கூடாது. அதனை அரசிடம் நீங்கள்தான் கேட்க வேண்டும். மேற்படி நில ஒப்படை ஆவணங்கள் எல்லாம் மக்கள் கைகளில் மட்டுமே சுற்றி வருகிறது. அதனை கட்டுப்படுத்தும் கோப்புகள் எதுவும் கிராமக் கணக்கில்

இல்லை என்பதை புரிந்து கொண்டாலே ஒப்படைப் பட்டாக்கள் பற்றி ஒரு புரிதலுக்கு வந்துவிடுவீர்கள்.

11. நிறைய நண்பர்கள் இந்த ஒப்படைப் பட்டா ஏன் கணக்கில் வரவில்லை? என்று மணியக்காரரிடம் (VAO) சண்டையிட்டுக் கொண்டு இருப்பார்கள். அல்லது யாராவது ஒரு ஏஜென்டிடம், கம்ப்யூட்டரில் பட்டாவாக மாற்ற பணம் கொடுத்துக் கொண்டு இருப்பதை பார்த்து இருக்கிறேன்.

12. ஒப்படைப் பட்டா நிலத்தை வாங்கும்போது கொஞ்சம் கூடுதல் கவனம் செலுத்தி யூடிஆரில் ஏறி இருக்கிறதா? என்று கவனித்து வாங்க வேண்டும். யூடிஆரில் ஏறவில்லை என்றாலும் பரவாயில்லை. ஆனால் அதற்கேற்றவாறு கிரயப் பத்திரத்தில் ஷரத்துகள் வைத்து எழுத வேண்டும்.

13. ஒப்படைப் பட்டாக்கள் யூடிஆரில் ஏற அடுத்த நிலவரித் திட்ட சர்வே வரை நாம் பொறுத்து இருக்க வேண்டும். நத்தமாக இருந்தால் அடுத்த நத்தம் நிலவரித் திட்ட சர்வே வரை காத்து இருக்க வேண்டும் அல்லது உங்கள் பகுதிகளில் சர்வேக்கள் நடக்கும் வரையாவது அமைதியாக இருக்க வேண்டும். தற்போதைக்கு வேறு வழியில்லை.

14. பகுதிவாழ் மக்கள் எல்லாம் ஒன்றுகூடி மாவட்ட ஆட்சியர், அமைச்சர் பெருமக்களை சந்தித்து சர்வே செய்து பட்டா வழங்க மனு செய்யும்போது சில நேரங்களில் ஒப்படைப் பட்டாக்கள் யூடிஆர் பட்டாவாக மாற வாய்ப்பு இருக்கிறது.

15. சர்வே செய்வது அரசு பாலிசி முடிவு. அரசு முடிவுகள் எடுக்கும்வரை ஒப்படைப் பட்டா நிலைமை இப்படியேதான் இருக்கும்.

3. நீங்கள் ஆன்லைனில் மட்டும் பட்டா பெயர் மாற்றினீர்களா? இனி செய்ய வேண்டிய 18 காரியங்கள்!

1. இப்பொழுது பட்டா மனு செய்யும்முறை ஆன்லைன் ஆகிவிட்டது. இதற்கு முதல் எல்லாம் பட்டா மனு செய்ய தேவையான ஆவணங்களை நகல் எடுத்து அன்றைய தேதி வரை EC எடுத்து பட்டா வேண்டி கேட்கும் மனுவை இணைத்து அனைத்தையும் ஒரு நூலால் கட்டி கிராம நிர்வாக அதிகாரி அலுவலகத்தில் கொடுக்கும்படி இருந்தது.

2. மனு செய்வதற்கு என்று எந்தவிதமான கட்டணமும் இல்லை. ஆனால் இப்போதைய ஆன்லைன் முறையில் பட்டா மனு செய்யும்போது மனு கட்டணம் ரூ.50 வாங்கு கிறார்கள். (சில இடங்களில் அதிகமாகவே வாங்கு கிறார்கள்) இதன் மூலமே வருவாய்த்துறை இப்பொழுது பல இலட்ச ரூபாய்களை சம்பாதிக்க ஆரம்பித்து விட்டது.

3. ஆன்லைன் பட்டா மனு செய்ய கூட்டுறவு சொசைட்டி, தாலுகா அலுவலகங்கள் உள்ள சேவை மையங்களில் கூட்டத்தோடு கூட்டமாக வரிசையில் நிற்க வேண்டிய நிலைமைதான் நிலவுகிறது. கரண்ட் இல்லை, சர்வர் வேலை செய்யவில்லை, கம்யூட்டர் சரி இல்லை என்று கிராம மக்கள் பத்து கிலோமீட்டர் இரண்டு மூன்று நாள் தொடர்ந்து பயணம் செய்து, இரண்டு நாள் காட்டு வேலையை விட்டுதான் பட்டா ஆன்லைன் மூலம் மனு செய்ய வேண்டி இருக்கிறது! நகரங்களிலும் இதே நிலைமைதான்.

4. VAO-க்கோ சர்வேயருக்கோ ஆன்லைனில் பட்டா பெயர் மாற்ற மனு எதுவும் நிலுவையில் இருக்கக்கூடாது என்று

அறிவுறுத்தப்பட்டு இருக்கிறது. எனவே ஆன்லைனில் பட்டா மனு செய்துவிட்டு பின் தொடரல் இல்லை என்றாலோ அல்லது தாமதமாக சென்று பார்த்தாலோ மனுக்களை ஆன்லைனிலே தள்ளுபடிச் செய்து விடுவார்கள். மனு தள்ளுபடிக்கு ஆவணங்கள் லிங்க் இல்லை அல்லது வேறு ஏதாவது காரணங்களையும் சொல்லி இருப்பார்கள். பிறகு என்ன மீண்டும் ஆன்லைன் வரிசையில் நின்று பணம் கட்டிய பிறகு மீண்டும் நீங்கள் மனு செய்தல் வேண்டும்.

5. ஆன்லைனில் பஸ் டிக்கெட் புக் செய்வதுபோல, ஏடிஎம்–ல் பணம் எடுப்பது போல, பட்டா மனு செய்த உடனே பட்டா வராது. பட்டா மனு செய்வது மட்டும்தான் ஆன்லைன் முறை. மீதி வேலை எல்லாம் வழக்கம்போல் தான். தாலுகா ஆபிஸில் தொடர் களப்பணி செய்வதன் மூலம்தான் பட்டா பெற முடியும்.

6. அதாவது ஆன்லைன் மூலம் மனு செய்த ரசீதை எடுத்துக் கொண்டு பட்டா வாங்க போகும் நிலத்தின் முழு ஆவணங்களின் நகலையும் எடுத்து கொண்டு பழைய முறைப்படி கிராமநிர்வாக அதிகாரியையோ, சர்வே யரையோ நேரடியாக சந்தித்து, பின்தொடரல் வேண்டும். VAO, சர்வேயர் LRD (Land Record Draft), தலைமை சர்வேயர் – தாசில்தார் என அனைத்து டேபிளுக்கு பேப்பரை நகர்த்துவதும் நாம்தான் செய்ய வேண்டும்.

7. பொதுவாக பட்டா மனு செய்யும்போது முழுபுலம் கொண்ட இனங்கள், உட்பிரிவு கொண்ட இனங்கள் என இரண்டு வகையாக பிரிப்பர். முழுபுலம் கொண்ட இனங்களின் மனுக்கள் ஆன்லைனில் VAO-விடம் செல்லும்படி லாகின் (LOGIN) வைக்கப்பட்டு இருக்கிறது. உட்பிரிவு இனங்களுக்கு ஆன்லைனில் சர்வேயருக்கு செல்லும் விதமாக லாகின் (LOGIN) வைக்கப்பட்டு இருக்கிறது,

அதன்படி ஒவ்வொரு வகையான மனுவும் முறையே VAOவிற்கும், சர்வேயருக்கும் சென்றுவிடுகிறது.

8. முழுபுலம் பட்டா பெயர் மாற்றங்கள் VAO–விடம் வந்து விடுகிறது. அவர்கள் அதனை பட்டா பெயர் மாற்றம் செய்துவிடுகின்றனர். அதில் எந்தவிதமான சிக்கலும் இல்லை.

9. உட்பிரிவு இனங்கள்தான் சர்வேயரிடம் வருகிறது, அதன் பிறகு LRD (Land Record Draft) தலைமை சர்வேயர் மூலம் இறுதியாக தாசில்தாரரிடம் கையெழுத்தாகிறது. அவர்களின் நடைமுறையில் நகரும் பேப்பருக்கு 8A-ஆவணம் என்று சொல்வார்கள்.

10. அது என்ன 8A என்றால், அது ஒரு சர்வே சட்டம், விவரமாக சொல்ல வேண்டும் என்றால்; பட்டா கோழிக்குஞ்சு வெளியேறுவதற்கு முன் இருக்கும் முட்டைபருவம்தான் 8A. 8A–ல் தாசில்தார் கையெழுத்து போட்டவுடன் பட்டா ஆன்லைனில் ஏற்றப்படுகிறது.

11. அதோடு ஆன்லைனில் பட்டா ஏறிய மகிழ்ச்சியில் நீங்கள் வந்துவிடுவீர்கள். ஆனால் FMB-லும் அ–பதிவேட்டிலும், உட்பிரிவு விவரங்கள் ஏறிவிட்டதா? என்று பார்க்க வேண்டும்.

12. பழைய பட்டா பெயர் மாற்ற நடைமுறையில் கிராம நிர்வாக அலுவலகம் முக்கியப் பங்கு வகிக்கிறது. இப்போது முழுபுலம் பட்டா பெயர் மாற்றம் மட்டும் VAO–க்கும் உட்பிரிவுகள் சர்வேயருக்கும் போவதால் (பெரும்பாலும் 90% உட்பிரிவு இனங்கள்தான்) கிராம மக்கள் தாலுகாவை நோக்கி படையெடுத்து சர்வேயரை சந்திக்கின்றனர். சர்வேயர் நேரடியாக களத்திற்கு வருகிறார். இடத்தை பார்த்துவிட்டு பட்டாவுக்கு வழிவகை செய்கிறார்.

13. இதனால் மேற்படி சர்வேயர்கள் இப்பொழுதெல்லாம் கிராம நிர்வாக அலுவலகம் பக்கமே போவதில்லை (ஏன் என்று எனக்கு தெரியவில்லை). அதனால் கிராமக் கணக்குகளில் அ–பதிவேடு, புலப்பட புத்தகங்களில் பதிவு செய்வது இல்லை. உதாரணமாக சர்வே நம்பர் 2A என்று இருந்தால், அது உட்பிரிவு செய்யப்படும்போது 2A1, 2A2 என இரண்டாக உடையும். இதனை சர்வேயர்தான் கிராம கணக்குகளில் திருத்த வேண்டும். VAO-வுக்கு அந்த உரிமை இல்லை!

14. எனவே சர்வேயர்கள் கிராம நிர்வாக அலுவலகத்திற்கு நேரடியாக வந்து A–பதிவேடு, FMB–களில், சிட்டா கணக்குகளில், உட்பிரிவை குறிக்க சொல்லி நாம்தான் கேட்க வேண்டும். சில ஊர்களில் அ–பதிவேடு ஆன்லைன் ஆகியிருக்கும். சில ஊர்களில் FMB-ம் ஆன்லைனில் ஆகி இருக்கும். அதிலெல்லாம் நம்முடைய பட்டா உட்பிரிவு பதிவாகி இருக்கிறதா? என்று பார்க்க வேண்டும். ஆகவில்லை என்றால் சர்வேயரை பின்தொடரல் செய்து அதனை சரி செய்து கொள்ள வேண்டும்.

15. மேற்படி சர்வேயர் மட்டும் பட்டா பெயர் மாற்றம் செய்வதால், பட்டா ஆன்லைனில் ஏறினாலும், VAO-க்கு பட்டா மாறிய விசயமே தெரியாது போய்விடுகிறது. மேலும் கிராமக் கணக்கில் பட்டா பெயர் மாற்றமே நடக்கவில்லை என்று ஆவணங்கள் சொல்லும்.

16. ஆன்லைன் பட்டா வாங்கிவிட்டு விவசாய நிலத்தில் கிணறு போட வேண்டும் என்றால், FMB-ல் கிணறு எங்கே வருகிறது? என முதலில் குறிக்க வேண்டும். அதற்காக VAO-வை பார்த்தால் அவர் கணக்கில் புலப்புத்தகத்தில் உட்பிரிவு செய்யாமலே இருக்கும்.

உட்பிரிவு செய்தால்தான் கிணறுக்கான பாயிண்டை குறிக்க முடியும். எனவே உட்பிரிவு FMB-லும் செய்து வாருங்கள் என்று VAO சொன்னால் ஆன்லைனிலே பட்டா வந்துவிட்டது, ஏன் இன்னும் FMB-ல் வகிரவில்லை (cut) என்று VAO-விடம் சண்டை போட்டுக்கிட்டு இருப்பீர்கள்.

17. பயிர்க்கடன் வாங்க, வீடுகட்ட வங்கிக் கடன் வாங்க, பயிர் இன்சூரன்சுக்காக, வறட்சி நிவாரணம், வெள்ள நிவாரணம் மற்றும் நில எடுப்புக்கு பணம் வாங்க, VAO கையெழுத்துடன், அ–பதிவேடு, சிட்டா தேவைப்படும். அப்பொழுது அதனைக் கேட்டு சென்றால், உங்கள் பெயரும் உட்பிரிவும், கிராமக் கணக்கில் ஏறி இருக்காது. VAO-ம் உங்களுக்கு ஒத்துழைக்க மறுப்பார். அந்த நேரத்தில் அல்லல்பட்டு கொண்டு நிற்பீர்கள்.

18. எனவே பட்டா வாங்க முடிவு செய்தால், ஆன்லைன் பட்டா மட்டும் போதாது, அதனுடன் FMB, அ–பதிவேடு, சிட்டாவில் எல்லாம் பெயர் மற்றும் உட்பிரிவு ஏற்றப்பட வேண்டும் என்பதை தெரிந்து கொண்டு வேலையோடு வேலையாக தமிழ் நிலம் இணையதளத்தில் சர்வேயரை பின் தொடரல் செய்து அப்டேட் செய்ய சொல்ல வேண்டும். தற்பொழுது எல்லா பட்டா பெயர் மாற்றத்திற்கும் அதாவது கூட்டுப் பட்டாவாக இருந்தாலும், தனி பட்டாவாக இருந்தாலும், சர்வேயரும், VAO-ம் சேர்ந்து தான் அந்த வேலையை செய்ய வேண்டும் என்று VAO சங்கங்கள் போராடி மக்களுக்கு பட்டா வழங்கும் சேவையில் தங்களை ஈடுபடுத்தி கொண்டுள்ளது.

4. கூட்டுப் பட்டாவில் நீங்கள் வாங்கும் மனை இருக்கிறதா? கவனம் சர்வே சிக்கல்கள் இருக்கலாம்! தெரிய வேண்டிய 14 செய்திகள்!

1. பட்டா – தனிப் பட்டா கூட்டுப் பட்டா என இரண்டு வகையாக இருக்கிறது. தனிப் பட்டாவில் ஒரே ஒரு நபர் பெயர் மட்டும் இருக்கும். அதில் தனி உட்பிரிவு சர்வே எண்ணும் தனிப்பட்டா எண்ணும் இருக்கும்.

2. கூட்டுப் பட்டாவில் ஒன்றிற்கு மேற்பட்ட நபர்கள் பெயர் இருக்கும். தனி உட்பிரிவு சர்வே எண் இல்லாமல் அனைவருக்கும் ஒரே சர்வே எண் ஒரே பட்டா எண் இருக்கும்.

3. இவற்றைப் பற்றி முந்தைய கட்டுரைகளில் புரியும்படி விரிவாக எழுதி இருக்கிறேன். கூட்டு பட்டாவில் இருக்கும் வீட்டுமனைகளை வாங்கும்போது சர்வே பிழை இருக்கிறதா? என்று அதிக அளவில் கவனம் எடுத்து கொள்ளுதல் வேண்டும்.

4. 1985–களில் தமிழகம் முழுக்க அளந்து சர்வே செய்யும்போது இப்போது இருப்பது போன்ற டிஜிட்டல் சர்வே எல்லாம் கிடையாது. அதனால் மிகத் துல்லியமான அளவுகள் நிலங்களில் கிடையாது.

5. ஒரு ஏக்கர் நிலத்தை அளந்தால் கூடுதலாகவோ குறைவோ 5 செண்ட்வரை இருக்கலாம். மேற்படி நிலங்கள் விவசாய நிலங்களாக இருக்கும்பட்சத்தில் எவ்வித சிக்கல்களும் இல்லை. மேற்படி நிலங்கள் வீட்டுமனைகளாக மாறும்பட்சத்தில் சர்வே பிழை கண்டிப்பாக இருக்கும்.

6. உதாரணமாக, பட்டாவிலும் புல வரைபடத்திலும் ஒரு ஏக்கர் (100 சென்ட்) பரப்பு இருந்து, களத்தில் 97 சென்ட் பரப்பு மட்டும் இருந்தால், வீட்டுமனைகளை உருவாக்கும் தனியார் சர்வேயர் ஆட்டோகேடில் (Autocad) மேற்படி நிலத்தின் புலவரைபடத்தில் வீட்டு மனைப்பிரிவுகளாக பிரிக்கும்போது சரியாக இருபது மனைகள் மட்டும் வருவதாக வைத்து கொள்வோம்.

7. மேற்படி ஆட்டோகேடில் (Autocad) மனை வரைபடத்தை வைத்து களத்தில் இடத்தை அளந்து கல் போட்டு பிரித்தால் 3 செண்டு பரப்பு களத்தில் குறைவதால் 19 வீட்டுமனைகள் மட்டும் தான் போட முடியும்.

8. இதற்கு அப்படியே எதிர்மறையாக வரைபடத்தில் ஒரு ஏக்கர் பரப்பு இருந்து களத்தில் ஒரு ஏக்கர் மூன்று செண்ட் பரப்பு இருந்தால், உருவாக்கப்படும் மனை வரைபடத்தில் 20 மனைகளும் களத்தில் 21 மனைகளும் கூடுதலாக வரும்.

9. 19 வீட்டுமனைகள் என குறைவாக இருக்கும்பட்சத்தில் அரசு ஆவணங்களில், அரசு சர்வேயர் பட்டா மாற்றம் செய்யும்பொழுது, எதனையும் திருத்த வேண்டும் என்ற அவசியம் இல்லை. ஆனால் மனை பிரிவு அமைப்ப வருக்குதான் ஒரு மனை இழப்பு.

10. 21 வீட்டுமனை என அதிகமாக இருக்கும்பட்சத்தில் அரசு ஆவணங்களில் இருப்பதைதாண்டி அதிமாக களத்தில் நிலம் இருப்பதை உபரிநிலம் என்று அரசு சர்வேயர் பட்டா பெயர் மாற்றம் செய்யும்பொழுது குறித்துவிடுவார். அதற்கு பட்டாவும் வழங்கமாட்டார்கள். இடம் வாங்கிய பிறகு பட்டா வாங்க நடையாய் நடக்க வேண்டியிருக்கும்.

11. சில இடங்களில் உபரி நிலத்தில் வரும் வீட்டுமனையை சிலர் திறமையாக கூட்டுப் பட்டாவில் சேர்த்து

விடுவார்கள். கூட்டுப் பட்டாவில் பெயர் இருக்கின்றது என்று மனையை வாங்கிவிட வேண்டாம். அதன் பிறகு உங்களுடைய பெயரை பட்டாவில் ஏற்றுவதற்கு அரசு சர்வேயர் அதிகமாக தயங்கி நிற்பார்.

12. மேற்படி கூட்டு பட்டாவில் இருக்கும் சொத்துக்களை வாங்க விரும்பினால் விற்பனையாளரிடம் தனிப்பட்டா வாங்கி தர சொல்லுங்கள். அதன் பிறகு நீங்கள் கிரய பத்திரம் போடுவது நல்லது.

13. அல்லது முன் கூட்டியே அரசு சர்வேயரிடம் இடத்தை காட்டி கலந்தாலோசித்து உபரி நிலச்சிக்கல்கள் ஏதாவது இருக்கிறதா? ஆலோசனை பெற்று கிரயம் செய்யவும்.

14. மேற்படி உபரி நிலத்தில் இருக்கின்ற மனைகளை எல்லாம் சார்பதிவகத்தில் பத்திரம் போட்டு விடுவார்கள், சார்பதிவகத்தில் இருக்கின்ற அலுவலர்களுக்கு சர்வே பற்றியோ சர்வேயில் நடக்கும் சர்வே பிழைகள் பற்றியோ எல்லாம் போதுமான அறிவு கிடையாது. அவர்களுக்கு தெரிந்தது எல்லாம் முத்திரைத்தாள் எல்லாம் சரியாக இருக்கிறதா? அரசிற்கு சரியாக கஜானாவில் வந்து பணம் சேர்ந்துவிட்டதா? என்றுதான் பார்ப்பார்கள். அதனால் சர்வே பிழையுள்ள இடத்தை பத்திரமே பதிவு செய்தாயிற்று என்று நிம்மதியாக இருப்பீர்கள் என்றால் உபரி நிலம், அரசு புறம்போக்கு என்று அரசு சொல்லிவிட வாய்ப்புகள் இருக்கிறது.

5. பட்டா பெயர் மாற்றம் செய்வதில் ஏன் தாமதங்கள் தெரிந்து கொள்ள வேண்டிய 18 காரணங்கள்!!

1. ஒருவர் ஒரு இடத்தை கிரயம் பெற்று, அக்கிரய பத்திரத்தை வைத்து தன் பெயருக்கு வருவாய்த்துறை ஆவணங்களில் மாற்றுவதே பட்டா பெயர் மாற்றமாகும்.

2. கூட்டுப்பட்டாவில் பெயர் சேர்த்தல், உட்பிரிவு இல்லாத வகை [Full Field] பெயர் மாற்றம், உட்பிரிவு செய்ய வேண்டியவை என மூன்று வகையான பட்டா பெயர் மாற்றம் இருக்கிறது.

3. கூட்டுப்பட்டா கூடுதல் எளிமையான வேலையாகும். உட்பிரிவு இல்லாத (Full Field) பெயர் மாற்றம் சற்றே எளிமையான வேலையாகும். உட்பிரிவுடன் கூடிய பெயர் மாற்றம் கொஞ்சம் வேலை கூடியதாகவும் இருக்கும். இப்படி எந்த வகையில் இருந்தாலும் சில, பட்டா பெயர் மாற்றங்கள் செய்ய முடியாமல் காலம் இழுத்து கொண்டே செல்கின்றன. அதற்கான காரணங்களை காண்போம்:

4. கிரயம் வாங்கி இருக்கும் கிரய பத்திரத்தில் புதிய, மற்றும் பழைய சர்வே எண் விபரங்கள், பட்டா எண், அளவுகள் போன்றவை பிழையாக இருந்தால்,

5. முன் பட்டாவில், பெயர், தந்தை பெயர், சர்வே எண், அளவு இவற்றில் பிழைகள் இருந்தால்,

6. பட்டா மற்றும் நிலவருவாய் ஆவணங்களில் இருக்கும் பெயருக்கும், தங்களுக்கு கிரயம் எழுதிக் கொடுத்து இருக்கும் நபரின் பெயருக்கும் இடையில் இருக்க வேண்டிய லிங்க் (இணைப்பு ஆவணங்கள்) டாக்குமென்டுகள் இல்லை என்றாலும்,

7. சர்வே பிழைகள், வருவாய்த்துறை ஆவணங்களில் இருந்தாலும்,

8. வாரிசு சான்று, இறப்பு சான்று தேவைப்படும் இடத்தில் அவை இல்லை என்றாலும்,

9. நீதிமன்றத்தில் வழக்குகள், உத்தரவுகள், தடை ஆணைகள் என எது நிலுவையில் இருந்தாலும்,

10 நிலஆக்கிரமிப்பு, நில அபகரிப்பு, நில சச்சரவுகள் என தொடர்ந்து சண்டை நடந்து வந்தாலும்,

11. உடன்பிறந்த சகோதரிகள் அல்லது வேறு நபர்கள் சொத்தில் பங்கு இருக்கிறது. எனவே, பட்டா பெயர் மாற்றம் செய்யக் கூடாது என ஆட்சேபனை கடிதம் எழுதி கொடுத்து இருந்தால்,

12. டபுள்டாக்குமெண்ட் நிலங்கள், போலி ஆவண நிலங்கள் இருக்கும் சொத்துக்கள்,

13. அரசு இலவசமாக கொடுத்த நிலங்களில் அரசு விதிகள் மீறி செயல்படும் பொழுது,

14. பட்டா விண்ணப்பிப்பவர் பெயரில் சொத்து அவர் ஆளுகையிலும் கட்டுப்பாட்டிலும் இல்லாதபொழுது,

15. கிரயப் பத்திரம், செட்டில்மெண்ட், பாகப்பிரிவினை போன்ற எந்தவித பத்திரம் எழுதாமல் மேற்படிச் சொத்தை அனுபவித்து வருபவர் பட்டா பெயர் மாற்றம் மனு செய்யும் போது,

16. முத்திரைத் தீர்வை சம்பந்தமாக 47(A)-ல் பத்திரம் நிலுவையில் இருக்கும்போது,

17. முப்பாட்டன் பெயரில் பட்டா இருந்து பல ஆண்டுகளாக அதன் பெயரை மாற்றாமல் இருந்துவிட்டு, இப்பொழுது பட்டா பெயர் மாற்றம் செய்யும்பொழுது,

18. ஈ.சி—யில் ஏதாவது வில்லங்கங்கள் புதியதாக காட்டுமானாலும் EC—ல் வேறு ஏதாவது சிக்கல்கள் இருந்தாலும்.

6. உங்கள் மனையில் பட்டா நிலத்துடன் கிராம நத்தமும் கலந்து இருக்கிறதா? கட்டாயம் தெரிய வேண்டிய 16 விஷயங்கள்!!

1) நீங்கள் ஒரு மனைப்பிரிவில் ஒரு மனை வாங்கி அதனை பட்டா பெயர் மாற்றம் செய்யப் போகும்பொழுது தான் இதற்கு கணினிப் பட்டா கிடைக்காது. மேனுவல் நத்தம் பட்டாதான் கிடைக்கும் என்று தெரிய வருகிறது

2) அல்லது உங்களுடைய மனையில், பாதி மனை நத்தம் நிலத்தில் வருகிறது. மீதி பட்டா நிலத்தில் வருகிறது எனவே பாதி கணினி பட்டாவும், மீதி நத்தம் மேனுவல் பட்டாவும் வாங்க வேண்டும் என்று சொல்கிறார்கள்.

3) அடுத்து நீங்கள் வாங்கிய மனையே நத்தம் நிலத்தில் தான் வருகிறது. ஆனாலும் அதற்கு நத்தம் மேனுவல் பட்டாவும் கொடுக்க முடியாது. ஏனெனில் இது நத்தம் புறம்போக்கு என்று வகைபடுத்தப்பட்டு இருக்கிறது.

4) மேலும் நீங்கள் வாங்கிய மனை நத்தம் நிலம் தான் ஆனால், நத்தம் நிலவரித்திட்டத்தின் கீழ் இன்னும் சர்வேயே செய்யப்படவில்லை. அதனால் புறம்போக்காக இன்னும் இருக்கிறது என்று சொல்லுவார்கள்.

5) அடுத்து 20 சென்ட் 30 சென்ட் தோட்ட நிலமாக இடங்கள் வாங்கும் பொழுது, அதில் 6 சென்ட் (அ) 7 சென்ட் நத்தம் நிலம் கலந்து பத்திரம் போட்டு விட்டார்கள். அதனால் நத்தம் நிலம் தவிர மீதி நிலங் களுக்குதான் யுடிஆர் பட்டா மாற்றி தர முடியும் என்றும் சொல்வார்கள்.

6) நத்தம் நிலத்திற்கு பட்டா வேண்டுமானால் (RDO) கோட்டாட்சியரிடம் தான் மனு செய்ய வேண்டும் என்று சொல்லுவார்கள்.

7. மேற்படி இடம் UDR-க்கு முன்பு புன்செய்யாகத்தான் இருந்தது. அதனை UDR-க்கு பின் நத்தம் நிலமாக வகைப்படுத்திவிட்டனர். அதனால் இப்பொழுது கம்ப்யூட்டர் பட்டா கொடுக்க மறுக்கிறார்கள் என்று சொல்லுவார்கள்.

8) இப்படிப்பட்ட பிரச்சினைகள் எல்லாம் தொடர்ந்து கேள்விப்படுவீர்கள். இந்த மாதிரி சிக்கல் உள்ள நிலங்களை வாங்குவதை எப்படி தவிர்க்கலாம் என்றால், இந்த இடங்களை வாங்குவதற்கு முன்பு அ–பதிவேடு, டோபோ ஸ்கெட்ச், புலப்படம் ஆகிய ஆவணங்களை துணையாக வைத்து ஆய்வு செய்ய வேண்டும்.

9) வாங்கப்போகும் நிலத்தின் சர்வே எண்ணையும், சுற்றியுள்ள சர்வே எண்களின் புலங்களையும் பார்த்து, அதனை அ–பதிவேட்டில் நில வகையை பார்த்தால் பக்கத்தில் நத்தம் நிலம் வருவது தெரிந்துவிடும்.

10) நாம் வாங்கப்போகும் நிலத்தின் FMB-யையும் அதனை சுற்றி உள்ள நிலத்தின் FMB-க்களையும் வாங்கி பார்த்தாலே நத்தம் FMB-க்கும் யுடிஆர் FMB-க்கும் உள்ள வேறுபாடுகள் தெளிவாகத் தெரியும்

11) இப்படி முன்கூட்டியே மேற்சொன்ன ஆவணங்களை பார்ப்பதன் மூலம் யுடிஆர் பட்டா நிலத்துடன் நத்தம் பட்டா நிலமோ அல்லது நத்தம் புறம்போக்கு நிலமோ கலந்து வாங்கிவிடுவதை தவிர்க்க முடியும்.

12) சரி அப்படி என்னதான் பிரச்சினை நத்தமும் புன்செய் பட்டாவும் கலந்த நிலத்தை வாங்கினால் என்கிறீர்களா?

13) முதலில் இரண்டுக்கும் கண்டிப்பாக சர்வே எண் வேறு வேறாக இருக்கும். நத்தம் சர்வே கணினியிலோ ஆன்– லைனிலோ இதுவரை ஏறவில்லை. நத்தம் கணக்கை மேனுவலாக வைத்து இருக்கிறார்கள்

14) அதனால் மேனுவல் பட்டா மெய்த்தன்மை கண்டுபிடிப்பது உறுதி செய்வது கொஞ்சம் சவாலான வேலை நிறைய போர்ஜரி சுற்றுகிறது, என்ற அச்சம் இருப்பதால் வங்கிகள் பிற நிறுவனங்கள் அதற்கு கடன் கொடுக்கவும், நத்தம் நிலத்தில் வீடுகளுக்கு அடிமனை மற்றும் கட்டிட அனுமதி கொடுக்கவும் நத்தம் பட்டாவை ஏற்றுகொள்வது இல்லை!!

15) சரி நத்தம் பட்டாவாக இருந்தாலும் பரவாயில்லை!! அது கூட்டுறவு சொசைட்டியில் கிராம வங்கி, நிலவள வங்கியில் வீடு கட்ட கடன் வாங்கலாம். ஆனால் நத்தம் பட்டா இல்லாமல் நத்தம் புறம்போக்காக இருந்தால் அந்த கடனும் கிடைப்பது இல்லை. மேலும் யுடிஆர் பட்டாவை விட நத்தம் பட்டா மற்றும் நத்தம் புறம்போக்கு நிலங்கள் பண மதிப்பும் குறைவானதாகவே கருதப்படுகிறது

16) சரி இனி நத்தம் நிலம் கலந்துவிட்டால் என்னென்ன செய்ய வேண்டும்.

அ) முதலில் நிலவரித் திட்டத்தின் போது புன்செய் நிலத்தை நத்தமாக தவறுதலாக மாற்றிவிட்டார்களா? என்று பார்க்க வேண்டும்.

ஆ) அதனைப் பார்க்க செட்டில்மெண்ட் கணக்கு புலப்படத்தையும், செட்டில்மெண்ட் கணக்கையும் (SLR) எடுத்து முதலில் நத்தமாக இருந்ததா அல்லது புன்செய்யா என்று உறுதி செய்து கொள்ள வேண்டும்.

இ) சென்டில்மெண்ட் கணக்கில் நத்தமாக இருந்தால் நாம் அதனை யுடிஆர் கணக்கில் புன்செய் என்று மாற்ற இயலாது அதுவே செட்டில்மெண்ட் கணக்கில் புன்செய் என்று இருந்து யுடிஆரில் நத்தம் என்று இருந்தால் நிலவகை தவறாக வகைப்படுத்தி இருக்கிறார்கள் என்று

அதனை திருத்துவதற்கு டிஆர்.ஒ அலுவலகத்தில் மனு செய்யலாம்.

ஈ) அடுத்து புன்செய்யோடு நத்தம் கலந்து இருந்தால், கலந்திருக்கும் இடத்திற்கு நத்தம் பட்டா இருந்தால் ஓரளவுக்கு நல்லது. யுடிஆர் பட்டா இல்லையென்றாலும் மேனுவல் நத்தம் பட்டா இருக்கிறதே என்று தேத்தி கொள்ளலாம்.

உ) மேலும் அந்த நத்தம் பட்டாவில் பெயர் பிழை, அளவு பிழை, சர்வே எண் பிழை ஏதாவது இருக்கிறதா என்று கண்டிப்பாக பரிசோதித்து கொள்ளல் வேண்டும். அப்படி இருந்தால் அதனை DRO-விடம் மனு செய்து திருத்தல் செய்ய வேண்டும்.

ஊ) இதுவே நத்தம் புறம்போக்காக இருந்தால் அந்த கிராமத்தில் நத்தம் நிலவரித் திட்ட சர்வே நடந்து உள்ளதா? என்று பார்க்க வேண்டும். நடக்கவில்லை என்றால் மாவட்ட ஆட்சியருக்கு எங்கள் கிராமத்தில் நத்தம் நிலவரித் திட்ட சர்வே செய்ய வேண்டி மனு செய்ய வேண்டும் !

எ) எதிர்காலத்தில் நத்தம் சர்வே செய்யும்போது பத்திரத்தின் அடிப்படையிலும் சுவாதீன அடிப்படையிலும் உங்களுக்கே நத்தம் பட்டா கிடைக்க வாய்ப்பு இருக்கிறது.

ஏ) இதுவே நத்தம் சர்வே செய்துவிட்டு நிறைய மனைகளுக்கு நத்தம் பட்டா வழங்கிவிட்டு நீங்கள் வாங்கி இருக்கும் இடத்திற்கு மட்டும் சர்க்கார், காலி, அரசு, அனாதீனம், புறம்போக்கு என்று வகைப்படுத்தி இருந்தால் கொஞ்சம் சிக்கலான வேலை.

ஐ) 1960-க்கு முன்பே நத்தம் கலந்த சொத்திற்கு கிரயப் பத்திரங்கள் ஏதாவது இருந்தால் அதனை DRO-விடம்

காட்டி மனு செய்து அரசு நிலங்களை சர்க்கார் என்று தவறுதலாக வகைப்படுத்திவிட்டது என்று அதனை இரத்து செய்ய சொல்லி இருக்கின்ற நிலங்களுக்கு நத்தம் பட்டா பெறலாம்.

ஒ) மேற்படி விஷயமாக முன்னாள் தமிழ்நாடு தலைமை செயலாளர் கிரிஜா வைத்தியநாதன் அவர்கள் ஒரு அரசு உத்தரவு போட்டு இருக்கிறார். எனவே அந்த அரசு உத்தரவு வைத்து, புறம்போக்கு ஆகிவிட்ட நிலங்களை பணம் கட்டியோ அல்லது இலவச பட்டாவோ கேட்டு மனு செய்து பெறலாம்.

ஓ) எதிர்காலத்தில் கட்டாயம் நத்தம் பட்டா கணிணிமயம் ஆகும் நத்தம் பட்டா நிலங்களும் யூடிஆர் பட்டா போன்று அடிமனை அங்கீகாரம் கட்டிட அனுமதி என நத்தத்திற்கும் கொடுப்பார்கள். யூடிஆர் பட்டாவிற்கு இணையான மதிப்பை நத்தமும் எதிர்காலத்தில் பெறும் அதனால் முதலீட்டு நோக்கில் நத்தம் நிலம் கலந்து வாங்கியவர்கள் காத்து இருக்கலாம்.

ஒள) மேலும் உங்கள் சொத்தில் எதுவரை நத்தம் எதுவரை புன்செய் என்று சிறிய காணிகல் இரண்டு நட்டு களத்தில் பிரித்து காட்ட வேண்டும். வங்கிக் கடன், வீடுகட்டும் கடன், ஏதாவது வாங்கினால் புன்செய்பட்டா மட்டும் காட்டி வாங்கலாம், நத்தம் நிலத்தை அனுபவிக்க மட்டும் செய்யலாம்.

அமேஷா= அமேஷா என்பது பத்திரங்களில் எப்பொழுதும் என்ற அர்த்தத்தில் வரும். இது பாரசீக மொழி.

7. உங்கள் இடத்தினளவு பட்டாவில் குறைகிறதா? அறிந்து கொள்ள வேண்டிய 21 செய்திகள்!

1) உங்கள் இடம் களத்தில் அளவு சரியாக இருக்கிறது. நீங்கள் வாங்கி இருக்கும் பத்திரத்திலும் அளவு சரியாக இருக்கிறது, ஆனால் பட்டாவில் மட்டும் அளவு குறைவு எனில், முதலில் செய்ய வேண்டியது என்னவென்றால்,

2) பட்டாவில் எழுத்துப்பிழை காரணமாக அளவுகள் குறைந்து தவறாக தெரிகிறதா? என்று சோதிக்க வேண்டும். அதற்கு கிராம அ–பதிவேட்டில் அளவு களுடன் ஒத்துப் போகிறதா? என்று சோதிக்க வேண்டும்.

3) அப்படி பார்க்கும்போது அ–பதிவேட்டிலும் அளவு குறைந்தால் அது அளவு பிழை, அ–பதிவேட்டில் சரியான அளவு இருந்தால், அதாவது உங்கள் பத்திரங்களில் உள்ள அளவு இருந்தால் அது அளவு பிழை அல்ல! அது பட்டாவில் எழுத்து பிழை ஆகும்.

4) மேற்படி பட்டாவில் இருக்கும் எழுத்து பிழையை அ–பதிவேட்டு நகலுடன் உங்கள் தரப்பு அனைத்து ஆவணங்களையும் வைத்து பட்டாவை திருத்தி கொடுக்குமாறு DRO-விடம் மனு செய்து திருத்திக் கொள்ள வேண்டும்.

5) அடுத்து அ.பதிவேட்டிலும் பட்டாவிலும் அளவு குறைவாக போட்டு இருக்கிறார்கள் என்றால்; புலப்படத்தை எடுத்து பரிசோதிக்க வேண்டும். உங்கள் இடத்தின் புலப் படங்களின் நீள அகலங்களை பெருக்கி பார்க்கும்போது உங்கள் நிலத்தின் உண்மையான அளவே வந்தால் இடம், அளவு பிழை அல்ல!!

6) "அப்படின்னா என்ன" என்று கேட்கிறீர்களா? உங்கள் இடம் அ–பதிவேட்டிலும் பட்டாவிலும் அளவு குறைந்தால்

அது அளவுப் பிழை அல்ல. பட்டாவிலும், அ—பதிவேட்டிலும், புலப்படத்திலும் அளவு குறைந்து இருந்தால்தான் அளவு பிழை!!

7) அடிப்படை விவரமே தெரியாமல் பட்டாவில் இருக்கும் எழுத்துப் பிழையை காட்டி அளவுப் பிழை அதை சரி செய்து தருகிறேன் என்று ஆளை முழுங்கும் நபர்களிடம் சேமிப்பை இழக்காதீர்கள்.

8) சரி உண்மையான அளவுப் பிழை பிரச்சினைக்கு வருவோம். அளவுப் பிழை பெரும்பாலும் மூன்று விதங்களில் உருவாகிறது. சர்வே என்றாலே சரியாக இருக்கும் என்பது அப்பாவித்தனமான நம்பிக்கை. உண்மையில் சர்வே பிழையானதாக தான் இருக்கும். அதற்கும் அரசு பிழை வரம்பு வைத்து இருக்கிறார்கள்!

9) அந்த பிழை வரம்பிற்கு மேல் அதிக இடம் குறைந்தால் தான் அதனை அளவு பிழையாகவே அரசு எடுத்து கொள்கிறது. அதனால் சிறிய அளவு பிழை வந்தாலே அதனை திருத்த வேண்டும் என்று மனு செய்ய கிளம்பிட வேண்டாம்.

10) ஆக அளவு பிழை என்றால் அது பட்டாவிலும், அ—பதிவேட்டிலும் இருக்கின்ற எழுத்துப் பிழையா அல்லது நிர்ணயிக்கப்பட்ட பிழை வரம்பிற்கு மேல் இருக்கிறதா? என்று ஆராய்ந்து பார்த்துவிட்டுதான் அந்த அளவுகளை திருத்த மாவட்ட ஆட்சியருக்கு திங்கட் கிழமை மனு கொடுக்க வேண்டும்!!

11) நீங்கள் மாவட்ட ஆட்சியர் இடம் கொடுத்த மனு வட்டாட்சியர் அலுவலகம் வரும். அங்கு இருக்கும் சர்வேயர் அளவு பிழை இருக்கும் இடத்தை நேரில் வந்து அளந்து இரண்டு வரைபடத்தை தயாரிக்க வேண்டும். அந்த இடத்தின் சுற்று சார்பு புல எண்களையும் அளந்து

ஏற்கனவே ரிக்கார்டுகளில் குறிப்பிட்டுள்ள அளவுகளை சரி பார்த்து சர்வேயருக்கு மேல் உள்ள தலைமை சர்வேயருக்கு அந்த அறிக்கையை அனுப்ப வேண்டும்.

12) தலைமை சர்வேயர் அனைத்து ஆவணங்களையும் சரி பார்த்து புல தணிக்கை செய்து, அளவு பிழை சம்பந்தபட்ட உங்களையும், உங்கள் பக்கத்து இடத்துக்காரரையும் அழைத்து ஆட்சேபனைகள் மற்றும் ஆதரவு கருத்துகளை கேட்பார்.

13) சர்வேயர் தயாரித்த புதிய வரைபடங்களிலும் பிழைகள் இருப்பதை உணர்ந்தால் மீண்டும் வட்டாட்சியருக்கு எழுத்து மூலமாக தகவல் தெரிவிக்க வேண்டும். அவர் மீண்டும் சீர்திருத்தம் செய்ய சொல்வார். அவ்வாறு எந்த பிழையும் இல்லை என்றால்;

14) மேற்படி கோப்புகள் எல்லாம் மாவட்ட ஆட்சியருக்கு இந்த அளவு பிழைதிருத்தத்தை அங்கீகரிக்குமாறும் சமர்பிப்பார்கள். பிறகு மாவட்ட ஆட்சியர் கையெழுத்தான உடன் மேற்படி திருத்தம் கிராமக் கணக்கிலும், வட்டக் கணக்கிலும் தேவையான மாறுதலை செய்ய வட்டாட்சியர் உத்தரவிடுவார்.

15) அதன் பிறகு அ–பதிவேடு இருக்கும் தாலுகா, கிராம நிர்வாகம், அந்த கிராமத்தில் ஏதாவது நில எடுப்பு இருந்தால் நில ஆர்ஜித தாசில்தார், அந்த இடம் உள்ள சார்பதிவகத்தினுள் அந்த பிழைதிருத்த உத்தரவை அனுப்புவார்கள்.

16) ஆமாம் இதெல்லாம் அரசு எந்திரம் தானாக செய்யாது, நாம்தான் அடுத்தடுத்த நகர்வு என்ன என்று தெரிந்து கொண்டு அதனை செய்தல் வேண்டும். வெறும் அளவுப் பிழை என்று மாவட்ட ஆட்சியர் இடம் மனு கொடுத்துவிட்டு வீட்டிலேயே இருந்து விடாதீர்கள்.

17) சரி பிழை வரம்பு என்று ஒன்று பார்த்தோமே அதனை பற்றிய விவரங்களை பார்த்துவிட்டு இக்கட்டுரையை முடிக்கலாம். பெரும்பாலும் அளவுப் பிழைகள் மூன்று வகை ஆகும். அதில் நீள வாக்கில் இருக்கும் பிழை

18) முதல் பிழை வரம்பு நீளவாக்கில் இருக்கும் பிழை அதாவது FMB-ல் உள்ள நீளமும் களத்தில் உள்ள நீளமும் வித்தியாசம் நன்செய் நிலமாக இருந்தால் 200 மீட்டருக்கு 2 மீட்டருக்கு மேல் இடம் குறைந்தால்தான் அது பிழை வரம்பிற்கு மேல் உள்ளது.

19) புன்செய்யாக இருந்தால் 200 மீட்டர் நீளத்துக்கு 4 மீட்டர் வரை பிழை வரம்பு ஆகும், இதற்கு மேல் இருந்தால்தான் நிலஅளவை திருத்தம் செய்யும் மனுவை ஏற்று கொள்வார்கள்.

20) அதே போல நிலத்தின் நீள அகலத்தில் பிரச்சினை இல்லை ஆனால் மொத்தப் பரப்பில் அளவு குறைகிறது என்றால் அது 5 சதவீதத்திற்கு மேல் இருக்க வேண்டும். உதாரணமாக ஒரு ஏக்கர் நிலம் இருந்தால் 5 செண்டுக்கு மேல் நிலம் குறைந்தால்தான் நில அளவை திருத்தம் செய்ய மனு செய்ய வேண்டும்.

21) அடுத்ததாக புலபடத்தில் இருக்கும் உருவமும் நிலத்தில் இருக்கும் உருவமும் வடிவமும் மாறி இருந்தால் புலப்படத்தில் இருக்கின்ற உருவத்தை போல் நிலத்தை மாற்ற மாட்டார்கள். பூமியில் என்ன உருவம் இருக்கிறதோ? அந்த உருவத்திற்கு நிலத்தை அளந்து திருத்தம் செய்வார்கள் இந்த உருவப் பிழைகளுக்கு எல்லாம் பிழை வரம்பு என்பது இல்லை என்பதை புரிந்து கொள்ள வேண்டும்.

8. உங்களுடைய எதிரியின் பட்டா மாற்றத்திற்கு ஆட்சேபனை மனு கொடுக்க தெரிந்து கொள்ள வேண்டிய 10 செய்திகள்!!

1) உங்களுடைய சொத்தை ஆக்கிரமித்து கைப்பற்ற முயல்பவர்கள் அல்லது அத்துமீறி நுழைய முயல்பவர்கள் உங்களுடைய சொத்தை எப்படியாவது வில்லங்கம் உருவாக்க வேண்டும் என்ற எண்ணத்தில் உங்கள் சொத்திற்கு உரிமை அற்ற நபர் மூலம் கிரயப் பத்திரம் உருவாக்கி அந்த ஆவணத்தை வைத்து உங்கள் மீது வழக்கு தொடுக்க நினைப்பவர், உங்களுடைய சொத்தின் உரிமைக்கு சாம, பேத, தான, தண்ட முறையில் தொடர்ந்து குந்தகம் விளைவிக்க நினைப்பவர்களை எதிரி என்று நான் குறிப்பிடுகிறேன்.

2) அந்த எதிரி என்ற வார்த்தையை இந்த கட்டுரையில் தொடர்ந்து பயன்படுத்த நான் விரும்பாததால் எதிர் மனுதாரர் என்றே குறிப்பிடுகிறேன். உங்களுடைய எதிர் மனுதாரர் உரிமையற்ற ஆவணங்கள் மூலமாக தன் பெயருக்கு பட்டா மாற்ற ஆன்லைனில் மனு செய்கிறார்! அது உங்களுக்கு தெரிய வருகிறது என்றால்,

3) உங்கள் தரப்பு ஆவணங்களையும் ஒரு ஆட்சேபனை கடிதத்தையும் இணைத்து பதிவு தபாலில் வட்டாட்சியர், வருவாய் அலுவலர், கிராம நிர்வாக அதிகாரி ஆகிய மூவருக்கும் ஒப்புகைச் சீட்டுடன் கூடிய பதிவு தபாலில் அனுப்பிட வேண்டும்.

4) அந்த ஆட்சேபனை கடிதம் கொடுத்தவுடன் இருதரப்பையும் அழைத்து விசாரித்து விஏஓ அறிக்கை தயாரித்து பட்டா கொடுக்கலாம் (அ) கொடுக்கக் கூடாது என்ற முடிவினை எடுப்பார்கள். எடுத்த முடிவினை தங்களுக்கு தெரியபடுத்துவார்கள்.

5) ஒருவேளை "சார் நான் என்ன பெட்டிசன் கொடுத்தாலும் கூப்பிட்டு விசாரிக்கவேமாட்டார்கள். விஏஓ, ஆர்ஐ, தாசில்தார் ஆகியோர் எதிர் மனுதாரருக்கு ஒருதலை பட்சமாக செயல்பட்டு பட்டா வழங்கிவிடும் சூழல் வருவதை என்று உணர்ந்தால்", தாசில்தார் கொடுத்த பட்டா மாறுதல் அல்லது பட்டா வழங்குதல் உத்தரவை (அது பட்டா அல்ல) எதிர்த்து நீங்கள் கோட்டாட்சி யருக்கும், மாவட்ட வருவாய் அலுவலருக்கும் மனு செய்தல் வேண்டும்.

6) கோட்டாட்சியருக்கும், மாவட்ட வருவாய் அலுவலகத் திற்கு அனுப்பி இருந்த மனுவின் ஒப்புகைச் சீட்டுடன் அனைத்துவிதமான ஆட்சேபனை கடிதங்களையும் இணைத்து வட்டாட்சியர் உங்கள் எதிர் மனுதாரருக்கு கொடுத்த பட்டா மாறுதல் உத்தரவுகளை இணைத்து சீராய்வு மனு கொடுக்க வேண்டும்.

7) இந்த சீராய்வு மனுவும் உங்கள் எதிர் மனுதாரருக்கு சாதகமாக இருக்கும்பட்சத்தில், சீராய்வு மனு விசாரணையில் இருக்கும்போதே ஏதாவது ஒரு காரணத்தை உருவாக்கி சிவில் நீதிமன்றத்தில் பட்டா மாறுதலை நிறுத்த கோரியோ அல்லது உரிமை கோரியோ வழக்கு தொடர்ந்து விடுங்கள்.

8) அதன் பிறகு நீதிமன்றத்தில் வழக்கு இருக்கிறது, அங்கேயே நீங்கள் பரிகாரம் தேடி கொள்ளுங்கள் என்று வருவாய்த் துறையினர் அந்த பட்டா மாறுதல் மீது எந்த முடிவும் எடுக்காமல் விட்டு விடுவார்கள். நீங்கள் அந்த கால இடைவெளியை உங்கள் எதிர் மனுதாரருக்கு எதிராக பயன்படுத்திக் கொள்ள முயற்சி செய்யுங்கள்.

9) வருவாய்த்துறை விஷயங்களில் முடிந்த அளவுக்கு பொறுமையும் நிதானமும் இருக்க வேண்டும். அனைத்து

விஷயங்களையும் எழுத்துப்பூர்வமான மனுக்கள் மற்றும் கடிதங்களில் மட்டுமே தொடர்பு கொள்ள வேண்டும். விடாமுயற்சி, அசராத நம்பிக்கை, கொஞ்சம் துணிவு இதெல்லாம் இருந்தால் உங்கள் எதிர் மனுதாரர் எவ்வளவு பெரிய செல்வாக்குமிக்கவராக இருந்தாலும் நீங்கள் அவரை கண்ணுக்குள் விரலை விட்டு ஆட்டலாம்.

10) ஒன்று மட்டும் உறுதியாக நினைத்து கொள்ளுங்கள் நடப்பது மோடி ஆட்சி, காங்கிரஸ் ஆட்சி, எடப்பாடி ஆட்சி, ADMK ஆட்சி, DMK ஆட்சி என்றெல்லாம் நினைக்காமல் எதிர் மனுதாரர் மேற்படி கட்சிகளின் செல்வாக்கு எல்லாம் பயன்படுத்துகிறார் என்று நினைக்காமல் நடப்பது இந்திய சட்டத்தின் ஆட்சி என்று உறுதியாய் நம்புங்கள்.

Paranjothi Pandian's Quotes

ரியல் எஸ்டேட் முதலீடும்,
உங்கள் வாழ்க்கையின்
குறிக்கோள்களும், தற்போதைய
வாழ்க்கை பயணமும் ஒரே
நேர்கோட்டில் இருக்க வேண்டும்.
பலபேர் இந்த மூன்றும்
நேர்கோட்டில் இல்லாததனாலேயே
தோற்கின்ற முதலீட்டாளர்கள்
ஆகின்றார்கள்.

9. முழுப்புல பட்டா மற்றும் உட்பிரிவு பட்டா பெயர் மாற்றங்கள் பற்றி தெரிந்து கொள்ள வேண்டிய 12 தகவல்கள்!!

1) யுடிஆர் பட்டா என்று நாம் சொல்வது நிலஉடைமை மேம்பாட்டு திட்டத்தின்படி 1982–இல் இருந்து 1985 வரை சர்வே செய்யபட்டு வழங்கப்பட்ட நில உரிமை ஆவணங்களே ஆகும்.

2) ஒவ்வொரு கிராமத்தில் உள்ள கிராம நத்தம் நிலங்கள் அது சம்பந்தபட்ட பட்டாக்கள், பேரூராட்சி, நகராட்சி, மாநகராட்சியில் உள்ள டவுன் சர்வே பட்டாக்கள் UDR-ல் அடங்காது என்பதை கவனத்தில் கொள்ளவும்.

3) ஒரு சொத்தை வாங்கி கிரயப் பத்திரம் போட்டவுடன் அடுத்து யுடிஆர் கணக்கில் பட்டா பெயர் மாற்றம் கண்டிப்பாக செய்ய வேண்டும்.

4) நீதிமன்றத்தில் வழக்கு நடந்து அது தீர்ப்பாகி சொத்துரிமை உங்களுக்கு வந்த பிறகு, அந்த டிகிரி அடிப்படையில் பட்டா பெயர் மாற்றம் செய்ய வேண்டி இருக்கும்.

5) அதேபோல நில உரிமையாளர் இறந்தவுடன் அவர்களின் வாரிசுகள் வாரிசு அடிப்படையில் பட்டா பெயர் மாறுதல் செய்ய கோருவார்கள்.

6) இப்படிப்பட்ட ஆவணங்களை எல்லாம் வைத்து பட்டா மாறுதல் செய்யும்போது அந்த பட்டா பெயர் மாற்ற வேலையை வருவாய் துறையினர் இரண்டு வகையாகப் பிரிக்கிறார்கள். அதில் ஒன்று முழு புலம் பட்டா மாறுதல், இரண்டு உட்பிரிவு செய்ய வேண்டிய பட்டா மாறுதல் என்று வகைப்படுத்தலாம்.

7) ஒருவர் ஒரு கிராமத்தில் சர்வே எண்.75/2–இல் உள்ள பூரா விஸ்தீரணம் 2ஏக்கர் 80 சென்டையும் தன் பெயருக்கு கிரயம் வாங்கி அதனை தன் பெயருக்கு பட்டா பெயர் மாற்றம் செய்ய மனு செய்தால் அது முழுபுலம் பட்டா மாறுதல் என்று சொல்வார்கள் .

8) வருவாய்த்துறை மொழியில் FullField என்பார்கள். இதனை தற்பொழுது ஆன்லைன் மூலம் பட்டா பெயர் மாற்றத்திற்கு மனு செய்யும் பொழுதே அந்த இணையதள விண்ணப்பத்தில் 1) முழுபுலம், 2) உட்பிரிவு என்று இரண்டு தேர்வுகள் இருக்கும். அதில் முழுபுலம் என்று நீங்கள் பதிலளித்தால். இந்த பட்டா பெயர் மாறுதல் மனு விஏஓ வின் விசாரணைக்கு வந்து அவர் அறிக்கை தயாரித்து துணை வட்டாட்சியருக்கு பரிந்துரைப்பார்.

9) துணை வட்டாட்சியர் பட்டா மாறுதல் ஆணை வழங்குவார் அதன் அடிப்படையில், அது ஆன்லைன் பதிவேடுகளில் பெயர் மாற்றப்பட்டு பார் கோடோடு உங்களின் பெயருக்கு பட்டா பெயர் மாறி இருக்கும்.

10) இதுவே நீங்கள் அதே கிராமத்தில் 75/2–இல் முழு விஸ்தீரணம் 2 ஏக்கர் 80 சென்டில் பாதியாக 1 ஏக்கர் 40 சென்டு கிரயம் பெற்று அதற்கு பட்டா பெயர் மாற்றம் செய்ய வேண்டி இருந்தால் அந்த சர்வே எண்ணை 75/2A, 75/2B என்று இரண்டு சர்வே உட்பிரிவு எண் கொடுத்து நிலத்தின் புல வரைபடத்தில் அதனை இரண்டாக வகிர்ந்து வரைந்து அதன் பிறகு பட்டா பெயர் மாற்றம் செய்ய வேண்டும்.

11) இதற்கு பட்டா உட்பிரிவு இனங்கள் என்று சொல்வார்கள். இதற்கு ஆன்–லைனில் மனு செய்யும்போது சப் டிவிசன் என்ற பட்டனை தேர்வு செய்ய வேண்டும். இது நேரடியாக சர்வேயரிடம் போகும் அவர் இடத்தை பார்வையிட்டு புலத்

தணிக்கை செய்து வரைபடங்கள் தயாரித்து உட்பிரிவு எண்கள் கொடுத்து வட்டாட்சியருக்கு அனுப்புவார் வட்டாட்சியர் அதனை இறுதி செய்து உட்பிரிவு பட்டா மாறுதல் உத்தரவு வழங்குவார்.

12) அதன் பிறகு அந்த பட்டா ஆன்லைனில் ஏற்றப்படும். இப்படி பட்டா பெயர் மாற்றம் இரண்டு வகையான வேலையாக வருவாய்த் துறையினரால் செய்யப்படுகிறது. நீங்கள் பட்டா மாற்றம் செய்யும்பொழுது என்ன வகையான பட்டா பெயர் மாற்றம் நாம் செய்யபோகிறோம் என்று முன்கூட்டியே தெரிந்து கொண்டு மனு செய்வது உங்களின் வேலையை மிகவும் எளிதாக்கும்.

Paranjothi Pandian's Quotes

இங்கு நிலத்தை ஆளுமை செய்பவர்களுக்கும், நிலத்தை பகிர்ந்து கொடுக்க வேண்டும் என்று கேட்பவர்களுக்கும் நடக்கின்ற அரசியல், சமூக ஊமை சண்டையால்தான் நிலம் சம்பந்தப்பட்ட பல ஆவணங்கள் உருவாகி இருக்கிறது.

10. உங்கள் நிலம் மற்றவர்களால் ஆக்கிரமிக்கப்பட்டால், முக்கியமாக செய்ய வேண்டிய 16 காரியங்கள்!!

1. உங்களிடம் இருக்கும் அனைத்து ஆவணங்களையும் சூர்மையாக சரி பார்த்து அதில் ஏதாவது குறை இருந்தால், வேறு ஏதாவது கூடுதல் ஆவணங்கள் தேவைப்பட்டால், உடனடியாக அந்த ஆவணங்களை எல்லாம் பெறுவதற்கு செயலாற்ற வேண்டும். இப்படி செய்வதன் மூலம் எதிர்தரப்பு ஆவணங்கள் பலமுள்ளவையாக ஆக்கப்படுவது தவிர்க்கப்படும்.

2. இடம் சம்பந்தமாக, உள்ளாட்சி, வருவாய், மின்சாரம், குடிநீர், சாலை, அங்கீகாரம் போன்ற துறைகளில் எதிர்தரப்பினர் எந்த வேலையையும் செயல்படுத்தக் கூடாது என்று ஆட்சேபனை கடிதம், பதிவு தபாலில் அனுப்பப்பட வேண்டும்.

3. எதிர்தரப்பினரிடையே இருக்கும் அல்லது அவர்கள் கூறும் அனைத்து ஆவணங்களையும், சார்பதிவகம், தாலுகா அல்லது சம்பந்தப்பட்ட அரசு அலுவலகம் சென்று அந்த ஆவணங்களின் நகல்களை கைப்பற்றுதல் வேண்டும்.

4. எதிர்தரப்பினர் ஆவணங்களை நீங்கள் சூர்ந்து படித்து, எங்கு அவர்கள் ஆவணங்களை திருத்தியோ (அ) நேர் செய்தோ, இணைத்தோ உருவாக்கி இருக்கிறார்கள் என்பதை கண்டுபிடிக்க வேண்டும்.

5. எதிர்மனுதாரர் நம்முடைய நிலத்தை ஆக்கிரமிக்க காரணமான நோக்கத்தை (Motive) கண்டுபிடிக்க வேண்டும். நாம் பலவீனமாக (கல்வி, அதிகாரம்,

உறவினர் இல்லாமல்) இருப்பதால் அதனை பயன்படுத்திக் கொள்ளலாம் என்று ஆக்கிரமிக்கிறார்களா! அல்லது இடத்தை விற்பனை செய்ய (அ) கொஞ்சம் இடம் அவர்களுக்கு வழியாக தேவைப்பட (Demand அடிப்படையில்) ஆக்கிரமிக்க முயற்சிக்கிறார்களா? அல்லது எதிர்தரப்பு நில மாஃபியா கும்பல், அதாவது தொழில்முறை ஆக்கிரமிப்பாளர்களா? என்று கவனிக்க வேண்டும்.

6. மேற்படி பலவீனங்களை பயன்படுத்திக் கொள்பவர், என்றால் நேரிடையாகவோ, தனியாகவோ, (அ) குடும்பத் துடனோ சென்று பேச்சு வார்த்தை நடத்தலாம் (அ) உங்கள் பகுதியில் நன்மதிப்பு உள்ளவர்களை அழைத்துச் செல்லலாம். இதற்கு உங்களுக்கு கொஞ்சம் ஆளுமையும், எதிர்கொள்ளும் திறனும், இணக்கமும், கண்ணியமாக பேசும் கலையும் தெரிந்திருக்க வேண்டும்.

7. தேவை அடிப்படையிலான நோக்கமாக இருந்தால், இடத்தை கொடுக்க விருப்பமிருந்தால் நல்ல விலைக்கு கொடுக்கலாம். கொடுக்க விருப்பம் இல்லை என்றால், இந்த பேச்சுவார்த்தையில் உங்களை நாடுபவர்கள் நிலத் தரகர்களாகவே பெரும்பாலும் இருப்பார்கள். அல்லது அந்த பகுதியின் அரசியல், உள்ளாட்சி அமைப்புகளில் தலைவர்களாக இருப்பார்கள் நிச்சயம் அவர்களிடம் பேச்சுவார்த்தையை தொடரக் கூடாது. நாசுக்காக அவர்களை முதலில் தவிர்க்க வேண்டும். ஏனென்றால் உங்களுடைய பலவீனங்களை எதிர்தரப்பினருக்கு கொண்டு சேர்க்கும் காரியத்தை செய்வர்.

8. இடத்தை அபகரிக்கும் நோக்கத்துடன், நில மாஃபியாக் களாக அவர்கள் இருக்கும்பட்சத்தில் நிச்சயம் காவல் துறைக்கு விஷயத்தை கொண்டு செல்ல வேண்டும்.

9. எதிர்தரப்பினர் போலி ஆவணங்கள், பட்டாக்கள் உருவாக்கி இருக்கிறார்கள் என்று தெரியவந்தால், தகவல்பெறும் உரிமை சட்டம் 2005ன் கீழ் மனு செய்து அவர்களை அம்பலப்படுத்தும் வேலைகளை செய்ய வேண்டும்.

10. நில ஆக்கிரமிப்பாளர்கள், பெரிய பிரமுகர்களாக இருக்கும்பட்சத்தில் அவர்களைவிட பெரிய அதிகாரிகளை, அமைச்சர்களை சந்தித்து முறையிட வேண்டும். ஊடகங்களில் விஷயத்தை செய்தியாக்க வேண்டும்.

11. நில மாஃபியாக்களாக இருந்தால், எழுதப்படுகிற மனுக்கள் நமக்கு புரியும்படியும், எதிர்தரப்பினர் சட்டமீறல்களை வரிசைப்படுத்தி நமக்கு துணையாக இருக்கும் ஆவணங்களை இணைத்து மனு தயார் செய்ய வேண்டும்.

12. மேற்படி மனு, அந்தப் பகுதி காவல்துறை ஆய்வாளர் தேவைப்பட்டால் அந்த பகுதி Anti Land Grabbing Cell, மாவட்ட கண்காணிப்பாளரிடமும் புகார் கொடுத்து ஏற்புசீட்டு பெறுதல் வேண்டும்.

13. காவல்துறை எதிர்தரப்பிற்கு சாதகமாக இருக்கும் பட்சத்தில் இதனை கிரிமினல் வழக்காக விசாரிக்க மறுத்தால், சிவில் Dispute என்றே Community Service Register "C.S.R போட்டாவது எதிர்தரப்பை அழைத்து பேச்சு வார்த்தை நடத்த சொல்லலாம்.

14. காவல்துறை கிரிமினல் வழக்காக விசாரிக்க மனு செய்யும்போதே இதுபோல் வழக்குகளுக்கு ஏற்கனவே இருக்கின்ற தீர்ப்பை (Judgement) மனுவுடன் இணைத்தால் நிச்சயம் கிரிமினல் வழக்காக எடுக்க வாய்ப்பு இருக்கிறது.

15. காவல்துறை கிரிமினல் வழக்காக பதிய மறுத்தால், நேரிடையாகவே நீதிமன்றத்தில் கிரிமினல் வழக்கு பதியக்கோரி வழக்கு தொடுக்கலாம்.

16. மேற்சொன்ன எல்லா வழிமுறையும் செய்து நிலத்தை மீட்க முடியவில்லை என்றால், நீதிமன்றத்தில் சிவில் வழக்கு போடலாம். அதன் மூலம் தீர்வுகளை பெற்று கொள்ளலாம்.

Paranjothi Pandian's Quotes

11. உங்கள் நிலம் எந்தெந்த காரணங்களால் ஆக்கிரமிக்கப்படுகின்றன?

1. நிலத்தை விட்டு நீங்கள் வெகுதூரம் இருக்கும்பொழுது, அதாவது வெளியூர், வெளி மாநிலம், வெளிநாட்டில் வசிக்கும்பொழுது,

2. நிலத்திற்கு தேவையான ஆவணங்களை ஒழுங்காக பராமரிக்காமல் இருக்கும்பொழுது,

3. நிலங்களை அடிக்கடி பார்வையிடாமல் இருக்கும் பொழுது,

4. பத்திரங்களை தொலைத்தவர்களுடைய இடங்கள்,

5. ஒரே இடத்திற்கு டபுள்டாக்குமெண்ட் இருப்பவர் களுடைய இடங்கள்,

6. சுயநலம் மிகுந்த நபர்களை நிலங்களை பாரமரிக்க நியமிப்பதால்,

7. இடத்தில் வாடகைக்கு தரமற்றவர்களை குடி வைக்கும்பொழுது,

8. இடத்தின் விலை அதிகமாகிவிட்ட பிறகு உங்களுடைய பத்திரத்தின் நகல்கள் ஊரெல்லாம் சுத்தி வருகின்ற போது,

9. எல்லைகள் சரியாக அளக்காமல் விட்ட நிலங்கள்,

10. கூட்டுப்பட்டாவில் இருக்கும் நிலங்கள், நீளம், அகலம், குறிப்பிடாமல் இருக்கும் கிரயப் பத்திரங்கள் உள்ள நிலங்கள்,

11. காணிகல், "L" கட், பென்சிங் போன்றவை செய்யப்படாமல் இருக்கும் நிலங்கள்,

12.   Static Asset–களை (வாங்கி போட்டுவிட்டு அப்படியே வைத்திருப்பது) Dynamic Asset (வாங்கிய சொத்துக்களில் மாதந்தோறுமோ அல்லது ஆண்டுதோறுமோ அல்லது வருடத்திற்கு இருமுறையோ தொடர் வருமானம் வருகின்ற நிலங்கள்) ஆக மாற்றாமல் இருப்பது போன்ற காரணங்களால் உங்கள் நிலம் ஆக்கிரமிக்கப் படுகின்றன.

Paranjothi Pandian's Quotes

சொத்து வாங்கும் விசயங்களில்
முழுவதும் அறிவு வசம் நின்று
முடிவுகள் எடுப்பவர்கள்
வாழ்க்கையை இரசிக்காமல்
சொத்துக்களை சேர்க்கிறவர்கள்
ஒரு வகை.
வெறுமனே ஆனந்த
உணர்ச்சியோடு மட்டும்
முடிவுகளை எடுத்து சொத்து
வாங்குவோர் இன்னொரு வகை.
மேல் சொன்ன இரண்டையும்விட
அறிவும், நல்உணர்ச்சியும்
கலந்து மன சமநிலையில்
சொத்து வாங்கும் முடிவுகளை
எடுப்பவர்களே, வெற்றியின்
உச்சத்தினை அடைகிறார்கள்.

12. உங்கள் மனை நகர்புற நில உச்சவரம்பா (ULT) தெரிந்து கொள்ள வேண்டிய 18 செய்திகள்!!

1. ஒருவருக்கே குவிந்துவிடுகின்ற நில உரிமைகள் காரண மாக தமிழத்தில் பல பொருளாதார ஏற்றத் தாழ்வுகள் இருந்தை போக்கவும், நகர்புறத்தில் நிலங்களை யாரும் ஒரு தனி நபர் தன் கைப்பற்றில் வைக்கக் கூடாது என்ற நோக்கில் 1976–ல் மத்திய அரசும், 1978ல் தமிழ்நாடு அரசும் இந்த நகர்புற நில உச்சவரம்பு சட்டத்தைக் கொண்டு வந்தது.

2. சென்னை, மதுரை, திருநெல்வேலி, திருச்சி, வேலூர் போன்ற நகர பகுதிகளில் வெளியே! எதிர்காலத்தில் விலைகள் உயரும் என்று கருதப்பட்ட இடங்களில், ஊருக்கு ஏற்றார்போல் 5 சென்டிற்கு மேல் அல்லது 3 சென்டிற்க்கு மேல் காலிமனைகளை வைத்துக் கொள்ள கூடாது என்று சட்டம் இயற்றப்பட்டது.

3. சில பகுதிகளில் 10 சென்ட் பரப்பு வரை கூட வைத்து இருக்கலாம். இவை இடத்திற்கும் சூழலுக்கும் ஏற்றாற்போல (case by case) வைத்திருக்கின்ற நிலப்பரப்புகள் மாற வாய்ப்பு இருக்கிறது. அப்படி நகர்புற நில உச்சவரம்பிற்கு மேல் இருக்கும் மிகை நிலங்களை அரசு கையகப்படுத்தி கொள்ளும்.

4. இந்த சட்டத்தின்கீழ் 2,381 சதுர ஹெக்டேர் நிலம் கையகப்படுத்தப்பட்டுள்ளது. இது சம்பந்தமாக 250க்கும் மேற்பட்ட சதுர ஹெக்டேர் நிலங்கள் வழக்குகளாக நீதிமன்றத்தில் இன்னும் நிலுவையில் இருக்கின்றது.

5. 300–க்கு மேற்பட்ட சதுர ஹெக்டேர் நிலங்களை அரசே தனது பலதுறைகளின் திட்டங்களுக்கு கைப்பற்றி ஒதுக்கப்பட்டுள்ளது. இன்னும் பல சதுர ஹெக்டேர்

நிலங்கள் உச்சவரம்பு சட்டத்திற்குள் வந்தாலும் மக்கள் அதனை கைப்பற்றி இன்றுவரை அனுபவித்து வருகின்றனர்.

6. மேற்படி மக்கள் கைப்பற்றி அனுபவித்து வரும் நகர்புற நில உச்சவரம்பு சட்டம் போடப்பட்ட நிலங்களை, வேறு வேறு நபர்களுக்கு விவரம் தெரியாமல் கிரயம் செய்து கைமாற்றி விட்டுவிட்டனர். (ஏன் பத்திரம் அலுவலகத்தில் பத்திரம் போட்டார்கள்? என்று கேட்காதீர்கள். அந்த காலத்தில் பத்திரப்பதிவு அலுவலகத்திற்கும், நில சீர்திருத்தத் துறைக்கும் பெரிய அளவில் தகவல் தொடர்புகள் இல்லை. அதனால் நிறைய கிரயப் பத்திரங்களை பதிவுத்துறை நில உச்சவரம்பு நிலங்களை பதிந்து விட்டது.)

7. இதுபோல் நகர்ப்புற உச்சவரம்பு சட்ட நிலங்கள் பல கைகளுக்கு மாறி, அவை வீடுகளாக, கடைகளாக, குடியிருப்புகளாக மாறி நிற்கிறது. மேற்படி இடங்களை எல்லாம் தெரிந்து வாங்கியவர், தெரியாமல் வாங்கியவர் என்று பல நடுத்தர மற்றும் அடித்தட்டு மக்கள் தங்களுக்கு சொந்தமில்லாத நிலத்தில் பெருந்தொகை கொடுத்து வாங்கி இருக்கிறார்கள்.

8. அரசு நகர்ப்புற நில உச்சவரம்பு சட்டத்தின் மூலம் நிலங்களை கையகப்படுத்திவிட்டு அதில் வாங்குவது விற்பதுமான கிரயங்களை பதிவுத்துறை எப்படி அனுமதிக்கலாம்? என்று கண்டித்து மேற்படி கிரயப் பத்திரங்களை எல்லாம் செல்லாது என நீதிமன்றங்கள் தீர்ப்புகளை வழங்கியுள்ளது.

9. 2008-ல், 1978-ம் ஆண்டு தமிழ்நாடு நகர்ப்புற நில உச்சவரம்பு மற்றும் முறைப்படுத்துதல் என புதிய சட்டத்தை கொண்டுவந்து அரசின் நில உச்சவரம்பு

இடங்களை வைத்து இருப்பவர்களை, குடியிருப்பு நோக்கத்திற்காக குறிப்பிட்ட தொகை பெற்று வரன்முறை செய்து அந்த நிலத்தை மக்களே சொந்தமாக்கி கொள்ள அரசு உத்தரவு இட்டது.

10. பல நில உச்சவரம்பு நிலங்களை 1.5 கிரவுண்டுக்கு உட்பட்டு அதில் கிரயம் பெற்றவர்களை விவரம் தெரியாமல் வாங்கியவர்களுக்கு மட்டும் (Innocent buyer) என்று வரன்முறைப்படுத்தி நகர்ப்புற நில உச்சவரம்பு சீலீங்கை உடைத்து இருப்பார்கள். மேற்படிச் சொத்துக்களை கிரயம் செய்யும்போது மிக கவனத்துடன் வாங்குதல் வேண்டும்.

11. நகர்ப்புற நில உச்சவரம்புச் சட்டத்துக்கு உட்பட்ட மனைகளை வரன்முறைப்படுத்த மேற்படி சட்டம் அமலுக்கு வந்த நாள் முதல் 1994 டிசம்பர் 31 தேதி வரை கிரயம் பெற்று இருக்கும் நிலங்களுக்குதான் இவை பொருந்தும்.

12. தமிழ்நாடு அரசு வரன்முறைப்படுத்துதலில் முதலில் காட்டிய வேகம் இப்பொழுது இல்லை. இதனால் பல மனுக்கள் இன்னும் கிடப்பிலேயே இருக்கின்றன.

13. 50-க்கும் மேற்பட்ட விண்ணப்பங்கள் வந்த பிறகு அதனை ஆய்வு செய்து எல்லா நிலத்திற்கு ஒரே சமயத்தில் உத்தரவு இடலாம் என்று நான் சென்னை, ஆலந்தூரில் இருக்கும் அலுவலகத்திற்கு ஒரு வாடிக்கையாளருக்காக சென்றபொழுது சொன்னார்கள். (சொன்னதுதான் அதுவும் நடந்தபாடில்லை)

14. உங்கள் நிலம் உச்சவரம்பு சட்டத்தில் இருந்தால் கிராம கணக்கில் ULT (Urban Land Tax) என்று குறிப்பிடப்பட்டு இருக்கும். அது சம்பந்தமாக ஏதாவது வழக்கு இருந்தால்

நீதிமன்ற ஆணை எண் குறிப்பிடபட்டு இருக்க வேண்டும்.

15. மேற்படி நில உச்சவரம்பிலுள்ள நிலத்தை வரன்முறைப் படுத்த 1976–ல் இருந்து EC எடுக்க வேண்டும்.

16. பல வருடங்கள் ஆகியும் வரன்முறைப்படுத்துதல் முடிந்த பாடில்லை. நில உச்சவரம்பு வரன்முறைப்படுத்துதலை முழுமையாக முடித்திட்டால் அரசுக்கு புண்ணியமாக போகும் என்று பொதுமக்கள் சொல்கிறார்கள்.

17. கிரயப்பத்திரம், தாய்ப் பத்திரம் பட்டா போன்ற அனைத்து ஆவணங்களின் நகல்களும், பில்டிங் பிளான் இருந்தால் பில்டிங் பிளானும் அதனுடன் 100 ரூபாய் நீதிமன்ற முத்திரைத் (ரெகுலர் முத்திரைத்தாள் அல்ல) தாளில் நகர்ப்புற நில உச்சவரம்பிற்கு மனு செய்ய வேண்டும்.

18. இப்பொழுதெல்லாம் நகர்புற நில உச்சவரம்பில் சீலிங்கை உடைப்பதென்றால், சென்னையில் இருக்கின்ற அம்பத்தூர், ஆலந்தூர், குன்றத்தூர், எழும்பூர், தண்டையார்பேட்டை, தாம்பரம், தி.நர், பூந்தமல்லி, மைலாப்பூர், மாதவரம் ஆகிய இடங்களில் இருக்கின்ற நகர்புற நிலவரி உதவி ஆணையர் அலுவலகத்திலும், திருச்சி மற்றும் கோயம்புத்தூரில் இருக்கும் நகர்புற உதவி ஆணையர் அலுவலகத்திலும். சென்னை சேப்பாக்கத்தில் இருக்கின்ற நகர்புற நில வரி ஆணையர் அலுவலகத்திற்கும் சென்று நிலவரியைக் கட்டி ஜார்ஜ் கோட்டை வரை சென்று உச்சவரம்பு சீலிங்கை உடைக்க வேண்டி இருக்கிறது.

13. உங்கள் நிலங்கள் உபரி நில உச்சவரம்பில் சிக்கிங்கா?
தெரிய வேண்டிய 17 செய்திகள்!

1. நில உச்சவரம்பு சட்டம் 1961 என்பது நிலக்கிழார் குடும்பங்கள், ஜமீன்கள், நிறுவனங்கள், பொது அறக்கட்டளைகள், தனியார் அறக்கட்டளைகள், சொசைட்டி, நிறுவனங்கள் ஆகியோர் ஒரு குறிப்பிட்ட அளவுக்கு மேல் சொத்துக்கள் வைத்து இருக்கக்கூடாது என்று வரம்புப்படுத்தி மிகை & உபரி நிலங்களை கையகப்படுத்தி நிலமற்ற ஏழை மக்களுக்கு பகிர்ந்தளிக்கப்பட வேண்டும் என்ற உயரிய நோக்கிலும் ஒரே இடத்தில் நிலம் குவிக்கப்படுவதை தடுக்கவும், நில உச்சவரம்பு சட்டம் கொண்டு வரப்பட்டது.

2. 5 பேர் கொண்ட குடும்பத்திற்கு அதிகபட்சம் 15 தர ஏக்கர் நிலமும் அதற்குமேல் இருக்கும் ஒவ்வொரு குடும்ப நபருக்கு தலா 5 தர ஏக்கரும், சீதனச் சொத்தாக மருமகளுக்கு 10 தர ஏக்கரும், வைத்து இருக்கலாம். மேலும் இவையெல்லாம் உள்ளடக்கி 1 குடும்பத்துக்கு 30 தர ஏக்கர் வரை அவர்கள் நிலத்தை வைத்து இருக்கலாம் என்று சட்டம் முதலில் மத்திய அரசால் இயற்றப்பட்டது.

3. 1970–ல் முதலமைச்சர் கருணாநிதி அவர்கள் ஆட்சியில் நில உச்சவரம்பு சட்டம் நிர்ணயிக்கப்பட்ட 30 தர ஏக்கரை குறைத்து 15 தர ஏக்கர் என்று உச்சவரம்பின் அளவை குறைத்தார். இதனால் மீண்டும் அதிக நிலம் வைத்து இருப்பவர்கள் கட்டுபடுத்தப்பட்டார்கள் மிக தீவிரமாக உச்சவரம்பு சட்டம் அமுல்படுத்தப்பட்டு 1983–ம் ஆண்டு வரை நிலங்கள் மிகுதி கையகப்படுத்தப்பட்டது. சாதாரண ஏக்கரிலிருந்து தர ஏக்கராக மாற்றுவதற்கான சூத்திரம்

For Dry Land

Assessment Per Acre	Ordinary Acre	Standard Acre	Conversion Format Standard Acre
Below Rs.1.25	4	1	Extent x ¼
Rs.1.25 - 2.00	3	1	Extent x ⅓
Rs.2 Above	2.5	1	Extent x 2/5

For Wet Land

Assessment Per Acre	Ordinary Acre	Standard Acre	Conversion Format Standard Acre
Below Rs.4	2	1	Extent x ½
Rs. 4 - 6	1.75	1	Extent x 4/7
Rs. 6 - 8	1.60	1	Extent x 5/8
Rs. 8 – 10	1.20	1	Extent x 5/6
Rs. 10 – 15	1	1	Same extent of ordinary acre
Above 15	0.80	1	Extent x 5/4

4. நான் கண்டவரை 1 தர ஏக்கர் சாதாரண ஏக்கரைவிட கூடுதலாகத்தான் இருக்கிறதே தவிர குறைவாக இல்லை. இன்றைய நிலவரப்படி 15 தர ஏக்கர் என்பது புன்செய்யாக இருப்பின், 40 சாதாரண ஏக்கரும் நன்செய் யாக இருப்பின், 25 சாதாரண ஏக்கரும், மானாவாரியாக இருந்தால், புன்செய்யைவிட இன்னும் அதிகமாக இருக்கும். இவையெல்லாம் விவசாய ஆதாரத்தின் வருமான அடிப்படையில் நில தீர்வையின் அடிப்படையில் வகைபடுத்தப்படுகிறது. அதற்கான பட்டியலை மேலே உள்ள அட்டவணையில் கொடுத்திருக்கிறேன்.

5. 40 சாதாரண ஏக்கர், 25 சாதாரண ஏக்கர் அதிகபட்சம் உச்சவரம்பு என்பதே கடைநில மனிதனுக்கு அபரிமிதமே. மேற்படி நிலங்களை வைத்து ஜமீன்கள், நிலகிழார்கள் நன்றாக நலவாழ்வு வாழலாம். ஆனால் நிலவரம்பு உச்ச சட்டம் வந்து நாங்கள் வீழ்ந்துவிட்டோம் என்று பெரிய நிலக்கிழார்கள் சொல்கிறார்கள், எப்படி என்றுதான் தெரியவில்லை.

6. மடம், ஆதீனம் போன்ற சமய பொறுப்பு அமைப்புகள், தோட்டப்பயிர் பிரிவு, பல்கலைகழகங்கள், பழத் தோட்டங்கள், தோப்புகள், கரும்பு ஆலைகள், கால்நடை வளர்ப்பு பண்ணைகள் & பால்பண்ணைகள், அரசின் அனுமதியுடன் இயங்கும் தனியார் & அரசு கம்பெனிகளுக்கு நில உச்சவரம்பு சட்டத்தில் இருந்து விலக்கு அளிக்கப்பட்டு இருக்கிறது (ஏன் என்று கேட்காதீர்கள்! கேட்டால் நிலமற்ற ரியல் எஸ்டேட் ஏஜெண்ட் ஆகிய நான் பொங்கோ பொங்கென்று பொங்கிவிடுவேன்).

7. உச்சவரம்பு சட்டம் 1961-இல் போட்டார்களே தவிர, பெரும் அளவில் நிலம் கையகப்படுத்துதல் நடக்கவே விடவில்லை. எல்லா பண்ணையார்களும், ஜமீன்களுமே அரசு எந்திரத்தை கைப்பற்றி கொண்டு அதனை அவர்களுக்கு ஏற்றவாறு வளைத்து கொண்டு இருந்தார்கள் என்று யூகிக்கலாம்.

8. ஒருங்கிணைந்த தஞ்சை மாவட்டத்தில் வாழும் நிலக் கிழார்கள், தமிழகம் முழுவதும் இருந்த 74 ஜமீன்தார்கள், நூற்றுக்கணக்கான ஜாகீர்தாரர்கள், ஹாவெலி எஸ்டேட் காரர்கள், மிட்டாக்கள் மேற்படி காலகட்டங்களில் அபரிமிதமான தங்களின் சொத்துக்களை காப்பாற்று வதற்காக கரும்பாலை, சர்க்கரை ஆலை தொடங்குவது,

பல்கலைக்கழகங்கள் தொடங்குவது, அறக்கட்டளைகள், கல்விக் கூடங்கள், மருத்துவ மனைகள் திறப்பது என தமிழக மக்களுக்கு பயன்படும் படியான காரியங்களைச் செய்து தங்களின் சொத்துக்களை காப்பாற்றிக் கொண்டனர். (மக்களை காப்பாற்றுவதற்காக மேற்படி ஸ்தாபனங்கள் ஆரம்பிக்கப்பட்டது என்று நம்பிவிடாதீர்கள். இன்று இருக்கும் பல வள்ளல்கள் நிலங்களை காப்பாற்று வதற்காக தான் மக்கள் நலனுக்கான ஸ்தாபனங்களை ஆரம்பித்து இருக்கிறார்கள்.)

9. தமிழ்நாடு அரசை பொறுத்தவரை 1 லட்சத்து 11 ஆயிரம் ஏக்கர் உச்சவரம்பு சட்டத்தின் கீழ் உபரிநிலங்கள் என கண்டறியப்பட்டு அதில் 72 ஆயிரம் ஏக்கர் நிலங்கள் மட்டும் தமிழக அரசால் கையகப்படுத்தப்பட்டுவிட்டது. மீதி 34 ஆயிரம் ஏக்கர் நிலங்கள் இன்றும் நில வருவாய் ஆவணங்களில் உச்சவரம்பு சட்டத்தில்தான் இருக்கிறது. இன்னும் மிகை நிலங்களை அரசு பெரும் நிலக்கிழார் களிடமிருந்து அரசு கைப்பற்றி கொண்டு வரவில்லை.

10. கையகப்படுத்தப்பட்ட 72 ஆயிரம் ஏக்கர் நிலங்கள், நிலமற்ற விவசாய மக்களுக்கு பிரித்து ஒப்படைக்கப்பட்டது. தமிழகம் முழுவதும் பல மாவட்டங்களில் இந்த நிலங்கள் கொடுக்கப்பட்டுள்ளது. விழுப்புரம், திருவண்ணாமலை மாவட்டங்களில் இந்த நிலங்களை மக்கள் "கலைஞர் பட்டா" நிலங்கள் என்றே அழைத்து கொண்டு இருப்பதை கேட்டு இருக்கிறேன்.

11. இன்றளவும் நில உச்சவரம்பு சட்டம் நடைமுறையில் இருந்தாலும் மக்களுக்கு அதை பற்றிய விழிப்புணர்வு இல்லை! 1990–க்கு பிறகு நாடு உலகமயமாக்கல் செயல்பாடுகளில் மூழ்கி சிறப்பு பொருளாதார

மண்டலங்களுக்கு நிலங்கள் எடுத்துக் கொடுக்க வேண்டிய நிலைமையில், நில உச்சவரம்பு சட்டம் SEZ-ல் மேலோங்காத நிலையிலே இருந்தன.

12. புதிதாக ஏக்கர் கணக்கில் இடம் வாங்கப் போவதாக இருந்தால் நாம் வாங்க போகும் நிலங்கள் அருகில் "கலைஞர் பட்டா" அல்லது இலவச ஒப்படை நிலங்கள் இருந்தால், அப்பகுதி அதற்கு முன்பு நில உச்சவரம்பில் இருந்ததா? என்று சோதித்துக் கொண்டு சொத்தை வாங்குதல் நல்லது.

13. நில உச்சவரம்பு சட்டத்தில் கையகப்படுத்தப்பட்ட நிலங்களுக்கு நஷ்டாஈடு அரசால் வழங்கபடுகிறது. அதில் முரண்பாடுகள், சிக்கல்கள் இருந்தாலும், உச்சவரம்பு சட்டத்தை அமுல்படுத்துவதில் நில உரிமையாளர்கள் சட்ட சிக்கல்களை ஏற்படுத்தினாலும் அதனை பற்றி விசாரிக்க, தீர்வுகள் கொடுக்க நில தீர்ப்பாயம் ஒன்று (Land Tribunal) இந்த சட்டத்தின்கீழ் அமைக்கப்பட்டு இருந்தது. தற்பொழுது அவை கலைக்கப்பட்டு அந்த வழக்குகளெல்லாம் சென்னை உயர்நீதிமன்றத்திற்கு சென்றுவிட்டது.

14. இந்த சட்டத்திற்கு மாநில அளவில் நில ஆணையர், வனத்துறை தலைவர், நில சீர்திருத்தங்கள் இயக்குனர் ஆகியோர் தலைமையில் தனி வாரியம் இயங்குகிறது.

15. மாவட்ட அளவில் மாவட்ட வருவாய் அலுவலரும், மேற்படி நில உச்சவரம்பை கவனித்து வந்தார். 2017–ம் ஆண்டு முதல் மேற்படி நில உச்சவரம்பு சட்ட நிலங்களை பராமரிக்க வருவாய் கோட்டாட்சியருக்கு பொறுப்பு ஒப்படைக்கப்பட்டுள்ளது.

16. இப்பொழுது மீண்டும் அரசு ஆவணப்படி, நில உச்சவரம்பு

சட்டத்தின்கீழ் உள்ள கையகப்படுத்தாத மிகை நிலங்கள் குறித்த ஒரு தரப் பட்டியல் எடுத்துக் கொடுக்குமாறு ஒவ்வொரு மாவட்ட ஆட்சியரிடம் இருந்து கிராம நிர்வாக அதிகாரிகளுக்கு ஆணைகள் வந்து இருக்கின்றன.

17. மீண்டும் கிளம்பும் இந்த உச்சவரம்பு சட்டத்தால் எடுக்கப்படும் மிகை நிலங்கள் யாருக்கு பயனளிக்கும் என்று பொறுத்து இருந்துதான் பார்க்க வேண்டும்.

Paranjothi Pandian's Quotes

சொத்து விஷயம் என்று வரும் போது உணர்வுகள் / உணர்ச்சிகள் இல்லா மரக்கட்டையாய் மாறிவிடுங்கள்.

பார்த்து பார்த்து சம்பாதிப்பவர்கள் பார்க்காமலேயே ரியல் எஸ்டேட்டில் போட்டு வீணடிக்கின்றனர்.

14. நில உச்சவரம்பினால் உபரி நிலம் எடுக்கப்பட்டு உங்களுக்கு இரண்டு ஏக்கர் நிலம் கொடுக்கப்பட்டு இருக்கிறதா? தெரிந்து கொள்ள வேண்டிய 17 செய்திகள்!

1) 1960–களில் 30 தர ஏக்கருக்கு மேல் நிலங்கள் வைத்து இருக்கக் கூடாது என்று மத்திய அரசு சட்டம் கொண்டு வந்து அனைத்து தரப்பு மக்களுக்கும் நிலங்கள் பகிர்ந்தளிக்கபட வேண்டும் என்று பல்வேறு நிலக்கிழார்கள், ஜமீன்தாரர்கள், ஸ்தோத்திரியதாரர்கள் எதிர்ப்புகளுக்கிடையே நிறைவேற்றியது.

2) மேற்படி நில உச்சவரம்பு சட்டம் மற்ற மாநிலங்களில் பெரும் நிலபிரபுக்களின் தலையீட்டால் நடைமுறை படுத்தபட முடியவில்லை!! மேற்குவங்காளத்தில் கம்யூனிஸ்டுகள் நடைமுறைப்படுத்தி இருக்கிறார்கள். ஆனால் அவர்களைவிட தமிழ்நாட்டில்தான் நில உச்சவரம்பு சிறப்பாக செயல்படுத்தப்பட்டது.

3) தமிழகத்தில் 1970–களில் முதலமைச்சராக இருந்த கலைஞர் கருணாநிதி அவர்கள் இந்திய மாநிலங்களில் யாரும் செய்யாத உச்சவரம்பு நிர்ணயம் 30 தர ஏக்கர் என்பதை தமிழ்நாட்டில் 15 தர ஏக்கர் என்று குறைத்து நிறைய உபரி நிலங்களை கைப்பற்றி பல இலட்சம் ஏக்கர் நிலங்களை அரசு அனாதீனமாக மாற்றி அதனை நிலமற்றவர்களுக்கும் பகிர்ந்து அளிக்க ஆரம்பித்தார். அதனால் தமிழ்நாட்டு ஆண்டைகளின் தீய சக்தியாக 1970–களில் வருணிக்கப்பட்டார்.

4) அதன் பிறகு வந்த தமிழ்நாட்டு தலைவர்கள் உச்ச வரம்பில் பட்டியலிடப்பட்டுள்ள நிலத்தை கையகப் படுத்துகின்ற வேலையை செய்யவே இல்லை!! அல்லது

நில பிரபுக்கள் செய்யவிடாமல் பார்த்து கொண்டார்கள். அடுத்து உபரிநிலத்தை அரசிடம் இருந்து பெற்ற மக்களுக்கு கிராமக் கணக்கில் பட்டா ஏறாமலும் மறைமுக வேலைகளால் பார்த்து கொண்டனர்.

5) அரசு எந்திரமும், நிலப்பிரபுக்களும், நிலம் பற்றிய கல்வி அறிவும் 1970களில் இருந்து 2000 வரை ஒன்றோடு ஒன்று பின்னி பிணைந்துதான் இருக்கிறது. இதற்கு பிறகுதான் ஒடுக்கப்பட்ட, பிற்படுத்தப்பட்ட மக்கள் அரசு எந்திரத்திற்குள் வேலைக்காக செல்கிறார்கள். அதன் பிறகு ஒரளவுக்கு நிலம் சம்பந்தப்பட்ட அறிவை பெற்றிருக்கிறார்கள். அப்படி இருந்தும் இன்று வரையும் கூட நில உச்சவரம்பின் மூலமாக இரண்டு ஏக்கர் அரசிடம் இருந்து கொடையாக பெற்றவர் பலருக்கு பட்டா கொடுக்கப்படாமலேயே இருக்கிறது.

6) பட்டா கேட்டு கிராமக் கணக்கில் ஏற்ற மாவட்ட ஆட்சியரிடம் மனு கொடுத்தாலும், அந்த மனுக்கள் எல்லாம் அப்படியே பரண்மேல் போட்டு வைத்து இருக்கும் பழைய செய்திதாள்கள் போல் பல ஆண்டுகள் கண்டு கொள்ளாமல் போட்டு வைத்து பிறகு அவை எல்லாம் காயலாங்கடைக்கு போகும் பழைய பேப்பராக போய் விடுகிறது.

7) எனவே நில உச்சவரம்பு மூலம் உங்களுக்கு ஒப்படையாக கொடுக்கப்பட்ட நிலங்கள் உங்கள் பெயரில் UDR கணக்கில் ஏறிவிட்டதா என்று பாருங்கள். அப்படி ஏறவில்லை என்றால் முதலில் உழ ஆரம்பித்து சுவாதீனம் காட்டுங்கள், முடிந்தால் முள்வேலியிட்டாவது நிலத்தை அடைப்புக்குள் கொண்டு வாருங்கள்.

8) மாதந்தோறும் ஆண்டுக்கு 12 முறை திங்கட்கிழமை தோறும் பட்டா கேட்டு திங்கட்கிழமை மனு நாளில்

சலிக்காமல் கலெக்டரிடம் மனு கொடுங்கள். மாதந்தோறும் ஆன்லைனில் CM Cell-க்கு யுடிஆர் பட்டா கணக்கில் பெயரை சேர்க்குமாறு மனு கொடுங்கள். ஆன்லைனில் பிரதமருக்கும் ஜனாதிபதிக்கும் மூன்று மாதத்திற்கு ஒருமுறை மனு கொடுங்கள்.

9) "வாயுள்ள பிள்ளை பிழைக்கும், கேட்டால்தான் கிடைக்கும்" அதனால் அரசிடம் கேட்க வேண்டும். இப்படி பல்வேறு மனுக்கள் அனுப்பிய பிறகு நீங்கள் வட்டாட்சியர் அலுவலகத்தில் தெரிந்த நபராக மாறிவிடுவீர்கள். ஒராண்டு முயற்சிக்கு பிறகு டிஆர்ஓ உத்தரவு மூலம் உங்கள் பெயருக்கு யுடிஆர் பட்டா வந்துவிடும்.

10) நில உச்சவரம்பில் உபரி நிலம் உங்களுக்கு கிடைத்தால் அந்த உச்சவரம்பில் நிலத்தை இழந்த நில பிரபுக்கள் அவர்களின் வாரிசுகளுக்கு நில உச்சவரம்பு சட்டம் முழுமையாக தெரியும். பெரும்பாலும் உச்சவரம்பை செயல்படுத்திய கலைஞர் கருணாநிதி மீது காழ்ப்புடன் இருப்பார்கள். ஆனால் ஏதாவது ஒரு வலதுசாரி கட்சியில் அல்லது இடதுசாரி இயக்கத்தில் மக்கள் திரளை பயன்படுத்தி கொள்வதற்காக அரசியல் பிரமுகராகி செல்வாக்கை வளர்த்துக் கொண்டு உங்களுக்கு ஒப்படையாக கொடுத்த நிலத்தையே பதிவு செய்யாமல் கிரயம் வாங்குவார்கள். சில நேரங்களில் அவர்களுடைய பழைய ஆவண உரிமைகளை வைத்து ஆக்கிரமிக்கலாம். மேலும் அரசை வளைத்து பட்டா வாங்குவார்கள். மனை பிரிவுகளாகப் பிரித்து மனைகளை விற்றுவிடுவார்கள்.

11) நீங்கள் நிறைய மனுக்கள் ஏற்கனவே அனுப்பி இருந்தால் அடைப்பிற்குள் சொத்து இருந்தால் உங்கள் பகுதியில் இருக்கும் மாஜி நிலக்கிழார்கள் நேரடியாக மறைமுகமாக

ஆக்கிரமிக்கும் தொல்லை இருக்காது. அல்லது அதனுடைய வீரியம் குறையும்.

12) மேலும் நில உச்சவரம்பில் உபரி நிலம் கையகப்படுத்தப் பட்டு பல இலட்சம் ஏக்கர் இருந்தாலும் உச்சவரம்பில் பட்டியலிடப்பட்டு, ஆனால் கையகப்படுத்த முடியாமல் பல இலட்சம் ஏக்கர் இருக்கிறது. எனவே உங்கள் கிராமத்தில் உங்களுக்கு கிடைத்த நிலத்தை மட்டும் தெரிந்து கொள்ளாமல் மொத்தம் எவ்வளவு நிலங்கள் உச்சவரம்பு பட்டியலில் வருகிறது என்று RTI மூலம் நில சீர்திருத்த துறைக்கு மனு அனுப்பி தெரிந்து கொள்ள வேண்டும்.

13) அப்படி பட்டியலில் உள்ள நிலங்கள் நில உச்சவரம்பு தீர்ப்பாயத்தில் ஏதாவது வழக்குகள் நிலுவையில் உள்ளதா? என்று தெரிந்து கொள்ள வேண்டும். அதன் நிலைமை நில பிரபுவுக்கு சாதகமாக அல்லது அரசுக்கு சாதகமாக தீர்ப்புரைகள் இருந்தால் பெற்று வைத்து கொள்ள வேண்டும்.

14) நில உச்சவரம்பில் பட்டியலிடப்பட்டும் அதனை யுடிஆரில் அனாதீனம் என்று வகைப்படுத்தாமல் நிலப்பிரபுக்கள் பெயரிலே பட்டா கொடுக்கப்பட்டு அவர்கள் அதனை 50 ஏக்கர் 60 ஏக்கர் மனைப் பிரிவுகளாக பிரித்து விற்பனை செய்துவிடுவதை தேனி மாவட்டங்களில் நிறைய பார்த்து இருக்கிறேன்.

15) எப்பொழுது 10 ஏக்கருக்கு மேல் ஒரு மனை பிரிவு இருந்தால் அது பல்வேறு உரிமையாளர்களிடம் அதாவது சிறு சிறு நில உரிமையாளர்களிடம் இருந்து வாங்கப்பட்டு உருவாக்கப்பட்ட மனைப் பிரிவாக இருக்க வேண்டும். ஆனால் அதுவே மொத்த லே—அவுட்டுக்கும் ஆதியில் ஒரு உரிமையாளர்தான் என்று இருந்தால் நில உச்சவரம்பு பட்டியலில் இருக்கிறதா என்று ஆராய்ந்து பார்த்து அப்படி

இருந்தால் மாவட்ட ஆட்சியருக்கு புகாராக அனுப்புதல் வேண்டும்.

16) ஆக உங்களுக்கு இடம் ஒப்படைக்கப்பட்டால் அதனுடைய விவரம் யூடிஆர் பட்டாவில் ஏறி இருந்தால் எந்த சிக்கலும் இல்லை! ஏறாமல் இருந்தால் அந்த ஒப்படையை நீங்கள் விவசாயம் செய்யவில்லை என்று இரத்து செய்யலாம். அங்கு நிலத்தை இழந்த நிலப்பிரபுக்கள் நேரடியாக மறைமுகமாக உங்களை அப்புறப்படுத்தலாம்.

17) எனவே உங்களுக்கு ஒப்படைக்கப்பட்ட நிலத்தையும் அந்த கிராமத்தில் உள்ள பிற உச்சவரம்பு பட்டியலில் உள்ள நிலங்களின் மொத்த விவரத்தையும் நீங்கள் வைத்து இருக்க வேண்டும்.

Paranjothi Pandian's Quotes

வாங்கிய மற்றும் பூர்விக சொத்துக்களை பெரும்பாலானவர்கள் பராமரிப்பதும் கவனிப்பதும் இல்லை. அதற்கு நேரமில்லை இருக்கின்ற வேலைகளில் இதனை செய்ய முடியவில்லை என்று தங்களுக்குள்ளேயே சாக்கு போக்குகளில் இருந்து விடுகின்றனர். ஆனால் உண்மையில் அவர்களுக்கு சொத்துக்களை பராமரிக்க தெரியவில்லை, அதனால் தான் முடியவில்லை என்று சொல்கின்றனர்

15. உங்கள் சொத்து ஜப்தியா?
தெரிந்து கொள்ள வேண்டிய 26 செய்திகள்!

1. அரசுக்கு செலுத்த வேண்டிய கடன் பாக்கியோ அல்லது வரி பாக்கியோ ஒரு நில உரிமையாளர் வைத்து இருந்தால். அக்கடன் தொகையை வசூலிக்க அவர் செலுத்த வேண்டிய தொகைக்கு ஈடாக சொத்துக்களை ஜப்திசெய்வார்கள்.

2. தற்பொழுது இருக்கின்ற நில நிர்வாக நடைமுறையில் ரொம்ப காலம் இழுத்தடிப்பவர்களுக்குதான் வேறுவழியே இல்லாமல் அரசு ஜப்தி செய்யும். நிச்சயம் கந்துவட்டிகாரர்போல் அரசு நடந்து கொள்ளாது.

3. அரசு பல வாய்ப்புகளை நில உரிமையாளர்களுக்கு கொடுக்கும். அரசின் நோக்கம் சொத்தை பறிமுதல் செய்வதல்ல. நிலுவையில் இருக்கும் பணத்தை வசூலிப்பதே ஆகும்.

4. பாக்கித் தொகை செலுத்துவதற்கு தவணை காலம் கொடுத்துதான் ஜப்தி ஆணை அரசு வழங்கும். தவணையே கொடுக்காமல் ஜப்தி ஆணை பிறப்பித்தால் ஆதாரத்தை காட்டி மாவட்ட ஆட்சியர் மூலம் அதனை ரத்து செய்யலாம்.

5. ஜப்தி செய்யும் நோட்டிஸின் சொத்தின் மதிப்பை அறிவித்து ஏல நாளை குறித்து இருந்தாலும், அரசு இறுதி வாய்ப்பை வழங்கும். ஏலம் நடப்பதற்கு முதல் நாள் பணத்தை கட்டிவிட்டால் ஏலத்தை நிறுத்திவிடுவார்கள். ஆனால் அதுவரை அரசு செய்த செலவுகளை நாம் கூடுதலாகக் கொடுக்க வேண்டும்.

6. ஜப்தி செய்ய அரசாங்கத்தில் அதிகாரம் பெற்றவர் தாசில்தார் ஆவார்.

7. ஜப்தி செய்த சொத்துக்களை விற்பனை செய்ய மாவட்ட ஆட்சியருக்கு அதிகாரம் உண்டு.

8. விவசாயிகளின், உழுவுப்பொருட்கள், கால்நடைகள் விவசாய கருவிகளை ஜப்தி செய்ய விலக்கு அளிக்கப்பட்டு இருக்கிறது. இது வெள்ளைகாரர்கள் நில நிர்வாக முறையிலிருந்து தொடர்ந்து நடைமுறையில் வருகிறது.

9. தாலி, திருமண மோதிரம், உடல், அணிகலன்கள் போன்றவற்றை ஜப்தி செய்வதற்கு விலக்கு அளிக்கப்பட்டுள்ளது.

10. சூரிய உதயத்திற்குப் பின்பும், சூரியன் மறைவுக்கு முன்பும் தான் ஜப்தி செய்ய வேண்டும் என்று நடைமுறை கடைபிடிக்கப்படுகிறது.

11. ஜப்தி செய்யப்படும்பொழுது வேறு யாருக்காவது கடன் பாக்கி வைத்து இருந்தால் அவர்களுக்கும் கட்டாயம் தகவல் முறையாக தெரிவிக்கப்பட வேண்டும்.

12. ஜப்தி செய்த சொத்தை ஏலம் விட்டு, ஏலத்தொகையில் கட்டிய கடன்போக மீதம் இருந்தால், நில உரிமையாளருக்கு அரசு கொடுத்துவிடும்.

13. யாருமே ஏலம் கேட்கவில்லை என்றால் அரசாங்கமே அந்த நிலத்தைக் குறிப்பிட்ட விலைக்கு ஏலம் எடுத்துக் கொள்ளும்.

14. ஜப்தி செய்யப்பட்ட சொத்தை தனிநபர் ஒருவர் ஏலம் எடுத்து முறையாக பட்டா மாற்றி சொத்தை அனுபவித்து கொள்ளலாம்.

15. அரசால் ஜப்தி செய்யப்பட்டு ஏலத்திற்கு கொண்டு வந்து

வேறு நபர் ஏலம் எடுத்த அந்த சொத்தை முன்னாள் உரிமையாளர் உரிமை கொண்டாட முடியாது.

16. அதனை மீறி ஆக்கிரமிப்பு செய்ய முயற்சித்தால் அரசு குற்ற நடவடிக்கைக்கான தண்டனையை கொடுக்கும்.

17. ஏலத்தை எடுத்த தனி நபரிடம் அவர் விரும்பும்பட்சத்தில் கிரயம் பேசி வேண்டுமானால் சொத்தை மீட்கலாம்.

18. நீங்கள் வாங்கும் சொத்து ஜப்தி & ஏலம் மூலம் வந்திருந்தால் அதிக கள விசாரணை மேற்கொண்டு அச்சொத்தை வாங்க வேண்டும்.

19) உண்மையில் இந்த ஜப்திக்கான நடைமுறை கி.பி.1800— களுக்கு முன்னால் ஒவ்வொரு கிராமத்திலும் வருடந்தோறும் நடக்கும். அந்தக் காலங்களில் நிலம் எந்த குடியானவனுக்கும் நிரந்தர சொந்தமில்லை.

20) அரசோ அல்லது ஜமீனோ ஒரு குடியானவனுக்கு நிலம் ஒதுக்கி தற்காலிக பட்டா அல்லது மூன்று ஆண்டு களுக்கு புதுப்பிக்கும் பட்டா ஒன்று கொடுப்பார்கள் அதற்கு பட்டா முச்சலிகா என்று பெயர்.

21) அந்த பட்டா முச்சலிகாவில் இந்த மூன்று காணி நிலம் உனக்கு ஒதுக்கப்படுகிறது. இதில் நீ மஞ்சள் மட்டும்தான் மூன்று வருடங்களுக்கு பயிர் செய்ய வேண்டும். விளைச்சலில் ஆறில் ஒரு பங்கு அரசுக்கு வரியாக பணமாகவோ மஞ்சளாகவோ கொடுத்துவிட வேண்டும். இந்த மூன்று ஆண்டுகளில் நீ விளைவிக்கவில்லை என்றாலும் மேற்படி வரியை கொடுக்க வேண்டும்.

22) இப்படித்தான் அந்த பட்டாவில் இருக்கும், குடியானவன் நிலவரியை கொடுக்காதபொழுது அந்த வருட முடிவில் ஜமீன் நிலமாக இருந்தால், ஜமீன் பிரதிநிதியோ அரசு நிலமாக இருந்தால், தாசில்தாரோ நேரடியாக வந்து ஜப்தி

செய்து நிலவரி பாக்கியை வசூல் செய்வதற்காக அந்த ஜப்தி சட்டம் நடைமுறையில் இருந்தது.

23) கி.பி.1800–களுக்குப் பிறகு சாசுவத செட்டில்மெண்ட் (permanent settlement)-ற்கு பிறகு ஜமீன் நிலங்களுக்கு ஜப்தி செய்யும் அதிகாரத்தை பிரிட்டிஷ் தாசில்தாரே எடுத்துக் கொண்டார்கள் அதன் பிறகுதான் மேலே சொன்ன தாலி, உழவுக் கருவிகள் எல்லாம் ஜப்தி கூடாது என்று திருத்தம் செய்யபட்டது.

24) மேற்படி ஜப்தி நடைமுறைகள் எல்லாம் 1960–களுக்கு முன்பு வரை காணியாட்சி நடைமுறையில் நிலவரிக்காக ஜப்தி நடைபெற்றது. அதன் பிறகு அரசுக்கு வேறு வகையில் பணம் தர வேண்டியவர்களுக்கு அரசால் ஜப்தி செய்யபடுகிறது.

25) நீங்கள் நிலம் வாங்கும்பொழுது பத்திரங்களை மட்டும் பார்க்கக் கூடாது. வருவாய்த் துறை ஆவணங்களில் ஜப்தி நடவடிக்கை அல்லது ஜப்திக்கான கெடு தேதி ஏதாவது இருக்கின்றதா? என்று தெரிந்து கொள்ள வேண்டும்.

26) செஞ்சி பக்கத்தில் ஒரு வயல் ஜப்தி செய்யப்பட்டு அந்த சொத்தை யாரும் ஏலத்தில் எடுக்காமல் அரசே அதனை ஏலத்திற்கு எடுத்து அரசிடம் சேர்ந்துவிட்டது. ஆனால் அந்த செய்தி சார்பதிவாளர் அலுவலக ரிக்கார்டுகளில் அப்டேட் ஆகாததால் பழைய பட்டாவை வைத்து பத்திரம் போட்ட கதைகளைப் பார்த்திருக்கிறேன். எனவே சொத்து வாங்கும்போது ஜப்தி விஷயத்தையும் செக் லிஸ்ட்டில் வைத்து கொள்ளும்படியும் வேண்டுகிறேன்.

16. உங்கள் உரிமை சொத்தை வேறு ஒரு நபர் பத்திரம் போட போகிறார்களா?
தடை மனு பற்றி தெரிய வேண்டிய விஷயங்கள்!

1) உங்களுக்கு உரிமை இருக்கிற அல்லது உரிமை பட்டா இருக்கிற அல்லது உரிமையில் ஒரு கூறு இருக்கிற அல்லது ஒரு பங்கு இருக்கிற ஒரு சொத்தை வேறு யாரோ போலி ஆவணங்கள் அல்லது தவறான ஆவணங்கள் மூலமோ, ஜோடிக்கப்பட்ட ஆவணங்கள் மூலமோ, நீதிமன்றம், வங்கி, வருவாய்த்துறை போன்ற வேறு ஏதாவது அமைப்புகள் மூலம் உருவாக்கப்பட்ட ஆவணங்கள் மூலமோ, புதிதாய்ப் பத்திரங்களை எழுதி, உங்கள் சொத்தில் புதிய குழப்பங்களை உருவாக்கும் நோக்கில் பத்திரப்பதிவு செய்ய உங்கள் எதிரிகள் தாக்கல் செய்வார்கள் என்று நீங்கள் நம்பும்பட்சத்தில் அதனைத் தடுத்து நிறுத்த சார்பதிவாளருக்கு உங்கள் தரப்பு நியாயத்தை, தடை மனு என்று எழுதிக் கொடுக்கலாம்.

2) தடை மனுவில் சொத்து விவரங்களைத் தெளிவாக எழுதி அதற்கான உங்கள் தரப்பு உரிமைக்கான ஆவணங்களை இணைத்து எதிர்த்தரப்பினர் பத்திரப் பதிவு தாக்கல் செய்வதை ஆட்சேபித்து மனு எழுதி அதனை நேரில் கொடுக்க வேண்டும். சார்பதிவாளரைச் சந்தித்து நேரடியாக முறையிட வேண்டும்.

3) பிறகு அன்றைக்கு மாலையே பதிவுத் தபாலில், அதே மனுவை சார்பதிவாளருக்கு அனுப்ப வேண்டும். நேற்று நேரடியாக வந்து பேசி மனு கொடுத்த நபர், இன்று பதிவுத் தபால் அனுப்பி இருக்கிறார் என்று சார்பதிவாளர் மனதில் பதிய வைக்க வேண்டும். பிறகு அனுப்பிய பதிவு

தபாலுக்கான அத்தாட்சியைத் திரும்பப் பெறுதல் வேண்டும் .

4) பிறகு தபால் அனுப்பிய அத்தாட்சியை (acknowledgement card) எடுத்து கொண்டு மீண்டும் நேரடியாக சார்பதிவாளரைச் சந்தித்து உங்கள் தரப்பு நியாயத்தைச் சொல்லி, பத்திரபதிவுத் தாக்கலுக்குத் தடை சொல்ல வேண்டும்.

5) ஆக இரண்டு முறை நேரடியாகச் சந்தித்து ஒருமுறை மனு, ஒருமுறை தபாலில் திரும்பி வந்த அத்தாட்சி அட்டையைக் காட்டி சார்பதிவாளரிடம் பேசி இருக்கிறீர்கள். சென்ற இரண்டு நாளுக்கு இடையில் ஒருநாள் உங்கள் பதிவுத் தபால் வழியாக உங்களையும், உங்கள் விஷயத்தையும் நினைவு ஊட்டி இருக்கிறீர்கள்.

6) சார்பதிவாளர் அதிக கூட்டத்தில் நெருக்கடியாக இருக்கும்போது அவசர அவசரமாக உங்கள் வேலையை முடிக்கும் நோக்கில், இந்தக் காரியத்தை செய்யக் கூடாது. ஆற அமர நின்று நிதானமாக விளையாட வேண்டிய விளையாட்டு இந்தத் தடை மனு விளையாட்டு.

7) சிலர் சார்பதிவாளரிடம் எரிச்சலை ஏற்படுத்தும்படியும் அதிகார தோரணையாகவும் அல்லது புலம்பி அழுதும், ஓலமிட்டும் முறையிடுவர். அவையெல்லாம் தேவை இல்லாதது. சார்பதிவாளர் ஒரு நடுநிலையான அதிகாரி என்ற எண்ண ஓட்டத்திலேயே அவரிடம் பேச வேண்டும்.

8) மேற்படி தடைமனுவை சார்பதிவாளர் அதிக வேலைப் பளுவிலோ அல்லது வேண்டுமென்றோ அல்லது தெரியாமலோ எதிர்தரப்பை விசாரிக்காமல் காலம் தாழ்த்தலாம்.

9) அப்படி காலம் தாழ்த்தி இழுத்துக்கொண்டு இருந்தால்,

நீங்கள் மீண்டும் ஒரு நினைவூட்டல் கடிதம் நேரடியாகவும், பதிவுத் தபால் மூலமும் அனுப்ப வேண்டும். தபாலில் வந்த அத்தாட்சி அட்டையை வைத்து மீண்டும் சார்பதிவாளரைச் சந்திக்க வேண்டும். இந்த வேலையில் எல்லாம் சலிக்கவே கூடாது காரியம்தான் முக்கியம்).

10) இரண்டாவது அனுப்பும் நினைவூட்டல் கடிதத்தில் பத்திரப்பதிவுத் துறையின் சுற்றறிக்கை கோப்பு எண் 46 445 / c1 2010 என்ற சுற்றறிக்கையின்படி, விசாரிக்க வேண்டும் என்ற ஷரத்தை குறிப்பிட்டு இருந்தால் மிகுந்த பயனைத் தரும்.

11) சார்பதிவாளர், உங்களுடைய எதிர் தரப்பினருக்கும் தங்களுக்கும் அழைப்பாணை அனுப்பி உடனடியாகவும், விரைவாகவும் விசாரணை நடத்தி எதிர் தரப்பினருக்கு ஆவணங்கள் சாதகமாக இருக்கிறது என்று சார்பதிவாளர் நம்பினால் அவர் பத்திரத்தை பதிவு செய்ய அனுமதிப்பார். சார்பதிவாளர் நிறைவு அடையாமல் இருக்க வேண்டியது நீங்கள் சொல்லும் காரணத்தில் இருக்கிறது.

12. உங்களுக்கு ஆவணங்கள் சாதகமாக இருக்கிறது என்று சார்பதிவாளர் உணர்ந்தால், மனநிறைவு அடைந்தால் தாக்கல் செய்யப்பட்ட பத்திரத்தைப் பதிவு செய்யாமல் திருப்பி அனுப்புவார். சார்பதிவாளர் பத்திரப்பதிவு மறுத்து விட்டார் என்றவுடன் நீங்கள் மனநிறைவு அடைந்து விடாதீர்கள்.

13) சார்பதிவாளரின் முடிவை எழுத்துப்பூர்வமாக, ஒரு அறிக்கையாக இரண்டு தரப்பிற்கும் கொடுக்க வேண்டும். அப்பொழுதுதான் தடை மனு கோரிக்கை முற்றுப் பெற்றதாகும்.

14) இரு தரப்பு விசாரணையின்போதும் விசாரணைகளைத் தொகுத்து பதிவு மறுத்ததற்கான காரணத்தை விரைவிலேயே சார்பதிவக புத்தகம் 2ல் எழுதிவிட வேண்டும். அந்த எழுதுகின்ற சாங்கியம் முடிந்துவிட்டதா என்று உறுதி செய்து கொள்ள வேண்டும்.

15) தடைமனுவை சார்பதிவிவாளர் வாங்குவார், ஆனால் விசாரணை நடத்துவது இல்லை. இறுதி முடிவை எழுத்தால் உங்களிடம் கொடுப்பது இல்லை. புத்தகம் 2ல் பதிவதுமில்லை. இது போன்ற மனுக்களுடன் வந்தாலே அன்றைய சார்பதிவிவாளரின் நேரத்தை, வருவாயைக் கெடுக்க வந்த நபராகவே உங்களைப் பார்க்கிறார்களா?

16) வில்லங்கமான நபராகவே உங்களைப் பார்க்கிறார்கள் என்று உணர்ந்தால் கொஞ்சம் சமூகத்தில் நற்பெயருடன் விளங்குபவர் அல்லது வழக்கறிஞர் துணை மூலம் இந்த தடை மனுவைக் கொடுக்கலாம்.

17. மேற்படித் தடைமனுவை மாவட்ட பதிவாளருக்கும், பதிவு தபாலில் அனுப்பி அத்தாட்சி வந்தவுடன் நேரடியாகவும் சென்று முறையிடலாம். அவருக்குக் கீழ் உள்ள சார்பதிவிவாளருக்கு அவர் நடவடிக்கை எடுக்க சொல்லிப் பேச வைக்கலாம்.

18) இறுதியாகப் பத்திரப்பதிவுத் தடை செய்ய கோரும் மனுவை உரிய உரிமையோ, பங்கோ இல்லாமல் மனு செய்ய வேண்டாம் என்பது என் வேண்டுகோள். எங்களைப் போன்ற ரியல் எஸ்டேட் ஏஜெண்டுகளுக்கு பதிவு நடந்தால்தான் வருமானம். அதை நம்பி பல கனவு கண்டு கொண்டிருப்பார்கள் அந்த நேரத்தில் உரிமை இல்லாமலேயே தடை மனு என்று கிளம்பி விடாதீர்கள் என்று அன்பு வேண்டுகோள் விடுக்கிறேன்.

17. சொத்தை வைத்துக் கொண்டு சும்மா இருக்கிறீர்களா? சொத்து உங்களை சும்மா இருக்க விடாது!

1. பெரும்பாலும் சொத்துக்களை வாங்கி மட்டும் போடுவது அல்லது பூர்வீகச் சொத்துக்களை கவனிக்காமல் அப்படியே போட்டுவிடுவது என்று பலர் இருக்கின்றனர். அதனால் அவர்களுக்கு பலவிதமான சிக்கல்கள் எழும்பி அவர்களுடைய நேரத்தையும் பணத்தையும் கரைத்து பதங்குலைந்து கொண்டு இருக்கின்றார்கள்.

2. சொத்துக்களை சும்மா வைத்திருக்கக் கூடாது என்பதற்காக கீழ்கண்ட விஷயங்களை எழுதுகிறேன்.

3. ஒரு நபர் சென்னைக்கு அருகில் ஒரு ஏக்கர் நிலம் வாங்கிவிட்டார். அதற்கு பட்டாவும் வாங்கிவிட்டார். அந்த சொத்திற்கு வேலியும் போட்டுவிட்டார். மேலும் அடிக்கடி சொத்தை நேரடியாக பார்த்துவிட்டும் வந்துவிடுவார். இப்படி இருக்கின்ற இவருக்கு என்ன பிரச்சினை வரப் போகிறது என்று நினைக்கிறீர்களா?

4. அரசு எந்திரம் சமீபத்தில் கம்ப்யூட்டரில் இருக்கிற பட்டாவை எல்லாம் ஆன்லைனுக்கு மாற்றியது. அப்படி இவரின் பட்டாவை ஆன்லைனுக்கு மாற்றியபோது, அது வேறு நபர் பெயருக்கு மாறிவிட்டது. பட்டாவில் புதிதாய்ப் பெயர் வந்த நபர் மேற்படி பட்டாவை தன்னுடன் ஏற்கெனவே இருக்கும் பழைய சொத்துக்களின் பட்டா எண்களோடு சேர்த்து புதிதாய் விவசாய கடனும் வாங்கிவிட்டார். மேற்படி சொத்தில் ஆன்லைன் EC-யிலும் புதிய நபரின் பெயர் வந்துவிட்டது.

5. அந்த நில உரிமையாளர் என்னிடம் ஒரு வேலை விசயமாக வந்தபொழுது, நான் ஆன்லைன் பட்டாவையும்

EC-யையும் சோதித்து பார்த்தபோதுதான் மேற்படி வில்லங்கம் தெரிய வந்தது. அவரிடம் இதனை சொன்ன பொழுது அவர் மிகவும் பதறி போனார். இப்பொழுது அதனை சரி செய்ய வட்டாட்சியர் அலுவலகத்திற்கு நடையாய் நடந்து கொண்டு இருக்கிறார். எனவே அடிக்கடி ஆன்லைன் ஆவணங்களையும் சோதித்துக் கொண்டே இருக்க வேண்டும்.

6. இது திருப்பூர் மாவட்டத்தில் நமது நண்பர் ஒரு இடத்தை வாங்கிப் போட்டு, பட்டா பெயர் மாற்றி அதற்கு வேலிகளும் போட்டு வைத்துவிட்டார். இவருடைய சர்வே நம்பர் 17, அதே கிராமத்தில் ஒரு இடத்திற்கு வேறு ஒரு நபர் அடமானக் கடன் கொடுத்து அந்த பணம் திரும்ப வராததால் நீதிமன்றத்தில் வழக்காக போட்டு அந்த வழக்கு விவரங்களை சார்பதிவக EC-ல் பதிய வைப்பதற்கான வேலைகளை செய்தார்.

7. அப்பொழுது டாக்குமெண்ட் ரைட்டர் அடமான கடனின் சர்வே எண் 71 ஆனால் தவறுதலாக 17 என்று டைப் அடித்துவிட்டார். மேற்படி தவறான சர்வே எண் 17 EC-ல் ஏறிவிட்டது. ஆனால் உண்மையான சர்வே எண் 17 காரர் நிம்மதியாக தூங்கிகொண்டு இருந்தார். இரண்டு வருடமாக இதனை பார்க்கவில்லை!

8. நான் மேற்படி சர்வே எண் 17 காரரை சந்தித்து பேசும் போது வருடத்துக்கு ஒருமுறையாவது EC போட்டு பாருங்கள் என்று சாதாரணமாக சொன்னேன். அவரும் EC போட்டு பார்த்தார். மேற்படி சொத்தில் புதிய அடமான நீதிமன்ற வழக்கை பற்றிய என்ட்ரி EC-ல் வந்திருந்தது. இப்பொழுது அதனை சரி செய்ய சார்பதிவகத்திற்கு நடையாய் நடந்து கொண்டு இருக்கிறார். எனவே 6 மாதத்திற்கு ஒருமுறையாவது EC போட்டு பார்க்க வேண்டும்.

9. அடுத்ததாக கோயம்புத்தூர் தெலுங்குபாளையத்தில் ஒருவருடைய பூர்வீக சொத்து. அது, ஒரு பழைய வீடு வீட்டிற்கு தேவையான பட்டா, வரி, மின்சாரம் எல்லாம் அவர்கள் பெயரில்தான் இருக்கிறது. அதனையெல்லாம் பராமரிக்க பக்கத்து வீட்டுக்காரான உறவினரிடம் ஒப்படைத்து இருக்கிறார்கள். உரிமையாளர்கள் வருடத்திற்கு ஒருமுறை மட்டும் சென்று பார்த்து வருவார்கள்.

10. பக்கத்துவீட்டுக்காரர் மேற்படி வீட்டை 11 மாதத்திற்கு குத்தகைக்கு எடுத்ததுபோல பதிவு செய்யப்படாத ஆவணத்தை அவர்களுடைய கையெழுத்தை போட்டு கோர்வையாக தொடர்ந்து பல வருஷங்களுக்கு குத்தகை ஆவணத்தை உருவாக்கி இருக்கிறார். பிறகு நீதிமன்றத்தில் எங்களுக்கு மேற்படி சொத்தை விற்றால் எங்களுக்குத்தான் விற்க வேண்டும் என்ற குத்தகை சட்டத்தில் வழக்கு போட்டு இருக்கிறார்கள். அந்த சொத்துக்காரர்களும் இன்று நீதிமன்றத்திற்கு நடையாய் நடந்து கொண்டு இருக்கிறார்கள். எனவே உங்களுடைய சொத்துக்களை அடிக்கடி சென்று பார்க்க வேண்டும். வீட்டுவரி, மின்சாரம் என அனைத்தையும் நீங்களே சென்று கட்ட வேண்டும்.

11. சேலம் – ஆத்தூர் அருகில் ஒரு கிராமத்தில் ஒரு பெரிய கிராமவீடு இருந்தது. இவர்கள் சேலம் டவுனில் இருக்கிறார்கள். கிராம வீட்டை குறைந்த வாடகைக்கு விட்டு இருக்கிறார்கள் வாடகையை ஆறு மாதத்திற்கு ஒருமுறை மொத்தமாக வாடகைதாரரை கொண்டு வந்து கொடுப்பார்கள். வீட்டு உரிமையாளர்கள் 10 ஆண்டுகளுக்கு மேலாக அவர்களின் கிராம வீட்டை சென்று பார்க்கவில்லை. ஆனால் வாடகை இருப்பவர் 6 மாதத்திற்கு ஒருமுறை வாடகையை தவறாமல் கொண்டு

வந்து உரிமையாளர்களுடைய அலுவலகத்தில் நிதி பொறுப்பில் இருப்பவர்களிடம் கட்டிவிடுவார்கள். எனவே உரிமையாளர்களும் வாடகை தொடர்ந்து வருகிறது என்பதனால் அப்படியே இருந்துவிட்டார்கள்.

12. மேற்படி வாடகை இருப்பவருக்கு கிராம வீட்டுக்கு அருகிலேயே ஒரு 15 சென்ட் காலி நிலம் ஒரு சந்து வழியுடன் இருக்கிறது. அவர் மேற்படி இடத்தை விற்க முயற்சிக்கிறார் அவரால் விற்க முடியவில்லை! சந்து வழியாக இருக்கிறது என்று வேண்டாம் என்று சிலர் சொல்லிவிட்டார்கள். அதனால் இப்பொழுது வாடகை இருக்கும் வீட்டை காட்டி சந்து வழியில் இருக்கும் பத்திரத்தை வைத்து வேறு நபருக்கு கிரயம் கொடுத்துவிட்டார்.

13. அதாவது பத்திரம் ஒரு இடம், கைப்பற்றல் இடம் வேறு இடம். மேற்படி வீட்டை வாங்கியவர்கள், குடி வந்து விட்டார்கள். விற்ற நபர் உண்மையான உரிமையாளருக்கு இன்றுவரை 6 மாதத்திற்கு ஒருமுறை வாடகையை கொண்டு சென்று கொடுத்து கொண்டு இருக்கிறார். நான் களப்பணிக்கு சென்ற பிறகுதான் உண்மையான உரிமையாளருக்கு விசயமே தெரிய வந்தது. இப்பொழுது புதியதாக வீடு வாங்கியவர்களை காலி செய்ய சொல்லி நீதிமன்றம் நடந்து கொண்டு இருக்கிறார்கள்.

14. இப்படி சொத்தையும் நேரடியாக சென்று பார்க்காமல், ஆவணங்களை எல்லாம் அடிக்கடி சோதனையிடாமலும் சொத்தை வைத்துக் கொண்டு சும்மா இருந்தால் சொத்து உங்களை சும்மா இருக்கவிடாது.

15. வெறும் நிலத்தை மட்டும் விலை உயரும் என்று வாங்கி போட்டு வைத்திருக்கும் Static சொத்துக்களை மாதந்தோறும் வாடகை, விளைச்சல் வருமானம், வியாபார

இலாபம் போன்று அந்த சொத்துக்களில் இருந்து தொடர் வருமானம் வருகின்றது போல் Dynamic சொத்துக்களாக மாற்றும்போதுதான் சொத்துக்கள் பாதுகாப்பாகவும், வருமானம் தரகூடியதாகவும் இருக்கும்.

Paranjothi Pandian's Quotes

* சொத்துக்கள் முதலில் நிலத்தில் சேருவதற்கு முன்னால் மனதில் சேருகின்றன.

* நிலத்தின் ஆவணங்களைப் பற்றி தெரிந்து கொள்வது என்பது நாட்டின் உண்மை வரலாறை புரிந்து கொள்வதற்கு சமம்.

18. உங்கள் சொத்தையோ அல்லது சொத்தின் ஒரு பகுதியையோ வேறு நபர் தன் கிரயப் பத்திரத்தில் சேர்த்து பதிந்துவிட்டாரா? செய்ய வேண்டிய 18 காரியங்கள்

1) உங்களுடைய விளைநிலத்தையோ, வீட்டுமனையையோ, நத்தம் நிலத்தையோ முழுமையாகவோ அல்லது ஒரு பகுதியாகவோ உள்ள நிலத்தின் சர்வே எண்ணை உங்களுடைய எதிர்மனுதாரர், தான் வாங்கும் கிரயப் பத்திரத்தில் பத்தோடு பதினொன்றாக சேர்த்துவிடுகிறார்

2) அதாவது பல சர்வே எண் சொத்துகளை வாங்கும்போது அதில் உங்கள் சொத்தின் சர்வே எண்ணை தெரிந்தோ அல்லது தெரியாமலோ சேர்த்து பத்திரம் பதிந்து விடுகிறார்.

3) மேற்படி சர்வே எண்ணை நாம் ஈசியில் தேடும் பொழுது இந்த எதிர்மனுதாரர் பதிந்து வைத்த பத்திரமும் ஈசியில் பிரதிபலிக்கும். இதனால் தேவையில்லாத குழப்பங்களும் சட்ட சிக்கல்களும் தோன்றும்.

4) இப்படி எதிர் மனுதாரர் உருவாக்கிய பத்திரம் மீண்டும் அதிலிருந்து இன்னொரு கிரயப் பத்திரமாக அல்லது இன்னொரு தான செட்டில்மெண்டாக அல்லது இன்னொரு அடமானப் பத்திரமாக கூட ஆகிவிடும். மேற்படி சொத்து ஏக சட்ட குழப்பத்தில் நின்று விடும்.

5) இப்படி ஏன் எதிர்மனுதாரர் உங்கள் சொத்தை அதில் சேர்க்கிறார்? ஒன்று உண்மையிலேயே டைப்பிங் தவறாக இருக்கலாம் அல்லது வேண்டுமென்றே சேர்த்து சொத்தின் மீது சிக்கல்கள் உருவாக்கி அதன் மூலம் இடத்தை ஆக்கிரமிக்க முயற்சிக்கலாம்.

6) அல்லது விவசாயக் கடன் வாங்குவதற்கு அதிக பரப்பு இடம் தேவைப்பட்டு இருக்கும் அல்லது MCOP வாகன விபத்து வழக்குகளில் கைகால் இழந்தவர்கள் அதிக நஷ்ட ஈடு பெற அதிக பரப்பு நிலங்களை காட்ட பத்திரங்கள் தேவைப்படும். இப்படி இடத்தை ஆக்கிரமிக்காமல் ஆவணம் மூலம் ஏதாவது பிரதியுபகாரம் பெற இப்படி உங்கள் சொத்தை எதிர் மனுதாரர் பத்திரங்களில் சேர்க்கலாம்.

7) பெரும்பாலும் உங்களிடம் பழகியவர், உறவினர், சகோதரர், பக்கத்து நிலத்துக்காரர், உங்களுடைய பங்கு தாரர், சொத்தில் வில்லங்கம் உருவாக்குவதே வேலை யாக வைத்துள்ள ரியல் எஸ்டேட்காரர், நஞ்சு எண்ணம் உடையவர்கள் இது போன்றவர்கள்தான் உரிமையில்லாத சர்வே எண்ணை பத்திரத்தில் சேர்ப்பார்கள்.

8) சரி! உங்கள் எதிர்மனுதாரர் உங்கள் சொத்தை அவர் பத்திரத்தில் சேர்த்தது உங்களுக்கு தெரிய வந்தவுடன் அவரிடம் நேரில் சென்று பேச வேண்டும். எந்தவிதமான உணர்ச்சியும்படாமல் அவரிடம் விளக்கம் பெற்று அவருடைய நோக்கம் ஆக்கிரமிப்பு முயற்சியா? ஆவணங் களை பயன்படுத்தி ஏதாவது செய்ய உத்தேசமா? அல்லது கவனக் குறைவால் தவறாக நடந்ததா என்று உறுதி செய்துகொள்ள வேண்டும்.

9) தவறுதலாக நடந்து இருந்ததை அவர் ஒத்து கொண்டால், இரண்டு தரப்புமே சார்பதிவாளரிடம் சென்று மனு செய்து அதனை திருத்தி EC-ல் வராமல் பார்த்து கொள்ளலாம். பத்திரத்தில் இருக்கின்ற சர்வே எண் தவறுதலாக இணைக்கப்பட்டது என்று திருத்தல் அல்லது உறுதிமொழி போன்ற ஆவணங்களை பதிந்து அந்த பத்திரத்தின் எதிர்கால விளைவுகளை தடுக்கலாம்.

10) உங்களுடைய எதிர் மனுதாரர் பிடிகொடுத்து பேசாத பொழுதும், தான் செய்தது சரிதான் என்று சொல்லும் பொழுதும், முதலில் சொத்தின் சுவாதீனம் உங்களிடம் இருக்க வேண்டும். அதனால் சொத்து அடைப்பு இல்லாமல் வேலி காம்பவுண்டு எதுவும் இல்லாமல் இருந்தால் அதனை அடைப்பிற்குள் கொண்டுவர வேண்டும். இதன் மூலம் ஆக்கிரமிப்பு முயற்சிகள் பெருமளவில் தடுத்து நிறுத்தப்படும்.

11) மேற்படி சொத்திற்கு உங்களுக்கு உரிமையான பத்திரம் அது தொடர்பான தொடர் பத்திரங்கள், பட்டா, சிட்டா, அ–பதிவேடு, புலப்படம் உள்ளிட்ட அனைத்து நில உரிமை ஆவணங்களையும் எடுத்துகொண்டு எதிர் மனுதாரருக்கு ஆவணப்படியும் அனுபவப்படியும் உரிமை இல்லாத சொத்தை கிரயப் பத்திரம் போட்டு உள்ளதை தெளிவான மனுவாக எழுத வேண்டும்.

12) அந்த பத்திரம் பதிந்த சார்–பதிவாளரை இரண்டாவது எதிர்மனுதாரராக இணைத்து, மாவட்ட பதிவாளருக்கு 1908 பதிவு சட்டம் 68/2 பிரிவின் கீழ் பத்திரத்தை இரத்து செய்யக் கோரி பதிவு தபால் அனுப்ப வேண்டும்.

13 பதிவுத் தபால் ஒப்புகைச் சீட்டு கைக்கு வந்தவுடன் அதனையும் ஆவணங்களையும் எடுத்துக் கொண்டு நேரடியாக மாவட்ட பதிவாளரை சந்தித்து முறையிடுதல் வேண்டும். மேலும் சம்பந்தப்பட்ட சார்–பதிவாளருக்கு மேற்படி சொத்து எனக்கு உரிமையுள்ளது, அதை தவறு தலாக எதிர் மனுதாரர்கள் பத்திரம் போட்டுவிட்டார்கள். அதனை வைத்து மீண்டும் எந்தவிதமான பத்திரமும் பதியக் கூடாது என்று ஒரு புதிய தடை மனு வழங்க வேண்டும்.

14) மேலும் சம்பந்தப்பட்ட ஊராட்சி, ஊராட்சி ஒன்றியம்,

நகராட்சி, மாநகராட்சி அலுவலகங்களில் கூரை வரி, சொத்து வரி, குடிநீர், கட்டிட அனுமதி எது கேட்டாலும் அதனை வழங்கிடக் கூடாது. அந்த சொத்து எனக்கு உரிமையான சொத்து என்று ஆட்சேபனை கடிதம் எழுதி கொடுக்க வேண்டும்.

15) அந்த ஊரில் உள்ள கூட்டுறவு மற்றும் நிலவள வங்கி அல்லது தேசியமயமாக்கப்பட்ட வங்கி, பிற தனியார் வங்கிகளில் மேற்படி சொத்திற்கு கடனோ, அடமானமோ போடக்கூடாது என்று ஆட்சேபனை கடிதம் அனுப்புதல் வேண்டும்.

16) எல்லா பக்கமும் ஆட்சேபனை கடிதம், தடைமனு, பத்திரம் இரத்து செய்யும் மனு கொடுத்த பிறகு மாவட்ட காவல்துறை கண்காணிப்பாளரிடம், "தவறான சர்வே எண்ணை இடைசெருகலாக செருகி போர்ஜரி செய்து பத்திரம் உருவாக்கி இருக்கிறார்கள்" என்று புகார் கொடுத்து எதிர் மனுதாரரை அழைத்து விசாரணை செய்ய வைத்தல் வேண்டும்.

17) இவை எல்லாம் நடக்கின்ற காலத்திலேயே மாவட்ட பதிவாளரிடம் கொடுத்த மனு வேலை செய்ய ஆரம்பித்து விடும் ஒன்று மாவட்ட பதிவாளர் அந்தபத்திரத்தை இரத்து செய்ய சொல்லுவார் அல்லது இது என் சட்ட வரம்பிற்குள் வராது நீதிமன்றம் மூலம் பரிகாரம் தேடிக்கொள் என்று சொல்லுவார்.

18) அதன் பிறகு நீதிமன்றத்தில் முதலில் இலவச நீதிமன்றம், சமரச மையத்திற்கு செலவு குறைவாக மனு செய்து தீர்வு காண முயலுதல் வேண்டும். இறுதியாக இப்பிரச்சினை இழுத்துக் கொண்டே போகிறது என்றால் சிவில் நீதிமன்றம் நாடி பிரச்சினையை வழக்காக்கி பிரச்சினையை தீர்த்துக் கொள்ள வேண்டும்.

19. சொத்து வேறு சுவாதீனம் வேறு சிக்கலா? தெரிந்து கொள்ள வேண்டிய 18 தகவல்கள்!

1) ஒரு வழக்கறிஞர் டேபிளில் உட்கார்ந்து பத்திரங்களில் உள்ள சட்ட குழப்பங்கள் சட்டத் தடைகள் சட்ட சிக்கல்களை எளிதாக கண்டுபிடித்துவிடுவார். ஒரு விஏஓ டேபிளில் உட்கார்ந்து வருவாய் நிர்வாகத்தில் உள்ள நில எடுப்பு, உச்சவரம்பு, சர்வே சிக்கல்கள் எளிதாக சொல்லிவிடுவார்.

2) ஆனால் கையில் வைத்து இருக்கும் பத்திரத்திற்கும், இப்பொழுது சுவாதீனத்தில் இருக்கின்ற சொத்திற்கும் உரிய இடம்தானா என்று உறுதி செய்ய கண்டிப்பாக களத்தில் இறங்கி வந்து ஆராய்தல் வேண்டும். அதனை கண்டு பிடிக்க அனுபவம் வாய்ந்த களப்பணியாளராய் இருக்க வேண்டும்.

3) ஒருவருக்கு புன்செய் நிலமும் இருக்கிறது, அதனை ஒட்டி நத்தம் நிலமும் இருக்கிறது மேற்படி நத்தம் நிலம், பட்டா இல்லாமல் இருக்கிறது. அந்த நத்தம் நிலத்தை கிரயம் கொடுக்க சம்மதிக்கிறார்.

4) நத்தம் நிலத்தை வாங்குகின்ற பார்ட்டியும் நத்தம் நிலத்தை வாங்க ஒத்துகொள்கிறார். ஆனால் நத்தம் பட்டா இல்லாததாலும், அந்த நத்தம் நிலத்திற்கு இதற்கு முன் எந்த பத்திரமும் உருவாகாததாலும் சார்பதிவகத்தில் பதிவு செய்ய முடியவில்லை.

5) விற்பவருக்கு அவசர பண தேவை. அதனால் என்ன செய்கிறார், பத்திரம் போடும்பொழுது புன்செய் சர்வே எண்ணை போட்டு பத்திரம் செய்துவிடுகிறார். சுவாதீனம் ஒப்படைக்கும் பொழுது நத்தம் இடத்தை ஒப்படைக்கிறார். வாங்குபவருக்கு இந்த விவரம் எல்லாம் தெரியவில்லை.

6) வாங்குபவர்களுக்கு அந்த நேரத்தில் விற்பவர் குடும்பங்களில் ஒரு இராஜமரியாதை கிடைக்கும் அந்த மகிழ்ச்சியிலேயே அந்த சொத்தை வாங்கிவிடுவார். இது போன்று வெவ்வேறு வகையாக, பல்வேறுவிதமான முறையில் பத்திரத்தில் இருக்கிற சொத்து வேறு, சுவாதீனம் வேறு என்று பல சொத்துக்கள் தமிழகத்தில் இருக்கிறது.

7) கூட்டு பட்டாவில் இருக்கின்ற சொத்துக்கள், சரியாக நான்கு எல்லைகள் குறிப்பிடாத சொத்துக்கள், ஒப்படை பட்டா பெற்ற சொத்துக்கள், சர்வே செய்யப்படாமல் மிகையாக இருக்கின்ற நிலங்களில் வாங்குகின்ற சொத்துக்கள், இங்கெல்லாம் சொத்துக்கள் வேறு சுவாதீனம் வேறு என்ற சிக்கல்கள் பெரும்பாலும் இருக்கின்றது.

8) கிராம எல்லைகளில் இருக்கின்ற சொத்துக்கள் உதாரணமாக, சென்னைக்கு அருகில் உள்ள பொன்மார்–போலசேரி கிராமங்களிலும், மாம்பாக்கம்– மேலகோட்டையூர் கிராமங்களிலும் என இரண்டு கிராமங்கள் சேரும் இடங்களில் பத்திரம் வேறு சுவாதீனம் வேறு, ஏன் கிராமமே வேறு என்று மாறி போயிருப்பதை நான் பார்த்திருக்கிறேன்.

9) இதுபோன்ற சிக்கல்கள் சரியாக சர்வே அறிவு இல்லாத நபர்கள் துணையுடன் சொத்து வாங்கும் பொழுது நடந்துவிடுகிறது. சார்பதிவாளர் முதற் கொண்டு தாசில்தார், கலெக்டர், நீதிபதி வரை அளவு சிக்கல், இடம் மாற்றி அனுபவித்தல் ஆக்கிரமிப்பு சிக்கல்கள் வந்தால் அவர்கள் ஒரு சர்வேயர் ரிப்போர்ட் கேட்டு வாங்க கூடிய அளவில்தான் இருக்கிறார்கள்.

10) மேற்படி அதிகாரிகள் தானாகவே முடிவு எடுக்கக் கூடிய

நிலையில் சர்வே அறிவு போதுமானதாக இல்லை. இதனாலேயே சார்பதிவாளர் அலுவலகத்தில் தவறாக பத்திரம் பதியப்படுகிறது. வருவாய்த் துறையில் தவறாக நிலஒப்படை வழங்கப்படுகிறது, நீதிமன்றத்தில் தவறாக வழக்குகள் புரிந்து கொள்ளபட்டு தீர்ப்புகள் வழங்கப்படுகிறது.

11) நான் இதுபற்றி பலமுறை பதிவுத்துறைக்கு மனு எழுதி இருக்கிறேன். இனிதான் சார்பதிவகங்களில் இதுபோன்ற சிக்கல்களை கண்டுபிடிக்க ஒரு சர்வேயரை போட போகிறார்கள் என்ற தகவல்கள் வருகிறது.

12) சொத்து வேறு சுவாதீனம் வேறு சிக்கல் வராமல் இருக்க கண்டிப்பாக சொத்து வாங்கப்போகும் கிராமத்தின் வரைபடம் இருக்க உங்களிடம் இருக்க வேண்டும்.

13) வாங்குவதற்கு முன்பு களத்திற்கு சென்று கிராம வரைபடத்தோடு ஒப்புமைப்படுத்திப் பார்க்க வேண்டும். கிராம வரைபடத்தில் கோவில், கூரை வீடுகள், கல்கட்டு வீடு, கிணறு மின்கம்பம், பாலம், தடுப்பணை போன்ற landmark எல்லாம் தெளிவாக குறியீடாக குறிக்கப்பட்டு இருக்கும்.

14) அந்த குறியீடுகளைப் பார்த்து நாம் நிற்கிற இடங்களை ஒப்பு நோக்கி உறுதிபடுத்திக் கொள்ள வேண்டும். மேலும் பத்திரத்தில் இருக்கின்ற நான்கு மால் எல்லைகளை களத்தோடு உறுதிபடுத்திக் கொள்ள வேண்டும். புலப் படத்தில் இருக்கின்ற திசையில் சரியான அளவில்தான் சொத்துக்கள் இருக்கிறதா? என்று உறுதிபடுத்திக் கொள்ள வேண்டும்.

15) தற்பொழுது google map வந்துவிட்டது. அதிலும் திசை நான்கு பக்கமும் பார்க்கலாம். ஓரளவுக்கு நாம் சரியான இடத்தில் இருப்பதை உணர்ந்து கொள்ளலாம்.

16) பிறகு அ–பதிவேட்டை சோதித்து நிலவகை நத்தமா, நன்செய்யா, புன்செய்யா, தரிசா? என்று பார்த்து அந்த நில வகையைதான் பத்திரத்தில் குறிப்பிடப்பட்டு இருக்கிறதா? என்று பார்க்க வேண்டும்.

17) கிராம வரைபடம் மற்றும் புலப்படத்தில் எங்கு எங்கு கற்கள் இருக்கிறது என்று குறியீடுகள் இருக்கும் அதன்படி நிலத்தில் கற்கள் நடப்பட்டு இருக்கிறதா? என்று பார்க்க வேண்டும். அதற்காக நாம் வாங்கப் போகும் இடங்களை சுற்றி வந்தாலே அங்கு இருக்கின்ற கற்கள் அடையாளம் காட்டிவிடும். அதனை வைத்து சரியான இடத்தில்தான் நிற்கிறோம் என்று புரிந்து விடும்.

18) சரி, வாங்குவதற்கு முன் இதெல்லாம் பார்க்க வேண்டும். இப்பொழுது சொத்து வாங்கியாகிவிட்டது. பத்திரம் சுவாதீனத்தோடு பொருந்தவில்லை என்றால் என்ன செய்வது? என்று நீங்கள் கேட்பீர்கள். அதற்கு ஒன்று பத்திரத்தை திருத்தி புது பத்திரம் போட வேண்டும். அது ஏறக்குறைய ஒரு புதிய கிரயம் போலவே ஆகிவிடும். அதிக செலவும் ஆகிவிடும். வேறு வழி இல்லை செய்துதான் ஆக வேண்டும்.

20. பெண்களுக்கு சொத்தில் பங்கு வேண்டுமா? பெண்கள் கண்டிப்பாகத் தெரிந்து கொள்ள வேண்டிய 28 செய்திகள்!

1. சொத்துரிமையை பொறுத்தவரை ஆதி முதல் இன்றுவரை வஞ்சிக்கப்பட்டு கொண்டு இருப்பது இந்து பெண்கள்தான். இந்து என்றால் ஆரிய பிராமணர்கள், வீரசைவர்கள், லிங்காயத்துகள், சூத்திரர்கள், புத்த ஜைன சீக்கியர்கள், சாதி இந்துக்கள், தாழ்த்தப்பட்ட மக்கள், நாஸ்திகர்கள் என அனைவரும் சேர்ந்ததே இந்துக்கள் ஆகும். அதுமட்டும் இல்லாமல் இந்தியா முழுவதும் இருக்கின்ற உதிரி மக்களை இந்துக்கள் என்று ஒருங்கிணைக்க, யார் எல்லாம் கிறித்தவர்கள் இல்லையோ, இஸ்லாமியர்கள் இல்லையோ, பார்சிக்கள் இல்லையோ அவர்கள் எல்லாம் இந்துக்கள் என்ற சட்ட வரையரைக்குள் கொண்டு வந்தனர்.

   மேற்சொன்ன வரையறைக்குள் இந்து என்று சொல்லிக் கொண்டு சொத்துகளை வைத்து இருந்த ஆண்கள் எல்லாம் சொத்துரிமையை பொறுத்தவரை இந்து பெண்களுக்கு துரோகம் செய்தவர்கள்தான்.

2. இந்துமத வாழ்வியலில், ஆண்கள் பெண்களுக்கு தேவையானதை செய்ய வேண்டிய கடமை மட்டும் அறிவுறுத்தப்படுகிறது. பெண்ணை திருமணம் செய்து கொடுத்தல், விதவை என்றால் வாழ்நாள் முழுவதும் காப்பாற்றுதல் போன்ற கடமை மட்டும் சொல்லப்படுகிறது. கடமைகள் நிறைவேற்றப்பட்டால் உரிமைகள் எழ வாய்ப்பில்லை என்றே இந்து தர்மக் கோட்பாடுகள் சொல்கின்றன. கேட்பதற்கு நன்றாக இருக்கிறது இந்த கோட்பாடு. ஆனால் ஆண்டி முதல் அரசன் வரை, பாமரன் முதல் படித்த ஞானிகள் வரை, சமானியன் முதல்

ஆன்மிக பெரியோர்கள் வரை அனைவருமே கடமையில் இருந்து தவறி கொண்டே இருப்பதைத்தான் நாம் பார்த்து கொண்டு இருக்கிறோம்.

3. மேற்படி கடமைகள் தவறும்போது, எழுகின்ற உரிமை குரல்களாலும், தொடர் போராட்டங்களாலும் கடந்த 100 வருடங்களாக சொத்துரிமையை கொஞ்சம் கொஞ்சமாக கிள்ளிக்கிள்ளி கொடுத்து கொண்டு இருக்கின்றனர் (இந்து) ஆண்கள்.

4. தொடர்ந்து போராடி பெண்களுக்கான சொத்துரிமையில் ஆணுக்கு பெண் இளைப்பில்லாமல் சட்ட வடிவில் முழுமையாக இப்பொழுது கொண்டு வந்தாகிவிட்டது. ஆனால் இன்னும் நிஜவாழ்வில், கள நிலவரத்தில் தன்னுடைய சகோதரர்களிடம் இருந்து சொத்துரிமை பெற இன்னும் ஒரு அரை நூற்றாண்டுகள் ஆகும் என நினைக்கிறேன்.

5. அஸ்ஸாம், வங்காளம், பீகாரின் கிழக்கு பகுதிகள், பஞ்சாப் சிந்து பகுதிகளில் இருக்கின்ற இந்து மக்கள் "தயாபாக கொள்கை" உடையவர்கள். நமது தமிழ்நாடு உட்பட மீதி உள்ள இந்திய பகுதிகள் "மித்தாஷார கொள்கை" உடையவர்கள் மேற்படி இரண்டு கொள்கைகளின் அடிப்படையில் வாரிசுரிமையை நிர்ணயிக்கிறார்கள்.

6. கேரளாவின் வடபகுதி, கர்நாடகாவின் மங்களூர் பகுதிகளில் வாரிசு உரிமைக்காக பிரத்யேக சட்டங்கள் வைத்து இருக்கின்றார்கள் என்பதை நினைவில் வைத்துக் கொண்டால் போதும்.

7. இருக்கின்ற சட்டங்களிலேயே அதிக சிக்கல்களை உருவாக்கியும், சொத்துக்களை பெண்கள் அடையக் கூடாது என்றும் யோசித்து யோசித்து சட்டத்தை மாற்றி

மாற்றி திருத்தி எழுதி இருக்கின்றனர். உதாரணமாக, கற்பனை பாகப்பிரிவினை (Notional Partition) போன்ற கதைகளையும் கோபர்சனரி சொத்து, கோபர்சனரி குடும்பம் போன்ற வரையறைகளையும் சொல்லலாம்.

8. பெண்கள் சொத்துகளே வைத்துக் கொள்ளக் கூடாது என்ற நிலைதான் 1937க்கு முன்புவரை இருந்தது. ஏறக்குறைய பெண்களுக்கு "பொருளாதார தடை" என்ற நிலையைத்தான் அனுபவித்தார்கள். ஏறக்குறைய இந்து பெண்களுக்கு 1937-க்கு முன்பு வரை சொத்து உரிமை என்ற பேச்சிற்கே இடம் இல்லை இந்தியாவில் இஸ்லாமிய மற்றும் கிறித்தவ பெண்களுக்கு சொத்துரிமை இருந்தது).

9. வெள்ளைகாரர்கள் பெண்கள் சொத்துரிமை சட்டம் – 1937 என்ற சட்டத்தை உருவாக்கி, பெண்கள் சொந்தமாக சொத்து வைத்துக் கொள்ளலாம். அவை வாங்கிய சொத்தாகவோ, சீதன சொத்தாகவோ இருக்கலாம். ஆனால் பூர்வீக சொத்துகளில் உரிமையில்லை என்று அந்த சட்டம் சொல்லிற்று. மேலும் பெண்கள் ஆயுள் பரியந்தம் சொத்தை அனுபவிக்க மட்டுமே உரிமை கொடுத்தது.

10. ஒரு இந்து ஆண் இறந்துவிட்டால் அவரின் சொத்துக்கள், அவரின் மகன் & பேரன்களுக்கு போய் சேரும். மகளுக்கு பங்கு இல்லை. (சீதனமாக கொடுத்தால் வைத்து கொள்ளலாம். விதவை மனைவிக்கு சொத்து எதுவும் கூடாது. ஆனால் இறந்த கணவன் பேரில் ஒரு பங்கு பிரிக்கப்பட்டு அது விதவை மனைவிக்கு கொடுக்கப்படும். அதில் அவர்கள் வாழ்ந்து கொள்ளலாம். விவசாய நிலம் என்றால், பாடுபட்டு கொள்ளலாம். ஆனால் அந்த சொத்து செத்துபோன

கணவன் பேரிலே இருக்கும். அதாவது சொத்தை வாழ்நாள் முழுவதும் அனுபவிக்கலாம். சொத்தை விற்கவோ, தானம் செய்யவோ கூடாது. மேற்படி விதவை இறந்த பிறகு சொத்து மீண்டும் மகன்களுக்கு திரும்பிவிடும்.

11. 1937–க்கு பிறகு சொத்து வைத்துக் கொள்பவரும் அவர் வாங்கிய தனி சொத்து / சீதன சொத்தாக இருக்கலாம். ஆனால் பூர்விக சொத்தில் பெண்களுக்கு மனைவி என்று சொன்னாலும், கல்யாணமாகாத மகள் என்று சொன்னாலும், கல்யாணம் ஆன மகள் என்று, விதவை மனைவி, விதவை மகள் என்று சொன்னாலும் பூர்விகச் சொத்திலும், வாரிசு அடிப்படையில் தம்புடி காசுகூட பங்கு கேட்க முடியாது. அதனால்தான் 1937 சட்டத்தில் பெண்களுக்கு வாரிசுரிமை என்ற பேச்சுக்கே இடமில்லை.

12. 1937 சட்டத்தில் பெண்களுக்கு ஜீவனாம்ச உரிமையாக நிலங்களை வைத்து கொள்ளலாம். மேலும் அந்த ஜீவனாம்ச அனுபவ உரிமை கொண்டாட கூடிய சொத்தின் மீது முழு உரிமை கொண்டாட முடியாது. ஆயுள்பரியந்த உரிமையை மட்டும் அனுபவிக்கலாம்.

13. 1947–ஆம் ஆண்டு இந்தியா அரசியல் சுதந்திரம் அடைந்து நாட்டுக்கு உழைத்த உத்தமர் எல்லாம் நாட்டை ஆளப் போன பிறகும், பெண்களுக்கு வாரிசுரிமையின் அடிப்படையில் சொத்து வேண்டுமே என்று நினைத்து பார்க்கக்கூட நேரம் இல்லாமல் இருந்தனர்.

14. நல்ல தலைவர்களினாலும், பெண்ணியவாதிகளினாலும், முற்போக்குவாதிகளின் தொடர் போராட்டம் மற்றும் அழுத்தத்திற்கு பிறகு 1956ல் பெண்கள் சொத்துரிமை சட்டம் புதிய சட்ட திருத்தத்தை கொண்டு வந்தது.

பெண்கள் உரிமைக்கான வரலாற்றுச் சட்டம் என்று இந்த 1956 சட்டத்தை எல்லாம் இங்கு இருக்கின்ற சட்ட வித்வான்கள் எழுதி இருக்கிறார்கள். இந்த சட்டத்தை ஆராய்ந்து பார்த்தால் இதில் ஆயுள் பரியந்தம் மட்டும் ஒழிக்கப்பட்டிருக்கிறது. மேலும் பெண் சொத்தில், ஆண் களுக்கு வாரிசுரிமை வாங்கி கொண்டனர். விதவைகள், குழந்தை இருந்து மறுமணம் காரணமாக வாரிசுரிமை விலக்கக் கூடாது என்று இந்த சட்டம் சொல்லியது.

15. 1956–ல் போடப்பட்ட சட்டம் பெண்கள் வாரிசுரிமையை ஏற்றுக் கொண்டுவிட்டது. ஆனால் அவ்வாரிசு உரிமைப்படி, தனி சொத்தை மட்டும்தான் அடைய முடியும். பூர்வீகச் சொத்தை அடைய முடியாது என்று அங்கு ஒரு தடை விதித்தது.

16. உதாரணமாக ஒருவர் இறந்த பின்பு அவர் சொந்தமாக வாங்கிய சொத்து, அவருக்கு பூர்வீகமாக கிடைத்த சொத்து என இரண்டு சொத்துக்கள் இருந்தால். இதில் சொந்தமாக வாங்கிய சொத்தில் பெண்களுக்கு வாரிசுமை உண்டு. ஆனால் அந்த பூர்வீக சொத்தில் பெண்களுக்கு வாரிசுரிமை கிடையாது.

17. 1956–ம் ஆண்டு காலகட்டங்களில் பெரும்பாலான குடும்பங்களுக்கு பட்டாப்படி பூர்வீக சொத்து மட்டும் தான் இருந்தது. யாரோ ஒரிருவர் பணம் கொடுத்து தனிச்சொத்தை வாங்குவார்கள். அந்த தனிச் சொத்தையும் அவர்கள் இந்து கூட்டு குடும்பம் அல்லது கோபர்சனரி என்று வகைப்படுத்தி சொத்துக்களில் பெண் க ளின் ஆ ளு மை ய தடை செ ய் து வைத்திருப்பார்கள். மேலும் 1956–க்கு முன்பு கிரயம் செய்யப்பட்ட அனைத்து சொத்துக்களுமே பூர்வீக சொத்துக்கள் என்று அரசு வகைப்படுத்திவிட்டது.

இப்படிப்பட்ட சட்டத்தை போடாமலே இருந்திருக்கலாம் ஏனென்றால் 1956-க்கு முன்பு அனைத்தும் பூர்வீக சொத்து என்றால் பெண்களுக்கு பூர்வீக சொத்தில் உரிமை இல்லை தானே 1956-க்கு பிறகு இனி எந்த குடும்பமாவது தனி சொத்து வாங்கினால் அவர்களும் தங்கள் சொத்துக்களை இந்து கூட்டு குடும்பம் கோப்பர்சனரிக்குள் அடங்கி விடுவார்கள். எனவே பெண்ணுரிமை போராளிகளும், மக்கள் தலைவர்களும் போராட்டம் செய்தனர்.

18. அதன் பிறகு பூர்வீக சொத்துக்குள்ளும் ஒரு தனி சொத்து இருக்கிறது என்று 1956 சட்டம் கண்டுபிடித்து சொன்னது. அது என்னவென்றால் பூர்வீகச் சொத்தை விட்டுவிட்டு ஒரு இந்து ஆண் (தகப்பன்) இறந்து விடுகிறார். அவருக்கு ஒரு மனைவியும், இரு மகன் களும், ஒரு மகளும் இருப்பதாக வைத்துக் கொள்வோம். மேற்படி தகப்பனார் இறந்துவிட்ட பிறகு இவருக்கும் (இறந்த தகப்பனுக்கும்) அவரின் இரண்டு மகன்களுக்கும் ஒரு பாகப்பிரிவினை (கற்பனையாக) நடக்கும். அதில் தகப்பனுக்கு ஒரு பங்கு, இரண்டு மகன்களுக்கும் தலா ஒரு பங்கு; ஆக மூன்று பேருக்கும் மூன்று பங்காக அந்த சொத்துக்கள் பிரியும் (அசையும் சொத்து, அசையாச் சொத்து எல்லாமே). இந்த கற்பனைப்பாகப் பிரிவினைப்படி, இறந்தவருக்கு (தகப்பனுக்கு) ஒரு பங்கு கிடைக்கிறது. அந்த பங்குச் சொத்து "பூர்வீகச் சொத்து" கிடையாதாம். அதாவது அது இறந்தவரின் "தனிச் சொத்தாம்". அந்த சொத்தை அவரின் மனைவியும், மகளும், அந்த இரு மகன்களும் ஆக 4 பேரும் தலைக்கு ஒரு பங்கு எடுத்துக் கொள்ளலாம்.

19. அதாவது ஏற்கனவே கற்பனை பாகப்பிரிவினையில் 1/3

பாகமாக பிரிந்துள்ளது. அந்த தகப்பனின் 1/3 பாகத்தை மறுபடியும் 1/4 ஆக 4 பேருக்கு பிரிக்க வேண்டும். அடடா! எப்படி அயோக்கியதனமாக பங்கு பிரித்திருக்கிறார்கள் அந்தக் கால சட்ட வித்வான்கள்!

20. 1956 சட்டம் தனிச் சொத்தில் பங்கு உண்டு பூர்வீக சொத்தில்தான் பங்கு இல்லை என்று சொல்கிறது. ஆனால் நம்ம ஆண் வர்க்கமோ, பெண்களிடம் பூர்வீக சொத்தில் பங்கில்லை என்று சொல்லாமல் பூர்வீகத்தை மறைத்துவிட்டு சொத்தில் பங்கில்லை, சொத்தில் பங்கில்லை என்று சொல்லி தனிச்சொத்தில் கூட பங்கு தராமல் ஏமாற்றி வந்து கொண்டிருக்கின்றனர். பெண்களும் கோயபல்ஸ் பிரச்சாரத்தை நம்பி சொத்துக்களை உரிமை கோராமலேயே வெகு காலமாக இருந்து வருகின்றனர்.

21. படித்த அதுவும் சட்டம் தெரிந்த பெண்களுக்கு மட்டும் தனிச் சொத்தில் வாரிசுரிமை பங்கு உண்டு என்று தெரிந்து இருந்தது. அந்த குடும்பத்தில் மட்டும் தனி சொத்தில் பங்கு கேட்டு வாங்கி இருக்கிறார்கள்.

22. தமிழ்நாட்டில் 1989ம் ஆண்டு முதலமைச்சர் கருணாநிதி அவர்கள் காலத்தில் பெண் சொத்துரிமைச் சட்டம் 1956ல் திருத்தம் கொண்டு வரப்பட்டது. அதில் பெண்களுக்கு வாரிசு உரிமைப்படி தனி சொத்தில் எப்படி சம பங்கோ அதுபோல, பூர்வீகப் பொது குடும்பச் சொத்திலும் சம பங்கு என்று சட்டமியற்றியது.

23. இந்த சட்டம் நிறைவேற்றப்பட்ட பிறகுதான் தமிழத்தில் ஆணும், பெண்ணும், சொத்துரிமையில் சமம் என்று நிறுவப்பட்டது. தாத்தா சொத்துக்களில் பிறந்தவுடன் உரிமையாளராக ஆண் குழந்தைகள் ஆவதால் அவனை சிங்கம் என்றும் இளவரசன் என்றும் வளர்த்தார்கள்.

பாராட்டி, சீராட்டினார்கள். தாத்தா சொத்துகள் பெண் குழந்தைகளுக்கு வராததால் பெண் குழந்தைகள் புறக்கணிக்கப்பட்டனர். பல ஆண்டுகளாக கள்ளிப்பால் கொடுத்து கொல்லப்பட்ட வரலாறுகளும் உண்டு. 1989 சட்டத்திற்குப் பிறகுதான் அவை எல்லாம் கொஞ்சம் கொஞ்சமாக மாற ஆரம்பித்து இருக்கின்றன.

24. 2005—ல் வடக்கில் இருக்கிற அறிவு ஜீவி தலைவர்கள் எல்லாம், தமிழ்நாடு அரசு போட்ட சட்டம்போல் இந்தியா முழுவதும் திருத்தி சொத்துரிமை சட்டம் 2005 என்று கொண்டு வந்தார்கள்.

25. 1989ம் ஆண்டு தமிழ்நாட்டு பெண்களுக்கு பூர்வீக சொத்தில் பங்கு என்று சட்டம் போட்டதும். அனைத்து சகோதரிகளிடம் இருந்து சொத்துக்களை விடுவிக்க விடுதலை பத்திரம் நிறைய நடக்க ஆரம்பித்துவிட்டது. மேலும் அண்ணன் தம்பி எல்லாம், உடன்பிறந்த சகோதரிகளை கொஞ்சமாவாது மதிக்க வேண்டும் என்ற நிலைக்கு வந்தனர்.

26. இந்த சட்டத்தில் 1989—க்கு முன் திருமணமான பெண்களுக்கும், 1989க்கு முன்பே பாகப்பிரிவினை போடப்பட்ட பூர்வீகச் சொத்துகளில் பெண்களுக்கு வாரிசுரிமைப்படி அந்த சொத்தில் பங்கில்லை.

27. தமிழ்நாட்டின் பெண்களுக்கான சொத்துரிமையை பொறுத்தவரை இந்து பிராமண பெண்களானாலும், மற்ற சாதி இந்து பெண்களானாலும் உண்மையிலேயே நன்றி சொல்ல வேண்டியது பெண்களின் சொத்துரிமை மற்றும் சம உரிமைக்காக போராடிய தந்தை பெரியாருக்கும் முன்னாள் முதல்வர் கருணாநிதி அவர்களுக்கும்தான்.

28. பெண்கள் சொத்துரிமை பொருத்தவரை ஆரம்ப

காலகட்டங்களில் சொத்தை அனுபவிக்கவே கூடாது என்று சொத்தின் மீது உரிமையே இல்லாத அடிமைகளாக இருந்தார்கள். பிறகு சொத்து வைத்துக்கொள்ள, ஆயுள்பரியந்த உரிமை மட்டும் பெற்றிருந்தார்கள். அதன் பிறகு சீதனமாகவோ, அன்பளிப்பாகவோ அல்லது தங்கள் சுயசம்பாதியத்தில் சொத்து வாங்குவதற்கு உரிமையை அடைந்தார்கள். அதன் பிறகு தந்தை வாங்கிய சுயசம்பாத்திய சொத்தில் வாரிசு உரிமை அடைந்தார்கள். இறுதியாக தாத்தா சொத்து அல்லது பூர்வீக சொத்தில் வாரிசுரிமையை அடைந்தார்கள். இப்படி படிப்படியாக கடந்த 100 ஆண்டுகாலமாக தங்கள் உரிமையை நிலைநாட்டி இருக்கிறார்கள்.

Paranjothi Pandian's Quotes

21. பாதி கிரயத் தொகை வாங்கிவிட்டு சொத்தை எழுதி கொடுக்கிறீர்களா? அறிய வேண்டிய 23 செய்திகள்!

1) தலைப்பைப் பார்த்ததும் ஆச்சரியப்பட்டு போவீர்கள் யாராவது பாதி பணம் வாங்கிவிட்டு கிரயப் பத்திரம் எழுதி கொடுப்பார்களா? என்று தானே யோசிக்கிறீர்கள்! ஆனால் என் கள அனுபவத்தில் பல பத்திரங்கள் இப்படி நடந்து இருக்கிறது.

2) அதில் பாதி பேர் எழுதி கொடுத்தவர்கள் ஏமாந்து இருக்கிறார்கள், பாதி பேர் நல்லபடியாகவே மீதி கிரயத் தொகையை பெற்று இருக்கிறார்கள். கொஞ்சம் பேர் இழுத்தடித்து இழுத்தடித்து காலம் தாழ்த்தி தங்களுடைய கிரயத் தொகையை பெற்று இருக்கிறார்கள்

3) இதுபோன்ற கிரயத்தில் இரு தரப்பிற்கும் பெரிய தலை வலியாக கூட ஆகிவிடுகிறது. பெரும்பாலும் இதுபோன்ற கிரயங்கள் ஏற்கெனவே நில சிக்கல்கள் உள்ள இடங்களுக்கு நடக்கிறது. லிட்டிகேசன் சொத்துகளை தேடி ஆராய்ந்து வாங்குபவர்கள் என்று ஒரு டீமே இருக்கிறது.

4) லிட்டிகேசன் சொத்துகளை வாங்குபவர்கள் வில்லங்கம் உள்ள சொத்தை அப்படியே கிரயம் போட்டு கொடுங்கள். பிரச்சினையை நாங்கள் பார்த்து கொள்கிறோம் என்று சொல்லி கிரயம் நிச்சயத்த தொகையில் இருந்து பாதி தொகையை கையில் கொடுத்துவிட்டு கிரயப் பத்திரமோ, பவர் பத்திரமோ பதிந்து கொள்வார்கள்.

5) "லிட்டிகேசன் பிரச்சினை முடிந்த பிறகு மீதி கிரயத் தொகையை தருவார்கள்" என்று உறுதிமொழி கொடுத்து கொள்வார்கள். பெரும்பாலும் லிட்டிகேசன் நிலங்களை

வாங்குபவர்கள் நல்ல ஆளுமைத் திறன் உள்ளவர்களாக நல்ல brand-ஆக இருப்பார்கள். அதனால் லிட்டிகேசன் நிலத்தை வைத்திருப்பவர் கிரயம் கொடுப்பார்கள்.

6) மீதி கிரயத் தொகையை கட்டாயம் பிறகு பெற்றுக் கொள்கிறேன் என்று நம்பிக்கையுடன் ஒத்துக் கொள்வார். அதேபோல இன்னும் சிலர் கல்யாணம், பெரும் கடன் நெருக்கடி என்று தவித்து கொண்டு இருப் பார்கள். அந்த நேரத்தில் முழு கிரயத் தொகையுடன் வாங்குபவர்கள் யாரும் வரமாட்டார்கள்.

7) இப்படியும் சிலர் இருக்கிறார்கள். அதாவது சொத்தை விற்பவர்களின் உறவினர்கள் யாராவது கொஞ்சம் பணம் கையில் வைத்திருப்பார்கள். மீதி பணத்தை புரட்டக்கூடிய அளவுக்கு சக்தி படைத்தவர்களாக இருப்பார்கள். அந்த நம்பிக்கையிலும் இவர்களின் அவசரத் தேவையிலும் மேற்படி பணம் வைத்திருக்கின்ற உறவினரிடம் பாதி கிரயத் தொகை பெற்று பத்திரம் பதிந்து கொள்ள சம்மதிப்பார்கள்.

8) இப்படி பல்வேறு சூழ்நிலைகளை கருத்தில் கொண்டு பாதி கிரயத் தொகை பெற்று கொண்டு கிரயம் எழுதி கொடுக்க சம்மதிப்பவர்கள், இப்படிபட்ட சூழ்நிலையில் எப்படி நடந்து கொள்ள வேண்டும் என்பதை பார்ப்போம்.

9) மனிதர்கள் அனைவரும் உணர்வுப்பூர்வமானவர்கள், அவர்கள் புரட்சிகரமானவர்கள் கிடையாது. சந்தோஷம், பயம், பரவசம், துக்கம் என்று தினமும் மாறி மாறி உணர்ச்சிகளின் பிடியில் இருப்பார்கள். இந்த மாதிரி நாம் உணர்ச்சியின் பிடியில் இருந்து கொண்டுதான் பாதி கிரயத் தொகை பெற்று பத்திரம் போட ஒத்துக் கொள்கிறார்களா? என்று உங்களின் ஆழ்மனதை கவனியுங்கள்.

10) எப்பொழுதும் இதுபோன்ற முடிவுகளை எடுக்கும்போது உணர்ச்சியற்ற நிலையில் இருந்து எடுங்கள். ஏனென்றால் சொத்து மதிப்பு 50 இலட்சம் என்றால், நீங்கள் 25 இலட்சம் மட்டும் பெற்றுக் கொண்டு கிரயம் எழுதி கொடுக்க போகிறீர்கள்.

11) "கறந்த பால் மீண்டும் மடி புகாது". அதுபோல எழுதிக் கொடுத்துவிட்டால் அந்த கிரயத்தை இரத்து செய்ய முடியாது. அதற்காக பல சட்ட போராட்டங்கள் செய்துதான் நீதிமன்றத்தில் இரத்து செய்ய முடியும். அதுவும் நமக்கு சாதகமாக இருக்க அதிக வாய்ப்பில்லை.

12) பாக்கி 25 இலட்சத்திற்கு நீதிமன்றம், வக்கீல் கட்டணம், பஞ்சாயத்து செய்பவர்களின் கட்டணம், அலைச்சல் போக்குவரத்து போன்றவற்றால் சில லட்சங்கள் வரை இழக்க வேண்டி இருக்கும் என்பதனை எல்லாம் நினைவில் கொண்டு நிதானமாக முடிவு எடுக்க வேண்டும். நமக்கு இப்போது வருகின்ற பணத்தை விட சொத்து நிரந்தரமாக நம்மிடமே இருப்பதா? என்று முடிவெடுப்பது.

13) எனவே வேறு வழிகளில் அல்லது வேறு ஏதாவது செய்து இருக்கின்ற கடன் நெருக்கடிகளை, பிரச்சினைகளை தீர்த்துக் கொள்ளலாம் என்ற வாய்ப்பு இருந்தால் இந்த சொத்தை விற்பதை நிறுத்தி வைக்கலாம். இதெல்லாம் சிந்தனை ரீதியான பாதுகாப்பு விஷயங்கள் இனி சட்ட ரீதியான பாதுகாப்பிற்கு வருவோம்.

14) அடுத்து என்ன காரணத்திற்காக பாதித் தொகை வாங்கி கிரயப்பத்திரம் போட போகிறோமோ? அந்த காரணத் தையும் இரு தரப்பும் போட்டுக் கொண்ட கண்டிசன் களையும் ஒரு புரிந்துணர்வு ஒப்பந்தமாக எழுதிக்கொள்ள வேண்டும்.

15) மீதி தொகைக்குக் காசோலை வாங்கி கொள்ளலாம் அல்லது அண்டிபாண்டு (Ondemand) கடன் பத்திரம் கூட வாய்ப்பு இருந்தால் போட்டுக் கொள்ளலாம் அல்லது ஜாமின் கடன் பத்திரம் போட்டுக் கொள்ளலாம். மேற்கண்ட வற்றை சார்பதிவகத்தில் புத்தகம் 4ல் பதிய சொல்லலாம்

16. அடுத்து முக்கியமாக கிரயப்பத்திரம் போடும்போது பத்திரத்தை தாக்கல் செய்யும் வேலையை எழுதி கொடுக்கின்ற நீங்கள் செய்யலாம். யார் தாக்கல் செய்கிறார்களோ அவர்களின் பெயரில்தான் பத்திரப் பதிவு கட்டணம், இரசீது மற்றும் பதிவு செய்த பத்திரத்தை பத்திர அலுவலகத்தில் இருந்து திரும்ப பெறும் உரிமையும் வரும்.

17) எனவே சார்பதிவகத்திலிருந்து பத்திரம் திரும்ப பெறும் வரை நிலைமை உங்கள் பிடியிலும் கட்டுப்பாட்டிலும் இருக்கும். ஒன்றை நினைவில் வைத்து கொள்ளுங்கள் பத்திரம் பதிவு செய்து சொத்து வாங்குபவர் கைக்கு அந்த கிரய பத்திரம் போனால்தான் அந்த கிரயம் முழுமை அடைந்து விட்டது என்று அர்த்தம்.

18) வெறுமனே பத்திரம் பதிந்துவிட்டால், கிரயம் முழுமை அடையாது. பத்திரத்தை சொத்து வாங்கியவர் பெற்று கொள்ள வேண்டும். சொத்தை சுவாதீனத்தில் எடுத்துக் கொள்ள வேண்டும் என்று நீதிமன்றம் சொல்கிறது.

19) உதாரணமாக, பாதிப் பணம் கொடுத்து மீதி கிரயப் பணம் தாமதமாக தருகிறேன் என்று சொல்லி பத்திரம் சார்பதிவகத்தில் பதிந்து விட்டார்கள். பத்திரம் தாக்கல் செய்து திரும்ப பெறும் உரிமையை எழுதி கொடுத்தவரே வைத்து இருந்தார்.

20) ஆனால் எழுதி வாங்கியவர்கள் கிரய பேர பேச்சுப்படி மீதி

கிரயத் தொகையை தரவில்லை. அதுமட்டும் இல்லாமல், ஏமாற்றுவதைப் போல பேச ஆரம்பித்தனர். இதனை உணர்ந்த எழுதிக் கொடுத்தவர் அவர் வைத்து இருந்த தாக்கல் உரிமைப்படி பத்திரத்தை சார்பதிவகத்தில் இருந்து பெற்று தன்வசம் வைத்து கொண்டார்.

21) இப்பொழுதெல்லாம் பதிவு முடித்த பத்திரம் உடனே சார்பதிவகத்தால் வழங்கப்படுகிறது. இது போன்ற ஆன்லைன் பத்திரப்பதிவு வசதிகள் அப்பொழுது இல்லை பதிவு செய்யப்பட்ட பத்திரம், திரும்ப வர 10 நாட்கள் வரை ஆகும். அந்த நாட்களுக்குள் பேசி கிரயத் தொகையை வாங்க முயற்சித்தார் ஆனாலும் பணம் வராதது போல உணர்ந்ததால் நீதிமன்றம் சென்று வழக்காடி இருக்கிறார்.

22) நீதிமன்ற வழக்கில் முழு கிரயத் தொகையையும் கைமாறாத நிலையிலும், பத்திரமும், இன்னும் எழுதி வாங்கியவரிடம் போய் சேராத நிலையிலும் அந்த கிரயம் முழுமை அடையாமல் நிற்கிறது. எனவே அந்த கிரயத்தை செல்லாது என்று நீதிமன்றம் தீர்ப்பு அளித்திருக்கிறது.

23) எனவே இதுபோன்ற நேரங்களில் தாக்கல் செய்வதும் பத்திரத்தை திரும்பப் பெறுவதும் தங்கள் பொறுப்பிலேயே வைத்து கொண்டு பேசிய கிரயத் தொகையை பெற்றுக் கொண்ட பிறகு கிரயப் பத்திரத்தை ஒப்படைக்கலாம்.

சொத்துக்கள் பற்றி கற்றுக் கொள்ளுதல் இருந்தால் தான் சொத்துக்களை பெற்றுக்கொள்ளுதல் இருக்கும்.

22. உங்களுக்கு ஒருதுண்டு நிலமே இல்லையா? அரசின் நில ஒப்படை பற்றி தெரிந்து கொள்ள வேண்டிய 14 விவரங்கள்!

1. நிலமற்ற ஏழைகளுக்கு நிலத்தை இலவசமாக ஒப்படைத்து (Assignment) கொடுப்பது நில ஒப்படை ஆகும். மேற்படி ஒப்படைகளை (1) வீட்டுமனை ஒப்படை (2) விவசாயநில ஒப்படை என இரண்டாக பிரிக்கலாம்.

2. வீட்டுமனை ஒப்படையைப் பொது உபயோகத்திற்கு தேவைப்படாத அரசு நிலங்களை மனைகளாக பிரித்து ஒப்படை செய்வதும் (அ) அரசு, தனியார் இடம் கிரய பேர பேச்சு மூலம் இடத்தை வாங்கி ஒப்படைப்பதும் வீட்டுமனை ஒப்படை ஆகும்.

3. வீட்டுமனை ஒப்படை குடும்பத்தில் உள்ள பெண்கள் பெயரில் மட்டுமே வழங்கப்பட வேண்டும். வறுமைக் கோட்டிற்கு கீழ் உள்ளவர்கள், வீடோ, வீட்டுமனையோ, இல்லாதவர்களுக்குத்தான் இலவச வீட்டுமனை ஒப்படை செய்யப்பட வேண்டும்.

4. கிராமப்புறத்தில் 3 சென்ட்டும், நகர்ப்புறத்தில் 1 சென்ட்டும், நகரங்களில் 0.5 சென்ட்டும் வழங்கலாம். (அ) அதற்கு கீழேயும் வீட்டுமனை ஒப்படை வழங்குவார்கள்.

5. வீட்டுமனை ஒப்படை பெற்ற நபர்கள் ஓராண்டுக்குள் வீடு கட்ட வேண்டும்.

6. ஒப்படை பெற்ற வீட்டுமனையை 10 ஆண்டுகளுக்குள் விற்றால் அரசின் அனுமதி பெறுதல் வேண்டும்.

7. ஒன்றுக்கு மேற்பட்ட நபர்களின் பெயரில் கூட்டாக நில ஒப்படை செய்யக் கூடாது.

8. நகரங்கள், மாவட்டத் தலைநகரங்கள், மாநகரங்கள்

எல்லையிலிருந்து 5கி.மீ.–க்குள் வீட்டுமனை ஒப்படை செய்தல் கூடாது.

9. விவசாய நில ஒப்படையை பொறுத்தவரை ஆட்சேபனை யற்ற புறம்போக்கு நிலங்களை நிலமற்ற ஏழைகளுக்கு விவசாயம் செய்யும் நோக்கில் இலவசமாக ஒப்படைப்பது ஆகும்.

10. நீர்நிலை புறம்போக்கு, சுடுகாடு, புறம்போக்கு போன்றவைகளை ஒப்படை செய்யக் கூடாது. விவசாய நில ஒப்படை கொடுப்பவருக்கு வேறு விவசாய நிலங்கள் அந்த கிராமத்திலோ அல்லது வேறு கிராமத்திலோ இருக்கக் கூடாது.

11. ஒப்படை விவசாயநிலம் 3 ஏக்கர் புன்செய் 1½ ஏக்கர் நன்செய் மிகாமல் இருக்க வேண்டும். இதில் ஒரு நபருக்கு இரண்டும் கிடைத்தால் மேற்படி விகிதசாரத்தின்படி அளவு இருக்க வேண்டும்.

12. போரின்போது கொல்லப்பட்ட முன்னாள் இராணுவத்தினர், விதவைகள், SC & ST, பர்மா, இலங்கை அகதிகள், நன்னடத்தை கைதிகள், நலிந்தவர்கள் ஆகியோருக்கு நிலத்தை ஒப்படை செய்தல் வேண்டும்.

13. ஒப்படை செய்யப்பட்ட விவசாய நிலங்களில் மூன்று ஆண்டுகள் விவசாயம் செய்யவில்லை என்றாலும், 10 ஆண்டுகளுக்குள் விற்பனை செய்தாலோ, குத்தகை விட்டாலோ, வேளாண்மை அல்லாத வேறு காரியங் களுக்கு பயன்படுத்தினாலும், அரசு ஒப்படையை இரத்து செய்யலாம்.

14. ஒப்படை நிலங்களை பெற்றவர்கள் விற்கும்பொழுது, அதனை வாங்குபவர்கள் தீர விசாரித்து ஒப்படையிலுள்ள விதிகள் எதையும் மீறாமல் பார்த்து வாங்க வேண்டும்.

23. உங்கள் பத்திரம் தொலைந்துவிட்டதா? கட்டாயம் செய்ய வேண்டிய 19 விஷயங்கள்!

1. பத்திரம் தொலைந்ததை தெரிந்தவுடன் தீர ஆராய்ந்து எங்கெல்லாம் தொலைந்து இருக்கும் என்று மனதை நடுநிலையோடு வைத்து உணர்ச்சி வசப்படாமல் தேடிப் பார்க்க வேண்டும்.

2. பிறகு காவல் நிலையத்திற்கு சென்று தொலைந்துவிட்ட விசயத்தைத் தெளிவாக எழுதி புகாராக அளிக்க வேண்டும்.

3. பணியில் இருக்கும் காவல் அதிகாரியின் கையொப்பம் மற்றும் காவல்நிலைய முத்திரையுடன் புகார் பெற்றுக் கொண்ட இரசீது பெற வேண்டும்.

4. பிறகு அவர்களும் இரண்டு மூன்று நாட்கள் தேடி பார்க்க சொல்வார்கள். அதன் பிறகும் கிடைக்கவில்லை என்றால் காவல்நிலையத்தில் F.I.R பதிவு செய்வார்கள்.

5. பிறகு பிரபல பத்திரிக்கைகளில் பத்திரம் காணவில்லை என்று விளம்பரம் கொடுக்க வேண்டும்.

6. அதன் பிறகும் பத்திரம் உங்கள் கைக்கு கிடைக்க வில்லை என்றால், காவல் நிலையத்தில் பொறுப்பு காவலரை சந்தித்து சொத்து ஆவணத்தின் முக்கியத் துவத்தை சொல்லி சீக்கிரம் (Not Traceable) "கண்டு பிடிக்கவில்லை" என்று சான்று பெறுதல் வேண்டும்.

7. பிறகு நோட்டரி வழக்கறிஞர் மூலம் முத்திரைத்தாளில் பத்திரம் தொலைந்துவிட்டது என உறுதிச் சான்று (Affidavit) பெறுதல் வேண்டும்.

8. பத்திர அலுவலகத்தில் உங்களுடைய பத்திர நகலை Copy Of Document போட்டு நகலை பெறுதல் வேண்டும்.

9. இனி முதல் உங்களுடைய (1) நோட்டரி உறுதிமொழி பத்திரம் (2) பத்திரிகை விளம்பர நகல் (3) காவல்நிலைய புகார் மனு இரசீது (5) F.I.R. (6) Not Traceable சான்று ஆகிய ஆறு ஆவணங்களும் இருந்தால்தான் நீங்கள் எடுத்த "நகல் பத்திரம்" தொலைந்து போன ஒரிஜினல் பத்திரங்களுக்கு பதிலாக பயன்படுத்த முடியும்.

10. மேற்படி வேலைகள் எல்லாம், செய்ய பணம், உழைப்பு, நேரம் ஆகியவற்றை செலவு செய்ய வேண்டும். வேறு வழியில்லை இவற்றை செய்தால்தான் பத்திரம் செல்லும்.

11. பத்திரம் தொலைந்த விபரத்தை வாங்குபவர் கேள்விப் பட்டால் பத்திரம் யாரிடமோ அடமானத்திலோ, நீதிமன்ற அட்டாச்மெண்ட்டிலோ இருக்குமோ? என்ற அச்சமும் சந்தேகமும் இருக்கும். அப்படிப்பட்ட நபர்கள் சொத்து வாங்கும்பொழுது கூடவே இன்டிமிட்டி ஜாமின் பத்திரத்தைப் போட்டுக்கொண்டு பத்திரம் செய்வது நல்லது.

12. பத்திரம் தொலைந்த இடத்தை வாங்கியவர் மேற்படி, F.I.R., Not Traceable சான்று, பேப்பர் விளம்பரம், நோட்டரி அஃபிடவிட், காவல்துறையில் கொடுத்த புகார் நகல் போன்றவற்றைக் கண்டிப்பாக சொத்து விற்பவரிடம் இருந்து வாங்க வேண்டும்.

13. வாங்குபவரும், இந்த இடத்தை வாங்க போகிறேன் மேற்படி பத்திரங்கள் தொலைந்துவிட்டன. யாருக்காவது ஆட்சேபனை இருந்தால் 15 நாட்களுக்குள் தெரி விக்கவும், எதிர்காலத்தில் ஏதாவது உரிமை கோரல்கள் வந்தால் செல்லாது என வழக்கறிஞர் மூலம் தினசரி நாளிதழ்களில் விளம்பரம் கொடுத்தல் வேண்டும்.

14. நாம் வாங்கிய சொத்துப் பத்திரங்களை பாதுகாப்பான இடத்தில் வைக்க வேண்டும். நெருப்பு, எண்ணெய்,

இங்க், பெயிண்ட் போன்ற பொருட்கள் பத்திரத்தில் படாதவாறு பிளாஸ்டிக் கவரில் வைத்து பாதுகாப்பான இடத்தில் வைக்க வேண்டும்.

15. பத்திரம் செய்யும்போதே இரண்டாம் பிரதி [Second Copy] என்று குறைவான முத்திரைத்தாளில் பத்திரத்தில் என்ன வெல்லாம் எழுதியிருக்கிறோமோ அதேபோல் எழுதி பத்திர அலுவகத்தில் அதே ஆவண எண்ணில் பதிவு செய்யலாம்.

16. மேற்படி இரண்டாம் பிரதியை EB பெயர் மாற்றத்திற்கு, பட்டா பெயர் மாற்றத்திற்கு, கட்டிட அனுமதிக்கு என தேவையான இடங்களில் ஒரிஜினலுக்கு பதிலாக இரண்டாம் பிரதியை காட்டி மனு செய்யலாம். இதனால் ஒரிஜினல் பத்திரம் வெளியில் நடமாடும் வாய்ப்பு மிக குறைவாகும். அதனால் ஒரிஜினல் பத்திரம் தொலைவதற்கு வாய்ப்பு இல்லாமல் போகும்.

17. பெரும்பாலும் ஒரிஜினல் பத்திரத்தை நகல் எடுக்கும் கடைகளில், நகல் எடுக்க செல்லும் போதுதான் அதிகளவில் தொலைக்கிறார்கள். எனவே பத்திரத்தை ஒரு தரமான ஜெராக்ஸ் கடையில் ஒரு நகல் போட்டு வைத்து, அந்த காப்பியை எப்பொழுதெல்லாம் உங்களுக்கு ஜெராக்ஸ் தேவைப்படுகின்றதோ அந்த காப்பியை முதன்மை நகலாக (Master Copy) பயன்படுத்தி ஜெராக்ஸ் எடுக்கலாம். மேலும் ஒரு கலர் ஜெராக்ஸ் எடுத்து வைத்துக் கொண்டு யாருக்காவது பத்திரத்தை காட்ட வேண்டும் என்றால் அந்த ஜெராக்ஸை காட்டலாம். ஒரிஜினல் பத்திரங்கள் எப்பொழுதும் உங்களுடைய பாதுகாப்பான பீரோவிலோ அல்லது வங்கி லாக்கரிலோ வைத்திருத்தல் நல்லது.

18. அடுத்து எல்லா பத்திரங்களையும் முறையாக SCAN

செய்து உங்களில் Google Drive-ல் Soft copy-ஆக வைத்து கொள்வது மிகவும் பயனுள்ளதாகும். தேவைப்படும் பொழுது Soft copy மூலம் நகல் எடுத்து கொள்ளலாம்.

19. பத்திரங்களை பஸ்களில் பெரும்பாலும் தொலைப்பவர்கள் வெறும் கையில் சாதாரண கவரில் சுருட்டி வைத்து கொண்டு செல்லும் நபர்கள்தான் எனவே அவ்வாறு செய்யாமல் பத்திரத்தை நல்ல பைலில் வைத்து கைப் பைகளில் எடுத்துச் செல்ல வேண்டும்.

ஒரு பத்திரம் எழுதும் பொழுது அந்த சொத்தின் கடந்தகால சிக்கலை சரி செய்வதற்காகவும், எதிர்காலத்தில் எந்தவித வில்லங்கமும் வராமல் இருப்பதற்காகவும் bullet proof document ஆக பத்திரங்கள் உருவாக்க வேண்டும்.

24. உங்கள் பத்திரம் போலியா? கண்டுபிடிக்க 7 வழிகள்!

நிச்சயம் நிறைய பேர் கேள்விப்பட்டு இருப்பீர்கள்! அந்த இடத்திற்கு டபுள்டாக்குமெண்ட், இந்தப் பத்திரம் டுப்ளிகேட் என்றெல்லாம் சொல்லி இருப்பதை கேட்டிருப்பீர்கள். ஆனால் அவைகள் எப்படி உருவாகின்றன. அவற்றில் இருந்து நம்மை எப்படி காப்பாற்றி கொள்ளலாம்? என்பதை கீழ்வருவனவற்றில் பார்ப்போம். போலி ரப்பர் ஸ்டாம்ப் மற்றும் முத்திரைதாள்கள் :

வழி 1 : பெரும்பாலும் போலி ஆவணங்கள், போலி நபர், போலி கையெழுத்து, போலி புகைப்படம் அல்லது இவையெல்லாம் போலியாகச் செய்யப்பட்டோ அல்லது ஆவணங்களில் அழித்தோ, திருத்தியோ அல்லது மேற் சொன்ன விஷயங்களையெல்லாம் சேர்த்தோ அல்லது இவற்றில் ஒன்றோ நடந்து இருக்கும். இப்படிப்பட்ட பத்திரங்கள் எல்லாம் 1995–க்கு முன்தான் அதிகளவில் நடந்து இருக்க வாய்ப்பு இருக்கிறது. 1995–க்கு முன்பு அடையாள அட்டை சான்று, புகைப்படம், சான்று கையெழுத்து என்று எதுவும் பத்திரம் பதியும்பொழுது பெரிய அளவில் முக்கியத்துவம் கொடுக்கப்படவில்லை. 1990க்கு முன்பு கிரயம் கொடுப்பவரின் கையொப்பம் மட்டும்தான் பத்திரத்தில் இருக்கும். கிரயம் வாங்குபவரின் கையொப்பம் இடம்பெற்று இருக்காது. 1990க்கு முன் புறம்போக்கு நிலங்களைக்கூட பத்திரம் செய்கின்ற நடைமுறையை பதிவுத்துறை அனுமதித்து இருந்தது என்பதை தெரிந்து கொள்ள வேண்டும். 2005க்கு பின்தான் பத்திரத்தில் வாங்குபவர், விற்பவர் புகைப்படம் ஒட்டுகின்ற நடைமுறை வந்தது. சமீபமாகத் தான் பத்திரப் பதிவின்போது பதிவு அலுவலகத்தில் டிஜிட்டல் போட்டோ மற்றும் டிஜிட்டல் ரேகையை

எடுப்பதற்கு வசதிகளை ஏற்படுத்தி இருக்கின்றனர். இப்படி பத்திரப்பதிவு துறையில் நடந்த மாற்றங்களை ஆண்டு வாரியாக தெரிந்தால் மட்டுமே உங்கள் கையில் இருக்கின்ற பத்திரம் ஒரிஜினலா? போர்ஜரியா? என்று கண்டுபிடிக்க முடியும். பெரும்பாலும் போலி பத்திரங்கள் உருவாக்குபவர்கள் எந்தெந்த ஆண்டு எந்த வகையான பத்திரங்கள் நடைமுறையில் இருந்தது என்ற விஷயத்தில் ஏதாவது ஒன்றை கோட்டை விட்டுவிட வாய்ப்பு இருக்கிறது.

வழி 2 : கிரய பத்திரங்களில், பதிவுத்துறையின் முத்திரை இருப்பது அனைவருக்கும் தெரிந்து இருக்கும். இம்முத்திரையை கவனித்து பார்ப்பவர்களுக்குத்தான் அது மெட்டலில் செய்யபட்ட சீலின் அச்சு என்று நன்கு தெரியும். இனி இதுவரை கவனிக்காதவர்கள் நிச்சயம் உங்கள் பத்திரங்களில் உள்ள சீலைக் கவனியுங்கள். பெரும்பாலும் போலிப் பத்திரங்கள் செய்பவர்கள் ரப்பர் ஸ்டாம்பில்தான் பதிவுத்துறையின் முத்திரையை செய்து இருப்பார்கள். ஏனென்றால் மெட்டலில் செய்வது அதிக சிரமமான ஒன்று.

வழி 3 : இதற்கு முன்பு எப்படி பத்திரப் பதிவுத்துறையில் நடந்த மாற்றங்களை வரலாறு வாரியாக தெரிந்து வைத்து இருக்க சொன்னேனோ, அதேபோல் பத்திரப்பதிவு அலுவலகத்தின் வரலாறும், அலுவலகத்தின் மாற்றங் களையும் தெரிந்து வைத்துக் கொள்ள வேண்டும். உதாரணமாக சென்னை – கொட்டிவாக்கத்தில் சொத்து இருந்தால், அதனுடைய பத்திரப்பதிவு அலுவலகம் அடையாறு சார்பதிவகத்தில் 1981–லிருந்து 1986 வரை மேனுவல் பீரியடில் இருந்தது. அதற்கு அடுத்து 1986 லிருந்து 1996 வரை கணினி பீரியடில் இருந்தது.

1996-க்கு பிறகு இன்றுவரை நீலாங்கரை சார்பதிவகத்தில் இருக்கிறது. மேற்படி சொத்திற்கு 1983-க்கு முன்பு மாவட்ட சார்பதிவகம் சைதாப்பேட்டையில் இருந்தது. எப்பொழுது அடையாறு சார்பதிவகத்தில் இருந்து நீலாங்கரை சார்பதிவகத்திற்கு கொட்டிவாக்கம் சொத்து பிரிக்கப்பட்டதோ, அதாவது 1996 முதல் அடையாறு சார்பதிவகம் மாவட்ட இணை சார்பதிவகமாக மாறிற்று. இப்படி ஒரு காலத்தில் சார்பதிவகமாக இருந்தது இன்னொரு காலத்தில் மாவட்ட சார்பதிவகமாக உயர்ந்து விடும். அப்படியானால் ஒரு சொத்தின் வரலாறு பார்க்கும் போது அச்சொத்துடைய சார்பதிவக வரலாறையும் நாம் பார்க்க வேண்டும். பெரும்பாலும் டுப்ளிகேட் பத்திரம் செய்பவர்கள் இந்த சார்பதிவக மாற்றங்களில் பிசிரடிக்க வாய்ப்புகள் அதிகம். தவறான சார்பதிவக சீல்களை பயன்படுத்தி இருக்க வாய்ப்பிருக்கிறது, அதன் மூலமாக போலி ஆவணங்களை கண்டுபிடிக்க முடியும்.

வழி 4 : அடுத்ததாக சென்னை – சைதாபேட்டையில் உள்ளது. மாவட்ட இணை சார்பதிவகம் ஆகும். ஆனால் டுப்ளிகேட் பத்திரத்தில் வெறும் சார்பதிவகம் என்று சீல் போட்டு இருந்தால், அதனை வைத்தும் போலி ஆவணங்களை கண்டுபிடிக்கலாம். அதேபோல் திருவள்ளூர் மாவட்டம், மாவட்ட பதிவகம் ஆகும். ஆனால் பத்திரத்தில் மாவட்ட இணை சார்பதிவகம் என்று மட்டும் போட்டு இருந்தால் அவை போலியான ஆவணங்கள் என்று கண்டு பிடித்துவிடலாம். எனவேதான் பத்திரப் பதிவு அலுவலக வரலாறு, அதாவது எப்போது சார்பதிவகத்திலிருந்து மாவட்ட சார்பதிவகம், இணை மற்றும் துணை மாவட்ட சார்பதிவகம் எப்போது மாற்றத்திற்குள்ளானது? என்பதை தெரிந்து வைத்து

கொண்டால் மட்டுமே நாம் வாங்கப்போகும் பத்திரம் போலியா அல்லது அசலா? என்று கண்டுபிடிக்க முடியும்.

வழி 5 : பத்திரம் பார்க்கும்பொழுது அதன் தாய்ப் பத்திரங் களில் காப்பி ஆப் தி டாக்குமெண்ட் இருந்தால் அதாவது நீங்கள் வாங்கபோகும் இடத்திற்கு முன் டாக்குமெண்டில் ஏதாவது காப்பி ஆஃப் தி டாக்குமெண்ட் இருந்தால் நிச்சயமாக கவனிக்க வேண்டும். காப்பி ஆஃப் தி டாக்குமெண்ட் என்பது ஒரிஜினல் பத்திரம் தொலைத்த பின்பு பத்திரப்பதிவு அலுவலகத்திற்கு சென்று அங்கு இருக்கும் நகலை மனு எழுதி போட்டு வாங்குவது ஆகும். காப்பி ஆப் தி டாக்குமெண்ட் இருந்தாலே டபுள் டாக்குமெண்ட் உள்ளதா? என்று நிச்சயமாக செக் செய்ய வேண்டும். பெரும்பாலும் நில மாஃபியாக்கள் ஆளே இல்லாத நிலங்களுக்கு பத்திரப்பதிவு துறையில் ஈசி போட்டு அவர்களின் முகவரி எடுத்து அவர்களின் பத்திரங்களை சார்பதிவகங்களில் எடுத்து அந்த பத்திரத்தில் உள்ளவர்களை போல போலி அடையாள அட்டை தயார் செய்து அதனை வைத்து இன்னொரு புதிய கிரயப் பத்திரத்தை சார்பதிவகத்தில் பதிந்து அதன் பிறகு இன்னொரு பத்திரத்தை உருவாக்கி விற்பனைக்கு உலவ விடுவார்கள்.

வழி 6 : அடுத்ததாக லேண்ட் சர்வேயில் டபுள் டாக்குமென்ட் இருக்கும். சென்னை வேளச்சேரி ரயில்வே ஸ்டேஷன் அருகில் புவனேஸ்வரி நகர் என்று ஒரு லேஅவுட் உள்ளது. அதில் அவர் அப்பா கிழக்கு இருந்து மேற்கு பார்த்து லேஅவுட் போட்டு இருக்கிறார். அதனை கலைத்துவிட்டு அவர் பையனும் அடுத்து வந்தவர்களும் வடக்கு இருந்து தெற்கு பார்த்து லேஅவுட் போட்டு உள்ளனர். ஏற்கனவே அப்பா கொஞ்சம் பத்திரம் போட்டு

விட்டார். இன்னும் மிச்சம் உள்ளதை மகன் மற்றும் அவருக்கு பின் வந்தவர்கள் பிரித்து பத்திரம் போட்டு விட்டார்கள். சில பிளாட்களில் சர்வேயில் மேலும் கீழும் ஒன்றுபோல் (over lapping) வந்துவிடும். உதாரணமாக: 10-வது நம்பர் பிளாட்டில் அப்பா போடும்போது மனை எண் 10 என்றும், பையன் போடும்போது மனை எண் 20 என்று இருக்கும். ஆனால் சர்வேபடி ஒரே இடம்தான். இரண்டு மனை பத்திரங்கள் வந்திருக்கும். ஆனால் சர்வேயில் ஒரு இடம்தான் காட்டும் இது போன்ற இடங்களில் மிக கவனமாக இருக்க வேண்டும். மேலே சொன்னது டுப்ளிகேட் டாக்குமென்ட் இல்லை. ஆனால் இரண்டுமே ஒரிஜினல் டாக்குமென்ட்தான். இதனை நாங்கள் டபுள் டாக்குமென்ட் என்று சொல்வோம். இதில் என்ன பிரச்சினை என்றால், மேற்படி சொத்தை 2 டபுள் டாக்குமென்ட்காரர்களுமே வேறு இன்னொருவருக்கு விற்றுவிடும்போது டபுள் டபுள் என்ட்ரியாகவே EC-ல் காட்டும் அதாவது ஒரு இடத்திற்கு 2 உரிமையாளர்கள் 2 தொடர் சங்கிலி ஆவணங்கள் என்று இருக்கும்.

வழி 7 : போலி நபர் மாறுவது உண்டு. இடம் விற்பவரில் ராஜா என்பவர் கையெழுத்து போட வேண்டும் என்றால், அதற்கு பதில் அவருடைய தம்பிக்கு ராஜாவின் முகசாயல் ஒன்றுபோல் இருக்கும். அப்படி இருக்கும்பட்சத்தில் அவருடைய தம்பியை வைத்து கையெழுத்து போட வைத்துவிடுவார்கள் அல்லது அதேபோல இருக்கும் வேறு நபரை அழைத்து வந்து கையெழுத்து போடச் செய்வார்கள். எனவே ஆள் மாறாட்டம் நடக்க வாய்ப்பு உள்ளதா? என்று பார்த்துக் கொள்ள வேண்டும். ஒரே குடும்பத்தில் அக்கா தங்கை 7 பேர் இருந்து, அக்காவின் சொத்தை தங்கை, "நான்தான் அக்கா" என்று கையெழுத்துப் போட்டுவிட்டார். எனவே

சொந்தத்திலும் இந்த மாதிரியான தவறுகள் நடக்க வாய்ப்பு உள்ளன. அதனால் போலிப் பத்திரத்தில் ஆள் மாறாட்டத்திலும் கவனம் வைக்க வேண்டும், நேரடியாக சென்று கவனிக்கும்போதும், ஆள்மாறாட்டம் நடக்க வாய்ப்பு உள்ளதா? என்று யோசித்து நடக்க வேண்டும். சம்பந்தம் இல்லாத வேறு நபரை அழைத்துவந்து போலி ID ரெடி செய்து கையெழுத்துப் போட வைத்திருப்பார்கள். இவையெல்லாம் தற்போது ஆதார் வந்த பிறகு குறைந்திருக்கிறது. இருந்தாலும் ஆதார்கார்டையும் போலியாக தயாரித்து பத்திரங்கள் போடுகிறார்கள். இவைதான் போலி பத்திரங்களை கண்டுபிடிக்க கூடிய 7 வழிகளாகும்.

Paranjothi Pandian's Quotes

ரியல் எஸ்டேட் சந்தையில் கணிக்க முடியும் என்பதே பொய்யே. ஆனால் கீழே போன சந்தை மேலே வந்தே ஆகும்.

25. உங்களிடம் டபுள் டாக்குமெண்ட் குளறுபடியா? நிலம் வாங்குபவர்கள் தெரிந்து கொள்ள வேண்டிய செய்திகள்!

1. ஒரு சொத்துக்கு இரண்டு உரிமையாளர்கள் மற்றும் இரண்டு ஆவணங்கள் இருக்கும். ஆனால் இரண்டுமே ஒரிஜினல் பத்திரங்கள்தான். இரண்டு உரிமையாளர் களுமே அரசின் முத்திரைதாள் வாங்கி, பத்திரம் எழுதி அதனை சார்பதிவகத்தில் சட்டப்படி பதிவு செய்து இருப்பார்கள். இப்படி இரண்டு உரிமையாளர்களும் நிலம் யாருடையது என்று அடிக்கடி சண்டையிட்டுக் கொண்டு இருப்பார்கள்.

2. மேற்படி பத்திரங்களை டபுள் டாக்குமெண்ட் பிரச்சினை (இரட்டை ஆவணம்) என்று நாங்கள் சொல்வோம்! இந்த டபுள் டாக்குமெண்டை போலிப் பத்திர பிரச்சினையோடு குழப்பி கொள்ளுதல் கூடாது. போலி டாக்குமெண்ட் பத்திரம் என்பது பத்திர ஆபீசில் பதிவு செய்யாமல் ஒரு பத்திரத்தை புதியதாக அசல் நகல் போல் இன்னொரு நகலை தயார் செய்வது ஆகும்.

3. 1985க்கு முன்பு ஒரு நபர் கிரயம் வாங்கி இருப்பார், ஆனால் அந்த உரிமையாளர் பெயர் 1985ல் நடந்த நிலவரித் திட்ட சர்வேயில் அச்சொத்தை வாங்கியவர் பெயர் ஏற்றப்படாமல், அந்த சொத்தை விற்றவருடைய பெயரோ (அ) அவரது வாரிசுகளின் பெயரோ, யூடிஆர் அ–பதிவேடு மற்றும் கிராமக் கணக்கில் ஏறி இருக்கும்.

4. 1985க்கு முன்பு சொத்தை வாங்கியவர் பத்திரத்தை மட்டும் வைத்துக் கொண்டு பட்டா வேறு பெயரில் இருப்பது தெரியாமலோ அல்லது தெரிந்தும் அலட்சியமாக இருந்துவிட்டு அதனை மாற்றாமல்

இருந்திருப்பார். பிறகு சொத்தை விற்றவர்கள் அல்லது அவர்களின் வாரிசுகள் தங்கள் பெயரில் பட்டா இருப்பதை பயன்படுத்தி தங்கள் குடும்பத்திற்குள்ளேயே ஒரு செட்டில்மெண்ட் பத்திரமோ அல்லது வேறு நபருக்கு கிரயப் பத்திரமோ அல்லது ஒரு பவர் பத்திரமோ பத்திர ஆபீஸில் வைத்து பதிந்துவிடுவார்கள்.

5. பத்திர ஆபீஸில் எப்படி ஏற்கனவே பத்திரம் போட்ட சொத்தை மீண்டும் பத்திரம் போடுகிறார்கள் என்று நீங்கள் கேட்பது தெரிகிறது? 1985க்கு, முன் கிரயம் வாங்கியபோது, பதிவு நடவடிகைகள் கணினிமயம் ஆகவில்லை. அவை மேனுவல். இது போன்ற டபுள் டாக்குமெண்ட்களை தடுக்கத்தான் தற்பொழுது ஈசி 1975–லிருந்து இன்று தேதி வரை கணினியில் கிடைக்கிறது).

6. மேனுவல் காலத்தில் EC-யை பத்திரம் பதிவு செய்யும் போது இணைத்து வைத்து இருக்க வேண்டும், மேற்படி EC-யை பார்த்து சொத்து உரிமை மாற்றத்தில் சரியான லிங்க் இல்லை என்று பத்திரம் போட முடியாது என்று சார்பதிவாளர் சொல்லி இருக்க வேண்டும்.

7. வேலைப் பளுவிலோ, கவனக்குறைவிலோ பட்டா, சிட்டா, அ. பதிவேடு நகலில் இருக்கின்ற பழைய உரிமையாளர் பெயரையே பார்த்து அதுவே போதுமானது என்ற நினைப்பில் சார்பதிவாளர் பத்திர பதிவிற்கு ஒத்து கொண்டு பத்திரங்களும் போட்டுவிடுவர்.

8. இதேபோல் நத்தம் இடங்களிலும் 1995–ல் நடந்த நத்தம் சர்வேக்கு முன் கிரயம் வாங்கியவருடைய பெயர் நத்தம் சர்வேயின்போது கொடுக்கப்படும் நத்தம் பட்டாவில் வராமல் சொத்து விற்றவர் பெயரிலேயே நத்தம் பட்டா வந்துவிடும்.

9. அதன் பிறகு மேலே எப்படி யூ.டி.ஆர் பட்டாவிற்கு இரண்டு பத்திரம் ஆனதோ அதேபோல் இதற்கும் இரட்டை ஆவணங்கள் ஆகிவிடும். பிறகு இரண்டு தரப்பும் நீதிமன்றங்களுக்கு எது உண்மையான ஆவணம் என்று நிரூபிப்பதற்கு அலைந்து கொண்டு இருப்பார்கள்.

10. மேற்படி இரட்டை ஆவணங்கள் பெருகுவதற்கு பெரும்பாலும் காரணம் யூ.டி.ஆர். சர்வேயின் போதும், நத்தம் சர்வேயின் போதும் அதில் வருவாய்த்துறையினர் தவறுதலாக பழைய உரிமையாளர் பெயரை ஆவணப் படுத்தியதுதான்! அதன் பிறகு பத்திரம் போட வருகின்ற போது பத்திர ஆபீஸில் சார்பதிவாளர் ஆழ்ந்த விழிப்பு இல்லாமல் இரண்டாவது பத்திரத்தை போடுவதற்கு அனுமதித்தது என 2 துறையினரின் அலட்சியங்களால் நிறைய டபுள் டாக்குமெண்ட் உருவாகி இருக்கிறது.

11. மேலும் அரசு எந்திரத்தின் தவறுகளை பன்படுத்தி கொள்ளும் சுயநலமுள்ள மக்களின் தவறான செய்கைகளினாலும் டபுள்டாக்குமெண்ட் சிக்கல் உருவாகி உண்மையாக சொத்து வாங்கிய பல அப்பாவிகள் பாதிக்கப்படுகிறார்கள்.

12. அடுத்ததாக பொது அதிகாரம் வைத்து இருப்பவர் ஒருவருக்கு கிரயப் பத்திரம் கொடுத்துவிடுவார். பொது அதிகாரம் கொடுத்த முதல்வரும், அதே சொத்தை வேறு நபருக்கு விற்றுவிடுவார்கள். அதனால் இப்படியும் ஒரு சொத்தில் இரட்டை ஆவணங்கள் வந்துவிடுகின்றன.

13. அடுத்து ஒரு சார்பதிவாக எல்லையில் பொது அதிகாரம் கொடுக்கப்படுகிறது. அந்த அதிகாரத்தை வைத்துக் கொண்டு வேறு மாவட்ட சார்பதிவகத்தில் வேறு ஒரு சொத்துடன், அதிகாரம் வாங்கிய சொத்தையும் இணைத்து பத்திரம் போட்டுவிடுவார்கள்.

14. பிறகு அதிகாரம் கொடுக்கும் முதல்வர் அதிகாரத்தை இரத்து செய்துவிட்டு, வேறு நபருக்கு விற்றும்விடுவார். ஆனால் வாங்கியவருக்கு வேறு மாவட்ட சார்பதி வகத்தில் ஏற்கனவே இந்த சொத்து பவர் மூலமாக பத்திரம் ஆன விஷயம் தெரியாது. கொஞ்ச நாள் கழித்துதான், வேறு மாவட்ட சார்பதிவகத்தில் பதிந்த பத்திரத்தை வைத்துக் கொண்டு உரிமை கொண்டாட இன்னொரு நபர் வருவார். அப்பொழுதுதான் இந்த சொத்தில் இரட்டை ஆவணம் இருப்பதே வாங்கியவருக்கு தெரிய வரும்.

15. ஒரு பொது அதிகாரம் கொடுக்கப்பட்டு, அந்த பொது அதிகாரத்தை இரத்து செய்தல் என்ற நிகழ்வு இருந்தாலே, வேறு சார்பதிவகத்தில் பழைய அதிகாரத்தை வைத்து ஏதாவது பத்திரம் போடப்பட்டு இருக்கிறதா? என்று கண்டிப்பாக ஆராய்தல் வேண்டும்.

16. 500 மனைகள், 1000 மனைகள் இருக்கும் வீட்டுமனை பிரிவுகளில் இரண்டு வருடத்துக்கு முன்பு விற்ற மனையை இரண்டு வருடங்கள் கழித்து வேறு நபருக்கு கிரயம் போட்டுக் கொடுக்கின்ற நிகழ்ச்சியும் பல இடங்களில் நடக்கிறது.

17. மேற்படி மனைபிரிவு டெவலப்பரிடம் வாடிக்கையாளருக்கு விற்ற மனை, விற்காத மனை என்கின்ற விவரப் பட்டியல் ஒழுங்காக பராமரிப்பு இல்லாததாலும், சார்பதிவகத்தில் நிறைய பத்திரமும் கூட்டமும் நிற்கின்ற காரணத்தி னாலும், அவசர கோலத்தில் EC-யை கவனிக்காமல் சார் பதிவாளர் 2−வது ஆவணத்திற்கு அனுமதியளித்து விடுகின்றார். ஆக இப்படியும் டபுள் டாக்குமெண்டுகள் உருவாகிறது.

18. அடுத்ததாக சொத்தை தன் மகனுக்கோ, மகளுக்கோ,

செட்டில்மெண்ட் பத்திரம் எழுதி பத்திர ஆபீஸில் பதிந்து விடுவார்கள். அதன் பிறகு செட்டில்மெண்ட் எழுதி வாங்கிய மகனோ, மகளோ மேற்படி சொத்தை வேறு ஒரு நபருக்கு விற்றுவிட்டும் இருப்பர்.

19. கொஞ்ச காலத்திற்கு பிறகு செட்டில்மெண்ட் எழுதி கொடுத்த தந்தை செட்டில்மெண்ட் பத்திரத்தை இரத்து செய்துவிட்டு வேறு நபருக்கு கிரயம் போட்டுவிடுவர். இப்படியும் டபுள்டாக்குமெண்ட்டுகள் உருவாகி இருக்கிறது. இப்பொழுதுதான் செட்டில்மெண்ட் பத்திரம் இரத்து செய்யக் கூடாது என்ற பல்வேறு நீதிமன்ற தீர்ப்புகளின் மூலம் பத்திர ஆபிஸில் செட்டில்மெண்டை இரத்து செய்வது இல்லை).

20. யூ.டி.ஆர் பட்டா பெயர் சிக்கல்கள் நத்தம் நிலவரி திட்ட பட்டா பெயர் சிக்கல்கள், பொது அதிகாரம், செட்டில் மெண்ட், அதிக மனைப் பிரிவுகளை விற்கும் மனை நிறுவனங்கள் ஆகியவற்றில்தான் அதிக அளவு இரட்டை ஆவணங்கள் உருவாகின்றன.

21. இப்படி உருவாகும் இரட்டை ஆவணங்களால் அப்பாவி மக்கள், நீதிமன்றங்களில் வழக்கு போட்டு வக்கீலிடம் தனது சேமிப்புப் பணத்தை இழந்து நேரத்தை தொலைத்து நின்று கொண்டு இருக்கிறார்கள். இனி நீங்கள் சொத்து வாங்கும்போது இரட்டை ஆவணங்கள் உருவாவதற்கு மேற்கண்ட வாய்ப்புள்ள ஆவணங்கள் இருந்தால் தீர விசாரித்துதான் சொத்துக்களை வாங்குதல் வேண்டும்.

26. காலிப் பத்திரத்தில் கையெழுத்து போட்டுவிட்டீர்களா?
தெரிந்து கொள்ள வேண்டிய 13 தகவல்கள்!!

1) இது ஒரு உணர்ச்சிகரமான பிரச்சினை!! அவசர தேவைக்காக யாரிடமாவது கைமாறாக பணம் வாங்கும் பொழுது கடன் கொடுப்பவர்கள் 20 ரூபாய் முத்திரைத் தாளில் எதுவும் எழுதாமல் கையெழுத்து போட சொல்லுவார்கள்

2) கேரண்டிக்காக செக், சொத்துப்பத்திரம் என்று எதை கொடுத்தாலும், ஒரு எழுதப்படாத முத்திரைத்தாளில் கையெழுத்து போட்டு கேட்பது வழக்கம்.

3) ஒரு வீட்டில் புருஷன் பொண்டாட்டி தகராறு, நகை பணம் வரதட்சணையாக எதுவும் கொடுக்கவில்லை என்று சண்டை. இனி ஒன்னா வாழ வேண்டுமென்றால் எழுதப் படாத 100 ரூபாய் முத்திரைத்தாளில் கையெழுத்துப் போட்டு அந்த பெண் கொடுக்க வேண்டும் என்று ஒரு கண்டிஷனும் அடித்தட்டு மக்கள் போட்டுக் கொண்டு இருக்கிறார்கள்.

4) எம்.எல்.ஏ.க்கள் எல்லோரும் அமைச்சராகும் முன் முதலமைச்சருக்கு எழுதப்படாத முத்திரைத்தாளில் கையெழுத்து போட்டு தருவதுபோல திரைப்படங்களில் நாம் பார்த்து இருக்கிறோம்.

5) இப்படி ஒரு நபரை தன் கட்டுபாட்டுக்குள் வைப்பதற்காக எழுதப்படாத முத்திரைத்தாளில் கையெழுத்து வாங்கப் படுகிறது. இப்படிப்பட்ட சூழ்நிலையில் என்னென்ன செய்தல் வேண்டும்.

6) நீங்கள் கையெழுத்துப் போடும் முத்திரைத்தாளை முடிந்தால் ஜெராக்ஸோ (அ) மொபைலில் போட்டோவோ

எடுத்துக் கொள்ளுங்கள். அப்படி எடுக்க முடியவில்லை என்றாலும், முத்திரைத்தாளின் நம்பர் மற்றும் முத்திரைத் தாள் விற்பனையாளர் பெயர் அதில் இருக்கும்.

7) அதனை சமயோசிதமாக மனதில் பதித்துக் கொள்ள வேண்டும். வீட்டிற்கு வந்ததும் ஒரு டைரியில் இந்த இந்த காரணத்திற்காக இந்த எண் உள்ள எழுதப்படாத முத்தரைதாளில் கையெழுத்து போட்டுக் கொடுத்து இருக்கிறேன் என்று குறிப்பு எழுதி வைக்க வேண்டும். உங்களுடைய அன்பு வட்டத்தில் இருக்கின்ற (LOVE CIRCLE) மனைவியோ, மகனோ, மகளோ அவர்களிடம் நடந்த விசயத்தை தெரியப்படுத்தி இருக்க வேண்டும்.

8) உங்களுடைய கமிட்மெண்ட் உங்கள் எதிர்மனுதாரரிடம் முடிந்த பிறகு நீங்கள் அந்த கையெழுத்துப் போட்ட முத்திரைத்தாளை கண்டிப்பாக திரும்ப கேட்டு பெற வேண்டும். அந்தத் தாள் வந்தவுடன் அதனை கிழித்துப் போட வேண்டும்.

9) உங்களிடம் திருப்பிக் கொடுக்கவில்லை அல்லது அந்த ஆவணம் காணாமல் போய்விட்டது என்று எதிர் மனுதாரர் சொன்னால் முறையாக ஒரு சட்ட அறிவிப்பை வழக்கறிஞர்கள் மூலம் வெளியிடுங்கள். அதாவது இந்த தேதியில் இந்த நபருக்கு எழுதப்படாத முத்திரைத்தாளில் கையெழுத்து போட்டு கொடுத்திருந்தேன்.

10) அவை இப்பொழுது காணவில்லை அந்த முத்திரைத் தாளை பயன்படுத்தி நான் எழுதப்பட்டதாக எந்த ஆவணமும் உருவானால் அதற்கு நான் முழு பொறுப்பு அல்ல என்று அறிவிப்பு கொடுக்க வேண்டும்.

11) பெரும்பாலும் எழுதப்படாத முத்திரைத்தாளில் கையெழுத்து போடக் கூடாது. அப்படி போட்டால்

கமிட்மெண்ட் முடிந்தவுடன் கண்டிப்பாக திருப்பி வாங்குதல் வேண்டும். அப்படி வாங்க முடியவில்லை என்றால் கண்டிப்பாக ஒரு சட்ட அறிவிப்பை வெளியிடுதல் வேண்டும்.

12) எழுதப்படாத முத்திரைத்தாளில் கையெழுத்து போட்டுக் கொடுப்பது சட்டபடி தவறானது அல்ல. ஆனால் அந்த முத்திரைத்தாளில் ஏதாவது ஷரத்து உங்களுக்கு தெரியாமல் எழுதிக் கொள்வது மோசடி செயலை சாரும். இப்படி மோசடியாக ஆவணங்கள் ஏதாவது உருவாக்கி அதன் மூலமாக பிரச்சனைகள் எதாவது வருவதற்கு முன்பே சட்ட அறிவிப்பு கொடுத்துவிட்டால். அந்த பிரச்சி னைகளை எதிர் கொள்ள நமக்கு வசதியாக இருக்கும்.

13) பெரிய சொத்து விஷயங்களாக இருந்தால் சட்ட அறிவிப்பை தின பத்திரிக்கைகளில் பிரசுரித்து உங்கள் சொத்தை காத்து கொள்ளுதல் வேண்டும். எது எப்படி இருந்தாலும் முடிந்த அளவுக்கு காலி பத்திரத்தில் கையெழுத்து போடாமல் இருப்பது நல்லது.

27. நீங்கள் எழுதும் பத்திரத்தில் கவனம் எடுக்க வேண்டிய 18 விஷயங்கள்!!

1) பத்திரம் எழுதும்போது அந்த பத்திரத்தின் தன்மைக்கு ஏற்ப ஏற்கனவே மாதிரி ஷரத்துக்களை ஆவண எழுத்தரோ வழக்கறிஞரோ வைத்து இருப்பார்கள். அந்த ஷரத்துக்களை பெரும்பாலும் பெரிய அளவில் நாம் பொருட்படுத்தத் தேவையில்லை. ஆனால் பத்திரங்களில் அடிக்கடி மாறும் தன்மையுடைய ஷரத்துக்களில்தான் அதிக அளவு அக்கறை எடுக்க வேண்டும்.

2) அப்படிப்பட்ட ஷரத்துக்களைக் கூடுமானவரை பட்டியல் இட்டு இருக்கிறேன். புள்ளிகள், டேஷ்கள் இருக்கும் இடங்கள் நாம் இடத்திற்கு ஏற்றவாறு நிரப்பிக் கொள்ள வேண்டியவை என்று படிப்பவர்கள் புரிந்து கொள்ள வேண்டும்.

3) ....: ஆண்டு .... மாதம் .... தேதி .... மாவட்டம் .... வட்டம் ...... ஊர் .... தெரு .... கதவு எண் .... மதம் (இன்னார்) குமார்/ பாரியாள்.......... ஜீவனம் ...... வயதுள்ள (இன்னார்) என்கிற உங்களுக்கு ...... ஊர் .... தெரு ...... கதவு எண் உள்ள வீட்டிலிருக்கும் .....மதம் (இன்னார்) குமாரர்/பாரியாள் .... ஜீவனம் .... வயதுள்ள (இன்னார்) ஆகிய நான் எழுதிக் கொடுக்கும் (இன்ன வகை) பத்திரம் என்னவென்றால்;

4)) பிறகு (மேற்படி 'உங்களுக்கு' 'நான்' என்ற வார்த்தைகள் முறையே உங்களுடையதும், என்னுடையதுமான வாரிசுகளையும், உயில் நிறைவேற்றாளர்களையும், நிர்வாகிகளையும், சட்ட முறை பிரதிநிதிகளையும் கூட குறிக்கும்) என்று எழுதி கொள்ள வேண்டும்.

5) இரு பார்ட்டிகளில் 18 வயது முடியாத மைனர் இருந்தால் அவருக்கு கார்டியன் இன்னார் என்பதையும் அவர் விவரத்தையும் முதலில் சொல்ல வேண்டும் .

6) கையெழுத்து போடும் இடத்திலும் இன்னாருடைய கார்டியனுக்காக என்று குறிப்பிட வேண்டும். இந்து மைனர் சொத்துக்கு கார்டியன் அப்பா அவர் இல்லையென்றால்தான், அம்மா அல்லது உயில் மூலம் வந்த கார்டியன் அல்லது கோர்ட்டு நியமித்த கார்டியன் குடும்ப சொத்தானால் குடும்ப மேனேஜர் போடலாம். வேறு யாரும் மாமா, தாத்தா, சித்தாப்பா, நான் தான் வளர்க்கிறேன் என்று எவரும் போடுதல் கூடாது.

7) இஸ்லாம் சட்டப்படி மைனருக்கு கார்டியன்கள் அப்பா, அப்பாவின் அப்பா அல்லது இருவரும் யாரையாவது உயில் மூலம் நியமனம் செய்திருந்தால் அவர்கள் அல்லது கோர்ட்டு நியமிக்கும் கார்டியன் ஆகியோர் ஆவார்கள்.

8) ஒன்றிற்கு மேற்பட்ட நபர்கள் இன்னொரு நபருக்கு எழுதி கொடுக்கிறார்கள் என்றால், அவர்களை 1-வது நபர் 2-வது நபர் 3-வது நபர் என்று போட்டுக் கொள்ள வேண்டும். பிறகு 1லிருந்து 3 நபர்கள் வரை 1-வது பார்ட்டி என்று ஒரு கூட்டாக காட்ட வேண்டும்.

9) இதேபோல் எழுதி வாங்குபவர்கள் ஒன்றிற்கு மேற்பட்டவர் களாக இருந்தால் 1-வது நபர் 2-வது நபர் என்று போட்டு கூட்டாக 2-வது பார்ட்டி என்று எழுத வேண்டும்.

10) அடுத்து எங்கெல்லாம் ரூ.   /– என்று வருகிறதோ அந்த இடங்களிலெல்லாம் தொகையை எண்ணாலும், எழுத்தாலும் கட்டாயம் எழுத வேண்டும்.

11) பணப்பற்று விவரத்தில் உண்மையான பணப்பற்று விவரத்தினை குறிப்பிட வேண்டும். செலுத்திய

தொகையை தேதியுடனும் ஏற்கனவே கடன் வாங்கி கழித்தல் நடத்தால் அந்த விவரங்களும், முன்பணம், மைனருக்காக எதாவது பிடித்தம் இருந்தால் என அனைத்தையும் தெளிவாக எழுத வேண்டும். பணம் ரொக்கமாகவா டிடி–யாகவா ஆன்லைன் டிரான்ஸ்வரா? என அனைத்தையும் தெளிவாக எழுத வேண்டும்.

12) ஷெடியூல் சொத்து விவரம் எழுதும்போது .... ரெஜிஸ்ட்ரேஷன் மாவட்டம், ... சார்பதிவகம் .... மாவட்டம் .... வட்டம் ..... ஊர், ... டிவிஷன் எண், ...வார்டு எண், ... தெரு ......கதவு எண் உள்ள வீடு மனை

....க்கு வடக்கு

....க்கு கிழக்கு

.... க்கு தெற்கு

....க்கு மேற்கு

என்று விவரமாக எழுதுதல் வேண்டும்.

13) மேலும் சொத்து விவரத்தில் நான்கு எல்லைக்கு உட்பட்டதும் பைமாஷ் எண்........ பழைய சர்வே எண்....... ரீசர்வே எண்........ டவுன் சர்வே எண்..... பட்டா எண்........: விஸ்தீரணம்............... வடக்கு தெற்கு .... அடி நீளம் கிழக்கு மேற்கு .... அடி நீளம் ஆக .... சதுரடி உள்ளது. வடக்கு கிழக்கு மேற்கு தெற்கு நான்கு பக்கமும் இருக்கும் சுவர் வாங்கும் சொத்தை சேர்ந்தவையா அல்லது பக்கத்து நபருடன் பொதுவாக உள்ளதா? என்ற விவரங்கள் தெளிவாக எழுதி இருக்க வேண்டும்.

14) சொத்து நன்செய், புன்செய் நிலமானால் .... ரிஜிஸ்டிரேஷன் மாவட்டம், ... சார்பதிவகம் .... ஜில்லா, ... தாலுகா, ... கிராம எண்

வருவாய் கிராமம், குக்கிராமம் வரை குறிப்பிட வேண்டும்.

15) புலத்தின் எண் உட்பிரிவு எண் விஸ்தீரணம் பட்டா எண் முழுப்புலமாக இருந்தால் நான்கு எல்லைகள் தேவை இல்லை. ஆனால் முழுப்புலத்தில் பகுதியாக (part) இருந்தால் சரியாக எந்த திசையில் இருக்கிறது எவ்வளவு நீள அகலம் உள்ளது என்பதை தெளிவாக எழுத வேண்டும்.

16) வீட்டுமனையில் ஒரு பகுதி மட்டும் விற்பதானால் மொத்த விஸ்தீரணத்தையும் குறித்து அதில் மாற்றப்படும் விஸ்தீரணத்தையும் ஜெக்குபந்தியையும் சொல்லி எழுத வேண்டும். மொத்த இடத்திற்கும் பிளான் வரைந்து அதில் மாற்றப்படும் பாகத்தை வண்ணமிட்டு அளவுகளுடன் காண்பித்து பத்திரத்தில் சேர்த்து பதிவு செய்ய வேண்டும்.

17) பின்பக்க வீட்டு மனையானால் தெருவுக்கு போக வர உள்ள சந்து வழியையும் அளவுகளுடன் பிளானில் காண்பிக்க வேண்டும். சொத்து விவரத்திலும் அவைகளை சொல்லி எழுத வேண்டும். சந்து வழி, பலர் உபயோகம் என்றால் பொது சந்து என்று எழுத வேண்டும் அல்லது இன்ன இன்னாருக்கு மட்டும் சொந்தமான பொது சந்து என்று எழுத வேண்டும்.

18) மாற்றப்படும் சொத்து நிலமானால் அதில் உள்ள மரங்கள் அல்லது பயிர் இவைகளையும் சேர்த்து எழுத வேண்டும்.

28. பத்திரங்களில் நடக்கும் பொதுவான தவறுகளும், அதனை சரி செய்தலும்! அறிந்து கொள்ள வேண்டிய 9 செய்திகள்!!

1. ஒரு விடுதலைப் பத்திரத்தில் ஒரு சகோதரி தன் அண்ணனுக்கு விடுதலை பத்திரம் எழுதி கொடுக்கிறார் அதில் சொத்து விவரங்களே இல்லை. எனக்கான சொத்துக்கள் என்றுதான் பொதுவாக எழுதி இருக்கிறார். அந்தப் பதிவு செல்லும். அவை சாதாரண தவறுதான். இதுபோல அனைத்துப் பத்திரங்களிலும் சொத்து விவரம் குறிப்பிடப்படவில்லை என்றாலும் அந்தப் பதிவு செல்லும்.

2. மேலும் சொத்து விவரத்தை முழுமையாக குறிப்பிடப் படாமல் எதாவது ஒரு விவரம் விடுபட்டு இருந்தாலும், அந்தப் பத்திரம் செல்லும். ஆனால் பட்டா பெயர் மாற்றம் செய்யும்பொழுதுதான் வருவாய்த்துறை அலுவலகத்தில் நீங்கள் முட்டிக்கொண்டு நிற்க வேண்டும்.

3. எனவே மேற்படி சொத்தை நீங்கள் வாங்கும் பட்சத்தில் சொத்து விவரத்தை காட்டாததற்கு காரணம் இயல்பான பிழையா நோக்கத்தின் அடிப்படையிலான தவறா? என்று பார்க்க வேண்டும். இயல்பான பிழை என்றால் எந்தவித சிக்கலும் இல்லை!

4. சில நேரத்தில் பத்திரம் எழுதி கொடுப்பவருக்கு எவ்வளவு சொத்துக்கள் இருக்கிறது என்று தெரியாமல் மறைக்கப்பட்டு இருக்கும்? எழுதி கொடுத்த பிறகு தான், எழுதி கொடுத்தவர் நீதிமன்றத்திற்குச் சென்று எழுதி கொடுத்த பத்திரத்திற்கு எதிராக, எவ்வளவு பங்கு என்று தெரியாமல் எழுதி கொடுத்துவிட்டேன் என்று வழக்கு ஏதாவது தாக்கல் செய்து இருக்கிறாரா? என்று பார்க்க வேண்டும்.

5. கூட்டு சொத்து அல்லது வாரிசுரிமை சொத்து, அதில் மைனருக்கு 17 வயது, ஆனால் 19 வயது என்று பத்திரத்தில் குறிப்பிட்டு பத்திரம் போட்டு விடுகின்றோம். அப்படி என்றாலும் அந்த பதிவு செல்லும். ஆனால் நீங்கள் அந்த சொத்தை வாங்க வேண்டும் என்று முடிவு செய்தால் மேற்படி மைனர் 21 வயதுக்குள் மேற்படி பத்திரத்தை எந்த ஆட்சேபனையும் செய்யாமல் இருக்க வேண்டும்.

6. ஐந்து பேர் இருக்கும் கூட்டு சொத்து அதில் நான்கு பேர் மட்டும் கிரையப் பத்திரத்தில் அல்லது வேறு பத்திரத்தில் கையெழுத்து போட்டுவிட்டு அந்த பத்திரம் பதிவு செய்யப்பட்டுவிட்டது என்றால், அந்த பதிவுப் பத்திரமும் செல்லும். ஆனால் நீங்கள் அந்த சொத்தை வாங்கும்பொழுது கையெழுத்துப் போடாத ஒரு நபரின் உரிமை உங்களுக்கு தடையாக இருக்கும். எனவே அந்த நபரிடம் சொத்தில் இருந்து அவரின் உரிமை பங்கை வெளியேற்றுவதற்கு விடுதலைப் பத்திரம் எழுதி வாங்க வேண்டும்.

7. நீங்கள் வாங்கும் பத்திரங்கள் சார்பதிவகத்தில் உள்ள தவறான புத்தகத்தில் பதிவு ஆவணப்படுத்தப்பட்டு விட்டது. உதாரணமாக புத்தகம் 1—ல் பதிந்து இருக்க வேண்டிய செட்டில்மெண்ட் பத்திரத்தை புத்தகம் 4—ல் பதிவு செய்து விட்டார்கள் என்றால், அந்த பத்திரம் செல்லும். ஆனால் நீங்கள் சொத்தை வாங்கும் போது மாவட்ட பதிவாளரிடம் மனு செய்து புத்தகத்தை திருத்தம் செய்ய சொல்ல வேண்டும்.

8. பத்திரத்தில் சார்பதிவகம் அதனுடைய முத்திரையை பதிக்கவில்லை என்றாலோ; பக்க எண்ணிக்கைக்கான சீல்கள் இல்லை என்றாலும்; அந்த பத்திரப்பதிவு செல்லும். ஆனால் நீங்கள் வாங்கும்போது அதனால் எந்த

வில்லங்கமும் இல்லை என்று பதிவுத்துறையில் விசாரித்துக் கொள்ள வேண்டும். சொத்தை வாங்குபவரிடம் உறுதிமொழியும் வாங்கி இருக்க வேண்டும்..

9. குறைவான முத்திரைத்தாள் கொண்டு பத்திரம் செய்து இருந்தால் பதிவு செய்யப்பட்ட அந்த பத்திரம் செல்லும். நீங்கள் வாங்கும்போது முத்திரைத்தாள் சிக்கல் காரணமாக பத்திரம் சார்பதிவகத்திலேயே நிலுவையில் இருக்கிறதா? அல்லது பத்திரம் எழுதி கொடுப்பவர் கையிலிருக்கிறதா? என்று பார்க்க வேண்டும். மேலும் முத்திரைத்தாள் நிலுவையை கட்டச் சொல்லி சார் பதிவகத்தில் இருந்து அறிவிப்பு வந்து இருக்கின்றதா? அல்லது சமாதான திட்டத்தில் மாவட்ட ஆட்சியர் அலுவலகத்தில் ஸ்டேம்ப் தாசில்தார் இடம் முடங்கி இருக்கின்றதா? என்று பார்த்துவிட்டு சொத்தை வாங்க வேண்டும்.

பெரும்பாலான ரியல்எஸ்டேட் முதலீட்டாளர்கள் சீக்கிரம் பணக்காரர்களாக வேண்டும் என்று மனப்பால் குடித்துக் கொண்டே JUNK ASSET-களில் முதலீடு செய்து வைத்திருக்கின்றனர்.

29. அரசு உங்கள் நிலத்தை கையகப்படுத்துகிறதா? தெரிய வேண்டிய 11 செய்திகள்!

1. "சொத்துரிமை" (Right of Property) என்பது ஒவ்வொரு குடி மக்களின் அடிப்படை உரிமையாக (Fundamental Rights) ஆக ஒரு காலத்தில் இருந்தது. சாமானியமாக அரசே நினைத்தாலும் சொத்துரிமையை மீறி நிலத்தை கையகப் படுத்த முடியாது.

2. மிகமிக அத்தியாவசிய தேவையாகிய சாலை, இருப்புப் பாதை, மருத்துவமனை என பொது தேவைக்காக மட்டுமே நிலத்தை கையகப்படுத்த முடியும். அப்பொழுது தான் இந்த நில ஆர்ஜித சட்டம் நடைமுறைபடுத்தப்படும்.

3. முன்பெல்லாம் பெரும்பாலும் பொது மக்களுக்கான தேவைக்கென வரும்பொழுது நில உரிமையாளர்கள் நிலத்தை விட்டு கொடுத்து, அதற்கு தேவையான நஷ்டஈடுகளை பெற்று கொள்வார்கள்.

4. மத்திய அரசின் இந்திய அரசியலமைப்பு சட்டம் 4-வது சட்ட திருத்தத்தின் மூலம் சொத்துரிமை "அடிப்படை உரிமை" என்பதை 1978-ஆம் ஆண்டு இரத்து செய்து பொது தேவை தவிர எல்லாவிதமான திட்டத்திற்கும் நிலத்தை கையகப்படுத்தலாம் என்று சட்டம் இயற்றியது.

5. அரசுக்கும், பொதுத்துறை நிறுவனங்களுக்கும், தனியார் நிறுவனங்களுக்கும் தொழில் தொடங்க தேவைப்படும் நிலத்தை ஆர்ஜிதம் செய்ய ஆங்கிலேயர் உருவாக்கிய சட்டமான நில எடுப்பு சட்டம் – 1894 கடந்த 60 ஆண்டு காலமாக பயன்படுத்தப்பட்டு வருகிறது.

6. 2013–ம் ஆண்டு வரை நில எடுப்பை பொறுத்தவரை சட்டம் – 1894–ம் ஆண்டு சட்டம்தான் பயன்படுத்தப் பட்டு வந்தது. ஆனால் இந்த சட்டமும், அரசிற்கு அதிக

வேலை பளுவாகவும் நில உரிமையாளருக்கு குறைவான நஷ்டாஈட்டையும் நிர்ணயம் செய்வதுபோல இருந்ததால் பல போராட்டங்கள் மக்களிடையே எழுந்தது.

7. அதனால் வெளிப்படை தன்மையுடன் கூடிய நில ஆர்ஜிதம் மற்றும் நியாயமான இழப்பீடு பெறுவதற்கான மத்திய அரசின் 2013ம் ஆண்டு ஒரு சட்டத்தை அமுல்படுத்தியது.

8. அரசாங்க பொதுப்பணித்துறை, நெடுஞ்சாலைதுறை, ரயில்வேதுறை போன்றவற்றிற்கு தனித்தனியாக நில எடுப்பு சட்டங்கள் இருந்தன. அவை நிலஎடுப்பு விசயத்தில் அதிக கண்டிப்பை மக்களிடம் காட்டியது. அதாவது 1894–ம் ஆண்டு சட்டத்தைவிட மேற்சொன்ன சட்டங்கள் அதிக கெடுபிடிகளை கொண்டிருந்தது.

9. தற்போது எல்லா நிலஎடுப்பு சட்டங்களையும் ஒன்றாக்கி 2013–ம் ஆண்டு சட்டத்தில் பெரிய திருத்தத்தை கொண்டுவந்து கடந்த 60 ஆண்டு காலமாக இல்லாத அதிகபட்ச கெடுபிடிகளையும் மக்களின் கொஞ்சநஞ்ச உரிமைகளையும் பிடுங்குவதுபோல் நில எடுப்பு சட்டம் 2015 கொண்டு வந்தனர்.

10. வெள்ளைக்கார நிலஎடுப்பு சட்டத்தில் நிலத்தை எடுக்கக் கூடாது என சட்ட போராட்டங்கள் மக்கள் செய்யலாம். அதையும் மீறி நிலத்தை எடுத்தால் குறைவான நஷ்டாஈடு தொகை கொடுத்துவிட்டார்கள் என்று சொல்லி, கூடுதல் நஷ்டாஈட்டு தொகையை கேட்டு நீதிமன்றத்தில் மேல் முறையீடு செய்யலாம். ஆனால் 2015–ம் ஆண்டு புதிய சட்டத்தில் கண்டிப்பாக நிலத்தை அரசிடம் கொடுத்துவிட வேண்டும். ஆனால் கொஞ்சம் அதிகமாக நஷ்டாஈடு தொகை கிடைக்கும் என்று சொல்கிறார்கள். கள நிலவரப்படி சென்னை, சேலம் எட்டு வழிச்சாலை நில

எடுப்பிற்கு நிர்ணயித்து இருந்த தொகைகளை பார்க்கும் பட்சத்தில் அப்படி தெரியவில்லை.

11. எனவே உங்கள் பகுதியில் நிலங்களை எடுத்தால் எந்த நில எடுப்பு சட்டத்தின் கீழ் நிலங்களை எடுக்கிறார்கள் என்று தெரிந்து கொள்ள வேண்டும். அதாவது 1894-ம் ஆண்டு சட்டம், 2013-ம் ஆண்டு சட்டம், 2015-ம் ஆண்டு சட்டம் போன்றவற்றில் எதில் எடுக்கிறார்கள் என்று தெரிந்து கொண்டால் அதற்கு ஏற்றவாறு நம்முடைய எதிர் வினைகளை செயல்படுத்த வேண்டும்.

Paranjothi Pandian's Quotes

* இன்றுவரை போலிப் பட்டாவில் சுற்றி வருகின்ற நிலங்கள் கிராம நத்தம் நிலங்களே!

* இப்பொழுது இருக்கின்ற நிரந்தர அனுபவ உரிமை பட்டா போல 1802-க்கு முன்பு யாருக்குமே நிரந்தர அனுபவ உரிமை பட்டா நிலத்தில் இல்லை.

30. அரசு கையகப்படுத்திய உங்கள் நிலங்களுக்கு நஷ்டஈடு பெறுவது எப்படி? தெரிந்து கொள்ள வேண்டிய 14 செய்திகள்!

1. அரசின் ஒரு துறைக்கோ அல்லது அரசு நிறுவனங் களுக்கோ, அல்லது தனியார் நிறுவனத்திற்கோ, பொதுப் பயனுக்காகவோ பொது மக்களுடைய நிலம் தேவைப் பட்டால் சம்பந்தப்பட்ட அரசு துறையினருக்கு கையகப் படுத்த வேண்டிய நிலம் எந்தப் பகுதியில் இருக்கிறதோ, அந்தப் பகுதியின் மாவட்ட ஆட்சியருக்கு நிலத்தை ஆர்ஜிதம் செய்து தரச் சொல்லி விண்ணப்பிப்பார்கள்.

2. பொது மக்கள் நிலங்களை, நில எடுப்புக்கு தேர்வு செய்யும்போது, நன்செய் நிலங்கள், பாசன வசதி நிலங்கள், கோவில் பட்டா நிலங்கள், ஆதிதிராவிடர் நிலங்களை முடிந்த வரை கையகப்படுத்தக் கூடாது என்று சட்டம் சொல்கிறது. இருந்தாலும் என் கள அனுபவத்தில் இவைகள் எல்லாம் மீறப்பட்டு கொண்டுதான் இருக்கிறது.

3. நில ஆர்ஜிதத்திற்கு நில எடுப்பு அலுவலர் என்று தனியாக வட்டாட்சியர் அளவில் ஒரு தனி வட்டாட்சியர் பொறுப்பு உருவாக்கப்படும். நாங்கள் அவர்களை LA தாசில்தார் என்று சொல்வோம். இந்த அதிகாரியின் கீழ்தான் அனைத்து வகையான நில ஆர்ஜித நடைமுறைகளும் நடைபெறும்.

4. நில எடுப்பு சட்டப்பிரிவு (4(1)) அறிக்கையின் கீழ், தேர்ந் தெடுக்கப்பட்ட நிலங்களின் விவரங்களை தொகுத்து, குறைவான நிலங்கள் என்றால் மாவட்ட ஆட்சியர் அனுமதியுடனும், அதிக நிலங்கள் என்றால் மாநில நில நிர்வாக ஆணையர் ஒப்புதலை பெற வேண்டும்.

5. பிறகு நிலம் எடுக்கப்படும் பகுதியில் பிரசுரமாகும் 3 பத்திரிக்கைகளிலும், அரசிதழிலும் (கெஜட்டிலும்), நில எடுக்கப்படும் பகுதிகளில் தண்டோரா, கைபிரதி, சுவரொட்டி போன்று வெவ்வேறு விளம்பரங்கள் மூலம் நிலம் எடுக்கப்படுகிறது. ஆட்சேபனை செய்பவர்கள் 60 நாட்களுக்குள் செய்ய வேண்டும் என்ற நடைமுறையை செயல்படுத்துவார்கள்.

6. இந்த விளம்பரங்கள் வந்த உடனே நிலம் வைத்து இருப்பவர்கள் நேரடியாக நில எடுப்பு தாசில்தாரை சந்திக்க வேண்டும். உங்களுடைய உரிமை ஆவணங்கள், பட்டா மற்றும் பிற ஆவணங்களைக் காட்டி மனு செய்து நிர்ணயிக்கப்படும் நஷ்டஈட்டை பெற்றுக் கொள்ள வேண்டும்.

7. நஷ்டஈடு போதுமானதாக இல்லை என்று உணர்ந்தால் நீதிமன்றத்தில் மேல்முறையீடு செய்து வழக்கு நடத்தலாம். அந்த வழக்கின் தீர்ப்பு மூலமாக அதிகமாக அவார்டு தொகை கிடைக்கும். அந்த அவார்டு தொகையும் போதுமானதாக இல்லை என்று உணர்ந்தால் அதற்கு மேல் கோர்ட்டுக்கு அப்பீலுக்கு சென்று பரிகாரம் தேடலாம்.

8. நில ஆர்ஜிதத்திற்கான நஷ்ட ஈட்டை அரசிடம் இருந்து பெறுவதற்கு நில உரிமையாளர்களுக்கு இடையே பங்காளி சண்டை, பட்டாதாரர் பெயர் சிக்கல்கள், பத்திரதாரர் பெயர் சிக்கல்கள், குத்தகை லீசு அனுபவிக்கும் நபர்கள், மற்றும் ஆக்கிரமிப்புதாரர்கள், சகோதர சகோதரிகள் பங்கு என இருந்தால், நஷ்டஈட்டு அவார்டு தொகையை L.A தாசில்தார் நீதிமன்றத்தில் கட்டிவிடுவார். மேற்படி நில உரிமையாளர்கள் நீதிமன்றத்தில் வழக்காடி நஷ்டஈட்டை பிரித்துக் கொள்ள

வேண்டும். இந்த நில உரிமையாளர்கள் பஞ்சாயத்தில் நில எடுப்பு தாசில்தார் தலையிடமாட்டார்.

9. நிலஎடுப்பு அறிவித்தது, நஷ்டஈடு கொடுத்தது, என எந்த விஷயமும் உங்களுக்குத் தெரியாது. நிலத்தை விட்டு வெளியூரிலோ, வெளிநாட்டிலோ இருந்தீர்கள் என்றால், உங்கள் பக்கத்து நிலத்துக்காரர்கள் எல்லாம் நஷ்டஈடு பெற்றுவிட்டார்கள் என்றால் நீங்கள் சினிமா கிளைமாக்ஸில் வருவதுபோல் கடைசியில் நஷ்டஈடு எதிர்பார்த்து வருகிறீர்கள் என்றால்,

10. உங்கள் பக்கத்து நிலத்துக்காரருக்கு ஆர்டர் ஆகி இருக்கும் டிகிரியை நகல் போட்டு எடுத்து மற்றும் உங்களுக்கு ஒதுக்கி இருக்கும் அவார்டு தொகைக்கான நகலை உங்கள் நில உரிமை ஆவணங்களோடு வைத்து நிலஎடுப்பு அலுவலருக்கு மனு செய்து நஷ்டஈடு பெறுதல் வேண்டும்.

11. நீங்கள் நில ஆர்ஜிதத்தை விரும்பவில்லை என்றால் உடனே ஆட்சேபனை மனுக்களை கொடுக்க வேண்டும். அமைப்புகள், சங்கங்கள் உருவாக்கி நில எடுப்புக்கு எதிராக சட்ட ரீதியாகவும் அரசியல் ரீதியாகவும் போராடி நில எடுப்பை கைவிட வைக்கலாம்.

12. நில எடுப்பை பொது மக்கள் 70% மேல் ஒத்துக் கொள்ள வேண்டும். ஒப்புக் கொள்ளாமல் நடக்கும் நில எடுப்பு வேலைகளை மக்கள் பிரதிநிதிகள், அமைச்சர்கள் முதல்வருக்கு மனு செய்யலாம். கோரிக்கை வைக்கலாம்.

13. அரசே நில எடுப்பு சட்டத்தை மீறி நில எடுப்பு நடவடிக்கைகளை செய்தால் நீதிமன்றம் மூலம் பரிகாரம் தேடலாம். இப்பொழுது புதிய நில எடுப்பு சட்டம் வந்துவிட்டது. ஆனால் பழைய நில எடுப்பு விதிகளில் அரசு செய்த நில எடுப்பு வேலைகள், நீதிமன்றத்தில்

பொதுமக்கள் தடை வாங்கி இருக்கின்றனர். புதிய சட்டத்தில் அதற்கெல்லாம் வாய்ப்புகள் குறைவாக இருக்கிறது.

14. சோழிங்கநல்லூர் வீட்டுவசதி வாரிய நில எடுப்புகளில் முழுமையாக 2007–ம் ஆண்டுகளில் மக்களோடு நின்று வேலை செய்து இருக்கின்றேன். செய்யூர் அனல் மின்நிலையம், வண்டலூர் சேட்டிலைட் டவுன், மீனம்பாக்கம் ஏர்போர்ட் விரிவாக்கம் போன்ற வளர்ச்சி திட்டங்களுக்காக நிலங்களை அரசு கையகப்படுத்தும் பொழுது, டாக்டர் ஐயா இராமதாஸ் அவர்களின் கீழ் அதனையெல்லாம் தடுத்து நிறுத்திய களப்பணிகளை செய்து இருக்கிறேன். ஆனால் இப்பொழுது இருக்கிற சட்டத்தை எல்லாம் பார்க்கையில் அரசு நிலம் எடுக்க என்று வந்துவிட்டால் யாராலும் தடுக்க முடியாது என்றே கருதுகிறேன்.

Paranjothi Pandian's Quotes

பாகப் பிரிவினை செய்வதற்கு இந்து, முஸ்லீம், கிறிஸ்துவம் என்று தனித்தனி சட்டம் உள்ளது. மேலும் பெண்களுக்கு 1912-இல் இருந்து 2005 வரை கொஞ்சம் கொஞ்சமாக சொத்துரிமை வந்ததால் பாகப்பிரிவினை பத்திரங்களில் அந்தந்த காலத்திற்கு ஏற்ப முறையாக பங்கிடப்பட்டு இருக்கிறதா? என்று பார்த்து சொத்து வாங்க வேண்டும்.

31. நீங்கள் சுவாதீனத்தில் இருக்கிற புறம் போக்கை அரசு காலி செய்ய சொல்கிறதா? தெரிய வேண்டிய 20 விஷயங்கள்!

1. அரசு புறம்போக்கில் வீடு கட்டி குடி இருக்கிறீர்களா? அரசு நிலத்தை உங்கள் பட்டா இடத்தோடு சேர்த்து ஆக்கிரமித்து இருக்கிறீர்களா? அல்லது அரசு நிலத்தை ஆக்கிரமித்து கடை, தொழில் நிறுவனங்கள், கால்நடை பண்ணைகள் கட்டி இருக்கிறீர்களா? அல்லது அரசு நிலத்தில் பயிர் செய்து கொண்டு இருக்கிறீர்களா? அப்படி இருப்பவர்கள் அனைவரும் நிச்சயம் தெரிந்து கொள்ள வேண்டிய விஷயங்கள் இவை.

2. சென்னை புறநகர் பகுதிகளில் அரசு புறம்போக்கு நிலங்கள் ஆக்கிரமிக்கப்பட்டு பல வருடங்களாக மக்கள் வசித்து வந்த பிறகு அதனை வேறு நபருக்கு விற்று விடுகின்றனர். அவர்களும் வெறும் ரூ.100 அல்லது அதற்கும் குறைவான முத்திரைத்தாளில் பதிவு செய்யாத கிரையப் பத்திரம் எழுதி வாங்கிக் கொண்டு அந்த புறம்போக்கு நிலத்தில் வாழ்ந்து வருகின்றனர்.

3. அப்படி புறம்போக்கு நிலத்தை வாங்கியவர்களைக் கேட்டால் புறம்போக்கு இடம் வாங்கி இருக்கிறேன் என்று சொல்வார்கள். ஆனால் அரசின் பார்வையில் அது, வாங்குதல் (Purchasing) அல்ல அது ஆக்கிரமிப்புதான் (Enchrochment). நான் கூட புறம்போக்கு நிலத்தில் சுவாதீனம் (POSSESSION) என்று தான் எழுதி இருக்கிறேன். அந்த வார்த்தை கூட அரசின் பார்வையில் தவறுதான். அரசு புறம்போக்கு நிலங்களில் இருப்பவர்களை ஆக்கிரமிப்புதாரர்களாகவே பார்க்கிறது.

4. ஆக்கிரமிப்புகள் தற்காலிகமானதாகவும் அல்லது

நிலையானதாக இருந்தாலும் அரசு அதற்கு ஆட்சேபனை அற்றவை என்று வகைப்படுத்தி வைத்து இருந்தால் அதற்கு பட்டா கேட்டு விண்ணப்பிக்கலாம். வீடுகள் இல்லாத மக்கள், விவசாய நிலங்கள் இல்லாத மக்கள், நிச்சயம் ஒப்படைப்பட்டா கேட்டு மனு செய்யலாம்.

5. பட்டா கொடுக்க முடியாது என்று அரசு சொன்னாலும் ஆக்கிரமிப்புக்கு அரசு அபராதம் விதிக்காது. சாதாரண தீர்வை மட்டுமே விதிக்கும். பெரும்பாலும் சங்கம் அல்லது அமைப்பு வைத்து அரசை முறையாக பின்தொடர்ந்து கள பணிகளை செய்தால் ஒப்படைப் பட்டா பெறலாம்.

6. சென்னை புறநகர் பகுதிகளில் இப்படி ஒற்றுமையுடன் அரசிடம் மனு செய்து ஒப்படைப்பட்டா பெற்றுள்ளனர். அரசு மக்களின் தேவையை உணரும்பட்சத்தில் மேற்படி, நிலங்கள் அரசிற்கு தேவைப்படாத பட்சத்தில் நில ஆணைகளின் விதிமுறைகளை அனுசரித்து அரசு ஒப்படை செய்யும்.

7. மண்பாண்டம் தொழில் செய்பவர்கள், இருளர்கள், ஒட்டர்கள் போன்ற சமூகத்தின் அடித்தட்டு மக்கள் பலர் இன்றும் அரசு புறம்போக்கில் ஆக்கிரமிப்புதாரர்களாகத் தான் இருக்கிறார்கள். கிராம நிர்வாக அதிகாரி பயிர் பதிவேடு எழுத கிராமத்தை பார்வையிட வரும்போது மேற்படி ஆக்கிரமிப்புகள் இருந்தால் அவர்களுக்கு "B" மெமோ கொடுக்கலாம். அதனை வைத்து அரசுக்கு ஆட்சேபனை இல்லையென்றால், அந்த ஆக்கிரமிப்பு தாரர்களுக்கு அரசு ஒப்படைப்பட்டா கொடுக்கலாம். மேற்படி நடவடிக்கைகளை எல்லாம் கிராம நிர்வாக அலுவலரே (VAO) முடிவெடுத்து செய்யலாம்.

8. ஆக்கிரமிப்புகள் தற்காலிகமாகவோ, நிரந்தரமாகவோ இருந்து அரசு உடனே ஆட்சேபிக்கின்ற வகையில்

இருந்தால், அந்த இடங்கள் அரசுக்கு உடனே தேவைப் படுகிறது என்கிற வகையில் வேகமாக ஆக்கிரமிப்பை அப்புறப்படுத்த வருவார்கள். மேற்படி ஆக்கிரமிப்பு அகற்றுதல் பணிகளை DRO அளவிலான அதிகாரிகள் நேரிடையாக வந்து களப்பணி ஆற்றுவார்கள்.

9. நீங்கள் ஒரு ஆக்கிரமிப்பில் இருக்கிறீர்கள்! அரசு அதனை அப்புறப்படுத்த முன்மொழிவு நோட்டிஸ் கொடுத்து, காலி செய்ய கெடு தேதி வைத்துவிட்டது என்றால், நீங்கள் உடனே நீதிமன்றம் போய் அதற்கு இடைக்காலத் தடை உத்தரவு வாங்க முடியுமா? என்றால் நிச்சயம் வாங்க முடியாது. ஏனென்றால் அரசின் ஆக்கிரமிப்பு அகற்றுதல் சட்டத்தின் டிசைன் அப்படி.

10. சிவில் நீதிமன்றங்கள் அரசு ஆக்கிரமிப்பு அகற்றும்போது அவற்றை தடைசெய்ய உத்தரவுகள் வழங்க முடியாது. தேவைப்பட்டால் உயர்நீதிமன்றம், உச்சநீதிமன்றம், தலை யிடலாம். இருந்தாலும் பல உச்சநீதிமன்ற, உயர்நீதிமன்ற தீர்ப்புகள் அரசு ஆக்கிரமிப்புகளை அகற்றுதல் நடவடிக்கைக்கு ஆதரவாகவே வந்து இருக்கிறது. ஆனால் அப்பாவி மக்கள் என்றால் உடனடியாக மாற்று ஏற்பாடு செய்யச் சொல்லி தற்காலிகத் தடை வேண்டுமானால் தருவார்கள்.

11. ஆட்சேபனையுள்ள ஆக்கிரமிப்புகளை அகற்றுவதற்கு நில ஆக்கிரமிப்பு சட்டம் 1905 பயன்படுத்தப்படுகிறது. ஆக்கிரமிப்புதாரர்களுக்கு மேற்படி சட்டத்தை குறிப்பிட்டு, ஆக்கிரமிப்பில் உள்ள சொத்து விவரம் மற்றும் விஸ்தீரணத்தை குறிப்பிட்டு, செலுத்த வேண்டிய தண்டத் தொகையைக் குறிப்பிட்டு, காலி செய்ய வேண்டிய கெடு தேதியை குறிப்பிட்டு, நோட்டீஸ் வருவாய்த்துறை யினரால் கொடுக்கப்படும். மேலும் நெடுஞ்சாலைத்துறை,

பொதுப்பணித்துறை, வனத்துறை, போன்ற துறையினரின் ஆக்கிரமிப்புகளுக்கு வருவாய்த்துறையினர் வந்து நோட்டீஸ் கொடுக்க தேவை இல்லை. அவர்களே மேற்சொன்ன ஆக்கிரமிப்பு அகற்றும் நோட்டீஸ் கொடுக்கலாம்.

12. உள்ளாட்சி அமைப்புகளுக்கு சொந்தமான நிலங்களை உள்ளாட்சி அமைப்புகளே அகற்றிக் கொள்ளலாம். ராணுவம், ரயில்வே, துறைமுக நிலங்களின் ஆக்கிரமிப்புகள் அகற்ற மேற்படி துறையினர் அந்த பகுதி மாவட்ட ஆட்சியருக்கு தெரியப்படுத்தியவுடன் மாவட்ட ஆட்சியர் நேரடியாக ஆக்கிரமிப்புகளை அகற்ற நடவடிக்கை எடுப்பார்.

13. இன்னொரு ஆக்கிரமிப்பு அகற்றுதல் சட்டம் இருக்கிறது. அது பொது இடம் மற்றும் அங்கீகரிக்கப்படாத ஆக்கிரமிப்பாளர்கள் அப்புறப்படுத்தும் சட்டம் 1976–ம் ஆண்டு ஆகும். மேற்படி சட்டம் பெரும்பாலும் பெருநகர் பகுதிகளில் பயன்படுத்தப்படுகிறது. மேற்படி சட்டத்தில் கால அவகாசம் முன் அறிவிப்பு காலக்கெடுவெல்லாம், பெருமளவு இருக்காது.

14. ஆக்கிரமிப்பு அகற்றுவது தொடர்பாக அரசு முன்மொழிவு நோட்டீஸ் கொடுத்துவிட்டார்கள். ஆனால் கொடுத்து ஒரு வருடமாக ஆக்கிரமிப்பை எடுக்க வரவில்லை என்றால் சந்தோஷப்பட வேண்டாம். தலைக்குக் கீழ் கத்தியை தொங்க விட்டுவிட்டுத்தான் போயிருக்கி றார்கள். அதனால் எத்தனை வருடம் வேண்டுமானாலும் கழித்து ஆக்கிரமிப்பை அகற்ற அரசு வரலாம். அதற்கு ஏற்கனவே கொடுத்த முன்மொழிவு நோட்டீஸே போதுமானது. அந்த நோட்டீஸிற்கு காலாவதி தேதி எல்லாம் கிடையாது.

15. அரசு புறம்போக்கு நிலங்களை அங்கு புழங்கும் வார்த்தைகளைக் கொண்டே ஆட்சேபனை உள்ள புறம்போக்கு நிலமா? ஆட்சேபனை அற்ற புறம்போக்கு நிலமா? என்று வகைப்படுத்திவிடலாம்.

16. ஆட்சேபனை உள்ளது என்பது அரசிடம் இருந்து பட்டா வாங்குவது கடினம். கொஞ்சம் மெனக்கெட வேண்டும், பல சமயம் வாங்க முடியாமல்கூட போய்விடும். ஆட்சேபனை அற்ற புறம்போக்கு நிலங்களை வரன்முறை செய்து பட்டா வழங்குவதற்கு சட்டத்தில் இடம் இருக்கிறது. அப்படி பட்டா வழங்கும்பொழுது குறிப்பிட்ட சதுரடிக்கு மட்டும் இலவச பட்டாவும், அதையடுத்து அதிகமாக இருப்பதற்கு வழிகாட்டி மதிப்பின்படி அரசு விலையை நிர்ணயித்து தொகையை பெற்றுக் கொள்ளும்.

17. முதலில் ஆட்சேபனையற்ற புறம்போக்குகளை பார்ப்போம்: நந்தவனம், அனாதீனம், தண்ணீர் பந்தல், மண்டபம், மானாவாரி, தரிசு, சர்வே செய்யப்படாத இடங்கள், சாவடி, நத்தம், கலவை, PWD, தோப்பு, தீர்வை விதிக்கப்பட்ட மானாவாரி தரிசு, Composed Pit, மலை, கரடு கல்லாங்குத்து, காடு, பாறை, மேடுபள்ளம், குவாரி, திடல், மைதானம், வெட்டுகுழி, உவர்நிலம், போன்றவை ஆகும்.

18. ஆட்சேபனை உள்ள புறம்போக்கு நிலங்கள் : தெரு, சுடுகாடு, வண்டிப்பாட்டை, Forest Margin, ஹைவே, மந்தைவெளி, கோவில், சாலை, நடைபாதை, தடம், கார்ப்பரேஷன், பஞ்சாயத்துரோடு, NH ரோடு, Reserve Forest.

19. ஆட்சேபனை உள்ள நீர்நிலை புறம்போக்கு நிலங்கள் கால்வாய், ஏந்தல், ஏரி, ஏரிக்கரை, இட்டேரி, குட்டை, குளம், நீர் பிடி, ஊருணி, ஓடை, ரிசர்வயர் / அணை, ஆறு, வாய்க்கால், வாரி ஆகியவை ஆகும்.

20. பெரும்பாலும் புறம்போக்கு நிலங்களை வாங்க வேண்டாம் என்று நான் அறிவுறுத்துகிறேன். ஆனால் சென்னை போன்ற பெருநகரங்களில் வாடகை கொடுத்து முன்னேற முடியாமல் கஷ்டப்படுகின்றவர்களுக்கு வீட்டுமனை தேவைகளை இன்றுவரை புறம்போக்கு நில ஆக்கிரமிப்புகள் தான் 60% வரை நிறைவு செய்கிறது. அவ்வாறு கஷ்டப்படும் மக்களுக்கு அரசிடம் இருந்து நில ஒப்படை வாங்குவதற்கு பல புறம்போக்கு நில குடியிருப்பு களுக்கு நல்வழிகாட்டுதல்களையும், முன்னெடுப்பு களையும் பல ஆண்டுகளாக செய்து கொடுத்து கொண்டு இருக்கின்றேன்.

நீங்கள் வாங்கும் சொத்தில் பாகப் பிரிவினை பத்திரம் இருந்தால் முறைப்படி பாகங்கள் பிரிக்கப்பட்டு இருக்கிறதா? வேறு யாரையாவது விட்டுவிட்டார்களா? என்று ஆய்வு செய்யுங்கள்!

32. அனாதீன நிலத்திற்கும் புறம்போக்கு நிலத்திற்கும் என்ன வித்தியாசங்கள்? புரிந்து கொள்ள வேண்டிய 12 செய்திகள்!

1. அரசினுடைய நிலத்தை அரசின் புறம்போக்கு நிலம் மற்றும் அரசின் அனாதீன நிலம் என இரண்டு வகையாகப் பிரிக்கலாம்.

2. அது என்ன அரசு புறம்போக்கு நிலம், அரசு அனாதீன நிலம் என்று கேட்கிறீர்களா? புறம்போக்கு நிலம் என்றால் அது ஆரம்பத்தில் இருந்தே அது அரசினுடைய நிலம், அதாவது அரசின் கையிருப்பு நிலம். மேற்படி நிலங்கள் அரசினுடைய சொத்து ஆகும் .

3. அனாதீனம் என்றால் தனியார் நிலவுடைமையாளர்களிடம் இருந்து அரசு கையகப்படுத்திய நிலங்கள் ஆகும்.

4. அது எப்படி தனியார் நிலங்களை அரசு கையகபடுத்தும் என்று நீங்கள் கேட்பது எனக்கு புரிகிறது. அதையும் இதோ சொல்லி விடுகிறேன்.

5. நில உச்சவரம்பு சட்டத்தின்படி, அதிக நிலம் வைத்து இருப்பவர்களிடம் இருந்து மிகையாக இருந்த நிலங்களைக் கையகப்படுத்தி அதனை அனாதீனம் என்று வகைப்படுத்திவிடுவார்கள்.

6. அதேபோல் ஒரு சொத்திற்கு முதல் வகை, இரண்டாம் வகை வாரிசுகளே இல்லாதபோது, அதனை அரசு கையகப்படுத்திக் கொண்டு அனாதீனம் என்று வகைப்படுத்திவிடுவார்கள்.

7. தனியார் நிலவுடைமையாளர்களிடம் இருந்து வரி பாக்கியோ அல்லது கடனோ கொடுக்க வேண்டி

இருந்தால் அதனை அரசு ஜப்தி செய்து ஏலத்தில் அரசே நிலத்தை எடுத்து அனாதீனம் ஆக்கிவிடும்.

8. நகர்புறநில உச்சவரம்பு திட்டத்திலும் மிகை நிலங்களை நகரப்பகுதிகளில் அனாதீனம் ஆக்கி வைத்து விடுவார்கள்.

9. நத்தம் நிலவரித்திட்ட சர்வேயில் நடக்கும்பொழுதும் அதன்படி பொதுமக்கள் மிகையாகப் பயன்படுத்திய நிலங்களை அனாதீனம் என்று ஆக்கிவிடுவார்கள்.

10. நிலவுடைமை மேம்பாட்டுத் திட்ட சர்வே போன்ற மெகா சர்வே நடக்கும் போது அந்த நேரத்தில் உரிமையாளர்கள் யாரும் உரிமை கோராத நிலங்களை அரசு அனாதீனம் ஆக்கிவிடும்.

11. இப்படி பலவகைகளில் தனியார் நிலவுடைமையாளர் களிடம் இருந்து நிலங்களை அரசு கையகப்படுத்தி அனாதீனம் என்று வகைப்படுத்திவிடுகிறது.

12. நீங்கள் புரிந்துகொள்ள வேண்டியது ஒன்றே ஒன்றுதான். அரசினுடைய நிலம் புறம்போக்கு என்றும் தனியாரிடம் இருந்து அரசுக்கு வந்த நிலம் அனாதீனம் என்றும் வகைப்படுத்தி இருப்பார்கள்.

Paranjothi Pandian's Quotes

கூட்டு சொத்துக்களில் இருக்கின்ற சிக்கல்கள்
சரி செய்ய, செலவு செய்ய, உழைக்க அதாவது
பூனைக்கு யார் மணிக்கட்டுவது என்ற
போட்டிக்கிடையே இருக்கின்ற சொத்தை
இழந்துவிடுகின்றனர்.

33. தரிசு புறம்போக்கு நிலத்தை அரசிடம் இருந்து கேட்டுப் பெற வேண்டுமா? தெரிந்து கொள்ள வேண்டிய 18 விவரங்கள்!!

1. உங்கள் ஊர் கிராமக் கணக்கு அ–பதிவேட்டில் சில ஏக்கர் நிலங்களோ அல்லது பல ஏக்கர் நிலங்களோ தரிசு என்று பதிவாகி இருந்தால் அல்லது Bought in Land என்று அரசே தனியாரிடம் ஏலம் எடுத்து வாங்கி இருந்தால் அதனை சுருக்கமாக BIL நிலம் என்று கிராம கணக்கில் குறித்து வைத்திருப்பார்கள். மேற்படி BIL என்று வகைபடுத்தி 12 ஆண்டுகளுக்கு மேலாகி இருந்தால் நாம் மனு கொடுத்து அதனை ஏல தரிசாக வகைப்படுத்தி வைக்க சொல்லலாம்.

2. இப்படி தரிசாக உள்ள நிலங்களை நிலமற்ற மக்கள் மாவட்ட ஆட்சியரை சந்தித்து நில ஒப்படை கேட்டு மனு செய்யலாம். பெரிய பரப்புள்ள நிலங்களாக இருந்தால் ஒன்றுக்கு மேற்பட்ட பயனாளிகள் சேர்ந்து மனு செய்ய வேண்டும். மனுவில் தரிசாக உள்ள நிலத்தின் புல எண்ணை கட்டாயம் குறிப்பிட வேண்டும்.

3. அந்த மனுவுடன் அ–பதிவேட்டு நகலும் புலப்படத்தின் நகலையும் கட்டாயம் இணைக்க வேண்டும். பெரும்பாலும் திங்கட்கிழமை மனு நாளில் மாவட்ட ஆட்சியரிடம் நேரில் பேசி மனு கொடுப்பது பலன் தரும். வெறும் பதிவுத் தபாலில் மனு அனுப்பிவிட்டு அமர்ந்துவிட கூடாது.

4. மாவட்ட ஆட்சியர் அலுவலகத்தில் மனு வாங்கி விட்டார்கள், ஆனால் எந்தவித பதிலும் இல்லை என்றால்; அது சம்பந்தமாக தகவல் பெறும் உரிமை சட்டப்படி என்ன நிலையில் இருக்கிறது? என்று கேள்வி கேளுங்கள். என்னுடைய மனு வட்டாட்சியர்

அலுவலகத்தில் 4-வது ரெஜிஸ்டரில் பதியப்பட்டுள்ளதா? என்று கேள்வி கேட்க வேண்டும்.

5. தொடர் முயற்சி செய்தால் நிச்சயம் பலித்துவிடும். தரிசு நிலம் கேட்கப்போகிறோம் என்று நினைத்து கிராம நிர்வாக அதிகாரி மற்றும் தலையாரியிடம் எக்காரணம் கொண்டும் முன்கூட்டியே சொல்லாதீர்கள். அ-பதிவேடு, புலப்படம் அவர்களிடம் இருந்து தான் வாங்க வேண்டும் என்றால் வேறு காரணம் சொல்லி வாங்குதல் நன்று.

6. பல ஊர்களில் போய் தரிசுக்குப் பட்டா போட நலிந்த பிரிவு மக்கள் முயல்கிறார்கள் என்றால், ஊர் பொதுவுக்கு அல்லது வேறு தனியாருக்கு சீக்கிரம் VAO-க்கள் ஆன்லைன் மூலம் பட்டா மாற்றிவிடுகிறார்கள். கிராமக் கோயில்கள், தண்ணீர்பந்தல், திடல் போன்ற ஆட்சேபணையற்ற புறம்போக்கில் இருக்கின்ற நிலங்களை கூட கிராம நிர்வாக அதிகாரிகள் மாவட்ட ஆட்சியருக்கு எல்லாம் மனு செய்யாமல் தனியாருக்கு கணினியில் பட்டா மாற்றிவிடுகின்றனர் என்பதே களநிலவரம்.

7. நீங்கள் தரிசு நிலம் கேட்கிறீர்கள் என்றால் முதலில் மாவட்ட ஆட்சியருக்கு தெரிந்த பிறகு அதற்குக் கீழ் உள்ள அதிகாரிகளுக்கு அந்த விபரங்கள் தெரிந்தால் நல்லது.

8. ஒப்படைய வருவாய்த்துறையின் மொழியில் அடமானம் போடுதல் என்று சொல்வார்கள். இப்பொழுது நடைமுறையில் இருக்கும் அடமானம் வேறு இதில் சொல்லும் அடமானம் வேறு, இப்பொழுது அடமானம் Mortgage என்ற பொருளில் வரும், அந்த காலத்தில் அரசு நிலங்களை பயிர் செய்வதற்காக அடமானம் செய்வர்.

9. அந்த அடமானம் assignment என்ற பொருளில் வரும்.

இன்னும் அரசு தரிசு நிலங்களை ஒப்படைக்கும்போது அந்த ஒப்படை ஆணையில் அடமானம் என்றே இருக்கும். அதனை எல்லாம் இந்த தலைமுறையினருக்கு புரிவதுபோல வார்த்தைகளை மாற்றினால் நன்றாக இருக்கும்.

10. நீங்கள் நிலம் வேண்டி கொடுத்த மேற்படி மனு, குறுவட்ட அலுவலருக்கு வரும் அவர் கிராம நிர்வாக அதிகாரி உதவியுடன் மனுதாரர்களை வரவழைத்து ஒரு தேதி குறிப்பிட்டு, அந்த நாளில் கிராமத்தில் உள்ள தரிசு நிலங்களை அளக்கச் செல்ல வேண்டும்.

11. சர்வேயர் பூமியில் உள்ளபடி இருக்கின்ற தேவையான நிலங்களை அளந்து புதிய புலப்படங்கள் தயார் செய்ய வேண்டும் அதில் புதிய உட்பிரிவு எண் கொடுக்க வேண்டும். அடமானம் செய்யப்படும் நிலத்தின் அளவுகளை சிவப்பு மையினால் வரைந்து காட்டப்பட வேண்டும். பிறகு டோபோ ஸ்கெட்ச் போல சுற்று சார்பு புல எண்கள் நிலங்களை வைத்து கூட்டு வரைபடம் வரைந்து அதில் அடமானம் செய்யும் பகுதியை கலர் இட்டு காட்ட வேண்டும். அதன் பிறகு மனுதாரர் வாக்குமூலம், கிராம நிர்வாக அதிகாரி வாக்குமூலம், அ–பதிவேடு, அடங்கல், நகல், ஆகியவற்றை இணைத்து வட்ட துணை ஆய்வாள ருக்கு அனுப்பி, மேற்படி புல எண்ணுக்கு கூராய்வு செய்து அந்த படங்களை எடுத்துக் கொள்ள வேண்டும்.

12. மேற்படி சொன்ன ஆவணங்கள் எல்லாம் வட்டாட்சியர் அங்கீகாரத்திற்காக போகும். போனவுடன் அவர் புலத் தணிக்கை நேரடியாக செய்து, ஃபைல்களை எல்லாம் சோதனையிட்டு அடமான உத்தரவுகளை நிலமற்றவர் களுக்கு கொடுப்பார். மக்களும் நிலத்திற்கு தங்கள் சுவாதீனத்தை அடைவார்கள்.

13. இப்படியான நடைமுறையில்தான், இதுவரை எல்லா தரிசு நில ஒப்படைகளும் நடக்க வேண்டும். நீங்களும் நமக்கு நிலம் கொடுத்துவிட்டார்கள் என்ற மகிழ்ச்சியில் கொஞ்சம் அலட்சியமாக இருந்து விடுவீர்கள். ஆனால் இதற்குப் பிறகுதான் கோப்பினை இரண்டாக பிரித்து இரண்டு வரைபடம், உட்பிரிவு நமுனா, அ–பதிவேடு நகல், அடைமான உத்தரவு 8A பிரிவில் கொண்டு சென்று 8A நம்பர் பெற வேண்டும்

14. கள நிலவரப்படி பல தரிசு ஒப்படைகள் 8A பிரிவுக்கு செல்லாமலேயே நின்று விடுகிறது. அதனால்தான் பல தரிசு நில அடைமானங்கள் கிராம கணக்கில் அதாவது கிராம மாறுதல் பதிவேடு, புலப்படம், சிட்டா. அ–பதிவேடு போன்ற கணக்குகளில் ஏறாமலேயே இருக்கிறது.

15. 1985–க்குப் பிறகு கொடுத்த பல தரிசு ஒப்படைகள் இன்றும் கிராம கணக்கில் ஏறாமலேயே நிலுவையில் இருக்கிறது. அதனால் பல சிக்கல்கள் இன்றுவரை தொடர்கிறது. கிராமக் கணக்கில் ஏறாததால் சார்பதிவக அ–பதிவேட்டு புத்தகத்திலும் இவை தரிசாகவே இருக்கிறது. இதனால் பத்திரம் செய்ய முடியாத கையறு நிலையில் மக்கள் இருக்கிறார்கள்.

16. இனி ஒப்படை அல்லது அடமானம் நடக்கும் போது தாலுக்காவில் உள்ள கணக்கில் ஏற்றி பிறகு கிராமக் கணக்கிலும், சார்பதிவகத்தின் கணக்கிலும் ஏற்றுவதற்கு பயனாளிகள் பின் தொடரல் வேண்டும்.

17. நிலத்தை ஒப்படைக்கும்போது உட்பிரிவு கட்டணம், அடமான ஆவணம் ஒப்படைப்பு போன்றவற்றிற்கு கட்டணம் வாங்கி, அரசு கணக்கில் வைக்க வேண்டும். இந்த தொகை சிறிதாகத்தான் இருக்கும். ஆனால் அதிகமாக தொகைக் கேட்டால் 29–ம் L R இல் தான்

இந்த கட்டுத் தொகையை வைக்கிறீர்களா? என்று எழுத்து மூலமாக மனு கொடுத்தல் வேண்டும். இதன் மூலம் நில ஒப்படைகளின்போது பயனாளிகளிடம் இருந்து அதிக அளவில் தொகை வசூலிப்பது கட்டுப்படும்.

18. சின்னச்சின்ன இடங்களாக மனைகளாக ஒப்படை செய்தால் காணிகல்லை பூமியில் நட்டு ஒப்படைக்க வேண்டும். பல ஊர்களில் வரைபடத்தில் மட்டுமே நிலங்கள் ஒப்படைக்கப்பட்டு இருக்கும். அரசு அதிகாரியின் அலட்சியத்தால் நிலத்தில் அளந்து கல் போட்டு தராமலேயே இருந்துவிடுவார்கள்.

ரியல் எஸ்டேட் முதலீட்டு
முறை ஒரு அறிவியல்.
அது அதிஷ்டமோ,
ஜாதகமோ போன்ற குருட்டு
நம்பிக்கைகளை
கொண்டது அல்ல!

34. பக்கத்து வீட்டுக்காரருடன் சுவர் தகராறு, பக்கத்து நிலத்துக்காரருடன் வேலித் தகராறா?

1. பக்கத்து வீட்டுக்காரர் & பக்கத்து நிலத்துக்காரரால் தவிர்க்க முடியாத சர்ச்சைதான் இந்த சுவர் தகராறு மற்றும் இந்த வேலித் தகராறு ஆகும். பக்கத்து வீட்டுக்காரர் கிழமேலோ (அ) தென்வடலோ சொத்தின் நான்கு திசையில் ஏதாவது ஒரு திசையில் உங்கள் சொத்தோடு உரசி நின்று கொண்டு காலம் முழுவதும் உங்களுக்கு தலைவலி உண்டாக்குவார்கள்.

2. பக்கத்து நிலத்துக்காரர் உங்களுடைய எல்லையை காணிக்கல் மூலமாகவோ, முள்வேலி மூலமாகவோ, அடையாள நெடுமரங்கள் மூலமாகவோ, சுவர் மூலமாகவோ பிரித்துக் கொண்டு நிற்பார்கள்.

3. வயற்காடுகளில், உழுபவருக்கு வரப்பு விரிந்து கொண்டே போகும். உழாது வைத்து இருப்பவருக்கு தன் இடம் குறைந்து கொண்டே வரும். மேலும் டிராக்டரில் உழும்போது நான்கு மூலையில் டிராக்டர் திரும்பும்போது பக்கத்து இடத்தின் மூலையும் சேர்த்து டிராக்டர் உழுதுவிடும். இதன் மூலமாக பக்கத்து வயற்காட்டு உரிமையில் நுழைவது.

4. வயற்காடுகளில் பொதுப்பாதையில், பொதுக் கிணற்றில், அந்தக் கிணற்றை சுற்றி இருக்கும் பூமியில் இருக்கின்ற தென்னைமரங்கள், செடிகள் மற்றும் பிற மரங்களை நட்டுவைத்து பிறரின் சொத்தில் கை வைப்பது.

5. பூர்வீகச் சொத்துக்களில் பக்கத்து பங்காளிகளின் பெயரில் பட்டா ஏறிவிடும், அல்லது அதிகளவு அவர்களுக்கும், குறைந்த பங்கு உங்களுக்கும் என்று பட்டாவில் ஏறி விடுகின்றதால் ஏற்படுகின்ற சர்ச்சைகள்.

6. வீட்டுமனைகளில் பக்கத்துவீட்டு மனைக்காரர்கள் வேலி, சுவர் கட்டும்போது அரை அடி பக்கத்து எல்லையில் ஒட்ட கட்டுவது அல்லது உங்கள் இடத்தை ஆக்கிரமித்து கட்டுவது மூலம் ஏற்படும் சர்ச்சைகள்.

7. வீட்டுமனை பிரிவுகளில் சுற்றி வீடுகள் வரும் வரை தன் மனைக்கு முள்வேலியோ, சுவரோ போட்டு பராமரிக்காமல் போனால், பக்கத்து சொத்துக்காரர் இடைஞ்சலாகவே இருப்பார்.

8. வீட்டுமனைப் பிரிவுகளில் வேலி கட்டும்போது காணிக் கல்லை ஒட்டி இருவரும் கொஞ்சம்கூட இடம்விடாமல் இருக்கும்பொழுது நிச்சயம் தகராறுகள் வரும்.

9. வீடுகள் கட்டும்பொழுது ஒருவர் காணி கல்லில் இருந்து ½ அடி இடமும் மற்றோருவர் 1 அடி இடமும் விட்டு கட்டும் பொழுது, மொத்தம் 1½ அடி இடைவெளியில் இரண்டு வீடும் இருக்கும். பிறகு ஒரு வீடு வேறு ஒரு நபருக்கு விற்பனை மூலம் கைமாறும்பொழுது பக்கத்தில் இருக்கின்ற இன்னொரு பழைய நபர் மேற்படி 1½ அடி இடைவெளியை இரண்டு வீட்டிற்குமான பொது இடம் என்றும் இரண்டு வீட்டின் சுவர்களை பராமரிக்க, வெள்ளையடிக்க இரண்டு வீட்டார்களாலும் ¾ அடி, ¾ அடி என விடப்பட்டது என்று ஒரு ¼ அடியைத்தான் எடுத்து கொள்வதற்காக புதிய விளக்கங்களை சொல்லுவார். அதன்மூலம் சச்சரவுகள் கிளம்பும்.

10. ஒருவர் தன் வீட்டை இடைவெளியே இல்லாமல் கட்டிவிட்டு, பக்கத்து வீட்டு இடைவெளியில் குப்பைகளை கொட்டிவிடும் இடமாக பயன்படுத்துவர். அல்லது தங்கள் வீட்டு ஜன்னலின் மேற்கூரையை அந்த வீட்டு சுவரோடு ஒட்ட கட்டியிருப்பார் அல்லது ஏசி போடும்பொழுது பக்கத்து வீட்டு சுவரோடு முட்டிக்

கட்டியிருப்பர், இதன் மூலம் தீராத சண்டைகள் வந்து கொண்டிருக்கும்.

11. ஒருவர் தன் வீட்டுப் பரப்பில் எந்தவித இடைவெளியும் விடாமல் ஒட்ட கட்டியிருப்பார். பக்கத்து வீட்டுக்காரர் ஒரடி இடைவெளி விட்டு யாருக்கும் பிரச்சனை கூடாது என்று கட்டியிருப்பார். இடமே விடாமல் ஒட்ட கட்டிய வீட்டுக்காரர் எதாவது மராமத்து வேலை செய்யும் பொழுதோ புதியதாக பாத்ரூம் அல்லது வேறு ஏதாவது ரூம் கட்டும்பொழுதோ பக்கத்து வீட்டுகாரர் விட்டிருந்த ஒரு அடியை அரை அடி ஆக்கிரமித்து கட்ட முயற்சி செய்வார். அதன் மூலம் சச்சரவுகள் வரும்.

12. சில வீடுகளில் இரண்டு பக்கத்து வீடுகளும் ஒன்றையடி, ஒன்றையடிவிட்டு வீடு கட்டும்பொழுது அந்த இடைவெளி 3 அடி சந்தாக மாறி இருக்கும். அந்த 3 அடி சந்தை இருதரப்பு அல்லாத மூன்றாம் நபர் சைக்கிள் மூலமாகவும், டி.வி.எஸ் சேம்ப் எக்செல் மூலமாகவும் நடந்தும் அதனை வழியாக பயன்படுத்தி கொண்டு அதனை உண்மையான வழியாகவே பாவித்துவிடுவர். மேற்படி அந்த மூன்றடி சந்தை பயன்படுத்துகின்ற நபர் தங்கள் வீட்டை வேறு யாருக்காவது விற்கும்பொழுது அவர்கள் பத்திரத்தில் இது மூன்றடி பொது வழி என்று போட்டுவிட்டு அந்த இடத்தை மேற்படி இரண்டு நபர்களிடம் இருந்து தானும் உரிமை கொண்டாட முயற்சி செய்வார்.

13. பத்திரத்தில் அளவுகளை தெளிவாக எழுதவில்லை என்றாலும், சந்து, பொதுவழி, போன்றவற்றை தெளிவாகக் குறிப்பிடவில்லை என்றாலும் அதன்படியே பட்டா வாங்குவது, அதன்படியே புலப்படத்தில் கூர் (கட்) செய்து பொதுவழிக்கு தனியான சர்வே நம்பர்

வாங்கவில்லை என்றாலும் புதியதாக இடம் வாங்க வருபவர்கள் பக்கத்தில் இருக்கும் பொதுவழி, பொதுசுவர் ஆகியவற்றை ஆராய்ந்து அதற்கு உரிமை உள்ள வேறு நபர்களிடமிருந்தும் ஒப்பந்தம் போட்டுக்கொள்ளாமல் போனாலும் சர்ச்சைகள், தகராறுகள், காவல்நிலைய பஞ்சாயத்துக்கள் எழும்.

Paranjothi Pandian's Quotes

நிலம் சம்பந்தப்பட்ட பாடங்கள் பள்ளியிலே பயிற்றுவிக்காமல் இருப்பதற்கு காரணம், நிலத்தின் மீது ஆதிக்கம் செலுத்துபவர்களின் தற்காப்பு ஒன்றே காரணம்.

35. உங்கள் நிலத்தில் வழிப் பாதை இல்லாத பிரச்சினையா?

1. வயற்காடுகளில் அனைவரும் விவசாயம் செய்யும் பொழுது வழியை பற்றி யாரும் அலட்டி கொள்வது இல்லை! வழி இல்லாமல் நடுமத்தியில் இருக்கின்ற விளைநிலத்திற்கு வரப்புகள் வழியாகவோ நீர்க்கால்கள் வழியாகவோ, கம்மாய், கரையோர பாதைகளிலோ சென்றுவிடுவார்கள்.

2. விவசாயம் மறைந்து நகர்ப்புறமாக மாற்றம் நடைபெறும் போது நடுமத்தியில் இருக்கும் விளைநிலத்தை சுற்றி இருக்கும் பிற நிலத்தவர்கள் காம்பவுண்டோ, வேலியோ போடும்போது, நடுமத்தியில் இருப்பவருக்கு வழிகள் எல்லாம் அடைக்கப்பட்டு விடுகிறது.

3. இதுவரைக்கும் நடுமத்தியில் இருக்கின்ற தன் விளை நிலத்திற்கு எந்தத் தடையும் இல்லாமல் சென்று வந்தவர்கள் தற்பொழுது பக்கத்து நிலத்துகாரர்களால் வேலி அடைக்கப்பட்டிருந்தால், தங்கள் நிலத்திற்கு போக வழி இல்லாமல் அவதிப்படுவர். மேற்படி வழி இல்லாததை காரணம் காட்டி, அந்த சொத்தை விற்று விடுவெதற்கு நேரடியாகவும், மறைமுகமாகவும் பக்கத்து நிலத்துக்காரர்கள் அழுத்தம் கொடுப்பார்கள்.

4. மேலும் நடுவில் விளை நிலத்தை வைத்திருப்பவர் விற்பனை செய்ய வந்தால் வழி இல்லாத நிலம் என்று குறைவான விலைக்கு கேட்பார்கள். இன்னும் ஒருசிலர் வாங்குவதற்கு வந்து பார்த்து விட்டு வழி இல்லாத இடம், வேண்டாம் என்று மறுத்துவிடுவர்.

5. அதனால் நிலத்தை அவசரத்திற்கு விற்கமுடியாமலும், நல்ல விலைக்கு விற்க முடியாமலும் கஷ்டப்படுவார்கள்!

6. சுங்குவார்சத்திரம், ஸ்ரீபெரும்புதூர், காஞ்சிபுரம், செய்யாறு போன்ற பகுதிகளில் 10 வருடங்களுக்கு முன்பு விளை நிலங்களாக இருந்து, தற்பொழுது குடியிருப்புப் பகுதிகளாக மாறிக்கொண்டு இருப்பதால் விளை நிலங்கள் எல்லாம் விவசாயம் எதுவும் நடக்காமல் சென்னை, பெங்களூர் போன்ற பெருநகரங்களில் வசிக்கின்ற செல்வந்தர்கள் இந்த பகுதிகளில் நல்ல விலை கொடுத்து இடங்களை வாங்குவதால் வழி இல்லாமல் நடுவில் நிலங்களை வைத்திருக்கின்ற நபர்கள் அங்கு சுற்றி கொண்டு இருக்கும் ரியல் எஸ்டேட் நபர்களால் அடிமாட்டு விலைக்கு நிலங்கள் வாங்க முயற்சிப்பதை நான் நிறைய பார்த்திருக்கிறேன்.

7. ஒரு கிராமத்தில் உங்களுக்கு சிறிய பரப்பிலோ அல்லது பெரிய பரப்பிலோ விவசாய நிலங்களோ அல்லது வேறு நிலங்களோ இருந்தால், அந்த கிராமத்தினுடைய முழுமைக்குமான சர்வே வரைபடம், உங்களிடம் கட்டாயம் இருக்க வேண்டும்.

8. மேற்படி கிராம வரைபடத்தில் சாலைகள், வண்டி பாட்டைகள், மங்கம்மா சாலைகள், நடைபாதைகள், நீர்வழி பாதைகள், தடங்கள், குறியீடுகளாக காட்டப்பட்டு இருக்கும்.

9. உங்களுக்கு நடுமத்தி காடாக இருக்கும்பொழுது வழிகள் ஏதும் இல்லை என்றால், மேற்படி கிராம வரைபடத்தில் வண்டிபாட்டைகள், பாதைகள் ஏதாவது உங்கள் சொத்தை ஒட்டி செல்கிறதா? என்று ஆராய்தல் வேண்டும்.

11. கள நிலவரப்படி வரைபடத்தில் இருக்கின்ற சாலைகள், வழிகள் எல்லாம் மற்ற நிலத்துகாரர்களால் பயிர் செய்யும் நிலங்களாகவும், வேலி போட்டு அடைப்புக்குள் கொண்டு

வந்துவிட்ட நிலங்களாகவும் ஆக்கிரமிக்கப்பட்டு இருக்கின்ற வாய்ப்புகள் அதிகமாக இருக்கின்றது. எனவே பெரும்பாலும் வரைபடத்தில் இருக்கின்ற சாலைகள், பாதைகள், வழிகள் களத்தில் மற்றவர் ஆக்கிரமிப்பால் பயிர் நிலமாகக்கூட மாறி இருக்கும்.

12. கிராம வரைபடத்தில் இருக்கும் நடைபாதை, வழிகள், பெரும்பாலும் பக்கத்து நிலத்துக்காரர்களால் ஆக்கிரமிக்கப்பட்டு மூடி மறைந்தே இருக்கும். அப்படி ஏதாவது ஒரு வழிகள் உங்கள் நிலத்தின் வழியாக போவதாகத் தெரிந்தால் அதனை வட்டாட்சியருக்கு மனு செய்வதன் மூலம் மீட்கலாம்.

13. மதுரையை தலைமையிடமாகக் கொண்டு ஆண்ட ராணி மங்கம்மாள், வடக்கே திருச்சியிலிருந்து தெற்கே குமரி வரை தென்தமிழகம் மற்றும் தற்போதைய மேற்கு தமிழகம் முழுவதும் நிறைய சாலைகள், சத்திரங்கள் கட்டி இருந்தார்கள். அந்த சாலைகள் எல்லாம் இன்று தார் சாலைகளாக மாறிவிட்டு இருக்கிறது. இன்னும் பல சாலைகள் தார் சாலைகளாக மாறாமல் கிராமத்தில் இருக்கும் வயற்காடுகளில் ஆக்கிரமிக்கப்பட்டு மறைந்து போயிருக்கிறது. ஆனால் அந்த மறைந்துபோன சாலைகள் இன்றளவும் கிராம வரைபடங்களில் மங்கம்மா சாலைகள் என்று குறிப்பிடப்பட்டு இருக்கும். இவற்றையும் மாவட்ட ஆட்சியரிடம் மனு கொடுத்து மங்கம்மா சாலைகளை புத்துயிருக்கு கொண்டு வரலாம். அதன் மூலம் உங்களுக்கு நல்ல பெரிய பாதையே கிடைத்துவிட வாய்ப்பு இருக்கிறது.

14. அடுத்ததாக கிராம வரைபடத்தில் குறிக்கப்பட்டு இருக்கும் வண்டிபாட்டைகள் 8 அடியிலிருந்து இருந்து 10 அடி அகலமுள்ள சாலையாகவும் இருக்கும்.

நடைபாதைகள் 2 அடியில் இருந்து 3 அடி அகலமுள்ள பாதையாக இருக்கும். இவை தங்கள் இடத்தை ஒட்டியோ அல்லது உங்கள் இடத்தில் இருந்து கொஞ்சம் தள்ளியோ சென்றாலும், அதனை வருவாய்த்துறையில் மனு செய்து உயிர்ப்பிப்பதன் மூலம் உங்களுக்கு வழித்தடம் கிடைத்துவிடும்.

15. மேற்படி கிராம வரைபடத்தை பார்த்து எல்லா வழிகளையும் தேடி எந்த வழியும் கிடைக்கவில்லை என்றால் உங்களுக்கு முன் நிலத்தில் இருக்கின்றவரிடம் அதிக விலை கொடுத்தாவது அல்லது உங்களின் வேறு இடத்தை மாற்றி கொடுத்தாவது. உங்களுக்கு தேவையான வழிதடத்தை கிரையம் வாங்குவது புத்திசாலித்தனம்.

16. சென்னை ஓ.எம்.ஆர் துரைப்பாக்கத்தில் ஒரு அரை ஏக்கர் அளவிலான குட்டை புறம்போக்கில் ஒரு 70-க்கும் மேலான அடித்தட்டு மற்றும் நடுத்தர மக்கள் வீடு கட்டி குடியிருப்புகளாக மாற்றிவிட்டனர். அந்த குட்டை புறம்போக்கைச் சுற்றி பட்டா நிலங்கள் எந்தவித கட்டிடமும் இல்லாமல் இருந்ததால், எல்லா பக்கமும் இருந்து அந்த குடியிருப்பிற்கு மக்கள் வழியை பயன்படுத்தினார்கள் வருடங்கள் செல்லச் செல்ல அந்தக் குட்டை குடியிருப்பைச் சுற்றி இருக்கின்ற தனியார் இடங்களில் வேலி போட ஆரம்பித்து விட்டனர். கல் சுவர் அடைப்பு போட ஆரம்பித்து விட்டனர். வீடுகள் கட்ட ஆரம்பித்து விட்டனர். அதனால் வழி இல்லாமல் தவித்த மக்கள் ஒரு தனியாரிடம் மட்டும் 3 அடி வழி கேட்டு அவரிடம் இறைஞ்சி கொண்டு இருந்தனர். அவரும் வழி தருவதற்கு மனது இறங்கி வரவில்லை. அப்பொழுது அங்கிருந்த மக்கள் நீங்கள் பஞ்சாயத்து தலைவராக நின்றால் நாங்கள் அனைவரும் ஓட்டு போடுகிறோம்

என்று அவருக்கு பதவி மோகத்தை உருவாக்கி அந்த வழியை பெற்றுவிட்டனர். மேற்படி நபரும் தனது உறவினரைத் தலைவராக நிற்க வைத்து பஞ்சாயத்து தலைவர் ஆக்கிவிட்டார். இப்படி வழிக்காக சமயோசிதமாக நடந்து வழியை பெறுகின்ற காரியத்தை சாதித்து கொள்ள வேண்டும்.

17. நீங்கள் வழி இல்லாமல் விளைநிலம் வைத்திருக்கிற கிராமம் வருகின்ற 5 அல்லது 10 ஆண்டுகளில் நகரமயம் ஆகப்போகின்றது என்று நீங்கள் உணர்ந்தால் எந்தவித அலட்சியத்தையும் காட்டாமல் உங்களுடைய இடத்திற்கு வழி வாங்குவதை பிரதான நோக்கமாக கொண்டு செயல்பட வேண்டும். உங்கள் வழி இல்லாத நிலத்தைச் சுற்றி உள்ள நில உரிமையாளர்களிடம் சாம, பேத, தான, தண்ட முறையில் எவ்வளவு மெனக்கெட்டாலும் வழி கிடைக்கவில்லை என்றால் ஒத்தையடிப் பாதை, வண்டிப்பாட்டை, மங்கம்மா சாலை போன்ற எல்லாவற்றையும் ஆராய்ந்து பார்த்தும் வழி இல்லை என்றால் நல்ல வழக்கறிஞுரை பிடித்து உங்கள் நிலத்திற்கு வந்து போவதற்கு ஈஸ்மெண்ட் ரைட்ஸ் கேட்டு நீதிமன்றத்தை அணுகி வழி உரிமையைப் பெற வேண்டும்.

Paranjothi Pandian's Quotes

பழைய பத்திர சொற்களும் அதன் அர்த்தங்களும்

அத்து = எல்லையை குறிக்கும். இன்றும்கூட அத்துகட்டி நிலங்களை அளக்க வேண்டும் என்ற வார்த்தை பயன்படுத்தப்படுகிறது. இது அரபு மொழி.

36. நீங்கள் தெரியாமல் நிலையியல் சாலை, நிலையியல் ஓடையை சேர்த்து வாங்கிவிட்டீர்களா? தெரிந்து கொள்ள வேண்டிய 10 செய்திகள்!

1) நிலவியல் சாலை, நிலவியல் ஓடை, நிலவியல் கால்பாதை, நிலவியல் வண்டி பாட்டை, போன்ற அழகான பெயர்களை எல்லாம் கிராம அ–பதிவேட்டில் பார்க்கலாம். இதனை U.D.R-க்கு முந்தைய கணக்கில் பூஸ்துதி ரோடு, பூஸ்துதி பாட்டை, பூஸ்துதி ஓடை என்று குறிப்பிட்டு இருப்பார்கள்.

2) சில ஊரில் பேச்சு வழக்கில் பூஸ்டர் ஓடை, பூஸ்டர் ரோடு, பூஸ்டு ரோடு என்றும் சொல்லிக் கொண்டு இருப்பார்கள். இப்படிபட்ட வார்த்தைகளுக்கு எல்லாம் என்ன அர்த்தம் என்றால் தனியார் பட்டா நிலத்தில் இருக்கின்ற ஓடை, அல்லது சாலை என்று அர்த்தம்.

3) பட்டா ஓடை, பட்டா சாலை இரண்டுக்கும் தனி சர்வே எண் உட்பிரிவு கொடுத்து புலப்படத்தில் கூர் (FMB CUT செய்து) செய்து தனியாகப் பிரித்து காட்டி இருப்பார்கள். அ–பதிவேட்டிலும் சர்வே எண் உட்பிரிவோடு நிலவியல் பாதை என்று குறிப்பிட்டு இருப்பார்கள்.

4) போக்குவரத்து வசதி இல்லாத அந்த காலங்களில் நிலவு வெளிச்சத்தில் அந்த நடைபாதையை வண்டிபாட்டையை ஓடை ஓரமாக நடந்து முக்கிய சாலையை அடைவார்கள். அதனால் நிலவியல் சாலை என்று கதை நிலவுகிறது.

5) இயற்கையாகவே தனியாருக்கு சொந்தமான நிலங்களில் உருவாகி ஓடும் ஓடைகள், நீர்வழி பாதைகள், மக்கள் நடைபாதைகளை அவர்கள் வசதிக்கு ஏற்ப பட்டா நிலங்களில் நடந்து பாதையாக மாறி இருக்கும். இந்த பாதைகள் எல்லாம் புலப்படத்திலும் கிராம வரைபடத்திலும் குறிப்பிட்டு இருக்கும்.

6) ஆனால் மேற்படி பாதைகளுக்கு தனி சர்வே எண் உட்பிரிவு கொடுத்து பிரித்து இருக்கமாட்டார்கள். இவைகள் எல்லாம் நிலவியல் சாலை, நிலவியல் ஓடை அல்ல. இந்த பாதைகளை இந்த நீர்வழியை நாம் நமது வசதிக்கேற்ப திசைமாற்றி விடலாம், ஆக்கிரமிக்கக்கூட செய்யலாம். ஆனால் வேறு பக்கத்தில் நடைபாதை யையோ வேறு நீர்வழி பாதையையோ நமது பட்டா இடத்தில் மாற்றி ஒதுக்கி தர வேண்டும்.

7) ஆனால் நிலவியல் என்று அ-பதிவேட்டில் குறிப்பிட்டு இருந்தால் அதனை ஆக்கிரமிக்க கூடாது. அப்படி ஆக்கிரமித்து இருந்தால், அதனை ஆக்கிரமிப்பு அகற்றுதல் சட்டபடி அரசு நடவடிக்கை எடுக்கலாம். உங்களுடைய எதிர்மனுதாரர்கள் யாராவது ஆக்கிரமித்து இருந்தால் நிலவியல் சாலை என்று குறிப்பிடப்பட்டு இருக்கின்ற அ-பதிவேடு மற்றும் புலப்படத்தை வைத்து மாவட்ட ஆட்சியருக்கு மனு கொடுத்து ஆக்கிரமிப்பை அகற்றலாம்.

8) கிராமங்களில் தார் ரோடோ, கிராவல் ரோடோ போடாமல் அப்படியே வண்டி பாட்டையாக பட்டா நிலத்தில் உருவாகி இருக்கும் மெகா சர்வே வரும்பொழுது அந்த வண்டி பாட்டை தேவையானது என்று உணர்ந்தால் நிலவியல் சாலை என்று வகைப்படுத்தி அதற்கு FMB CUT செய்து தனி உட்பிரிவு எண் கொடுத்து பூஸ்துதி ரோடாக வகைப்படுத்திவிடுவார்கள். எனவே இதனை நீங்கள் விரும்பாத பட்சத்தில் மற்றவர்கள் அந்த பாதையை பயன்படுத்துவதை தடுத்தல் வேண்டும். ஏற்கெனவே கிராமத்தில் ஒரு சிறிய தார் ரோடு போய்க்கொண்டு இருக்கிறது. எதிர்காலத்தில் இந்த ரோடு பெரிதாகும் என்று சர்வேயின் பொழுது நினைத்தால் அந்த சாலையின் இரண்டு பக்கங்களிலும் உள்ள பட்டா

நிலங்களில் கொஞ்சம் இடங்களை FMB CUT செய்து தனி உட்பிரிவு சர்வே கொடுத்து நிலவியல் சாலை என்று வகைபடுத்தி விடுவார்கள்.

9) நிறைய மக்கள் இது எங்கள் பட்டா நிலத்தில் இருக்கும் ஓடை அதனால் எங்களுக்கு உரிமை உள்ளது, இது எங்கள் பட்டா நிலத்தில் இருக்கும் பாதை இதை நாங்கள் மட்டும்தான் பயன்படுத்தி கொள்வோம் என்று மற்றவர்கள் அனுபவிப்பதற்குத் தடையாக இருந்தால் கோர்ட்டுக்கு சென்று அனுமதி வாங்கலாம்.

10) மேலும் ஒரு சொத்து கிரையம் வாங்கும்போது இந்த நிலவியல் பாதையும் எங்கள் பட்டாவில் வருகிறது, நிலவியல் ஓடையும் எங்கள் பட்டாவில் வருகிறது, அதனால் அதற்கும் சேர்த்து கிரையம் நிச்சயிப்பார்கள். அப்படி நிச்சயித்தாலும், அதனை பத்திரம் போட்டாலும், கட்டாயம் நஷ்டப்படுவது நீங்கள் தான். ஏனென்றால் பூஸ்துதி ரோடு அனைவருக்குமானது அரசினுடையது.

Paranjothi Pandian's Quotes

நிலத்தின் மீதான வரையறுக்கப்பட்ட உரிமையே முழுமையான உரிமை என்று மக்கள் நம்பிக் கொண்டு இருக்கின்றனர்.

37. மனைப்பிரிவில் பார்க் என்று ஒதுக்கப்பட்ட இடத்தை தெரியாமல் வாங்கிவிட்டீர்களா? தெரிய வேண்டிய 30 செய்திகள்!!

1) கடந்த சில ஆண்டுகளாக பஞ்சாயத்து அப்ரூவ்டு மனை களை, டிடிசிபி அப்ரூவ்டு மனைகளாக வரன்முறைப் படுத்த வேண்டும். அந்த வரன்முறைபடுத்துதலுக்கு மனைப்பிரிவில் மனை வாங்கிய பொதுமக்கள் செல்லும் பொழுதுதான் பலருக்கு இதுபோல பார்க் சிக்கல்கள் மற்றும் குழப்பங்கள் இருப்பது தெரிய வந்தன.

2) உங்களுடைய வீட்டுமனைகள் பார்க்காக இருக்கிறது. அதாவது பார்க் ஒதுக்கப்பட்ட இடத்தில் வருகிறது. அதனால் டிடிசிபி வரன்முறைப்படுத்துதல் செய்ய முடியாது. என்று அங்கீகாரம் கோரிய மனுக்களை எல்லாம் டிடிசிபி அலுவலகம் தள்ளுபடி செய்துவிட்டது.

3) தனது சேமிப்பைப் போட்டு மனையை வாங்கிய மக்கள் என்ன செய்வது? என்று தெரியாமல், வட்டார வளர்ச்சி அலுவலகத்திற்கும், டிடிசிபி ஆபிஸிற்கும் நடந்து கொண்டு இருக்கிறார்கள். அரசு நிர்வாகத்தில் இருக்கும் அதிகாரிகளுக்கும், இதற்கு மாற்று என்ன செய்வது? என்று தெரியாமல், சென்னை டிடிசிபி அலுவலகத்திற்கு சென்று சரி செய்துகொள்ள சொல்லி திருப்பி அனுப்பிக் கொண்டு இருக்கிறார்கள்.

4) மேலும் வீட்டுமனைகளை வாங்கிப் போட்டுவிட்டு, பல வருடங்கள் கழித்து இப்பொழுது அதில் வீடு கட்ட வேண்டும் என்று நினைத்து, அதற்கு கட்டிட அனுமதி (Building Plan) வேண்டி வட்டார வளர்ச்சி அலுவலகத்தை, அல்லது மாவட்ட டிடிசிபி அலுவலகத்தையோ அணுகும் போதும், கட்டிட அனுமதி கிடைக்காது. உங்கள் இடம்

பார்க்கில் வருகிறது என்று திருப்பி அனுப்பி விடுகின்றனர்.

5) பார்க் சிக்கல் விஷயம் என் புரிதல்படி இரண்டு வகையாக இருக்கிறது.

a) உண்மையாகவே வரைபடத்தின்படியும் அனுபவத்தின் படியும் பார்க்கிற்கு ஒதுக்கப்பட்ட இடங்கள்.

b) அனுபவத்தில் பார்க்கை ஒதுக்காமல் வரைபடத்தில் மட்டும் ஒதுக்கிய பார்க் இடங்கள்.

6) டிடிசிபி அங்கீகாரம் பெற்ற வீட்டுமனை பிரிவில், பெரும்பாலும் 1980–1990 ஆண்டுகளில் பெறப்பட்ட மனைப்பிரிவுகளில் ஒதுக்கப்பட்ட பார்க்கிற்கான இடங்களை 2000–2010 ஆண்டுகளில் மனையின் விலை கூடியயவுடன் மனைப்பிரிவின் உரிமையாளர், அங்கிருக்கும் பார்க்கையும், மனைகளாக பிரித்து, அதற்கு புதிய மனை எண்களைக் கொடுத்துப் புதிய வரை படத்தைத் தயாரித்து இவையெல்லாம் விற்காத மனைகள் என்று அப்பாவி வாடிக்கையாளர்களுக்கு விற்றுவிடுவர்.

7) விற்கும்போது சார்பதிவக அலுவலகத்தில், டிடிசிபியால் இது பார்க்கிற்காக ஒதுக்கப்பட்ட இடம் என்றெல்லாம் எடுத்து சொல்ல, சார்பதிவகத்தில் தரவுகள் இல்லை. தேவைப்பட்டால் மனைப்பிரிவில் புதிதாகத் தயாரிக்கப் பட்ட வரைபடத்தைப் பார்வையிட்டுப் பத்திரப்பதிவுக்கு அனுமதி அளித்துவிடுகிறது சார்பதிவகம். பெரும்பாலும் பத்திரப்பதிவின் பொழுது இதனைப் பற்றி எல்லாம் கவலைப்படுவதில்லை. அவர்களுக்கு முத்திரைத் தாள்களும், காந்தி படம் போட்ட தாள்களும்தான் கணக்கு. அது சரியாக இருந்தால் பத்திரத்தைப் பதிவு செய்து கொடுத்துவிடுவார்கள். (சர்வே தெரிந்தவர்கள்

சார்பதிவகத்தில் இருந்தால், இதுபோன்ற சிக்கல்கள் வராது).

8) இப்படி தெரியாமல் வாங்கிய அப்பாவி வாடிக்கை யாளர்கள், பட்டா பெயர் மாற்றம் செய்ய போகும் பொழுதோ, மின் இணைப்பை வாங்கப் போகும்பொழுதோ, பில்டிங் பிளான் வாங்க போகும்பொழுதோ, மேற்படி மனை டிடிசிபி வரைபடத்தின்படியும், டிடிசிபி ஆவணங்கள் படியும், பார்க் என்று இருக்கிறது. அதனால் இவை எதற்கும் அனுமதி அளிக்க முடியாது என்று அப்பாவி வாடிக்கையாளரின் மனுக்களை தள்ளுபடி செய்து விடுகிறார்கள். அதனால் மக்கள் என்ன செய்வது? என்று தெரியாமல் விழி பிதுங்கி நிற்கிறார்கள்.

9) சென்னை கூடுவாஞ்சேரியில் ஒருவர் இப்படி ஒரு மனைப்பிரிவில் பார்க் ஒதுக்கப்பட்ட இடத்தில் இடம் வாங்கிவிட்டு, பில்டிங் பிளான், மின்சாரம் எதுவும் இல்லாமல், பஞ்சாயத்து காலி செய்ய சொல்லியும், கிரையப்பத்திரம் மட்டும் வைத்துகொண்டு, பிடிவாதமாக ஒரு கூரை வீடு கட்டிப் பத்தாண்டுகளாக வாழ்ந்து வருகிறார். இவர் அந்த பார்க் இடத்தை அவருக்கே ஒப்படைக்கும்படி தொடர் மனு மற்றும் போராட்டங்களை நடத்திக் கொண்டு இருக்கிறார்.

10) அடுத்ததாக, வரைபடத்தில் மட்டும் பார்க் என்ற சிக்கல்களை பார்ப்போம். இந்த சிக்கல் எப்படி உருவாகி இருக்கும் என்றால், அப்பொழுதெல்லாம் மனைப்பிரிவு டிடிசிபி அப்ரூவல் வாங்குவதற்கு கட்டாயம் சாலை வசதிகள், பூங்காக்கள் போன்ற பொது இடங்கள் விட வேண்டும் போன்ற விதிகள் இறுக்கமாக (Tight) இருக்க வில்லை. இந்த விதிகளை எல்லாம் இப்பொழுதுதான் இறுக்கிப் பிடிக்கிறார்கள்.

11) முதலில் டிடிசிபி மனைப்பிரிவு போடலாம் என்று ஒரு ரியல் எஸ்டேட் தொழில் முனைவர் முயன்று இடம் வாங்கி இடத்தை நல்லபடியாக பிரித்துசாலைகள் விட்டு, பொது பயனுக்காகப் பூங்கா, பள்ளிக்கூட இடம் போன்ற பொது இடங்கள் எல்லாம் விட்டுவிட்டு மனைப்பிரிவு உருவாக்குவதற்கு வரைபடத்தைத் தயாரித்து விடுவார்கள்.

12) பிறகு டிடிசிபி அலுவலகம் சென்றால், அங்கு பலவிதமான நோ அப்ஜெக்ஷன் சான்றிதழ்கள், அதாவது, புறம்போக்கு நிலம் இல்லை, நில உச்சவரம்பு இடமில்லை, அரசின் நில ஆர்ஜித திட்டம் வரவில்லை, பிற துறைகளில் நிலம் எடுக்கப்படவில்லை, இடுகாடு அருகில் இல்லை, போன்றவற்றுக்கெல்லாம் தடையின்மை சான்றிதழ் வாங்கி கொடுக்கச் சொல்வார்கள்.

13) பஞ்சாயத்துத் தலைவர், துணை தாசில்தார், தாசில்தார், விவசாய அதிகாரி, மாவட்ட விவசாய அதிகாரி, டிடிசிபி அதிகாரி போன்றவர்களிடம் எல்லாம் சென்று டிடிசிபி அப்ரூவல் வாங்குவதற்கு, பைலை நகர்த்த வேகமாக நடந்தால் 7 மாதத்திலும், தாமதமாக நடந்தால் ஒன்றரை ஆண்டுகளிலும், மனைப்பிரிவு அங்கீகாரம் வாங்கி விடலாம். ஆனாலும் அரசு எந்திரத்தின் தாமதத்தையும், களநிலவர தாமதங்களையும், பொறுத்துக்கொள்ள முடியாமல் அடுத்து என்ன செய்வது? என்று முடிவு எடுக்க முடியாமல் தவித்துகொண்டு நிற்பார் அந்த மனைப்பிரிவு உரிமையாளர்.

14) அந்த நேரத்தில், பக்கத்தில் இருக்கும் வேறு மனைப்பிரிவு உரிமையாளர் உடனடியாகப் பஞ்சாயத்து அப்ரூவ்டு மனைகள் போட்டு விற்றுவிட்டு போவதைப் பார்த்துக் காண்டாகியும், பஞ்சாயத்து அப்ரூவலாக இருந்தால்

குறைவான விலையாகவும் இருக்கும். மனைப்பரிவு உரிமையாளரை அவசரப்படுத்தும் வாடிக்கையாளர்களும், சில ரியல் எஸ்டேட் ஏஜெண்டுகளும், வீடு தேடி வந்து மனைக்கு முன்பணம் கட்டிவிட்டு செல்வார்கள்.

15) இதனால் டிடிசிபி அப்ரூவலுக்கு போன உரிமையாளர் முடுக்கமாகிப் பொறுக்க முடியாமல், தான் போட்ட முதல் உடனடியாக எடுக்க வேண்டுமே என்ற அவசரத்திலும், பாதியிலே சமைக்கும் உணவைப் பரிமாறுவது போல, டிடிசிபி அப்ரூவல் பாதியிலே இருக்கும்போதே, அப்ரூவ்டு வாங்காமலேயே, அப்படியே பஞ்சாயத்து அங்கீகாரம் மனைகளாக மாற்றி வாடிக்கையாளர்களுக்கு கிரையம் செய்து கொடுத்து விடுகிறார்கள்.

16) ஒரு மனைப் பிரிவில் நூறு மனைகள் இருக்கிறது என்றால், அதனுடன் ஒரு பூங்காவும், ஒரு பள்ளிக் கூடமும், பொது இடங்களும் டிடிசிபி அங்கீகார விதிகளின்படி ஒதுக்கப்பட்டு இருக்கும். அதாவது அந்த மனைப்பிரிவு டிடிசிபி தரத்தில் உருவாக்கப்பட்டு இருக்கும், ஆனால் பஞ்சாயத்து அங்கீகாரத்தின்படி, விற்பனை செய்யப்பட்டு இருக்கும்.

17) மேலும் ஓரிரு ஆண்டுகளில் அனைத்து மனைகளும் விற்பனை ஆகி இருக்கும். அதற்குப் பிறகும் அந்த மனைப்பிரிவிற்கு டிமாண்ட் அதிகமாக இருக்கிறது என்றால், அந்த மனைப்பிரிவு உரிமையாளரின் காதுகளில் காசு! பணம்! துட்டு! மணி! மணி! என்ற பாட்டு ரீங்காரமிட ஆரம்பிக்கும் அவ்ளோதான்.. அந்த மனுஷன் பார்க் பள்ளிக்கூடம் என்று ஒதுக்கப்பட்ட இடங்களை மனைகளாகப் பிரித்து, புதிய மனை எண்கள் கொடுத்து, புதிய வாடிக்கையாளர்களுக்கு விற்றுவிடுவார்கள்.

18) அப்படி விற்கும்போது புதிய வாடிக்கையாளருக்குப்

பழைய வரைபடத்தைக் காட்டமாட்டார்கள். அவர்களுக்கு என்று புதியதாகப் பூங்காக்கள் இல்லாத, பள்ளிக் கூடங்கள் இல்லாத, ஒரு மனைப்பிரிவு வரைபடத்தைக் கணிணி வரைகலையாளர்கள் மூலமாக அழகாக எந்தவித சந்தேகமும் இல்லாமல் வரைந்து கொடுத்து விடுவார்கள்.

19) இதற்கு முன், பக்கத்து மனைகளை வாங்கியவர்கள் எல்லாம் பார்க், பள்ளிக்கூடம் இருக்கின்ற வரைபடத்தை வைத்திருப்பார்கள், புதிதாக வாங்கியவர்கள் எல்லாம் புதிய வெர்சன் (Version) படத்தை வைத்து இருப்பார்கள்.

20) மேலும், மனைப்பிரிவு உரிமையாளர்கள் அடிக்கடி மனைப்பிரிவுக்கு வந்து போவதால், அங்கு ஏற்கனவே மனை வாங்கி, வீடு கட்டி குடியிருக்கிற வாடிக்கை யாளருக்கு அதிக நம்பிக்கை அவர்மேல் ஏற்பட்டு விடும். அதனால் பார்க்கை வேறு நபர்களுக்கு விற்கும்பொழுது எந்தவித ஆட்சேபனை செய்யாமல் இருந்து விடுகிறார்கள். மேலும் சில மனைப் பிரிவுகளில் முன் கூட்டியே மனை வாங்கிப் போட்டவர்கள் மீண்டும் மனைப் பிரிவை வந்து எட்டிப்பார்க்ககூட நேரம் இருக்காது.

21) அதனால் மனைப்பிரிவில் பார்க், மனைகளாக மாறி விட்டதைப் பற்றி எல்லாம் கவலைப்பட வாய்ப்பில்லை. அதனால் யாரும் ஆட்சேபனை செய்யவும் வாய்ப்பில்லை என்று அறிந்து, மனைப்பிரிவு உரிமையாளர் கொஞ்சம் தைரியமாகப் பார்க் சைட்டை விற்க ஆரம்பித்துவிடுவார்.

22) அதைத் தாண்டி யாராவது கேள்வி எழுப்பினால் அந்தப் பார்க் வரைபடத்தில்தான் இருக்கிறது. அரசிற்குத் தானமாக எழுதிக் கொடுத்தால்தான் அது பூங்காவாகும் அல்லது பொது இடமாகவே இருக்கும். ஆனால் நான் அரசுக்கு எழுதி ஒப்படைக்கவில்லை என்று மனைப்பிரிவு

உரிமையாளர் சட்டம் பேசி, சமாளித்து, புதிய நபர்களுக்கு பார்க் சைட்டை விற்றுவிடுவார்.

23) ஆனால் கொஞ்சகாலம் கழித்து வரைபடத்தில் பார்க் இருக்கும் சைட்டை வாங்கியவர்கள், கட்டிட அனுமதிக்காகப் போகும்போது, பஞ்சாயத்து போர்டில் உள்ள வரைபடத்தில் இவை பார்க் என்று குறிக்கப்பட்டு இருப்பதைக் காரணம் சொல்லி பில்டிங் பிளான் மறுக்கப்படும்பொழுது மனை வாங்கியவர் பல இலட்சம் போட்டு வாங்கிய மனையை இப்படி பார்க் என்று சொல்கிறார்களே என்று பதறிப் போவார்கள்.

24) இவை மட்டும் இல்லாமல் மனைப்பிரிவுகள் அனைத்தும் வீடுகள் ஆகிவிட்டால், பார்க் இருக்கிற வரைபடம் ஒருவருக்கும், பார்க் இல்லாத வரைபடம் ஒருவருக்கும் என இருக்கும். இதனால் இன்னும் பல புதிய குழப்பங்கள் உருவாகும்.

25) வரைபடத்தில் பார்க் இருக்கும் இடத்திற்கு அருகில் மனை வாங்கிய நபரின் கிரையப் பத்திரத்தில் நான்கு மாலில் ஏதாவது ஒரு திசையில் பார்க் என்று குறிப்பிடப்பட்டு இருக்கும். இப்படி தான் ஒரு நபர் தன் வீட்டின் கழிவு நீரை பார்க் என்று, வரைபடத்தில் காட்டிய இடத்தில் விட்டுகொண்டு இருந்தார். ஆனால் அதில் இடம் வாங்கிய புதிய நபர் தன் மனையில் கழிவு நீர் வருவதை ஆட்சேபனை செய்தார். இருந்தாலும் என் பத்திரத்தில் இது பார்க் என்றுதான் இருக்கிறது, அதனால் கழிவு நீர் விடுவேன் என்று தொந்தரவு கொடுத்துக் கொண்டே இருக்கிறார். இதற்குப் பல பஞ்சாயத்துகள் நடந்தும் சச்சரவுகள் முடிந்த பாடில்லை.

26) அதேபோல இன்னொரு மனைப்பிரிவில் வரைபடத்தில் பார்க் சைட் என்று குறிப்பிட்ட இடத்தை வாங்கியவர்,

அங்கு வீடு கட்ட பூமி பூஜை போட போனபோது பக்கத்து மனைக்காரர் பார்க்கை ஆக்கிரமிக்கிறார்கள் என்று, தன் பத்திரத்தின் நான்கு மால் எல்லை இருக்கும் தாளையும், பார்க் உள்ள வரைபடத்தையும் வைத்து காவல் துறையில் புகார் கொடுத்து கலாட்டா செய்ய ஆரம்பித்துவிட்டார்.

27) இப்படி வரைபடத்தில் மட்டும் பூங்கா என்று குறிப்பிட்டு இருக்கும் மனையைத் தெரியாமல் வாங்கியவர்களுக்கு அரசு நிர்வாகத்திலும், பக்கத்து மனைக்காரர்களாலும் பலவிதமான அசௌகரியங்கள் தொந்தரவுகள் வருகின்றன.

28) இப்படி வரைபடத்தில் மட்டும் பூங்கா என்று குறிக்கப்பட்டு மேற்படி இடத்தை உள்ளாட்சித்துறைக்கு தானம் எழுதி கொடுக்காமலேயே இருந்தால் அந்த மனையை பார்க் சைட் என்று ஏற்றுக்கொள்ள வேண்டிய அவசியம் இல்லை. டிடிசிபி துறைக்கும், உள்ளாட்சி துறைக்கும், நம்முடைய ஆட்சேபனைகளை அனுப்பலாம். பட்டா உடனடியாக மாற்றி சுவாதீனத்திற்கு போவதன் மூலம் அந்த மனையைக் காப்பாற்றி கொள்ளலாம்.

29) அடுத்ததாக வரைபடத்திலும், களத்திலும் மற்றும் அரசிற்கு பார்க்கிற்காக தானம் செய்யப்பட்டுவிட்ட பார்க் சைட்டை தெரிந்து வாங்கினாலும், தெரியாமல் வாங்கினாலும் அது டபுள் டாக்குமெண்டு சிக்கல் என்பதால் அது சம்பந்தமாக நீதிமன்றம் நாடிதான் பரிகாரம் தேட வேண்டும்.

30) ஆனால் வரைபடத்தில் மட்டும் பார்க் என்று குறிப்பிட்ட மனைகளை வாங்கியவர்களுக்கு உள்ளாட்சி நிர்வாகமும், டிடிசிபி நிர்வாகமும் இது சம்பந்தமாக ஒரு சுற்றறிக்கையை மாவட்டந்தோறும் அனுப்பி, வரைபடத்தில் மட்டும் பார்க் என்று குறிப்பிட்டு, அரசிற்கு தான பத்திரம்

மூலம் ஒப்படைக்காத இடங்களை பார்க் சைட் இல்லை என்று சான்றிதழ் வழங்கி அப்பாவி வாடிக்கையாளர்கள் வயிற்றில் பாலை வார்க்கலாம். அதற்கு ஏதாவது கட்டணம் கட்ட வேண்டும் என்றாலோ அப்படிப்பட்ட மனைகளை வாங்கியவர்களைக் கட்டணம்கூட கட்டச் சொல்லலாம்.

Paranjothi Pandian's Quotes

- ஒவ்வொரு கிராமத்தையும் தற்போதைய நவீன வசதிகளுடன் அளந்து பார்த்தால் மாவட்டத்திற்கு ஒரு கிராம பரப்பு மிச்சமாகும்.

- நிலத்தின் ஆவணங்கள் தெரிந்து கொள்வது என்பது நாட்டின் உண்மை வரலாற்றைப் புரிந்து கொள்வதற்கு சமம்.

38. உங்கள் கிராம நத்தம் இடம் என்னவென்றே புரியவில்லையா? தெரிய வேண்டிய 38 விஷயங்கள்!

1. நத்தம் என்று வகைப்படுத்தி இருக்கின்ற நிலங்கள் எல்லாம் மக்கள் குடியிருப்புக்காக ஆதிகாலத்தில் இருந்தே ஒதுக்கப்பட்டது. தற்பொழுது டிடிசிபி, சிஎம்டிஏ அங்கீகார மனைகள் எல்லாம் குடியிருப்புப் பயன்பாட்டிற் காக 1972-களில் இருந்துதான் நடைமுறைக்கு வந்தது. அதற்குமுன் வீட்டுமனைக் குடியிருப்புகள் என்றாலே அவைகள் நத்தம் நிலங்கள்தான்.

2. வெள்ளையர்கள் தமிழகத்தின் நிலங்களை ஒட்டு மொத்தமாக சர்வே செய்து நன்சை, புன்சை, மானாவாரி, தரிசு என்று பயிர் செய்யும் நிலங்களாக வகைப்படுத்தி அதற்கு ஏற்றவாறு வரி வசூல் செய்தனர். அப்பொழுது மக்கள் குடியிருக்கும் இடங்களையும், நீர் பாசனத் திற்கான இடங்களையும் மக்களின் பொது பயன்பாடான களத்து மேடு, தண்ணீர் பந்தல், நத்தம் போன்று வகைப்படுத்திய நிலங்களுக்கு வரி வசூல் செய்ய வேண்டாம் என்பதால் அதனை புறம்போக்கு என்று வகைபடுத்தி வரி இல்லாத நிலங்களாக உருவாக்கி வைத்தனர்.

3. இப்படி வரி இல்லாத நிலங்களை புறம்போக்காக வகைப்படுத்தியதில்தான் நம்முடைய நத்தம் நிலங்களும் அடங்கி இருந்தது என்பதனை நீங்கள் புரிந்து கொள்ள வேண்டும். அந்த காலத்தில் ஒரு கிராமத்தில் இருக்கின்ற குடியிருப்புகள் இருக்கின்ற பகுதிகளையும் எதிர்காலத்தில் குடியிருப்புகள் அதிகமானால் நிலங்கள் தேவைப்படும் என்று முன்கூட்டியே கருத்தில் கொண்டு

குடியிருப்புகளைச் சுற்றி உள்ள காலி நிலங்களையும் சேர்த்து நத்தம் என்று வெள்ளையர்கள் வகைப்படுத்தி இருந்தார்கள்.

4. சிஎம்டிஏ, டிடிசிபி போன்ற அங்கீகார அமைப்புகள் உருவாகவில்லை என்றால் இன்றுவரை நத்தம் தான் வீட்டுமனைத் தேவைகளை நிறைவேற்றிக் கொண்டு இருக்கும். நத்தத்தை பொதுவாக கிராம நத்தம் என்று சொல்வார்கள். இன்னும் ஆழமாக கவனித்துப் பார்த்தால் ஊர்தெருவில் இருப்பது ஊர்நத்தம் என்றும் சேரியில் இருப்பதை சேரி நத்தம் என்றும் இன்றளவும் மக்களிடையே புழங்கி வருகின்ற வார்த்தைகளை காணலாம்.

5. ஒரு கிராமத்தில் உள்ள நத்தம் இடம் அனைத்தையும் ஒரே புலப்படமாக வரைந்து அதற்கு ஒரே ஒரு சர்வே எண்ணை கொடுத்திருப்பார்கள். மிக அதிகமாக பரப்பு இருந்தால் ஒன்றுக்கு மேற்பட்ட சர்வே எண்களை கொடுத்து வகைப் படுத்தி இருப்பார்கள். பெரும்பாலும் 1 ஹெக்டேரில் இருந்து 10 ஹெக்டேர் பரப்பு வரை நத்தம் நிலங்களை ஒரே முழுப் புலமாக பிரித்து இருப்பார்கள்.

6. உதாரணமாக திருப்பூர் மாவட்டம், அவினாசி வட்டம், சேவூர் கிராமம் என்று எடுத்துக் கொண்டால் அதில் இருக்கும் பழைய குடியிருப்புகள் மற்றும் அதனை சுற்றியுள்ள பகுதிகளையும் சேர்த்து நத்தம் நிலமாக வகைப்படுத்தி இருந்தால் அதற்கு சர்வே எண் 625 என்றும் அதன் விஸ்தீரணம் 6 ஏக்கர் என்றும் உதாரணத்திற்கு வைத்து கொள்வோம்.

7. மேற்படி 6 ஏக்கர் பரப்பில் 50 குடும்பங்கள் தனது வீடு, தோட்டம், வழி என 2.5 ஏக்கரில் வாழ்ந்து கொண்டு இருக்கிறார்கள். அதற்கு 1990–களில் தமிழக அரசு

நத்தம் நிலவரித் திட்ட சர்வே செய்து பட்டா கொடுக்கப் பட்டது. இதனை நத்தம் பட்டா இடங்கள் என்று சொல்லுவார்கள். மீதி இருக்கிற இடங்கள் 3.5 ஏக்கர் காலியாக இருக்கும். இப்படி ஆட்கள் யாரும் இல்லாமல் காலியாக இருக்கின்ற நிலங்களை "நத்தம் புறம்போக்கு" என்று நாம் கூறுவோம்.

8. இப்படி நத்தத்தில் புறம்போக்காக இருக்கிற பகுதிகள் அரசினுடையது. ஆகையால் அதில் ஆரம்பப் பள்ளி, சுகாதார நிலையம், பஞ்சாயத்து அலுவலகம், நூலகம், ரேசன் கடை, பால் உற்பத்தியாளர் சங்கம் என்று அரசு மக்களுடைய பொது பயன்பாட்டில் எடுத்துகொள்ளும். இன்னும் மீதம் இடங்கள் இருந்தால் யார் கைப்பற்றிலும் இல்லாமல் பெரும்பாலும் காலியாக இருக்கும், அல்லது ஊரில் இருக்கின்ற மக்களின் ஆக்கிரமிப்பாக இருக்கும்.

9. மேலே சொன்ன சர்வே எண் 625—ல் 2.5 ஏக்கரில் 50 குடும்பங்கள் இருப்பதாக சொன்னேன் அல்லவா, அந்த 50 குடும்பங்களும் 2.5 ஏக்கர் நத்தம் நிலத்தை சரிசமமாக பகிர்ந்து தலா 5 செண்ட் என்று கைப்பற்றுதலில் வைத்து இருக்கமாட்டார்கள். ஒருவர் 10 செண்டுக்கும், ஒருவர் 8 செண்ட், மற்றொருவர் 4 செண்ட், இன்னொருவர், 1 செண்டுக்கு, இன்னொருவர் 2 செண்ட் என்று ஆளுக்கு ஒருவிதமாய் கைப்பற்றுதலிலும் அனுபவத்திலும் இருப்பார்கள்.

10. மேற்படி 50 நபர்களும் அவர்களின் இடங்களை ஆளுக் கொருவிதமாய் கிரையம், விடுதலை, செட்டில்மெண்ட், பாகப்பிரிவினை போன்ற பத்திரங்களை உருவாக்கி வைத்திருப்பார்கள். சில இடங்களில் எந்த பத்திரங்களும் இல்லாமல் பூர்வீகமாக அனுபவத்தில் மட்டும் இருப்பார்கள்.

11. உங்கள் வீட்டிற்குப் பத்திரம் இருக்கிறது பட்டா ஏன் இல்லை என்று கேட்டால் இது கிராம நத்தம், பட்டா தேவையில்லை, பட்டா கிடையாது, பத்திரம் மட்டும்தான் என்று சொல்வதை நீங்கள் கேள்விபட்டிருப்பீர்கள்.

12. நத்தம் நிலம் அரசு புறம்போக்கு நிலம் என்றாலும் ஆரம்பகாலம் முதல் தொட்டே கிரையம், தானம், விடுதலை, செட்டில்மென்ட் உட்பட அனைத்து சொத்துப் பரிமாற்ற பத்திரங்களும் சார்பதிவகத்தில் பதியப் படுகின்ற நடைமுறை இருந்தது. அப்பொழுதெல்லாம் நத்தம் நிலத்திற்கு பட்டா இருந்தால் தான் பத்திரம் பதிவார்கள் என்ற நிலை இல்லை. ஏன் இப்பொழுது கூட நத்தம் நிலவரித் திட்ட சர்வே நடக்காத கிராமங்களிலும் பட்டா இல்லாமல் பத்திரப்பதிவு தொடர்ந்து நடந்து வருகிறது.

13. இப்படி பட்டா இல்லாத நத்தம் இடத்தில் பத்திரப்பதிவுகள் எல்லாம் முழுப்புலத்தின் சர்வே எண்ணை காட்டித்தான் பத்திரங்கள் பதியப்படுகின்றன. ஏனென்றால் முழு புலத்தை FMB-ல் தாங்கள் கைபற்றி இருக்கும் நிலத்தை உட்பிரிவு செய்து இருக்க மாட்டார்கள் என்பதனால் மேற்படி சர்வே எண்களுக்கு உட்பிரிவு சர்வே எண் இருக்காது. மேற்படி கைப்பற்றுதலை பத்திரத்தில் காட்டும்பொழுது அதாவது ஐக்குபந்தி (அ) நான்குமால் எல்லை காட்டும்பொழுது அந்த நிலத்தை சுற்றியுள்ள பிற உரிமையாளர்களின் நிலத்தைக் காட்டி மட்டும்தான் பத்திரத்தில் உள்ள நிலத்தை அடையாளம் காட்ட முடியும்.

14. வெள்ளையர்களின் 1802-ம் ஆண்டு முதல் 1947-ம் ஆண்டு வரை, மேற்படி கிராம நத்தங்கள் அனைத்துமே சுதந்திரம் அடைந்த 1947ஆம் ஆண்டு முதல் 1990 வரை கிராம நத்தம் என்றால் மேற்சொன்ன விஷயங்கள்தான்

நடந்தது. 1990 to 1995 வரை தமிழக கிராமங்களில் உள்ள நத்த நிலத்திற்கு நத்தம் நிலவரித்திட்டம் கொண்டு வரப்பட்டது.

15. நத்தம் நிலவரித் திட்டம் என்றால் இருக்கின்ற நத்தம் நிலங்களை துல்லியமாக அளந்து யார் யாரிடம் எவ்வளவு இடம் இருக்கிறது? என வரைபடம் வரைந்து, பொது இடங்களை தனியாக வகைப்படுத்தி வழிகளை ஒழுங்கு படுத்தி அளந்து அதனை எல்லாம் ஒரு வரைபடமாக வரைந்து ஒவ்வொரு நிலத்திற்கும் உட்பிரிவு எண் கொடுப்பார்கள்.

16. உதாரணமாக திருப்பூர் மாவட்டம், அவினாசி வட்டம், சேஹூர் கிராமத்தில் சர்வே எண் 625 க்கு 50 வீடுகள் 2.5 ஏக்கர் பரப்பில் இருந்தது என்று முன்னே சொல்லி இருந்தேன். அந்த நிலங்கள் நத்தம் நிலவரித் திட்ட சர்வேக்கு பிறகு 625/1, 625/2, 625/3, 625/4, .. 625/49, 625/50 வரை உட்பிரிவு செய்து நத்தம் புலப்படத்தில் மேற்கண்ட இடங்களை 50 உட்பிரிவுகளை குறிப்பிட்டு நத்தம் FMB தயாரிப்பர்.

17. சர்வே செய்ய வரும்போது யார் யார் நத்தத்தில் அனுபவத்தில் இருந்தார்களோ அல்லது யார் கிரையப் பத்திரங்கள் வைத்து இருக்கிறார்களோ? அவர்களின் பட்டியல் தயாரிக்கப்பட்டு நத்தம் பதிவேடு உருவாக்கப் பட்டு அந்த மக்களுக்கு நத்தம் பட்டாவும் வழங்கப்பட்டது.

18. மேலும் நத்தம் நிலவரித் திட்ட தோராய பட்டா, நத்தம் நிலவரித் திட்டத் துரயப்பட்டா என இரண்டுபடி நிலையான நடைமுறைகள் நத்தம் நிலவரி திட்ட சர்வேயில் பின்பற்றபடுகின்றன.

19. நத்தம் நிலவரித் திட்ட தோராயப் பட்டாவில், பிழைகள், தவறுகள் விஸ்தீரண அளவுகளில் சிக்கல்கள் தவறான

உரிமையாளர் பெயர்கள் இருந்தால் அதனை சரி செய்து கொள்ள சிறிய கால அவகாசம் கொடுப்பார்கள். அதற்காகத்தான் நத்தம் நிலவரித் திட்ட தோராயப்பட்டா.

20. மேலும் ஒருவர் நத்ததில் 10 சென்ட் நிலத்தில் அனுபவம் செய்து கொண்டு இருந்தால் நத்தம் நிலவரித்திட்ட சர்வேயின்போது 10 சென்ட்டுக்கும் நத்தம் பட்டா கொடுக்கமாட்டார்கள். 3 சென்ட்டுக்கோ அல்லது 4 சென்ட்டுக்கோ நத்தம் தோராய பட்டா தருவார்கள். மீதி உள்ள நத்தம் இடத்தை அரசினுடையதாக சர்க்கார் என்று வகைப்படுத்திவிட்டு செல்வார்கள். அதனை ஆட்சேபிப்ப வர்கள் அரசிடம் அரசு சொன்ன கெடு தேதிக்குள் மனு செய்ய வேண்டும். அதனால்தான் இந்த பட்டாவை தோராயப்பட்டா என்று சொல்கிறார்கள்.

21. தோராயப் பட்டாவில் முழுமையான விவரங்கள் மக்களிடம் இருந்து வந்த பிறகு தவறுகள் எல்லாம் களைந்து இறுதியான பட்டாவாக கொடுப்பதுதான் நத்தம் நிலவரித் திட்ட தூயப்பட்டா ஆகும். இந்தப் பட்டா தயாராகும் போதே அதனுடனேயே நத்தம் தூய அடங்கல் அ–பதிவேடும் தயார் செய்துவிடுவார்கள்.

22. 1990–க்கு பிறகுதான், கிராம நத்த நிலத்திற்கு நத்தம் FMB–ம் நத்தம் தூய அடங்கலும், நத்தம் தோராயப் பட்டாவும், நத்தம் தூயப் பட்டாவும் உருவாகின. 1990–க்கு முன்பெல்லாம் நத்தத்திற்கு என்று தனி கணக்குகள் கிடையாது. அதற்கென்று தனி உட்பிரிவு சர்வே எண் கிடையாது என்பதை புரிந்து கொள்ள வேண்டும்.

23. நிலவரித் திட்ட சர்வேக்கு பிறகுதான் நத்தம் இடங்களுக்கு உட்பிரிவுடன் சர்வே எண்ணைக் கொடுக்க ஆரம்பித்தார்கள். அதனால் அதன் பிறகு பதியப்படும் கிரையப் பத்திரங்கள் மற்றும் பிற

பரிவர்த்தனை பத்திரங்களில் உட்பிரிவுடன் கூடிய சர்வே எண்ணை குறிப்பிட ஆரம்பித்தார்கள். எனவே கிரையப் பத்திரங்களில் உட்பிரிவுடன் கூடிய சர்வே எண் இருந்தால் அந்த கிராமத்தில் நத்தம் நிலவரித்திட்ட சர்வே நடந்திருக்கிறது என்பதை புரிந்து கொள்ளலாம்.

24. இதுவரை கிராம நத்தம் வரலாற்றை கோர்வைப்படுத்தி இருந்தேன். இனி கிராம நத்தம் நிலத்தில் என்னென்ன சிக்கல்கள் இருக்கின்றன? என்பதனை பார்க்கலாம்.

25. கிராம நத்தத்தை பற்றி நன்றாக விவரம் தெரிந்தவர்கள் உபரியாக இருக்கும் நத்தம் புறம்போக்கு இடங்களை மடக்கி அனுபவித்துக் கொண்டு இருப்பார்கள். பிறகு அனுபவத்தின் அடிப்படையில் நத்தம் பட்டா கேட்டு மனு செய்து பட்டா வாங்குவார்கள் அல்லது நத்தம் பட்டா கிடைக்காமலேயே அதனை வேறு நபருக்கு கிரையம் செய்துவிடுகின்றனர். விவரம்தெரியாத மக்களும், நத்தம் புறம்போக்கை நத்தம் பட்டா என்று வாங்கி விடுவார்கள்.

26. சில கிராமங்களில் அந்த கிராம மக்களே உபரியாக இருக்கும் கிராம நத்த நிலங்களை சிறுசிறு வீட்டுமனை துண்டுகளாக பிரித்து கொள்வார்கள். அதற்கு அரசிடமிருந்து நத்தம் பட்டா கிடைக்காமலேயே நத்தம் புறம்போக்காகவே வேறு நபர்களிடம் கிரையம் கொடுத்து விடுவார்கள்.

27. ஒரு சில கிராமங்களில் உபரியாக இருக்கும் கிராம நத்த இடங்களை பிரித்து நிலமற்றவர்களுக்கு, நலிந்த பிரிவினருக்கும் அரசே ஒப்படைப்பட்டா மூலம் ஒப்படைக்கும். மேற்படி அரசு கொடுத்த ஒப்படைப் பட்டாக்கள் இன்று வரை கிராமக் கணக்கில் ஏற்றப்படவே இல்லை. அதனால் மக்கள் கையில் ஒப்படைப்பட்டா இருந்தாலும் அரசின் கணக்குகளில் அவை நத்தம்

புறம்போக்காகவே இருக்கும். இப்படி நத்தம் புறம்போக்குகளை நத்தம் பட்டா என்றும், கிராம நத்த நிலம் என்றும் சொல்லி விற்றுவிடுகிறார்கள். தற்பொழுதுதான் நத்தம் புறம்போக்கு இடங்களை பதிவு செய்யக்கூடாது என்று பதிவுத்துறை தடை போட்டிருக்கின்றது.

28. மேற்படி பதிவுத்துறை போட்டிருக்கின்ற தடையில் முன்கூட்டியே பதிவாகியிருந்த, நத்தம் புறம்போக்கு இடங்களின் முன் பத்திரங்களை வைத்திருந்தால் அதனை வைத்து வேண்டுமானால் பதியலாம் என்று பதிவுத்துறை உத்தரவு இருக்கிறது. எனவே நத்தம் பட்டா அல்லாத நத்தம் புறம்போக்கு இடங்கள் வாங்கினாலும் அதற்கு முன் பத்திரங்கள் இருந்தால்தான், பத்திரம் பதிய முடியும். அவ்வாறு முன் பத்திரங்கள் இல்லாத கிராம நத்த நிலங்களுக்கு வெளி மாநிலங்களில் வெளிநாடுகளில் இருக்கின்ற இந்த தலைமுறை இளைஞர்கள் மூன்று இலட்சம், நான்கு இலட்சம் என்று முன் பணத்தை கொடுத்துவிட்டு சார்பதிவகத்தில் பதிய முடியாமல் அவதிபடுகின்றனர். கிராம நத்தத்தைப் பற்றி நன்றாக விவரம் தெரிந்தவர்கள் காலியாக இருக்கும் நத்தம் புறம்போக்கு இடங்களை மடக்கி அனுபவித்துக் கொண்டு இருக்கின்றனர். சில ஊர்களில் அதனை வீட்டு மனைகளாக பிரித்து ஊரில் இருப்பவர்கள் எல்லாம் சரிசமமாக பங்கு போட்டுக் கொண்டனர். ஒரு சில இடங்களில் அரசே காலியாக இருக்கும் இடங்களை பிரித்து நிலமற்றவர்களுக்கு, அடித்தட்டு மக்களுக்கு வீட்டுமனை ஒப்படையாக வழங்கி உள்ளது.

29. கிராம நத்த நிலத்தில் அரசு கொடுக்கின்ற நில ஒப்படைகளில் அவர்கள் கொடுக்கின்ற மனை வரைபடத்தில் உட்பிரிவு செய்து சர்வே எண்ணோடு

இருக்கும் ஆனால் கிராமக் கணக்கு புலப்படத்தில் உட்பிரிவு (FMB Cut) வெட்டி வரையாமலேயே இருக்கின்றனர் என்பதை நினைவில் கொள்ள வேண்டும்.

30. கிராம நத்த ஆவணங்களில் FMB, தூயஅடங்கல், தோராய பட்டா போன்றவை இன்று வரை கணினி மயமாக்கப்படவில்லை. அதனால் இன்னும் ஆன்லைனும் ஆக்கப்படவில்லை. எனவே மேனுவல் ஆகவே இருப்பதால் அதில் நிறைய போர்ஜரிகள், பெயர் திருத்தங்கள், அளவு திருத்தங்கள் செய்கின்ற வாய்ப்புகள் நத்தம் பட்டாவில் இருக்கின்றது.

31. இன்றைய தலைமுறை இளைஞர்கள் கிராம நத்த பட்டாவை ஆன்லைனில் தமிழ் நிலம் இணையதளத்தில் தேடும்போது அங்கு அரசு புறம்போக்கு நிலம் என்று சிவப்பு எழுத்துக்களில் வருவதால் அதிக அளவில் பதங்குலைந்து போகின்றனர்.

32. மேலும் உண்மையான கள நிலவரத்தின்படி தமிழகத்தின் பல கிராமங்களில் நத்தம் நிலவரித் திட்ட தோராயப் பட்டா வரை மட்டுமே சர்வே நடத்தி முடித்திருக்கிறார்கள் என்பதும் என்னுடைய புரிதல். உறுதிப்படுத்தப்பட்ட முழுமையான நடைமுறையான நத்தம் நிலவரித் திட்ட தூயப்பட்டா நடக்காமலேயே இருக்கிறது என்பதுதான் என்னுடைய புரிதல்.

33. அதற்கடுத்ததாக பல கிராமங்களில் நத்தம் நிலவரித் திட்ட தூயப்பட்டா நடைமுறை முழுமையாக முடிந்துவிட்டாலும், அதிலும் பல தவறுகள் இருக்கிறது. அதாவது உரிமையாளர் பெயர் தவறுதலாக உள்ளது, உரிமையாளர் கிரையப் பத்திரம் வைத்து இருந்தாலும், வேறு நபர் மீது தூயபட்டா கொடுக்கப்பட்டு இருப்பது ஒரு உரிமையாளரின் தூயப் பட்டாவில் பக்கத்து

வீட்டுக்காரரின் பெயரை ஏற்றி விடுவது, கிராம நத்தத்தில் அனுபவழும், பத்திரமும் இருந்து அந்த இடத்தை புறம்போக்கு, சர்க்கார் என்று வகைப்படுத்திவிடுவது என பல்வேறு குளறுபடிகளை நத்தம் நிலவரித் திட்ட தூரயப்பட்டா கொடுத்த சர்வேயிலும் இருப்பதால் மக்கள் அவதிப்படுகின்றனர்.

34. தவறுதலாக நத்தம் பட்டாவில் பெயர் ஏறியவர் அல்லது பெயர் ஏறியவரின் வாரிசுகள் மேற்படி பட்டாவை வைத்து எங்களுடைய நிலம் என்று வழக்கு போடுவதால். உண்மையான நில உரிமையாளர் மலங்க மலங்க முழித்துக் கொண்டு நீதிமன்ற வாயிலில் நின்று கொண்டு இருக்கிறார்கள்.

35. நத்தம் நிலவரி திட்ட சர்வே நடக்காத கிராமங்களில் உட்பிரிவு செய்யப்படாமல் முழுபுலமும் ஒரே சர்வே எண் இருப்பதால் பொதுமக்கள் நிலங்களை வாங்கும்பொழுது துல்லியமாக, 'இதுதான் அந்த இடம்' என்று அடையாளப்படுத்த முடியாமல் போன காரணத்தினால் மேற்படி இடங்களில் எல்லாம் டபுள் டாக்குமெண்ட்டுகள் அதிகமாக பதியப்பட்டு பிரச்சனையாகி இரண்டு நபர்களும் நீதிமன்றத்தில் மல்லுக்கட்டி கொண்டு இருக்கிறார்கள்.

36. நத்தம் நிலவரித் திட்ட சர்வேயில் நிலத்துக்கான பத்திரங்கள் நில உரிமையாளர் வைத்து இருந்தாலும் புறம்போக்கு என நிலவரித் திட்ட சர்வேயில் வகைப்படுத்திவிட்டால் அதனை மீண்டும் பட்டாவாக மாற்ற மாவட்ட ஆட்சியர் அலுவலகத்தில் DRO இடமும் RDO இடமும் தவமாய் தவம் இருந்து கொண்டு இருக்கிறார்கள்.

37. பல கிராமங்களில் உபரியாக இருக்கும் நத்தம்

புறம்போக்கு இடங்களை அரசு இலவசமாகவோ அல்லது பணம் வாங்கிக் கொண்டோ நில ஒப்படையாக வழங்கி இருக்கும். மேற்படி ஒப்படை விவரங்கள் எல்லாம் கிராமத்தின் நத்தம் கணக்குகளில் குறிப்புகளாகக்கூட அதனுடைய விவரங்கள் இருக்காது. சில கிராமங்களில் அரசே ஒப்படைப்பட்டா மூலம் மக்களுக்கு கொடுத்து விட்டு 10 ஆண்டுகள் அல்லது 20 ஆண்டுகள் கழித்து இது அரசின் நத்தம் புறம்போக்கு அதனை மக்கள் ஆக்கிரமித்து இருக்கிறார்கள் என்று ஆக்கிரமிப்புகள் அகற்றுகின்ற நோட்டிஸையும் கொடுக்கிறார்கள். 10 ஆண்டுகளுக்கு முன்பு அரசு தான் இந்த நிலத்தை ஒப்படைத்தது. ஆனால் அதனுடைய விவரங்கள் அரசிடமே இல்லாததால் அரசே அந்த மக்களை ஆக்கிரமிப்பு என்று வெளியேற சொல்கின்ற பல கதைகளை நான் பார்த்திருக்கிறேன்.

38. நத்தம் இடங்களில் உங்களுக்கு சிக்கல்கள் இருந்தாலோ அல்லது நத்தம் நிலங்களை வாங்க போனாலோ அங்கு நத்தம் நிலவரித் திட்ட சர்வே நடந்ததா? என்று முதலில் பார்க்க வேண்டும். அப்படி நடந்திருந்தால் தோராயப்பட்டா சர்வே வரை நடந்து உள்ளதா? அல்லது துரயப்பட்டா நடைமுறை முடிந்துவிட்டதா? என்று பார்க்க வேண்டும். நீங்கள் வாங்கப் போகும் நத்தம் நிலத்தில் அரசு ஒப்படை பட்டா மூலம் கொடுத்து இருந்தால் அரசிடம் அது சம்பந்தபட்ட BACKEND கோப்புகள் இருக்கிறதா? என்று பார்க்க வேண்டும். அதன் பிறகுதான் அந்த சொத்தை வாங்க வேண்டிய முடிவுகளோ அல்லது ஏதாவது நில சிக்கல் இருந்தால் அதற்கேற்றவாறு மாவட்ட ஆட்சியருக்கு மனுவோ அல்லது நீதிமன்ற வழக்குக்கோ செல்லுதல் வேண்டும்.

39. கிராம நத்தம் நிலங்களில் இருக்கும் தலையாய ஐந்து பிரச்சினைகளும் அதற்கு தீர்வுகளும்!

கிராம நத்த நிலங்களில் நான் பார்த்தவரை இருக்கின்ற பிரச்சனைகளை ஐந்து வகையாக வகைப்படுத்தி அதற்கு தீர்வுகளையும் எழுதி இருக்கிறேன்.

பிரச்சனை: 1) காலி நத்தம் என்று வகைப்படுத்தியதை சரி செய்து உரிமையாளர் பெயருக்கு பட்டா வழங்குதல்.

நத்தம் நிலவரி திட்ட சர்வே செய்த காலத்தில் உங்கள் நிலங்களை காலி நத்தம், சர்க்கார், அனாதீனம், புறம்போக்கு என்றெல்லாம் நத்தம் நிலவரித்திட்ட அதிகாரிகள் வகைப்படுத்திவிட்டு சென்றுவிடுவார்கள். அதன் பிறகு அதனை நீங்கள் பல காலம் கண்டு கொள்ளாமலேயே இருந்திருப்பீர்கள். மேற்படி நத்தம் நிலத்தை விற்கப் போகும் பொழுதோ கட்டிட அனுமதி வாங்கும்பொழுதோ அல்லது சொத்து கடன் வாங்கும்பொழுதோ மட்டும்தான் நத்தம் நிலத்தில் புறம்போக்கு என்று வகைப்படுத்தி இருப்பதை பார்ப்பார்கள்.

அப்பொழுதுதான் அதனை திருத்தவும் சரி செய்யவும் மாவட்ட ஆட்சியரிடம் மனு செய்து அலைந்து கொண்டு இருப்பார்கள்.

நத்தம் நிலவரித் திட்டம் நடப்பதற்கு முன்பே நீங்கள் அந்த நத்தம் நிலத்தில் சுவாதீனத்தில் இருந்தால் அதற்கு உங்களிடம் பதிவுத்துறையில் பதிவு செய்யப்பட்ட கிரைய பத்திரங்கள், அது சம்பந்தமான வீட்டு வரி இரசீதுகள், மின் இணைப்பு இரசீதுகள் மற்றும் இதர ஆவணங்களை வைத்து கோட்டாட்சியருக்கு புறம்போக்கு என்பதை மாற்றி உங்கள் பெயரைப் போடுவதற்கான மனுவையும் எழுதி விண்ணப்பிக்க வேண்டும்.

இதற்கென்று புதிய உத்தரவு வந்து இருக்கிறது. அரசு உத்தரவு எண்: K3/14710/2015 நாள் 07.08.2015 ஆகும். மேற்படி உத்தரவையும் இணைத்து கோட்டாட்சியருக்கு மனு செய்யும்பொழுது மிகுந்த பயனளிக்கும். இந்த நத்தம் நில வகை திருத்தத்திற்கு என்னவெல்லாம் களப்பணி செய்ய வேண்டும் என்றால்; இதன் பிறகு வருகின்ற யுடிஆர் பெயர் திருத்தம் என்ற கட்டுரையில் என்னவெல்லாம் களப்பணி செய்ய வேண்டும் என்று எழுதி இருக்கிறேனோ? அந்த செய்திகள் அனைத்தும் இந்த நத்தம் நிலவகை திருத்தத்திற்கு பொருந்தும்.

பிரச்சனை 2) காலிநத்தம் என்று வகைப்படுத்தி இருக்கும் நத்தம் நிலத்தில் நத்தம் நிலவரித்திட்ட சர்வேக்கு பிறகு சுவாதினம் இருந்துவிட்டு அதற்காக பட்டா வேண்டுதல்.

பெரும்பாலான மக்கள் இது போன்ற பிரச்சினைகளில் தான் அதிகமாக பாதிக்கப்படுகின்றனர். நத்தம் நிலவரித் திட்ட சர்வேயில் காலிநத்தம் என்று வகைப்படுத்திய பல நத்தம் நிலங்களை அப்பாவி மக்கள் தெரியாமல் கிரையம் வாங்கி விடுகிறார்கள். சமீபத்தில்தான் பத்திரப்பதிவுத்துறை காலிநத்தத்தை பதிவு செய்யத் தடை போட்டு இருக்கிறது அதற்கு முன்பு எல்லாம் இந்த அளவுக்கு பத்திரப்பதிவுத் துறைக்கு விழிப்புணர்வு இல்லாத காரணத்தால் வருகின்ற பத்திரங்களை எல்லாம் பதிந்துவிடுவார்கள். மேற்படி பத்திரங்களைப் பார்த்த பிறகுதான் பத்திரங்கள்தான் இந்த நத்தம் நிலத்திற்கு இருக்கிறதே என்று விவரம் தெரியாதவர்கள் நத்தம் பட்டாவில் காலி நத்தம் என்று வகைப்படுத்தி இருப்பதை வாங்கிவிடுகிறார்கள். அல்லது குடும்பம் பெரிதாகி வாழ்வதற்கான இடம் பத்தாமல் பக்கத்தில் இருக்கும் காலிநத்தம் இடத்தை பணம் கொடுத்து வாங்கியோ அல்லது சுவாதீனப்படுத்தியோ இருப்பார்கள். இப்படி இருக்கின்ற நபர்களுக்கு நத்தம் பட்டா வேண்டும் என்றால்

மாவட்ட ஆட்சியரிடம் திங்கட்கிழமை குறை தீர்க்கும் மனு நாளில் மாவட்ட ஆட்சியரை நேரில் சந்தித்து மனு கொடுக்க வேண்டும். அதன்பிறகு வருவாய்த் துறை 21–ம் நிலை ஆணையின்படி அதனை ஒப்படை கோரும் இனத்தில் வைத்து அதற்கென்று தொகை நிர்ணயித்து பட்டா கொடுக்கலாம் அல்லது அடுத்த நத்தம் நிலவரித் திட்ட மெகா சர்வே வரும் வரை காத்திருக்க வேண்டும். இந்த கட்டுரையில் நான் நீங்கள் நத்தம் காலியிடத்தில் சுவாதீனத்தில் இருக்கிறீர்கள் என்று மக்கள் நலன் நோக்கிய வார்த்தையை பயன்படுத்தி இருக்கிறேன். ஆனால் அரசு உங்களை ஆக்ரமணத்தில் இருப்பதாகவே சொல்கிறது. சுவாதீனம் வேறு ஆக்ரமணம் வேறு என்பதை கவனத்தில் கொள்ள வேண்டும்.

பிரச்சனை 3) நத்தம் நிலவரித் திட்டத்தில் உருவாக்கப்பட்ட நத்தம் தூய அடங்கல் சிட்டாக்களில் பெயர், பரப்பு, புல எண், போன்றவற்றில் பிழைகள் இருந்தால் அதனை திருத்தல் செய்தல்.

பட்டாதாரர் பெயர் முனியாண்டி. ஆனால், முனுசாமி என்று நத்தம் தூய அடங்கலில் எழுதிவிடுவார்கள். பட்டாதாரரின் தந்தை பெயர் இராஜவேல். ஆனால், வீரவேல் என்று போட்டு விடுவார்கள், சர்வே எண் 12 ஆனால் 21 ஆக மாற்றி போட்டு விடுவார்கள். நத்தம் நிலத்தின் பரப்பளவு குறைந்துவிட்டது என்று பல்வேறு வகையான பெயர் பிழைகள், அளவு பிழைகள், பரப்பு பிழைகள் இருந்தால் முறையாக மாவட்ட வருவாய் அலுவலருக்கு மனு செய்து கிராம நிர்வாக அதிகாரி, வருவாய் ஆய்வாளர் அறிக்கைகளை பெற்று வட்டாட்சியர் விசாரித்து மாவட்ட வருவாய் அலுவலர் மூலமாக திருத்தல் உத்தரவை பெற்று, கிராமக் கணக்கில் உள்ள நத்தம் பதிவேடுகளில் மாறுதல் செய்ய வேண்டும். இதற்கும் யு.டி.ஆர் பெயர் திருத்தம் என்று வருகின்ற கட்டுரையில் சொல்லப்படுகின்ற எல்லா களப்பணிகளையும் இதற்கும் செய்ய வேண்டும்.

பிரச்சனை 4) நத்தம் பட்டாவில் உரிமை அல்லாத நபரின் பெயரை பட்டாவில் இருந்து நீக்குதல் உரிமை கூறு உள்ள நபரின் பெயரை பட்டாவில் சேர்த்தல்.

உரிமை இல்லாத நபரின் பெயர் நத்தம் பட்டாவில் ஏறி இருக்கிறது அவருடைய பெயர் பட்டாவில் ஏறியிருக்கக் கூடாது என்பதற்கான ஆவணங்கள் எல்லாம் உங்களிடம் இருக்கிறது. அல்லது அந்த பட்டாவில் உங்கள் பெயரும் இருக்க வேண்டும் அதற்கான அனைத்து உரிமை கூறுகளும் அது சம்மந்தப்பட்ட ஆவணங்களும் உங்களிடம் இருக்கிறது என்றால் கோட்டாட்சியரிடம் மனு செய்ய வேண்டும். அதற்கு பட்டா மாறுதல் மேல்முறையீட்டு மனு என்று சொல்வார்கள். அந்த மனுவின் அடிப்படையில் இரு தரப்பினரையும் அழைப்பாணை அனுப்பி வரவழைத்து விசாரணை செய்து பட்டாவில் மாறுதல் மேற்கொள்வார்கள். இதற்கும் யு.டி.ஆர் பெயர் திருத்தம் என்று வருகின்ற கட்டுரையில் சொல்லப்படுகின்ற எல்லா களப்பணிகளையும் செய்ய வேண்டும்.

பிரச்சனை 5) நத்தம் நிலங்கள் முழுவதும் இன்று வரை நத்தம் நிலவரித் திட்ட சர்வே செய்யாமல் வைத்து இருப்பதனால் பல பேருக்கு நத்தம் பட்டா இன்றுவரை கிடைக்காமலேயே இருக்கிறது.

இது தமிழக அரசின் தவறு ஆகும். 1990–இல் இருந்து 1995 வரை நத்தம் நிலவரித் திட்டம் தமிழகம் முழுவதும் நடந்தது. ஆனால் உண்மையில் கள நிலவரத்தின்படி, பல கிராமங்களில் நத்தம் நிலவரித் திட்ட சர்வே செய்யப்படவே இல்லை. அதாவது உள்ளூர இருக்கின்ற கிராமங்களில் ரோடு போட்டுவிட்டேன் என்று, ரோடு போடாமலேயே கணக்கில் மட்டும் ரோடு போட்டுவிட்டதாக காட்டுவார்களே அரசு ஒப்பந்தக்காரர்கள். அதுபோல தமிழகத்தில் நத்தம் நிலவரித்

திட்ட சர்வே பல இடங்களில் நடக்காமலும், இன்னும் பல இடங்களில் முழுமையாக நடக்காமலும் நத்தம் நிலவரித்திட்ட சர்வே நடந்துவிட்டதாக கணக்கில் மட்டும் காட்டிவிட்டார்கள் நமது தமிழக அரசின் சர்வே துறையினர். சர்வே நடக்கவில்லை என்பதை எப்படி தெரிந்துகொள்ள வேண்டும் என்றால் ஒரு கிராமத்தில் நத்தம் நிலத்தின் பூரா விஸ்தீரணத்திற்கும் அதாவது 200 வீடுகள் இருக்கும் நத்தம் நிலத்திற்கு ஒரே சர்வே எண் மட்டும் காட்டப்படும். அதற்கு எந்தவிதமான உட்பிரிவு சர்வே எண்கள் இருக்காது. இதில் இருந்தே புரிந்து கொள்ளலாம் நத்தம் நிலவரித் திட்டம் அந்த கிராமத்தில் நடக்கவில்லை என்று, இப்படி நடக்காத கிராமங்களில் பலவிதமான நில சிக்கல்களில் மக்கள் இருப்பார்கள். பட்டா கிடைக்காமல் வீடுகட்டும் கடன் உட்பட எந்தவிதமான வித்தொத்தி தானாதி வினிமைய விக்கிரய பாத்தியங்களை செய்ய முடியாமல் தவித்து கொண்டிருப்பார்கள். அல்லது நத்தம் புறம்போக்காகவே பத்திரப்பதிவுத் துறையில் பதிவதற்கு அந்தப் பகுதியை அனுமதி அளித்திருப்பார்கள். இப்படி உட்பிரிவு சர்வே எண்கள் இல்லாததனால் ஒரு குறிப்பிட்ட இடம் இதுதான் என்று துல்லியமாக அடையாளப்படுத்த முடியாததனால் அதிகளவு டபுள் டாக்குமெண்ட் பிரச்சனைகளும், நீதிமன்ற வழக்குகளும் நடந்து கொண்டு இருக்கிறது. இந்த பகுதிகளில் இருக்கின்ற மக்கள் கூட்டாக மாவட்ட ஆட்சியரிடம் எங்கள் கிராமத்திற்கு நத்தம் நிலவரித் திட்ட சர்வேவை செய்து தரும்படி கேட்க வேண்டும். தொடர் மனு போராட்டங்களையும் தேர்தல் வாக்குறுதிகளிலும் நத்தம் நிலவரித் திட்டதை சர்வேவை செய்ய சொல்லி அழுத்தம் கொடுத்து, செய்ய வைக்க வேண்டும்.

40. உங்கள் நிலத்தில் பஞ்சமி நில குழப்பமா? தெரிந்துகொள்ள வேண்டிய 33 செய்திகள்!

1. இந்தியாவில் சாதிய படிநிலை அடக்குமுறை காலம் காலமாக இருந்து வருவதை பலரும் அறிந்ததே! "ஆயிரம் உண்டு இங்கு சாதி, இங்கு அன்னியர் வந்து புகல் என்ன நீதி" என்று நாங்கள் எங்களுக்கு கீழே அடிமைகளை வைத்து இருப்போம். அதெல்லாம் கேட்கக் கூடாது. ஆனால் "சாதி இந்துக்களான எங்களை வெள்ளைக் காரனான நீ எப்படி அடிமைப்படுத்தலாம் என்று கேட்ட ஞானவான்கள் வாழ்ந்த, வாழ்ந்து கொண்டு இருக்கிற நாடு இந்த நாடு".

2. விளிம்பு நிலையில் இருக்கின்ற மக்களுக்கு கல்வி கற்கத் தடை, பொருளாதாரத் தடை, சொத்து வைத்திருக்கத் தடை மேற்படித் தடைகளை நேரடியாகவோ, மறைமுகமாகவோ செயல்படுத்துவதன் மூலம் அவர்களை, பண்ணை அடிமைகளாக, அடிமைக் கூலிகளாக ஆண்டாண்டு காலம் வைத்து இருக்கலாம் என்ற ஆண்டைக் கண்ணோட்டத்துடன்தான் சுதந்திர இந்தியாவின் அன்றைய தலைவர்கள் முதல் இன்றைய தலைவர்கள் வரை பஞ்சமி நிலங்களை பொறுத்த வரை நடந்து கொள்கிறார்கள்.

3. ஓலைக்குடிசை வீட்டில் குடித்தனம் இருக்கும் ஒடுக்கப் பட்ட மக்கள், தங்களுடைய சமையல் பாத்திரங்கள் கழுவி ஊற்றும் இடத்தில், தானாக முளைத்த மிளகாய் செடிகளில் விளையும் மிளகாயைப் பறித்து உண்ணக் கூட அவர்களுக்கு உரிமை இல்லை! அதனை ஆண்டைகளிடம் கொடுத்துவிட வேண்டும்.

4. மேலும் அவர்களை கேட்காமல் அந்த இடத்தில் மிளகாய்ச்

செடி வைத்ததற்காக அபராதமும் அல்லது கூலி இல்லாமல் அடிமை வேலையும் செய்ய வேண்டும் என்று நிர்பந்தபடுத்தப்பட்டு வாழ்ந்து கொண்டு இருக்கிறார்கள். என்று ஒடுக்கப்பட்ட மக்களை பற்றி இங்கிலாந்து சக்கரவர்த்தினி விக்டோரியாவிற்கு 1891—ல் செங்கல்பட்டு மாவட்ட ஆட்சியர் டிரெமென்ஹீர் கடிதம் எழுதி இம்மக்களை மேம்படுத்த இம்மக்களுக்கு மண்ணில் உரிமையையும், நிலங்களையும் வழங்க வேண்டும் என்று அதில் எழுதி இருந்தார்.

5. அதன்படி 1892 இல் பிரிட்டிஷ் பாராளுமன்றத்தில் சட்டம் இயற்றப்பட்டு இந்தியா முழுவதும் இருக்கின்ற ஒடுக்கப்பட்ட மக்களுக்கு இலவசமாக. பிரிட்டிஷ் இந்திய அரசு நிலங்களை வழங்கியது.

6. அப்பொழுது SC/ST என்ற அட்டவணை சாதிகள், அட்டவணை பழங்குடியினர் எல்லாம் கிடையாது. அந்த வார்த்தைகள் எல்லாம் இந்தியா சுதந்திரத்திற்கு பிறகுதான் வந்தது. அப்பொழுது வெள்ளைக்காரன் சாதி யால், மதத்தால், கடவுளால் ஒடுக்கப்பட்ட மக்களுக்கு கொடுத்த பெயர் "Depressed Class People. அதனால்தான் இந்த பஞ்சமி நிலங்களை DC Land என்ற பெயரிட்டு அழைத்தார்கள். அந்த சொல் இன்று வரை புழக்கத்தில் உள்ளது.

7. இந்தியாவில் இருக்கிற சாதி இந்துக்கள், நிலக்கிழார்கள், வெள்ளைக்காரன் போல DC நிலம் என்று சொல்ல வில்லை. நான்கு வர்ணத்திற்கு வெளியே இருக்கிற 5ம் சாதிக்காரர்களை "பஞ்சமர்" என்று இந்திய சனாதான தர்மத்தின்படி அழைத்தார்கள். அதனால் அந்த நிலங்களை பஞ்சமி நிலம் என்று சொல்வார்கள். அதாவது வெள்ளையர்கள் கொடுத்த பெயர் "Depressed Class Land.

நம்ம நாட்டு சாதி இந்துக்கள் கொடுத்த பெயர் "பஞ்சமி நிலங்கள்" ஆக இதுதான் பெயர் காரணம்.

8. இரண்டு கண்ணும் தெரியாதவங்ககிட்ட வைரக்கல்லை கொடுத்தால் அது கண்ணாடி கல்லா, வைர கல்லா என்று வித்தியாசம் தெரியாமல் விழிப்பார்கள். அந்த வைர கல்லையும் தொலைத்து விடுவார்கள். அப்படிதான் இந்த DC நிலத்தைப் பெற்ற மக்களும்!!

9. ஒரு இனம், மண்ணுரிமையைப் போராடித்தான் பெற வேண்டும் என்ற எண்ணம் வந்து போராடி பெற்றிருந்தால்தான் அதனை பத்திரமாக வைத்து போற்றி பாதுகாத்து இருப்பார்கள்.

10. வெள்ளையர்கள் பாவம் பார்த்து கொடுத்ததால்தான் தற்பொழுது 12 லட்சம் ஏக்கர் DC நிலங்களை அந்த மக்கள் தொலைத்துவிட்டனர்.

11. கண் தெரியாத பிச்சைக்காரன் தட்டில் விழுந்த சில்லறைக் காசுகளைகூட பிச்சைக்காரனுக்கு தெரியாமல் திருடுபவர்கள் இங்கு இருக்கிற சாதி இந்துக்கள் என்பதை வெள்ளையர்கள் அப்பொழுதே புரிந்து வைத்து இருந்தார்கள்.

12. எனவே மேற்படி DC நிலங்களை ஒப்படைக்கும்போது அதற்கென்று பிரத்யோக கண்டிசன்களை போட்டுதான் ஒடுக்கப்பட்ட மக்களுக்கு ஒப்படைத்து இருக்கின்றனர்.

13. என்னவென்றால் DC நிலங்களை பெற்ற பயனாளிகள் 10 ஆண்டுகள் கழித்துதான் பிறருக்கு விற்க முடியும். அப்படி விற்றாலும் ஒரே வகுப்பினருக்குள்தான் விற்க வேண்டும். தவறுதலாக DC நிலங்களை வேறு வகுப்பினரிடம் விற்றாலும் அதை பத்திர பதிவுத்துறை பதிவு செய்தல் கூடாது. அப்படி பத்திரம் பதிவு

செய்தாலும் அது செல்லாது. எந்தக் காலத்திலும் அந்த நிலங்களை பஞ்சமி நில விதிகள் மீறி வாங்கியவரிடம் இருந்து அரசு பறிமுதல் செய்யலாம். அதனுடைய பட்டாவினை இரத்து செய்யலாம், பத்திரத்தையும் செல்லாது என்று அறிவிக்கலாம்.

14. பஞ்சமி நிலங்களை வேறு வகுப்பினரிடம் அடமானமோ, தானமோ, குத்தகையோ கூட செய்யக்கூடாது. இப்படி நிபந்தனைகளை மீறி செய்யப்படும் உரிமை மாற்றங்கள் சட்டப்படி செல்லாது என பல கண்டிசன்கள் போட்டு வெள்ளையர்கள் 12.5 லட்சம் ஏக்கர் நிலங்களை பழைய மெட்ராஸ் பிரசிடென்சி மாநிலத்தில் ஒடுக்கப்பட்ட மக்களுக்கு ஒப்படைத்தார்கள்.

15. இப்பொழுது நகைச்சுவை நடிகர் வடிவேலு ஒரு படத்தில் "கிணத்தை காணோம்! கிணத்தை காணோம்" என்று பதறுவாறே! அதேபோல் "12.5 லட்சம் ஏக்கர்" நிலத்தை காணோம்! நிலத்தை காணோம் என தாலுகா அலுவகங்களில் போராட்டம் நடத்திக் கொண்டு இருக்கின்றார்கள் ஒடுக்கப்பட்ட மக்களின் இயக்கங்கள்.

16. மேற்படி 12.5 லட்சம் ஏக்கர் நிலங்களை கொஞ்சம் கொஞ்சமாக அரசு எந்திரத்தின் உதவியுடன் சாதி இந்து மக்கள் தற்போதைய SC/ST என வகைபடுத்தப்பட்ட மக்களிடம் இருந்து திருடிக் கொண்டு இருக்கிறார்கள் .

17. கடந்த இரண்டாயிரம் ஆண்டுகளாக பல அரசுகள், அதாவது பௌத்த, சமண, பிராமண, வெள்ளாள, கிறிஸ்துவ, இஸ்லாமிய பல்வேறு வகுப்பு மக்களுக்கு அப்பொழுது இருந்த அரசர்கள், ஆயிரக்கணக்கான ஏக்கர் நிலங்களை இலவசமாக தானமாக அளித்தனர். அப்படி தானம் பெற்ற நிலங்களை கல்வெட்டு, செப்பு பட்டயம், ஓலைப் பத்திரங்களில் ஆவணப்படுத்தி அதற்கு

ஆன்மீக மடங்களை நிறுவி, அதற்கு வாரிசுகளை உருவாக்காத ஆண்களை (துறவிகளை) பொறுப்பாக்கி, மேற்படி சொத்துக்களை எல்லாம் காலம் காலமாக நிர்வகித்து வருகிறார்கள், ஒடுக்கப்பட்ட மக்கள் அல்லாத பிற சாதியினர்.

18. மேலும் காலத்திற்கு ஏற்றார்போல அப்போதைக்கு அப்போது வரும் அரசுகளோடு இசைந்துபோய், இருக்கின்ற பெரும் சொத்துக்களை காப்பாற்றி கொண்டே வருகிறார்கள். மேற்படி ஒடுக்கப்பட்ட சமுதாயத்தினர் அல்லாத பிற சாதியினர்.

19. மேலும் அரசினுடைய நில ஆர்ஜிதம், நில உச்சவரம்பு போன்ற எந்த சட்டங்களும் மேற்படி பிற ஜாதியினர் சொத்துக்களை பாதிக்காமல் அரசிடம் இருந்து தலைமுறைத் தலைமுறையாய் பாதுகாத்து வருகின்றனர். ஆனால் பஞ்சமி நிலம் பெற்ற மக்களுக்கு இப்படி ஒரு மடமோ துறவியோ போன்ற ஏற்பாடு இல்லாததால் தானம் வாங்கிய பஞ்சமி நிலத்தை எல்லாம் முற்றிலும் தொலைத்துவிட்டனர்.

20. 1947–ம் ஆண்டுக்கு முன் இருந்த எல்லா வருவாய்த் துறை ஆவணங்களிலும் வெள்ளையர்கள் நிலத்தை வகைபடுத்தும்போது நன்சை, புன்சை, மானாவரி, நத்தம், தரிசு, DC நிலம் என்று தனித்தனியாக வகைபடுத்தி கிராம அ–பதிவேட்டை உருவாக்கி வைத்தார்கள்.

21. 1947–ம் ஆண்டுக்கு பின் கொஞ்சம் கொஞ்சமாக சுதந்திர இந்தியாவில் அ–பதிவேட்டில் தனி நெடுவரிசையில் (COLUMN) பஞ்சமி நிலம் என்று ஆவணபடுத்துவதைக் குறைத்துவிட்டனர். கிராமக் கணக்குகள் கிராமங்களில் ஒவ்வொரு 5 வருசத்துக்கு தான் மாற்றுவார்கள், பழைய 5 வருட ஆவணங்கள்

ஒழிக்கப்பட்டுவிடும். இப்படி ஒழிக்கப்படும்போது பஞ்சமி நில விவரங்களையும் புதியதாக பதியாமல் கணக்கில் இருந்து கொஞ்சம் கொஞ்சமாக எடுத்துவிட்டனர். மேலும் கொஞ்ச நாட்கள் கழித்து DC நிலம் என்ற நெடுவரிசை (COLUMN) இல்லாமலேயே கிராம கணக்குகள் உருவாக ஆரம்பித்துவிட்டது.

22. இன்னும் கொஞ்ச நாட்கள் கழித்து DC நிலங்கள் இருந்தால் கிராமக்கணக்கில் உள்ள மற்றவை என்ற நெடுவரிசையில் (COLUMN) சிவப்பு மையினால் DC நிலம் என்று எழுத உத்தரவிடப்பட்டது.

23. அதாவது முதலில் DC நிலம் என்று நெடுவரிசை (COLUMN) இருந்து அதன் பிறகு அதில் எதையும் பதியாமல் அதற்கு பிறகு அந்த நெடுவரிசையை (COLUMN) தூக்கிவிட்டு பிறகு மற்றவை என்ற நெடுவரிசையில் (COLUMN) சிவப்பு மையில் எழுதி அதன் பிறகு ஆவணங்கள் கணினிமயமாக்கி இப்பொழுது ஆன்லைன் ஆக்கி சிவப்பு பேனாவால் எழுத முடியாத சூழ்நிலை ஆக்கப்பட்டு DC நிலக் கணக்குகள் பராமரிக்காமலேயே இருந்துவிட்டனர்.

24. 1985-களில் யு.டி.ஆர் சர்வேவிற்கு பிறகு அனைத்து சமுதாயத்தினரும் கிராம நிர்வாக அதிகாரியாக படித்துவிட்டு வரலாம் என்று அன்றைய முதலமைச்சர் எம்.ஜி.ஆர் அவர்கள் சட்டம் உருவாக்கினார். அதற்கு முன்பே பிள்ளைவாள், முதலியார், நாயுடு, பிராமணர் போன்ற சமுதாயத்தினரே கிராமத்தில் நிலக் கணக்குகளை பராமரிக்கின்ற கர்ணம் வேலையில் இருந்தார்கள். மேற்படி கர்ணங்களே, கிராமக்கணக்கில் இருக்கின்ற DC நிலங்களை பற்றிய விவரங்களை அழித்தும், மறைத்தும் கணக்குகளை பராமரிக்காமலும்,

பஞ்சமி நில விதி மீறல்களை கண்டு கொள்ளாமலும் 12 இலட்சம் ஏக்கர் நிலங்களையும் காணாமல் போக செய்தனர்.

25. மேற்படி பஞ்சமி நிலங்கள் எல்லாம் பஞ்சமி நில கண்டிசன்களில் இருந்து மாறி சாதாரண பொது நிலங்களாக மாறி, பிற சாதியினருக்கு ரெவின்யூ பட்டா கொடுக்கப்பட்டு பிற சமுதாயத்தினர் கைகளில் கைமாறி பொது நில வகையாகவே மாறிவிட்டது.

26. 1985–இல் நடந்த தமிழகம் முழுவதுமான நில உடமை மேம்பாட்டு திட்ட சர்வேயில், சுத்தமாக பஞ்சமி நிலங்கள் விவரங்களை எல்லாம் தொகுக்காமலேயே விட்டு விட்டனர். திருவண்ணாமலை, வேலூர் போன்ற சில மாவட்டங்களில் சில கிராமங்களில் கிரையம் தடை செய்யபட்ட நிலங்கள், ஆதிதிராவிடர் நிலங்கள், கண்டிஷன் நிலங்கள் என்று அ–பதிவேட்டில் குறிப்பிட்டு இருக்கிறார்கள்.

27. மேலும் 1985–ல் நடந்த தமிழகம் முழுவதுமான சர்வேயில் புதிய சர்வே எண்கள் கொடுக்கப்பட்டது. வெள்ளை யர்கள் கொடுத்த சர்வே எண்கள், பழைய எண்களில் தான் DC நிலம் பற்றிய நிலகுறிப்புகள் பதியப்பட்டு இருந்தன. இப்படி பல வகையில் மேற்படி 12.5 லட்சம் ஏக்கர் DC நிலங்களும் பொது நிலங்களாக ஆக்கப்பட்டு பூசி மெழுகி மூடப்பட்டு இருக்கின்றது.

28. 1985 ஆண்டுகள் வரை SC/ST மக்கள் கண்ணே திறக்காத நிலையில்தான் இருந்தார்கள். குறிப்பிட்ட கொஞ்சமான மக்கள் மட்டும்தான் அரசு வேலையில் இருந்தனர். அவர்களும் மேட்டுக்குடியை அண்டி வாழ வேண்டிய நிலையில் எடுபுடி வேலைகளில்தான் இருந்தார்கள். தவறியும் பெரிய அதிகாரிகளாக

இருந்தால் நச்சென்று சிவப்பாக இருக்கின்ற உயர் சாதி பெண்ணை கல்யாணம் செய்து கொண்டு தன் சாதியை வெளியில் சொல்லாமலேயே மறைத்து வாழ்ந்திருப் பார்கள். அவருடைய வாரிசுகளும் தங்களுடைய தாயார் வழியே உயர்சாதி மேட்டுக்குடிகளாக மாறிவிட்டார்கள். அதனால் பஞ்சமி நில மீட்புகள் பற்றி அந்தக் காலத்தில் படித்த ஒடுக்கப்பட்ட மக்கள் பெரிய அளவில் பேசவில்லை.

29. 1995–க்கு பிறகு வந்த தலைமுறையினர் கல்வி அறிவும் விழிப்புணர்வும் பெற ஆரம்பித்தார்கள், பஞ்சமி நிலங்களைத் தேட ஆரம்பித்து ஆவணங்களை கண்டு பிடித்து அவர்களுக்கான மண்ணுரிமையை எழுத்தாலும், பேச்சாலும், கலையாலும், நீதிமன்ற வழக்காலும், மக்கள் திரள் போராட்டங்களாலும் ஆங்காங்கே போராடி சில மாவட்டங்களில் கொஞ்சம் நிலங்களை பஞ்சமி நிலம் என்று அடையாளப்படுத்தி உள்ளனர்.

30. பஞ்சமி நிலம் சம்பந்தப்பட்ட சட்ட போராட்டங்களில் நீதிமன்றங்கள் மூலமாக வருவாய்த்துறைக்கு எதிராகவும் ஒடுக்கப்பட்ட மக்களுக்கு ஆதரவாகவும் 50க்கும் மேற்பட்ட தீர்ப்புகள் வந்துள்ளன. ஆனால் இதுவரை பெரிய மாற்றங்கள் ஏதும் நடக்கவில்லை.

31. ஒடுக்கப்பட்ட மக்கள் பஞ்சமி நில மீட்புக்காக போராட ஆரம்பித்து 20 ஆண்டுகள் ஆகிறது. ஜான்தாமசு, ஏழுமலை என்ற இருவர் பஞ்சமி நில போராட்டத்தில் காவல்துறை துப்பாக்கி சூட்டால் செங்கல்பட்டில் ஆஸ்பிட்டல் பஸ்டாண்டிற்கு பக்கத்தில் சமாதியாகி போராட்ட விதைகளாக மண்ணில் விழுந்து இருக்கின்றார்கள்.

32. அதனால் இனிவரும் காலங்களில் ஒடுக்கப்பட்ட

மக்களிடம் கல்வியும் விழிப்புணர்வும் அதிகமாகவே இருக்கும். மேலும் எனக்கு தெரிந்த படித்த ஒடுக்கப்பட்ட இளைஞர்கள் எல்லாம் தாலுகா வாரியாக தகவல் பெறும் உரிமை சட்டங்கள் மூலம் பஞ்சமி நிலங்களை தேடி எடுத்து கொண்டு இருக்கின்றனர். எனவே எதிர்காலத்தில் மண்ணுரிமை கேட்டு நெருக்கடி அதிகமாக அரசுக்கு கொடுக்க ஆரம்பிப்பார்கள். இதுதான் இன்றைய பஞ்சமி நிலங்களின் நிலை.

33. SC/ST அல்லாத மக்கள் பஞ்சமி நிலம் என்று சொல்லப்படுகின்ற இடங்களை தவிர்ப்பது மிக நல்லது. நானும் செல்கின்ற இடங்களிளெல்லாம் பஞ்சமி நிலங்களை வாங்க வேண்டாம் என்ற பிரச்சாரங்களை செய்து கொண்டிருக்கிறேன். மேலும் பஞ்சமி நிலங்கள் என்று வகைப்படுத்தப்பட்டு இருக்கின்ற நிலங்களை மீட்பதற்கு ஒடுக்கப்பட்ட மக்கள் இயக்கங்களுக்கு ஆலோசனைகளையும் வழிகாட்டுதல்களையும் உதவிகளையும் செய்து கொண்டு இருக்கிறேன்.

Paranjothi Pandian's Quotes

★ பாரபத்தியகாரன் என்பதற்கு கிராம மேனேஜர் என்று பொருள். இந்த வார்த்தை தமிழ் சொல்லாகும்.

★ பிராது என்பது பாரசீக சொல் ஆகும். புகார்தாரர் மனுதாரர் என்ற பொருள் தரும்.

41. பஞ்சமி நிலம் (DC Land) என்பதை கண்டுபிடிப்பது எப்படி?

1. ஒடுக்கப்பட்ட மக்களுக்கு பிரிட்டிஷ் அரசாங்கத்தால் இலவசமாக வழங்கப்பட்டதுதான் பஞ்சமி நிலம். மேற்படி நிலத்தை ஒடுக்கப்பட்ட மக்களைத் தவிர வேறு யாரும் வாங்க கூடாது. வாங்கினாலும் செல்லாது என்ற கண்டிசன் இன்று வரை சட்டத்தில் இருக்கிறது.

2. பல ஒடுக்கப்பட்ட அமைப்புகள் அதன் தலைவர்கள் பஞ்சமி நிலங்களை மீட்பதற்கு பல கட்டங்களாக போராடிக் கொண்டு இருப்பதை அடிக்கடி செய்தித் தாள்களில் நாம் பார்க்க முடியும்.

3. வெளிநாடுகளில் வாழும் தமிழர்கள் ஐ.டி.யில் வேலை செய்யும் இளைஞர்கள் பலர் DC நிலங்களை வாங்கி அல்லல்படுகின்றனர். இனி அதனை வாங்காமல் தவிர்க்க DC நிலம்தான் என்பதை ஊர்ஜிதம் செய்ய என்னென்ன செய்ய வேண்டும்.

4. நீங்கள் நிலங்கள் வாங்கப்போகும் பகுதிகளில் ஒடுக்கப் பட்ட மக்கள் (பறையர், பள்ளர், அருந்ததியர்) மிகுதியாக இருக்கிறார்களா? என்று கவனித்தல் வேண்டும்.

5. பழைய சர்ச்சுகள் அருகில் இருக்கிறதா? என்று பார்க்க வேண்டும். DC நிலங்கள் ஒடுக்கப்பட்ட மக்களுக்கு பகிர்ந்தளிக்க மிஷினரிகள் அந்த காலத்தில் உதவி செய்தன என்பதை நினைவில் கொள்ள வேண்டும்.

6. வாங்கப்போகும் நிலத்தின் உரிமையாளர்கள் ஒடுக்கப் பட்டவர்களா? அல்லது அதற்கு முந்தைய உரிமையாளர்கள் ஒடுக்கப்பட்டவர்களா? என்று ஆராய்தல் வேண்டும். அப்படி இருக்கும் பட்சத்தில் மேற்படி நிலம் DC நிலமா? என்று சோதித்தல் வேண்டும்.

7. வாங்கப்போகும் இடத்தை நீங்கள் ஒன்றுக்கு இரண்டு முறை சுற்றி வந்தாலே நில வியாபாரத்தை கெடுக்கவே சிலர் தேடி வந்து இது DC நிலம் என்று துப்பு கொடுப்பார்கள்.

8. பிறகு அதனை உறுதி செய்து கொள்ள வேண்டியதுதான் உங்களது பணி. கிராம நிர்வாக அலுவலகத்தில் உள்ள மேனுவல் அ—பதிவேடுகளில் கண்டிசன் நிலம், கிரையம் தடை செய்யபட்ட நிலம், DC நிலம் என்று குறிப்பிடப்பட்டு இருக்கும்.

9. ஆன்லைன் அ—பதிவேட்டில் இதெல்லாம் இருக்காது. எனவே எப்பொழுதும் மேனுவல் அ—பதிவேட்டை பாருங்கள். அதில் எந்த குறிப்பும் இல்லை என்றால் அவை பஞ்சமி நிலம் இல்லை என்று முடிவு செய்யலாம்.

10. இருந்தாலும் இன்னும் பஞ்சமி நிலம் என்று உங்களுக்கு பேச்சு அடிபடுகிறது என்றால் மாவட்ட ஆட்சியர் அலுவலகம் சென்று SLR மற்றும் RSLR ஆவணத்தை மனு செய்து பெற்று, அதில் பஞ்சமி நிலம் பற்றிய குறிப்பு இருக்கிறதா? என்று சோதித்தல் வேண்டும்.

11. பெரிய அளவில் ஏக்கர் கணக்கில் நிலம் வாங்க போகிறீர்கள் என்றால் வட்டாட்சியர் இடம் தகவல் பெறும் உரிமை சட்டத்தின் கீழ் எந்தெந்த கிராமங்களில் எந்தெந்த சர்வே எண் பஞ்சமி நிலம் என்று தகவல்களை கேட்டும் பெறலாம்.

12. SLR, RSLR இல்லாத அந்தகால ஜமீன் மற்றும் இனாம் கிராமங்களில் UDR—க்கு முந்தைய அ—பதிவேட்டை தகவல் பெறும் உரிமை சட்டம் மூலம் மனு செய்து பெறலாம்.

13. மேலே சொன்ன யு.டி.ஆர் மேனுவல் அ—பதிவேடு SLR

ஆவணம், RSLR ஆவணம் UDR–க்கு முந்தைய அ–பதிவேடு தாலுக்கா ஆபிஸில் இருந்து பெறப்படும் மாவட்ட கெஜட்டியர், தகவல் பெறும் உரிமை சட்டத்தின் கீழ் கிடைக்கின்ற தகவல்கள் ஆகியவற்றில் எதாவது ஒன்றில் பஞ்சமி நிலம் என்று குறிப்பிடப்பட்டு இருந்தால் அந்த சொத்தை பஞ்சமி நிலம் என்று உறுதி செய்து கொண்டு அதனை வாங்காமல் தவிர்க்கலாம்.

Paranjothi Pandian's Quotes

நிலம் சம்பந்தப்பட்ட நிலவரங்கள் பல ஓட்டைகளுடன் இருக்கிறது. அதனை அடைக்க முயலாதீர்கள். அதில் விழாமல் வேண்டுமானால் பார்த்துக் கொள்ளுங்கள்.

42. உங்கள் பகுதியில் இருக்கும் பஞ்சமி நிலத்தை மீட்க வேண்டுமா? செய்ய வேண்டிய 22 காரியங்கள்!

1) பஞ்சமி நிலம் என்று நீங்கள் ஊகிக்கும் அல்லது கேள்விபடுகின்ற நிலங்களின் சர்வே எண்களை பட்டியலிட்டு கொள்ளவும். அதாவது 5 ஜட்டங்களாக இருக்கின்ற சர்வே எண்களோ 8 ஜட்டங்களாக இருக்கின்ற சர்வே எண்களோ என்றால் அந்த சர்வே எண்களையெல்லாம் வரிசைப்படுத்தி எழுதிக் கொள்ள வேண்டும்.

2) மேற்படி சர்வே எண்களுக்கு சர்வே எண் வாரியாக ஆன்லைன் மூலம் 1975 முதல் இன்று தேதி வரை EC போடவும். EC-ல் யார் யார் பெயர் எல்லாம் வந்து இருக்கிறது என்று பார்க்க வேண்டும். ஆன்லைன் மூலம் தமிழ் நில இணையதளத்தில் மேற்படி சர்வே எண்களுக் கெல்லாம் பட்டா மற்றும் சிட்டாக்களை சோதித்து பார்க்க வேண்டும். பிறகு அனைத்து ஆன்லைன் ஈசிக்களையும், அனைத்து பட்டா, சிட்டாக்களையும் பிரிண்ட் அவுட் எடுத்த தாள்களாக ஒரு பைலில் வைத்துக்கொள்ள வேண்டும்.

3) பிறகு கையில் இருக்கின்ற அனைத்து பிரிண்ட் அவுட்களில் உள்ள பெயர்களையும், அதிலுள்ள நபர்களின் விபரங்களையும் தனியாக ஒரு தாளில் எழுதிக்கொண்டு அவர்களின் முகவரி, இருப்பிடம் தொலைபேசி எண்களை சேகரித்து கொண்டு மேலும் அவர்கள் பட்டியல் (SC, ST) இனத்தவர்களா அல்லது மாற்று சமூகத்தை சார்ந்தவர்களா? என்று ஆராய்ந்து விட்டு பஞ்சமி நிலத்தின் விதிகளை உண்மையாகவே மீறி இருக்கிறார்களா? என்று தெரிந்து கொள்ளுதல் வேண்டும்.

4) அதன் பிறகு தகவல் பெறும் உரிமை சட்டம் 2005-ன் கீழ் அனைத்து மேனுவல் கிராம அ.பதிவேடு, சிட்டா புத்தகத்தில் மேற்படி சர்வே எண்களில் கீழ் எழுதபட்டு இருக்கும் குறிப்புகள், மேற்படி சர்வே எண்கள் பற்றி வேறு ஏதாவது வழக்குகள் இருந்தால் அதனை பற்றி கிராம கணக்கில் ஏதாவது குறிப்புகள் இருந்தால் விவரங்கள் (சில நேரத்தில் விஏஓ-களுக்கு நீதிமன்ற ஆணைகள் உத்தரவுகள் வந்து இருக்கும்) மேற்படி இடங்களின் புலப்படங்கள் அனைத்தும் மனு செய்து வாங்கி விட வேண்டும்.

5) சார்பதிவாளர் அலுவலகத்தில் மேற்படி சர்வே எண்களுக் கெல்லாம் எடுத்த EC-ல் ஏதாவது கிரைய பத்திரங் களுடைய ஆவண எண்கள் அதில் குறிப்பிடப்பட்டு இருந்தால் அதனுடைய பத்திர நகல்களை (copy of the document) மனு செய்து அதனுடைய பிரதிகளை சார்பதிவகத்தில் இருந்து பெற வேண்டும். அதன்பிறகு நகல் எடுத்த எல்லா பத்திரங்களிலும் உள்ள உரிமையாளர்களின் முகவரிகளை அவர் சொத்து யாரிடம் இருந்து வாங்கி இருக்கிறார் என்பவரின் விவரங்களை எல்லாம் எடுத்து தனியாக குறிப்பு எழுதி வைத்துக்கொள்ள வேண்டும். மேற்படி எழுதி கொடுத்த நபர்களை எல்லாம் SC மற்றும் ST பட்டியலில் வருகின்றார்களா? என்று சோதித்து கொள்ள வேண்டும்.

6) அதற்கடுத்ததாக மாவட்ட ஆட்சியர் அலுவலகம் சென்று மேற்படி சர்வே எண்களுக்கு RSLR அல்லது SLR copy கேட்டு மனு செய்ய வேண்டும். மேற்படி ஆவணங்களில் மட்டும்தான், மேற்படி சர்வே நம்பர்கள் பஞ்சமி நிலம், ஆதிதிராவிடர் நிலம், கண்டிசன் நிலம் போன்ற குறிப்புகள் இருக்கும். இந்த குறிப்புள்ள ஆவணத்தை

வைத்துதான் மேற்படி சர்வே நம்பர்கள் பஞ்சமி நிலம் என்று உறுதி செய்ய முடியும்.

7) சில கிராமங்களில் SLR, RSLR கிடைக்காத பொழுது யு.டி.ஆர்–க்கு முந்தைய அ–பதிவேட்டு நகலை வட்டாட்சியர் அலுவலகத்திடம் இருந்து கேட்டுப் பெற வேண்டும். கிடைக்கவில்லை என்றால், அதனை தகவல் பெறும் உரிமை சட்டம் 2005–ன் கீழ் மூலமாகவும் மனு செய்து வாங்கலாம். அந்த அ–பதிவேட்டிலும் கண்டிசன் நிலம் ஆதிதிராவிடர் நிலம் என்ற குறிப்பு இருக்கும் அதனையும் இது பஞ்சமி நிலம்தான் என்பதற்கான சான்று ஆவணங்களாக அமைக்கப்படலாம். இவை மட்டும் இல்லாமல் வட்டாட்சியர் அலுவலகத்தில் தகவல் பெறும் உரிமை சட்டம் மூலம் தாலுக்கா முழுவதும் இருக்கின்ற பஞ்சமி நில விவரங்களை கேட்டு வாங்கலாம். சில மாவட்டங்களில், மாவட்ட கெசட்டியர்களில் தாழ்த்தப் பட்டோருக்கு கொடுக்கப்பட்ட நிலங்கள் என்று அதனுடைய சர்வே எண்களை மட்டும் குறிப்பிட்டு இருப்பார்கள். அந்த கெசட்டியர்களையும் தகவல் பெறும் உரிமை சட்டம் 2005–ன் கீழ் மாவட்ட ஆட்சியர் அலுவலகங்களிலிருந்தும் வாங்கலாம்.

8) சில கிராமங்களில் இப்பொழுது நாம் பயன்படுத்தி கொண்டிருக்கின்ற யுடிஆர், அ பதிவேட்டிலேயே பதிவு தடைசெய்யபட்ட நிலங்கள், கண்டிசன் நிலங்கள் என்று குறிப்பிடப்பட்டு இருக்கும். அதனையே பஞ்சமி நிலத்திற்கான சான்றாவணங்களாக வைத்துக் கொள்ளலாம்.

9) இப்பொழுது தேவையான அனைத்து ஆவணங்களையும் முழுமையாகத் திரட்டி ஆயிற்று. இனி, அரசிடம் மனு போராட்டம் செய்ய வேண்டியதுதான் வேலை!!!

10) முதல் மனு சார்பதிவாளர், மாவட்ட பதிவாளர், மாநில பதிவாளருக்கு மேற்படி சர்வே எண்களில் நடந்த பத்திரங்களின் ஆவண எண்களையும், தேதியையும் போட்டு ஒடுக்கபட்ட மக்களுக்கு ஒப்படைக்கபட்ட பஞ்சமி நிலங்களில் விதிமீறல் ஏற்பட்டு பல பத்திரங்கள் நடைபெற்று உள்ளது.

11) இனி மேற்படி இடங்களில் அந்த சர்வே எண்களில் புதிய பத்திரங்கள் பதிவதற்கு தடை விதிக்கும்படியும் அப்படி கொடுத்த தடை மனுவை சார்பதிவாளர் தனது கோப்புகளில் பதிந்து வைக்கும்படியும் கேட்டுக்கொள்ள வேண்டும்.

12) பிறகு ஏற்கனவே தமிழ்நாடு அரசின் வருவாய்த்துறை பஞ்சமி நில விதிமீறல்களை கணக்கெடுத்து அந்த நிலங்களை உண்மையான ஒடுக்கப்பட்ட மக்களுக்கு வழங்க வேண்டும் என்று அரசு உத்தரவு (உத்தரவு எண்:G–1/4868/90 நாள்:15.07.1991) போட்டு இருக்கிறது. அந்த உத்தரவை சுட்டிகாட்டி அதன்படி உங்கள் பகுதி மாவட்ட ஆட்சியரை நடவடிக்கை எடுக்கும்படி திங்கட் கிழமைகளில் மனு நேரடியாக சென்று கொடுக்க வேண்டும்.

13) பஞ்சமி நிலங்கள் எவ்வளவு பத்திரங்கள் ஆகி இருந்தாலும் ஒடுக்கப்பட்ட மக்களுக்கே சொந்தமானது மாற்று சமுதாயத்தினருக்கு அதன்மீது உரிமை இல்லை என்ற முன்னாள் உயர்நீதிமன்ற நீதிபதி சந்துரு அவர்களின் தீர்ப்பின் நகலையும், அருங்குணம் விநாயகம் என்ற பஞ்சமி நில போராளி நீதிமன்றத்தில் தமிழகத்தில் இருக்கின்ற பஞ்சமி நிலங்களை எல்லாம் மீட்பதற்காக அமைத்திருக்கின்ற தமிழக அரசின் பஞ்சமி நில கமிட்டியின் நீதிமன்ற உத்தரவுகளையும் எப்பொழுது

நீங்கள் யாரிடம் மனு கொடுத்தாலும் இணைத்து கொடுக்க வேண்டும். (சுந்துரு ஜட்ஜ்மென்ட் மற்றும் அருங்குணம் விநாயகத்தின் நீதிமன்ற உத்தரவு இந்த புத்தகத்துடன் இலவசமாக கொடுக்கப்படும் FREE PDF-ல் இருக்கிறது).

14) மாவட்ட ஆட்சியருக்கு கொடுத்திருந்த மனுவை முதலமைச்சர் தனிப்பிரிவிற்கு ஆன்லைன் மூலம் அனுப்பி விடவேண்டும். சென்னையிலேயே நீங்கள் இருந்தால் நேரடியாக செயிண்ட் ஜார்ஜ் கோட்டை தலைமை செயலகம் சென்று முதலமைச்சரின் தனிபிரிவில் மனு கொடுத்து அதற்கான ஒப்புகைச் சீட்டை வைத்துக் கொள்ள வேண்டும்!

15) இந்த வேலைகளை எல்லாம் செய்த பிறகு உங்களுடைய பெயர் வட்டாட்சியர் அலுவலகத்தில் சார்பதிவாளர் அலுவலகத்தில், விஏஓ அலுவலகத்தில் எல்லாம் நீங்கள் பேசப்படும் பொருள் ஆகிவிடுவீர்கள். விதிமீறல் முறையில் இடத்தை அனுபவிக்கும் மாற்று சமுதாயத்தினர் உங்களை சந்தித்து பேச முயல்வர்கள். பலவகையான அழுத்தங்களை கொடுப்பார்கள்.

16) என்னுடைய தனிப்பட்ட கருத்து பஞ்சமி நிலம் மீட்க வேண்டும் என்று முயலுபவர்கள் அந்த பஞ்சமி நிலத்தை பெற்ற முதல் பயனாளிகளின் வாரிசுகளாக இருந்தால் நல்லது. அவர்களை தவிர சமூக ஆர்வலர்கள், பஞ்சமி நில மீட்பு ஆர்வலர்கள், இதனை கையில் எடுத்து வேலை செய்யும்பொழுது தொடர்ச்சியாக வேலை செய்யாமல் அறுந்து அறுந்து continuity இல்லாமல் வேலை செய்வதாலும், நிலத்தின் பயன் வேறு ஒரு நபர் தான் அனுபவிக்க போகிறார் என்பதாலும், முனைப்பு இல்லாம லேயே செயலாற்றுவதை நான் பார்த்திருக்கிறேன்.

17) மேலே சொன்ன வேலைகளை எல்லாம் செய்துவிட்ட பிறகு பஞ்சமி நில விதி மீறி நிலத்தை வைத்து இருப்பவர்களுக்கு எதிராக அரசு எந்திரம் வேகமாக நடவடிக்கை எடுத்து விடுமா? என்றால் கண்டிப்பாக அது நடக்காது. எப்பொழுதும் அரசு தானாகவே செயல்படாது. நாம் தான் அதனை செயல்பட வைக்க வேண்டும். அதற்காக தொடர் பயணங்கள், தொடர் சந்திப்புகள் என்று அரசு அலுவலகங்களையும் அதில் இருக்கும் அலுவலர்களையும் சந்திக்க வேண்டும்.

18) நீங்கள் சந்திக்கும் அரசு அலுவலர்கள் அடிக்கடி மாறிவிடுவார்கள். சில டேபிளில் ஃபைலே (FILE) நகராது இது போன்ற சூழ்நிலைகளில் மிகவும் பொறுமை கடைபிடிக்க வேண்டும். பொறுமையும் பணிவான பேச்சும் நடத்தையும் உங்கள் தரப்புக்கு வலிமை சேர்க்கும்.

19) உங்கள் நோக்கம் எல்லாம் நிலமீட்பு மட்டும் தானே யாரையும் பகைத்து கொள்ளுதலோ, சண்டையிட்டு கொள்ளுதலோ, அரசு அதிகாரிகளுக்கு மனகடுப்பை ஏற்படுத்துதலோ செய்தல் கூடாது. சில பஞ்சமி நில போராளிகள் ஒடுக்கப்பட்ட அமைப்பின் செயல்பாட்டாளர்கள், ஆர்.டி.ஓ போன்ற அதிகாரிகளை கடுப்பு ஏற்றும் விதமாக பேசி சிறை செல்கின்ற செய்திகளெல்லாம் நான் பார்த்திருக்கிறேன். அதனால் எப்பொழுதுமே நமக்கு காரியம் தான் முக்கியம் வீரியம் தேவையில்லை என்று உணர்ந்து செயல்படுதல் வேண்டும்.

20) இப்படி பலகட்ட நகர்வுக்கு பிறகு வேலையே நடக்கவில்லை என்றால் நீதிமன்றம் சென்று இதுவரை எடுத்து செய்த வேலைகளை எல்லாம் சொல்லி அரசு இந்த இந்த நடவடிக்ககளை எடுக்காமல் காலம்

தாழ்த்தி கொண்டு இருக்கிறது, என்று சொல்லி நீதிமன்றம் மூலம் நடவடிக்கை எடுக்க வைக்கின்ற உத்தரவுகளை பெற வேண்டும்.

21) மேற்படி நீதிமன்ற உத்தரவு, கொஞ்சம் மனபலம், நிறைய களப்பணி, வலிமையான ஆளுமை திறன், அரசு அதிகாரிகளுடன் சாதுரியமான பேச்சு என அனைத்தும் இருந்தால் யானை வாயில் போனதை கக்க வைத்து விடலாம்.

22) பேப்பர் எல்லாம் சரியாக இருக்கிறது களப்பணி இல்லையென்றாலும் களப்பணி எல்லாம் சரியாக இருக்கிறது ஆளுமைத்திறன் இல்லை என்றாலும் ஆளுமை திறன் எல்லாம் இருக்கிறது சாதுர்யமான பேச்சு இல்லை என்றாலும் நிலத்தை மீட்பது கடினமான விஷயம் என்பதை புரிந்து கொள்ள வேண்டும்.

Paranjothi Pandian's Quotes

முதன்முதலில் வீடு வாங்கும் போதும் தெரிந்தவர்களாலேயே நேர்முகமாகவோ, மறைமுகமாகவோ ஏமாற்றப்படுகின்றனர்.

43. ஏன் பஞ்சமி நில பொது சொத்து வாரியம் அமைக்க வேண்டும்.
தெரிந்து கொள்ள வேண்டிய 12 செய்திகள்!

1. தமிழகத்தில் 10 இலட்சம் ஏக்கருக்கு மேல் பஞ்சமி நிலங்கள் இருக்கின்றன. ஆனால் அவற்றில் சில ஆயிரம் ஏக்கர்களை தவிர அனைத்து நிலங்களும் பஞ்சமி நில விதிகளை மீறி மாற்று சமுதாயத்தினர் கைகளில் இருக்கிறது. மேற்படி பஞ்சமி நிலங்களில் மிகப்பெரிய அரசியல்வாதிகள் முதல் மிகச்சிறிய அரசியல்வாதிகள் வரை மிகப்பெரிய கார்ப்பரேட்டுகள் முதல் சாதாரண கடை முதலாளிகள் வரை, மிகப்பெரிய நிகர்நிலை பல்கலைக்கழகங்கள் முதல் சாதாரண பள்ளிக்கூடங்கள் வரை மாற்று சமுதாயத்தினர் ஆக்கிரமித்து இருக்கின்றனர். பஞ்சமி நிலங்களில் ரியல் எஸ்டேட் காரர்கள் வீட்டுமனை பிரிவுகளை உருவாக்கி அப்பாவி வாடிக்கையாளர்களுக்கு விற்றிருக்கிறார்கள். பஞ்சமி நிலங்களை அடையாளம் கண்டு அதனை மீட்பதற்காக 1990-களில் இருந்து ஒடுக்கப்பட்ட மக்கள் பல போராட்டாங்கள் நடத்தி, பல கருத்தரங்கங்கள் நடத்தி, திண்ணை பிரச்சாரம் முதல் பொதுக்கூட்ட பிரச்சாரம் வரை நடத்தி பஞ்சமி நிலத்தை மீட்பது பற்றிய விழிப்புணர்வுகளை ஏற்படுத்தி வருகின்றனர்.

2. 1980-களுக்குப் பிறகு தான் முதலமைச்சர் எம்.ஜி.ஆர் அவர்களால் நிலஉடைமை மேம்பாட்டுத் திட்டம் முழுமையாக கொண்டுவரப்பட்டு கர்ணம், ஷெரிப், பெருந்தனக்காரர் போன்ற கிராம நிர்வாக முறைகளை ஒழித்து அனைத்து தரப்பு மக்களும் கிராம நிர்வாக அதிகாரியாக மாறலாம். என்ற நிலை வந்த பிறகுதான் கர்ணம் போன்ற பதவிகளில் வேளாளர் சமுதாயத்தினர்

தொடர்ந்து பரம்பரையாக வந்து கொண்டு இருக்கின்ற முறைகள் எல்லாம் ஒழிக்கப்பட்டப் பிறகு தான் படித்த ஒடுக்கப்பட்ட மக்கள் கிராம அதிகாரிகளாக வட்டாட்சியர்களாக அரசு எந்திரத்திற்குள் நுழைந்த பிறகு பஞ்சமி நிலம் பற்றிய தகவல்கள் கொஞ்சம் கொஞ்சமாக ஒடுக்கப்பட்ட மக்களிடையே வெளிவர ஆரம்பித்தன.

3. எனக்கு தெரிந்த ஒரு ஒடுக்கப்பட்ட கிராம நிர்வாக அதிகாரி திருவள்ளூர் மாவட்டத்தில் பணியாற்றிய பொழுது ஒருவர் தன் வீட்டிற்கு பட்டா பெயர் மாற்றம் செய்வதற்காக அந்த கி.நி.அ–வை சந்தித்த பொழுது அவர் இது பஞ்சமி நிலம் DC நிலம் அதனால் உங்களுக்கு பட்டா பெயர் மாற்றம் செய்து தர முடியாது என்று சொல்லியது மட்டும் அல்லாமல் யு.டி.ஆர்–க்கு முந்தைய கிராமக் கணக்குகளை எடுத்து அதில் பஞ்சமி நிலம் என்று குறிப்பிட்டிருக்கின்ற சான்று ஆவணங்களை எல்லாம் தொகுத்து இந்த கிராமங்களில் மேற்படி சர்வே எண்களுக்கு எல்லாம் பட்டா பெயர் மாற்றம் செய்யக் கூடாது என்று ஒரு ரிப்போர்ட்டையும் எழுதி வட்டாட்சியருக்கு அனுப்பியும் வைத்து விட்டார்.

இப்படி அந்த கிராம நிர்வாக அதிகாரியே அந்த பகுதியில் பஞ்சமி நிலங்களை அடையாளம் கண்டு பட்டா கொடுக்கக் கூடாது என்று மாற்று சமுதாய மக்களுக்கு ஒரு தடையை உருவாக்கி சென்றுவிட்டார். இதனை எதற்காக சொல்கிறேன் என்றால் இப்பொழுதும் பஞ்சமி நிலங்களை நிறைய பேர்கள் விதிகளை மீறி ஒடுக்கப்பட்ட மக்கள் அல்லாத மாற்று சமுதாயத்தினர் வாங்குகிறார்கள், விற்கிறார்கள் அல்லது அனுபவித்து கொண்டு இருக்கிறார்கள்.

4. இப்பொழுது எந்த பிரச்சனையும் இல்லை என்று

நிம்மதியாக இருக்கிறார்கள். ஆனால் எப்பொழுது பிரச்சனை வரும் என்றால் 1990-களுக்கு பிறகுதான் ஒடுக்கப்பட்ட மக்களுக்கு படித்துவிட்டு அரசு வேலைகளுக்கு சென்றிருப்பதாலும் அதன் பிறகுதான் நிறைய போராட்டங்கள், பிரச்சாரங்கள் என்று ஒடுக்கப்பட்ட மக்களிடையே பஞ்சமி நிலம் பேசும் பொருளாகவே இருந்து வருவதாலும், எதிர்காலத்தில் மேற்சொன்ன வி.ஏ.ஒ—வை போல அரசு எந்திரத்தில் அல்லது அரசியலில் ஒடுக்கப்பட்ட மக்கள் அதிகாரம் செலுத்துகின்ற காலங்களில் நிச்சயமாக பஞ்சமி நிலங்கள் வைத்திருப்பவர்கள் பாதிக்கப்படுகின்ற சூழல் வரலாம்.

5. பஞ்சமி நிலத்தை மீட்பது சம்மந்தமாக போராடிக் கொண்டிருக்கின்ற பல களப்பணியாளர்களுடன் துணை நின்று நான் வேலை செய்திருக்கின்றேன். பல போராட்டங்களில் நேரடியாக இருந்திருக்கிறேன். பஞ்சமி நிலத்தில் மாற்று சமுதாயத்தினர் பெயரில் இருக்கும் பட்டாக்களை ஆர்.டி.ஒ—க்கள் இரத்து செய்வதையும் பார்த்திருக்கிறேன்.

6. சுமார் 150 ஆண்டுகளுக்கு முன்னால் ஒடுக்கப்பட்ட மக்களுக்கு கொடுக்கப்பட்ட பஞ்சமி நிலங்கள் தற்பொழுது வேறு வேறு சமுதாயத்தினர் கைக்குச் சென்றுவிட்டதாலும் தற்பொழுது அதனை மீட்டாலும் ஆரம்ப கட்டத்தில் கொடுக்கப்பட்ட பஞ்சமி நில பயனாளிகளின் தற்போதைய வாரிசுகள் யார் யார்? என்று முடிவெடுப்பதிலெல்லாம் பல சிக்கல்கள் இருப்பதால் அந்த நிலங்களை மாற்று சமுதாயத்தினர் இடமிருந்து மீட்டெடுத்து பட்டாவை இரத்து செய்து அனுபவத்தில் எடுக்க முடியாமல் இருக்கின்றன.

7. மேலும் இலட்சக்கணக்கான ஏக்கர் பஞ்சமி நிலங்களை மீட்பதற்கு அரசு சார்பிலும், இயக்கங்கள் சார்பிலும், ஒடுக்கப்பட்ட மக்களின் சமூக அமைப்புகள் சார்பிலும் தொடர்ந்து போராட்டங்கள் நடத்தினாலும் அல்லது மீட்டாலும் அதனை பகிர்ந்து கொடுப்பதில் இருந்து பராமரிப்பது வரை பல்வேறு சிக்கல்கள் மனிதர்களின் சுயநலத்தால் எழும்புகின்றன.

8. இவற்றையெல்லாம் தீர்ப்பதற்கு தமிழகம் தழுவிய ஒரு பஞ்சமி நில மீட்பு இயக்கமும் அதன் பிறகு அரசால் அங்கீகரிக்கப்பட்ட பஞ்சமி நில பொது சொத்து வாரியம் ஒன்று அமைக்கப்பட வேண்டும். பஞ்சமி நிலங்கள் என்று அடையாளம் காணப்படுகின்ற அனைத்து இடங்களையும் இந்த பஞ்சமி நில பொது சொத்து வாரியத்திற்கு பட்டா மாற்ற வேண்டும். இப்படி தமிழகத்தில் உள்ள இலட்சக்கணக்கான பஞ்சமி நிலங்களை தனிப்பட்ட ஒடுக்கப்பட்ட மக்களுக்கு கொடுக்காமல், இப்படி பஞ்சமி நில பொது சொத்து வாரியத்திற்கு கொடுப்பதன் மூலமாக மேற்படி சொத்துக்களை பராமரிக்கவும், பகிர்ந்தளிக்கவும் முடியும்.

9. மேலும் மேற்படி பஞ்சமி நில சொத்துக்களில் தெரியாமல் இலட்சக்கணக்கில் பணத்தை கொடுத்து வாங்கிய அப்பாவி மாற்று சமுதாயத்தினரும், பெரும் கட்டிடங்கள், கல்லூரிகள், மாடமாளிகைகள் பஞ்சமி நிலத்தில் கட்டி இருக்கின்ற பெரும் தனவந்தர்கள் ஆகியோர்களின் அனுபவங்களை பாதிக்காமல், அவர்களை பஞ்சமி நில சொத்து வாரியத்திற்கு சிறு வாடகை தொகைக் கட்ட சொல்லலாம்.

10. எப்படி இந்து அறநிலையத்துறையினருக்கும், இஸ்லாமிய வஃக்பு வாரியத் துறையினருக்கும் கடந்த 1000

ஆண்டுகளாக அரசர்களாலும் ஜமீன்களாலும் கொடுக்கப்பட்ட நிலங்களை காப்பாற்றியும், கைமீறி போன நிலங்களை கைப்பற்றியும் ஆக்கிரமிப்பில் இருக்கின்ற நிலங்களை மீட்டெடுக்கவும் தொடர்ந்து எப்படி செயல்பட்டு கொண்டு இருக்கின்றதோ அதே போல பஞ்சமி நில பொது சொத்து வாரியமும் அரசின் அதிகாரிகளாலேயே நடத்தப்பட வேண்டும்.

11. இந்து அறநிலைத்துறையும் வஃக்பு வாரியமும் ஆயிரம் ஆண்டு காலங்களாக மன்னர்களும், ஜமீன்களும் அவர்களுக்கு நிலங்களை கொடுத்தபொழுது நிலத்தில் உரிமையை கொடுக்கவில்லை நிலத்தில் இருந்து வருகின்ற வரி வருவாயில் ஒரு பங்கை மட்டும்தான் கொடுத்தார்கள். அதாவது, உண்மையில் சொல்ல போனால் இந்து அறநிலையத் துறையினருக்கும், வஃக்பு வாரியத்துக்கும் நிலத்தின் மீது குடிவார உரிமையே கிடையாது. அவர்களுக்கு இருந்ததெல்லாம் நிலவரியின் மீதான மேல்வார உரிமைதான். உழுதவனுக்கே நிலம் உரிமை என்ற அடிப்படையில் பார்த்தால் இந்து அறநிலையத் துறையினருக்கும், வஃக்பு வாரியத்துக்கும் கால்காணி நிலங்கள் கூட மிஞ்சாது. ஆனால் மேற்கண்ட இரண்டு துறையும் அரசு எந்திரத்தை வளைத்து தங்களுடைய மேல்வாரி உரிமையையே உண்மையான உரிமை என்று நிறுவி அந்த நிலத்தில் குடிவார உரிமையில் இருந்த மக்களை எல்லாம் வெளியேற்றி அவர்களை ஆக்கிரமிப்புதாரர்கள் என்று சொல்லி, அவர்களிடம் வாடகை வசூலிப்பதும் அல்லது அவர்களை காலி செய்வதுமான வேலைகளை செய்து கொண்டு இருக்கிறார்கள். ஆனால் உண்மையான நில உரிமையான குடிவார உரிமை வைத்துள்ள ஒடுக்கப்பட்ட மக்களுக்கு அரசு ஒரு பொது சொத்து நலவாரியம் அமைத்து

அமைத்து அதனை மீட்கின்ற வேலையை செய்யவில்லை என்றால், ஆட்சியிலும் அதிகாரத்திலும் இருப்பவர்கள் அனைவருமே ஒடுக்கப்பட்ட மக்களுக்கு எதிரானவர்களே.

12. சமீபத்தில் கூட வன்னிய சமுதாயத்தை சேர்ந்த பெரும் கல்வி வள்ளல்கள் நூற்றுக்கணக்கான ஏக்கர் நிலங்களை கல்விக்காகவும், அனைத்து சமுதாயத்தினர் பயன்பெறும் வகையில் நிறைய டிரஸ்டுகளை உருவாக்கி சொத்துக்களை எழுதி வைத்து இருந்தனர். அந்த சொத்துக்களை எல்லாம் முதலமைச்சர் கருணாநிதி அவர்கள் காலத்தில் ஒருங்கிணைத்து வன்னியர் பொது சொத்து நல வாரியம் என்று ஒன்றை உருவாக்கி இருக்கின்றனர். எனவே அதேபோல ஒடுக்கப்பட்ட மக்களின் சொத்துக்களை எல்லாம் ஒருங்கிணைத்து பஞ்சமி பொது சொத்து நல வாரியம் அமைத்தல் வேண்டும்.

44. பூமி தான இயக்க நிலங்களைப் பற்றி தெரிந்து கொள்ள வேண்டிய 29 உண்மைகள்!

1. காந்தியின் சீடரும் காந்தியவாதியுமான திரு.ஆச்சார்ய வினோபாவே என்ற நல்ல மனிதனின் சிந்தனையில், அனைத்து தரப்பு மக்களுக்கும் நிலங்கள் பகிர்ந்தளிக்கப் பட வேண்டும். என்று தோன்றியிருக்கிறது. அதனால் அவர் உருவாக்கிய இயக்கம்தான் பூமிதான இயக்கம்.

2. துண்டு நிலம் கூட இல்லாத நிலமற்ற மக்களுக்கு நிலங்களை மிகையாக வைத்திருக்கின்ற பண்ணையார்கள், ஜமீன்கள், நிலக்கிழார்கள், தங்களுடைய நிலத்திலிருந்து ஒரு பகுதியை தானமாக இந்த இயக்கத்திற்கு கொடுப்பார்கள் அல்லது பூமிதான இயக்கத்தினர் யாசகம் கேட்டு நிலத்தைப்பெறுவார்கள்.

3. மேற்படி தானம் பெற்ற நிலங்களை அங்கு இருக்கும் நிலமற்ற ஏழைகள் மற்றும் கூலிகளுக்கு, ஒடுக்கப்பட்ட மக்களுக்கு விவசாயம் செய்வதற்காக பிரித்துக் கொடுப்பார்கள் இந்த பூமிதான இயக்கத்தினர்.

4. அதன்படி தமிழகத்தில் திரு.வினோபாவே அவர்கள் 1956–ல் ஒராண்டு முழுவதும் தமிழகம் எங்கும் நடை பயணம் செய்து பூமிகளை நிலக்கிழார்களிடம் இருந்து தானம் பெற்று அதனை நிலமற்ற மக்களுக்கு பகிர்ந்தளித்தார். இப்படி இலட்சக்கணக்கான ஏக்கர் நிலங்களை நிலக்கிழார்களிடம் இருந்து தானம் பெற்று நிலமற்ற ஏழைகளுக்கு பகிர்ந்து அளிக்கப்பட்டிருக்கிறது.

5. மேற்படி பூமிதானம் பெற்ற நிலங்களில் சில ஆயிரம் ஏக்கர் நிலங்கள் பகிர்ந்தளிக்கப்படாமலேயே பூமிதான போர்டுவசம் உள்ளது. சில ஆயிரம் ஏக்கர் நிலங்கள் அந்தந்த பகுதியில் சட்டச் சிக்கல்கள் சட்டக்

குழப்பங்களால், பூமிதான இயக்கத்தாலேயே இன்னும் கையகப்படுத்தப்பட முடியாமல் இருக்கிறது. இன்னும் சில ஆயிரம் ஏக்கர் நிலங்கள்தான் ஏழை மக்களின் பயன்பாட்டிற்கு தானமாக கொடுக்கப்பட்டிருக்கிறது.

6. சரி எப்படி பூமிதான நிலங்களை அடையாளம் காண்பது? அந்தந்த பகுதிகளுக்கு சென்று தீர விசாரித்தாலே பூமிதான நிலங்கள் எதுவென்று மக்களே அடையாளம் காட்டுவார்கள். இதற்கு மேனுவல் EC பார்க்கும்போது 1950–களில் பூமிதான போர்டுக்கு நிலங்களை தான பத்திரம் எழுதிக் கொடுத்திருந்த பதிவு வந்திருக்கும். அதனை வைத்து இது பூமிதான இடம் என்று உறுதிபடுத்தலாம்.

7. மேலும் பூமிதான போர்டு பெயரில் பட்டா, சிட்டா ஆகியவை மாறிவிட்டு இருந்தால் கிராம நிர்வாக அலுவலக அ–பதிவேட்டின் மூலம் தெரிந்துகொள்ளலாம்.

8. பூமிதான நிலங்களை நிர்வகிக்க பூமிதான போர்டு என்ற அமைப்பு தமிழ்நாடு அரசால் உருவாக்கப்பட்டுள்ளது. பூமிதான போர்டுக்கு நிலக்கிழார்கள் தானம் கொடுத்து அந்த தானம் கிரையப்பத்திரமாக பதியப்பட்டு போர்டு பெயருக்கு தனிப்பட்டா ஆனதும் மேற்படி நிலங்களை நிலமற்ற ஏழைகளுக்கு போர்டு பகிர்ந்து கொடுக்கும்.

9. நிலங்களை பெறும் ஏழை பயனாளிகள் அனைத்து வகை சமுதாயத்தை சார்ந்தவர்களாக இருந்தார்கள். பூமிதான நிலங்கள் ஒடுக்கப்பட்ட SC & ST மக்களுக்குதான் கொடுக்கப்பட்டது என்பது தவறான புரிதல். SC / ST மக்களுக்கு கொடுக்கப்பட்டது DC நிலம் (அ) பஞ்சமி நிலம் என்பர். பஞ்சமி நிலத்துக்கும் பூமிதான நிலத்துக்கும் நிறைய வித்தியாசங்கள் இருக்கின்றன.

10. பூமிதான நிலத்தை பெற்ற பயனாளிகள் மேற்படி இடத்தை அடமானம், விற்பனை, தானம், ஒத்தி போன்ற எந்தவித பாராதீனமும் வில்லங்கமும் செய்யக் கூடாது.

11. தொடர்ந்து மூன்று ஆண்டுகளுக்கு மேல் பூமிதானம் பெற்ற பயனாளிகள் நிலங்களை உழாமல் அனுபவிக்காமல் இருந்தால் அதனை பூமிதான போர்டு மீண்டும் கையகப்படுத்தி வேறு பயனாளிகளுக்கு கொடுக்கின்ற உரிமை இருக்கின்றது.

12. பூமிதான நிலங்களின் பட்டா, பூமிதானம் பெற்ற பயனாளிகளின் பெயரில் இருக்காது. எப்பொழுதும் பூமிதான நிலத்தின் ரெவின்யூ பட்டா பூமிதான போர்டு பெயரில்தான் இருக்கும்.

13. கோவில் நிலங்கள்போல காலமெல்லாம் அனுபவித்துக் கொள்ளலாம். பட்டா எப்பொழுதும் கோவில் பெயரில் இருப்பதைப்போல பூமிதான போர்டு பெயரில் இருக்கும்.

14. மேற்படி பூமிதான போர்டு பெயரில் இருக்கும் பட்டாவிற்கு நிலத் தீர்வையை ஆண்டுதோறும் பூமிதானம் பெற்ற பயனாளிகள்தான் செலுத்த வேண்டும்.

15. பூமிதானம் பெற்றவரின் வாரிசுகள் மேற்படி நிலத்தை வாரிசு உரிமையில் அனுபவிக்கலாம். ஆனால் தங்கள் பெயரை பூமிதான போர்டு ஆவணங்களில் சேர்க்க மனு செய்து சேர்த்துக் கொள்ள வேண்டும்.

16. பூமிதான நிலங்களில் சட்டச் சிக்கல்களும் குழப்பங்களும் எப்படி உருவாகின்றது என்று புரிந்து கொண்டாலே இன்றைய இளம் தலைமுறையினர் பூமிதான நில சிக்கல்களில் இருந்து பாதுகாக்கப்படுவார்கள்.

17. பல ஊர்களில் வினோபாவே தானம் கேட்டு வரும்போது ஆர்வக்கோளாறுகளால் பூமிதானம் கொடுத்த

பண்ணையார்கள் இருக்கிறார்கள். ஏற்கனவே சட்ட சிக்கல்கள் இருந்த நிலங்கள், பாகப்பிரிவினை பிரச்சனை, வாரிசுரிமை சண்டை நடக்கும் நிலங்கள், போன்றவற்றையெல்லாம் பூமிதான போர்டு பெயரிலேயே நிலக்கிழார்கள் தானம் கொடுத்து விட்டனர்.

18. மேற்படி நிலங்கள் நீதிமன்றங்களில் வழக்குகள் ஆகி பூமிதான போர்டு கையகப்படுத்தப்படாமலும், பட்டா பெயரை பூமிதான போர்டு பெயருக்கு மாற்றாமலும் நிலுவையிலேயே வைத்து இருக்கிறார்கள்.

19. பூமிதான போர்டுக்கு நிலங்களை தானம் கொடுப்பவர் கிரயப்பத்திரம் போட்டு இருப்பார்கள். ஆனால் அவர்கள் அனுபவத்தை போர்டுக்கு ஒப்படைக்காமலேயே இருந்து விடுவார்கள் அதாவது மேடையில் எல்லோர் முன்னிலையிலும் வினோபாவிடம் தானம் கொடுத்து விட்டு, பிறகு வினோபாவே அந்த கிராமத்திலிருந்து சென்றவுடன் தானம் கொடுத்தவரின் வாரிசுகள் மற்றும் சகோதரர்கள் மேற்படி நில தானத்தை ஆட்சேபித்து வழக்குகள் போட்டும், அனுபவத்தை ஒப்படைக்காமலும் இருந்திருக்கிறார்கள்.

20. அடுத்ததாக சில கிராமங்களில் பூமிதான போர்டு பெயரில் கிரயப்பத்திரம் ஆகி இருக்கும். ஆனால் போர்டு பெயரில் பட்டா பெயர் மாற்றம் செய்யாமல் இருந்து விடுவார்கள். அதனால் மேற்படி பட்டாவில் போர்டுக்கு தானம் கொடுத்தவர் பெயரே இருக்கும். அதன் பிறகு யு.டி.ஆருக்கு பட்டா மாறும்போதும் போர்டுக்கு தானம் கொடுத்தவரின் பெயரே ஏறி இருக்கும்.

இப்படி யு.டி.ஆர் பட்டாவிலேயே தானம் கொடுத்தவரின் பெயர் வந்திருப்பதால் தானம் கொடுத்தவர்களின் வாரிசுகள் செட்டில்மெண்ட், கிரையம் போன்ற

பத்திரங்களை உருவாக்கி சட்டக் குழப்பமுள்ள நிலங்களாக ஆக்கிவிடுவார்கள்.

21. மேனுவல் பீரியர்டு EC காலத்தில் பூமிதானத்திற்கான போர்டு பெயரில் கிரையப்பத்திரம் நடந்து இருக்கும். இப்பொழுது 1975–ல் இருந்து மட்டுமே கணினி EC கிடைக்கும். அதனை மட்டும் பார்த்துவிட்டும், மேலும் ரெவின்யூ பட்டா தானம் கொடுத்த தனி நபர் பெயரிலே இருக்கிறது என்பதால் அந்த தெம்பிலே தங்களுடைய பணத்தைப் போட்டு வாங்கிவிடுகின்ற அதிக பிரசங்கிகளை கண்டு இருக்கிறேன்.

22. அதாவது பூமிதான போர்டுக்கு தானம் அளிக்கப்பட்டு முழுமையாக போர்டின் கைகளுக்கு களத்திலும், அனுபவத்திலும், ஆவணங்களிலும் உரிமை மாறாமல் இருக்கும் இடங்களில்தான் அப்பாவி மக்கள் விவரம் தெரியாமல் தவறுதலாக சொத்தை வாங்கிவிட்டு தவிக்கின்றனர். எனவே பூமிதான நிலங்கள் அருகில் இருக்கிறது அல்லது பூமிதான நிலமா? என்ற சந்தேகம் வந்தாலே நன்றாக ஆவண ஆய்வு, கள ஆய்வு செய்து முடிவு எடுங்கள்.

23. பூமிதான போர்டுக்கு நிலக்கிழார்கள் நிலங்களை தானம் கொடுக்கும்பொழுது போர்டுக்கு பத்திர அலுவலகத்தில் கிரையம் எழுதி கொடுப்பார்கள். அதனால் அந்த பரிமாற்றம் EC-யில் வரும். அதுவே பூமிதான போர்டு, ஏழை பயனாளிக்கு நிலத்தை வழங்கும்போது அது தான கிரைய பத்திரங்களாக சார்பதிவகத்தில் பதிய மாட்டார்கள். எனவே EC யில் ஏழை பயனாளிகளின் பெயர் வராது.

24. பூமிதான நிலங்களை ஏழைப் பயனாளிக்கு ஒப்படைக்கும் போது காந்தி–வினோபாவே & ஏர் உழவன் படம் போட்ட

தனி முத்திரைத்தாளில் பதிவு செய்யாமல் சில கண்டிசன்களை மட்டும் எழுதி நிலத்தை ஒப்படைக்கின்ற சில ஷரத்துக்களை மட்டும் எழுதி ஏழை பயனாளிகளுக்கு ஒப்படைப்பார்கள்.

25. மேற்படி இந்த சிறப்பு முத்திரைத்தாளில் நில விநியோகப் பத்திரம் என்று எழுதியிருக்கும். பத்திர அலுவலகத்தில் இதனை பதிவு செய்யமாட்டார்கள். இன்னும் கிராமங்களில் உள்ள பழைய ஆட்கள் இதனை ஏர் உழவன் பட்டா என்று சொல்வார்கள். இந்த முத்திரைத்தாள் பதிவுத்துறையில் விற்பனைக்குக் கிடைக்காது.

26. மேற்படி நிலத்தை யார் தானம் அளித்தார்களோ? அவர்களின் பெயரும் அந்த ஏர் உழவன் முத்திரைத் தாளில் குறிப்பிடப்பட்டு இருக்கும். மேலும் தானம் அளிக்கப்படவிருக்கும் சொத்து விவரம் அதில் தெளிவாக குறிப்பிடப்பட்டு இருக்கும். (மேற்படி பூமிதான ஏர் உழவன் முத்திரைத்தாளின் நகல் இந்த புத்தகத்துடன் கொடுக்கப்பட்டுள்ள இலவச FREE PDF–ல் இணைக்கப் பட்டுள்ளது.)

27. பூமிதான போர்டு நிலங்களை கண்காணிக்க பராமரிக்க கதர்துறை அமைச்சர் கீழே சமுக சேவகர்கள், சர்வோதய சங்கத்தினர்கள், பூமிதானம் நிலம் கொடுத்த நிலக்கிழார் களின் வாரிசுகள் ஆகியோரைக் கொண்டு நான்கு ஆண்டுகளுக்கு ஒருமுறை ஒரு நிர்வாக கமிட்டியை அமைப்பார்கள்.

28. பூமிதான போர்டில் தலைமையகம் 2006–க்கு முன் மதுரையில் இயங்கியது. அப்பொழுது போர்டு தனித்த நிறுவனமாக இயங்கியது. 2006–க்கு பிறகு போர்டை

வருவாய்த்துறையின் நிலச்சீர்திருத்தத் துறைக்குக் கீழ் கொண்டுவரப்பட்டு போர்டின் தலைமையகம் சென்னைக்கு மாற்றப்பட்டுள்ளது. சென்னை அலுவலகத்தில் RTI மூலம் நேரடியாக பூமிதான நிலங்களை ஆய்வு செய்திருக்கிறேன். ஓரளவுக்கு பழைய ஆவணங்களை சிறப்பாக பராமரிக்கிறார்கள்.

29. பூமிதான போர்டு இன்னும் சிறப்பாக இயங்கினால் போர்டு நிலங்களை ஆக்கிரமிப்பில் இருந்து மீட்க முடியும். யாருமே அனுபவிக்காமல் இருக்கின்ற பூமிதான நிலங்களை களத்தில் நான் கண்டுள்ளேன். அவைகள் எல்லாம் நிலமற்ற ஏழைகளுக்கு பயன்படச் செய்யுமாறு தமிழக அரசிடம் நான் வேண்டுகிறேன்.

Paranjothi Pandian's Quotes

பிலுமுக்குதாயினாம் - இது குறைந்த வரி கட்ட கூடிய இனாம். பெரும்பாலும் பிராமணர் அக்கிரகாரத்திற்கு இந்த இனாம் கொடுக்கபடும்.

மஷாத்து - இது அரபி சொல். சர்வே செய்யும் நிலம் என்ற பொருளில் வரும்.

45. உங்கள் நிலம் BIL நிலச் சிக்கல்களில் வருகிறதா?

1. பஞ்சமி நிலம், பூமிதான நிலம், அனாதீன நிலம், என்றெல்லாம் கேள்விப்பட்டு இருப்பீர்கள். அதென்ன "BIL" நிலம் என்று நெற்றி சுருக்குகின்றீர்களா? "BIL" நிலத்தை பேச்சு வழக்கில் "BL" நிலம் என்றே சொல்வார்கள். "BL" நிலம் என்ற வார்த்தைகளை கேட்டால் ஏதோ வக்கீலுக்கு படிச்ச நிலம் என்று குழப்பம் அடையாதீர்கள். "BIL" என்பதன் விரிவாக்கம் "Bought in Land" ஆகும்.

2. "BIL" நிலமும் ஒரு வகையான அரசின் அனாதீன நிலமே! அதாவது அரசுக்கு தொடர்ந்து யாரும் வரி கட்டாத பொழுது அல்லது கடன் கொடுக்க வேண்டியதைக் கொடுக்காமல் போனாலும், அரசுக்கு ஏதாவது ஒரு வகையில் தண்டம் கட்ட வேண்டி கட்டாமல் போனாலும் அரசு அவர்களின் சொத்துக்களை ஐப்தி செய்யும்.

3. ஐப்தி என்பது அரசிற்கு கடன் கொடுக்க வேண்டிய நிலங்களை ஏலம் மூலம் விற்பனை நடத்தி அரசுக்கு வர வேண்டிய பணத்தை மீட்டுகொள்ளுவது ஆகும். அப்படி ஏலம் நடைபெறுகையில் யாருமே ஏலம் எடுக்காதபொழுது அந்த இடத்தை சிறு தொகை கொடுத்து அரசே வாங்கி கொள்ளும். அதுவே Bought in Land ஆகும்.

4. அரசு ஐப்தியில் ஏலம் எடுக்கும் பொழுது ஒரு சிறு ஏலத்தொகையை நிர்ணயிக்கும் அதனையும் அந்த ஏலத்தில் அரசு பணமாக கட்டாது. அதனை வாராக் கடனில் வரவு வைத்துவிடும். (ஆக அரசு அந்த நிலத்தை கை காசு போட்டு எடுத்து கொள்ளாது என்று புரிந்து கொள்ளுங்கள்).

5. இப்படி அரசு வாங்கிய நிலத்தை 12 வருடம் "BIL" நிலம் என்றே வகைப்படுத்தி வைத்து இருக்கும். அந்த 12 வருடத்திற்குள் நிலத்தை இழந்த நபரோ, அல்லது அவரின் வாரிசுதாரர்களோ கட்ட வேண்டிய தொகை மற்றும் தண்டம் எல்லாம் சேர்த்து பணத்தைக் கட்டி மீட்டுக் கொள்ள வாய்ப்பு இருக்கிறது.

6. அப்படி 12 வருடம் கழித்தும் அந்த இடம் மீட்கப்பட வில்லை என்றால் அரசு அதனை தரிசு புறம்போக்கு நில வகையை மாற்றி வைத்து கொள்ளும். அதனை ஏலத்தரிசு என்றும் பேச்சு வழக்கில் சொல்வார்கள். அதன் பின்பு அதனை நிலமில்லாதவர்களுக்கு ஏலத்தரிசுகளை இரண்டு ஏக்கர், இரண்டு ஏக்கர் என பிரித்து அரசு இலவச ஒப்படை செய்யும்.

7. எனவே அரசு ஏலம் எடுத்ததில் இருந்து ஏலத்தரிசாக மாற்றும் வரை இருக்கின்ற 12 ஆண்டு காலத்தில் அந்த நிலங்களை பி.ஐ.எல் ("BIL") என்று அழைப்பார்கள்.

8. மேற்படி "BIL" நிலங்களை நான் என் கள வேலைகளில் திருவள்ளூர் மாவட்டம், திருவாலங்காடு சுற்று வட்டார பகுதிகளில் நிறைய பார்த்து இருக்கிறேன். இந்த பகுதிகளில் காவேரி ராஜபுரம், வியாசபுரம் போன்ற கிராமங்களில் ஆயிரக்கணக்கான ஏக்கர் "BIL" நிலங்கள் இருக்கிறது. இந்த பகுதி ஆரம்பக்கால கட்டத்தில் ஆந்திர மாநிலத்திலும் இப்பொழுது தமிழ்நாடு மாநிலத்திலும் இருக்கிறது. மொழிவாரி மாநில எல்லை பிரச்சனை போராட்டத்தின்பொழுது, மேற்படி கிராமத்தில் இருக்கும் தெலுங்கு பேசும் மக்கள் தமிழ்நாட்டில் இருந்து ஆந்திராவிற்கு இடம் பெயர்ந்து இருக்கிறார்கள்.

9. அப்பொழுது இந்த நிலங்களை எல்லாம் அப்படியே விட்டுவிட்டு ஆந்திரா பக்கம் சென்று இருக்கிறார்கள்.

சென்றவர்கள் திரும்பி வரவே இல்லாத காரணத்தினால், தமிழ்நாடு அரசும் தொடர்ந்து வரி கட்டாமல் இருந்த நிலம் என்பதால் அதனை "BIL" நிலம் என்றே வகைபடுத்தி வைத்துவிட்டது.

10. ஆனால்அந்த "BIL" நிலங்களில் DTCP அங்கீகார வீட்டுமனைகள் பல உருவாகி கிரையப்பத்திரங்கள் ஆகி இருக்கின்றன. பல நிலங்கள் ஏக்கர் கணக்கில் கைமாறி பத்திரம் நடந்து இருக்கிறது. யாருக்குமே இதுவரை பட்டா கிடைக்காமல் இருக்கிறது. தற்பொழுதுதான் பதிவுத் துறை பத்திரப் பதிவிற்கு தடைசெய்துள்ளது. அதற்கு முன் நிறைய பத்திரங்களை பதிவுத்துறை போட்டதால் "BIL" நிலங்களில் போடப்பட்ட பல வீட்டுமனைகளை அப்பாவி நடுத்தர மக்கள் வாங்கி வைத்து கொண்டு அவதிப்படுகின்றார்கள்.

11. BIL நிலங்களும் ஒருவகையில் அரசின் நிலங்களே. எனவே அந்த நிலங்களில் வீட்டுமனைகள், தோட்டங்கள் இருந்தால், நிச்சயம் வாங்காமல் தவிர்த்துவிடுங்கள். பத்திரம் எல்லாம் இருக்கிறது என்று யோசிக்காதீர்கள்! அப்படி கிரையம் செய்த நிலத்திற்கு பட்டா கிடைக்காது. எனவே பட்டா இல்லாமலேயே நிலத்தை வைத்து கொள்ள வேண்டி இருக்கும்.

12. மேற்படி "BIL" நிலங்களில் போடப்பட்டு இருக்கின்ற வீட்டு மனைகளை எல்லாம் தெரியாமல் வாங்கிவிட்ட அப்பாவி மக்களுக்கு ஒரு சிறு தொகை தண்டமாகச் கட்ட வைத்து அவர்களுக்கு பட்டா கொடுக்கின்ற வேலையை அரசு செய்யலாம். அதற்காக நானும் தனிப்பட்ட முறையில் முதலமைச்சர் தனிப்பிரிவில் மனு கொடுத்துள்ளேன். அந்த விவரங்களை 2ம் பாக புத்தகத்தின் இறுதி தொகுதியில் பார்க்கலாம்.

46 அ-பதிவேடு, தமிழ் நில இணைய தளம் ஆகியவற்றில் பிழைகளா? தெரிந்து கொள்ள வேண்டிய 13 செய்திகள்!

1) யுடிஆர் அ-பதிவேட்டிலும் பெயர் தவறுகள் அதாவது கோவிந்தராஜ் என்று பெயர் வருவதற்கு பதிலாக கோவிந்தசாமி என்று தவறுதலாக அ-பதிவேட்டில் போட்டுவிட்டார்கள். இதுவாவது சிறிய தவறு அடுத்து, ஒரு நபரின் உண்மையான பெயர் நடராஜன் ஆனால் கிராமத்தில் அவரை "கந்தபோத்தி" என்று பட்ட பெயர் போட்டு அழைப்பார்கள். அதனை பார்த்து யுடிஆர் அ-பதிவேட்டிலும் கந்தபோத்தி என்று போட்டு விட்டார்கள். இது வேறு நபரையே குறிக்கின்றது, தவறாகி விடும்.

2) அதே போல பட்டாதாரருக்குப் பக்கத்தில் அவரது தந்தை பெயரும் வரும். அந்த தந்தை பெயரை தவறாக அ-பதிவேட்டில் பதிவு செய்துவிடுவார்கள். அதுமட்டும் இல்லாமல் நில அளவிலும் தவறுதலாக 17 ஏர் போடுவதற்கு பதிலாக 11 ஏர் போட்டுவிடுவார்கள். நில வகையும் நன்சைக்கு பதிலாக புன்சை என்றும், புன்சைக்கு பதிலாக நன்சை என்றும், புன்சையை தரிசாகவும் மாற்றி அ-பதிவேட்டில் போட்டுவிடுவார்கள்.

3) இந்த மாதிரியான பெயர் பிழைகள், அளவு பிழைகள், நில வகை தவறுகளை சரி செய்ய யுடிஆர் திருத்தம் கோரி மாவட்ட வருவாய் அலுவலரிடம் மனு செய்ய வேண்டும். அது விஏஒ, வருவாய் ஆய்வாளர், வட்டாட்சியர் மூலமாக ரிப்போரட்களைப் பெற்று மாவட்ட வருவாய் அலுவலர் அதனை திருத்துவதற்கு உத்தரவு போடுவார். அதன்பிறகு அ-பதிவேட்டில் பிழைகள் திருத்தப்படும்.

இதற்கு செய்ய வேண்டிய களப்பணிகளை நான் யு.டி.ஆர் பெயர் திருத்தம் என்ற பெயரில் தனிக் கட்டுரை எழுதியிருக்கிறேன்.)

4) மேலே சொன்னது அ-பதிவேட்டுகளின் பிழைகள் இருப்பதைப் பற்றி, இனி சொல்லப்போவது அ-பதிவேடு பிழைகள் பற்றி அல்ல. ஆனால் அந்த அ-பதிவேடு ரிக்கார்டுகளை ஆன்லைனில் தமிழ்நிலம் என்ற போர்ட்டலில் ஏற்றி வைப்பார்கள்.

5) அந்த தமிழ்நிலம் இணையதளத்திலும் பல்வேறு தவறுகள் இருக்கின்றன. அதாவது யுடிஆர் ஆன்லைன் பதிவேடு களிலும் பெயர் பிழைகள், அளவுப் பிழைகள் இருக்கும் இந்த தவறுக்கும் பொதுமக்களுக்கும் எந்த சம்பந்தமும் இல்லை.

6) ஆன்லைனில் அப்லோடு செய்த வருவாய் துறையினரின் டெக்னிகல் டீம் தான் காரணம். பழைய அ-பதிவேட்டை பார்த்து அப்படியே காப்பி அடிக்காமல் சம்பந்தா சம்பந்தம் இல்லாத பெயர்களை எல்லாம் தமிழ் நிலம் இணையதளத்தில் ஏற்றி வைத்து இருக்கின்றார்கள்.

7) நீங்கள் பத்திரம், பட்டா, மேனுவல் அ-பதிவேடு, சிட்டா எல்லாம் சரியாக இருக்கிறது என்று நிம்மதியாக இருக்கிறீர்கள். ஆனால் தமிழ்நிலம் இணையதளத்தில் ஒரு முறை பரிசோதித்து பார்த்து கொள்ளுங்கள்.

8) அதிலும் மேற்சொன்ன பிழைகள் வந்தால் நாம தான் விழ, வருவாய் ஆய்வாளர், தாசில்தார் அறிக்கைகளை பெற்று மாவட்ட வருவாய் அலுவலர் தமிழ் நிலம் இணையதளத்தை திருத்த உத்தரவிடுவார். அதன்பிறகு இணையதளத்தில் திருத்தப்படும் .

9) ஆன்லைனில் பெயர் பிழைகள், எழுத்துப் பிழைகள்

இருந்தாலாவது பரவாயில்லை சிலருக்கு தீர்வை என்று இருக்கும் கட்டத்தில் பூஜ்ய மதிப்பு போட்டுவிடுவார்கள் அப்படி என்றால் நிலவகை புறம்போக்காக மாறிவிட்டது என்று அர்த்தம். அதனையும் மேற்சொன்னபடியே திருத்துதல் செய்ய வேலைகள் செய்ய வேண்டும்.

10) யுடிஆர் கணக்கில் பிழைகள் என்றால் அ–பதிவேட்டிலோ, தமிழ்நிலம் இணையதளத்திலோ ஏதாவது ஒன்றில் அந்த பிழைகள் வரும் அல்லது இரண்டும் சேர்ந்தாற்போல இரண்டு பதிவுகளிலும் பிழைகள் வரும். இந்த பிழைகள் எல்லாம் மக்கள் சாதாரண நாளில் பரிசோதித்து திருத்தி கொள்ளமாட்டார்கள்.

11) ஏதாவது விற்பனை, கடன், வீடு கட்டுதல் என்று போகும்போது இந்தத் தவறுகளை பார்த்துவிட்டு புலம்பிக் கொண்டு தாலுகா வாசலில் நின்று கொண்டு இருப்பார்கள். கொஞ்சம் சமயோசிதமாக முன்கூட்டியே அ–பதிவேடு, தமிழ் நிலம் இணையதளம் தம் சொத்து பத்திரங்களோடு ஒப்புமைப்படுத்தி பார்த்து கொள்ளுமாறு கேட்டுக் கொள்கிறேன்.

12) அ–பதிவேட்டிலும், தமிழ்நிலம் இணையதளத்திலும் பிழைகள், தவறுகள் இருந்தால் அந்த தவறுகளை அரசே டெக்னிக்கல் கோளாறாக செய்திருந்தாலும் அதாவது உங்கள் பெயருக்கு பதிலாக அந்த கிராமத்திலேயே இல்லாத யார் பெயரையோ கூட அரசு போட்டுவிடும். நீங்கள் திருத்துவதற்கு போனால் அரசு அதனை ஒரு வழக்காக தான் எடுத்துக்கொண்டு அந்த யார் என்றே தெரியாத நபரை எதிர்மனுதாரர் ஆக்கி அவர்களுக்கு அழைப்பாணை அனுப்பி அவர்கள் வரவே இல்லை என்றால் அதன்பிறகு தான் அதில் திருத்தத்தை மேற்கொள்ளும்.

13) மேற்படி சம்பந்தமே இல்லாத நபரை அரசே இணைய தளத்தில் தவறுதலாக போட்டுவிட்டாலும். அரசு அவருக்கு அழைப்பாணை அனுப்பி அவர் இதில் எனக்கு உரிமை இருக்கிறது என்று கோர ஆரம்பித்துவிட்டால் அப்பாவி பட்டாதாரரின் நிலை சிக்கலாகி விடுகிறது. அரசு தன் ஆவணங்களை தவறாகத் தானே உருவாக்கி னாலும் அதனை வழக்காக எடுத்து கொண்டுதான் சரிசெய்கிறது. என்பதை நினைவில் கொண்டு முன் கூட்டியே அனைத்து ஆவணங்களையும் தீர சோதித்து பார்த்துக் கொள்ளுமாறு வேண்டுகிறேன்.

Paranjothi Pandian's Quotes

உலகத்தின் எல்லா
வளங்களும் நிலத்தில் தான்
இருக்கின்றது. நிலத்தை மக்கள்
கட்டுப்படுத்துகின்றனர்.
மக்கள் சிந்தனையால்
கட்டுப்படுத்தப்படுகிறார்கள்.
சிந்தனைகளை
மாஸ்டர் மைண்ட் மனிதர்கள்
உருவாக்குகின்றனர்.

47. பயன்படுத்திக் கொள்ள வேண்டிய ஜமாபந்தி பற்றி அறிய வேண்டிய செய்திகள்?

1. ஜமாபந்தி, ஆண்டுதோறும் மே, ஜூன் மாதத்தில் வருவாய்த் துறையினரால் கிராமந்தோறும் நடத்தப் படுகின்ற கிராமக் கணக்குகள் குறித்த தணிக்கை (Audit) முறையாகும்.

2. இம்முறை ஜமாபந்தி என்ற பெயரால் இந்தியாவை ஆண்ட பிரித்தானியர்களால் நடைமுறைப்படுத்தப்பட்டது.

3. இந்த ஜமாபந்தியில் சம்பந்தப்பட்ட வட்டாட்சியர், வருவாய் ஆய்வாளர் மற்றும் கிராம நிர்வாக அலுவலர், கோட்டாட்சியர் (அ) மாவட்ட வருவாய் அலுவலர் ஆகியோர்கள் இருப்பார்கள்.

4. இதில் விவசாய நிலப் பட்டா மாறுதல்கோரி, நத்தம் பட்டா மாறுதல் கோரி, வீட்டுமனைப் பட்டா மாறுதல்கோரி, நிலஅளவை செய்யக் கோரி, நில உட்பிரிவு கோரி மனு செய்யலாம்.

5. பட்டா மாறுதல் தொடர்பான விண்ணப்பத்துடன் கிரையப் பத்திரம், மூலப்பத்திரம், வில்லங்க சான்றிதழ் இணைத்து வழங்கினால் அனைத்து ஆவணங்களும் கிராமக் கணக்கும் சரியாக இருக்கும்பட்சத்தில் உடனடியாக பட்டா மாறுதல் செய்யப்படுகிறது.

6. வீட்டுமனை இல்லாதவர்கள் இலவச வீட்டுமனைக் கேட்டும், விவசாய நிலம் இல்லாத ஏழைகள் ஒடுக்கப் பட்டவர்கள் இலவச நிலம் கேட்டும் விண்ணப்பிக்கலாம்.

7. ஜமாபந்தியில் எல்லா அதிகாரிகளையும் ஒரே நாட்களில் சந்திக்கலாம். சாதாரண அலுவல் நாட்களில் இவை இயலாத காரியம்.

8. ஜமாபந்தியில் கையெழுத்தாக வேண்டிய நம்முடைய மனுக்கள் ஒவ்வொரு மேஜைக்கும், உடனுக்கு உடனே நகர்ந்துவிடும். ஆனால் மற்ற அலுவல் நாட்களில் ஜமாபந்தியில் நடப்பது போல சீக்கிரம் டேபிள் டூ டேபிள் நகராது.

9. ஜமாபந்தியில் பொதுமக்கள் பணிகள் மட்டுமே முதன்மை பணி. பிற அலுவல் நாட்களில் அரசு அதிகாரிகள் வெவ்வேறு பணிச் சுமைகளில் மூழ்கி இருப்பர்.

10. ஜமாபந்தியில் மக்கள் கொடுக்கும் மனுக்களுக்கு அனைத்து அதிகாரிகளும் அங்கு இருப்பதால் பெரும்பாலும் கையூட்டு தொல்லைகள் இருக்காது.

11. ஏழை விவசாயிகளுக்கு போக்குவரத்து, அலைச்சல், அதிகாரிகள் நேரடி ஆய்வு போன்ற நேர, பண விரயங்களும் குறையும்.

12. முன்கூட்டியே திட்டமிட்டு சொத்து சேர்ப்பவர்கள் (Proactive Asset Builders) ஆண்டுதோறும் வரும் ஜமாபந்தியை உங்கள் சொத்து பராமரிப்பதற்கான வாரமாக ஒதுக்கிக் கொள்வது நல்லது.

13. ஜமாபந்தியிலும் அங்காங்கே குறைகளும், தவறுகளும் நடக்கின்றன. அரசு ஊழியர்கள் கொஞ்சம் பொறுப்பெடுத்தால் பொதுமக்களுக்கு மிகப் பயனுள்ள தேவையான திட்டம் இந்த ஜமாபந்தி ஆகும்.

14. ஜமாபந்தியை ஆண்டுக்கு ஒருமுறை என்பதில் இருந்து இரண்டு முறை என்று மாற்றினால் மக்களுக்கு சிறப்பான பலனை கொடுக்கும்.

15. தமிழகத்தின் அனைத்து தாலுகாக்களிலும், மே & ஜூன் மாதங்களில் ஏதாவது 10 நாட்கள் ஜமாபந்தி நடக்கும்.

சனி, ஞாயிறு, திங்கட்கிழமைகளிலும் மற்றும் அரசு விடுமுறை நாட்களிலும் ஐமாபந்தி நடக்காது.

16. ஆன்லைனில் பட்டா அப்ளை முறை மற்றும் RTI மூலம் தகவல்கள் வாங்கும்முறை ஆகிய இரண்டும் வந்தப்பிறகு ஐமாபந்தி நடைமுறை தற்பொழுது ஒரு சடங்காகத்தான் நடைப்பெறுகிறது.

மனதில் கொள்ள வேண்டிய பாடங்கள் :

1. மக்கள் அனைவரும் ஐமாபந்தி காலங்களை காலண்டரில் குறித்து வைத்து அந்தக் காலங்களில் சொத்து சம்பந்தப்பட்ட வேலைகளைச் செய்துக் கொள்ளலாம்.

Paranjothi Pandian's Quotes

ஒழுங்கற்ற ரியல் எஸ்டேட் முதலீடுகள் உங்கள் ஒழுங்கற்ற மனநிலையை காட்டுகின்றன.

48. பதிவு செய்யாத உயிலை கையில் வைத்திருக்கிறீர்களா? தெரிந்து கொள்ள வேண்டிய செய்திகள்?

1. பதிவு செய்யாத ஒரு உயிலை உயில் எழுதியவர் இறந்த உடன் அதனை நடைமுறைக்கு கொண்டு வர பாடாய்பட வேண்டி இருக்கிறது.

2. உயில் எழுதியவர் இறந்த உடன் உயிலை எடுத்து கொண்டு கிராம நிர்வாக அதிகாரியை சந்தித்து பட்டா பெயர் மாற்றம் செய்ய சென்றுவிடுவார்கள்.

3. வி.ஏ.ஒ. அதனை பார்த்துவிட்டு உயில் பதிவு செய்யவில்லை. இந்த உயில் செல்லாது என்று அவருக்கு தெரிந்ததை சொல்லி உயிலின் பயனாளியை பயமுறுத்தி விட்டுவிடுவார்கள்.

4. உயில் எழுதுபவர் உயிரோடு இருக்கும்போதே சார்பதிவகத்தில் தோன்றி எழுதி கொடுக்கிற உயில்தான் சட்ட அந்தஸ்து பெற்றது. பதிவு செய்யாத உயிலை நம்பகத்தன்மை அற்றது என்ற நம்பிக்கை வருவாய்த் துறை மற்றும் சார்பதிவக அதிகாரிகளிடம் நிலவுகிறது.

5. ஆனால் எனக்குத் தெரிந்து பல பதிவு செய்யப்பட்ட உயில்களே போலியாகத்தான் இருக்கிறது. மருத்துவ மனையில் இறக்கும் தருவாயில் உயில் பத்திரத்தில் சொத்து வைத்து இருக்கும் நபரின் கையெழுத்தை வாங்கிவிடுகின்றனர். பிறகு பதிவு அலுவலகத்தில் வேறு ஒரு நபரை வைத்து அவரின் கைரேகை வைத்து பதிந்து விடுகின்றனர். பத்திரத்தில் போட்டோ ஒட்டுவதற்கு முன்பு ஆதார் கார்டு வருவதற்கு முன்பு இப்படி பல உயில்கள் உலவிக் கொண்டு இருந்தது.

6. சரி சார்பதிவகத்தில் அந்த உயிலை உயிலின் பயனாளி எடுத்துச் சென்றால் அதனை தீட்டுக் காகிதம் தொடுவது போல அதனை முழுவதுமாக பார்க்காமலேயே நீதிமன்றத்திற்கு போகச் சொல்லி திருப்பி அனுப்பி விடுவார்கள்.

7. பதிவு செய்யாத உயிலை எடுத்துச் சென்றால் உண்மையில் சார்பதிவாளர் என்ன செய்ய வேண்டும் என்பது பின்வருமாறு :

8. உயிலின் பயனாளியோ அல்லது உயிலை நிறைவேற்றுபவர் என்று உயிலில் குறிப்பிட்டு இருந்தால் அவர் சார்பதிவகத்தில் பதிவு செய்யாத உயிலை உயில் எழுதியவர் இறந்து நான்கு மாத காலத்திற்குள் சார்பதிவகத்தில் பதிவுக்கு தாக்கல் செய்ய வேண்டும்.

9. மேற்படி உயிலின் மேல் சார்பதிவாளர் மன நிறைவு அடைவாரானால் அவர் அதனை பதிந்து கொள்ளல் வேண்டும். அதில் சந்தேகம் ஏதாகினும் எழும் பட்சத்தில் உயில் சம்பந்தபட்ட குடும்பத்தினர் சாட்சிகள் அனைவருக்கும் அழைப்பாணை அனுப்பி நேரடியாக விசாரணை நடத்த வேண்டும்.

10. விசாரணை அடிப்படையில் பதியலாம் என்று முடிவு எடுத்தால் சார்பதிவாளர் பதிய வேண்டும். விசாரணை முடிவில் பதியக்கூடாது என்று முடிவு எடுத்தால் பதிய மறுத்த உயில் தாக்கலை திருப்ப வேண்டும். பதிய மறுத்தற்கான காரணத்தை உடனடியாக சார்பதிவகத்தில் புத்தகம் 2ல் சார்பதிவாளர் எழுத வேண்டும்.

11. ஒருவர் ஒரு உயில் எழுதி அதனை சார்பதிவகத்திலேயே வைப்பீட்டில் வைத்துவிட்டார் என்றால் அது பதிவு செய்ததற்கு ஈடாகுமா என்றால் அதுவும் ஈடாகாது.

12. உயில் எழுதி வைப்பீட்டில் வைத்த நபர் இறந்த செய்தி தெரிந்த உடன் சார்பதிவாளர் மனநிறைவு கொண்டார் என்றால், பதிவு செய்யலாம் இல்லை என்றால், விசாரணை நடத்தி பதிவு செய்யலாம் அல்லது பதிவை மறுக்கலாம்.

13. பதிவு செய்யாத உயிலை உயில்தாரர் இறந்தவுடன் சார்பதிவகத்திற்கு கொண்டு செல்ல வேண்டும். உயில் எழுதி வைத்ததே தெரியவில்லை, ஒரு வருஷம் கழித்துதான் பழைய அலமாரியை சுத்தம் செய்யும் பொழுதுதான் கிடைத்தது என்றும், உயிலை எங்கள் குடும்பத்திற்குள்ளேயே மறைத்து வைத்துவிட்டார்கள், இரண்டு வருஷம் கழித்துதான் எங்களுக்கு கிடைத்தது என்று எல்லாம் சொல்வீர்கள். ஆனால் அந்தப் பதிவு செய்யாத உயில் வீணான உயில் என்று முடிவு எடுத்து கொள்ளுங்கள்.

14. ஆக பதிவு செய்யாத உயிலை வைத்து இருப்பவர் உயில்தாரர் இறந்தவுடன் அக்கம் பக்கம் இருக்கும் நபர்களைக் கேட்டு குழம்பிகொண்டு இருக்காமல் உடனடியாக சார்பதிவகம் சென்று பதிந்து கொடுக்க தாக்கல் செய்ய வேண்டும்.

Paranjothi Pandian's Quotes

மாமுல் பாத்யதை இது அரபி சொல்.

வழக்கித்தில் இருக்கிற,

பழக்கத்தில் இருக்கிற

என்று அர்த்தம்

49. நீங்கள் வசிக்கும் வீட்டை கோயில் இனாம் நிலம் என்று காலி செய்ய சொல்கிறார்களா? செய்ய வேண்டிய 40 விஷயங்கள்!!

1) தமிழகம் முழுவதும் பல ஊர்களில், வீடு கட்டி காலங் காலமாக அனுபவித்து வருகின்றீர்கள். மேற்படி வீட்டிற்கு பட்டா, வரி, மின்சாரம் அனைத்தும் உங்கள் பெயரிலேயே இருக்கிறது. முறையாக கிரயம் வாங்கி பத்திரபதிவும் செய்து பத்திரங்கள் வைத்து இருக்கிறீர்கள்

2) ஆனால் மேற்படி இடம் 1920–களில் கோவில் இனாம் அல்லது இனாம் என்று இருக்கிறது. அதனால் அந்த இடங்களெல்லாம் கோவிலுக்கு சொந்தம், எனவே நீங்கள் காலி செய்ய வேண்டும் என்று இந்து அறநிலையத் துறையில் இருந்து ஆட்கள் வந்து நிற்பார்கள்

3) உங்களை அடிக்கடி விசாரணைக்கு கூப்பிடுவார்கள். இடத்தை காலி செய்யுங்கள் என்று சொல்வார்கள். இனாம் என்று வந்தாலே அது கோவில் சொத்து தான் என்று செட்டில்மெண்ட்டு கால, நில நிர்வாக முறை தெரியாமலேயே உங்கள் மனுக்களை வீசி எறிவார்கள் இந்து அறநிலைய துறையினர்.

4) சமீபகாலமாக கரூர், நாமக்கல் பகுதிகளிலும், திருநெல்வேலி, சங்கரன்கோவில், காஞ்சிபுரம், சென்னை திருவெற்றியூர் போன்ற பகுதிகளில் இதுபோன்ற காலி செய்யும் அறிவிப்புகளை கொடுப்பதை நேரடியாகவே நான் பார்த்திருக்கிறேன். தமிழகம் முழுவதும் கோயில்கள் இழந்த நிலங்களை மீட்பதற்காக வீடுகட்டி வாழும், சம்சாரி வீடுகளை காலி செய்யச் சொல்லி நடவடிக்கை எடுத்துகொண்டு இருக்கின்றனர் இந்து அறமில்லா துறையினர்.

5) சரி கோயில் நிலம் தான் என்றாலும் அதற்கு சாட்சியாக இந்து அறநிலையத் துறையின் மீது உரிமை உண்டான பத்திரங்களோ ஆவணங்களோ வைத்திருக்கிறார்களா? என்றால் அதுவும் கிடையாது.

6) மாவட்ட ஆட்சியர் அலுவலகங்களில் உள்ள SLR ஆவணங்களில் இனாம் நிலம், கோவில் ஊழிய இனாம், கோவில் மானியம் என்றெல்லாம் குறிப்பிடப்பட்டு இருக்கும். அந்த எஸ்.எல்.ஆர் நகல்களை எல்லாம் எடுத்து இந்து அறநிலையத் துறையினர் மக்கள் வசிக்கும் வீடுகளுக்கு உரிமை கோருகின்றனர்.

7) மேற்படி SLR ஆவணங்களை எல்லாம் மின்துறைக்கு அனுப்பி இதில் குறிப்பிட்டு இருக்கும் இனாம் நில சர்வே எண்கள் உடைய விவசாய நிலங்களுக்கு விவசாய கிணற்றிற்கான மின் இணைப்போ அல்லது வீட்டிற்கான மின் இணைப்போ தர ஆட்சேபனைத் தெரிவித்து கடிதம் அனுப்பி விடுகின்றனர்.

8) அதே போல் வருவாய்த்துறை வட்டாட்சியருக்கும் மேற்படி இனாம் நில சர்வே எண்களுக்கு பட்டா பெயர் மாற்றம், இவர்தான் அனுபோகத்தில் இருக்கிறார், என்ற 10(1) அடங்கல், போன்ற எந்தவித ஆவணங்களும் தரக்கூடாது என்று கடிதம் அனுப்புகின்றனர்.

9) மேலும் பத்திர பதிவுத்துறைக்கும் இந்து அறநிலைய துறையினர் மேற்படி சர்வே எண்களை குறிப்பிட்டு பத்திரப்பதிவு எதுவும் இனி செய்யகூடாது என்று தடை மனு கொடுத்து இருக்கின்றனர்.

10) ஒரே ஒரு வீடு அல்லது விவசாய நிலம் வைத்து இருக்கும் சம்சாரியை இந்து அறநிலைய துறையினர் இப்படி மின்துறை, வருவாய்த்துறை, பதிவுத்துறை என்று எல்லா பக்கமும் தடை மனுக்களை கொடுத்து நிலங்களை

நிம்மதியாக சம்சாரி அனுபவிக்க முடியாமல் செய்து வருகின்றனர் இந்து அறநிலையத்துறையினர்.

11) சரி முதலில் பிரச்சினைக்கு வருவோம். இனாம் நிலம் என்னவென்றால் நிலம் இலவசம் என்று நிறைய பேர் நினைத்து கொண்டு இருக்கிறார்கள். இனாம் என்றால் நிலவரி இலவசம் அவ்வளவுதான். ஏறக்குறைய ஜமீன்தாரரும் இனாம்தாரரும் ஒரே தன்மையுடையவர்கள் தான்.

12) ஜமீன்தார் நிலத்தின் சொந்தகாரர் அல்ல, அவர் நிலவரிக்கான சர்க்கார் உரிமையை தனக்கான கமிசன் அடிப்படையில் பெற்று கொள்பவர் (Assignee of land revenue) அதாவது அவருக்கு கீழ் உள்ள ஜமீன் நிலங்களில் பாடுபடும் குடியானவர்களின் விளைச்சலில் தனக்கு ஒரு பங்கை வைத்து கொண்டு, ஒரு பங்கை அரசுக்கு பேஸ்குஷ் ஆக ஆண்டுதோறும் கொடுக்கின்றவர் ஜமீன்தாரர்.

13) குடியானவன் ஜமீனுக்கு கொடுப்பது கிஸ்தி, ஜமீன் அரசிற்கு கொடுப்பது பேஸ்குஷ். பேஸ்குஷ் என்றால் என்ன என்று கேட்கிறீர்களா? அது ஒரு பாரசீக வார்த்தை. பெருந்தொகை என்று அர்த்தம். ஜமீன்களிடம் வசூல் ஆவதால் பெருந்தொகையாக இருக்கும். கிஸ்தி என்பது விளையும் தானியமாக பெரும்பாலும் இருக்கும் அல்லது சில இடங்களில் கிஸ்தி பணமாக இருக்கும்.

14) இதேபோல் ஜமீன்தாரிக்கு பதிலாக இனாம்தாரர்கள் இனாம் நிலங்களை அனுபவிக்கலாம் குடியானவனிடம் இருந்து கிஸ்தி வாங்கலாம். ஆனால், பேஸ்குஷ் என்று எதுவும் அரசுக்கு கொடுக்க தேவையில்லை! அதாவது குடியானவர்களிடம் இருந்து விளைச்சலில் இருந்து நில வரியை வாங்குகின்ற மேல்வார உரிமையை மட்டும்தான்

கோயில்கள் வைத்திருந்தனர். இனாம்தாரர்களுக்கு குடிவார உரிமை அந்தக் காலத்தில் கிடையாது.

15) கோவில் இனாம் நிலங்களுக்கு குடிவார உரிமை கிடையவே கிடையாது. அதாவது, நிலத்தின் மீது எந்த உரிமையும் கிடையாது, அந்த நிலத்தில் இருந்து வருகின்ற விளை பொருட்களின் மீது மட்டும் வரி உரிமை இருக்கிறது. எல்லா அரசர்களும் கோவில்களுக்கு கிராமங்களை வழங்கவில்லை. அந்த கிராமங்களில் உள்ள விளைச்சலில் ஒரு பங்கை கோவிலுக்கு இனாமாக கொடுத்திருந்தார்கள். ஆனால் இந்து அறநிலையத்துறை நீதிகட்சி ஆட்சிக்கு வருவதற்கு முன்பே கோயில்களை அனுபவித்த சமுகத்தினர் மேல்வார உரிமை மற்றும் குடிவார உரிமை என இருவார உரிமைகளையும் கோவிலுக்கே சொந்தம் என்று பிரிட்டிஷ் அரசோடு சேர்ந்து உருவாக்கி வைத்துவிட்டனர்.

16) 1970–களில் கலைஞர் கருணாநிதி அவர்கள் முதலமைச்சராக இருக்கும்பொழுது கோயில்களுக்கு குடிவார உரிமை கிடையாது, "உழுதவனுக்கே நிலம் சொந்தம்" அடிப்படையில் மக்களுக்கே கொடுக்க வேண்டும். என்று தீர்மானம் நிறைவேற்றி மத்திய அரசின் ஒப்புதலுக்கு அனுப்பி வைத்தார். ஆனால் மத்தியில் இருந்த இந்திராகாந்தி அரசு அதற்கு ஒப்புதல் அளிக்க வில்லை. ஒருவேளை அன்றே ஒப்புதல் அளித்திருந்தால் பல்லாயிரக்கணக்கான ஏக்கர் நிலங்கள் மக்களிடம் பகிர்ந்தளிக்கப்பட்டிருக்கும். ஏனோ நடக்கவில்லை.

17) 1802–க்கு முன்பு சாஸ்வத செட்டில்மெண்டில் (Permanent Settlement) கணக்கெடுத்த பொழுது பல வகையான இனாம்களை பிரிட்டிஷ்காரர்கள் உயர்மட்ட சமுகத்தினர் மற்றும் கோவில்களுக்கு, வருவாய் அலுவலர்களுக்கு,

ஜமீன்களுக்கு, ஜாகீர்களுக்கு, மன்சப்தாரர்களுக்கு, படைத்தளபதி களுக்கு கிராமங்களாக கொடுக்கப்பட்டு இருந்த இனாம்களை ஒழித்து அவர்களுக்கு பென்ஷன் வழங்கினார்கள். வெள்ளையர்கள் நிலங்களை குடியான வர்களிடமே ஒப்படைத்துவிட வேண்டும் என்றார்களே தவிர, இடைத்தரகர்களான ஜமீன்தாரர்களை, இனாம்தாரர்களை, மிட்டாக்களை, மிராசுகளை ஒழித்து அவர்களுக்கு பென்ஷன் கொடுத்து நிலவரி உரிமையிலிருந்து ஒரங்கட்டவே விரும்பினார்கள்.

18) அதன் பிறகு 1858-களில் சென்னை மாகானத்தில் சர்.சார்லஸ் ட்ரல்லியன் அவர்கள் தலைமையில் இனாம் நிலங்கள் கணக்கெடுக்கப்பட்டது. ஏறக்குறைய ஆறு கோடி ஏக்கர் இனாம் நிலங்கள் ஓட்டுமொத்த சென்னை மாகாணத்தில் உள்ளதாக சொல்லப்படுகிறது. அதில் ஜாகிர் இனாம்கள், மஜஅம்தார் இனாம்கள் போன்ற உயர் அதிகாரிகளுக்கு வழங்கப்பட்ட இனாம்கள் எல்லாம் ஒழிக்கப்பட்டது. பிறகு அவர்களுக்கு பென்ஷன் கொடுக்கப்பட்டது. மேலும், நானும் இனாம்தாரர்! நானும் இனாம்தாரர்! என்று பலர் சுற்றிக்கொண்டு இருந்ததால் அவர்களிடம் இருக்கும் பட்டயங்கள் ஆவணங்களை ஆதாரங்களை பரிசோதித்து இனாம் நிலங்கள் போலியானவை என்று உறுதிபடுத்தப்பட்டது. எல்லாம் இனாம் நிலங்கள் மற்றும் இனாம்தாரர்கள் பட்டியலில் இருந்து நீக்கப்பட்டுவிட்டன.

19) 1860-களில் பல வகையான இனாம்கள் எல்லாம் ஒழிக்கப்பட்டு கோவில்களுக்கான தேவதான இனாமும், தர்மம் செய்வதற்கான தர்மதாய கட்டளை இனாம்களும் வேத மந்திரங்கள் படித்தவர்களுக்கு கொடுக்கப் பட்டிருந்த ஸ்தோத்திரிய இனாம்களும், கிராமத்தில் பணிபுரியும் ஊழியர்களுக்கான இனாம்களும் மட்டும்

வைத்து கொண்டு, மீதி இனாம்களை பெரும்பாலும் ஒழித்துவிட்டது.

20) மேற்படி 1858-லிருந்து 1908-வரை இடைப்பட்ட காலங் களில் வெள்ளைக்காரர்களுக்கு கீழிருந்த ஜமீன்தாரர்கள் பணம் வாங்கி கொண்டு தர்மதாயத்திற்காக, சத்திரம் சாவடி, போஜனம், வைத்தியம், தண்ணீர்பந்தல் போன்ற கட்டளைகளுக்காக நிலங்களை கொடுத்திருந்தார்கள். ஆனால் ஜமீந்தார் களுக்கு கட்டளைக்காக நிலங்களை கொடுப்பதற்கு உரிமைகள் இல்லை. ஏனென்றால் ஜமீன்களே வெள்ளையர்களுக்கு கீழ்வரி கட்டிக் கொண்டுதான் இருக்கிறார்கள். எனவே அந்த இனாம்கள் செல்லாது என்று 1908-களில் பிரிட்டிஷ் அரசு சில நடவடிக்கைகளை எடுத்தது.

21) 1908-க்கு பிறகு இவ்வகை இனாம்கள் நான்காக இருந்தது 1) கோவில் மற்றும் மசூதிகளுக்கு சம்பந்தமா னவை 2) தருமம் மற்றும் கட்டளைகளுக்கு சம்பந்தமா னவை. 3) தனி மனிதனுக்கு மற்றும் ஸ்தோத்திரிய பிராமணர், இஸ்லாமிய ஹாஜிக்களுக்கு மான தனிமனித சம்பந்தமானவை 4) இறுதியாக கிராம ஊழியர்களுக் கானவை என நான்கு இனாம்கள் இருந்தன. மேற்படி கோவில் மற்றும் தர்மத்திற்கு சம்பந்தப்பட்ட இனாம் அது புண்ணியம் என கருதப் பட்டது.

22) ஸ்தோத்திரியம் மற்றும் கிராம ஊழியர்களுக்கு கொடுக்கப்பட்ட இனாம்கள், இந்தியா சுதந்திரத்திற்குப் பிறகு, தனி மனிதனுக்கு கொடுக்கப்பட்ட இனாம்கள், கிராம ஊழியர்களுக்கு கொடுக்கப்பட்ட இனாம்கள் ஒழிக்கப்பட்டது. இறுதியாக கோவில் இனாம்கள் மற்றும் கட்டளை இனாம்கள் இந்து அறநிலையத்துறையிடம் ஒப்படைக்கப்பட்டு அன்று முதல் இன்று வரை அவர்களின்

நிர்வாகக் கட்டுப்பாட்டின்கீழ் இருந்து வருகிறது.

23) மேலே சொன்ன 4 வகை இனாம்களில் நிலத்தை நேரடியாக யாரும் உழுகின்றவர்கள் கிடையாது. குத்தகை தாரரோ அல்லது பாயகாரர்களையோ வைத்து உழ வைத்துவிட்டு அதில் வருகின்ற விளைச்சலின் பங்கை அரசுக்கு கொஞ்சம் கூட கொடுக்காமல் இனாம்தாரரே எடுத்து கொள்வதுதான் இனாம் நிலம் என்று சொல்கிறோம்.

24) தனி நபர் இனாம் பிராமணர்களுக்கு தனிப்பட்ட முறையில் ஸ்தோத்தரியம் என்ற பெயரில் கொடுக்கப் பட்டது. சில வெள்ளாளர்களுக்கும், இஸ்லாமிய ஹாஜிக்களுக்கும் கொடுக்கப்பட்டது. மேற்படி இனாம் நிலங்கள் எல்லாம் யுடிஆருக்கு முன் ஒழிக்கப்பட்டு அந்த நிலத்தில் இருந்த குடியானவனுக்கு பட்டா கொடுக்கப்பட்டு இருக்கிறது அல்லது அரசு அனாதீனம் என்று ஆக்கிவிட்டு இருக்கிறது.

25) கிராம ஊழியர் இனாம் என்பது கர்ணம், வெட்டியான், தலையாரி, நீர்கட்டி, போன்ற கிராமப் பணியாளர்களுக்கு அவர்கள் செய்கின்ற கிராம வேலைகளுக்காக கொடுக்கப்பட்டது. அவர்களும் அந்த நிலங்களை பிறருக்கு வாரத்துக்கு விட்டுவிட்டு அதில் வருகின்ற பங்கை அரசுக்கு கொடாமல் தாங்களே வைத்து இருந்தனர். அந்த நிலங்களும் அவர்களின் வாரிசுகளுக்கே யுடிஆர் பட்டாவாக மாற்றப்பட்டுவிட்டது.

26) தர்மம் என்றால் அன்னதான சத்திரம், சாவடி, வைத்தியம், சமஸ்கிருத காலேஜ் வேதபாட சாலைக்கு இனாமாக கொடுக்கப்பட்டு இருந்தது, இந்த இனாம்கள் யுடிஆர் பட்டாவாக இவர்களுக்கே மாறிவிட்டது. ஏனென்றால் தர்ம காரியங்கள் செய்வதால் அதை தொடர வேண்டும்

என்ற நோக்கத்தில் அவர்களுக்கு யு.டி.ஆர் பட்டா மூலம் குடிவார உரிமை கிடைத்தது. தற்பொழுது இந்த இடங்களில் தான் 50 ஆயிரம் வாடகை போகிறது என்றால் 2000 ரூபாய் வாடகை மதிப்பில் தர்மத்தைக் காப்பாற்றுபவர்களாக கோவிலில் பணியாற்று கின்ற பூசாரிகளும், ஊழியர்களும் அனுபவித்து கொண்டு இருக்கிறார்கள்.

27) கோயில் இனாம் என்றால் கோவில் பெயரில் இருக்கும். ஆனால் அதில் நிறைய குத்தகைதாரர்கள் இருப்பார்கள். அரசு இனாம் ஒழிக்கும்போது அந்த நிலங்களில் யார் உழுதார்களோ அவர்களுக்குத்தான் UDR பட்டா கொடுத்து இருக்க வேண்டும், ஜமீன் நிலங்களுக்கும் ஸ்தோத்திரியம் ஜாகிர் இனாம்களுக்கும் அப்படிதான் செய்தார்கள்

28) ஆனால் கோவில் இனாம்களில் நூறு இருநூறு வருடங்களாக குடிவாரத்தில் இருந்தவர்களை அனுபவ உரிமை உடையவர்களை காலி செய்யச் சொல்லிச் கொண்டு இருக்கிறது. மேற்படி நிலங்களில் யு.டி.ஆர் பட்டாவில் நிலத்தை அனுபவக்கும் குடியானவன் பெயர் இருக்காது கோவில் பெயரே இருக்கும்.

29) இந்த சிக்கல்களில் நீதிமன்றம் கோவில் பக்கம் சாதகமான பல தீர்ப்புகளைக் கொடுத்து இருக்கிறது. என்னைப் பொறுத்தவரை மக்களா? கோவிலா? என்றால் மக்கள்தான் என்று சொல்வேன். எனவே கோவில் இனாம் நிலங்களில் வேறு வீடு இல்லாமல் வசிக்கின்ற மக்களை காலி செய்யாமல் அவர்களுக்கே பட்டா வழங்க கோரி மனு போராட்டங்களும், மக்கள் மன்றங்களும் கொண்டு செல்லலாம்!

30) சரி, யுடிஆர் பட்டாவில் கோவில் பெயர் இல்லை, ஒரு நண்பரின் பெயர் இருக்கிறது. அதனால் அதை நம்பி நான் கிரயம் வாங்கிவிட்டேன். இப்பொழுது கோவில் இடம் என்று சர்ச்சையை கிளப்புகிறார்களே, அதற்கு என்ன செய்ய வேண்டும்? என்று நீங்கள் கேட்பது புரிகிறது.

31) அதற்குதான் இனாம் என்றால் என்ன என்று புரிதலுக்காக மேற்கண்டதெல்லாம் எழுதியிருக்கிறேன். கோவில் தேவதானத்தில் குடிவார உரிமையில் விவசா யிகள் மட்டும் இல்லாமல் கோவிலில் ஊழியம் செய்கின்ற பிராமணர் அல்லாதவர்களுக்கு அதாவது பூபண்டாரம், காவல்காரர்கள், குற்றேவல் வேலைகள் செய்பவர்கள், தேவதாசிகள் போன்றோர்களுக்கு கோவில் தனக்கு வந்த இனாம் நிலங்களை பயிர் செய்து கொள்ள மேற்சொன்னவர்களுக்கு ஒப்படைத்து இருக்கிறது.

32) அந்த நிலங்கள் எல்லாம் SLR ஆவணங்களில் பார்த்தால் தான் கோவில் ஊழிய இனாம் என்று இருக்கும். இந்த இனாம்களை 1970-களில் அந்த அந்த மக்களுக்கே கொஞ்சம் பணம் கட்ட சொல்லி அதனை நியாயவாரத் தொகை என்று சொல்வார்கள். அப்படி அந்தத் தொகையை கட்டியவர்களுக்கு, யுடிஆர் பட்டா அரசால் போட்டு கொடுக்கப்பட்டது. அதற்கு அந்த நேரத்தில் இந்து அறநிலையத்துறையும் ஒப்புதல் தெரிவித்தது.

33) ஆனால், அந்த நிலங்களைத்தான் இப்பொழுது இந்து அறநிலையத்துறை காலி செய்யச் சொல்லி நோட்டீஸ் கொடுக்கின்றது. இப்படி நோட்டீஸ் வந்தால் உடனடியாக SLR ஆவணங்களை எடுக்க வேண்டும். கோவில் சம்பந்தப்பட்ட SLR ஆவணங்களை எடுப்பது சவாலாக இருக்கும்

34) SLR பழுதடைந்துவிட்டது பார்க்கும் நிலையில் இல்லை என்றெல்லாம் அலைக்கழிப்பார்கள். கொஞ்சம் தொடர் முயற்சி செய்து SLR ஆவணத்தை எடுத்து அதில் ஊழிய இனாம் என்று இருக்கிறதா என்று உறுதி செய்து கொள்ள வேண்டும்.

35) தாசில்தார் அலுவலகம் சென்று தாசில்தார் செட்டில் மெண்டு ரிக்கார்டு என்று ஒரு ஆவணத்தைத் தேடி எடுக்க வேண்டும். அதில் இந்த நிலம் உங்களுக்கு ஒப்படைக்கப்பட்ட விவரமும், அதற்கு பணம் கட்டிய விவரமும் இருக்கும்.

36) மேற்படி எடுத்த ஆவணங்களை எல்லாம் வைத்து இந்து அறநிலையத்துறைக்கு உங்கள் சார்பாக, "இன்ன வகையில் எங்களுக்கு யூடிஆர் பட்டா ஆகியிருக்கிறது" என்றும், இது கோவில் நிலம் அல்ல என்றும், அதனால் மின் இணைப்பு எடுக்க தடுக்க வேண்டாம் என்றும், பத்திரம் பதிவு செய்ய தடுக்க வேண்டாம் என்றும், சிட்டா அடங்கல் வாங்க தடுக்க வேண்டாம் என்றும் மனு கொடுங்கள்.

37) இந்து அறநிலையத்துறை மேற்படி நிலங்களை காலி செய்யச் சொன்னால் மேற்படி ஆவணங்களை வைத்து முறைபடி யான சட்ட, மனுப் போராட்டங்களை நடத்தி நிலத்தை காப்பாற்றிக் கொள்ள வேண்டும். இந்து அறநிலையத்துறை ஒவ்வொரு கோவிலின் கட்டுபாட்டில் இருக்கும் கோவில் மற்றும் கட்டளை நிலங்களை அந்த கோவிலின் பெயரிலேயே நிர்வாகம் செய்கிறது.

38) உதாரணமாக, திருவண்ணாமலையில் அண்ணாமலை கோவிலுக்கான சொத்து, பழனிமலை முருகனுக்கான சொத்து முறையாக அண்ணாமலை பெயரிலும், முருகன் பெயரிலும் எல்லா சொத்தையும் ஒன்று சேர்த்து இந்து

அறநிலையத் துறையின் கீழ் கொண்டு வருவதில்லை. ஒவ்வொரு கோவிலின் சொத்துக்களையும், ஒவ்வொரு யூனிட்டாகத்தான் அறநிலையத்துறை கொள்கிறது. அதனால் இந்து அறநிலையத்துறை அதிகாரிகள் ஒரு கோவிலுக்குப் பொறுப்பாக வந்தால் அந்த கோவிலின் சொத்துக்களை அதிகப்படுத்தியோ அல்லது மீட்பதையோ நோக்கமாக வைத்து செயல்படுகிறார்கள்.

39) மேலும் அந்த கோவிலினுடைய வருவாயிலிருந்துதான் 15 முதல் 20 சதவீதத் தொகையை எடுத்து தங்களுக்கு சம்பளம் போட்டுக் கொண்டு இருக்கிறார்கள். அதனால் மக்களிடம் இனாம் ஒழிப்பின் பொழுது வந்த நிலங்களையும் நில உடமை மேம்பாட்டு திட்டத்தின் பொழுது மக்கள் பெயருக்கு மாறிய நிலங்களையும் நத்தம் நிலவரித்திட்டத்தின் பொழுது மக்கள் பெயருக்கு மாறிய நிலங்களையும், பல்வேறு காலகட்டங்களில் மக்கள் பெயருக்குப் பட்டா மாறிய நிலங்களையும் தற்பொழுது தேடித்தேடி எடுத்து தங்கள் சம்பளத்திற்காக வேட்டையாடி கொண்டிருக்கின்றனர்.

40) எனவே எஸ்.எல்.ஆரை பார்க்காமல் எந்த நிலங்களையும் வாங்கக் கூடாது என்று சொத்து வாங்குபவர்கள் முடிவெடுக்க வேண்டும். அப்பொழுதுதான் கோவில் இனாம் நில சிக்கல்களில் இருந்தும், இந்து அறநிலையத் துறை வேட்டையிலிருந்தும் தப்பித்துக் கொள்ள முடியும். ஏற்கெனவே தெரியாமல் கோவில் நிலங்களை வாங்கியவர்கள் தங்களுக்கே பட்டா வழங்கக் கூறி முழு நில உரிமை கேட்டு அரசியல் கட்சிகளில் தேர்தல் வாக்குறுதிகளில் சேர்க்கச் சொல்லி உரிமை போராட்டங்களைத் தொடர வேண்டும்.

50. வீணான முத்திரைத்தாளை அரசிடம் கொடுத்து திரும்ப பணம் பெறுவது எப்படி? தெரிந்து கொள்ள வேண்டிய 13 செய்திகள்!

1) ஒரு சொத்து வாங்குவதற்கு கிரயப் பத்திரத்தை தயாரிக்க தேவையான முத்திரைத்தாள்களை சில இலட்சங்களுக்கோ அல்லது சில ஆயிரங்களுக்கோ வாங்கிவிட்டார்கள். அதில் கிரய ஷரத்துகள் எல்லாம் எழுதி டைப் செய்து வைத்துவிட்டார்கள். ஆனால் திடீரென்று எதிர்பாராத காரணங்களால் கிரயம் நடக்காமல் நின்று போய்விட்டது. அதற்காக தயார் செய்து வைத்திருந்த பத்திரம் வீணாகி விட்டது.

2) 20,000 ரூபாய்க்கு முத்திரைத்தாள் வாங்கிப் பத்திரம் உருவாக்கும் தேதி அன்று தேங்காய் எண்ணெய் பாட்டில் உடைந்து முத்திரைத்தாள் முழுதும் தேங்காய் எண்ணெய் அபிஷேகம் நடந்து முத்திரைத்தாள் வீணாகிவிட்டது.

3) கிரய ஷரத்துக்களை டைப் செய்து வைத்திருந்த 17 ஆயிரம் ரூபாய் மதிப்பிலுள்ள பத்திரங்களை பதிவு அலுவலகத்தின் அருகில் இருக்கும் ஆவணம் எழுத்தர் அலுவலகத்தில் வைத்து, வீட்டம்மாவுடன் சண்டை போட்டு மனக்கொதிப்பில் முத்திரைத்தாளை துண்டாக கிழித்துவிட்டார். இதனால் முத்திரைத்தாள்கள் வீணாகிவிட்டது.

4) இன்னொரு அம்மா சங்கீதா ஓட்டல் சாம்பார் வடை பார்சல் டப்பாவுடன் 6 ஆயிரம் ரூபாய் ஸ்டாம்ப் பேப்பரை தன்னுடைய பையில் வைத்து பஸ்ஸில் வரும்பொழுது சாம்பார் பைக்குள்ளேயே கொட்டி முத்திரைத்தாள் முழுக்க நனைந்து முத்திரைத்தாள் சாம்பார் வடையாக மாறி வீணாகிவிட்டது.

5) இப்படி முத்திரைத்தாள்கள் எழுதியோ எழுதபடாமலோ இருந்து பதிய முடியாமல் அல்லது மேற்சொன்ன சம்பவங்களின்படி, எல்லாம் வீணாகிவிட்டு இருக்கும். அப்பொழுது முத்திரைத்தாள் வீணாகி அதனால் பணமும் வீணாகிவிட்டதே என்று வருத்தப்பட்டுக் கொண்டு நிற்பார்கள்.

6) மேற்படி வீணான பத்திரங்கள் எல்லாம் அது வாங்கிய தேதியிலிருந்து ஆறு மாதத்திற்குள் அரசிடம் திரும்ப ஒப்படைத்தால் கழிவு போக அரசிடம் இருந்து பணத்தை திருப்பி வாங்கலாம். அதனுடைய வழிமுறைகள் பின்வருமாறு:

7) எப்பொழுது முத்திரைத்தாள் வாங்கினாலும் முடிந்தவரை அரசு கருவூலத்தில் வாங்கப் பாருங்கள். முத்திரைத்தாள் விற்பனையாளரிடம் வாங்கினால் எந்த மாவட்டத்தில் பதிவு செய்கிறீர்களோ அந்த மாவட்டத்திலேயே இருக்கும் அல்லது எந்த சார்பதிவகமோ அந்த சார்பதிவக முத்திரைத்தாள் அந்த சார்பதிவக எல்லையிலுள்ள முத்திரைத்தாள் விற்பனையாளரிடம் வாங்கினால் முத்திரைதாள் வீணாகிவிட்டால் திருப்புதொகை பெற ஏதுவாக இருக்கும்.

8) வீணாகி போன முத்திரைத்தாள் அனைத்தையும் ஒரு மனுவுடன் இணைத்து நீங்கள் எந்த முகவரியில் வசிக்கிறீர்களோ? அந்த ஆட்சி எல்லைக்குட்பட்ட வட்டாட்சியருக்கு மனு செய்ய வேண்டும்.

9) மேற்படி மனுவை பரிசீலித்து வட்டாட்சியர் பதிவுத் துறையின் மாவட்ட பதிவாளருக்கு முத்திரைத்தாள் எண்கள் மற்றும் அதனுடைய வாங்கிய விவரங்களை தபால் மூலம் அனுப்பி அதன் மெய்த்தன்மையை அறிந்து கொள்ள சான்று கேட்பார்கள்.

10) மேற்படி தபாலின் இன்னொரு நகல் நமக்கும், நம் பகுதியின் வருவாய் ஆய்வாளருக்கும் கிடைக்கும் மேற்படி வருவாய் ஆய்வாளரும் நம்மை விசாரித்து வட்டாட்சியருக்கு அறிக்கை சமர்பிப்பார். அதே நேரத்தில் பதிவுத்துறை மாவட்ட பதிவாளரும், சம்பந்தபட்ட முத்திரைத்தாள் விற்பனையாளரிடம் அறிக்கை பெற்று மேற்படி முத்திரைத்தாள்கள் மெய்தன்மை உடையதுதான் என்று சான்று அளித்து வட்டாட்சியருக்கு அனுப்புவார்.

11) மேற்படி வேலைகள் எல்லாம் தானாக நடக்காது. நாம்தான் மாவட்ட பதிவுதுறைக்கும், வட்டாட்சியர் அலுவலகத்திற்கும் வருவாய் ஆய்வாளர் அலுவலகத் திற்கும் நடந்து நடந்து பைல்களை நகர்த்த வேண்டும்.

12) அனைத்து வேலைகளும் முடிந்த உடன் நம்முடைய கோப்பு, வட்டாட்சியர் அலுவலகத்தில் ஒரு கிளர்க்கிடம் வந்துவிடும். தொடர் பின்தொடரலுக்கு பிறகு, கழிவு போக மீதி தொகையை காசோலையாக உங்களிடம் வட்டாட்சியர் வழங்கிவிடுவார்.

13) முடிந்தவரை முத்திரைத்தாளை வீணடிக்காமல் இருப்பதே மிகவும் நல்லது. அதிக கவனத்துடன் சமயோசித புத்தியுடன் பத்திரப்பதிவு நேரங்களில் இருத்தல் வேண்டும். பத்திரங்களை வாங்கும்பொழுதும், பத்திரங்களை கொண்டு செல்லும் பொழுதும் நீர் புகாத நல்ல பிளாஸ்டிக் கவர் மற்றும் பிளாஸ்டிக் பைல்களில் பாதுகாப்பான பையில் அதனை மட்டும் வைத்து கொண்டு செல்ல வேண்டும்.

51. நிலத்தின் மீது அடமான கடன் வாங்குகிறீர்களா? சொத்து பறிபோகும் அபாயம் உள்ளது, ஜாக்கிரதை!

1. பெரும்பாலும் தொழில் அதிபர்கள், வியாபாரிகள், அவசரக் கடன் தேவைகளுக்கு தங்களின் நிலத்தை ஈடாக வைத்து தனி நபர்களிடம், வட்டிக்கு கடன் வாங்கு கின்றார்கள். அவ்வாறு வாங்கும்போது உருவாக்கப் படுகின்ற பத்திரங்களில், அதிக அளவு சட்ட தவறுகளும், சட்டக் குழப்பங்களும் நடக்கின்றன.

2. வாங்கிய கடனுக்கு ஈடாக அடமானக் கடன் பத்திரம் போடுவதற்கு பதிலாக முன்கூட்டியே கிரயப்பத்திரம் எழுதி தர வேண்டும் என்று கடன் கொடுப்பவர்கள் நிர்பந்திக்கிறார்கள், கடன் வாங்குபவரும் அவ்வாறே அடமானக் கடன் பத்திரத்திற்கு பதிலாக கிரயப் பத்திரமே எழுதி கொடுக்கிறார். மேலும் வட்டியும் அசலும் கட்டிவிட்டால் மேற்படி சொத்தை திரும்ப மறு கிரயப்பத்திரம் எழுதி கொடுப்பதாக கடன் கொடுப்பவர் உறுதி அளிக்கிறார். ஆனால் நிலைமை எதிர்மாறாகதான் நடக்கிறது. சொல்லுகின்ற வட்டியை கொடுக்க முடியாமலும், அசலை அடைக்க முடியாமலும் சொத்தை கடன் கொடுத்தவரிடம் இழந்துவிடுகிறார்கள்.

3. சில இடங்களில் கடன் வாங்குபவர் பதிவு செய்யப்படாத அடமானக் கடன் பத்திரமும், அதனுடன் பதிவு செய்யப்பட்ட பொது அதிகார ஆவணமும், கடன் கொடுத்தவருக்கு எழுதிக் கொடுத்துவிடுவார்கள். வாங்கிய கடன் திருப்பி செலுத்தப்பட்டதும், பவர் பத்திரம் ரத்து செய்து கொள்ளலாம் என்று உறுதி கொடுத்து இருப்பார்கள். ஆனால் சிறிது நாட்களில் வட்டி

தவறும்பட்சத்தில், மேற்படி பவரை வைத்து கடன் கொடுத்தவர் தன் நண்பருக்கோ, தன் குடும்பத்தினருக்கோ ஒரு கிரய பத்திரத்தை போட்டு விடுவார். அதன்பின் "கடன்பட்டார் நெஞ்சம் போல்" கலங்கி நிற்பார் கடன் வாங்கியவர்.

4. மேற்படி வாங்கிய கடனுக்கு முன்கூட்டியே கிரயப் பத்திரமோ, பவர் பத்திரமோ எழுதி கொடுக்கும்பொழுது பத்திரப்பதிவு அலுவலகத்துக்கு வெளியே பதிவு செய்யப்படாமல் ஒரு புரிந்துணர்வு ஒப்பந்தமோ, அதாவது வாங்கிய கடனுக்காகத்தான் கிரயமோ, பவரோ கொடுக்கப்படுகிறது. கடன் திரும்ப பெற்றவுடன் அதற்கான பவரை ரத்து செய்து கொள்ளலாம். மீண்டும் மறு கிரயம் செய்து கொள்ளலாம் என்று எந்தவித ஒப்பந்தமும் எழுதி கொள்ளாமல் மேற்படி கடன்களை வாங்குகின்றார்கள். அதன் பிறகு எதிர்காலத்தில் எந்த விதபிடியும் இல்லாமல் நிலைதடுமாறி நிற்கின்றார்கள்.

5. சில இடங்களில் கடன் வாங்கியவர் முதலில் பவர் எழுதி கொடுத்துவிட்டு பிறகு ஒழுங்காக வட்டியையும் அசலையும் கட்டி மேற்படி பவரையும், ரத்து செய்து சொத்தை மீட்டு இருப்பார். அதன் பிறகு சொத்தில் எந்தவித வில்லங்கமும் இல்லை என்று நினைத்து கொண்டு இருப்பார். ஆனால் ஏற்கனவே பவர் வாங்கிய கடன் கொடுத்தவர் வேறு ஒரு மாவட்டத்தில் இந்த பவரை வைத்து வேறு ஒரு நபருக்கு கிரயம் எழுதி கொடுத்திருப்பார்.

6. அது எப்படி வேறு மாவட்டத்தில் எழுத முடியும் என்றால், வேறு ஒரு சொத்து அந்த மாவட்டத்தில் இருக்கும் பட்சத்தில் அதனுடன் இந்த சொத்தையும் சேர்த்து கிரயம் செய்யலாம் என்று பதிவுத்துறை சொல்கிறது. இதனைப்

பயன்படுத்தி கிரயம் செய்துவிட்டு ஊமையாக கொஞ்சகாலம் இருக்கிறார்கள். அதன் பிறகு கடன் வாங்கியவர் இறந்துவிட்டாலோ அல்லது நோய்வாய்ப்பட்டாலோ அல்லது மிகவும் மன அழுத்தத்திற்கு உட்பட்டு இருந்தாலோ மேற்படி கடன் கொடுத்தவர்கள் மேலே சொன்ன வேறு சார்பதிவகத்தில் பதிந்து இருந்த பத்திரத்தை வைத்து சொத்தில் உரிமைகோரி நீதிமன்றம், காவல்துறை, அரசியல் பிரமுகர்கள் வழியாக சொத்தை அபகரிக்க வருவார்கள்.

7. ஒரு சில இடங்களில் வாங்கிய கடன் தொகைக்கு ஈடாக Sale அக்ரிமென்ட்டும் கடன் கொடுத்தவர் பெயரில் போட்டு கொள்கின்றனர். கடன் கட்டவில்லை என்றால் அக்ரீமென்ட்படி கிரயம் செய்ய மனஅழுத்தம், புற அழுத்தம் கொடுத்து சொத்து வெளி நபருக்கு கிரயம் செய்யப்படுகிறது.

8. சொத்தை வைத்து வாங்கிய கடனுக்கு கடன் பத்திரம் போடுகிறார்களோ இல்லையோ, கிரயம், பவர், அக்ரீமென்ட் என்று போட்டு கொண்டிருக்கிறார்கள் பைனான்சியர்கள். எனவே கடன் வாங்குபவர்கள் இது போன்ற நிலைமை ஏற்பட்டால் கொஞ்சமாவது நிதானமாக சம நிலையுடன் நின்று ஜாக்கிரதையாக முடிவு எடுக்க வேண்டும்.

9. இப்பொழுது இருக்கின்ற பைனான்சியர்கள் எல்லாம் கொடுத்த பணத்தை வசூலிப்பதற்காக அக்ரிமென்ட், பவர், கிரயம் என்று முன்கூட்டியே கடன் வாங்குபவரிடம் பேசி முடிவெடுத்துதான் பத்திரங்கள் போடுகிறார்கள். ஆனால் 1960—களில் அடமானக் கடன் கொடுத்தால் வரி பிளப்பு செய்து அதனை கிரய பத்திரமாக மாற்றி விடுவார்கள்.

10. அந்தக் காலத்தில் கையால் எழுதப்படுகின்ற அடமான கடன் பத்திரங்களில் "சுவாதீன அடமானக் கடன்" என்று எங்கெல்லாம் வருகிறதோ அதில் எல்லாம் "அரிதி சுத்த விக்கிரய பத்திரம்" என்று அடித்து வரி பிளப்பு செய்து திருத்திவிடுவார்கள். அந்த கால பத்திரங்களில் எழுதி கொடுப்பவர் 1-வது பார்ட்டி, எழுதி வாங்குபவர் 2-வது பார்ட்டி மேற்படி 1, 2 பார்ட்டிகள் செய்து கொள்ளும் "சுவாதீன அடமான கடன்" என்று மட்டும் போட்டுவிட்டு அடமான கடனுக்கான ஷரத்துகள் எதனையும் போடாமல் சொத்து விவரத்தை மட்டும் குறிப்பிட்டுவிட்டு சுவாதீன அடமான கடன் என்று எழுதிவிடுவார்கள். கடன் வாங்குபவர் பத்திரத்தில் சுவாதீன அடமானக்கடன் என்றுதான் இருக்கிறது என்று கையெழுத்து போட்டுவிடுவார். பதிவிற்கு தாக்கலாகும்பொழுது அதனை "அரிதி சுத்த விக்கிரயம்" என்று வரி பிளப்பு செய்து பதிவிற்கு கொடுத்துவிடுவார்கள்.

11. ஆக அந்தக் காலத்தில் கிரய ஷரத்துக்கள் இல்லாமலேயே இரண்டே இரண்டு வரி பிளப்பு மாற்றத்திலேயே அடமானத்தை கிரயமாக அல்லது பத்திரத்தின் தன்மைகளையே மாற்றிவிடக் கூடிய அளவிற்கு கில்லாடி பைனான்சியர்களும், கில்லாடி பத்திர எழுத்தர்களும் இருந்திருக்கிறார்கள்.

12. எனவே அப்பொழுதானாலும் சரி, இப்பொழுதானாலும் சரி கடன் வாங்கினால் சாதாரண அடமானக் கடன் பத்திரமோ (அ) ஈட்டு அடமானக் கடன் பத்திரமோ (அ) சுவாதீன அடமான கடன் பத்திரமோ அல்லது பத்திர வைப்பு அடமானக் கடன் பத்திரமோ ஏன்? எதிர்நடை கிரயப் பத்திரம்கூட போட்டுக் கொள்ளுங்கள்.

13. எந்தவித அவசரத் தேவை என்றாலும், வியாபாரத் தேவை

என்றாலும் பல்வேறு நெருக்கடிகள் சூழ்ந்தாலும், கையில் இருக்கின்ற சொத்தை கடன் என்று நினைத்து கொண்டு கிரயம் கொடுத்துவிட்டாலோ, பவர் எழுதி கொடுத்து விட்டாலோ, கிரய ஒப்பந்தம் போட்டுவிட்டாலோ, அல்லது குறைவான ஷரத்துக்களை எழுதிக் கடன் பத்திரம் எழுதியிருந்தாலோ அந்த வலையில் மாட்டிக் கொள்ள வேண்டாம் என்று நான் அறிவுறுத்துகிறேன்.

Paranjothi Pandian's Quotes

52. திருநெல்வேலிக்காரர்கள் தெரிந்து கொள்ள வேண்டிய கேரளா - பாராசாலை பத்திரங்கள்!

1. பதிவுச் சட்டத்தில் இரண்டு சார்பதிவக எல்லையிலும் உள்ள இரண்டு தனித்தனி சொத்துக்களை ஒரே நேரத்தில் சொத்து வாங்கும்போது ஏதாவது ஒரு சார்பதிவக எல்லையில் பதிந்து கொள்ளலாம் என்ற விதி இருக்கிறது. .

2. அதனைப் பயன்படுத்தி பெரும்பாலும் திருநெல்வேலியில் நில வியாபாரம் செய்பவர்கள், நிலம் வாங்குபவர்கள், விற்பவர்கள், கேரளா மாநிலத்தில் உள்ள களியக்காவிளை அருகில் பாராசாலை என்ற ஊரில் உள்ள சார்பதிவக எல்லைக்குள் இரண்டு சென்டோ ஒரு சென்டோ வாங்கி அதோடு திருநெல்வேலியில் ஏக்கர் கணக்கில் நிலங்களை வாங்கி இரண்டு சொத்தையும் சேர்த்து ஒரே பத்திரத்தில் சொத்து விவரம் 1–ல் கேரளாவின் சொத்தையும், சொத்து விவரம் 2–ல் திருநெல்வேலி சொத்தையும் சேர்த்து கேரளாவில் உள்ள பாரசாலை சார்பதிவகத்தில் பதிந்துவிடுவார்கள்..

3. எதற்காக என்றால் தமிழ்நாட்டில் முத்திரைத் தீர்வை, வழிகாட்டி மதிப்பு என அனைத்தும் கேரள மாநிலத்தை விட அதிகமாக இருக்கும். அதனால் பலர் ரயில் ஏறி சென்று கேரளாவில் பதிவார்கள். அப்பொழுது இப்படி பாராசாலையில் பதிவது மிக பிரபலமான நடைமுறையாக இருந்தது.

4. 1997ஆம் ஆண்டுக்கு பிறகு தான் இதனை தெரிந்து கொண்ட தமிழ்நாடு அரசு நிறைய முத்திரைத் தீர்வை வருவாய் இழப்பு ஏற்படுகிறது என்பதால், பக்கத்து மாநிலங்களில் பதிவு செய்வதை தடை செய்தது, அதன் பிறகு யாரும் ரயிலேறி மேலும் மதுரை டூ கொல்லம்

போகின்ற பேசஞ்ஜர் ரயிலும் நிறுத்திவிட்டதால் அந்தக் கால ரியல் எஸ்டேட் ஏஜெண்டுகள் கேரளாவில் போய் ரியல் எஸ்டேட் தொழில் செய்வதைக்கூட குறைத்து விட்டார்கள்.

5. மேலும் இன்றும் பல தாய்ப் பத்திரங்களில் பாராசாலையில் பதிந்த பத்திரங்கள் திருநெல்வேலி மாவட்ட சொத்துக்களில் இருக்கும்.

6. இந்த சொத்துக்களை வாங்கும்பொழுது இன்னும் கவனம் கொள்ள வேண்டியது என்னவென்றால் இந்த பத்திரங்கள் 1997-க்கு பிறகு பதியப்பட்டு இருந்தால் கண்டிப்பாக அந்த பத்திரம் செல்லாது.

7. 1997-க்கு பிறகு பதியப்பட்டு இருந்தாலும் அந்த பத்திரம் திருநெல்வேலியில் உள்ள மாவட்ட பதிவாளரிடம் அட்ஜூடி கேஷன் (தீர்ப்பு பெற்று இருக்க வேண்டும்) செய்து இருக்க வேண்டும்.

8. மேற்படி பத்திரங்களில் பாராசாலை முத்திரையும் திருநெல்வேலி மாவட்ட பதிவாளரின் அட்ஜூடிசேசன் எண்ணும் போட்டு இருக்கும்.

9. மேற்படி சொத்துக்களை வாங்குபவர் சொத்து வந்த வரலாறு சொல்லும்போது பாராசாலை சார்பதிவகத்தில் பதியப்பட்டு, திருநெல்வேலி மாவட்ட பதிவாளரிடம் அட்ஜூடிகேட் செய்யப்பட்டு என்று ஷரத்து எழுத வேண்டும்.

10. இன்றும் திருநெல்வேலி, நாங்குநேரி சார்பதிவகம் மிகப்பழமையான கட்டிடம் அதில் ஒரு தகர போர்டில் கேரளாவில் பதியப்பட்ட பத்திரங்கள் தமிழ்நாட்டின் சொத்துரிமையை பாதிக்காது என்று அழிந்து போன மங்கலான போர்டு இருக்கிறது.

11. பாராசாலையில் சொத்து பதிந்தவர்கள் அவர்களுடைய ஆவணங்கள் தற்பொழுது காணவில்லை என்றால் copy of the document போடுவதற்கு கேரளாவில் உள்ள பாராசாலை அலுவலகத்திற்குத்தான் செல்ல வேண்டும். அங்கு சென்றால் தமிழ்நாட்டின் சொத்து விவரம் ஈசியில் வராது. அதனால் நேரடியாக தமிழ்நாட்டு சொத்தை copy of the document போட்டு எடுக்க முடியாது. தமிழ்நாட்டு சொத்தை வைத்திருப்பவர்கள் கேரளாவில் உள்ள சொத்து விவரத்தினை தெரிந்திருந்தால் மட்டுமே அதனை வைத்து EC போட்டு அதிலிருந்து ஆவண எண் எடுத்து அதிலிருந்து copy of the document வாங்க வேண்டும்.

12. பொதுவாக கேரளா ஆவணங்கள் தாய்ப் பத்திரங்களில் இருந்தால் டபுள் டாக்குமெண்ட் சிக்கல்கள் உருவாக வாய்ப்புகள் இருக்கிறது. கேரளாவில் பதிந்த பத்திரம் தமிழ்நாட்டில் செல்லாது என்ற பிறகு அந்த பத்திரத்தை வைத்து ஒரு புதிய பத்திரம் உருவாகி விட்டாலோ அதனை எதிர்த்து தமிழக சார்பதிவகத்தில் இன்னொரு பத்திரம் உருவாகிவிட்டாலோ டபுள் டாக்குமெண்ட் சிக்கல்கள் உருவாகின்றன.

13. நானும் தகவல் பெறும் உரிமை சட்டம் மூலமாக பாராசாலையில் பதிந்துள்ள தமிழக சொத்துகளின் பத்திர விவரங்களை கேட்டுள்ளேன். விரைவில் பதில் வரும் என்று நினைக்கின்றேன்.

14. நில உச்சவரம்பு சட்டம் நடைமுறைப்படுத்தியக் காலத்தில் கர்நாடகா, கேரளா போன்ற மாநிலங்களுக்குச் சென்று தங்களுடைய சொத்தை பினாமிகளுக்கு விற்றது போல, பத்திரம் பதிந்துவிட்டு எங்களிடம் உபரி நிலமே இல்லை என்று உச்சவரம்பு சீலிங்கில் இருந்து நிலத்தை

காப்பாற்றிக் கொண்டார்கள் பெரிய மனிதர்கள். அதற்காகவே அந்த காலத்தில் பாரசாலாவிற்கு சென்று பதிந்தார்கள். எனவே பாரசாலா பத்திரங்களைப் பார்த்தால் நில உச்சவரம்பு சிக்கல் இருக்கிறதா? என்று யோசித்துப் பார்த்துக் கொள்ள வேண்டும்.

15. எப்பொழுது நடுத்தர மக்கள் இரயிலேறி பாராசாலாவில் பத்திரம் போட்டு நாலு காசு மிச்சம் செய்ய நினைத்தார்களோ! அப்பொழுதே பாரசாலாவில் பதிகின்ற பத்திரங்களெல்லாம் செல்லாது என்று தமிழக பதிவுத்துறை சொல்லிவிட்டது.

16. ஆக, எல்லாச் சட்டங்களும், எல்லா சட்டத்தில் இருக்கின்ற ஓட்டைகளும், எப்பொழுது நடுத்தர மக்கள் பயன்படுத்த நினைக்கிறார்களோ, அப்பொழுதே அரசு அதனை அடைத்துவிடும் என்பதை நினைவில் கொள்ளுங்கள்.

Paranjothi Pandian's Quotes

ரியல் எஸ்டேட் ஆபத்தானது என்பது சிலருக்கு வசதியான பொய்.

53. சிறந்த மனுக்களே உங்களின் சொத்து சிக்கல்களை தீர்க்க உதவும். தெரிந்து கொள்ள வேண்டிய 9 செய்திகள்!

1. பட்டாவில் சிக்கல், நிலத்தில் ஆக்கிரமிப்பு, வழித் தகராறு, உரிமை இல்லாத ஆவணங்களை தாக்கல் செய்து பத்திரங்களை உருவாக்குதல் என்று பல்வேறு வகையான நில சிக்கல்கள், பிரச்சனைகள் வரும்பொழுது சார்பதிவாளர் அலுவலகம், மாவட்ட ஆட்சியர் வட்டாட்சியர் அலுவலகங்கள், டிடிசிபி, சி.எம்.டி.ஏ அங்கீகார அலுவலகங்கள், காவல் நிலையங்கள், நீதிமன்றங்கள், இலவச நீதிமன்றங்கள், முதலமைச்சரின் குறைதீர் பிரிவு, நிலநிர்வாகத்துறை அலுவலகங்கள் போன்ற எல்லா அலுவலகங்களும் மக்களின் பிரச்சனைகளை கோரிக்கைகளை எழுத்து பூர்வமான மனுக்களாகத்தான் பெற்றுக்கொண்டு, அதன்படி அரசு எந்திரம் செயல்பட்டு கொண்டிருக்கிறது.

   அரசிற்கு தினமும் பல்வேறு வகையான மனுக்கள் வந்து குவிந்து கொண்டே இருக்கின்றன. ஆனால் அதற்கேற்றாற் போல அந்த மனுக்களை எல்லாம் வாங்கி படித்து அந்தக் குறைகளை எல்லாம் நிவர்த்தி செய்கின்ற வேலைகள் முழுமையாக நடைபெறுகிறதா என்றால், நிச்சயம் அவ்வாறு நடைபெறவில்லை என்றுதான் சொல்ல முடியும்.

2. நீங்கள் ஒரு மனுக்களை எடுத்து கொண்டு அரசு அலுவலகத்திற்கு செல்லும் பொழுது அங்கு இருக்கின்ற அரசு ஊழியர்களின் அலட்சியங்கள், கவனக்குறைவுகள் அரசின் நிர்வாகக் கட்டமைப்புகள் பழுதடைந்து இருப்பது, மற்றும் நவீன காலத்திற்கு ஏற்ப மாறாமல் இருப்பது

போன்றவற்றால் உங்கள் மனுக்களில் இருக்கின்ற வேலைகள் நடைபெறாமல் கிடப்பிலேயே இருக்கும்.

3. இப்படி கிடப்பிலேயே இருக்கும் நிலைமையைப் பார்த்து ஒட்டுமொத்த அரசு எந்திரத்தையே பழித்து கொண்டும், குறைக்கூறிக் கொண்டும் அரசு அதிகாரிகள் இடையே வெறுப்பையும், கடுகடுப்பையும் காட்டப்போகிறீர்களா? அல்லது பெரியபெரிய அதிகாரிகளை வைத்து அல்லது பண பலம், சாதி பலம், நட்பு, அரசியல் பலங்களை வைத்து உங்களுடைய வேலைகளை முடித்துக் கொண்டு போக போகிறீர்களா? என்று யோசித்து முடிவு எடுங்கள் என்னுடைய வழிகாட்டுதல் என்னவென்றால் அரசு எந்திரம் பல்வேறு குறைகளுடன்தான் இருக்கிறது, அதனை திருத்துவதற்கோ, சீர் செய்வதற்கோ அந்த அரசு எந்திரத்தின் உயர் அதிகாரியாகவோ உயர் பொறுப்பிலோ நீங்கள் இல்லை. அதனால், இந்த உலகத்தை திருத்துகின்ற மேனேஜர் வேலையில் சிந்தனையை செலுத்தக் கூடாது.

4. உங்களுடைய பிரச்சனைகளை மட்டும் எப்படி அரசு உதவியுடன் தீர்த்துக்கொண்டு வெளியேற வேண்டும் என்ற கவனம் மட்டும் இருந்தால் போதும், மனுக்களோடு நீங்கள் உள்ளே நுழையும் போதே, விக்ரமாதித்தன் கதையில் வருகின்றது போல வெண்ணீராலான ஆறு அதை கடந்தால், விஷத்தை கக்குகின்ற நிறைய பாம்புகள், அதனையும் கடந்தால் உங்கள் தலைகளை வெட்ட வரும் கத்திகள் அதையும் தாண்டி ஆளையே முழுங்கும் முதலைகள், அதனை கடந்த பிறகு தான் பொக்கிஷத்தை எடுக்க முடியும், அதேபோல்தான், அரசு அலுவலகத்தில் உங்களுடைய பொக்கிஷம் எடுக்க அல்லது காப்பாற்ற பல்வேறு வகையான இடையூறுகளை எல்லாம் தாண்ட வேண்டி இருக்கும் என்பதனை முடிவு

செய்து மனுக்களுடன் அரசு அலுவலகத்தில் நுழைய வேண்டும். நீங்கள் அரசின் பிற துறைகளில் பெரிய அதிகாரிகளாக இருக்கலாம் அல்லது பணம் படைத்த பெரிய மனிதர்களாக இருக்கலாம் அல்லது கூர்மையான அறிவுபடைத்தவர்களாக இருக்கலாம். நீங்கள் போன உடனேயே உங்கள் மனுக்கள் பெற்று கொள்ளப்படும். நல்ல வரவேற்பும் முகம் மலர அதிகாரிகள் பேசவும் கூட செய்வார்கள். ஆனால், அந்த வேலைகள் கொஞ்சம் கூட நகரவே நகராது நின்று கொண்டு இருக்கும்.

5. உங்களைவிட இந்த உலகத்திலே அதிகம் திறமைகள் படைத்த, செல்வாக்கு படைத்த, பணம் படைத்த நிறைய நபர்கள் இருக்கிறார்கள் அவர்களின் மனுக்கள் எல்லாம் அந்த அரசு அலுவலகங்களில் இருக்கிறது, அதனையெல்லாம் கடந்து உங்கள் மனுக்களில் வேலைகள் நடக்க வேண்டுமென்றால் உங்களிடம் அதிகமாக இருக்க வேண்டியது ஒருமுகபடுத்துதல் (Super Focus) அரசு அலுவலகங்களில் ஒரு வேலையை முடித்துவிட்டு வெளியே வரவேண்டும் என்றால் அதிக கவனமும், தொடர் முயற்சிகளும் இருக்க வேண்டும்.

6. அதற்கடுத்து நீங்கள் எழுதுகின்ற மனுக்கள் மிகத் தெளிவாகவும், புரியும்படியாகவும், தேர்ந்த மொழி அறிவுடனும், சுருக்கமாகவும் இருத்தல் வேண்டும். ஒருசிலர் தங்களின் நில சிக்கல்களுக்கு மாவட்ட ஆட்சியருக்கோ அல்லது வேறு ஏதாவது உயர் அதிகாரிகளுக்கோ குறை தீர்ப்பு மனு எழுத சொன்னால் சினிமா திரைக்கதை போல பக்கம்பக்கமாக எழுதுவார்கள்.

7. உயர் அதிகாரிகள் உங்களை சந்தித்து உங்களிடம் பேசி மனு வாங்க உங்களுக்கு ஒதுக்கி இருக்கின்ற நேரமே

மூன்றிலிருந்து ஐந்து நிமிடம்தான் நீங்கள் திரைக்கதை போல் எழுதியிருக்கின்ற மனுவை அவர் பார்த்ததுமே அந்த மனுவின் உள்ளேயே அவர் போகமாட்டார். உடனடியாக தனக்குக் கீழ் உள்ள அதிகாரியிடம் அந்த மனுவை கொடுத்து பார்க்க சொல்லிவிடுவார். உங்களிடம் மேலுக்கு ஒரு 2 நிமிடம் பேசி உங்களை ஹீல் செய்து அனுப்பிவிடுவார்.

8. எனவே உங்கள் மனுக்களை சுருக்கமாக புரியும்படி எழுதியிருந்தால் உயர் அதிகாரியினுடைய கவனம் அந்த மனுவின் மீது உடனடியாக குவிந்துவிடும். அதுவே உங்களுக்கு பாதி வெற்றி. தேர்ந்த வழக்கறிஞர்கள், பல வருடம் அனுபவம் உள்ள மனு எழுதி கொடுப்பவர்கள் மிகச்சிறப்பாக மனுக்களை எழுதுகின்றனர். அப்படிப்பட்ட நபர்களை இப்பொழுதெல்லாம் காண்பது அறிதாக இருக்கிறது. அப்படி வழக்கறிஞர்கள் இருந்தாலும் அவர்களுடைய கட்டணங்கள் நடுத்தர மக்களுக்கு உகந்ததாக இல்லை. அதனாலேயே வட்டாட்சியர், மாவட்ட ஆட்சியர் அலுவலக வாசல்களில் காவல் நிலைய வாசல்களில், நீதிமன்ற வாசல்களில், இலவச நீதிமன்ற வாசல்களில், மனு எழுதி கொடுக்கின்றவர்களையே நாடி செல்கின்றனர்.

9. என்னுடைய வாடிக்கையாளர்களை பொறுத்தவரை அவர்களுக்கு நிலச்சிக்கல்கள் வந்துவிட்டால் எங்கள் குழுவினர் அதிக கவனம் எடுத்து எல்லா கோணத்திலும் ஆராய்ந்து மனுக்களை டிராப்ட் போட்டு தருவதால், அந்த மனுக்கள் அந்த நிலசிக்கல்களை தீர்ப்பதற்கு பெறும் உதவியாக இருக்கிறது என்று பல பாராட்டுக்களை பெற்று இருக்கிறோம்.

54. சொத்து சிக்கல்களின்போது அரசு அலுவலகங்களுக்கு சிறந்த முறையில் மனுக்கள் எழுதுவது எப்படி?

1. பொதுவாக மனுக்கள் எழுதும்பொழுது அவை அரசிடமிருந்து ஏதாவது வேண்டி விண்ணப்ப மனுக்களாக இருக்கலாம் அல்லது ஏதாவது குறைகளை தீர்க்கச் சொல்லும் குறைதீர் மனுக்களாக இருக்கலாம். அல்லது ஊரின் பொதுவான தேவைகளை நிறைவு செய்வதற்கான கோரிக்கை மனுக்களாக இருக்கலாம். தகவல் பெறும் உரிமை சட்டத்தின் கீழ் தகவல் பெறும் மனுக்களாக இருக்கலாம். அல்லது உங்கள் சொத்துக்களுக்கு இடையூறு கொடுப்பவர் பற்றிய புகார் மனுக்களாக இருக்கலாம். ஆக ஒவ்வொரு விதமாக எழுதப்பட வேண்டியது.

2. சில மனுக்களை A4 SIZE வெள்ளை தாள் பாண்டு பேப்பரில் சிலவற்றை முழுநீள வெள்ளை தாளில் சிலவற்றை பச்சை பேப்பரில் எழுதலாம். கையெழுத்து அழகாகவும், முத்துமுத்தாகவும் இருந்தால் கையினாலேயே எழுதலாம். ஆனால் முடிந்தவரை கணினி மூலமாக டைப் செய்து அனுப்புவது சிறந்த பலனைத் தரும், அரசு அலுவலகங்களில் அனுப்பப்படுகின்ற மனுக்கள் எல்லாம் முடிந்த அளவிற்கு பதிவு தபாலில் அனுப்பிவிட்டு, அதனுடைய ஒப்புகைச் சீட்டு உங்களுக்கு தபாலில் இருந்து கிடைத்தவுடன் நேரடியாக அரசு அலுவலகங்களை அணுகுவது நல்லது. நிலம் சம்பந்தப்பட்ட உங்களுடைய எதிரியின் மீதான புகார் மனுக்களை, காவல்துறை உயர் அதிகாரிகளிடம் கொடுக்கும் பொழுது நேரடியாக சந்தித்து பேசி கொடுப்பது நல்லது. எந்தவொரு மனுக்கள் தயார்

செய்தாலும் அதில் கையெழுத்து தேதிகள் எல்லாம் போட்டவுடன் அதனுடைய ஒரு நகலை எடுத்து பைல் செய்து பத்திரப்படுத்தி கொள்ள வேண்டும். அடுத்ததாக எப்படி மனு எழுத வேண்டும் என்று பார்க்கலாம்.

3. எல்லா மனுக்களிலும் அனுப்புநர், பெறுநர் என்று தனித்தனியாக எழுதி இருக்க வேண்டும். ஆனால் புகார் மனுக்களில் மட்டும் அனுப்புநரை மனுதாரர் என்ற பெயரிலும், உங்களுடைய எதிரியை எதிர்மனுதாரர் என்ற பெயரிலும் பெயர், வயது, தந்தை பெயர், முழு முகவரி, தொலைபேசி எண் போன்றவற்றை தெளிவாக எழுத வேண்டும். அதன்பிறகு பெறுநர் விவரங்களை எழுத வேண்டும்.

4. எப்பொழுது மனுக்கள் எழுதினாலும் அதில் கண்டிப்பாக பொருள் என்று ஒரு துணைத்தலைப்பு கொடுத்து சுருக்கமாக எது சம்பந்தப்பட்ட பிரச்சனை என்று எழுதியிருக்க வேண்டும்.

5. இப்படி பொருள் என்று எழுதியிருந்தால் உயர் அதிகாரிகள் பார்க்கும்பொழுது, அவர்களுடைய கவனம் முதலில் பொருள் என்ற தலைப்பில் இருக்கும் வரிகளுக்குத்தான் செல்லும். அதன்மூலம் உங்களுடைய காரியங்கள் திருப்தியடையும். எனவே தவறாமல் பொருளை எழுத வேண்டும்.

6. கடிதத்தில் தேவைப்பட்டால் பொருளுக்கு அடுத்ததாக பார்வை துணைத்தலைப்பு இட்டு, அதில் அரசிடமிருந்து ஏற்கனவே வந்திருந்த கடிதங்களின் எண்கள் அதனுடைய தேதி, நாம் ஏற்கனவே கொடுத்திருந்த மனுக்களின் தேதி உள்ளிட்ட விவரங்களை எழுத வேண்டும். அதன் மூலம் இந்த மனு ஒரு வேலை சம்பந்தப்பட்ட தொடர்ச்சியின் மனு என்று புரிந்துவிடும்.

7. ஏதாவது சொத்து சம்பந்தப்பட்ட பிரச்சனை என்றால் சொத்து விவரம் என்ற தலைப்பில் தெளிவாக தனியாக எழுதுதல் வேண்டும். Body of the Letter-ல் சொத்து விவரங்களை அதிகம் பேர் எழுதுகிறார்கள். அது படிப்பவர்களுக்கு அதிக குழப்பத்தை ஏற்படுத்தும். அதிகமாக வார்த்தையில் இருக்கிறது என்று பலத்தை ஏற்படுத்தும்.

8. பெரும்பாலும் DTP CENTER-களில் மனுக்களை டைப் செய்கின்றவர்கள் கடிதத்தில் தேதியை போட மறந்து விடுகிறார்கள். இடத்தையும் போட மறந்து விடுகிறார்கள், முடிந்த அளவிற்கு மேற்படி, இரண்டையும் மறக்காமல் போட வேண்டும். காவல்நிலைய புகார் மனுக்களில் இடம், தேதி, மற்றும் நேரத்தையும் குறிப்பிடுவது நல்லது.

9. Body of the Letter-க்கு கீழே இணைப்பு என்று ஒரு துணை தலைப்பினை போட்டு நீங்கள் இணைக்க வேண்டிய ஆவணங்கள் ஏதாவது இருந்தால் இணைப்பு 1,2,3 என்று அந்த ஆவணங்களின் விவரங்களையும் எழுத வேண்டும். நீங்கள் உங்களுடைய மனுவிற்கு பின்னால் இணைக்கப்படுகின்ற ஆவணங்கள் எல்லாம் இணைப்பு 1,2,3 என்று எழுதுவது மிகவும் சிறப்பானது.

10. சில மனுக்களில் Body of the Letter 3,4 பக்கங்களுக்கு மேல் செல்ல வாய்ப்பு இருந்தால் பக்க எண்கள் 1–4, 2–4, 3–4, 4–4 என்று ஒவ்வொரு பக்கத்தின் மேலேயும் மூலையில் கண்டிப்பாக எழுத வேண்டும்.

11. நில சிக்கல்கள் வந்து வருவாய்த்துறை, காவல்துறை அதிகாரிகள் உங்களிடம் எழுத்துப்பூர்வமான வாக்கு மூலம் வாங்குகிறார்கள் என்றால் ஒரு தாளில் முன்பக்கம் முழுவதும் எழுதி முடித்துவிட்டு பின்பக்கத்தை காலியாக விட்டுவிட்டு வாக்குமூலத்தின் தொடர்ச்சியை 2–வது

பக்கத்தில் இருந்து ஆரம்பிப்பார்கள் அப்படி எழுதுவது மிகவும் தவறு, எதிர்காலத்தில் நீங்கள் சொல்லாத ஸ்டேட்மெண்ட்களை கூட முதல் தாளின் பின்பக்கத்தில் இருக்கின்ற இடத்தில் எழுதி விடுவார்கள். அதனால் சிக்கல்கள் அதிகமாக வாய்ப்பு உள்ளது. எனவே எப்பொழுது வாக்கு மூலங்கள் எழுதினாலும் ஒரு தாளில் முழுமையாக எழுதிவிட்டு அதன் முன்பக்கத்தின் இறுதியில் P.T.O என்று அடைப்புக்குறிக்குள் எழுத வேண்டும். அதன்பிறகு வாக்குமூலத்தின் தொடர்ச்சியை அந்த தாளின் பின்பக்கத்தில் தொடர்ந்து எழுத வேண்டும்.

12. எப்பொழுது ஒரு மனுக்கள் எழுதினாலும் கையெழுத்து இடும்பொழுது, மனுவின் கடைசிவரிக்கு கீழே ஒட்டினாற்போல கையெழுத்து இட வேண்டும். மனு அழகாக இருக்க வேண்டுமென்று ஒரு இரண்டு அல்லது மூன்று வரி கழித்து நீங்கள் கையெழுத்து போட்டால் எதிர்காலத்தில் நீங்கள் சொல்லாத கருத்துக்களை இடைச்செருகல் செய்ய வாய்ப்பு கொடுத்துவிடுவீர்கள்.

13. மேலே சொன்ன அனைத்து செய்திகளையும் கவனத்தில் கொண்டு மனுக்கள் எழுதும்பொழுது, இருக்கின்ற நில சிக்கலையும் தீர்ப்பீர்கள் எதிர்காலத்தில் புதிய சிக்கல் வராமலும் தடுத்திருப்பீர்கள்.

Paranjothi Pandian's Quotes

<u>தொகுதி 4</u>

சொத்து சிக்கலில் இருப்பவருக்கான மாதிரி விண்ணப்ப படிவங்கள்

A) யு.டி.ஆர் பட்டா பிரச்சனைகளுக்கான மனுக்களின் மாதிரிகள்!

யு.டி.ஆர் பட்டாவில் விடுபட்ட என்னுடைய பெயரை இணைப்பதற்கான மனு மாதிரி

தேதி: ....

இடம்: ....

விடுநர்:

    மோசஸ் ரெட்டியார்,

    ....

    ....

பெறுநர்:

    மாவட்ட வருவாய் அலுவலர் அவர்கள்,

    மாவட்ட ஆட்சியர் வளாகம்,

    செங்கல்பட்டு மாவட்டம்.

பொருள்:   யு.டி.ஆர் பட்டாவில் என்னுடைய பங்காளிகள் பெயரோடு என்னுடைய பெயரையும் இணைப்பதற்கான மனு

ஐயா,

செங்கல்பட்டு மாவட்டம், மதுராந்தகம் வட்டம், தச்சூர் கிராமம், சர்வே எண்.236, பட்டா எண்.436, விஸ்தீரணம் 3 ஏக்கர், என்ற நிலம் என்னுடைய தந்தையார் ஆரோக்கியசாமி ரெட்டியாருக்கு பூர்வீகமாக பாத்தியப்பட்டது. யு.டி.ஆர் சர்வேயின்போது என்னைத் தவிர மற்ற 3 சகோதரர்களின் பெயர்களை மட்டும் பட்டாவில் சேர்த்துவிட்டார்கள். எனவே மேற்படி பட்டா எண்.436—ல் என்னுடைய பெயரான மோசஸ் ரெட்டியார் பட்டாவில் இணைக்கும்படி வேண்டுகிறேன். இந்த மனுவுடன் பட்டா எண்.436—ன் நகலையும், எனது தந்தை ஆரோக்கியசாமி ரெட்டியாரின் இறப்பு சான்றிதழும், ஆரோக்கியசாமி ரெட்டியாரின் என் பெயர் உள்ள வாரிசு சான்றிதழும் இணைத்துள்ளேன்.

எனவே இந்த மனுவினை ஏற்றுக்கொண்டு என்னுடைய பெயரினை பட்டாவில் இணைக்குமாறு கேட்டுக்கொள்கிறேன்.

இப்படிக்கு

<u>மாதிரி 2</u>

தவறான ஆவணங்களை தாக்கல் செய்து பட்டாவில் பெயர் மாற்றியதை இரத்து செய்ய வேண்டி மனு மாதிரி

தேதி: ....

இடம்: ....

மனுதாரர்:

....

....

....

எதிர் மனுதாரர்:

1 ....

....

....

2 ....

....

....

பெறுநர்:

மாவட்ட வருவாய் அலுவலர் அவர்கள்,

தூத்துக்குடி மாவட்டம்,

மாவட்ட ஆட்சியர் வளாகம்,

தேசிய நெடிஞ்சாலை 7A, PSP நகர்,

கோரம்பள்ளம், தூத்துக்குடி –628101

பொருள்: தூத்துக்குடி மாவட்டம், ஸ்ரீவைகுண்டம் வட்டம், மீரான்குளம் கிராமம், சர்வே எண்.15, விஸ்தீரணம் 2 ஏக்கர், சொத்தை தவறான ஆவணங்கள் தாக்கல் செய்து என்னுடைய எதிர்மனுதாரர்கள் பட்டா பெயர் மாற்றம் செய்திருக்கிறார்கள். அதனை இரத்து செய்ய வேண்டு மனு.

சொத்து விபரம்:

தூத்துக்குடி மாவட்டம், ஸ்ரீவைகுண்டம் வட்டம், மீரான்குளம் கிராமம், சர்வே எண்.15, பட்டா எண்.4056, விஸ்தீரணம் 2 ஏக்கர்

ஐயா,

மேற்படி சொத்து விவரத்தில் குறிப்பிட்டுள்ள சொத்தானது நான் என்னுடைய சொந்த உழைப்பின் மூலம் 1980-ம் ஆண்டின் 536-வது ஆவண எண்ணாக ஸ்ரீவைகுண்டம் சார்பதிவாளர் அலுவலகத்தில் பதியப்பெற்று அதுமுதல் இன்றுவரை ஆண்டு அனுபவித்து வருகிறேன். என்னுடைய எதிர்மனுதாரர்கள் மேற்படி சொத்திற்கு 2014-ம் ஆண்டு ஒரு செட்டில்மெண்ட் பத்திரம் என்னுடைய எதிர்மனுதாரர்கள் குடும்பத்திற்குள்ளேயே பதிவு செய்துள்ளார்கள். அந்த பத்திரத்தில் சர்வே எண்களுடன் எனக்கு உரிமையான சர்வே எண்ணையும் இடைசெருகி பத்திரம் பதிந்து அதனை வைத்து அவர்கள் பெயரை பட்டாவிலும் மாற்றிவிட்டார்கள்.

மேற்படி சொத்தின் முழு அனுபோகமும் இன்றுவரை என் வசம்தான் உள்ளது. சாத்தான்குளம் தொடக்க வேளாண்மை கூட்டுறவு வங்கியில் மேற்படி நிலத்தை வைத்து விவசாய கடன் வாங்கி இருக்கிறேன். எனவே என் பூரண அனுபவத்தில் இருக்கின்ற சொத்தை உரிமையற்ற பத்திரத்தை வைத்து பட்டா மாற்றி இருப்பதை இரத்து செய்து உத்தரவிடுமாறு பணிவுடன் வேண்டுகிறேன்.

இணைப்பு:

1. நான் கிரயம் பெற்ற கிரய ஆவண எண்.536/1980 நகல்

2. 1975-லிருந்து இன்று தேதி வரை இருக்கும் ஈசியின் நகல்.

3. எதிர்மனுதாரர்களின் தவறான செட்டில்மெண்ட் பத்திரம்.

இப்படிக்கு
உண்மையுடன்

மாதிரி 3

யு.டி.ஆர் பட்டாவில் இருக்கும் உரிமையற்ற வேறு நபர் பெயரை நீக்குவதற்கான மனு மாதிரி

தேதி: ....

இடம்: ....

விடுநர்:

    ....,

    ....

பெறுநர்:

    மாவட்ட வருவாய் அலுவலர் அவர்கள்,

    மாவட்ட ஆட்சியர் வளாகம்,

    சேலம் மாவட்டம்.

பொருள்: யு.டி.ஆர் பட்டாவில் இருக்கும் உரிமையற்ற வேறு நபர் பெயரை நீக்குவதற்கான மனு.

ஐயா,

நான் மேற்கண்ட முகவரியில் வசித்து வருகிறேன், சேலம் மாவட்டம், ஏற்காடு வட்டம், ஏற்காடு கிராமம், சர்வே எண்.302, பட்டா எண்.10, விஸ்தீரணம். 2 ஏக்கர் நிலம் ஏற்காடு சார்பதிவகத்தில் 15/1977 என்ற கிரய பத்திரத்தின்படி எனது தந்தையார் இராமசாமி கவுண்டர் பெயரில் கிரயம் பெற்று அதுமுதல் இன்றுவரை நாங்கள் ஆண்டனுபவித்து வந்து கொண்டிருக்கின்றோம். யு.டி.ஆர் சர்வேயின் போது இந்த இடத்திற்கே சம்மந்தம் இல்லாத யார் என்றே தெரியாத வேலாயுதம் பிள்ளை என்ற பெயரை எங்களுடைய பெயருக்கு கீழேயே பட்டாவில் ஏற்றப்பட்டுள்ளது. எனவே மேற்படி பட்டாவில் மேற்படி நபரின் பெயரை நீக்கி தருமாறு வேண்டுகிறேன்.

இதற்கு சம்பந்தப்பட்ட UDR-க்கு முந்தைய அனைத்து ஆவணங்களையும் இணைத்துள்ளேன்.

இணைப்பு:

    1. எங்களின் கிரய பத்திரத்தின் நகல்,

    2. 1950—ல் இருந்து எங்களுடைய ஈசி

    3. அ—பதிவேட்டு நகல்.

இப்படிக்கு

உண்மையுடன்

மாதிரி -4

யு.டி.ஆர் பட்டாவில் தவறாக இருக்கின்ற என்னுடைய பெயரை பிழைதிருத்தம் செய்ய வேண்டி மனு மாதிரி

தேதி: ....
இடம்: ....

விடுநர்:

...............................,
....
....

பெறுநர்:

மாவட்ட வருவாய் அலுவலர் அவர்கள்,
திருநெல்வேலி மாவட்டம்,
மாவட்ட ஆட்சியர் வளாகம்,
கொக்கிரகுளம், திருநெல்வேலி.

பொருள்: யு.டி.ஆர் பட்டாவில் தவறாக இருக்கின்ற என்னுடைய பெயரை
பிழைதிருத்தம் செய்ய வேண்டி மனு

ஐயா,

திருநெல்வேலி மாவட்டம், திருவேங்கடம் வட்டம், திருவேங்கடம் கிராமம், பட்டா எண்.210-ல் என்னுடைய பெயரான கோவிந்தசாமி என்பதற்கு பதிலாக கோவிந்த ராஜ் என்று தாக்கலாகி இருக்கின்றது. எனவே மேற்படி எனது உண்மையான பெயரான கோவிந்தசாமி என்று பட்டாவில் பிழை திருத்தி தருமாறு வேண்டுகிறேன்.

என்னுடைய பெயருக்கு அத்தாட்சியாக என்னுடைய பள்ளி கல்வி சான்றிதழ், என்னுடைய ஆதார் கார்டின் நகல், ஆகியவற்றை இதனுடன் இணைத்துள்ளேன்.

இப்படிக்கு
உண்மையுடன்

மாதிரி-5

யு.டி.ஆர் பட்டாவில் இருக்கின்ற என்னுடைய நிலத்தின் அளவுப் பிழையை சரி செய்து தருமாறு மனு மாதிரி

தேதி: ....

இடம்: ....

விடுநர்:

.............................,

....

....

பெறுநர்:

மாவட்ட வருவாய் அலுவலர் அவர்கள்,
மாவட்ட ஆட்சியர் வளாகம்,
விழுப்புரம் மாவட்டம்.

பொருள்: சொத்து விவரத்தில் இருக்கும் சொத்தில் பட்டா எண்.76–ல், சர்வே எண்.422–க்கு 21 ஏர்ஸ்க்கு பதிலாக 16 ஏர்ஸ் என்று அளவுபிழை இருப்பதை சரி செய்து தருவதற்கான மனு.

சொத்து விவரம்:

விழுப்புரம் மாவட்டம், வானூர் வட்டம், திருசிற்றம்பலம் கிராமம், பட்டா எண்.76, சர்வே எண்.422/1, விஸ்தீரணம்.21 ஏர்ஸ், செண்ட் 51.

ஐயா,

மேற்படி சொத்து விவரத்தில் இருக்கின்ற சொத்தானது 1978–ம் ஆண்டு வானூர் சார்பதிவகம், 38/1978 எண்ணாக நாங்கள் கிரயம் பெற்று அதுமுதல் இன்றுவரை ஆண்டனுபவித்து வருகிறோம். மேற்படி சொத்து யு.டி.ஆர் சர்வேயின் பொழுது 21 ஏர்ஸ் என்று வருவதற்கு பதில் 16 ஏர்ஸ் என்று தவறுதலாக அ–பதிவேட்டிலும் யு.டி.ஆர் பட்டாவிலும் ஏறிவிட்டது. ஆனால் மேற்படி சர்வே எண்.422/1 புலப்படத்தின் படி அதனுடைய நீள அகலத்தை கணக்கிட்டுப் பார்க்கும் பொழுது 21 ஏர்ஸ் சரியாக வருகிறது. மேலும் என்னுடைய சுவாதீனத்திலும் கடந்த 40 ஆண்டுகளாக 21 ஏர்ஸ் ஆகதான் இருக்கிறது.

இப்படி கிரய பத்திரத்திலும், கிராம புலப்படத்திலும், எங்களுடைய அனுபோகத்திலும் 21 ஏர்ஸ் என்று இருப்பது அ–பதிவேட்டிலும், யு.டி.ஆர்

பட்டாவிலும் மட்டும் 16 ஏர்ஸ் என்று தவறுதலாக அச்சாகி இருக்கின்றது. எனவே மேற்படி மனுவை விசாரித்து என்னுடைய சரியான அளவான 21 ஏர்ஸ் என்று என்னுடைய பட்டாவை திருத்திக் கொடுக்குமாறு வேண்டுகிறேன்.

இணைப்பு:

1. எங்களுடைய கிரயப் பத்திரம்,
2. சர்வே எண்.422/1–ன் புலப்படம்
3. பிழையாக உள்ள அ–பதிவேட்டு நகல்
4. பிழையாக உள்ள பட்டா நகல்
5. 1950–ல் இருந்து இன்று தேதி வரை ஈசியின் நகல்.

இப்படிக்கு
உண்மையுடன்

மாதிரி-6

எங்களுடைய புன்செய் நிலத்தை யு.டி.ஆர் பட்டாவில் நன்செய் என்று வகைப்படுத்தியதை மாற்றித்தர வேண்டி மனு மாதிரி

தேதி: ....
இடம்: ....

விடுநர்:

.............................,
....

பெறுநர்:

மாவட்ட வருவாய் அலுவலர் அவர்கள்,
மாவட்ட ஆட்சியர் வளாகம்,
கடலூர் மாவட்டம்.

பொருள்: சொத்து விவரத்தில் உள்ள சொத்தானது யு.டி.ஆர் பட்டா எண்.15-ல் புன்சை என்று நிலவகை இருப்பதற்கு பதிலாக நஞ்சை என்று வகைப்படுத்தி இருப்பதை மாற்றித் தருமாறு மனு.

சொத்து விவரம்:

கடலூர் மாவட்டம், குறிஞ்சிப்பாடி வட்டம், ஆயில்பேட்டை கிராமம், சர்வே எண்.99/5, விஸ்தீரணம்.215 செண்ட்.

ஐயா,

சொத்து விவரத்தில் உள்ள சொத்தானது பட்டா எண்.15—ல் நிலவகை புன்சை என்று வரவேண்டிய இடத்தில் யு.டி.ஆரில் நன்சை என்று மாறி இருக்கிறது. யு.டி.ஆருக்கு முந்தைய பட்டா பாஸ் புத்தகத்தில் மேற்படி சர்வே எண் புன்சை என்று இருக்கிறது. அதற்கு முந்தைய செட்டில்மெண்ட் ரெக்கார்டுகளிலும் புன்சை என்று வகைப்படுத்தி இருக்கின்றது. எங்களுடைய கிரயப் பத்திரங்களிலும் தாய்ப் பத்திரங்களிலும் புன்சை என்றே குறிப்பிடப்பட்டிருக்கின்றது. எனவே மேற்படி எங்கள் மனுவை விசாரித்து எங்களின் நில வகையை நன்சை என்பதிலிருந்து புன்சையாக மாற்றும்படி பணிவன்புடன் வேண்டுகிறேன்.

இணைப்பு:

1. எங்களுடைய கிரய பத்திரங்களின் நகல்கள்.
2. செட்டில்மெண்ட் ரெக்கார்டு நகல்கள்,
3. 1973—ம் ஆண்டு கொடுத்த பட்டா பாஸ்புத்தகத்தின் நகல்.

மாதிரி-7

யு.டி.ஆர் பட்டாவில் எங்களுக்கான நிலத்தை தவறுதலாக தரிசு புறம்போக்காக வகைப்படுத்தி இருப்பதை மாற்றுவதற்கான மனு மாதிரி

தேதி: ....
இடம்: ....

விடுநர்:

........................,
....
....

பெறுநர்:

மாவட்ட வருவாய் அலுவலர் அவர்கள்,
மாவட்ட ஆட்சியர் வளாகம், திருச்சி மாவட்டம், திருச்சி.

பொருள்: சொத்து விவரத்தில் உள்ள சொத்து தரிசு என்று வகைப்படுத்தி இருப்பதை மாற்றம் செய்வதற்கான மனு.

சொத்து விவரம்:

திருச்சி மாவட்டம், மணப்பாறை வட்டம், பண்ணாங்கொம்பு கிராமம், சர்வே எண்.620/1, விஸ்தீரணம் 51 செண்ட். 21 ஏர்ஸ்.

ஐயா,

மேற்படி சொத்து விவரத்தில் உள்ள சொத்து 1974-ம் ஆண்டு நில சீர்திருத்தத்துறையின் அதிகாரிகளால் எனக்கு F பத்திரம் மூலம் எனக்கு ஒப்படை செய்யப்பட்டு அப்போதைய பட்டா பாஸ்புத்தகத்திலும், அப்போதைய கிராமக் கணக்கிலும் எனது பெயர் தாக்கலாகி அதுமுதல் இன்றுவரை ஆண்டனுபவித்து வருகிறேன். மேற்படி இடத்தில் உளுந்து போன்ற பயிர்களை பயிர் செய்து கிராம நிர்வாக அதிகாரி மூலமாக பயிர் இன்சூரன்ஸ் பணம் கூட பெற்றுள்ளேன். ஆனால் மேற்படி சொத்து யு.டி.ஆரில் ஏறும் பொழுது சர்க்கார் தரிசு நிலம் என்று வகைப்படுத்தி விட்டிருக்கிறார்கள். எனவே மேற்கண்ட குறையை நிவர்த்தி செய்து யு.டி.ஆரில் எனது பெயரை ஏற்றித்தருமாறு வேண்டுகிறேன்.

இணைப்பு:

1. அரசு ஒப்படைத்த நிலச்சீர்த்த துறையின் F பத்திரத்தின் நகல்.
2. பட்டா பாஸ்புத்தகத்தின் நகல்
3. என் பெயர் உள்ள பழைய அ–பதிவேட்டின் நகல்.
4. தரிசு என்று வகைப்படுத்தி உள்ள தற்போதைய அ–பதிவேட்டின் நகல்.
5. 1950 முதல் இன்று தேதி வரை ஈசியின் நகல்.

இப்படிக்கு

மாதிரி-8

யு.டி.ஆர் புலப்படத்திலும் பட்டாவிலும் சர்வே பிழை திருத்தித் தரக்கோரி மனு மாதிரி

தேதி: ....
இடம்: ....

விடுநர்:

    ....,

    ....

பெறுநர்:

மாவட்ட வருவாய் அலுவலர் அவர்கள்,
மாவட்ட ஆட்சியர் வளாகம்,
காஞ்சிபுரம் மாவட்டம், காஞ்சிபுரம்.

பொருள்: சொத்து விவரத்தில் இருக்கின்ற சொத்தில் புலப்படத்தில் உருவப் பிழையும், பட்டாவில் அளவுப் பிழையும் இருப்பதனை திருத்தி கொடுக்குமாறு மனு.

சொத்து விவரம்

காஞ்சிபுரம் மாவட்டம், வாலாஜாபாத் வட்டம், ஊத்துக்கோட்டை கிராமம், சர்வே எண்.333/7, பட்டா எண்.28, விஸ்தீரணம்.3 ஏக்கர் 26 செண்ட் 132 ஏர்.

ஐயா,

சொத்து விவரத்தில் இருக்கின்ற சொத்தானது 1966–ம் ஆண்டு 370/1966 என்ற ஆவணப்படி வாலாஜாபாத் சார்பதிவகத்தில் பதிவு செய்யப்பட்டு அன்று முதல் இன்று வரை எனது தந்தையார் காலம் முதல் ஆண்டனுபவித்து வருகிறேன். யு.டி.ஆர் சர்வேயின் பொழுது புலப்படத்தில் 30 செண்ட் குறைவாக வரையப்பட்டுள்ளது. மேலும் அதனை பார்த்து யு.டி.ஆர் அ–பதிவேட்டிலும் 30 செண்ட் குறைவாகவே உள்ளது. 120 ஏர்ஸ் என்று அ–பதிவேட்டிலும் குறிக்கப்பட்டுள்ளது. அதன் அடிப்படையில் யு.டி.ஆர் பட்டாவிலும் அளவு குறைந்து 120 ஏர்ஸ் என்று உள்ளது.

மேற்படி சொத்தில் சுவாதீனம் 326 செண்டிற்கு குறையாமல் 60 வருடங்களாக அனுபவித்து வருகிறேன். மேலும் யு.டி.ஆருக்கு முந்தைய செட்டில்மெண்ட் கால புலப்படத்தில் அளவு குறையாமல் 3 ஏக்கர் 26 செண்ட் என்று உள்ளது. எனவே ஐயா யு.டி.ஆர் புலப்படத்தில் உருவப்பிழையும், அளவுப் பிழையும் இருக்கிறது. மேலும் இவை சர்வே பிழை வரம்பிற்கு மேல்தான் உள்ளது என்பதனை தெரிவித்துக்கொண்டு, எனது மனுவை ஆவணம் செய்து சரியான அளவுகளை திருத்தி கொடுக்குமாறு வேண்டுகிறேன்.

இணைப்புகள்:

1. என்னுடைய கிரய பத்திர நகல்
2. 1950 முதல் இன்று வரை ஈசியின் நகல்
3. யு.டி.ஆர்க்கு முந்தைய செட்டில்மெண்ட் கால புலப்பட நகல்,
4. யு.டி.ஆர்க்கு முந்தைய அ–பதிவேடு நகல்
5. தற்போதைய யு.டி.ஆர் புலப்படம்
6. தற்போதைய யு.டி.ஆர் அ–பதிவேடு.

இப்படிக்கு

B. தமிழ்நிலம் இணையதள பிரச்சனைகளுக்கான மனுக்களின் மாதிரிகள்!

1. தமிழ்நிலம் இணையதளத்தில் என் பெயருக்கு பதிலாக வேறு நபர் பெயரை ஏற்றி இருப்பதை ரத்து செய்யக்கோரி மனு!

தேதி: ....
இடம்: ....

விடுநர்:

.................................,
....
....

பெறுநர்:

மாவட்ட வருவாய் அலுவலர் அவர்கள்,
மாவட்ட ஆட்சியர் வளாகம், ... மாவட்டம்.

பொருள்: தமிழ்நிலம் இணையதளத்தில் என் பெயருக்கு பதிலாக வேறு நபர் பெயரை ஏற்றி இருப்பதை இரத்து செய்யக்கோரி மனு.

சொத்து விவரம்:

...... மாவட்டம், ... வட்டம், ... கிராமம், ... சர்வே எண், ... பட்டா எண் .... விஸ்தீரணம்.

ஐயா,

சொத்து விவரத்தில் கண்ட சொத்தானது ..... எண் பட்டாப்படியும் .... எண் பத்திரப்படியும் எனக்கு பாத்தியப்பட்டு ஆண்டனுபவித்து வருகிறேன். மேற்படி பட்டா தமிழ்நிலம் இணையதளத்திற்கு ஏற்றப்படும் பொழுது, என்னுடைய பெயரான ...... நீக்கிவிட்டு தவறுதலாக வேறொரு நபரின் பெயரை ஏற்றப்பட்டிருக்கிறது. ஆனால் என்னுடைய பெயர் தான் இன்று வரை அச்சடிக்கப்பட்ட அ–பதிவேட்டிலும், பழைய பட்டாவிலும் இருக்கிறது. எனவே தமிழ்நிலம் இணையதளத்தில் ஏற்றப்பட்டிருக்கின்ற .... என்ற பெயரை நீக்கித் தருமாறு வேண்டுகிறேன்.

இணைப்பு:

1. என்னுடைய பத்திர நகல்
2. என் பெயரில் அச்சடிக்கப்பட்ட அ–பதிவேடு.
3. 1950–ல் இருந்து இன்று தேதி வரை ஈசியின் நகல்.
4. என் பெயர் அச்சடிக்கப்பட்ட பட்டா நகல்

இப்படிக்கு

2. தமிழ்நிலம் இணையதளத்தில் எங்களுடைய நிலத்தை புறம்போக்கு என்று 0 மதிப்பு தீர்வை என்று இருப்பதை மாற்றுவதற்கான மனு!

தேதி: ....

இடம்: ....

விடுநர்:

.............................,

....

....

பெறுநர்:

மாவட்ட வருவாய் அலுவலர் அவர்கள்,

மாவட்ட ஆட்சியர் வளாகம்,

பொருள்: தமிழ்நிலம் இணையதளத்தில் எங்களுடைய நிலத்தை புறம்போக்கு என்று ஜீரோ மதிப்பு தீர்வை என்று இருப்பதை மாற்றுவதற்கான மனு

சொத்து விவரம்:

.... மாவட்டம், ... வட்டம், ... கிராமம், ... சர்வே எண், ... பட்டா எண் .... விஸ்தீரணம்.

ஐயா,

மேற்படி சொத்து விவரத்தில் இருக்கின்ற சொத்தானது .... கிரய பத்திரத்தின் மூலமும், ... பட்டா எண் மூலமும் பாத்தியப்பட்டு ஆண்டனுபவித்து வருகிறேன். மேற்படி என்னுடைய பட்டாவை தமிழ்நிலம் இணையதளத்தில் ஏற்றுகின்ற பொழுது தீர்வை என்ற இடத்தில் ஜீரோ மதிப்பு தவறுதலாக போட்டிருக்கிறார்கள். நிலவகையைப் புறம்போக்கு என்று வகைப்படுத்தி இருக்கிறார்கள். ஆனால் தமிழ்நில இணையதளத்தில் எனது பட்டா ஏறுவதற்கு முன்பு இருக்கின்ற கிராமக் கணக்கில் அச்சடிக்கப்பட்ட அ–பதிவேட்டில் ஜீரோ அல்லாத தீர்வை மதிப்பு தான் இருக்கிறது. பட்டாவும் என் பெயரில் தான் இருக்கின்றது. மேற்படி சொத்து இன்று வரை என்னுடைய அனுபோகத்திலும் இருந்து வருகிறது. எனவே மேற்படி தவறுதலாக ஜீரோ மதிப்பு இருக்கின்ற தமிழ்நில இணையதள பட்டாவை சரி செய்து தருமாறு வேண்டுகிறேன்.

இணைப்பு:

1. என்னுடைய பத்திர நகல்
2. 1950 முதல் இன்று தேதி வரை ஈசியின் நகல்
3. பழைய அச்சடிக்கப்பட்ட அ–பதிவேட்டின் நகல்
4. பட்டா நகல்.

இப்படிக்கு

உண்மையுடன்

3. தமிழ்நிலம் இணையதளத்தில் எங்கள் பட்டாவில் பிறத்தியாரின் பெயரை கூடுதலாக சேர்த்ததை இரத்து செய்யக்கோரி மனு!

தேதி: ....

இடம்: ....

விடுநர்:

.............................,

....

....

பெறுநர்:

மாவட்ட வருவாய் அலுவலர் அவர்கள்,

மாவட்ட ஆட்சியர் வளாகம்,

.... மாவட்டம்.

பொருள்: தமிழ்நிலம் இணையதளத்தில் எனது பட்டாவில் தவறுதலாக பிறத்தியார் ஒருவரின் பெயரை சேர்த்துவிட்டதனை நீக்க கோருவது சம்பந்தமாக மனு.

சொத்து விவரம்:

.... மாவட்டம், ... வட்டம், ... கிராமம், ... சர்வே எண், ... பட்டா எண், ... விஸ்தீரணம்.

ஐயா,

சொத்து விவரத்தில் கண்ட சொத்தானது .... எண் பட்டாப்படியும் .... எண் பத்திரப்படியும் எனக்கு பாத்தியப்பட்டு ஆண்டனுபவித்து வருகிறேன். மேற்படி பட்டா தமிழ்நிலம் இணையதளத்திற்கு ஏற்றப்படும் வரை என்னுடைய பெயரான .... மட்டும்தான் இருந்தது. அச்சடிக்கப்பட்ட கிராம நிர்வாக அலுவலகத்தில் இருக்கும் அ-பதிவேட்டிலும் என்னுடைய பெயர் மட்டும்தான் இருக்கிறது. என்னிடம் இருக்கின்ற பழைய கணினி பட்டாக்களிலும் என் பெயர் மட்டும்தான் இருந்தது. ஆனால் தற்பொழுது தமிழ்நிலம் இணையதளத்தில் ஏற்றப்படும் பொழுது என் சொத்திற்கு சம்பந்தம் இல்லாத .... என்ற பிறத்தியாரின் பெயரை கூடுதலாக சேர்க்கப்பட்டுள்ளது. எனவே மேற்கண்ட மனுவை பரிசீலித்து தவறுதலாக சேர்க்கப்பட்டுள்ள பிறத்தியாரின் பெயரை தமிழ்நிலம் இணையதளத்தில் நீக்கித் தருமாறு வேண்டுகிறேன்.

இணைப்பு:

1. என் பெயர் மட்டும் இருக்கின்ற பழைய பட்டா,

2. எனக்கு உரிமையான பத்திரம்

3. என் பெயர் மட்டும் இருக்கின்ற அச்சடிக்கப்பட்ட அ-பதிவேடு.

4. 1950-ல் இருந்து இன்று தேதி வரை ஈசியின் நகல்.

இப்படிக்கு உண்மையுடன்

4. தமிழ்நிலம் இணையதள பட்டாவில் அளவுப் பிழையை திருத்தித் தருமாறு மனு!

தேதி: ....
இடம்: ....

விடுநர்:

....,

....

....

பெறுநர்:

மாவட்ட வருவாய் அலுவலர் அவர்கள்,
மாவட்ட ஆட்சியர் வளாகம்,
.... மாவட்டம்.

பொருள்: தமிழ்நிலம் இணையதள பட்டாவில் அளவுபிழையை திருத்தி தருமாறு மனு.

சொத்து விவரம்:

...... மாவட்டம், ... வட்டம், ... கிராமம், ... சர்வே எண், ... பட்டா எண் ...... விஸ்தீரணம்.

ஐயா,

சொத்து விவரத்தில் கண்ட சொத்தானது .... எண் பட்டாப்படியும் .... எண் பத்திரப்படியும் எனக்கு பாத்தியப்பட்டு ஆண்டனுபவித்து வருகிறேன். தமிழ்நிலம் இணையதளத்தில் எனது பட்டா எண்.15 ஏற்றப்படும் பொழுது 11 ஏர்ஸ் வருவதற்கு பதிலாக 7 ஏர்ஸ் என்று வந்திருக்கிறது. ஆனால் மேற்படி சொத்து நான் கிரயம் வாங்கிய காலம் முதல் இன்று வரை 11 ஏர்ஸில் தான் அனுபோகத்தில் இருந்து வருகிறேன். மேலும் கிராம நிர்வாக அலுவலகத்தில் இருக்கின்ற அச்சடிக்கப்பட்ட அ–பதிவேட்டிலும் 11 ஏர்ஸ் தான் இருக்கிறது. எனவே மேற்கண்ட மனுவை பரிசீலித்து தமிழ்நிலம் இணையதளத்தில் இருக்கின்ற அளவுப் பிழையை சரிசெய்து தருமாறு மனு.

இணைப்பு:

1. என்னுடைய பத்திர நகல்
2. என் பெயரில் அச்சடிக்கப்பட்ட அ–பதிவேடு.
3. 1950–ல் இருந்து இன்று தேதி வரை ஈசியின் நகல்

இப்படிக்கு
உண்மையுடன்

5. தமிழ்நிலம் இணையதள எனது பட்டாவில் இருக்கின்ற பெயர் பிழையை திருத்தித் தருமாறு மனு!

தேதி: ....
இடம்: ....

விடுநர்:

....,
....
....

பெறுநர்:

மாவட்ட வருவாய் அலுவலர் அவர்கள்,
மாவட்ட ஆட்சியர் வளாகம்,
.... மாவட்டம்.

பொருள்: தமிழ்நிலம் இணையதள எனது பட்டாவில் இருக்கின்ற பெயர் பிழையை திருத்தித் தருமாறு மனு.

சொத்து விவரம்:

.... மாவட்டம், ... வட்டம், ... கிராமம், ... சர்வே எண், ... பட்டா எண் .... விஸ்தீரணம்.

ஐயா,

சொத்து விவரத்தில் கண்ட சொத்தானது பட்டா எண்.10ப்படி எனக்கு பாத்தியப்பட்டது. மேற்படி பட்டா எண்.10-ல் என்னுடைய பெயரான முனியாண்டி என்று வருவதற்கு பதிலாக முனுசாமி என்று தமிழ்நிலம் இணையதளத்தில் வந்திருக்கிறது. ஆனால் என்னுடைய பழைய பட்டாவிலும், கிராம நிர்வாக அலுவலகத்தில் உள்ள அச்சடிக்கப்பட்ட அ-பதிவேட்டிலும் என்னுடைய உண்மையான பெயரான முனியாண்டி என்ற பெயரே இருக்கிறது. மேலும் இந்த மனுவுடன் நான் முனியாண்டி என்பதற்கான பள்ளி கல்வி சான்று, மற்றும் என்னுடைய ஆதார் கார்டு நகலை இணைத்துள்ளேன். எனவே என்னுடைய மனுவினை பரிசீலித்து தமிழ்நிலம் இணையதளத்தில் என்னுடைய பெயரினை திருத்தித் தருமாறு வேண்டுகிறேன்.

இணைப்புகள்:

1. என்னுடைய பத்திர நகல்
2. என் பெயரில் அச்சடிக்கப்பட்ட அ-பதிவேடு.
3. 1950-ல் இருந்து இன்று தேதி வரை ஈசியின் நகல்.
4. பள்ளி கல்வி சான்று மற்றும் ஆதார்கார்டு நகல்

இப்படிக்கு உண்மையுடன்

C. நத்தம் நில பிரச்சனைகளுக்கான மனுக்களின் மாதிரிகள்!

1. எனது நத்தம் வீட்டுமனையை யு.டி.ஆர் சர்வேயின்பொழுது புஞ்சை என்று வகைப்படுத்தி இருப்பதை மாற்றித்தர வேண்டி மனு!

தேதி: ....
இடம்: ....

விடுநர்:

....,
....
....

பெறுநர்:

மாவட்ட வருவாய் அலுவலர் அவர்கள்,
மாவட்ட ஆட்சியர் வளாகம்,
.... மாவட்டம்.

பொருள்: எனது நத்தம் வீட்டுமனையை யு.டி.ஆர் சர்வேயின் பொழுது புஞ்சை என்று வகைப்படுத்தி இருப்பதை மாற்றித்தர வேண்டி மனு.

சொத்து விவரம்:

.... மாவட்டம், ... வட்டம், ... கிராமம், ... சர்வே எண், ... விஸ்தீரணம்.

ஐயா,

மேற்படி சொத்து விவரத்தில் இருக்கின்ற சொத்தானது .... கிரய பத்திரத்தின் படி/பூர்வீகமாக ஆண்டனுபவித்து வருகிறேன். மேற்படி சொத்தின் சர்வே எண் .... நத்தம் நிலமாக யு.டி.ஆர்க்கு முன்பு வரை இருந்தது. யு.டி.ஆர் சர்வேயில் என்னுடைய நத்தம் நிலத்தை மட்டும் புஞ்சையாக தவறுதலாக வகைப்படுத்தி இருக்கிறார்கள். அதற்காக யு.டி.ஆர்க்கு முந்தைய அ–பதிவேட்டு நகலில் என்னுடைய சொத்து நத்தம் என்றே வகைப்படுத்தப்பட்டிருக்கிறது. எனவே புஞ்சை என்று வகைப்படுத்தி இருக்கின்ற என்னுடைய நத்தம் நிலத்தை மாற்றித்தருமாறு வேண்டுகிறேன்.

இணைப்புகள்:

1. பத்திர நகல்
2. 1950 முதல் இன்று வரை ஈசி நகல்
3. யு.டி.ஆருக்கு முந்தைய அ–பதிவேடு நகல்
4. தற்போதைய அ–பதிவேடு நகல்.

இப்படிக்கு
உண்மையுடன்

2. தவறான ஆவணங்களை தாக்கல் செய்து நத்தம் பட்டாவில் பெயர் மாற்றியதை இரத்து செய்ய வேண்டி மனு!

தேதி: ....

இடம்: ....

மனுதாரர்:

....

....

....

எதிர் மனுதாரர்:

1 ....

....

....

2 ....

....

....

பெறுநர்:

மாவட்ட வருவாய் அலுவலர் அவர்கள்,

செங்கல்பட்டு மாவட்டம்,

மாவட்ட ஆட்சியர் வளாகம்.

பொருள்: செங்கல்பட்டு மாவட்டம், மதுராந்தகம் வட்டம், காவாத்தூர் கிராமம், நத்தம் சர்வே எண்.22, விஸ்தீரணம் 200 ச.மீ, சொத்தை தவறான ஆவணங்கள் தாக்கல் செய்து என்னுடைய எதிர்மனுதாரர்கள் நத்தம் பட்டா பெயர் மாற்றம் செய்து இருக்கிறார்கள். அதனை இரத்து செய்ய வேண்டி மனு.

சொத்து விபரம்:

செங்கல்பட்டு மாவட்டம், மதுராந்தகம் வட்டம், காவாத்தூர் கிராமம், நத்தம் சர்வே எண்.22, நத்தம் பட்டா எண்.130, விஸ்தீரணம் 200 ச.மீ

ஐயா,

மேற்படி சொத்து விவரத்தில் குறிப்பிட்டுள்ள சொத்தானது, நான் என்னுடைய சொந்த உழைப்பின் மூலம் 1975-ம் ஆண்டின் 720-வது ஆவண எண்ணாக மதுராந்தகம் சார்பதிவாளர் அலுவலகத்தில் பதியப்பெற்று, அது முதல் இன்று வரை ஆண்டு அனுபவித்து வருகிறேன். என்னுடைய எதிர்மனுதாரர்கள்

மேற்படி சொத்திற்கு 2008–ம் ஆண்டு ஒரு செட்டில்மெண்ட் பத்திரம் என்னுடைய எதிர்மனுதாரர்கள் குடும்பத்திற்குள்ளேயே போட்டு அவர்களுடைய நத்தம் சர்வே எண்களுடன் எனக்கு உரிமையான நத்தம் சர்வே எண்ணையும் இடைசெருகி பத்திரம் பதிந்து அதனை வைத்து அவர்கள் பெயரை பட்டாவிலும் மாற்றிவிட்டார்கள். மேற்படி சொத்தின் முழு அனுபோகமும் இன்றுவரை என்வசம் தான் உள்ளது. எனவே என் பூரண அனுபவத்தில் இருக்கின்ற சொத்தை உரிமையற்ற பத்திரத்தை வைத்து நத்தம் பட்டா மாற்றி இருப்பதை இரத்து செய்து உத்தரவிடுமாறு பணிவுடன் வேண்டுகிறேன்.

இணைப்பு:

1. நான் கிரயம் பெற்ற கிரய ஆவண எண்.720/1975 நகல்
2. 1975–லிருந்து இன்று தேதி வரை இருக்கும் ஈசியின் நகல்.
3. எதிர்மனுதாரர்களின் தவறான செட்டில்மெண்ட் பத்திரம்.

இப்படிக்கு
உண்மையுடன்

---

3. நத்தம் நிலவரித்திட்டத்தில் எனது நத்தம் வீட்டுமனையை சர்க்கார் காலி நிலம் என்று வகைப்படுத்தி இருப்பதை மாற்றித்தரக்கோரி மனு!

தேதி: ....
இடம்: ....

விடுநர்:

............................,
....

பெறுநர்:

மாவட்ட வருவாய் அலுவலர் அவர்கள்,
மாவட்ட ஆட்சியர் வளாகம்,
.... மாவட்டம்.

பொருள்: நத்தம் நிலவரித்திட்டத்தில் எனது நத்தம் வீட்டுமனையை நத்தம் காலி நிலம் என்று வகைபடுத்தி இருப்பதை மாற்றித்தரக்கோரி மனு.

சொத்து விவரம்:

.... மாவட்டம், ... வட்டம், ... கிராமம், ... சர்வே எண், ... பட்டா எண் .... விஸ்தீரணம்.

ஐயா,

சொத்து விவரத்தில் இருக்கின்ற எனது நத்தம் வீட்டுமனையானது, 1950-ம் ஆண்டு .... கிரயப் பத்திரத்தின் படி கிரயம் பெற்று அதுமுதல் இன்று வரை ஆண்டனுபவித்து வருகிறேன். நத்தம் நிலவரித்திட்டத்தின் பொழுது, நான் இருக்கின்ற நத்தம் சர்வே எண் ...., உட்பிரிவு எண் ...., வீட்டுமனையை நத்தம் காலி நிலம் என்று புறம்போக்காக வகைப்படுத்தி இருக்கிறார்கள். எனவே மேற்படி நத்தம் நிலவரித்திட்ட தூய அடங்கல் கணக்கில் மற்றும் நத்தம் நிலவரித்திட்ட தூய பட்டாவில் எனது பெயரை ஏற்றித்தரும்படி வேண்டுகிறேன்.

இணைப்பு:

1. என்னுடைய பத்திர நகல்.

2. 1950 முதல் இன்று தேதி வரை ஈசி நகல்

3. நத்தம் தூய அடங்களின் நகல்.

இப்படிக்கு
உண்மையுடன்

---

4. நத்தம் பட்டாவில் இருக்கின்ற என்னுடைய நிலத்தின் அளவு பிழையை சரி செய்து தருமாறு மனு!

தேதி: ....
இடம்: ....

விடுநர்:

.............................,

....

பெறுநர்:

மாவட்ட வருவாய் அலுவலர் அவர்கள்,
மாவட்ட ஆட்சியர் வளாகம், தஞ்சாவூர் மாவட்டம்.

பொருள்: சொத்து விவரத்தில் இருக்கும் சொத்தில் நத்தம் பட்டா எண்.1028-ல், நத்தம் சர்வே எண்.259/3-க்கு 225 சதுர மீட்டருக்கு பதிலாக 200 சதுர மீட்டர் என்று அளவுப் பிழை இருப்பதை சரி செய்து தருவதற்கான மனு.

சொத்து விவரம்:

தஞ்சாவூர் மாவட்டம், கும்பகோணம் வட்டம், ஓலைப்பாடி கிராமம், நத்தம் பட்டா எண்.1028, நத்தம் சர்வே எண்.259/3, விஸ்தீரணம். 225 சதுர மீட்டர், செண்ட் 5.5

ஐயா,

மேற்படி சொத்து விவரத்தில் இருக்கின்ற சொத்தானது 1950-ம் ஆண்டு சுவாமிமலை சார்பதிவகம், 220/1973 எண்ணாக நாங்கள் கிரயம் பெற்று அதுமுதல்

இன்றுவரை ஆண்டனுபவித்து வருகிறோம். மேற்படி சொத்து நத்தம் நிலவரித்திட்ட சர்வேயின் பொழுது 225 சதுர மீட்டர் என்று வருவதற்கு பதில் 200 சதுர மீட்டர் என்று தவறுதலாக நத்தம் ரெக்கார்டிலும் நத்தம் பட்டாவிலும் ஏறிவிட்டது. ஆனால் மேற்படி நத்தம் சர்வே எண்.259/3 புலப்படத்தின் படி அதனுடைய நீள அகலத்தை கணக்கிட்டு பார்க்கும் பொழுது 225 சதுரமீட்டருக்கு சரியாக வருகிறது.

மேலும் என்னுடைய சுவாதீனத்திலும் கடந்த 30 ஆண்டுகளாக 225 ச.மீ ஆக தான் இருக்கிறது. இப்படி கிரய பத்திரத்திலும், கிராம புலப்படத்திலும், எங்களுடைய அனுபோகத்திலும் 225 சதுர மீட்டர் என்று இருப்பது நத்தம் ரெக்கார்டிலும், நத்தம் பட்டாவிலும் மட்டும் 200 சதுர மீட்டர் என்று தவறுதலாக அச்சாகி இருக்கின்றது. எனவே மேற்படி மனுவை விசாரித்து என்னுடைய சரியான அளவான 225 சதுர மீட்டர் என்று என்னுடைய நத்தம் பட்டாவை திருத்தி கொடுக்குமாறு வேண்டுகிறேன்.

இணைப்பு:

1. எங்களுடைய கிரய பத்திரம்,
2. நத்தம் சர்வே எண்.259/3-ன் புலப்படம்
3. பிழையாக உள்ள நத்தம் ரெக்கார்டு நகல்
4. பிழையாக உள்ள நத்தம் பட்டா நகல்
5. 1950-ல் இருந்து இன்று தேதி வரை ஈசியின் நகல்.

இப்படிக்கு

---

5. நத்தம் பட்டாவில் இருக்கும் உரிமையற்ற
வேறு நபர் பெயரை நீக்குவதற்கான மனு!

தேதி: ....
இடம்: ....

விடுநர்:

.............................,
....

பெறுநர்:

மாவட்ட வருவாய் அலுவலர் அவர்கள்,
மாவட்ட ஆட்சியர் வளாகம்,
இராமநாதபுரம் மாவட்டம்.

பொருள்: நத்தம் பட்டாவில் இருக்கும் உரிமையற்ற வேறு நபர் பெயரை நீக்குவதற்கான மனு.

ஐயா,

நான் மேற்கண்ட முகவரியில் வசித்து வருகிறேன், இராமநாதபுரம் மாவட்டம், கமுதி வட்டம், நீராவி கிராமம், நத்தம் சர்வே எண்.509, நத்தம் பட்டா எண்.23, விஸ்தீரணம். 356 சதுர மீட்டர் நிலம் கமுதி சார்பதிவகத்தில் 15/1977 என்ற கிரயப் பத்திரத்தின்படி எனது தந்தையார் பழனி பெயரில் கிரயம் பெற்று அதுமுதல் இன்றுவரை நாங்கள் ஆண்டனுபவித்து வந்து கொண்டிருக்கின்றோம். நத்தம் நிலவரித்திட்ட சர்வேயின் பொழுது இந்த இடத்திற்கே சம்மந்தம் இல்லாத யார் என்றே தெரியாத முரளிகிருஷ்ணன் என்ற பெயரை எங்களுடைய பெயருக்கு கீழேயே நத்தம் பட்டாவில் ஏற்றப்பட்டுள்ளது. எனவே மேற்படி நத்தம் பட்டாவில் மேற்படி நபரின் பெயரை நீக்கித் தருமாறு வேண்டுகிறேன்.

இதற்கு சம்பந்தப்பட்ட அனைத்து ஆவணங்களையும் இணைத்துள்ளேன்.

இணைப்பு:

1. எங்களின் கிரயப் பத்திரத்தின் நகல்,

2. 1950—ல் இருந்து எங்களுடைய ஈசி

3. அ—பதிவேட்டு நகல்.

இப்படிக்கு
உண்மையுடன்

---

6. நத்தம் பட்டாவில் தவறாக இருக்கின்ற என்னுடைய பெயரை பிழைதிருத்தம் செய்ய வேண்டி மனு!

தேதி: ....
இடம்: ....

விடுநர்:

    ....,

    ....

    ....

பெறுநர்:

    மாவட்ட வருவாய் அலுவலர் அவர்கள்,
    மாவட்ட ஆட்சியர் வளாகம்,
    செங்கல்பட்டு மாவட்டம்,
    செங்கல்பட்டு.

பொருள்: நத்தம் பட்டாவில் தவறாக இருக்கின்ற என்னுடைய பெயரை
பிழைதிருத்தம் செய்ய வேண்டி மனு

ஐயா,

செங்கல்பட்டு மாவட்டம், மதுராந்தகம் வட்டம், முருக்கம்பாக்கம் கிராமம்,
நத்தம் பட்டா எண்.396–ல் என்னுடைய பெயரான பழனியாண்டி என்பதற்கு பதிலாக
பழனிச்சாமி என்று தாக்கலாகி இருக்கின்றது. எனவே மேற்படி எனது
உண்மையான பெயரான பழனியாண்டி என்று நத்தம் பட்டாவில் பிழை திருத்தி
தருமாறு வேண்டுகிறேன்.

என்னுடைய பெயருக்கு அத்தாட்சியாக என்னுடைய பள்ளி கல்வி சான்றிதழ்,
என்னுடைய ஆதார் கார்டின் நகல், ஆகியவற்றை இதனுடன் இணைத்துள்ளேன்.

இப்படிக்கு
உண்மையுடன்

---

7. நத்தம் பட்டாவில் விடுபட்ட என்னுடைய பெயரை இணைப்பதற்கான மனு!

தேதி: ....
இடம்: ....

விடுநர்:

....,

....

....

பெறுநர்:

மாவட்ட வருவாய் அலுவலர் அவர்கள்,
மாவட்ட ஆட்சியர் வளாகம்,
செங்கல்பட்டு மாவட்டம்,
செங்கல்பட்டு.

பொருள்: நத்தம் பட்டாவில் என்னுடைய பங்காளிகள் பெயரோடு என்னுடைய
பெயரையும் இணைப்பதற்கான மனு

ஐயா,

செங்கல்பட்டு மாவட்டம், மதுராந்தகம் வட்டம், தச்சூர் கிராமம், நத்தம் சர்வே

எண்.238/9, நத்தம் பட்டா எண்.567, விஸ்தீரணம் 2 ஏக்கர், என்ற நிலம் என்னுடைய தந்தையார் அந்தோணி ரெட்டியாருக்கு பூர்வீகமாக பாத்தியப்பட்டது. நத்தம் நிலவரித்திட்ட சர்வேயின் போது என்னைத்தவிர மற்ற 3 சகோதரர்களின் பெயர்களை மட்டும் பட்டாவில் சேர்த்துவிட்டார்கள். எனவே மேற்படி நத்தம் பட்டா எண்.436–ல் என்னுடைய பெயரான .... பட்டாவில் இணைக்கும்படி வேண்டுகிறேன். இந்த மனுவுடன் நத்தம் பட்டா எண்.567–ன் நகலையும், எனது தந்தை ஆரோக்கியசாமி ரெட்டியாரின் இறப்பு சான்றிதழும், ஆரோக்கியசாமி ரெட்டியாரின் என் பெயர் உள்ள வாரிசு சான்றிதழும் இணைத்துள்ளேன்.

எனவே இந்த மனுவினை ஏற்றுக்கொண்டு என்னுடைய பெயரினை நத்தம் பட்டாவில் இணைக்குமாறு கேட்டுக்கொள்கிறேன்.

இப்படிக்கு

---

8. நத்தம் புலப்படத்திலும் பட்டாவிலும் சர்வே பிழை திருத்தித் தரக்கோரி மனு!

தேதி: ....
இடம்: ....

விடுநர்:

.............................,
....

பெறுநர்:

மாவட்ட வருவாய் அலுவலர் அவர்கள்,
மாவட்ட ஆட்சியர் வளாகம், திருவள்ளூர் மாவட்டம், திருவள்ளூர்.

பொருள்: சொத்து விவரத்தில் இருக்கின்ற சொத்தில் நத்தம் புலப்படத்தில் உருவப்பிழையும், நத்தம் பட்டாவில் அளவுப் பிழையும் இருப்பதனை திருத்தி கொடுக்குமாறு மனு.

சொத்து விவரம்

திருவள்ளூர் மாவட்டம், ஆவடி வட்டம், பாலேரிப்பட்டு கிராமம், நத்தம் சர்வே எண்.983/6, நத்தம் பட்டா எண்.54, விஸ்தீரணம். 2 ஏக்கர்.

ஐயா,

சொத்து விவரத்தில் இருக்கின்ற சொத்தானது 1950–ம் ஆண்டு 486/1950 என்ற ஆவணப்படி வாலாஜாபாத் சார்பதிவகத்தில் பதிவு செய்யப்பட்டு அன்று முதல் இன்று வரை எனது தந்தையார் காலம் முதல் 2 ஏக்கர் ஆண்டனுபவித்து வருகிறேன். நத்தம் நிலவரித்திட்ட சர்வேயின் பொழுது புலப்படதில் 50 செண்ட் என குறைவாக வரையப்பட்டுள்ளது. மேலும் அதனை பார்த்து நத்தம் ரெக்கார்டிலும்

50 சென்ட் என குறைவாகவே உள்ளது. 2023 சதுர மீட்டர் என்று நத்தம் ரெக்கார்டிலும் குறிக்கப்பட்டுள்ளது. அதன் அடிப்படையில் நத்தம் பட்டாவிலும் அளவு குறைந்து 2023 சதுர மீட்டர் என்று உள்ளது. மேற்படி சொத்தில் சுவாதீனம் 200 செண்டிற்கு குறையாமல் 50 வருடங்களாக அனுபவித்து வருகிறேன். மேலும் நத்தம் நிலவரித்திட்ட சர்வேக்கு முந்தைய கால நத்தம் புலப்படத்தில் அளவு குறையாமல் 2 ஏக்கர் என்று உள்ளது. எனவே ஐயா நத்தம் புலப்படத்தில் உருவப்பிழையும், அளவுப்பிழையும் இருக்கிறது மேலும் இவை சர்வே பிழை வரம்பிற்கு மேல்தான் உள்ளது என்பதனை தெரிவித்துக்கொண்டு எனது மனுவை ஆவணம் செய்து சரியான அளவுகளை திருத்திக் கொடுக்குமாறு வேண்டுகிறேன்.

இணைப்புகள்:

1) என்னுடைய கிரய பத்திர நகல்
2) 1950 முதல் இன்று வரை ஈசியின் நகல்
3) நத்தம் நிலவரித்திட்ட சர்வேக்கு முந்தைய கால நத்தம் புலப்பட நகல்,
4) நத்தம் நிலவரித்திட்ட சர்வேக்கு முந்தைய நத்தம் ரெக்கார்டு நகல்
5) தற்போதைய நத்தம் புலப்படம்
6) தற்போதைய நத்தம் ரெக்கார்டு.

இப்படிக்கு

---

9. நத்தம் நிலவரித்திட்டத்தில் எனது நத்தம் வீட்டு மனையை பாதி நிலத்தை நத்தம் பட்டாவாகவும் பாதி நிலத்தை புறம்போக்காகவும் வகைபடுத்தியதை சரி செய்து தரக்கோரி மனு!

தேதி: ....
இடம்: ....

விடுநர்:

.............................,
....

பெறுநர்:

மாவட்ட வருவாய் அலுவலர் அவர்கள்,
மாவட்ட ஆட்சியர் வளாகம், ... மாவட்டம்.

பொருள்: நத்தம் நிலவரித்திட்டத்தில் எனது நத்தம் வீட்டு மனையை பாதி நிலத்தை பட்டாவாகவும் பாதி நிலத்தை புறம்போக்காகவும் வகைப்படுத்தியதை சரி செய்து தரக்கோரி மனு.

சொத்து விவரம்:

.... மாவட்டம், ... வட்டம், ... கிராமம், ... நத்தம் சர்வே எண், ...
நத்தம் பட்டா எண் .... விஸ்தீரணம்.

ஐயா,

சொத்து விவரத்தில் இருக்கின்ற சொத்தானது .... கிரய பத்திரத்தின்படி கிரயம் பெற்று அதுமுதல் ஆண்டனுபவித்து வருகின்றேன். மேற்படி இடத்தின் மொத்த பரப்பு 242 ச.மீ ஆகும். இதில் 121 சதுர மீட்டருக்கு நத்தம் சர்வே எண்.12/3 என்று வகைப்படுத்தி எனது பெயருக்கு நத்தம் பட்டா கொடுத்துள்ளார்கள். மீதி 121 சதுர மீட்டருக்கு சர்வே எண் 12/4 என்று வகைப்படுத்தி புறம்போக்கு என்று நத்தம் நிலவரித்திட்ட சர்வேயில் குறிப்பிட்டு இருக்கிறார்கள். புறம்போக்கு என்று வகைபடுத்திய 121 சதுர மீட்டர் நிலத்தில் நான் காலங்காலமாக வீடு கட்டி குடியிருந்து வருகிறேன். மேலும் அந்த 121 சதுர மீட்டர் நிலத்திற்கு 1955-ம் ஆண்டு காலம் முதல் கிரய பத்திரம் வைத்திருக்கின்றேன். எனவே மேற்படி நிலத்திற்கும் நத்தம் பட்டா தருமாறு வேண்டுகிறேன். தேவைப்பட்டால், பணம் ஏதாவது கட்ட வேண்டுமென்றாலும் கட்ட தயாராக இருக்கின்றேன்.

இணைப்பு:

1. கிரயப் பத்திர நகல்
2. 1950 முதல் இன்று வரை ஈசியின் நகல்
3. தற்போதைய நத்தம் நிலவரித்திட்ட கணக்கு நகல்.

இப்படிக்கு உண்மையுடன்

D. நிலங்கள் வீட்டுமனைகள் பட்டா-ஒப்படை கேட்டு மனுக்களின் மாதிரிகள்!

1. நகர்புற நில உச்சவரம்பு சட்டத்தின் கீழ் உங்கள் மனை பாதிக்கப்பட்டால் அதனை வரன்முறைப்படுத்தி பட்டா பெறுவதற்காக நகர்புற நிலவரித்திட்ட ஆணையருக்கு அனுப்ப வேண்டிய மனு!

REQUISTTION FOR THE REGULARISATION OF THE PURCHASE OF LAND UNDER INNOCENT BUYERS CATECORY

(This form is applicable only to the Innocent Buyers who are coming under the preview of the orders issued in G.O.Ms.No.649, Revenue, dated.29.7.1998 & G.O.Ms.No.5.5/ULC.I/Rev.Dept. dt.26.09.2008)

1. Name of the Applicant

2. Address

3. Occupation

4. Details of land to be regularized

    a) District / Taluk

    b) Village

    c) S.No. T.S.No (Sub-divition No. / Plot No.)

    d) Extent

    e) Document No & date

5. Whether the land applied is part of layout

    If go, lay out No. / Building Plan , If any

6. Purpose for Which land is required

I declared that the above details are correct to the best of my knowledge and belief, I am willing to pay the amount to be fixed by government for the regularization. I am aware that if details furnished above are found to be wrong in future, the regularization of purchase of the said land will be cancelled without and notice.

Signature:

Place :

Name   :

Date :

Note : Court fee stamps to the value of Rs. 100/- to be affixed in the application. Two sets of applications, Documents, Parent Documents, Plan, E.B. receipt, Ration card, Should be attached.

2. ஆட்சேபனை இல்லாத புறம்போக்கில் ஐந்து வருடத்திற்கு மேல் வசிக்கின்றவர்கள் பட்டா வேண்டிக் கொடுக்கும் மனு!

தேதி: ....

இடம்: ....

விடுநர்:

.............................,

....

பெறுநர்:

மாவட்ட வருவாய் அலுவலர் அவர்கள்,

மாவட்ட ஆட்சியர் வளாகம், ... மாவட்டம்.

பொருள்: ஆட்சேபனை இல்லாத புறம்போக்கு நிலத்தில் ஐந்து ஆண்டுகளுக்கு மேல் வசித்து கொண்டிருக்கின்ற பெண்களுக்கு பட்டா கோருவது சம்மந்தமாக.

ஐயா,

சொத்து விவரத்தில் இருக்கின்ற நிலத்தில் கடந்த 10 ஆண்டிற்கு மேலாக நான் குடும்பத்துடன் வசித்து வருகிறேன். நான் ஆட்டோ ஓட்டும் தொழில் செய்து மிகக்குறைந்த வருமானத்தில் எங்கள் ஜீவனத்தை நடத்தி கொண்டிருக்கிறோம். எங்களுக்கு சொந்தமாக எந்தவொரு வீட்டுமனையும் இதுவரை இல்லை. அடியிற்கண்ட சொத்து விவரத்தில் மட்டும் ஓலைக்கூரை மற்றும் சிமெண்ட் கல்லார் சீட் போடப்பட்ட வீடுகளில்தான் பட்டா இல்லாமல் வசித்து வருகிறோம். மேற்படி நான் வசித்து வருகின்ற இடமானது ஆட்சேபனை இல்லாத புறம்போக்கு நிலத்தில் வருகிறது. எனவே அதனை எங்களுக்கு பட்டா கொடுத்து இலவசமாகவோ அல்லது தவணை முறையில் பணம் கட்ட சொல்லியோ எங்களுக்கு பட்டா வழங்கும்படி பணிவுடன் கேட்டுக்கொள்கிறேன்.

சொத்து விவரம்:

.... மாவட்டம், ... வட்டம், ... கிராமம், ... சர்வே எ ண்.

இணைப்பு:

1. ஐந்து ஆண்டுகளுக்கு மேலாக கட்டி வருகின்ற பஞ்சாயத்து கூரை வரி இரசீது.

2. ஆட்சேபனை இல்லாத புறம்போக்கு என்பதற்கான அ–பதிவேடு நகல் மற்றும் புலப்படம்.

இப்படிக்கு

3. உங்கள் கிராமத்தில் தரிசு நிலம் இருந்தால் அதனை பெறுவதற்காக மாவட்ட ஆட்சியருக்கு கொடுக்கும் மனு!

(ஆதி திராவிடர்கள், பழங்குடியினர்கள், முன்னாள் இராணுவ வீரர்கள், விடுதலை போராட்ட, மொழி போராட்ட தியாகிகளின் வாரிசுகள், கணவனால் கைவிடப்பட்ட பெண்கள், நலிந்த பிரிவினர், நிலமற்ற விவசாயிகள், உடல் ஊனமுற்றோர் ஆகியோர்கள் மட்டும் மனு செய்ய தகுதியானவர்கள்)

தேதி: ....

இடம்: ....

மனுதாரர்:

....

பெறுநர்:

மாவட்ட ஆட்சியர்,
மாவட்ட ஆட்சியர் வளாகம், மதுரை மாவட்டம்.

பொருள்: முன்னாள் இராணுவத்தினரின் நலனுக்காக தரிசு நிலம் வேண்டி மனு.

சொத்து விவரம்:

மதுரை மாவட்டம், வாடிப்பட்டி வட்டம், குலசேகரன் கோட்டை கிராமம், சர்வே எண்கள்: 22/3, 23, 24/1,2, 25/2, 26, 27, 102/30, 104/9, 106/4, 107/2, 110/2, இதன் புலப்படம் மற்றும் அ–பதிவேடு (இந்த கடிதத்துடன் இணைக்கப்பட்டுள்ளது.)

ஐயா,

நான் நமது இராணுவத்தில் இந்திய விமான படையில் S.G.T. ரேங்க்கில் 719066B என்ற சர்வீஸ் நம்பரில் பணியாற்றி ஓய்வு பெற்றேன். ஓய்வு பெற்ற பிறகு அரசு மூலமாக எந்தவித அரசு வேலையும் உதவியும் பெறவில்லை. மேலும் எனது உடல்நிலை மற்றும் முதுகுதண்டுவடம் போன்றவை பார்க்கின்சன் என்ற கொடிய நோயால் பாதிக்கப்பட்ட நிலையில் இருக்கிறேன். ஏற்கெனவே முன்னாள் இராணுவத்திற்காக நிலம் வேண்டி முன்னாள் இராணுவத்தினர் முகமை மூலம் மனு செய்திருந்தேன். தரிசு நிலம் எங்கும் இல்லாததால் எனக்கு வழங்க முடியாது என்று காலம் தாழ்த்திக் கொண்டிருக்கின்றனர். இந்த நிலையில் பார்வையில் கண்ட கிராமம் மற்றும் சர்வே எண்கள் தரிசு நிலம் என்பதை கண்டறிந்தேன். மேற்படி நிலங்களில் எனக்கு இரண்டிலிருந்து ஐந்து ஏக்கர் வரை நில ஒப்படை செய்தால் அதன் மூலம் விவசாயம் மற்றும் விவசாயம் சார்ந்த குடிசை தொழில்கள் செய்து என்னுடைய எதிர்காலத்தை காப்பாற்றிக் கொள்வேன். எனவே ஐயா தாங்கள் என்னுடைய மனுவை பரிசீலிக்குமாறு பணிவுடன் கேட்டுக்கொள்கிறேன்.

சொத்து விவரம்:

மதுரை மாவட்டம், வாடிப்பட்டி வட்டம், குலசேகரன் கோட்டை கிராமம், சர்வே எண்கள்: 22/3, 23, 24/1,2, 25/2, 26, 27, 102/30, 104/9, 106/4, 107/2, 110/2

இணைப்பு: 1. முன்னாள் இராணுவம் சம்பந்தப்பட்ட பேப்பர்ஸ்

2. தரிசு நிலம் இருக்கின்ற கிராமத்தின் அ–பதிவேடு மற்றும் புலப்படம்.

இப்படிக்கு

4. வீட்டுமனையே இல்லாமல் இருப்பவர்களுக்கு வீட்டுமனை ஒப்படை கோரி மனு!

(ஆதி திராவிடர்கள், பழங்குடியினர்கள், முன்னாள் இராணுவ வீரர்கள், விடுதலை போராட்ட, மொழி போராட்ட தியாகிகளின் வாரிசுகள், கணவனால் கைவிடப்பட்ட பெண்கள், நலிந்த பிரிவினர், நிலமற்ற விவசாயிகள், உடல் ஊனமுற்றோர் ஆகியோர்கள் மட்டும் மனு செய்ய தகுதியானவர்கள்)

தேதி: ....

இடம்: ....

மனுதாரர்:

....

பெறுநர்:

மாவட்ட ஆட்சியர்,

மாவட்ட ஆட்சியர் வளாகம், ... மாவட்டம்.

பொருள்: கிராமத்தில் தோட்டி வேலை செய்கின்ற எங்களுக்கு இலவச வீட்டு மனை ஒப்படை வேண்டி மனு.

ஐயா,

மேற்கண்ட முகவரியில் வசிக்கின்ற நாங்கள் கடந்த 30 ஆண்டு காலமாக இந்த கிராமத்தில் தோட்டி வேலை செய்து வருகிறோம். இதுவரை நாங்கள் ஊர் பொது கழிப்பிடத்திற்கு அருகிலேயே தங்கி இருக்கின்றோம். எங்களுக்கென்று சொந்தமாக வீட்டுமனை நிலமோ, வீடோ இதுவரை இல்லை. எங்களுடைய குழந்தைகள் படிப்பதற்கு போதுமான அடிப்படை கட்டமைப்பு வசதிகள் எதுவுமே இல்லை, எனவே ஐயா மேற்படி கிராமத்திலேயே அரசிடம் இருக்கின்ற ஆட்சேபனை அற்ற புறம்போக்கிலோ அல்லது நத்தம், புறம்போக்கிலோ எங்களுக்கு வீட்டுமனை பட்டா ஒப்படை வழங்குமாறு வேண்டுகிறேன். எங்களது கிராமத்தில் புறம்போக்கு நிலங்கள் எதுவும் இல்லாத பட்சத்தில் அரசே ஆதிதிராவிடர் நலத்துறையின் கீழ் கிரயபேர பேச்சு மூலம் பிறரிடம் இருந்து நிலத்தை வாங்கி எங்களுக்கு இலவச பட்டா கொடுக்குமாறு வேண்டுகிறேன்.

இணைப்பு:

1. இப்பொழுது தாங்கள் குடியிருக்கும் இடத்தின் புகைப்பட நகல்.

இப்படிக்கு

E) போலி ஆவணம் வைத்திருக்கும் உங்கள் எதிர் மனுதாரருக்கு எதிராக அரசிற்கு கொடுக்கும் ஆட்சேபனை மனுக்களின் மாதிரிகள்!

1. போர்ஜெரி ஆவணங்களை தாக்கல் செய்து உருவாக்கிய பத்திரத்தின் அடிப்படையில் எனது எதிர்மனுதாரர்கள் கட்டிடம் கட்டுவதற்கான வரைபட அனுமதி கோரி வந்தால் அதனை தரக்கூடாது என்பதற்கான ஆட்சேபனை மனு!

நாள் : ....

இடம் : ....

மனுதாரர்:

திரு.காசி த/பெ: காத்தவராயன்
எண்:8,ஒசூர்அம்மன் கோயில் குறுக்குதெரு
லாடாகரணை எண்டத்தூர் கிராமம்
மதுராந்தகம்
பின்கோடு:603406

எதிர் மனுதாரர்கள்:

1) ....

2) ....

பெறுநர்:

1. வட்டார வளர்ச்சி அலுவலர்,
   அச்சரப்பாக்கம் ஒன்றியம்,
   அச்சரப்பாக்கம்.

2. கிராம பஞ்சாயத்து அலுவலர்,
   லாடாகரணை எண்டத்தூர்ஊராட்சி,
   மதுராந்தகம் வட்டம்,

பொருள்: செங்கல்பட்டு மாவட்டம், மதுராந்தகம் வட்டம், லாடாகரணை கிராமம் நத்தம் நிலவரி திட்ட பட்டா பெயர் மாற்றம் செய்ய ஆட்சேபனை மனு. (............... குமார் .... கட்டிடம் கட்டுவதற்கான வரைபட அனுமதி கோரி வரும் மனுவை ஆட்சேபித்து ஆட்சேபனை மனு)

ஐயா,

செங்கல்பட்டு மாவட்டம், மதுராந்தகம் வட்டம், லாடாகரணை கிராமம் நத்தம் நிலவரி திட்டத்திற்கு முன் பழைய சர்வே எண்:71/2ல் புதிய சர்வே எண்.243/16A ல் நத்தம் பட்டா எண் 61 இல் 428 சதுரமீட்டர் பரப்பு உள்ளதை 538 சதுரமீட்டர் என்று

என்னுடைய பட்டாவில் (நத்தம் பட்டா: 242) வருகின்ற 110 சதுர மீட்டர் பரப்பையும் சேர்த்து போர்ஜரி நத்தம் கணக்கு முன்தேதியிட்ட பட்டாக்களை தாக்கல் செய்து மேற்படி 2ம் 3ம் எதிர்மனுதாரர்கள் 720/2020 என்ற செட்டில்மெண்டு பத்திரத்தில் எனக்கு உரிமையான 110 சதுரமீட்டர் பரப்பு உள்ள நிலத்தையும் சேர்த்து 13..03.2020-ல் பதிவு செய்து உள்ளார்கள்.

மேற்படி எனக்கு உரிமையான சொத்து 1128/82, 1709/1999 கிரயப் பத்திரங்களின் படியும் 243ம் எண் நத்தம் நிலவரித் திட்ட பட்டாவின் படியும் கிடைத்து அதுமுதல் இன்று வரை சுவாதீனத்திலும் இருந்து வருகிற உரிமை உடைய நிலமாகும்.

மேற்படி பிழையான ஆவணங்களை தாக்கல் செய்து பதிவு செய்த பத்திரத்தை இரத்து செய்யக் கோரி மாவட்ட பதிவாளருக்கு புகார் மனுவும் நீதிமன்றம் மூலமாக நடவடிக்கைகள் எடுக்கின்ற வேலைகளும் செய்து கொண்டு இருக்கிறேன் . இதற்கு இடையில் இந்த செட்டில்மெண்ட் பத்திரத்தை வைத்து முதல் எதிர்மனுதாரர் பெயருக்கு நத்தம் குடிநீர் இணைப்பு கோரி மனு வந்தால் எனக்கு அழைப்பானை அனுப்பி, விசாரித்துவிட்டு நீங்கள் மன நிறைவு அடைந்தால் கட்டிடம் கட்டுவதற்கான வரைபட அனுமதி கொடுக்கும் நடவடிக்கையை செய்ய வேண்டுகிறேன். அதற்கான ஆட்சேபனை மனுவாக இதனை சமர்ப்பிக்கிறேன்.

இப்படிக்கு
உண்மையுடன்

இணைப்பு:

1) எதிர்மனுதாரரின் செட்டில்மெண்டு பத்திரம் மற்றும் தவறான பட்டா மற்றும் நத்தம் கணக்கு

2) மனுதாரருக்கு உரிமையான ஆவணங்கள்

Paranjothi Pandian's Quotes

2. போர்ஜெரி ஆவணங்களை தாக்கல் செய்து உருவாக்கிய பத்திரத்தின் அடிப்படையில் எனது எதிர்மனுதாரர்கள் குடிநீர் இணைப்பு கோரி செய்ய வந்தால் அதனை மாற்றக்கூடாது என்பதற்கான ஆட்சேபனை மனு!

நாள் : ....

இடம் : ....

மனுதாரர்:

    திரு.காசி த/பெ: காத்தவராயன்
    எண்:8, ஓசூர்அம்மன் கோயில் குறுக்கு தெரு
    லாடாகரணை எண்டத்தூர் கிராமம்
    மதுராந்தகம்,
    பின்கோடு:603406

எதிர் மனுதாரர்கள்:

    1) ....

    2) ....

பெறுநர்:

1. வட்டார வளர்ச்சி அலுவலர்,
   அச்சரப்பாக்கம் ஒன்றியம்,
   அச்சரப்பாக்கம்.

2. கிராம பஞ்சாயத்து அலுவலர்,
   லாடாகரணை எண்டத்தூர்ஊராட்சி,
   மதுராந்தகம் வட்டம்,

பொருள்: கோபால் மகன் ஏழுமலை குடிநீர் இணைப்பு கோரி வரும் மனுவை ஆட்சேபித்து ஆட்சேபனை மனு.

செங்கல்பட்டு மாவட்டம், மதுராந்தகம் வட்டம், லாடாகரணை கிராமம் நத்தம் நிலவரி திட்டத்திற்கு முன் பழைய சர்வே எண்:71/2ல் புதிய சர்வே எண்.243/16A ல் நத்தம் பட்டா எண் 61 இல் 428 சதுரமீட்டர் பரப்பு உள்ளதை 538 சதுரமீட்டர் என்று என்னுடைய பட்டாவில் (நத்தம் பட்டா: 242) வருகின்ற 110 சதுர மீட்டர் பரப்பையும் சேர்த்து போர்ஜரி நத்தம் கணக்கு முன்தேதியிட்ட பட்டாக்களை தாக்கல் செய்து மேற்படி 2ம் 3ம் எதிர்மனுதாரர்கள் 720/2020 என்ற செட்டில்மெண்டு பத்திரத்தில் எனக்கு உரிமையான 110 சதுரமீட்டர் பரப்பு உள்ள நிலத்தையும் சேர்த்து 13..03.2020-ல் பதிவு செய்து உள்ளார்கள்.

மேற்படி எனக்கு உரிமையான சொத்து 1128/82, 1709/1999 கிரயப் பத்திரங்களின் படியும் 243ம் எண் நத்தம் நிலவரித் திட்ட பட்டாவின் படியும் கிடைத்து அதுமுதல் இன்று வரை சுவாதீனத்திலும் இருந்து வருகிற உரிமை உடைய நிலமாகும்.

மேற்படி பிழையான ஆவணங்களை தாக்கல் செய்து பதிவு செய்த பத்திரத்தை இரத்து செய்ய கோரி மாவட்ட பதிவாளருக்கு புகார் மனுவும், நீதிமன்றம் மூலமாக நடவடிக்கைகள் எடுக்கின்ற வேலைகளும், செய்து கொண்டு இருக்கிறேன் . இதற்கு இடையில் இந்த செட்டில்மெண்ட் பத்திரத்தை வைத்து முதல் எதிர்மனுதாரர் பெயருக்கு குடிநீர் இணைப்பு கோரி மனு வந்தால் எனக்கு அழைப்பானை அனுப்பி விசாரித்துவிட்டு நீங்கள் மன நிறைவு அடைந்தால் குடிநீர் இணைப்பு கொடுக்கும் நடவடிக்கையை செய்ய வேண்டுகிறேன். அதற்கான ஆட்சேபனை மனுவாக இதனை சமர்பிக்கிறேன்.

இப்படிக்கு

உண்மையுடன்

இணைப்பு:

1) எதிர்மனுதாரரின் செட்டில்மெண்ட் பத்திரம் மற்றும் தவறான பட்டா மற்றும் நத்தம் கணக்கு

2) மனுதாரருக்கு உரிமையான ஆவணங்கள்

---

3. போர்ஜெரி ஆவணங்களை தாக்கல் செய்து உருவாக்கிய பத்திரத்தின் அடிப்படையில் எனது எதிர்மனுதாரர்கள் கூட்டுறவு வங்கியில் கடன் வழங்கக் கோரி வந்தால் அதனை வழங்கக்கூடாது என்பதற்கான ஆட்சேபனை மனு!

நாள் : ....
இடம் : ....

மனுதாரர்:

திரு.காசி த/பெ: காத்தவராயன்
எண்:8, ஓசூர்அம்மன் கோயில் குறுக்கு தெரு
லாடாகரணை எண்டத்தூர் கிராமம்
மதுராந்தகம்,
பின்கோடு:603406

எதிர் மனுதாரர்கள்:

1) ....

2) ....

பெறுநர்:

தலைவர்,

அச்சரப்பாக்கம் தொடக்க வேளாண்மை,

கூட்டுறவு வங்கி, அச்சரப்பாக்கம்.

பொருள்: கோபால் மகன் ஏழுமலை கூட்டுறவு வங்கியில் கடன் வழங்க கோரி வரும் மனுவை ஆட்சேபித்து ஆட்சேபனை மனு.

செங்கல்பட்டு மாவட்டம், மதுராந்தகம் வட்டம், லாடாகரணை கிராமம் நத்தம் நிலவரித் திட்டத்திற்கு முன் பழைய சர்வே எண்:71/2ல் புதிய சர்வே எண்.243/16A ல் நத்தம் பட்டா எண் 61 இல் 428 சதுரமீட்டர் பரப்பு உள்ளதை 538 சதுரமீட்டர் என்று என்னுடைய பட்டாவில் (நத்தம் பட்டா: 242) வருகின்ற 110 சதுர மீட்டர் பரப்பையும் சேர்த்து போர்ஜரி நத்தம் கணக்கு முன்தேதியிட்ட பட்டாக்களை தாக்கல் செய்து மேற்படி 2ம் 3ம் எதிர்மனுதாரர்கள் 720/2020 என்ற செட்டில்மெண்ட் பத்திரத்தில் எனக்கு உரிமையான 110 சதுரமீட்டர் பரப்பு உள்ள நிலத்தையும் சேர்த்து 13..03.2020–ல் பதிவு செய்து உள்ளார்கள்.

மேற்படி எனக்கு உரிமையான சொத்து 1128/82, 1709/1999 கிரய பத்திரங்களின் படியும் 243ம் எண் நத்தம் நிலவரிதிட்ட பட்டாவின் படியும் கிடைத்து அதுமுதல் இன்று வரை சுவாதீனத்திலும் இருந்து வருகிற உரிமை உடைய நிலமாகும்.

மேற்படி பிழையான ஆவணங்களை தாக்கல் செய்து பதிவு செய்த பத்திரத்தை இரத்து செய்யக் கோரி மாவட்ட பதிவாளருக்கு புகார் மனுவும் நீதிமன்றம் மூலமாக நடவடிக்கைகள் எடுக்கின்ற வேலைகளும் செய்து கொண்டு இருக்கிறேன். இதற்கு இடையில் இந்த செட்டில்மெண்ட் பத்திரத்தை வைத்து முதல் எதிர்மனுதாரர் பெயருக்கு கூட்டுறவு வங்கியில் கடன் வழங்கக் கோரி வந்தால் எனக்கு அழைப்பானை அனுப்பி விசாரித்துவிட்டு நீங்கள் மன நிறைவு அடைந்தால் கடன் வழங்கும் நடவடிக்கையை செய்ய வேண்டுகிறேன். அதற்கான ஆட்சேபனை மனுவாக இதனை சமர்பிக்கிறேன்.

இப்படிக்கு
உண்மையுடன்

இணைப்பு:

1) எதிர்மனுதாரரின் செட்டில்மெண்ட் பத்திரம் மற்றும் தவறான பட்டா மற்றும் நத்தம் கணக்கு.

2) மனுதாரருக்கு உரிமையான ஆவணங்கள்.

4. போர்ஜரி ஆவணங்களை தாக்கல் செய்து உருவாக்கிய பத்திரத்தின் அடிப்படையில் எனது எதிர்மனுதாரர்கள் பட்டா பெயர் மாற்றம் செய்ய வந்தால் அதனை மாற்றக்கூடாது என்பதற்கான ஆட்சேபனை மனு!

நாள் : ,.....................
இடம் : ....

மனுதாரர்:

திரு.காசி த/பெ: காத்தவராயன்
எண்:8, ஒசூர்அம்மன் கோயில் குறுக்கு தெரு
லாடாகரணை எண்டத்தூர் கிராமம்
மதுராந்தகம்,
பின்கோடு:603406

எதிர் மனுதாரர்கள்:

    1) ....

    2) ....

பெறுநர்:

உயர்திரு வட்டாட்சியர்,
மதுராந்தகம் வட்டம்,
மதுராந்தகம்

பொருள்: செங்கல்பட்டு மாவட்டம், மதுராந்தகம் வட்டம், லாடாகரணை கிராமம் நத்தம் நிலவரி திட்ட பட்டா பெயர் மாற்றம் செய்ய ஆட்சேபனை மனு. (.................. குமாரர் .... நத்தம் பட்டா பெயர் மாற்றம் செய்ய கோரி வரும் மனுவை ஆட்சேபித்து ஆட்சேபனை மனு)

ஐயா,

செங்கல்பட்டு மாவட்டம், மதுராந்தகம் வட்டம், லாடாகரணை கிராமம் நத்தம் நிலவரி திட்டத்திற்கு முன் பழைய சர்வே எண்:71/2ல் புதிய சர்வே எண்.243/16A ல் நத்தம் பட்டா எண் 61 இல் 428 சதுரமீட்டர் பரப்பு உள்ளதை 538 சதுரமீட்டர் என்று என்னுடைய பட்டாவில் (நத்தம் பட்டா: 242) வருகின்ற 110 சதுர மீட்டர் பரப்பையும் சேர்த்து போர்ஜரி நத்தம் கணக்கு முன்தேதியிட்ட பட்டாக்களை தாக்கல் செய்து மேற்படி 2ம் 3ம் எதிர்மனுதாரர்கள் 720/2020 என்ற செட்டில்மெண்டு பத்திரத்தில் எனக்கு உரிமையான 110 சதுரமீட்டர் பரப்பு உள்ள நிலத்தையும் சேர்த்து 13..03.2020–ல் பதிவு செய்து உள்ளார்கள்.

மேற்படி எனக்கு உரிமையான சொத்து 1128/82, 1709/1999 கிரய

பத்திரங்களின் படியும் 242ம் எண் நத்தம் நிலவரித் திட்ட பட்டாவின் படியும் கிடைத்து அதுமுதல் இன்று வரை சுவாதீனத்திலும் இருந்து வருகிற உரிமை உடைய நிலமாகும்.

மேற்படி பிழையான ஆவணங்களை தாக்கல் செய்து பதிவு செய்த பத்திரத்தை இரத்து செய்ய கோரி மாவட்ட பதிவாளருக்கு புகார் மனுவும் நீதிமன்றம் மூலமாக நடவடிக்கைகள் எடுக்கின்ற வேலைகளும் செய்து கொண்டு இருக்கிறேன். இதற்கு இடையில் இந்த செட்டில்மெண்ட் பத்திரத்தை வைத்து முதல் எதிர்மனுதாரர் பெயருக்கு நத்தம் பட்டா பெயர் மாற்றம் செய்ய கோரி மனு வந்தால் எனக்கு அழைப்பானை அனுப்பி விசாரித்துவிட்டு நீங்கள் மன நிறைவு அடைந்தால் பட்டா பெயர் மாற்றம் செய்யும் நடவடிக்கைய செய்ய வேண்டுகிறேன். அதற்கான ஆட்சேபனை மனுவாக இதனை சமர்பிக்கிறேன்.

இப்படிக்கு
உண்மையுடன்

இணைப்பு:

1) எதிர்மனுதாரரின் செட்டில்மெண்டு பத்திரம் மற்றும் தவறான பட்டா மற்றும் நத்தம் கணக்கு.

2) மனுதாரருக்கு உரிமையான ஆவணங்கள்

---

5. போர்ஜரி ஆவணங்களை தாக்கல் செய்து உருவாக்கிய பத்திரத்தின் அடிப்படையில் எனது எதிர்மனுதாரர்கள் மின் இணைப்பு கோரி வந்தால் அதனை மாற்றக்கூடாது என்பதற்கான ஆட்சேபனை மனு!

நாள் : ....
இடம் : ....

மனுதாரர்:

திரு.காசி த/பெ: காத்தவராயன்
எண்: 8, ஒசூர்அம்மன் கோயில் குறுக்கு தெரு
லாடாகரணை எண்டத்தூர் கிராமம்
மதுராந்தகம்,
பின்கோடு:603406

எதிர் மனுதாரர்கள்:

1) ....

2) ....

பெறுநர்:

    உதவி பொறியாளர்,
    தமிழ்நாடு மின்சார அலுவலகம்,
    மதுராந்தகம் வட்டம்,
    மதுராந்தகம்.

பொருள்: கோபால் மகன் ஏழுமலை மின் இணைப்பு கோரி வரும் மனுவை ஆட்சேபித்து ஆட்சேபனை மனு.

செங்கல்பட்டு மாவட்டம், மதுராந்தகம் வட்டம், லாடாகரணை கிராமம் நத்தம் நிலவரி திட்டத்திற்கு முன் பழைய சர்வே எண்:71/2ல் புதிய சர்வே எண்.243/16Aல் நத்தம் பட்டா எண் 61 இல் 428 சதுரமீட்டர் பரப்பு உள்ளதை 538 சதுரமீட்டர் என்று என்னுடைய பட்டாவில் (நத்தம் பட்டா: 242) வருகின்ற 110 சதுர மீட்டர் பரப்பையும் சேர்த்து போர்ஜரி நத்தம் கணக்கு முன்தேதியிட்ட பட்டாக்களை தாக்கல் செய்து மேற்படி 2ம் 3ம் எதிர்மனுதாரர்கள் 720/2020 என்ற செட்டில்மெண்டு பத்திரத்தில் எனக்கு உரிமையான 110 சதுரமீட்டர் பரப்பு உள்ள நிலத்தையும் சேர்த்து 13..03.2020–ல் பதிவு செய்து உள்ளார்கள்.

மேற்படி எனக்கு உரிமையான சொத்து 1128/82, 1709/1999 கிரய பத்திரங்களின் படியும் 243ம் எண் நத்தம் நிலவரித் திட்டப் பட்டாவின் படியும் கிடைத்து அது முதல் இன்று வரை சுவாதீனத்திலும் இருந்து வருகிற உரிமை உடைய நிலமாகும்.

மேற்படி பிழையான ஆவணங்களை தாக்கல் செய்து பதிவு செய்த பத்திரத்தை இரத்து செய்ய கோரி மாவட்ட பதிவாளருக்கு புகார் மனுவும் நீதிமன்றம் மூலமாக நடவடிக்கைகள் எடுக்கின்ற வேலைகளும் செய்து கொண்டு இருக்கிறேன் . இதற்கு இடையில் இந்த செட்டில்மெண்ட் பத்திரத்தை வைத்து முதல் எதிர்மனுதாரர் பெயருக்கு மின் இணைப்பு கோரி மனு வந்தால் எனக்கு அழைப்பானை அனுப்பி விசாரித்துவிட்டு நீங்கள் மன நிறைவு அடைந்தால் மின் இணைப்பு கொடுக்கும் நடவடிக்கையை செய்ய வேண்டுகிறேன். அதற்கான ஆட்சேபனை மனுவாக இதனை சமர்பிக்கிறேன்.

இப்படிக்கு
உண்மையுடன்

இணைப்பு:

    1) எதிர்மனுதாரரின் செட்டில்மெண்ட் பத்திரம் மற்றும் தவறான பட்டா மற்றும் நத்தம் கணக்கு.

    2) மனுதாரருக்கு உரிமையான ஆவணங்கள்.

F. சார்பதிவு அலுவலகங்களில் கொடுக்கப்படும் தடை மனுக்கள் - புகார் மனுக்களின் மாதிரிகள்!

1. தவறான போர்ஜரி ஆவணங்களை தாக்கல் செய்து பதிவு செய்யப்பட்ட பத்திரத்தை இரத்து செய்வதற்காக பதிவுச்சட்டம் 1908 பிரிவு 68-ன் கீழ் மாவட்ட பதிவாளருக்கு இரத்து செய்ய சொல்கின்ற மனு!

நாள் : ....

இடம் : ....

மனுதாரர்:

    1) ....

    2) ....

எதிர் மனுதாரர்கள்:

    1) ....

    2) ....

பெறுநர்:

1. உயர்திரு மாவட்ட பதிவாளர்,
   செங்கல்பட்டு பதிவு மாவட்டம்,
   செங்கல்பட்டு.

2. உயர்திரு சார்பதிவாளர்,
   உத்திரமேலூர் சார்பதிவகம்,
   உத்திரமேலூர்.

பொருள்: தவறான போர்ஜரி செய்த நத்தம் பட்டாவை தாக்கல் செய்து பதியப்பட்ட 1/720/2020 செட்டில்மெண்டு பத்திரத்தை பதிவுத்துறைத் தலைவர் மற்றும் பதிவாளர்களின் கட்டுபடுத்தும் அதிகாரங்கள் பிரிவு 68-ன் கீழ் இரத்து செய்யும்படி மனு.

உயர்திரு மாவட்ட பதிவாளர் அவர்களுக்கு,

செங்கல்பட்டு மாவட்டம்,மதுராந்தகம் வட்டம்,லாடாகரணை கிராமம் நத்தம் நிலவரி திட்டத்திற்கு முன் பழைய சர்வே எண்:71/2ல் புதிய சர்வே எண்243/16A ல் நத்தம் பட்டா எண் 61 இல் 428 சதுரமீட்டர் பரப்பு உள்ளதை 538 சதுரமீட்டர் என்று எனனுடைய பட்டாவில் (நத்தம் பட்டா242) வருகின்ற 110 சதுர மீட்டர் பரப்பையும் சேர்த்து போர்ஜரி நத்தம் கணக்கு முன்தேதியிட்ட பட்டாக்களை தாக்கல் செய்து மேற்படி 2ம் 3ம் எதிர்மனுதாரர்கள் 720/2020 என்ற செட்டில்மெண்டு பத்திரம் 13..03.2020 அன்று பதிவு செய்து உள்ளார்கள்.

மேற்படி பதிவுக்கு தாக்கலான பத்திரத்தில் தாக்கல் செய்த எதிர்மனுதாரர்கள் தவறான போர்ஜரி செய்யபட்ட பட்டாவை தாக்கல் செய்துள்ளனர்.

மேற்படி நத்தம் பட்டாவில் தூய அடங்கலில் திருத்தல், மறைத்தல் இருப்பதையும் 2013–ஆம் ஆண்டு கிராம நிர்வாக அதிகாரி அத்தாட்சி செய்த பட்டா நகலை மட்டுமே பார்த்துவிட்டு சமீபத்திய தேதியிட்டு உண்மை நகல் என்று அத்தாட்சி செய்யப்பட்ட பட்டா நகலை பார்க்காமல் சார்பதிவாளர் கவனகுறைவாக பதிந்து இருக்கிறார்.

ஏனென்றால் 2013–க்கு பிறகு அந்த நத்தம் பட்டா வருவாய்துறையினரால் இரத்து செய்யப்பட்டு இருக்கலாம், உட்பிரிவுகள் செய்யப்பட்டு இருக்கலாம். அதனை எல்லாம் உணராத சார்பதிவாளர் 2020–ம் ஆண்டு பதிவிற்கு 2013–ஆம் ஆண்டு அத்தாட்சி செய்யப்பட்ட பட்டாவை பதிவதற்கு ஆவணமாக ஏற்றது மிகவும் கவனக் குறைவான செய்கையாகும்.

மேலும் அந்த நத்தம் சொத்திற்கு முன் பத்திரங்கள் எதுவும் இல்லை அதனால் அதனை வைத்து பதிந்தேன் என்று சொல்ல முடியாது. களப்பணிக்கு வந்த சார்பதிவாளர் அனுபவத்தில் இருக்கின்ற பரப்பும் பத்திரத்தில் இருக்கின்ற பரப்பும் முரண்பாடாக இருப்பதை கவனிக்கவில்லை! வெறுமனே கட்டிடம் இருக்கிறதா? என்று மட்டும் பார்த்துவிட்டு, காலிமனையாக உள்ளது என்று எழுதியிருக்கிறார்.

எனவே என்னுடைய எதிர்மனுதாரர் குறுக்கு புத்தியுடன் தவறான ஆவணங்களை தாக்கல் செய்ததாலும், அந்த சொத்து நத்தம் நிலம் அதற்கு கம்ப்யூட்டர் பட்டா இருக்காது என்று தெரிந்தும், மேனுவல் பட்டா சமீபத்திய தேதியில் விஏஓவிடம் அத்தாட்சி பெற்று இருக்க வேண்டும் என்று தெரிந்தும் அதனை சார்பதிவாளர் செய்யாமல்விட்டதால் தான் இந்த பத்திரம் பதியப்பட்டது.

சார்பதிவாளர் 1908 ஆம் ஆண்டு பதிவு சட்டத்தின் படி தாக்கல் செய்கின்ற உரிமையாளர்களின் உரிமை கூறுகளை உரிமையை ஆராயத் தேவை இல்லை என்ற பிரிவு இந்த முன்பத்திரமே இல்லாத நத்தம் நிலத்திற்கு பொருந்தாது. பதிவுதுறையின் பல்வேறு சுற்றறிக்கைகள் நத்தம் நில பதிவுகளில் சார்பதிவாளர் செய்ய வேண்டியது பற்றி குறிப்பிடபட்டு இருக்கிறது.

மேலும் மேற்படி சொத்தில் எனக்கு 110 சதுரமீட்டர் 1128/82,1709/1999 கிரயப் பத்திரங்களும் 243ம் எண் நத்தம் நிலவரித் திட்ட பட்டாவும் மேலும் இன்று வரை சுவாதீனத்திலும் இருந்து வருகிறேன். இப்படி இருக்கின்ற நிலையில் என் சொத்தில் போலியாக பத்திரம் உருவாகி இருப்பது மிகுந்த மன உளைச்சலை ஏற்படுத்தி இருக்கிறது. எனவே அய்யா நீங்களே விசாரித்து பதிவுத்துறைத் தலைவர் மற்றும் பதிவாளர்களின் கட்டுப்படுத்தும் அதிகாரங்கள் பிரிவு 68–ன் கீழ் சட்டபடி உங்கள் உரிமையை பயன்படுத்தி, மேற்படி பத்திரத்தை இரத்து செய்துத் தருமாறு தாழ்மையுடன் கேட்டு கொள்கிறேன்.

இப்படிக்கு
உண்மையுடன்

இணைப்பு

1) எதிர்மனுதாரின் செட்டில்மெண்டுபத்திரம்
2) எதிர்மனுதாரர் தாக்கல் செய்த போர்ஜரி செய்த முன்தேதியிட்ட பட்டா
3) என்னுடைய பட்டா   4) என்னுடைய பத்திரங்கள்

2. பத்திரங்கள் தொலைந்து போய்விட்டால் அதற்காக காவல் துறையில் கொடுக்க வேண்டிய மாதிரி புகார் மனு!

தேதி: ....

இடம்: ....

விடுநர்:

....

....

பெறுநர்:

உயர்திரு காவல்துறை ஆய்வாளர்,

D1, காவல் நிலையம், திருவல்லிக்கேணி,

சென்னை – 600 005.

பொருள்: என்னுடைய சொத்து பத்திரங்கள் காணாமல் போனது சம்பந்தமாக புகார் மனு.

ஐயா,

கடந்த 18.09.2020 அன்று 32பி பேருந்தில் அண்ணா சமாதியில் இருந்து எக்மோர் செல்லும் பொழுது நான் கையில் வைத்திருந்த என்னுடைய பேகை வலுக்கட்டாயமாக பேருந்தில் இருந்த மூன்று நபர்கள் பறித்துக்கொண்டு ஓடுகின்ற வண்டியிலேயே இறங்கிவிட்டார்கள். அந்த பையில் என்னுடைய திருவல்லிக்கேணி வீட்டு பத்திரமும் (வீட்டு பத்திர பதிவு எண். xxxx, தேதி : xxxx) மற்றும் ரூ.5000/– பணமும் இருந்தது. மேற்படி பத்திரத்தை வங்கியில் கடன் வாங்குவதற்காக எடுத்து சென்றிருந்தேன். இதுபோன்ற நேரத்தில் இப்படி ஒரு அசம்பாவிதம் எனக்கு நடந்துவிட்டது. எனவே, ஐயா அவர்கள் மேற்படி புகார் மனுவை விசாரித்து சொத்து பத்திரங்களை மீட்டு கொடுக்கும்படி வேண்டுகிறேன்.

இப்படிக்கு

உண்மையுடன்,

3. இந்து சமய அறநிலையத்துறையினர் உங்கள் நிலத்தை பத்திரப்பதிவு செய்யக்கூடாது என்று சார்பதிவாளர் அலுவலகத்திற்கு தடை மனு கொடுத்திருந்தால். அதனை இரத்து செய்வதற்கு மாவட்ட பதிவாளருக்கு மனு!

தேதி: ....

இடம்: ....

மனுதாரர்:

....

....

எதிர்தாரர்:

....

....

பெறுநர்:

மாவட்ட பதிவாளர்,
திருப்பூர்.

பொருள்: எங்களுக்கு சொந்தமான விநாயகர் கோவில் மற்றும் அதன் இடங்களை இந்து சமய அறநிலையத்துறையினர் பதிவு செய்யக்கூடாது என்று தடைமனு கொடுத்ததை இரத்து செய்யக்கோரி கடிதம்.

பார்வை 1: இந்து சமய அறநிலையத்துறையின் உதவி ஆணையர் மாவட்ட பதிவாளருக்கு கொடுத்திருந்த தடைமனு கடிதம் நாள்: _______ எண். _____.

பார்வை 2: 1959–ம் ஆண்டு (தமிழ்நாடு) இந்து சமய மற்றும் அறநிலைய கொடைகள் சட்டம் – 29/1959 அதிலுள்ள பிரிவு 31 (1) சட்டத்தின் சரத்து.

ஐயா,

திருப்பூர் மாவட்டம், திருப்பூர் வடக்கு வட்டம், வேலப்பாளையம் கிராமம், க.ச.எண்.102–ல் ஏக்கர் 10.6, இனாம் T.D.No.963–ன்படி க.ச.223–ல் ஏக்கர் 2.76, க.ச.எண்.226–ல் 5.68 ஏக்கரும் திருப்பூர் சார்பதிவாளர் அலுவலக தானம் பத்திரம் எண்.177/1945–ன்படி சொக்கலிங்க செட்டியார் என்பவர் வேலம்பாளையம் கிராமத்தில் அமைந்துள்ள "ஸ்ரீவிநாயகர் சுவாமி கோயில்" என்ற பெயருக்கு எழுதிக் கொடுத்துள்ளார்.

அதே பத்திரத்தில் இந்த கோவில் மற்றும் அதன் நிலங்கள் இந்து சமய அறநிலையத்துறைக்கு உரிமையானது அல்ல என்று ஆவண எண்.177/1945–ல் 41,42–வது வரியில் சரத்தாக உள்ளது. மேலும் இந்து சமய அறநிலையத்துறை சட்டம் பிரிவு 34–ன் கீழ் சமய நிறுவனம் எதற்கும் சொந்தமான அதன்

நோக்கங்களுக்காக கொடுக்கப்பட்டதை தான் இந்து சமய அறநிலையத்துறைக்கு இப்பரிமாற்றம் விற்பனை, அடைமானம் எதுவும் பதிவு செய்யக் கூடாது என்று தடுத்து நிறுத்துவதற்கு சட்டத்தில் அதிகாரம் உண்டு.

பார்வை 1–ல் கண்ட கடிதம் அவர்களின் அதிகார வரம்பிற்குள் வராது.

பதிவு சட்டம் 1908–ன் படி எங்களுடைய எதிர்மனுதாரரை அழைத்து இந்து சமய அறநிலையத்துறைக்குத்தான் சொந்தமானது என்ற ஆவணங்களை தாக்கல் செய்ய சொல்லி அதனை விசாரித்து, மேற்படி தடைமனுவை இரத்து செய்யுமாறு வேண்டுகிறேன்.

நாங்கள் ஏற்கனவே உயில் பதிவதற்காக சார்பதிவாளரிடம் அணுகிய பொழுது, அவர் இந்த கடிதத்தை காட்டி மறுத்துவிட்டார். உண்மையில் உயிலை பதிவதற்கு இந்து சமய அறநிலையத்துறையினர் தடைமனு இடையூராக இருக்கிறது. எனவே அந்த சட்டத் தெளிவை சார்பதிவாளருக்கு வழங்குமாறு வேண்டுகிறேன்.

இப்படிக்கு

---

4. போர்ஜரி ஆவணங்களை தாக்கல் செய்து தவறான உறுதிமொழிகளை கொடுத்து பதியப்பட்டப் பத்திரத்தை வைத்து இனி புதிய பத்திரங்கள் பதியக்கூடாது என்று சார்பதிவாளருக்கு தடங்கல் மனு!

நாள் : ....
இடம் : ....

மனுதாரர்:

திரு.காசி த/பெ: காத்தவராயன்
எண்: 8, ஒசூர்அம்மன் கோயில் குறுக்கு தெரு
லாடாகரணை எண்டத்தூர் கிராமம்
மதுராந்தகம்,
பின்கோடு:603406

எதிர் மனுதாரர்கள்:

    1) ....
       ....

    2) ....
       ....

பெறுநர்:

    உயர்திரு சார்பதிவாளர்,

    உத்திரமேரூர் சார்பதிவம்,

    உத்திரமேரூர்.

பொருள்: செங்கல்பட்டு மாவட்டம், மதுராந்தகம் வட்டம், லாடாகரணை கிராமம், செட்டில் மெண்டு ஆவண எண் 1/720/2020 பத்திரத்தை தாக்கல் செய்து பத்திரம் பதிவுக்கு வந்தால் பதிவு செய்ய கூடாது என்ற தடங்கல் மனு.

மரியாதைக்குரிய சார்பதிவாளர் அவர்களுக்கு!

செங்கல்பட்டு மாவட்டம், மதுராந்தகம் வட்டம், லாடாகரணை கிராமம் நத்தம் நிலவரித் திட்டத்திற்கு முன் பழைய சர்வே எண்:71/2ல் புதிய சர்வே எண்.243/16A-ல் நத்தம் பட்டா எண் 61 இல் 428 சதுரமீட்டர் பரப்பு உள்ளதை 538 சதுரமீட்டர் என்று என்னுடைய பட்டாவில் (நத்தம் பட்டா: 242) வருகின்ற 110 சதுர மீட்டர் பரப்பையும் சேர்த்து போர்ஜரி நத்தம் கணக்கு முன்தேதியிட்ட பட்டாக்களை தாக்கல் செய்து மேற்படி 2ம் 3ம் எதிர்மனுதாரர்கள் 720/2020 என்ற செட்டில்மெண்டு பத்திரத்தில் எனக்கு உரிமையான 110 சதுரமீட்டர் பரப்பு உள்ள நிலத்தையும் சேர்த்து 13..03.2020–ல் பதிவு செய்து உள்ளார்கள்.

மேற்படி எனக்கு உரிமையான சொத்து 1128/82, 1709/1999 கிரய பத்திரங்களின் படியும் 242ம் எண் நத்தம் நிலவரித் திட்ட பட்டாவின் படியும் கிடைத்து அதுமுதல் இன்று வரை சுவாதீனத்திலும் இருந்து வருகிற உரிமை உடைய நிலமாகும்.

மேற்படி பிழையான ஆவணங்களை தாக்கல் செய்து பதிவு செய்த பத்திரத்தை இரத்து செய்யகோரி மாவட்ட பதிவாளருக்கு புகார் மனுவும் நீதிமன்றம் மூலமாக நடவடிக்கைகள் எடுக்கின்ற வேலைகளும் செய்து கொண்டு இருக்கிறேன். இதற்கு இடையில் இந்த செட்டில்மெண்ட் பத்திரத்தை வைத்து கிரைய பத்திரமோ அல்லது வேறு வகையான பத்திரமோ பதிவுக்கு தாக்கலானால் எனக்கு அழைப்பாணை அனுப்பி விசாரத்துவிட்டு நீங்கள் மன நிறைவு அடைந்தால் பதிந்து கொள்ளுங்கள். அதற்கான தடங்கல் மனுவாக இதனை சமர்பிக்கிறேன்

இப்படிக்கு
உண்மையுடன்

இணைப்பு:

1) எதிர்மனுதாரரின் செட்டில்மெண்டு பத்திரம் மற்றும் தவறான பட்டா மற்றும் நத்தம் கணக்கு.

2) மனுதாரருக்கு உரிமையான ஆவணங்கள்.

5. முத்திரைத்தாள்கள் பயன்படுத்தியோ அல்லது பயன்படுத்தாமலோ வீணாகிவிட்டால் அதனை அரசிடம் சமர்ப்பித்து பணத்தை திரும்ப பெறுவதற்கான மனு!

தேதி: ....

இடம்: ....

விடுநர்:

....

....

பெறுநர்:

வட்டாட்சியர் அவர்கள்,

.... வட்டம்,

.... மாவட்டம்.

பொருள்: வீணான முத்திரைத் தாளை சமர்ப்பித்து பணத்தை திரும்ப பெறுவதற்கான மனு.

ஐயா,

கீழ்கண்ட பட்டியலில் உள்ள முத்திரைத்தாள்கள் கடந்த 25/08/2018 அன்று ரூபாய் எழுபதாயிரத்திற்கு கிரைய பத்திரத்திற்காக முத்திரைத்தாள்கள் வாங்கி அதில் சரத்துக்களை எல்லாம் அச்சடித்து வைத்த பிறகு எதிர்பாராத விதமாக பத்திரப்பதிவு நின்றுவிட்டால் மேற்படி முத்திரைத்தாள்களை பயன்படுத்த முடியாமல் வீணாகிவிட்டது. எனவே மேற்படி முத்திரைத்தாள்களை இந்த கடிதத்துடன் இணைத்துள்ளேன். இதனை பெற்றுக்கொண்டு அரசின் கழிவுத்தொகை போக மீதித்தொகையை திரும்பத் தருமாறு பணிவுடன் வேண்டுகின்றேன்.

சமர்ப்பிக்கப்படும் முத்திரைத்தாள்களின் விவரங்கள்:

வ. எண்	முத்திரைத்தாளின் மதிப்பு	முத்திரைத்தாளின் சீரியல் எண்	முத்திரைத்தாள் வாங்கிய தேதி	முத்திரைத்தாள் வாங்கிய இடம்	முத்திரைதாளின் எண்ணிக்கை
1.	ரூ.25,000	N 632598	20.06.2019	ரவி மதுராந்தகம்	2
2.	ரூ.5000	N 902653	20.06.2019	ரவி மதுராந்தகம்	3
3.	ரூ.1000	N 587648	20.06.2019	ரவி மதுராந்தகம்	3
4.	ரூ.500	N 896397	20.06.2019	ரவி மதுராந்தகம்	4

இப்படிக்கு உண்மையுடன்

இணைப்பு:

1. வீணான முத்திரைத்தாள்கள்.

2. முத்திரைத்தாள் விற்பனையாளருடைய சான்று கடிதம்.

G. வருவாய்த்துறை, பதிவுத்துறைகளில் நமக்கான ஆவணம் பெறுவதற்கான ஆர்.டி.ஐ மாதிரிகள்!

1. UDR-க்கு முந்தைய புலப்படம், டோப்போ, அ-பதிவேட்டு நகல், கிராம வரைபடம் ஆகியவற்றை பெறுவதற்கான தகவல் அறியும் உரிமை சட்டம் 2005-ன் பிரிவு 6(1) கீழ் பொது தகவல் அதிகாரிக்கு மனு!

தேதி: ....

இடம்: ....

மனுதாரர்:

....

....

பெறுநர்:

பொது தகவல் அதிகாரி
மாவட்ட நில அளவை அலுவலகம்,
சென்னை— 600005.

பொருள்: தகவல் அறியும் உரிமை சட்டம் 2005–ன் பிரிவு 6(1)–ன் கீழ் கீழ்கண்ட சொத்து விவரத்திலுள்ள சொத்திற்கு தகவல்கள் வேண்டி மனு.

பார்வை 1 : .... மாவட்டம், ... வட்டம், ... கிராமம், சர்வே எண்......., விஸ்தீரணம்: .....

ஐயா,

RDI Act 2005–விதியின்படி எனக்கு பார்வை–1ல் உள்ள தகவல் கோருதல். அதனை கீழே கேள்விகளாகக் குறிப்பிட்டுள்ளேன். எனவே கீழ்க்கண்ட தகவல்களை தகவல் அறியும் உரிமை சட்டம் 2005, பிரிவு 6(1)–ன் கீழ் வழங்குமாறு வேண்டுகிறேன்.

கேள்விகள்:

1. பார்வை 1ல் உள்ள இடம் UDR–ற்கு முந்தைய அ-பதிவேடு நகல்கள் மற்றும் அதனுடைய தகவல் தருக.

2. பார்வை 1ல் உள்ள இடம் முந்தைய புலப்பட நகல்கள் மற்றும் அதனுடைய தகவல் தருக.

3. பார்வை 1ல் உள்ள இடம் சுற்றியுள்ள இடங்களின் டோப்போ வரைபடம் மற்றும் அதனுடைய தகவல் தருக.

4. பார்வை 1ல் உள்ள இடம் இதற்கான கிராம வரைபட நகல் மற்றும்

அதனுடைய தகவல் தருக.

மேற்கண்ட 4 தகவல்களுக்கு சட்டமன்ற மற்றும் பாராளுமன்றத்தில் MLA-க்கள் கேட்டால் எப்படி எடுத்து கொடுப்பீர்களோ அதைபோல எடுத்து கொடுக்க கூடிய தகவல்கள் தான். எனவே தகவல் பெறும் உரிமை சட்டம் 2005– ன் பிரிவு 6(1)–ன் கீழ் சரியான தகவல் தருக.

மேலும் இதற்கான கட்டணம் ரூ.10 நீதிமன்ற வில்லை இந்த மனுவுடன் ஒட்டியுள்ளேன்.

இப்படிக்கு,

....

**பழைய பத்திரங்களில் உள்ள வார்த்தைகளும்
அதன் அர்த்தங்களும்**

உக்கும்நாமா = உக்கும்நாமா அல்லது ஹீக்கும்நாமா என்பது வாயால் சொல்லப்படாத, எழுத்தால் எழுதப்பட்ட உத்தரவு என்ற அர்த்தத்தில் வரும். பெரும்பாலும் நீதிமன்றங்களில், நீதிமன்ற ஆவணங்களில் இந்த வார்த்தை பயன்படுத்தப்படும். இது அரபு மொழியாகும்.

2. UDR-க்கு முந்தைய புலப்படம், டோப்போ, அ-பதிவேட்டு நகல், கிராம வரைபடம் ஆகியவற்றை கேட்டு தகவல் பெறும் உரிமை சட்டம் 2005-ன் பிரிவு 6(1)-ன் கீழ் பொது தகவல் அதிகாரிக்கு மனு செய்து தகவல் மறுக்கப்படும் அல்லது தராதபட்சத்தில் அல்லது காலதாமதம் ஆகும் பட்சத்தில் நீங்கள் செய்ய வேண்டிய மேல்முறையீட்டு அலுவலருக்கான 19(1)-ன் கீழ் மனு!

தேதி: ....

இடம்: ....

அனுப்புநர்:

....

....

பெறுநர்:

முதல் மேல் முறையீட்டு அலுவலர்,

பொது தகவல் அதிகாரி,

நில அளவை துறை,

சேப்பாக்கம், சென்னை– 600005.

பார்வை:

1. பொது தகவல் அலுவலர் – நில அளவை துறை அலுவலகத்தில் தகவல் கோரிய மனு நாள்: ....

2. பொது தகவல் அலுவலர் எங்களுக்கு அனுப்பிய பதில் கடித எண்........................, நாள்: ....

(குறிப்பு: பதில் கடிதம் கிடைக்காத நிலையில் பொது தகவல் அலுவலர் வட்டாட்சியர் அலுவலகத்தில் என்னுடைய மனுவினை பெற்றதற்கான ஒப்புகைச்சீட்டு நாள்: .... என்று பார்வை 2–ல் குறிப்பிட வேண்டும்.)

(குறிப்பு: நான் கோரிய தகவல்களை தகவல் அறியும் உரிமை சட்டம்–2005 தொடர்பான தகவல் ஆணைய வழக்கு எண்: 32576/விசாரணை/F/2013 தேதி 27.03.2014–ன் படி அனைத்துப் பக்கங்களிலும் பொது தகவல் அலுவலரின் கையொப்பம் மற்றும் முத்திரையுடன் வழங்கும்படி கேட்டுக்கொள்கிறேன்.)

தகவல் உரிமை சட்டம்–2005 பிரிவு 19(1)–ன் கீழ் முதலாம் மேல்முறையீடு

ஐயா,

பார்வை 1ல் படியாக ...... கிராமம் தொடர்பாக ஆவணங்களை ஆய்வு செய்து தகவலை நகலாக கேட்டு தகவல் உரிமை சட்டம் 2005–ன் கீழ் பொது தகவல் அலுவலர் நில அளவைத்துறை அலுவலகத்தில் மனு கோரினேன்.

அதனை பார்வை 2–ல் கண்டபடி பொது தகவல் அதிகாரி வட்டாட்சியர் அலுவலகத்தில் இருந்து எனக்கு பதில் கடிதம் அனுப்பினார்கள்.

அதில் நான் கேட்டிருந்த தகவல்களில் கேள்வி எண் 1,2 மற்றும் 4–க்கு மட்டும் வேண்டிய தகவல்களை கொடுத்துள்ளனர்.

மேலும் 3வது கேள்விக்கு பதில் கொடுக்க மறுத்ததனால், பதில் வாங்கித் தருமாறு கேட்டுக்கொள்கிறேன்.

கோரிடும் தீர்வுகள்:

1. கோரிய தகவல்களை பெற்று அளித்திட வேண்டுகிறேன்.

2. நேரடி விசாரணை மேற்கொண்டிட வேண்டுகிறேன்.

3. சட்டத்தினை மதிக்காமல் தகவலை அளிக்காமல் இருந்த காரணத்திற்கு, சட்டப்படி தக்க தண்டனை அளித்திட வேண்டுகிறேன்.

இணைப்பு நகல்:

1. பொது தகவல் அலுவலருக்கு .... அன்று செய்த மனுவின் நகல் இணைத்து உள்ளேன்.

2. பொது தகவல் அலுவலர் எங்களுக்கு அனுப்பிய பதில் கடித நகல் இணைத்து உள்ளேன்.

இப்படிக்கு

பழைய பத்திரங்களில் உள்ள வார்த்தைகளும் அதன் அர்த்தங்களும்

கவுல் = கவுல் என்பது நீண்டகால அடிப்படையில் அரசிடமிருந்து நிலத்தை பெற்று அனுபவிக்கும் ஒரு ஒப்பந்தம். கவுல் நில நிர்வாகம் என்று தனிக்கணக்கே வருவாய்த்துறையில் ஒரு காலத்தில் இருந்தது. இன்றும் சென்னை பல்லாவரம் அருகில் ஒரு இடத்தை கவுல் பஜார் என்று அழைக்கிறார்கள். இது அரபு மொழியாகும்.

3. UDR-க்கு முந்தைய புலப்படம், டோப்போ, அ-பதிவேட்டு நகல், கிராம வரைபடம் ஆகியவற்றை கேட்டு தகவல் பெறும் உரிமை சட்டம் 2005-ன் பிரி 6(1)-ன் கீழ் மனு செய்தும், அதற்கு பிறகு 19(3)-ன் கீழ் மேல்முறையீடு செய்தும் தகவல் மறுக்கப்படுமானால் போட வேண்டிய 18(1)-ன் கீழ் முதன்மை தகவல் ஆணைய அதிகாரிக்கு மனு!

தேதி: ....

இடம்: ....

அனுப்புநர்:

....

....

பெறுநர்:

உயர்திரு முதன்மை தகவல் ஆணையர் அவர்கள்,

தமிழ்நாடு மாநிலத் தகவல் ஆணையம்,

எண். 2, தியாகராஜா சாலை, தேனாம்பேட்டை.

பொருள்: தகவல் பெறும் உரிமைச் சட்டம் பிரிவு 18(1)–ன் கீழ் புகார் அளிப்பதன் தொடர்பாக.

ஐயா,

மேற்கண்ட முகவரியில் வசித்து வரும் நான் கடந்த .... அன்று .... மாவட்டம், ... வட்டம், ... கிராம நிர்வாக அலுவலக பொதுத்தகவல் அலுவலர் அவர்களுக்கு தகவல் அறியும் உரிமை சட்டம் 2005 பிரிவு 6(1)–ன் கீழ் மனு ஒன்றை பதிவுத்தபால் வாயிலாக அனுப்பியிருந்தேன். ஆனால் மேற்படி நபர் எனது தபாலை வாங்கிவிட்டு 30 நாட்களுக்கு மேலாகியும் பதிலளிக்கவில்லை. எனவே தகவல் பெறும் உரிமை சட்டம் 2005 பிரிவு 19(3)–ன் கீழ் மேல்முறையீடு மனு ஒன்றை பதிவு தபால் மூலம் அனுப்பினேன். பிறகு கடந்த .... அன்று பொது தகவல் அதிகாரி என்னுடைய மனுவிற்கு பதில் அனுப்பியிருந்தார்.

அந்த பதில் கடிதத்தில் நான் கேட்டிருந்த கேள்விகளுக்கு முறையான பதில்கள் இல்லை. கேள்விகள் மறுக்கப்பட்டிருந்தன.

அரசு அலுவலகத்தில் பணிபுரியும் பொது ஊழியர் எவரும் தங்கள் அலுவலகத்திற்கு வரும் தபால்களை கவனமாகக் கையாள வேண்டும் என்ற நடைமுறையை நான் அறிவேன். ஆனால் மேற்படி நபர், எனது கடிதத்தில் செய்த குளறுபடிகளை பார்த்து எனக்கு அதிர்ச்சியையும், மிகுந்த மன உலைச்சலையும், கால விரையம் மற்றும் பண விரயம் போன்றவற்றை ஏற்படுத்தியுள்ளது. மேற்படி அரசு ஊழியரின் தன்னிச்சையான போக்குடன் கூடிய நடவடிக்கைகள் குறித்து

அவரிடம் உரிய விசாரணை மேற்கொண்டு துறை ரீதியான நடவடிக்கைக்கு பரிந்துரை செய்யுமாறும், எனது தகவல் மனுவிற்கு உரிய தகவல் கிடைத்திட ஆவண செய்யுமாறு கேட்டுக்கொள்கிறேன்.

பார்வை:

1. பொது தகவல் அலுவலருக்கு நான் அனுப்பிய கடித நகல்
2. மேல்முறையீட்டு அலுவலருக்கு நான் அனுப்பிய கடித நகல்
3. ஒப்புகை சீட்டு

இப்படிக்கு

---

4. SLR மற்றும் RSLR ஆகியவற்றை பெறுவதற்கான தகவல் பெறும் உரிமை சட்டம் 2005 ன் பிரிவு 6(1) கீழ் பொது தகவல் அதிகாரிக்கு மனு!

தேதி: ....
இடம்: ....

அனுப்புநர்:

    ....
    ....

பெறுநர்:

    பொது தகவல் அதிகாரி,
    தகவல் அறியும் உரிமை சட்டம்,
    மாவட்ட ஆட்சியர் அலுவலகம்,
    .... மாவட்டம்.

பொருள்: தகவல் பெறும் உரிமை சட்டம் 2005–ன் பிரிவு 6(1)–ன் கீழ் கீழ்கண்ட சொத்து விவரத்திலுள்ள சொத்திற்கு தகவல்கள் வேண்டி மனு.

சொத்து விவரம்:

.... மாவட்டம், ... வட்டம், ... கிராமம், சர்வே எண் ...., விஸ்தீரணம்: ....

ஐயா,

    கீழ்கண்ட சொத்து விவரத்தில் உள்ள சொத்து என்னுடைய அனுபவத்தில் இருந்து வருகிறது. அதில் சில நிலச்சிக்கல்கள் இருப்பதனால் சில ஆவணங்கள் தேவைப்படுகிறது. அதனை கீழே கேள்விகளாக குறிப்பிட்டுள்ளேன். எனவே கீழ்க்கண்ட தகவல்களை தகவல் பெறும் உரிமை சட்டம் 2005, பிரிவு 6(1)–ன் கீழ் வழங்குமாறு வேண்டுகிறேன்.

கேள்விகள்:

1. ...... மாவட்டம், ... வட்டம், ... கிராமம், சர்வே எண் .....–ற்கான RSLR மற்றும் SLR இருந்தால் நகல்கள் மற்றும் அதனுடைய தகவல்களை தருமாறு வேண்டுகிறேன்.

மேற்கண்ட 1 கேள்வி சட்டமன்ற மற்றும் பாராளுமன்றத்தில் MLA–க்கள் கேட்டால் எப்படி எடுத்து கொடுப்பீர்களோ அதைபோல எடுத்து கொடுக்கக்கூடிய தகவல்கள் தான் எனவே தகவல் பெறும் உரிமை சட்டம் 2005–ன் பிரிவு 6(1)–ன் கீழ் பதில் அளிக்குமாறு வேண்டுகிறேன்.

மேலும் இதற்கான கட்டணம் ரூ.10 நீதிமன்ற வில்லை இந்த மனுவுடன் ஒட்டியுள்ளேன். வேறு ஏதாவது கட்டணம் கேட்டாலும் கொடுக்க தயாராக உள்ளேன். இதனை மறுப்பதற்கு ஏதாவது காரணங்கள் இருந்தால் தகவல் அறியும் உரிமை சட்டம் 2005–ன் பிரிவு 8,9 மட்டும் மறுக்குமாறு வேண்டுகிறேன்.

இப்படிக்கு

---

5. SLR மற்றும் RSLR ஆகியவற்றை பெறுவதற்கான தகவல் பெறும் உரிமை சட்டம் 2005-ன் பிரிவு 6(1)-ன் கீழ் பொது தகவல் அதிகாரிக்கு மனு செய்து தகவல் மறுக்கப்படும் அல்லது தராதபட்சத்தில் அல்லது காலதாமதம் ஆகும் பட்சத்தில் நீங்கள் செய்ய வேண்டிய மேல் முறையீட்டு அலுவலருக்கான 19(3)-ன் கீழ் மனு!

தேதி: ....

இடம்: ....

அனுப்புநர்:

....

....

பெறுநர்:

மேல் முறையீட்டு அலுவலர்,

மாவட்ட ஆட்சியர் அலுவலகம்,

.... மாவட்டம்.

பார்வை:

1. பொது தகவல் அலுவலர் – மாவட்டாட்சியர் அலுவலகத்தில் தகவல் கோரிய மனு நாள்: ....,

2. பொது தகவல் அலுவலர் எங்களுக்கு அனுப்பிய பதில் கடித எண்................ நாள்: ....

(குறிப்பு: பதில் கடிதம் கிடைக்காத நிலையில் பொது தகவல் அலுவலர் வட்டாட்சியர் அலுவலகத்தில் என்னுடைய மனுவினை பெற்றதற்கான ஒப்புகைச்சீட்டு நாள்: .... என்று பார்வை 2–ல் குறிப்பிட வேண்டும்.)

(குறிப்பு: நான் கோரிய தகவல்களை தகவல் அறியும் உரிமை சட்டம்–2005 தொடர்பான தகவல் ஆணைய வழக்கு எண்: 32576/விசாரணை/F/2013 தேதி 27.03.2014–ன் படி அனைத்துப் பக்கங்களிலும் பொது தகவல் அலுவலரின் கையொப்பம் மற்றும் முத்திரையுடன் வழங்கும்படி கேட்டுக்கொள்கிறேன்.)

தகவல் உரிமை சட்டம்–2005 பிரிவு 19(3) ன் – கீழ் முதலாம் மேல்முறையீடு

ஐயா,

பார்வை 1ல் படியாக .... கிராமம் தொடர்பாக ஆவணங்களை ஆய்வு செய்து தகவலை நகலாக கேட்டு தகவல் உரிமை சட்டம் 2005 பிரிவு 6(1)–ன் கீழ் பொது தகவல் அலுவலர் மாவட்ட ஆட்சியர் அலுவலகத்தில் மனு கோரினேன்.

அதனை பார்வை 2–ல் கண்டபடி பொது தகவல் அதிகாரி வட்டாட்சியர் அலுவலகத்தில் இருந்து எனக்கு பதில் கடிதம் அனுப்பினார்கள்.

அதில் நான் கேட்டிருந்த 1 கேள்விக்கு பதில் கொடுக்க மறுத்ததனால் பதில் வாங்கி தருமாறு கேட்டுக்கொள்கிறேன்.

கோரிடும் தீர்வுகள்:

1. கோரிய தகவல்களை பெற்று அளித்திட வேண்டுகிறேன்.

2. நேரடி விசாரணை மேற்கொண்டிட வேண்டுகிறேன்.

3. சட்டத்தினை மதிக்காமல் தகவலை அளிக்காமல் இருந்த காரணத்திற்கு சட்டப்படி தக்க தண்டனை அளித்திட வேண்டுகிறேன்.

இணைப்பு நகல்:

1. பொது தகவல் அலுவலருக்கு .... அன்று செய்த மனுவின் நகல் இணைத்து உள்ளேன்.

2. பொது தகவல் அலுவலர் எங்களுக்கு அனுப்பிய பதில் கடித நகல் இணைத்து உள்ளேன்.

இப்படிக்கு

6. SLR மற்றும் RSLR ஆகியவற்றை கேட்டு தகவல் பெறும் உரிமை சட்டம் 2005-ன் பிரிவு 6(1)-ன் கீழ் மனு செய்தும் அதற்கு பிறகு 19(3)-ன் கீழ் மேல்முறையீடு செய்தும் தகவல் மறுக்கப்படுமானால் போட வேண்டிய 18(1)-ன் கீழ் முதன்மை தகவல் ஆணைய அதிகாரிக்கு மனு!

தேதி: ....
இடம்: ....

அனுப்புநர்:

     ....

பெறுநர்:

     உயர்திரு முதன்மை தகவல் ஆணையர் அவர்கள்,
     தமிழ்நாடு மாநிலத் தகவல் ஆணையம்,
     எண்.2, தியாகராஜா சாலை, தேனாம்பேட்டை.

பொருள்: தகவல் பெறும் உரிமைச் சட்டம் பிரிவு 18(1)–ன் கீழ் புகார் அளிப்பதன் தொடர்பாக.

ஐயா,

மேற்கண்ட முகவரியில் வசித்து வரும் நான் கடந்த .... அன்று .... மாவட்டம், ... வட்டம், ... வட்டாட்சியர் அலுவலக பொதுத்தகவல் அலுவலர் அவர்களுக்கு தகவல் அறியும் உரிமை சட்டம் 2005 பிரிவு 6(1)-ன் கீழ் மனு ஒன்றை பதிவுத்தபால் வாயிலாக அனுப்பியிருந்தேன். ஆனால் மேற்படி நபர் எனது தபாலை வாங்கிவிட்டு 30 நாட்களுக்கு மேலாகியும் பதிலளிக்கவில்லை. எனவே தகவல் பெறும் உரிமை சட்டம் 2005 பிரிவு 19(3)-ன் கீழ் மேல்முறையீடு மனு ஒன்றை பதிவு தபால் மூலம் அனுப்பினேன். பிறகு கடந்த .... அன்று பொது தகவல் அதிகாரி என்னுடைய மனுவிற்கு பதில் அனுப்பியிருந்தார்.

அந்த பதில் கடிதத்தில் நான் கேட்டிருந்த கேள்விகளுக்கு முறையான பதில்கள் இல்லை. கேள்விகள் மறுக்கப்பட்டிருந்தன. அரசு அலுவலகத்தில் பணிபுரியும் பொது ஊழியர் எவரும் தங்கள் அலுவலகத்திற்கு வரும் தபால்களை கவனமாகக் கையாள வேண்டும் என்ற நடைமுறையை நான் அறிவேன். ஆனால் மேற்படி நபர் எனது கடிதத்தில் செய்த குளறுபடிகளை பார்த்து எனக்கு அதிர்ச்சியையும், மிகுந்த மன உலைச்சலையும், கால விரையம் மற்றும் பண விரையம் போன்றவற்றை ஏற்படுத்தியுள்ளது. மேற்படி அரசு ஊழியரின் தன்னிச்சையான போக்குடன் கூடிய நடவடிக்கைகள் குறித்து அவரிடம் உரிய விசாரணை மேற்கொண்டு துறை ரீதியான நடவடிக்கைக்கு பரிந்துரை செய்யுமாறும், எனது தகவல் மனுவிற்கு உரிய தகவல் கிடைத்திட ஆவண செய்யுமாறுக் கேட்டுக்கொள்கிறேன்.

பார்வை: 1. பொது தகவல் அலுவலருக்கு நான் அனுப்பிய கடித நகல்
         2. மேல்முறையீட்டு அலுவலருக்கு நான் அனுப்பிய கடித நகல்
         3. ஒப்புகை சீட்டு

இப்படிக்கு

7. தற்கால UDR - புலப்படம், அ-பதிவேட்டு நகல், சிட்டா கணக்கு ஆகியவற்றை பெறுவதற்கான தகவல் பெறும் உரிமை சட்டம் 2005-ன் பிரிவு 6(1) கீழ் பொது தகவல் அதிகாரிக்கு மனு!

தேதி: ....

இடம்: ....

அனுப்புநர்:

....

பெறுநர்:

பொது தகவல் அதிகாரி,

தகவல் அறியும் உரிமை சட்டம்,

வட்டாட்சியர் அவர்கள்,

.... மாவட்டம்.

பொருள்: தகவல் பெறும் உரிமை சட்டம் 2005–ன் பிரிவு 6(1)–ன் கீழ் கீழ்கண்ட சொத்து விவரத்திலுள்ள சொத்திற்கு தகவல்கள் வேண்டி மனு.

சொத்து விவரம்:

.... மாவட்டம், ... வட்டம், ... கிராமம், சர்வே எண் ...., விஸ்தீரணம்........

ஐயா,

கீழ்க்கண்ட சொத்து விவரத்தில் உள்ள சொத்து என்னுடைய அனுபவத்தில் இருந்து வருகிறது. அதில் சில நிலச்சிக்கல்கள் இருப்பதனால் சில ஆவணங்கள் தேவைப்படுகிறது. அதனை கீழே கேள்விகளாக குறிப்பிட்டுள்ளேன். எனவே கீழ்க்கண்ட தகவல்களை தகவல் பெறும் உரிமை சட்டம் 2005, பிரிவு 6(1)–ன் கீழ் வழங்குமாறு வேண்டுகிறேன்.

கேள்விகள்:

1. .... மாவட்டம், ... வட்டம், ... கிராமம், சர்வே எண் ...., தற்கால UDR அ–பதிவேடு நகல்கள் மற்றும் அதனுடைய தகவல்களை தருமாறு வேண்டுகிறேன்.

2. ...... மாவட்டம், ... வட்டம், ... கிராமம், சர்வே எண் ......–ற்கான தற்கால UDR புலப்பட நகல்கள் மற்றும் அதனுடைய தகவல்களை தருமாறு வேண்டுகிறேன்.

3. ...... மாவட்டம், ... வட்டம், ... கிராமம், சர்வே எண் ......–ற்கான தற்கால UDR கிராம சிட்டா கணக்கு நகல்கள் மற்றும் அதனுடைய தகவல்களை தருமாறு வேண்டுகிறேன்.

மேற்கண்ட 3 கேள்விகளும் சட்டமன்ற மற்றும் பாராளுமன்றத்தில் MLA-க்கள் கேட்டால் எப்படி எடுத்து கொடுப்பீர்களோ அதைபோல எடுத்து

கொடுக்கக்கூடிய தகவல்கள் தான் எனவே தகவல் பெறும் உரிமை சட்டம் 2005-ன் பிரிவு 6(1)-ன் கீழ் பதில் அளிக்குமாறு வேண்டுகிறேன்.

மேலும் இதற்கான கட்டணம் ரூ.10 நீதிமன்ற வில்லை இந்த மனுவுடன் ஒட்டியுள்ளேன். வேறு ஏதாவது கட்டணம் கேட்டாலும் கொடுக்க தயாராக உள்ளேன்.

இதனை மறுப்பதற்கு ஏதாவது காரணங்கள் இருந்தால் தகவல் அறியும் உரிமை சட்டம் 2005-ன் பிரிவு 8,9 மட்டும் மறுக்குமாறு வேண்டுகிறேன்.

இப்படிக்கு

---

8. தற்கால UDR புலப்படம், அ-பதிவேட்டு நகல்,
சிட்டா கணக்கு ஆகியவற்றை பெறுவதற்கான தகவல் பெறும் உரிமை சட்டம் 2005-ன் பிரிவு 6(1)-ன் கீழ் பொது தகவல் அதிகாரிக்கு மனு செய்து தகவல் மறுக்கப்படும் அல்லது தராதபட்சத்தில் அல்லது கால தாமதம் ஆகும் பட்சத்தில் நீங்கள் செய்ய வேண்டிய மேல் முறையீட்டு அலுவலருக்கான 19(3)-ன் கீழ் மனு!

தேதி: ....
இடம்: ....

அனுப்புநர்:

....
....

பெறுநர்:

மேல் முறையீட்டு அலுவலர்,
வட்டாட்சியர் அலுவலகம்,
.... வட்டம்,
.... மாவட்டம்.

பார்வை:

1. பொது தகவல் அலுவலர் – வட்டாட்சியர் அலுவலகத்தில் தகவல் கோரிய மனு நாள்: ....,

2. பொது தகவல் அலுவலர் எங்களுக்கு அனுப்பிய பதில் கடித எண்...... நாள்: .....

(குறிப்பு: பதில் கடிதம் கிடைக்காத நிலையில் பொது தகவல் அலுவலர்

வட்டாட்சியர் அலுவலகத்தில் என்னுடைய மனுவினை பெற்றதற்கான ஒப்புகைச்சீட்டு நாள்: .... என்று பார்வை 2-ல் குறிப்பிட வேண்டும்.)

(குறிப்பு: நான் கோரிய தகவல்களை தகவல் அறியும் உரிமை சட்டம்-2005 தொடர்பான தகவல் ஆணைய வழக்கு எண்: 32576/விசாரணை/F/2013 தேதி 27.03.2014-ன் படி அனைத்துப் பக்கங்களிலும் பொது தகவல் அலுவலரின் கையொப்பம் மற்றும் முத்திரையுடன் வழங்கும்படி கேட்டுக்கொள்கிறேன்.)

தகவல் உரிமை சட்டம்-2005 பிரிவு 19(3) ன் – கீழ் முதலாம் மேல்முறையீடு

ஐயா,

பார்வை 1ல் படியாக .... கிராமம் தொடர்பாக ஆவணங்களை ஆய்வு செய்து தகவலை நகலாக கேட்டு தகவல் உரிமை சட்டம் 2005-ன் கீழ் பொது தகவல் அலுவலர் வட்டாட்சியர் அலுவலகத்தில் மனு கோரினேன்.

அதனை பார்வை 2-ல் கண்டபடி பொது தகவல் அதிகாரி வட்டாட்சியர் அலுவலகத்தில் இருந்து எனக்கு பதில் கடிதம் அனுப்பினார்கள்.

அதில் நான் கேட்டிருந்த தகவல்களில் கேள்வி எண் 1,2 மற்றும் 4-க்கு மட்டும் வேண்டிய தகவல்களை கொடுத்துள்ளனர்.

மேலும் 3,5,6 மற்றும் 8 கேள்விகளுக்கு பதில் கொடுக்க மறுத்ததனால் பதில் வாங்கி தருமாறு கேட்டுக்கொள்கிறேன்.

கோரிடும் தீர்வுகள்:

1. கோரிய தகவல்களை பெற்று அளித்திட வேண்டுகிறேன்.

2. நேரடி விசாரணை மேற்கொண்டிட வேண்டுகிறேன்.

3. சட்டத்தினை மதிக்காமல் தகவலை அளிக்காமல் இருந்த காரணத்திற்கு சட்டப்படி தக்க தண்டனை அளித்திட வேண்டுகிறேன்.

இணைப்பு நகல்:

1. பொது தகவல் அலுவலருக்கு .... அன்று செய்த மனுவின் நகல் இணைத்து உள்ளேன்.

2. பொது தகவல் அலுவலர் எங்களுக்கு அனுப்பிய பதில் கடித நகல் இணைத்து உள்ளேன்.

இப்படிக்கு

9. தற்கால UDR புலப்படம், அ-பதிவேட்டு நகல், சிட்டா கணக்கு ஆகியவற்றை கேட்டு தகவல் பெறும் உரிமை சட்டம் 2005-ன் பிரிவு 6(1)-ன் கீழ் மனு செய்தும் அதற்குப் பிறகு 19(3)-ன் கீழ் மேல்முறையீடு செய்தும் தகவல் மறுக்கப்படுமானால் போட வேண்டிய 18(1)-ன் கீழ் முதன்மை தகவல் ஆணைய அதிகாரிக்கு மனு!

தேதி: ....

இடம்: ....

அனுப்புநர்:

....

....

பெறுநர்:

உயர்திரு முதன்மை தகவல் ஆணையர் அவர்கள்,
தமிழ்நாடு மாநிலத் தகவல் ஆணையம்,
எண்.2, தியாகராஜா சாலை, தேனாம்பேட்டை.

பொருள்: தகவல் பெறும் உரிமைச் சட்டம் பிரிவு 18(1)–ன் கீழ் புகார் அளிப்பதன் தொடர்பாக.

ஐயா,

மேற்கண்ட முகவரியில் வசித்து வரும் நான் கடந்த .... அன்று .... மாவட்டம், ... வட்டம், ... கிராம நிர்வாக அலுவலக பொதுத்தகவல் அலுவலர் அவர்களுக்கு தகவல் அறியும் உரிமை சட்டம் 2005 பிரிவு 6(1)–ன் கீழ் மனு ஒன்றை பதிவுத்தபால் வாயிலாக அனுப்பியிருந்தேன். ஆனால் மேற்படி நபர் எனது தபாலை வாங்கிவிட்டு 30 நாட்களுக்கு மேலாகியும் பதிலளிக்கவில்லை. எனவே தகவல் பெறும் உரிமை சட்டம் 2005 பிரிவு 19(3)–ன் கீழ் மேல்முறையீடு மனு ஒன்றை பதிவு தபால் மூலம் அனுப்பினேன். பிறகு கடந்த .... அன்று பொது தகவல் அதிகாரி என்னுடைய மனுவிற்கு பதில் அனுப்பியிருந்தார்.

அந்த பதில் கடிதத்தில் நான் கேட்டிருந்த கேள்விகளுக்கு முறையான பதில்கள் இல்லை. கேள்விகள் மறுக்கப்பட்டிருந்தன.

அரசு அலுவலகத்தில் பணிபுரியும் பொது ஊழியர் எவரும் தங்கள் அலுவலகத்திற்கு வரும் தபால்களை கவனமாகக் கையாள வேண்டும் என்ற நடைமுறையை நான் அறிவேன். ஆனால் மேற்படி நபர் எனது கடிதத்தில் செய்த குளறுபடிகளை பார்த்து எனக்கு அதிர்ச்சியையும், மிகுந்த மன உலைச்சலையும், கால விரையம் மற்றும் பண விரையம் போன்றவற்றை ஏற்படுத்தியுள்ளது. மேற்படி அரசு ஊழியரின் தன்னிச்சையான போக்குடன் கூடிய நடவடிக்கைகள் குறித்து

அவரிடம் உரிய விசாரணை மேற்கொண்டு துறை ரீதியான நடவடிக்கைக்கு பரிந்துரை செய்யுமாறும், எனது தகவல் மனுவிற்கு உரிய தகவல் கிடைத்திட ஆவண செய்யுமாறு கேட்டுக்கொள்கிறேன்.

பார்வை: 1. பொது தகவல் அலுவலருக்கு நான் அனுப்பிய கடித நகல்

2. மேல்முறையீட்டு அலுவலருக்கு நான் அனுப்பிய கடித நகல்

3. ஒப்புகை சீட்டு

இப்படிக்கு

---

10. நத்தம் சம்பந்தப்பட்ட ஆவணங்களை கேட்டு தகவல் பெறும் உரிமை சட்டம் 2005-ன் பிரிவு 6(1) கீழ் பொது தகவல் அதிகாரிக்கு மனு!

தேதி: ....

இடம்: ....

மனுதாரர்:

....

....

பெறுநர்:

பொது தகவல் அதிகாரி,
தகவல் அறியும் உரிமை சட்டம்,
வட்டாட்சியர் அலுவலகம்,
.... மாவட்டம்

பொருள்: தகவல் பெறும் உரிமை சட்டம் 2005–ன் பிரிவு 6(1)–ன் கீழ் கீழ்கண்ட சொத்து விவரத்திலுள்ள சொத்திற்கு தகவல்கள் வேண்டி மனு,

சொத்து விவரம்:

.... மாவட்டம், ... வட்டம், ... கிராமம், நத்தம் சர்வே எண் ....
விஸ்தீரணம்: ....

ஐயா,

கீழ்க்கண்ட சொத்து விவரத்தில் உள்ள சொத்து என்னுடைய அனுபவத்தில் இருந்து வருகிறது. அதில் சில நிலச்சிக்கல்கள் இருப்பதனால் சில ஆவணங்கள் தேவைப்படுகிறது. அதனை கீழே கேள்விகளாக குறிப்பிட்டுள்ளேன். எனவே கீழ்க்கண்ட தகவல்களை தகவல் பெறும் உரிமை சட்டம் 2005, பிரிவு 6(1)–ன் கீழ் வழங்குமாறு வேண்டுகிறேன்.

கேள்விகள்:

1.   .... மாவட்டம், ... வட்டம், ... கிராமம், நத்தம் சர்வே எண் ....ற்கு நத்தம் நிலவரித்திட்ட சர்வே நடந்திருக்கிறதா அதனுடைய விவரங்களை தருக.

2.   .... மாவட்டம், ... வட்டம், ... கிராமம், நத்தம் சர்வே எண் ....ற்கு நத்தம் நிலவரித்திட்ட சர்வேயில் தோராய பட்டா சர்வே முடிந்து தூய பட்டா மக்களுக்கு விநியோகப்படுத்தப்பட்டுவிட்டதா அதனுடைய விவரம் தருக.

3.   .... மாவட்டம், ... வட்டம், ... கிராமம், நத்தம் சர்வே எண் ....ற்கு நத்தம் நிலவரித்திட்ட தோராய/தூய பட்டா பதிவேட்டு நகல் தருக.

4.   .... மாவட்டம், ... வட்டம், ... கிராமம், நத்தம் சர்வே எண் .....ற்கான நத்தம் நிலவரித்திட்ட பதிவேட்டு நகல் மற்றும் நத்தம் புலப்பட நகல் அதனுடைய விவரங்களை தருக.

மேற்கண்ட 4 கேள்விகளும் சட்டமன்ற மற்றும் பாராளுமன்றத்தில் MLA–க்கள் கேட்டால் எப்படி எடுத்து கொடுப்பீர்களோ அதைபோல எடுத்து கொடுக்கக்கூடிய தகவல்கள் தான் எனவே தகவல் பெறும் உரிமை சட்டம் 2005–ன் பிரிவு 6(1)–ன் கீழ் பதில் அளிக்குமாறு வேண்டுகிறேன்.

மேலும் இதற்கான கட்டணம் ரூ.10 நீதிமன்ற வில்லை இந்த மனுவுடன் ஒட்டியுள்ளேன். வேறு ஏதாவது கட்டணம் கேட்டாலும் கொடுக்க தயாராக உள்ளேன். இதனை மறுப்பதற்கு ஏதாவது காரணங்கள் இருந்தால் தகவல் அறியும் உரிமை சட்டம் 2005–ன் பிரிவு 8,9 மட்டும் மறுக்குமாறு வேண்டுகிறேன்.

இப்படிக்கு

பழைய பத்திரங்களில் உள்ள வார்த்தைகளும் அதன் அர்த்தங்களும்

குடிக்காணியாட்சி = குடிக்காணியாட்சி என்பது ஒரு கிராமத்தில் இருக்கும் வீளையும் நிலங்கள், நத்தம் குடியிருப்புகள், தரிசு நிலங்கள், புறம்போக்கு நிலங்கள், ஏரிகள், குளங்கள், ஓடைகள் சேரிகள் மற்றும் அதிலுள்ள மக்கள் மீது பாத்தியதை உடையயவர்கள். அது பரம்பரை உரிமையாகும். பாரசீக மொழியில் இதனை மீராசு உரிமை என்றும், தமிழ் மொழியில் குடிக்காணியாட்சி என்றும் செல்வார்கள்.

11. நத்தம் சம்பந்தப்பட்ட ஆவணங்களை கேட்டு தகவல் பெறும் உரிமை சட்டம் 2005-ன் பிரிவு 6(1)-ன் கீழ் பொது தகவல் அதிகாரிக்கு மனு செய்து தகவல் மறுக்கப்படும் அல்லது தராதபட்சத்தில் அல்லது காலதாமதமாகும்பட்சத்தில் நீங்கள் செய்ய வேண்டிய மேல்முறையீட்டு அலுவலருக்கான 19(3)-ன் கீழ் மனு!

தேதி: ....

இடம்: ....

அனுப்புநர்:

....

....

பெறுநர்:

மேல் முறையீட்டு அலுவலர்,

வட்டாட்சியர் அலுவலகம்,

.... வட்டம்,

.... மாவட்டம்.

பார்வை:

1.   பொது தகவல் அலுவலர் – வட்டாட்சியர் அலுவலகத்தில் தகவல் கோரிய மனு நாள்: ....

2.   பொது தகவல் அலுவலர் எங்களுக்கு அனுப்பிய பதில் கடித எண்................, நாள்: ....

(குறிப்பு: பதில் கடிதம் கிடைக்காத நிலையில் பொது தகவல் அலுவலர் வட்டாட்சியர் அலுவலகத்தில் என்னுடைய மனுவினை பெற்றதற்கான ஒப்புகைச்சீட்டு நாள்: .... என்று பார்வை 2-ல் குறிப்பிட வேண்டும்.)

(குறிப்பு: நான் கோரிய தகவல்களை தகவல் அறியும் உரிமை சட்டம்–2005 தொடர்பான தகவல் ஆணைய வழக்கு எண்: 32576/விசாரணை/F/2013 தேதி 27.03.2014-ன் படி அனைத்துப் பக்கங்களிலும் பொது தகவல் அலுவலரின் கையெயாப்பம் மற்றும் முத்திரையுடன் வழங்கும்படி கேட்டுக்கொள்கிறேன்.)

தகவல் உரிமை சட்டம்–2005 பிரிவு 19(3) ன் – கீழ் முதலாம் மேல்முறையீடு

ஐயா,

    பார்வை 1ல் படியாக .... கிராமம் தொடர்பாக ஆவணங்களை ஆய்வு செய்து தகவலை நகலாக கேட்டு தகவல் உரிமை சட்டம் 2005-ன் கீழ் பொது தகவல் அலுவலர் வட்டாட்சியர் அலுவலகத்தில் மனு கோரினேன்.

    அதனை பார்வை 2-ல் கண்டபடி பொது தகவல் அதிகாரி வட்டாட்சியர்

அலுவலகத்தில் இருந்து எனக்கு பதில் கடிதம் அனுப்பினார்கள்.

அதில் நான் கேட்டிருந்த தகவல்களில் கேள்வி எண் 1,2 மற்றும் 4–க்கு மட்டும் வேண்டிய தகவல்களை கொடுத்துள்ளனர்.

மேலும் 3,5,6 மற்றும் 8 கேள்விகளுக்கு பதில் கொடுக்க மறுத்ததனால் பதில் வாங்கி தருமாறு கேட்டுக்கொள்கிறேன்.

கோரிடும் தீர்வுகள்:

1. கோரிய தகவல்களை பெற்று அளித்திட வேண்டுகிறேன்.

2. நேரடி விசாரணை மேற்கொண்டிட வேண்டுகிறேன்.

3. சட்டத்தினை மதிக்காமல் தகவலை அளிக்காமல் இருந்த காரணத்திற்கு சட்டப்படி தக்க தண்டனை அளித்திட வேண்டுகிறேன்.

இணைப்பு நகல்:

1. பொது தகவல் அலுவலருக்கு .... அன்று செய்த மனுவின் நகல் இணைத்து உள்ளேன்.

2. பொது தகவல் அலுவலர் எங்களுக்கு அனுப்பிய பதில் கடித நகல் இணைத்து உள்ளேன்.

இப்படிக்கு

---

12. நத்தம் சம்பந்தப்பட்ட ஆவணங்களை கேட்டு தகவல் பெறும் உரிமை சட்டம் 2005-ன் பிரிவு 6(1)-ன் கீழ் மனு செய்தும் அதற்கு பிறகு 19(3)-ன் கீழ் மேல்முறையீடு செய்தும் தகவல் மறுக்கப்படுமானால் போட வேண்டிய 18(1)-ன் கீழ் முதன்மை தகவல் ஆணைய அதிகாரிக்கு மனு!

தேதி: ....

இடம்: ....

அனுப்புநர்:

....

....

பெறுநர்:

உயர்திரு முதன்மை தகவல் ஆணையர் அவர்கள்,
தமிழ்நாடு மாநிலத் தகவல் ஆணையம்,
எண் 2, தியாகராஜா சாலை, தேனாம்பேட்டை.

பொருள்: தகவல் பெறும் உரிமைச் சட்டம் பிரிவு 18(1)-ன் கீழ் புகார் அளிப்பதன் தொடர்பாக.

மேற்கண்ட முகவரியில் வசித்து வரும் நான் கடந்த .... அன்று .... மாவட்டம், ... வட்டம், ... கிராம நிர்வாக அலுவலக பொதுத்தகவல் அலுவலர் அவர்களுக்கு தகவல் அறியும் உரிமை சட்டம் 2005 பிரிவு 2J–ன் கீழ் மனு ஒன்றை பதிவுத்தபால் வாயிலாக அனுப்பியிருந்தேன். ஆனால் மேற்படி நபர் எனது தபாலை வாங்கிவிட்டு 30 நாட்களுக்கு மேலாகியும் பதிலளிக்கவில்லை. எனவே தகவல் பெறும் உரிமை சட்டம் 2005 பிரிவு 19(3)–ன் கீழ் மேல்முறையீடு மனு ஒன்றை பதிவு தபால் மூலம் அனுப்பினேன். பிறகு கடந்த 04.09.2020 அன்று பொது தகவல் அதிகாரி என்னுடைய மனுவிற்கு பதில் அனுப்பியிருந்தார்.

அந்த பதில் கடிதத்தில் கிராம நிர்வாக அலுவலக பொதுத்தகவல் அலுவலர் கூறியிருப்பது என்னவென்றால் நந்தியம்பாக்கம் கிராம நிர்வாக அலுவலர் அலுவலகத்திற்கு 31.08.2020 (திங்கட்கிழமை) அன்று காலை 11.30 மணியளவில் சென்று ஆவணங்களை பார்வையிடவும், மேலும் தகவல் அறியும் உரிமை சட்டம் 2005 பிரிவு 2J–ன் படி ஆவணங்களை பார்வையிடுவதற்கு முதல் ஒரு மணி நேரம் இலவசமாகவும் அடுத்த ஒவ்வொரு மணி நேரத்திற்கும் ரூபாய்.5/– வீதம் செலுத்த வேண்டும் என தெரிவிக்கப்பட்டிருந்தது.

மேற்படி பதில் கடிதம் எனக்கு கிடைத்த தேதி 04.09.2020 ஆனால் அலுவலக ஆவணங்களை பார்வையிடுவதற்கு நிர்ணயிக்கப்பட்ட தேதி 31.08.2020, உரிய காலத்திற்குள் எனக்கு பதில் கடிதம் கிடைக்காததால் என்னால் உரிய நேரத்தில் சென்று ஆவணங்களை பார்வையிட முடியவில்லை.

அரசு அலுவலகத்தில் பணிபுரியும் பொது ஊழியர் எவரும் தங்கள் அலுவலகத்திற்கு வரும் தபால்களை கவனமாகக் கையாள வேண்டும் என்ற நடைமுறையை நான் அறிவேன். ஆனால் மேற்படி நபர் எனது கடிதத்தில் செய்த குளறுபடிகளை பார்த்து எனக்கு அதிர்ச்சியையும், மிகுந்த மன உலைச்சலையும், கால விரையம் மற்றும் பண விரையம் போன்றவற்றை ஏற்படுத்தியுள்ளது. மேற்படி அரசு ஊழியரின் தன்னிச்சையான போக்குடன் கூடிய நடவடிக்கைகள் குறித்து அவரிடம் உரிய விசாரணை மேற்கொண்டு துறை ரீதியான நடவடிக்கைக்கு பரிந்துரை செய்யுமாறும், எனது தகவல் மனுவிற்கு உரிய தகவல் கிடைத்திட ஆவண செய்யுமாறு கேட்டுக்கொள்கிறேன்.

பார்வை:

1. பொது தகவல் அலுவலருக்கு நான் அனுப்பிய கடித நகல்

2. மேல்முறையீட்டு அலுவலருக்கு நான் அனுப்பிய கடித நகல்

3. எனக்கு வந்த பதில் கடித நகல்.

4. பொது தகவல் அலுவலர் கிராம நிர்வாக அலுவலகத்தில் எனக்கு அஞ்சல் அனுப்பிய ஒப்புகை சீட்டு நகல்.

இப்படிக்கு

13. இந்து சமய அறநிலையத்துறையினர் உங்கள் நிலத்தை பத்திரப்பதிவு செய்யக்கூடாது என்று சார்பதிவாளர் அலுவலகத்திற்கு தடைமனு கொடுத்திருந்தால் அந்த மனுவினை பெறுவதற்காக தகவல் பெறும் உரிமை சட்டம் 2005-ன் பிரிவு 6(1) கீழ் மனு!

தேதி: ....

இடம்: ....

மனுதாரர்:

வி.தியாகு, த/பெ K.மயில்சாமி
எண்.226/1A, கிருஷ்ணா நகர்,
காவிலிபாளையம் ரோடு,
எண்.15 வேலம்பாளையம்,
திருப்பூர் – 641652. போன்: 9894965348.

பெறுநர்:

முதல்நிலை தகவல் அதிகாரி,
தகவல் அறியும் உரிமை சட்டம்,
சார்பதிவாளர் அவர்கள்,
திருப்பூர் ஜாயிண்ட் 2 சார்பதிவகம், திருப்பூர்.

பொருள்: தகவல் பெறும் உரிமை சட்டம் 2005–ன் பிரிவு 6(1)–ன் கீழ் கீழ்க்கண்ட சொத்து விவரத்திலுள்ள சொத்திற்கு தகவல்கள் வேண்டி மனு,

ஐயா,

சொத்து விவரத்தில் கண்ட சொத்தானது நான் எங்கள் குடும்பத்திற்குள்ளேயே தான செட்டில்மெண்ட் செய்வதற்காக வந்து விசாரித்தபொழுது சொத்து விவரத்தில் கண்ட 226/1A, சர்வே எண் இந்து சமய அறநிலையத்துறையினரால் பதிவு செய்யக்கூடாது என்று ஆட்சேபனை தெரிவித்து இருக்கிறார்கள் என்பதை கேட்டு அதிர்ச்சி அடைந்தேன்.

அது சம்பந்தமாக சில தகவல்களை வேண்டி கீழே கேள்விகளாக குறிப்பிட்டுள்ளேன். எனவே கீழ்கண்ட தகவல்களை தகவல் பெறும் உரிமை சட்டம் 2005, பிரிவு 6(1)–ன் கீழ் வழங்குமாறு வேண்டுகிறேன்.

சொத்து விவரம்:

திருப்பூர் மாவட்டம், திருப்பூர் வட்டம், கிராம எண்.15 வேலம்பாளையம் கிராமம், சர்வே எண்.226/1A, விஸ்தீரணம் 01.40.00 ஹெக்டேர்.

கேள்விகள்:

1. இந்து சமய அறநிலையத்துறையினர் 226/1A சர்வே எண்களை தங்களுக்கு உரிமையானது வேறு யாரும் பதிய கூடாது என்று ஆட்சேபனை கடிதம் கொடுத்திருந்தார்களா? அதன் தகவல்களை தருக.

2. மேற்படி 226/1A சர்வே எண்கள் இந்து சமய அறநிலைய துறைக்கு உரிமையானது என்று அவர்களுடைய ஆவணங்களை சமர்பித்து இருக்கின்றார்களா அதனுடைய விவரம் தருக.

3. சார்பதிவாளரிடம் இந்து சமய அறநிலைய துறையினர் பத்திரப்பதிவு செய்யக்கூடாது என்று தடைமனு கொடுக்கும் பொழுது சார்பதிவாளர் இரண்டு தரப்பையும் அழைத்து விசாரித்து பத்திரப்பதிவை அனுமதிக்கலாமா? அதனுடைய விவரம் தருக.

4. இந்து சமய அறநிலையதுறையினர் தடைமனு எதனையும் கொடுக்காமல் சார்பதிவாளருக்கு நேரடியாக உத்தரவு இடுவதன் மூலமாக பதிவை நிறுத்தி வைக்கலாமா? அதனுடைய விவரம் தருக.

5. இந்து சமய அறநிலைய துறையினர் 226/1A சர்வே எண்ணிற்கு பத்திரம் செய்ய கூடாது என்று கொடுத்த கடிதத்தை நகலாக தருக.

மேற்கண்ட 5 கேள்விகளும் சட்டமன்ற மற்றும் பாராளுமன்றத்தில் MLA–க்கள் கேட்டால் எப்படி எடுத்து கொடுப்பீர்களோ? அதைபோல எடுத்து கொடுக்கக்கூடிய தகவல்கள் தான் எனவே தகவல் பெறும் உரிமை சட்டம் 2005–ன் பிரிவு 6(1)–ன் கீழ் பதில் அளிக்குமாறு வேண்டுகிறேன்.

மேலும் இதற்கான கட்டணம் ரூ.10 நீதிமன்ற வில்லை இந்த மனுவுடன் ஒட்டியுள்ளேன். வேறு ஏதாவது கட்டணம் கேட்டாலும் கொடுக்க தயாராக உள்ளேன்.

இதனை மறுப்பதற்கு ஏதாவது காரணங்கள் இருந்தால் தகவல் அறியும் உரிமை சட்டம் 2005–ன் பிரிவு 8,9 மட்டும் மறுக்குமாறு வேண்டுகிறேன்.

மேற்படி அனைத்து ஆவணங்களும் தகவல் பெறும் உரிமை சட்டம் 2005–ன் கீழ் வழங்கப்பட்ட உண்மை நகல் என்று சான்றிட்டு வழங்கும்படி கேட்டுக்கொள்கிறேன்.

இப்படிக்கு

<u>தொகுதி 5</u>

மக்களும் சொத்துக்களும் பற்றிய கட்டுரைகள்

1. ரியல் எஸ்டேட்டில் சாதாரண மனிதர்களின் சில நம்பிக்கைகளும், உண்மை நிலவரங்களும்!

ரியல் எஸ்டேட்டில் சொத்து வாங்குவதிலும், சொத்து விற்பதிலும் சாதாரண வெகுஜன மனிதர்கள் பல்வேறு விதமான நம்பிக்கைகளை கொண்டுள்ளனர். ஆனால் அவர்கள் நம்புவதைப் போன்று களத்திலும், நடைமுறை களிலும் உண்மை நிலவரங்கள் இருப்பதில்லை.

மக்கள் புரிந்து கொண்டது ஒன்று, நடைமுறையில் இருப்பது மற்றொன்று ஆகும். எனக்குத் தெரிந்த சிலவற்றை கீழ்க்கண்டவற்றில் காண்போம்.

வ.எண்	மக்களுடைய நம்பிக்கை	களநிலவரம்
1	எல்லா ஆவணங்களும் சரியாக இருந்தால் யாரும் இடத்தை Trespass (அத்துமீறி உள்நுழைதல்), Encroachment (ஆக்கிரமித்தல்) செய்ய மாட்டார்கள்.	Tres Pass [அத்துமீறி உள் நுழைதல்] / Encroachment [ஆக்கிரமித்தல்] என்பது முழுவதும் ஆவணங்கள் சம்பந்தப்பட்டதல்ல! அவை இடத்தின் உரிமையாள ருடைய விழிப்புணர்வுக்கான மனநிலை, ஆளுமை, புத்திக்கூர்மை, எதிர்கொள்ளுதல் சம்பந்தப்பட்டது.

வ.எண்	மக்களுடைய நம்பிக்கை	களநிலவரம்
2	ஆன்லைனில் மூலம் பட்டாவுக்கு விண்ணப்பித்தால் பட்டா உடனடியாக வந்துவிடும்.	பட்டாமனு அப்ளை செய்வது மட்டும்தான் ஆன்லைன் முறை. மீதி வேலைகளை எல்லாம் கிராம நிர்வாக அலுவலர் (VAO), சர்வேயர், ரெவின்யூ இன்ஸ்பெக்டர் (RI), துணைதாசில்தார் (Deputy Thasildhar), தாசில்தார் (Thasildhar) ஆகியோரிடம் நேரிடை யாக சென்று ஆவணங் களை சமர்ப்பித்துதான் பட்டா வாங்கவேண்டும்.
	வில்லங்க சான்றிதழில் (EC-Encumbrance Certificate)-ல் வருகிற பதிவுகள் எல்லாம் மிக சரியாக இருக்கும்.	EC-ல் வருகிறப் பதிவுகள் எல்லாம் தவறாக இருப்பதற்கும் [wrong entry] வாய்ப்புகள் நிறைய இருக்கின்றன.
3	EC-ல் இருக்கும் பதிவுகளை நம்பி சொத்துக்களை வாங்கலாம்.	சார்பதிவாளர் அலுவலகத் தில் கொடுக்கின்ற அனைத்து EC-யிலும் அவர்கள் "பொறுப்புத் துறப்பு" (Disclaimer) குறிப்புடன்தான் கொடுக் கின்றனர். அதாவது இந்த EC-யை நம்பி இடம் வாங்கி ஏதாவது சிக்கல் என்றால், அதற்கு அரசு பொறுப்பேற்காது என்று "பொறுப்புத்துறப்பு" இருக்கிறது.

வ.எண்	மக்களுடைய நம்பிக்கை	களநிலவரம்
4	DTCP அப்ரூவல் இருந்தால் தான்வீட்டுக் கடன் கிடைக்கும்.	DTCP அப்ரூவல் இல்லாமலும் கூட்டுறவு சொசைட்டி, LIC ஹவுஸிங், தனியார் ஹவுஸிங் நிதி நிறுவனங்களில் கடன் கிடைக்கிறது. மானியமும் கிடைக்கிறது.
5	DTCP அப்ரூவல் இருந்தால் லீகல் 100% சரியாக இருக்கும்.	DTCP அப்ரூவல் வாங்கினாலும் மைனர் சொத்து, வாரிசுரிமைச் சொத்து, சுயசம்பாத்தியச் சொத்தா (அ) பூர்வீகச் சொத்தா போன்ற சட்ட சிக்கல்கள், சர்வே சிக்கல்கள், பட்டா சிக்கல்கள் போன்றவைகள் இருக்கிறது.
6	DTCP அப்ரூவல் இருந்தால் நிலத்தை அரசு கையகப்படுத்தாது.	அரசுக்கு தேவைப்பட்டால் DTCP நிலங்களையும் அது கையகப்படுத்தும்.
7	DTCP அப்ரூவல் இருந்தால் தான் High Tension EB Line [உயர்மின்னழுத்தக் கோபுரம்] இடத்தின் மேல் போடமாட்டார்கள்	DTCP வாங்கிய பிறகும் இடத்தின் மேல் High Tension EB Line [உயர்மின்னழுத்த கோபுரம்] போட்டு விடுகிறார்கள்.

வ.எண்	மக்களுடைய நம்பிக்கை	களநிலவரம்
8	வழிகாட்டிமதிப்பை [Guide Line Value] விட இடத்தின் மார்க்கெட் மதிப்பு அதிகமாக இருக்கும்.	வழிகாட்டி மதிப்பை [Guide Line Value] விடசில இடங்களின் மார்க்கெட் மதிப்பு குறைவாகவே இருக்கிறது.
9	வழிகாட்டி மதிப்பை [Guide Line Value] அரசு தான் நிர்ணயிக்கிறது.	ஒட்டு மொத்த வரைவின் போது மட்டும்தான் அரசு நிர்ணயிக்கும். அதன்பிறகு வருகிற மறு நிர்ணயம் எல்லாம் மக்கள்தான் நிர்ணயிக்கிறார்கள். வங்கி கடனுக்காகவும், கூடுதல் விலை வைப்பதற்காகவும், Tax Benefits-காகவும் வழிகாட்டி மதிப்பை மக்களே உயர்த்தி நிர்ணயிக்கிறார்கள்.
10	பட்டா யார் பெயரில் இருக்கிறதோ, அவர் தான் உரிமையாளர் என்று மக்கள் நினைக்கிறார்கள்.	பட்டாவில் தன் பெயர் இல்லாமலும், இடத்தை அனுபவிப்பார்கள். சான்றாக, அண்ணன் பெயரில் பட்டா இருக்கும், தம்பி சொத்தை அனுபவித் துக் கொண்டிருப்பார். மேலும், சில இடங்களில் பட்டா மாற்றம் செய்யப் படாமலேயே அனுபோகம் மட்டும் இருக்கும்.

வ.எண்	மக்களுடைய நம்பிக்கை	களநிலவரம்
11	மக்கள் இன்னும் பெரும் பாலும் பிரிட்டிஷ் அளவு முறையான சென்ட், ஏக்கர் என்ற கணக்கீட்டு முறையும் குறுணி, குழி, மரக்கால், மா, வேலி என்ற நாட்டு வழக்கு கணக்கீட்டு முறையும் பயன்படுத்திக் கொண்டு இருக்கின்றனர். அதனையே வருவாய்த் துறை ஆவணங்களிலும் பயன்படுத்துகின்றனர் என்று நம்புகின்றனர்.	வருவாய்த்துறை ஆவணங் களில் மெட்ரிக் அளவு முறையில் இருக்கும், உலகம் முழுவதும் ஒரே அளவு வேண்டும் என்பதற்காக, ஏர் (Ares), ஹெக்டேர் மெட்ரிக் கணக்கீட்டு முறையில் நிலத்தின் மதிப்பை குறிப்பிடுகிறார்கள்.
12	ஒருவர் தான் சம்பாதித்த சொத்தை தனக்கு பிறகு யாருக்கு, எவ்வளவு சொத்து என்று எழுதி வைப்பது தான் – உயில்	பெரும்பாலும் கொங்கு பகுதிகளில் உள்ளவர்கள் உயில் மூலம் தன் சொத்தை வாரிசுகளுக்கு குடும்ப ஏற்பாடு [செட்டில் மென்ட்] செய்து கொடுக் கிறார்கள். முத்திரைத்தாள் கட்டணத்தை மிச்சப்படுத் தவும், சென்னை தவிர பிற பகுதிகளில் உயிலை மெய்ப்பித்தல் செய்ய வேண்டாம் என்பதாலும் உயிலாக எழுதி வைக்கிறார்கள்.

வ.எண்	மக்களுடைய நம்பிக்கை	களநிலவரம்
13	சொத்துக்களை ஒருவரிடமிருந்து இன்னொருவருக்கு விற்பதற்காகத் தான் கிரையப்பத்திரம் போடப்படுகிறது.	சொத்துக்களை வைத்து கடன் வாங்குபவர்களுக்கு அடமானக் கடன் போடுவதற்கு பதிலாககூட கடன் கொடுப்பவர்கள் கிரையபத்திரமும் போட்டுக் கொள்கிறார்கள்.
14	வங்கிகளில் கடன் வாங்கி, இடம் வாங்கி இருந்தால் 100% லீகல் சரியாக இருக்கும்.	வங்கிகளில் நிலத்தின் மேல் கடன் இருந்தாலும், லீகல் எல்லாம் சரியாக இருக்கும் என்பதில் உண்மையில்லை. பல விதமான லீகல் குளறுபடிகளுக்கெல்லாம் வங்கியில் கடன் கொடுத்திருக்கிறார்கள்.
15	பொது அதிகார ஆவணம் என்பது, ஒருவருடையச் சொத்தை அவரால் நேரிடையாக பராமரிக்க இயலாத நிலையில் முதுமை, நோய், அல்லது வெளியூர் / வெளிநாட்டில் வசிப்பது போன்ற காரணங்களுக்காக வேறு ஒருவருக்கு அதிகாரம் கொடுப்பார்கள். அவர்கள் அதிகார முகவர் என்ற அடிப்படையில், மேற்படி சொத்தை பராமரிப்பது, வாடகையிடுவது, விற்பது என பல வேலைகளை செய்து அதனுடைய	களத்தில் பெரும்பாலான பொது அதிகாரபத்திரங்கள், கிரையப் பத்திரத்திற்கு பதிலாக எழுதுகின்றனர். கிரைய முத்திரைத்தாள் கட்டணத்தை மிச்சப்படுத்தவே பொது அதிகாரப் பத்திரம் பெரும்பாலும் போடப்படுகிறது. உதாரணமாக, பொது அதிகாரம் முத்திரைத்தாள் மற்றும் கட்டணங்கள் ரூபாய் 11,000க்குள் முடிந்துவிடும். ஆனால் கிரையப் பத்திரம்

வ.எண்	மக்களுடைய நம்பிக்கை	களநிலவரம்
	கணக்கு விவரங்களை அதிகாரம் கொடுக்கும் சொத்தின் உரிமையாளரிடம் ஒப்படைத்தல் வேண்டும்.	முத்திரைத்தாள் கட்டணங்கள் இலட்சக்கணக்கில் செலவாகும். அதனால் முத்திரைத்தாள் செலவை மிச்சப்படுத்தவே பெரும்பாலும் பவரை பயன்படுத்துகிறார்கள். பவர்கொடுக்கும் முதல்வருக்கும், பவர் ஏஜெண்டுக்கு இடையே கிரையத் தொகை பணப் பரிமாற்றம் நடைபெறுகிறது. பெரும்பாலும் ரியல்எஸ்டேட் வியாபாரிகள், சொத்தைக் கைமாற்றி விடுகின்ற வியாபாரத்திற்காக பொது அதிகாரத்தை பயன்படுத்துகிறார்கள்.
	மனதில் கொள்ள	

வேண்டிய பாடம் :

சொத்துவிஷயங்களைப் பற்றி யார் என்ன சொன்னாலும் சரி, எவ்வளவு பெரிய வழக்கறிஞர்கள், நம்பகமான பெரிய ரியல்எஸ்டேட் நிறுவனங்கள், சொந்த பந்தங்கள் என யார் எது சொன்னாலும் நீங்கள் தீர ஆராய்ந்து, சரி எனப்பட்டால் மட்டுமே முடிவெடுக்க வேண்டும்.

2. சொத்து விஷயம் என்று வரும்போது

உணர்வுகள் / உணர்ச்சிகள் இல்லா மரக்கட்டையாய் மாறிவிடுங்கள்! அறிந்து கொள்ள வேண்டிய 33 தகவல்கள்!

1. ஒரு சொத்து வாங்கும்போதோ, விற்கும்போதோ, கணிசமான அளவில் பணம் ரொக்கமாகவும், வங்கி மூலமாகவும், காசோலையாகவும், பரிமாற்றம் நடை பெறுகிறது. அந்த பணபரிமாற்ற விவகாரங்களில்தான் தங்களின் அதிகபட்ச உணர்ச்சிகளை மக்கள் வெளிப் படுத்துகின்றனர்.

2. அவற்றில் முக்கிய உணர்ச்சிகளாக நன்றியுணர்ச்சி, விசுவாசம், சகோதர, சகோதரி பாசம், காதல் பாசம், நட்புணர்வு, ஒரே ஊர் பாசம், சாதி பாசம், மத நம்பிக்கை, கொள்கை பாசம் போன்ற உணர்ச்சிகளினால் உந்தப் பட்டு அதனடிப்படையில் சொத்துக்கள் வாங்குவதும் விற்பதும், அதற்காக பணம் கொடுக்கல் வாங்கலில் ஈடுபடுவதும் பெரிய அளவிலான பொருளாதார நஷ்டத்தை கொடுக்கிறது.

3. இதே போன்று நான் என் தொழிலை ஆரம்பித்த புதிதில் தொழிலையும், உடன் இருப்பவர்களின் உணர்வுகளையும் போட்டு குழப்பிக் கொண்டதால் என்னை திரிசங்கு சொர்க்க நிலையில் கொஞ்சம் நாள் அந்தரத்தில் தொங்க விட்டுவிட்டனர். என்னுடைய பள்ளிப் பருவ நண்பர்கள்.

4. எனக்கான சிக்கல் என்னவென்றால், என்னிடம் இருப்பதும் தொழில் செய்வதும், மற்றவர்களுடைய முதலீடு பணம், எனக்கு தனிப்பட்ட முறையில் பண இழப்பு இல்லை, முதலீட்டாளர்களுக்கு கொடுக்க வேண்டும் என்பதற்காகவும் உணர்ச்சிவசப்பட்டு நண்பர் களை நம்பி எடுத்த முடிவுகளால் ஏற்பட்ட நஷ்டங்களை

ஈடுகட்ட இன்னும் அதிகம் உழைக்க வேண்டி இருந்தது. அதிக அளவு உழைப்பைக் கொட்ட வேண்டி இருந்தது.

5. மேலும் புதிதாய் சம்பாதித்துக் கொள்ள முடியும் என்ற நம்பிக்கையும் தொடர்ந்து உழைத்துதான் ஆக வேண்டும் என்ற மன வலிமையையும் வாழ்க்கை ஒரு நெடுந்தூர பயணம் அதில் ஏமாற்றங்களும், வெகுமதிகளும் வெற்றி களும், தோல்விகளும் கடந்துதான் போக வேண்டும் என்ற மனப் பக்குவம் இருந்ததால் சில கோடி நஷ்டங்கள் நண்பர்களால் ஏற்பட்ட பிறகும் கூட எனக்கு மிகப் பெரிய அளவில் சிக்கல்களாக தெரியவில்லை.

6. ஆனால் ஓய்வு பெறும் நிலையில் உள்ள மக்கள், இழந்தாலும் சம்பாதித்து கொள்ளலாம் என மன தைரியம் இல்லாத மக்கள், தோல்வியை தாங்கக் கூட மன வலிமை இல்லாத மக்கள் ஆகியவர்கள் தங்கள் வாழ்நாள் முழுவதுமான சேமிப்புக்களை முதலீடு செய்யும் பொழுதும், பணப்பரிமாற்றங்களில் ஈடுபடும் பொழுதும் நிச்சயம் உணர்வுகளும் உணர்ச்சிகளும் இல்லாத மரக்கட்டையாய் மாறி விடவேண்டும்.

7. சொத்துக்கள் வாங்கும்போது கிரைய ஆவணங்களில் உள்ள சட்டச் சிக்கல்கள், வருவாய் ஆவணங்கள், அங்கீகார ஆவணங்களில் ஏதாவது குளறுபடிகள் இருக்கிறதா? என்று மேற்படி ஆவணங்களை ஆய்வு என்ற பெயரில் உயிரற்ற பொருட்களை திறம்பட சோதித்து பார்ப்பார்கள். ஆனால் நீங்கள் சொத்து வாங்கும்பொழுது உங்களைச் சுற்றி இருக்கிற சூழலை உங்களைச் சுற்றி இருக்கிற மனிதர்களின் உணர்ச்சிகளை, அவர்களின் நல்ல மற்றும் கெட்ட உணர்வுகளை சோதிக்காமலேயே விட்டு விடுகிறார்கள்.

8. அங்குதான் பிரச்சினையின் ஊற்றுக்கண்ணே இருப்பதை விளங்கி கொள்ளாமல், பல பணபரிமாற்றங்கள் நடப்பதால் பலர் பொறியில் மாட்டிய எலி போல மாட்டிக் கொள்கிறார்கள்.

9. ரியல் எஸ்டேட்டில் சொத்துக்களும், பணமும் மனிதர்களால் கட்டுப்படுத்தபடுகிறது.

10. மனிதர்கள் தாங்கள் வைத்திருந்த நம்பிக்கைகளாலும், உணர்வுகளாலும் கட்டுப்படுத்தபடுகிறார்கள். மனிதர்கள் நடு நிலையாக ஆய்ந்து நல்ல முடிவுகளை எடுக்கக் கூடிய சமநிலை படைத்தவர்கள் அல்ல, அவர்கள் அனைத்துவித ஏற்ற இறக்க உணர்ச்சிகளாலும், அனைத்துவிதமான சபலங்களும் உள்ள மனிதர்களாகத் தான் இருக்கிறார்கள். இதனை எல்லாம் என் தொழில் அனுபவ ரீதியாக நான் புரிந்து கொள்ள சில ஆண்டுகள் ஆகியது.

11. மேற்கண்ட விஷயத்தை நான் புரிந்து கொண்ட பிறகு சொத்து வாங்கும் என் வாடிக்கையாளர்களுக்கும், நண்பர்களுக்கும் சொத்து பற்றிய விவரங்களை மட்டும் நான் தருவதில்லை. அவர்கள் முடிவுகள் எடுக்கும் விதத்தை பார்த்து மேம்பட்டதாக நடுநிலையில் சமநிலை மனதை உருவாக்குவதற்காக அவர்களின் எண்ணங்களை செதுக்க ஆரம்பித்தேன்.

12. அவர்கள் உண்மையான தொடர் முதலீட்டாளர்கள் என்றால் எப்படி மனநிலை இருக்க வேண்டும். ஒருமுறை அல்லது சிலமுறை மட்டும் முதலீடு செய்யும் முதலீட் டாளர்கள் என்றால் அவர்கள் மனநிலை எப்படி இருக்க வேண்டும். வீடோ, சொத்தோ முதன்முறை வாங்குபவரு டைய மனநிலை எப்படி இருக்க வேண்டும் என்று, நான் அவர்களிடம் நேரிடையாகவும், மறைமுகமாகவும்

மனப்பயிற்சி கொடுக்க ஆரம்பித்தேன். அதனால் அவர்கள் நல்ல பலனை பெற்று இருக்கிறார்கள்.

13 அதனால் அன்று முதல் இன்று வரை பலர் என்னை அவர்கள் குடும்பத்தில் ஒருவனாக பார்க்கின்ற வரத்தை பெற்று இருக்கிறேன். மேலும் ஒரு சில அனுபவங்களை உங்களுக்கு பகிர்வதன் மூலம் சாதாரண மனிதர்களின் உணர்ச்சிகளை உணர்வுகளை புரிந்து கொள்ள முடியும் என நம்புகிறேன்.

14. சென்னை – OMR சோழிங்கநல்லூரில் 4 கிரவுண்டு மனையை 1970களில் தனது பெயரில் எனது அப்பா வாங்கி போட்டு இருக்கிறார். "தற்போது அப்பா இறந்து விட்டார், தாயாருக்கு இடம் தெரியவில்லை, நான் வெளிநாட்டிலேயே வாழ்கிறேன். எனக்கு அந்த இடத்தை கண்டுபிடித்துக் கொடுங்கள்" என்று ஒரு நண்பர் மூலம் அறிமுகமாகி மேற்படி விஷயத்தை என்னிடம் சொன்னார்.

15. நானும் அவர் சொன்ன பிளாட்டுகளை கண்டுபிடித்து போட்டோ எடுத்து அவருக்கு ஈமெயிலில் அனுப்பி விட்டேன். சில மாதங்கள் கழித்து அவர் இந்தியா வந்து இடத்தை பார்க்க விரும்புவதாக சொன்னார். நானும், "வாங்க, இடத்தை காட்டுகிறேன்" என்று சொன்னேன்.

16. பெரும்பாலும் சொந்த நாட்டை விட்டு வெளியூரில் இருப்பவர்கள், சொந்த ஊரை விட்டு வெளியூரில் இருப்ப வர்கள், தனக்காக சொந்த ஊரில் சில தொடர்புகளை, நண்பர்களை சொந்த வேலைகளை செய்வதற்காக வைத்து இருப்பார்கள்.

17. அப்படி லோக்களில் இருக்கிற இன்னொரு நபரை அந்த வெளிநாட்டு நண்பர் கூட்டி வந்தார். மேற்படி இருவரும் இடத்தை பார்த்தனர், இடத்தின் மதிப்பு உயர்ந்து

இருப்பதையும், ரியல் எஸ்டேட் முதலீடு உயர்ந்து இருப்பதையும், நல்ல இடத்தை தன் அப்பா வாங்கி போட்டு இருக்கிறார் என்று நன்றி உணர்ச்சியுடன் கூடிய சந்தோஷத்தையும் தன்னுடைய கண்களினாலும் பேச்சினாலும் காட்டினார். மேலும் அந்த சொத்திற்காக, சில ஆவண வேலைகளை செய்துக் கொடுக்க சொன்னார். நானும் செய்து தருவதாக உறுதி கொடுத்தேன். மேற்படி அவரும், அவர் நண்பரும் தங்கள் இருவரின் நட்பை சிலாகித்து கொண்டு பாசமழை பொழிந்து கொண்டு என்னிடம் இருந்து விடை பெற்றார்கள்.

18 மேலும் நான் செய்யப்போகின்ற ஆவண வேலைக்கான செலவுத் தொகையினை வெளிநாட்டு நண்பர் கூட வந்து இருந்த நண்பனிடம் பெற்று கொள்ளசொன்னார். நானும் சரி என்று சொன்னேன். அதன் பிறகு இடத்தின் உரிமையாளரும் வெளிநாடு சென்று விட்டார். ஒரு சில நாட்களில் அவர் சொன்ன ஆவண வேலைகளை நான் முடித்து விட்டு அதனை ஒப்படைக்கவும் செலவுத் தொகை வாங்குவதற்காகவும் அவரின் நண்பரை பார்த்தேன்; அந்த நண்பரும், நான் ஒப்படைத்த ஆவணங்களை பெற்றுக் கொண்டு செலவுத் தொகையினை என்னிடம் கொடுத்து விட்டார்.

19. மேலும் அந்த நண்பர் இனி வெளிநாட்டு நண்பர் சொத்துக்காக எந்த வேலையும் செய்ய வேண்டாம், அதனை அப்படியே போட்டுவிடுங்கள் அல்லது அந்த வேலையை எவ்வளவு இழுக்க முடியுமோ இழுங்கள் என்று சொன்னார். கோடிகளில் விலை போகும் மனையை லட்சங்களிலேயே விலைபோவதாக, வெளிநாட்டில் இருக்கும் நண்பரிடம் சொல்ல சொன்னார். மேலும் வெளிநாட்டு நண்பரிடம் இவர், "அவரிடம்

இருந்து ஒரு பிளாட் சும்மா வாங்குவதற்கு திட்டமிட்டு இருக்கிறேன் என்றும், அதற்கு எக்காரணம் கொண்டும் நான் தடையாய் இருக்கக்கூடாது என்றும்" என்னை அறிவுறுத்தினார்.

20. அதற்கு எனக்கும் சில தொகைகள் தருவதாக சொன்னார். மேலும் அந்த வெளிநாட்டு நண்பருக்கு இப்படி ஒரு சொத்து வந்து சேர்ந்து இருக்கிறதே, என்று பொறாமையினால் என்னிடம் பொங்கியும் தள்ளிவிட்டார். நானும் அந்த வெளிநாட்டு நண்பரை, இங்கு இருக்கும் நண்பரை தாண்டி தொடர்பு கொள்ள விரும்பவில்லை. என்னால் முடியவும் இல்லை.

21. ஆனால் "நரிகளுக்கு மத்தியில் மாட்டிக்கொண்டார்" என்ற பரிதாபம் மட்டும் இருந்தது. ஒரு மனுசனுக்கு சொத்து வந்தா 'நல்லா இருக்கட்டும்' என்று கூடப் பழகிய எந்த நண்பர்கள் நினைக்கிறார்கள்? என்று நினைத்துக் கொண்டேன். அந்த வேலையையும் பாதியி லேயே விட்டுவிட்டேன். ஒரே பொருளாதார உயரத்தில் இருக்கின்ற நண்பர்களில் ஒரு நண்பருக்கு, தன் உழைப்பாலும், அதிர்ஷ்டத்தாலும், சொத்து வந்து சேர்ந்து விட்டால், இன்னொரு நண்பரால் அதனை பொறுத்துக் கொள்ள முடிவதில்லை. எனவே, இப்படிப்பட்ட நிலையில் இருக்கின்ற நண்பர்களை உங்கள் சொத்து நிர்வாகத்தில் தள்ளி வைப்பது நல்லது. இவை என்னுடைய கள அனுபவத்தின் மூலமாக மக்களிடம் பழகியதன் மூலமாக கற்றுக் கொண்ட அனுபவம் பாடம்.

22. அடுத்ததாக சென்னை – ஓரகடம் பகுதியில் தமிழக அரசு சிப்காட்டுக்கு நிலங்களை ஆர்ஜிதம் செய்து கொண்டு இருந்தது. வாடிக்கையாளர் ஒருவர் மேற்படி இடத்தில் சொத்தை வாங்கப் போகிறேன் என்று தொலை பேசியில் சொன்னார். அதற்கு நான் அந்த கிராமம் மற்றும்

சர்வே எண்ணை சொல்லுங்கள் என்றேன். அரசினுடைய சீலிங்கில் இருக்கிறதா? என்று பார்த்து சொல்கிறேன் என்றேன்.

23. அவரும் கிராமத்தையும் சர்வே எண்ணையும் அனுப்பினார். நான் ஏற்கனவே ஓரகடம் பகுதியில் அரசு நில ஆர்ஜிதம் செய்கின்ற கிராமங்களையும் அதன் சர்வே எண்களையும் ஒரு டைரியில் குறித்து வைத்திருந்ததால் அதனை நான் பார்த்து சோதித்து விட்டு, மேற்படி இடம் சீலிங்கில் உள்ளது, வாங்க வேண்டாம் என்று சொன்னேன். பிறகு சில மாதங்கள் அவர் தொடர்பில் இல்லை. ஒரு சில மாதங்களுக்கு பிறகு அவர் என்னை தொடர்பு கொண்டார்.

24. தான் வாங்கிய "இடத்தை அரசு எடுத்து விட்டதாகவும், நஷ்டஈடு வாங்கிக்கொள்ள அவருடைய ஆவணங்களை எல்லாம் எடுத்து கொண்டு வர வேண்டும் என்று வீட்டுக்கு கடிதம் வருகிறது" என்று வருத்தப்பட்டு சொன்னார். "பல இலட்சங்களில் வாங்கிய சொத்துக்கு சில இலட்சங்களில் நஷ்டஈடு வந்து இருக்கிறது" என்று ஆதங்கத்தில் என்னிடம் அழுதேவிட்டார். "என் மனைவியின் நெருங்கிய உறவினர்கள் இடத்தை விற்றார்கள். அவர்கள் இப்படி செய்வார்கள் என்று நான் எதிர்பார்க்கவில்லை. இனி எக்காரணம் கொண்டும் சொந்தக்காரர்களை நம்பமாட்டேன்" என்று புலம்பினார்.

25. நீங்கள் கொடுத்த தகவல்களை அலட்சியம் செய்து விட்டேன் என்று வருத்தப்பட்டார். நானும் அவரைத் தேற்றி, "நடந்தது நடந்துவிட்டது, விட்ட பணத்தை வேறு முதலீடுகளில் பெற்றுக் கொள்ளலாம்" அரசு நில ஆர்ஜிதம் செய்ததாக சொல்லி எடுத்த நிலத்திற்கான நஷ்டஈடு தொகையை வாங்கி தருவதற்கான கள வேலைகளை செய்து தந்தேன்.

26. "உறவினர்களை ஒரு சொத்து விற்பனை இருக்கிறது" என்று அடையாளம் சொல்பவர்களாக மட்டுமே வைத்து இருங்கள். அந்த சொத்தை வாங்கும் முடிவு எப்பொழுதும் உங்களுடையதாக மட்டுமே இருக்கட்டும் என்பதே என்னுடைய அனுபவப் பாடம். நீங்கள் கையில் வைத்திருக்கிற பணத்தை உங்களுடைய குடும்பத்தினர், உங்களுடைய நண்பர்கள், உங்களுடைய வியாபார தொடர்பில் உள்ளவர்கள் ஏன்? மத்திய மாநில அரசுகள் கூட எப்படி எல்லாம் பிடிங்கி கொள்ள வேண்டும் என்று தான் திட்டமிட்டுக் கொண்டு இருக்கிறார்கள். அதற்காக பேராசை காட்டக் கூடிய வியாபாரங்களை உங்களிடம் அறிமுகப்படுத்துவார்கள். அன்பு, பாசம், நட்பு, போன்ற உணர்ச்சிபூர்வமான விஷயங்களை கையில் எடுத்து உங்களிடம் பேசுவார்கள். அரசு வரிகள் மூலமாக, நேரடி மற்றும் மறைமுக வரிகள் மூலமாக உங்களிடமிருந்து உங்கள் சேமிப்பை பிடுங்குவதற்குதான் பார்க்கிறார்கள். எனவே சொத்து வாங்கி கொடுக்கிறேன் என்ற பெயரில் அவர்களுடைய இழப்பை உங்கள் தலையில் கட்டி விடாமல் பார்த்துக் கொள்ள வேண்டும்.

27. இன்னொரு உதாரணமாக; பெரும்பாலும் பெண்கள் மட்டும் இருக்கும் வீட்டிற்கு யாராவது ஒரு ஆண் நபர் தொடர்ந்து உதவி வருவார். அவர் அந்த வீட்டில் அதிக நம்பிக்கை பெற்றவராக விளங்குவார். அனைத்து வெளி வேலைகளையும் அந்த வீட்டிற்காக அவர் செய்துக் கொண்டு இருப்பார். சொத்து விஷயங்களில் அந்த நபர் சொன்னார் என்று, அவர்கள் கொடுக்கின்ற பேப்பர்களில் காட்டுகின்ற இடங்களில் எல்லாம் கையெழுத்து போட்டு விடுகின்ற பெண்கள் ஏராளம்.

28. இப்படி கையெழுத்துப் போட்டுவிட்டால் அந்த பெண்கள் தங்கள் குடும்பங்களை இழந்து வீடு இழந்து, சொத்து

இழந்து நடுத் தெருவுக்கு வர வேண்டிய நிலைமைகளை பார்த்திருக்கின்றேன். அப்படி பிரச்சினைகள் வந்த பொழுது அதனை சரி செய்ய நான் அந்த விவகாரத்திற்கு உள்ளே சென்றால் நில மற்றும் சொத்து விஷயங்கள் தாண்டி ஆண், பெண் உறவுகளையும், உணர்ச்சிகளையும், தனி மனித ஆசாபாசங்களையும், அதன் எதிர்பார்ப்புகளையும், அதனால் ஏற்படுகின்ற ஏமாற்றங்களையும் சரி செய்து சமாதானப்படுத்துகிற வேலைகளை நிறைய செய்து இருக்கின்றேன்.

29. எனவேதான் உங்களுக்கு பாதுகாவலராக, போஷாக்கு அளிப்பவராக, அன்பானவராக, நல்ல துணைவராக, கள்ளக் காதலராக, அட யாராக இருந்தாலும் சொத்து, நிலம் என்று வரும்போது உங்கள் நன்றியுணர்ச்சிகளை பாச உணர்ச்சிகளை மறந்து விடுவது மிகவும் நல்லது.

30. மேலும் வெளிநாட்டில் இருக்கும் கணவன் வீடு முதல் கொண்டு எல்லா சொத்துக்களையும் மனைவி பெயரில் வாங்கிவிட்டு ஒய்வு காலத்தில் வீட்டைவிட்டு கட்டிய மனைவிகளால் வெளியேற்றப்பட்ட கதைகள், கணவன் வெளிநாட்டில் இருந்து மனைவி பெயரில் சொத்து வாங்கிவிட்டு பிறகு விவாகரத்து ஆன கதைகள் என்று பலவற்றை சந்தித்து இருக்கிறேன். இப்படி மனைவியை விட்டு வெளியேறிய கணவர்களும், விவாகரத்தான கணவர்களும், தங்கள் மாஜி மனைவிகளிடமிருந்து சொத்துகளை மீட்க முடியாமல் திண்டாடிக் கொண்டு இருக்கின்றனர்

31. வெளிநாட்டில் இருந்து சம்பாதித்த பணத்தில் அம்மா/அப்பா பெயரில் சொத்து வாங்கி வைத்த மகன்களுக்கு அம்மா/அப்பா மீண்டும் திருப்பி எழுதிக் கொடுக்காமல் இருக்கின்ற நிலையையும் அல்லது வெளி

நாட்டு மகன் வாங்கிய சொத்தை பிற சகோதர சகோதரிகளுக்கு அந்த அம்மா/அப்பாக்கள் எழுதி கொடுத்துவிடும் நிலையையும் என் கள அனுபவத்தில் நிறைய பார்த்திருக்கிறேன்

32. பாகப்பிரிவினைகளில் சகோதரிகளை ஏமாற்றுவது, அல்லது பிற சகோதரனை ஏமாற்றுவது, சகோதரிக்காக தன் பணத்தைப் போட்டு சொத்து வாங்கும் நல்ல மன நிலையில் இருக்கின்ற சகோதரர்கள், பிறகு ஏதோ ஒரு கோபத்தில், இது சகோதரியின் சொந்த பணத்தில் வாங்கிய சொத்து அல்ல, நாங்கள் வாங்கி கொடுத்த சொத்து, எனவே அதை திருப்பிக் கொடுக்குமாறு சண்டையிடுவது என பலவிதமான சகோதர, சகோதரிகள் சண்டைகளை என்னுடைய கள அனுபவங்களில் பார்த்துக் கொண்டுதான் இருக்கிறேன்.

33. இங்கு நான் சொல்வது எல்லாம் சில சம்பவங்கள் தான். இப்படி பல சம்பவங்கள் என்னை கடந்து சென்றிருக் கின்றன. அப்படிப்பட்ட நிகழ்வுகளால் வாழ்கின்ற வீடு அடமானம் கடனில் மூழ்கி விடுதல், நல்ல சொத்துக்கள் கைவிட்டு போய்விடுதல், வருமானம் இல்லாத நிலைமை உருவாக்கிவிடுதல், சொத்துக்கள் நீதிமன்றத்தில் சச்சரவுக்குள்ளாகி இருத்தல் என்று பலவிதமான அல்லல்களையும் துன்பங்களையும், சொத்தால் பட வேண்டியது இருக்கும். எனவே சொத்து விஷயம் என்று வரும்போது உணர்வுகள், உணர்ச்சிகள் இல்லாத மரக்கட்டையாய் மாறிவிடுங்கள்!! சரியான முறையில் உங்கள் விவேகத்தைப் பயன்படுத்துங்கள். உணர்ச்சி வேகத்தில் செயல்படாதீர்கள்.

3. வெளிநாடுகளில் சம்பாதிக்கும் "பால்புட்டி பசங்களுக்கு" சொத்து விஷயங்களில் ஜாக்கிரதை! அறிந்து கொள்ள வேண்டிய 14 செய்திகள்!!

1. சொத்து விஷயம் என்று வரும்போது உணர்வுகள் உணர்ச்சிகள் இல்லா மரக்கட்டைகளாக இருங்கள் என்று சொன்ன செய்திதான், இதில் தாய்ப் பாசம் அதிகமுள்ள மகன்கள் சொத்துக்களை எப்படி இழக்கிறார்கள் என்று எழுதுகிறேன்.

2. ஆண்களில் இப்படி ஒருவகை இருக்கிறார்கள், ஒன்று எவ்வளவு வளர்ந்தாலும், தன் அம்மாவுக்கு எப்பொழுதும் குழந்தையாகவே இருப்பார்கள். பெரும்பாலும் இவர்கள் அதிக காலம் தாய்ப்பால் குடித்தவர்களாக உதாரணமாக (5 வயது வரை) அந்த மகனின் தாயார் அடிக்கடி நான் உன்னை எவ்ளோ கஷ்டப்பட்டு வளர்த்தேன் என்று சொல்லி சொல்லி, அழுது புலம்பி அந்த மகனின் மனதில் ஒரு நன்றியுணர்ச்சியை அதிகமாக விதைத்து விடுவார்கள்.

3. இப்படி இருக்கிற ஆண்களுக்கு பொண்டாட்டி வந்தாலும் பொண்டாட்டி பாடு திண்டாட்டம் தான். தன் தாய்க்கும், தாரத்திற்கும் நடுவுல பேலன்ஸ்டா போகனும் என்று நினைக்கமாட்டார்கள் இந்த வகை ஆண்கள் எப்படி ஒரு சைக்களில் இரண்டு கைபிடிகள் பிடித்து ஓட்டுவது போல தாரத்திற்கும் தாய்க்கும் நடுவில் நின்று வாழ்க்கை வண்டியை ஓட்ட வேண்டும் ஆனால் இப்படிப்பட்ட பால் புட்டி மகன்கள் "எங்க அம்மாவையே இப்படி பேசுறியா"ன்னு சண்டைக்கு வருவார்கள். இல்லை என்றால் "அம்மா பேசுவதை கண்டுக்காத, அட்ஜஸ்ட் செஞ்சிக்கோ" என்று திரைமறைவில் தங்கள் மனைவியிடம் சொல்வார்கள். இது போன்ற நபர்களை

தான் நான் ஜென்டில்மேன் அல்லாதவர்கள் என்பேன். செல்லமாக அவர்களை தாய்ப்பால் மறக்காத "பால்புட்டி பசங்க" என்பேன்.

4. இப்படி இருப்பவர்கள் அம்மா கஷ்டப்படுகிறார்கள் என்று சீக்கிரம் வேலைக்கு போய்விடுவார்கள். அதிலும் வெளி நாடுகளில் போய் வேலை செய்து சம்பாதிக்க ஆரம்பித்துவிடுவார்கள். அப்படி அவர்கள் கஷ்டப்பட்டு சம்பாதித்த பணத்தில் ஒரு சொத்தோ, மனையோ, தோட்டமோ, வீடோ வாங்கும்போது தன்னுடைய அம்மா பெயரில் தான் கட்டாயம் வாங்குவார்கள்.

5. அடுத்ததாக பூர்வீக வீட்டில் இருந்தால் அதனை ஒட்டி விற்பனைக்கு வருகிற நிலத்தையும், அம்மா பெயரில் தான் வாங்குவார்கள் எதாவது பணம் நிரந்தர வைப்பு நிதி (Fixed deposit) வங்கியில் போட்டு வைத்தால் அம்மா பெயரில்தான் போட்டு வைப்பார்கள். வெளிநாடுகளில் இருந்து பணம் அனுப்ப வேண்டி இருந்தால் அம்மா பெயரில் ஒரு வங்கி கணக்கு ஆரம்பித்து அதன் மூலம் பணம் போட்டு வருவார்கள். இப்படி அம்மா, அம்மா என்று தங்களுடைய உயிரையும் உணர்ச்சியையும் கொடுக்கின்ற மகன்கள் நிறைய இருக்கின்றார்கள்.

6. அம்மாவின் பெயரில் சொத்துக்கள் வாங்குவது நிரந்தர வைப்பு நிதியில் (Fixed deposit) பணம் போடுவது தவறா? என்று நீங்கள் என்னை கேட்பது புரிகிறது. நிச்சயம் அம்மா பெயரில் சொத்து வாங்குவதில் எந்த தவறும் இல்லை. ஆனால் அதற்கு அந்த அம்மா தகுதி உடையவராக, நிலைகுலையா மனதினையுடைய ஜென்டில் உமன் ஆக எல்லாருக்கும் பொதுவாக நடுநிலையாக இருந்தால் எந்த சிக்கலும் இல்லை எப்படி திருபாய் அம்பானினுடைய மனைவி திருமதி

கோகிலாபென் அம்பானி தங்களுடைய இரண்டு மகன்களுக்கு மிகப் பெரிய சொத்துகளையும் வியாபாரங் களையும் எந்தவித பாரபட்சம் இல்லாமல் பிரித்து கொடுத்தார்களோ அது போன்று அம்மாக்கள் இருந்தால் பரவாயில்லை.

7. நடுத்தர மட்டும் அடித்தட்டு சார்ந்த பல அம்மாக்கள் உணர்வுகள் மற்றும் உணர்ச்சிகள் ரீதியாக காயம்பட்ட பெண்களாகவே இருக்கிறார்கள். அதாவது பயம், நிச்சயமற்றதன்மை, மனஅழுத்தம், கசப்புணர்வு, எதிர்கால கவலை, கடந்த கால வலி என்று எதிர்மறை எண்ணங்கள் கொண்ட அரை லூசுங்களாகவே பல அம்மாக்கள் இருக்கிறார்கள். சமநிலை படைத்த மனநிலை கொண்ட அம்மாக்கள் எல்லாம் அம்பானி குடும்பம் போன்ற ராஜா குடும்பங்களுக்குத்தான் வருகிறது

8. எனவே அடித்தட்டு மற்றும் நடுத்தர அம்மாக்கள் பெயரில் சொத்தை வாங்கும்போது, எதிர்காலத்தில் அந்த சொத்து வாங்கும் பால்புட்டி பையன் அதிக பிரச்சனைகளை சந்திக்கிறார்கள்.

9. இப்படி வெளிநாட்டில் இருக்கும் ஒரு பால்புட்டி பையன் தன் அம்மா பெயரில் தங்கள் வீட்டுக்கு ஒட்டி இருக்கின்ற இடத்தை வாங்குகிறார். சில வருடங்கள் கழித்து உள்ளூரில் இருக்கும் அந்த அம்மாவின் இன்னொரு பையன், அதாவது வெளிநாட்டில் இருக்கும் பால்புட்டி பையனின் சகோதரன் தன் அம்மாவை கூட்டிகொண்டு போய் செட்டில்மெண்ட் பத்திரம் போட்டு கொண்டு விட்டார். அதன் பிறகு வெளிநாட்டில் இருக்கும் பால்புட்டி பையன் கோர்ட், நீதிமன்றம் என்று தன் அண்ணனிடம் பஞ்சாயத்து செய்து கொண்டு இருக்கிறான்

10. சில அம்மாக்களுக்கு ஆண் பிள்ளைகள் எவ்வளவு அன்பு செலுத்தினாலும் அவர்களின் பெண் பிள்ளைகள் மேல் தான் அதிக ஒட்டுதல் இருக்கும் பால்புட்டி பையன் வெளிநாட்டிலிருந்து பணம் அனுப்பி வாங்கிய சொத்துக்களை தன்னுடைய மகள்கள் அதாவது பால்புட்டி பையனின் சகோதரிகள் பொருளாதார ரீதியாக கஷ்டப்படுகிறார்கள் என்று நினைத்து அந்த சொத்துக்களை மகள்களுக்கு எழுதி விடுகிறார்கள் இப்படி மகள், மகன், தாய் சண்டை சச்சரவுகள் நிறைய என் கள அனுபவத்தில் பார்த்திருக்கிறேன்

11. மேலும் பால்புட்டி மகனின் பணத்தில் சொத்தை வாங்கிய தாய்மார்கள் திடீரென்று இறந்துவிட வாரிசு உரிமைப்படி இறந்துவிட்ட அம்மாவின் மகன்கள் மற்றும் மகள்கள் என அனைவருக்கும் அந்த சொத்து சேர்ந்து விடுகிறது அதன் பிறகு வெளிநாட்டு பால்புட்டி பையன் தங்கள் சகோதர்களுடன் பேசி எழுதி வாங்குவதற்கு படாதபாடும் தங்களுக்குள் அடித்து கொள்ளும் நிலைமையும் நான் பார்த்திருக்கிறேன்.

12. நீங்கள் வெளிநாட்டில் இருக்கிறீர்கள், சொத்து வாங்க வேண்டும் என்று நினைக்கிறீர்கள் என்றால், எப்பொழுது தாய்நாட்டிற்கு வருகிறீர்களோ? அப்பொழுது வந்து உங்கள் பேரில் சொத்து வாங்குவது நல்லது. அம்மா பெயரில் சொத்து வாங்கி வைத்துவிட்டு நீங்கள் வரும்போது அதை உங்கள் பெயரில் மாற்றலாம் என்றால் அது இரட்டை செலவு ஆகும்.

13. பெற்ற தாய்க்கு ஏதாவது செய்ய வேண்டும் என்று நினைத்தால் அவர்களுக்கு என்று தனியாக ஒரு ஏற்பாடை செய்யுங்கள் அவர்களுக்கு என்று தனியாக சொத்தை எழுதிக் கொடுங்கள் அவர் காலத்திற்கு பிறகு

அந்த சொத்து உங்களை வந்து சேரும்படி எழுதிக் கொள்ளுங்கள். அவர்களை உடல் ரீதியாக உணர்வு ரீதியாக நன்றாக பராமரியுங்கள், அக்கறை எடுங்கள். ஆனால் சொத்து உங்களுக்கு வாங்கும்பொழுது அம்மாவையோ, அப்பாவையோ அதில் பெரும்பாலும் கொண்டு வராதீர்கள்.

14. வெளிநாடுகளில் இருக்கும் பால்புட்டி மகன்கள் அம்மாவிற்கு பொறுப்பான மகனாகவும் மற்றவர்களுக்கு ஜென்டில் மேன் ஆகவும் நடந்து கொள்வதும், வைத்தால் குடுமி இல்லை என்றால் மொட்டை என்பது போன்ற பை–போலார் (Bi-polar) பண்புகள் இல்லாமல் நடுநிலைமையாய் நின்று சொத்து பரிமாற்றத்தில் ஈடுபட வேண்டும்.

Paranjothi Pandian's Quotes

உங்கள் குடும்பத்திற்கு ஒரு அழகான வீட்டை பரிசளியுங்கள். நாம் வாழப்போகும் வீடுகளைத் தேர்ந்தெடுக்கும் போது நல்ல ஏரியா, மோசமான வீடு அல்லது நல்ல வீடு, மோசமான ஏரியா என்று பலர் தேர்ந்தெடுக்கின்றனர்.

4. புதிதாய் ஏற்படும் காதல் உறவுகளால் சொத்துகளும் சிக்கல்களில் சிக்குகின்றன!

1. உயில் பத்திரம், செட்டில்மெண்ட் பத்திரம், ரத்து பத்திரம், ஜீவனாம்ச பத்திரம் போன்ற பத்திரங்கள் எல்லாம் வெறுமனே பத்திரங்களாகப் பார்க்க முடியாது, அந்தப் பத்திரங்களுக்குப் பின்னால் பல்வேறுவிதமான பாச பிணைப்புகளும், நேச உறவுகளும் இருக்கின்றன என்பதை மறந்துவிட வேண்டாம்.

2. ஒருவருடைய மனநிலை சீரான (harmony) நிலையில் இருந்தால்தான் சொத்து சம்பந்தபட்ட முடிவுகளும் சீரானதாக இருக்கும். ஆனால் சொத்துக்களில் பல சிக்கல்கள் உருவாவதற்குக் காரணம் அன்பின் குறைபாடும், உறவுகளில் ஆதிக்கம் செலுத்துதலும், Transactions attachment (நீ இதை கொடுத்தால் நான் அதை தருவேன், நீ இதை செய்தால் நான் அதை செய்வேன் என்பது போன்ற பரிவர்த்தனை உறவுகள்), possession (நம்மைத் தவிர வேறு யாரிடமும் அதீத அன்பை வெளிப்படுத்தக் கூடாது), controlled (எப்பொழுதும் நம் கட்டுப்பட்டுக்குள்ளேயே அந்த உறவை வைத்திருக்க வேண்டும்) போன்ற குணங்கள் எல்லாம் அன்பின் காதலின் பெயரால் பலரின் சொத்துகளைப் பாடாய்படுத்துகிறது.

3. மேற்படி உளவியல் விஷயங்கள் சிறு வயதில் இருந்தே எனக்கு கொஞ்சம் புரிந்து இருந்ததால் சொத்துக்களை விற்பனை செய்ய அட்வான்ஸ் போடும்பொழுது, கிரையப் பத்திரம் போடும் பொழுது, மனிதர்களின் உணர்வுகளைச் சாமர்த்தியமாகக் புரிந்துகொண்டு, அதனை கையாண்டு அந்த வியாபாரத்தை வெற்றிகரமாக முடித்து இருக்கிறேன்.

4. பல வியாபாரங்களில் அண்ணன், தம்பி, அக்கா, தங்கை, தந்தை, மகன் உறவு சிக்கல்களைத் தீர்த்த பிறகுதான் பத்திரமே பதிய முடியும். ஒரு வியாபாரத்தை முடித்து விட்டு இவர்களுடன் எல்லாம் மல்லுக்கட்டி கமிஷன் வாங்குவதற்குள் போதும் போதும் என்று ஆகிவிடும்.

5. மேலே சொன்ன சிக்கல்கள் எல்லாம் நம்முடைய கலாச்சார, பண்பாட்டு வரம்பிற்குள் இருக்கிறது. சில விஷயங்கள் அவர் அவர்களுடைய தனிப்பட்ட நம்பிக்கைகளை பொருத்தும் இருக்கிறது. அவற்றை எல்லாம் நாம் புரிந்து கொண்டு, அதற்கேற்றவாறு சிக்கல்களை தீர்வு செய்வதற்கான வேலைகளை செய்வேன். காதலுடன் காமம் கலந்த உறவுதான் கலாச்சாரக் கட்டுப்பாடுகளைத் தாண்டி ஏடாகுடமான உறவுகளோடு பொருந்தா காதலாக, மறைமுகமான காமமாக யாருக்கும் தெரியாமல் ரகசியமாய் தங்கள் உறவுகளை ஒளித்து வைத்து இருப்பார்கள்.

6. அதனால் பல சொத்துக்கள் விற்பனைக்கு வரும் பொழுது பல உறவுகளிலிருந்து பல கோணங்களிலிருந்து பல தடைகள் சொத்து விற்பவருக்கு வரும். அவரிடம் சொத்து விற்ற பணம் வந்ததும், பல உறவு நெருக்கடிகளும் அவரை சுற்றி வரும். அதே போல சொத்து வாங்குபவருக்கும் அவரைச் சுற்றியுள்ள நபர்களால் பல்வேறுவிதமான தடைகளும், தீங்கு எண்ணம் கொண்டவர்களின் எதிர்மறை செயல் பாடுகளும் அவரை நோக்கி பாயும். இவற்றை எல்லாம் ஆழமாக கவனித்து ஒவ்வொரு மனிதர்களின் நல்ல மற்றும் நச்சு எண்ணங்களை புரிந்து கொண்டு அதற்கேற்றவாறு அவர்களிடம் பேசி சரி கட்டுவதானாலும் சரி, அதற்கேற்றவாறு வேலைகளை திட்டமிடுவதானாலும் சரி, அதனை செயல்படுத்தி

வாங்குபவர் மற்றும் விற்பவர் சுற்றி இருக்கின்ற உணர்ச்சி ரீதியான எதிர்ப்புகளை எல்லாம் குறைக்கின்ற அல்லது இல்லாமல் செய்கின்ற விஷயத்தில் நான் தேர்ந்த நிபுணராகி விட்டேன்.

7. சரி விஷயத்தற்கு வருகிறேன். செட்டில்மென்ட் பத்திரம், உயில், பவர் பத்திரம் போன்றவை அடிக்கடி இரத்து செய்யப்பட்டதாக நீங்கள் வாங்கப் போகும் சொத்தில் ஈசியில் பார்த்தால், புரிந்துகொள்ள வேண்டிய விஷயம் என்னவென்றால்; அந்த சொத்து வைத்திருப்பவர் மனது harmony-ஆக சீராக இல்லை. இன்னும் சொத்து அவரிடமே இருந்தால் பல சிக்கல்கள் ஏற்படுத்துவாரா? என்று அவரை சந்தித்து ஐயங்களை தீரத்துக்கொள்ள வேண்டும்.

8. ஒருவர் தன் மகளுக்குத் தன் சுய சம்பாத்திய நிலத்தை செட்டில்மென்ட் போட்டுக் கொடுத்துவிட்டு மகள் வீட்டிலேயே ஓய்வெடுத்து வந்த நிலையில், அந்த வீட்டிற்கு எதிரிலுள்ள வேறு ஒரு விதவை பெண்மணியுடன் புதிதாய் முளைத்த காதலாலும், அவளின் தூண்டுதலாலும் மகளுக்கு எழுதி வைத்த செட்டில்மென்ட் பத்திரம் இரத்து செய்யப்படுகிறது.

9. இன்னொருவர் தன்னுடைய நிலத்தின் ஒரு பகுதியைப் பக்கத்து நிலத்துக்காருக்கு எதுவும் எழுதி கொடுக்காமல் அனுபவிக்க விட்டுவிடுகிறார். தீர விசாரித்துப் பார்த்தால் பக்கத்து நிலத்துக்காரர் மனைவியுடன் காதல் மலர்ந்து இருக்கிறது. மேற்படி, இருவரின் உறவு சுமுகமாக இருக்கும்வரை எந்த பிரச்சினையும் இல்லை. ஒரு கட்டத்தில் உறவு கசந்து விட்டாலோ அல்லது அதில் ஒருவர் இறந்து விட்டாலோ அந்த சொத்து ஆக்கிரமிப்பு சிக்கலாக மாறுகிறது. இப்படி பல இடங்களில் நான் நிறைய பார்த்திருக்கிறேன்.

10. சென்னையில் வசித்த ஒருவர் நாகப்பட்டினம் வேளாங்கண்ணி கோவில் அருகில் சில ஏக்கர்கள் நிலம் வாங்கி ஒரு பண்ணை வீடு போல் கட்டி இருந்தார். மேற்படி நபர் வேளாங்கண்ணி கோவில் அதீத பக்தி கொண்டிருந்ததால் மாதா கோவில் பக்கத்திலேயே ஓய்வு காலத்தில் வசித்துவிடலாம் என்று பண்ணை வீட்டை உருவாக்கினார். அந்த பண்ணை காவல் காக்க, பராமரிக்க ஒரு குடும்பத்தை அதிலேயே தங்க வைத்திருந்தார். அவர்களும் 15 ஆண்டுகளுக்கு மேலாக அங்கேயே தங்கி இருந்தார்கள். திடீரென அந்த நபர் இறந்துவிட்டார். சென்னையில் இருக்கின்ற அவருடைய மனைவி மக்கள் நாகப்பட்டினத்தில் இருக்கின்ற சொத்தை விற்பதற்கு முடிவு செய்கின்ற பொழுது அங்கு காவல் காத்திருந்த குடும்பம் வாங்க வருபவர்களிடம் எதிர்மறையான தகவல்களை சொல்லி வாங்க விடாமல் செய்வதும், எங்களுடைய எதிர்காலமே போய்விட்டது என்று அந்த பண்ணை வீட்டில் இருக்கின்ற அவர்களுக்கான குடியிருப்பில் இருந்து காலி செய்யவும் மறுத்துக் கொண்டு இருந்தனர். இந்த பிரச்சினை சில ஆண்டுகளாக இழுத்துக் கொண்டிருந்ததனால், அந்த பிரச்சனை தீர்த்துக் கொடுக்கின்ற வேலை எனக்கு கொடுக்கப்பட்டு நான் 10 நாட்களுக்கு மேல் நாகப் பட்டினத்தில் தங்கி அந்த காவல்கார குடும்பத்தை சூர்ந்து அலசி ஆராய்ந்த பொழுது அந்த நிலத்தின் இறந்து போன உரிமையாளர் மிகவும் அன்யோன்ய உறவுகளுடனும், அந்தரங்கமான பிணைப்புடனும் அந்த காவல்கார குடும்ப மனைவியுடன் வாழ்ந்து இருக்கிறார். அந்த நேரத்தில் அவர் அதிக வாக்குறுதிகளை அள்ளி வீசி இருக்கிறார். தற்பொழுது அவர் இறந்துவிட்டதனால் மிகப் பெரும் ஏமாற்ற உணர்வை இந்த காவல்கார

குடும்பம் பெற்றிருக்கிறது. அதனால் என்ன செய்வ தென்று தெரியாமல் காலி செய்யமாட்டேன் என்றும், நிலத்தை வாங்க வருபவர்களிடமெல்லாம் எதிர்மறை பேச்சுகளை வெளிப்படுத்தியும், ஏறக்குறைய அரை சைக்கோ மனநிலையிலேயே அந்த குடும்பம் ஆகிவிட்டிருந்தது. அதன் பிறகு அந்த குடும்பத்திற்கு ஒரு சிறிய வீட்டு மனையை வாங்கி கொடுத்து, கையில் கணிசமான தொகை கொடுத்து அந்த பண்ணை வீட்டில் இருந்து அனுப்பிவிடுவதற்கான வேலையை பாலமாக நின்று செய்தேன்.

11. ஒருவர் உயில் மாற்றி மாற்றி எழுதி கொண்டே இருக்கிறார் என்றால், மனிதன் யார் மீதும் நம்பிக்கையற்றுப் போய்விட்டார் என்றும், மேலும் மனம் சமநிலையில் அவர் இல்லாமல் பெரும் மன அழுத்தத்தில் உள்ளார் என்றும், சில நேரம் மிகுந்த தீய எண்ணங்கள் படைத்த மனிதராகவும் இருக்கிறார் என்றும் புரிந்து கொள்ளலாம்.

12. இப்படி சொத்துகளில், அதாவது செட்டில்மெண்ட், உயில் போன்ற பத்திரங்கள் உள்ளதை வாங்கும் முன்பே, நிலம் கொடுப்பவர் சீரான மனநிலையில் இருக்கிறாரா? என்று பக்குவமுடன் ஆராய்ந்து முடிவு எடுக்க வேண்டும். ஒரு இடம் வாங்கும்பொழுது அங்கு இருக்கின்ற காவல்காரர் முதற்கொண்டு அனைத்து நபர்களிடமும், மேலும் அந்த இடத்தை சுற்றிச் இருக்கின்ற பிற நில உரிமையாளர்களிடமும் தீர விசாரித்து ஏதாவது Emotional Attachment (உணர்ச்சி ரீதியான பிணைப்பு) இருக்கிறதா? என்று ஆராய்ந்து பார்த்து அவற்றை எல்லாம் சரி செய்த பிறகு அந்த சொத்துக்களை வாங்க வேண்டும்.

5. முதியோர்க்கு சோறு போடவில்லையா செட்டில்மெண்ட் பத்திரங்களை ரத்து செய்யலாம்!

1) கொஞ்சம் வயதாகி நடக்க முடியாமல் போனாலே முதியோர்களுக்கு தனிதட்டு தனி டம்ளர், வீட்டிற்குள் இருக்கின்ற டாய்லெட், பாத்ரூமை பயன்படுத்தக் கூடாது, அவர்களுக்கு என்று வீட்டின் ஏதாவது ஒரு மூலையில் ஒரு 30 சதுர அடிக்குள் தனி இருப்பிடம் ஒரு ஓரமாக ஒதுக்கப்பட்டு கொஞ்ச பணக்கார வீடாக இருந்தால் அவருக்கென்று தனி அறை ஒதுக்கப்பட்டு அவர்களை சொந்த வீட்டிலேயே சிறை வைத்து அலப்பறை செய்வார்கள் பெற்றெடுத்த பிள்ளைகள்.

2) அண்ணன் இரண்டு வருஷம், அப்பாவை பார்த்துக் கொள்ளட்டும், அதன் பிறகு தம்பி 2 வருஷம் பார்த்துக் கொள்ள வேண்டும் என்று வீடு மாற்றி மாற்றி அனுப்புவது, பெற்றோர்களை பார்த்து கொள்வதற்காக சகோதர, சகோதரிகளிடையே பெரிய அளவில் சண்டை போட்டு கொள்வதை நிறைய வீடுகளில் பார்த்து கொண்டு இருக்கின்றேன்.

3) முதியோர்களை பராமரிப்பு இல்லங்களுக்கு அனுப்பி விடுவது அல்லது வயதானவர்கள் தொலைந்து போனால் அப்படியே கண்டுகொள்ளாமல் விட்டுவிடுவது என்று அன்பற்ற பிள்ளைகளாக வாழ்ந்து கொண்டிருக் கிறார்கள். பலர் இதைவிட சில வீடுகளில் உடல் ரீதியான வன்முறை மற்றும் துன்புறுத்தல்களை செய்கின்ற பிள்ளைகளும் இருக்கிறார்கள்.

4) தந்தையை விட தாயை வீட்டிற்குள் வைத்து கொள் வதற்கு அனைத்து பிள்ளைகளும் விரும்புகிறார்கள். வீட்டுப் பேரக் குழந்தைகளை பார்த்துக் கொள்வதற்கு

வீட்டில் சமையல் வேலைகளை செய்வதற்கு, வீட்டை பராமரிப்பதற்கும், சம்பளம் கொடுக்காமல் ஒரு ஆயா வேலைக்கு ஆள் இருப்பதால் வயதான தாயை வீட்டிலேயே வைத்துக் கொள்கிறார்கள். இப்படி வயது முதிர்ந்த தாய், தந்தையர்கள் நிறைய உணர்ச்சிபூர்வமான துன்பங்களை அவர்களுடைய வாரிசுகளால் அனுபவித்து கொண்டு வருகின்றனர்.

5) இப்படி உணர்ச்சி ரீதியாக கஷ்டப்படும் முதியோர்களுக்கு ஏதாவது சுயசம்பாத்திய சொத்து இருந்தால் தான் மகன் அல்லது மகள் வீட்டில் ஏதாவது ஒரு பிடி (hold) இருக்கும். அல்லது வாழுகிற வீடே முதியோர்களுக்கானதாக இருந்தால் ஓரளவு நல்ல பராமரிப்பும் நல்ல சாவும் நல்ல அடக்கமும் கூட கிடைக்கும். சொத்து இல்லாத முதியோர்கள், இந்த கால தலைமுறைகளிடம் பாடாய்பட வேண்டும் என்பதால் ஐம்பது வயதிற்கு மேல் ரியல் எஸ்டேட் முதலீடுகளை சிறிய அளவில் எங்காவது வாங்கிப் போட்டு வைத்துவிடுங்கள். அந்த சொத்துக்கள் தான் நல்ல சாவையும், நல்ல அடக்கத்தையும் கொடுக்கும்.

6) மேற்படி சுய சம்பாத்திய சொத்து வைத்து இருக்கிற வயதானவர்கள் தங்களுடைய சொத்துகளை தங்க ளுடைய மகன்களுக்கு, தான் இருக்கும் காலத்திலேயே செட்டில்மெண்ட் பத்திரம் எழுதி வைத்துவிட்டு, இருக்கின்ற ஒரு உறுதியான பிடியையும் விட்டுவிடு கிறார்கள். என்னுடைய தனிப்பட்ட ஆலோசனை என்ன வென்றால் வயது முதிர்ந்தவர்கள் சுய சம்பாத்திய சொத்துக்கள் வைத்திருந்தால், பிள்ளைகளுக்கு செட்டில் மெண்ட் பத்திரம் எழுதி கொடுக்கவே கொடுக்காதீர்கள்.

7) பிள்ளைகளும் நான் தொழில் தொடங்க போகிறேன் நான்

வீடு கட்ட போகிறேன், வங்கிக் கடன் வாங்க போகிறேன் என்று மகன்கள் இருக்கின்ற சொத்தை என் பெயருக்கு எழுதி வையுங்கள் என்று பல விதமான அழுத்தங்களை உங்களுக்கு கொடுப்பார்கள். அதற்கெல்லாம் இசைந்து விடாதீர்கள்.

8) நீங்கள் சுய சம்பாத்திய சொத்துக்கள் நிறைய வைத்து இருந்தால் எதாவது ஒன்று இரண்டு சொத்துகளையாவது தன் தெய்வாதீனத்திற்கு பிறகு வாரிசுகள் எடுத்துக் கொள்ள வேண்டும் என்று செட்டில்மென்ட் பத்திர சரத்திலேயே குறிப்பிட்டுவிட்டு செட்டில்மென்ட் பத்திரம் எழுதுவது நல்லது.

9) ஒரே ஒரு சொத்து மட்டும் சுய சம்பாத்தியமாக வைத்திருந்தால் அதில் ஏதாவது ஒரு மூலையில் ஒரு குறிப்பிட்ட சதுர அடி உள்ள பரப்பு அல்லது ஒரு அறை மட்டும் உங்களுக்கு என்று ஒதுக்கி வைத்து விட்டு உங்கள் தெய்வாதீனத்திற்கு பிறகு தான் அனுபவித்துக் கொள்ள வேண்டும் என்று செட்டில்மெண்ட் பத்திரம் எழுதலாம் அல்லது பேசாமல் ஒரு பதிவு செய்யப்பட்ட உயிலை என் காலத்திற்கு பிறகு வாரிசுகள் அனுபவத்துக் கொள்ளலாம் என்று எழுதி வைத்து கொள்வது உத்தமமான விஷயம்.

10) மகன்களும், மகள்களும் வயதான பெற்றோர்களிடம் இருக்கின்ற சுய சம்பாத்திய சொத்தை எழுதி வாங்குவதற்கு முன்பும், எழுதி வாங்கியதற்கு பின்பும் என்று இரண்டு அவதாரங்களை எடுப்பார்கள். அதிக அக்கறை, பாசம், கவனிப்பு, பராமரிப்பு ஆகியவைகளை சொத்தை எழுதி வாங்குவதற்காக ஒரு உணர்ச்சி வேகத்தோடு செய்வார்கள். அதன் பிறகு, சொத்தை எழுதி வாங்கியாயிற்று என்றால் அந்த உணர்ச்சி வேகம்

குறைந்துவிடுவதால் அக்கறையும் பாசமும் கவனிப்பும் பராமரிப்பு இயல்பாகவே குறைந்துவிடும், அல்லது இல்லாமலேயே போய்விடும் என்று முதியோர்கள் உணர்ந்து கொள்ள வேண்டும்.

11) 2015–க்கு முன்பு வரை தன்னுடைய வாரிசுகளுக்கு செட்டில்மெண்ட் எழுதி கொடுத்த பெற்றோர்கள் அதிக மனஅழுத்தம் மற்றும் மன குழப்பத்தால் எதிர்காலத்தில் தனக்கு சோறு போட மாட்டார்களோ என்ற பயத்தால் அடிக்கடி செட்டில்மெண்ட் பத்திரங்களை சார்பதிவாளர் அலுவலகத்திற்கு சென்று, இரத்து செய்துவிட்டு வேறு மகன்களுக்கு புதிய செட்டில்மெண்ட் பத்திரம் எழுதி கொடுப்பதும் அல்லது பிற நபர்களுக்கு கிரையப் பத்திரங்கள் மூலம் விற்பதுமான வேலைகளை செய்து வந்தனர்.

12) இதனால் செட்டில்மெண்ட் பத்திரம் என்றாலே ரத்து செய்யப்பட்டு அதன் பிறகு ஒரு புதிய பத்திரம் உருவாகி இருக்கும். மேலும் செட்டில்மெண்ட் பத்திரங்கள் மூலமாகவே டபுள்டாக்குமெண்ட் சிக்கல்களும், நீதி மன்றத்தில் விளம்புகை பரிகாரம் வழக்குகளும் இருந்து கொண்டே இருந்தது. செட்டில்மெண்ட் பத்திரம் என்றாலே சொத்து முழுமையாக கைமாறாத நிலையிலேயே இருக்கின்ற குழப்பங்கள் எல்லாம் நிலவி வந்தன.

13) 2015 முன் வரை செட்டில்மெண்ட் பத்திரங்கள் பதிவு துறையிலேயே இரத்து செய்யும் நடைமுறை இருந்தது. அந்த ரத்து செய்யும் பத்திரங்களை நீதிமன்றம் எப்பொழுதும் செல்லாது என்று தீர்ப்புகள் கூறி வந்தது. எழுதி கொடுத்தது எழுதி கொடுத்ததுதான். ஏதாவது முறையில்லாமல் போலியாக சட்டத்திற்கு விரோதமாக

பத்திரங்கள் எழுதிக் கொடுக்கப்பட்டிருந்தால் அதனை நீதிமன்றத்தில் வழக்காக்கித்தான் இரத்து செய்ய முடியும். பத்திரப் பதிவுதுறையே ஒரு ரத்து பத்திரம் எழுதி அதனை பதிவு செய்து, அதற்கு முன் நடந்த செட்டில்மெண்ட் பத்திரத்தை ரத்து செய்ய முடியாது என்று தெளிவாக வரையறுத்துக் கூறிவிட்டது.

14) அதன் பிறகு செட்டில்மெண்ட் பத்திரம் இரத்து செய்யப் படுவதும், அதனால் ஏற்படுகின்ற சட்ட குழப்பங்களும் குறைந்துவிட்டது. ஆனாலும் வயதானவர்கள் தங்கள் சொத்தை வாரிசுகளுக்கு சொத்தை எழுதி கொடுத்து விட்டு, பிறகு பராமரிக்கப்படாமல் போகும்போது இரத்து பத்திரம் சார்பதிவகத்தில் எழுதி இரத்து செய்ய முடியாது என்பது முதியோர்களுக்கு பின்னடைவான விஷயமாகும்.

15) மேலும் முதியோர்கள் நீதிமன்றம் சென்று என்னை பராமரிக்கவில்லை என்று வழக்குப் போடுவதற்கு வழக்கறிஞர்களை சந்திக்கவும், கோர்டிற்கு அலையவும், திராணியற்று போய், வாரிசுகளிடமே சொத்தை கொடுத்துவிட்டு உணர்ச்சி ரீதியாக நம்மை இப்படி சோறு போடாமல் ஏமாற்றி விட்டார்களே, நம்மேல் பாசம் காட்டாமல் விட்டு விட்டார்களே, என்று மனதில் காயம்பட்டவர்களாகவே வாழ்ந்தும் மடிந்தும் விடுகிறார்கள்

16) இப்படிபட்ட பாதிக்கப்பட்ட பெற்றோர்களின் இன்னலை கொஞ்சம் சரி செய்யும் விசயமாக ஆர்.டி.ஒ வை சந்தித்து மனு கொடுத்தால் அவர் வாரிசுகளை அழைத்து விசாரித்து வயதான பெற்றோர்களின் புகார் உண்மையாக இருக்கும்பட்சத்தில், ஏற்கனவே பதிவு செய்யப்பட்ட செட்டில்மெண்ட் பத்திரத்தை கேன்சல் செய்துவிட்டு சொத்தை மீண்டும் பெற்றோருக்கே

கொடுத்து விடலாம் என்று புதிய சட்டம் 2019 அக்டோபர் மாதத்தில் இருந்து நடைமுறைக்கு வந்து இருக்கிறது புதிய சட்டம்.

17) இந்த சட்டத்தின்படி சில செட்டில்மெண்ட் பத்திரங்களும் சமீபத்தில் ஆர்டிஒ–களால் இரத்து செய்யப்பட்டும் இருக்கிறது! ஆக உண்மையான விசயம் என்னவென்றால் வயது முதிர்ந்த பெற்றோர்களை அவர்களுடைய பிள்ளைகள் முழுமையாக அன்பு செலுத்துவதில்லை அல்லது அன்பு செலுத்த தெரிவதும் இல்லை. ஒன்றைப் புரிந்து கொள்ளுங்கள், அன்பு என்பது பிசினஸ் டிரான்ஸக்ஷன் அல்ல, அது எதையும் எதிர்பார்க்காமல் கொடுப்பது. அன்பு என்பது கட்டுப் படுத்துதல் அல்ல அது சுதந்திரப்படுத்துதல், பிள்ளைகள் தாய் தந்தையரை பராமரிக்க, கடமையை செய்ய மறுக்கிறார்கள் என்றால் அங்கு அன்பு இல்லை என்றே அர்த்தம்.

18) சீனாவில் தாய் தந்தையர்கள் மீது கடுமையாக பக்தி கொள்ள வேண்டும் என்று அதனை சொல்வார்கள். அப்படி செய்யவில்லை என்றால், சட்டப்படி கடுமையான தண்டனைகள் பிள்ளைகளுக்கு உண்டு. அதேபோல், கடுமையான தண்டனைகளை இந்தியா விலும் கொண்டு வந்தால் முதியோர் இல்லங்களே இருக்காது. முதியோருக்கு சொத்து இருக்கிறது அல்லது சொத்து இல்லை, வாரிசுகள் அவர்களை காப்பாற்ற வேண்டும், பராமரிக்க வேண்டும் என்பதை உணர்தல் வேண்டும்.

19) சில வீடுகளில் மேற்படி விசயங்கள் தலைகீழாக இருக்கிறது. அகங்காரம் பிடித்த முன்கோபம் உடைய முதிய பெற்றோர்களும் இருக்கிறார்கள். "தான் தான்" என்றும் "நான்" என்றும் "என்னால்" தான் என்ற கர்வம்

பிடித்த முதியவர்களும் இருக்கிறார்கள். அவர்களை சமாளிக்க முடியாத பிள்ளைகளும் இருக்கிறார்கள். அப்படிபட்ட முதியவர்கள் சொத்தை செட்டில்மெண்ட் பத்திரம் மூலம் எழுதிக் கொடுத்து விட்டு, அதன் பிறகு பிள்ளைகளிடம் சின்ன சின்ன விசயத்திற்காக சண்டையிட்டு, ஈரை பேனாக்கி பேனை பெருமாளாக்கி, பெருமாளை பெருசாக்கி மீண்டும் "சொத்தை எனக்கே திருப்பி கொடுத்து விடு" என்று ஆர்டிஓ-க்களும் மனு செய்கின்ற பெற்றோர்களும் மூத்த குடிமகன்களும் இருக்கிறார்கள்.

20. இன்னும் சில மூத்த குடிமகன்கள் முன்கோபம் அகங்காரம் கர்வம் இருந்தால்கூட பரவாயில்லை, மருமகள்களை மனைவி ஆக்குகின்ற வேலைகளை செய்ய முயற்சிக்கிறார்கள். அப்படிப்பட்ட எண்ணங்களை உடைய அவர்களை பராமரிக்காமல் தெருவில் விடுவதே மிகமிக நல்லது.

21. ஆர்டிஓ-க்களிடம் வருகின்ற செட்டில்மெண்ட் பத்திர ரத்து மனுக்களை விசாரிக்கும்பொழுது பிள்ளைகளால் பாதிக்கக் கூடிய மூத்த குடிமகன்களும் இருக்கிறார்கள், மூத்த குடிமகன்களால் பாதிக்கக் கூடிய பிள்ளைகளும் இருக்கிறார்கள் என்று உணர்ந்து விசாரித்தல் வேண்டும். இப்பொழுது வருகின்ற ஆர்டிஓ-க்கள் எல்லாம் படித்து முடித்த கையோடு எந்தவிதத்தில் மனிதர்களை கையாளூ கின்ற பக்குவம் தெரியாமல் ஆழ்ந்த சிந்தனை, ஆன்ம பலம் இல்லாமல் இருப்பதனால் நஞ்சு எண்ணம் உடைய மூத்த குடிமகன்கள், ஆர்டிஓ அவர்கள் முன்பு வந்து, ஐயா அம்மா என்று கெஞ்சி தங்களுடைய காரியத்தை முடித்துக் கொள்ள எண்ணுகிறார்கள். அதேபோல பிள்ளைகளும் ஒன்றும் தெரியாத அப்பாவி போல நடித்து தங்களிடம் வந்த சொத்துக்களை கைப்பற்றிக் கொள்ள

வேண்டும் என்று நினைக்கிறார்கள். எனவே உடனடியாக இது போன்ற விஷயங்கள் எல்லாம் ஆர்டிஓக்கள் முடிவு எடுக்காமல் நல்ல உளவியல் மருத்துவரிடம் வயதான பெற்றோர்களையும், பிள்ளைகளையும் அனுப்பி கவுன்சிலிங் செய்த பிறகு, அதனடிப்படையில் வருகின்ற அறிக்கைகள் வைத்து செட்டில்மெண்ட் பத்திரங்களை ரத்து செய்ய வேண்டுமா? வேண்டாமா? என்ற முடிவுகளை எடுக்க வேண்டும்.

Paranjothi Pandian's Quotes

சொத்துக்கள் அதிர்ஷ்டம்
இருந்தால் கூடும், ஈர்ப்பு
விதியினால் அதிகரிக்கும்
என்று உருவாக்கிக் கொண்டு
சொத்து சேர்த்து
கொள்வதற்கு இறங்கி
வேலை செய்ய வேண்டும்
என்பதை மறந்து
விடுகின்றனர்.

6. சொத்து விஷயங்களில் முடிவுகளை எடுக்கும் பொழுது மனச்சமநிலை (BALANCED MIND) தேவை. தெரிந்து கொள்ள வேண்டிய 9 செய்திகள்!

உண்மையில் மனிதர்கள் அனைவரும் உணர்ச்சி வசப்பட்டு முடிவுகளை எடுக்கின்றவர்களாக இருக்கின்றார்கள். ஆனால் ஒரு சிலர் மட்டுமே சொத்து விசயங்களுக்கான முடிவுகளை அறிவு வசப்பட்டு எடுக்கிறார்கள். என்னை பொறுத்தவரை முழுமையாக அறிவு வசம் நின்று சொத்துக்களை வாங்க முயன்றால், ஒரு சொத்தையும் வாங்க முடியாது. அதேபோல முழுமையாக உணர்ச்சிவசப்பட்டு சொத்து சம்மந்தமாக எடுக்கின்ற முடிவுகள் உங்களுக்கு மிகப்பெரிய பொருள் இழப்புகளை உருவாக்கிவிடும். எனவே அறிவு வசமும், உணர்ச்சி வசமும் இரண்டிற்கும் நடுவில் நின்று முடிவுகளை எடுக்க வேண்டும். அதாவது சோறு வேகாமலும் இருக்க கூடாது, குழைந்தும் இருக்கவும் கூடாது. நடுவில் எப்படி பதமாக இருக்கிறதோ? அதேபோல நடுநிலைமையில் பதமாக முடிவுகளை எடுக்க வேண்டும். "இந்த உலகத்திற்கே மத்தியமா நிக்காயா" என்ற நடுவழியை போதித்த எனது பேராசான் புத்தர் ஒரு வீணையை மீட்டும்பொழுது, அதனுடைய நரம்புகள் மிகவும் லூசாகவும் கட்டிருக்க கூடாது, மிகவும் இறுக்கமாகவும் கட்டியிருக்க கூடாது. வீணையை மீட்டும் அளவுக்கு நடுநிலையில் கட்டியிருக்க வேண்டுமென்று தன்னுடைய போதனைகளில் சொல்லியிருப்பார்.

1. சர்.ஜசக் நியூட்டன் அவர்கள் புவி ஈர்ப்பு விசையை கண்டுபிடித்தவர். மிகப்பெரிய அறிவாளி உலக மக்களில் இன்று வரை போற்றுதலுக்குரிய பெரும் விஞ்ஞானி. அவரே 1720–களில் சவுத் சீ (south sea) கம்பனியில் முதலீடு செய்து பல இலட்சம் பவுண்ட் ஏமாந்து இருக்கிறார். அதே கம்பெனியில் உலகத்தையே தன்

கட்டுபாட்டுக்குள் வைத்திருந்த இங்கிலாந்து பேரரசின் அரசரான ஜார்ஜ் மன்னரும் கம்பெனியில் முதலீடு செய்து ஏமாந்து இருக்கிறார்.

2. ஆக மிகப்பெரிய அரசரானாலும் சரி, மிகப் பெரிய அறிவியல் விஞ்ஞானி ஆனாலும் சரி, முதலீடு விஷயம் என்று வரும்பொழுது அதிக உணர்ச்சி வசப்பட்டு சமநிலை தவறி முடிவுகள் எடுக்கும்பொழுது பெரும் இழப்புகளை சந்தித்து இருக்கிறார்கள். மத்திய, மாநில அரசு ஊழியர்கள், தனியார் நிறுவனங்களில் நடுத்தர சம்பளத்தில் பணியாற்றும் ஊழியர்கள் அனைவரும் ஏறக்குறைய தன் வீடு, தன்னுடைய அலுவலகம் அல்லது சொந்த பந்தங்கள் என்று பெரும்பாலும் 100 சதுர கிலோ மீட்டர் பரப்பளவுள்ள ஒரு பெரிய சிறைச்சாலைக்கு உள்ளேயே வாழ்கிறார்கள். அந்த சிறைச்சாலையை தாண்டிய இந்த பரந்த உலகத்தை பற்றிய அறிவுகள் இல்லாததால் அதிக அளவில் பய உணர்ச்சி, தயக்க உணர்ச்சிகளை நில முதலீடுகளின்போது வெளிப் படுத்துகிறார்கள். இவர்களை நான் முன் ஜாக்கிரதை முத்தண்ணாக்கள் என்று சொல்வேன். அடித்தட்டில் வாழ்கின்ற மிகக்குறைந்த அளவே சம்பளம் மற்றும் கூலி பெறுகின்ற மக்களுக்கு எப்பொழுதும் தாம் ஏமாற்றப்பட்டு விடுவோமோ என்றும், பணம், நிலம் தவறானவர்களிடம் தான் சேர்ந்து கொண்டு இருக்கிறது என்ற பிழையான பார்வையையே அதிகம் கொண்டு இருக்கிறார்கள்.

3. நல்ல செல்வச் சீமான்கள், பிரபுக்கள் எல்லாம் மேற்படி முதலீடு செய்கிறார்கள் ஆனால் பிறரை முழுமையாக நம்பி செயல்படுகிறார்கள். சிறிய அளவில் அவரால் இழப்புகள் வரும் என்று தெரிந்துதான் செய்தாலும், சில நேரங்களில் வரம் கொடுத்தவர் தலையிலேயே கை வைக்கின்ற ஆட்களாக பலர் மாறி விடுகின்றனர்.

4. இந்த உலகம் பொருளையே முதன்மையாக வைத்து நுகர்வையே பழக்கமாக வைத்து வாழ்கின்ற இந்த சமுதாயத்தில் உங்களிடம் கொஞ்சம் பணம் இருந்தாலே அதை பிடுங்கி கொண்டு போவதற்கு தான் அரசாங்கம் முதற்கொண்டு பக்கத்து ஊரில் இருக்கும் உங்கள் சொந்தக்காரர் முதற்கொண்டு, பக்கத்து வீட்டில் இருக்கும் நபர் வரை அனைவருமே உங்கள் கைகளில் இருக்கும் பணத்தை பிடுங்கி கொள்வதற்காகத்தான் அனைவரும் இருக்கிறார்கள்.

5. யாருக்கும் எந்த பணமும் நீங்களாக கொடுத்ததாக இருக்க வேண்டுமே தவிர யாரும் பயமுறுத்தியோ, அல்லது பரிதாபத்தை ஏற்படுத்தியோ, அல்லது வேறு விதமான உணர்ச்சிகளை வெளிப்படுத்தியோ, உங்களிடம் இருந்து உங்கள் உழைப்பு கை பணத்தை பெற்று செல்லவிடாதீர்கள்.

6. காலையில் பக்கத்து வீட்டுக்காரர் முதற்கொண்டு சாலையில் ட்ராஃபிக் போலீஸ்காரன் வரை அனைவருமே உங்களிடம் தண்டமாக பணத்தை பிடுங்குவதற்காக இருக்கிறார்கள். அரசும் கடுமையான வரி லைசன்ஸ், முத்திரைத்தாள், சுங்கச்சாவடி, டாஸ்மார்க் என்று பல்வேறு முனைகளில் நின்று உங்களிடம் இருந்து பணத்தை பிடுங்கிக் கொண்டு இருக்கிறது. எனவே பல நில வியாபாரங்கள் உறவினர்கள், நண்பர்கள் மூலமாக பலவிதமான உணர்ச்சிகளின் அடிப்படையில் அன்பு, பாசம், காமம், ஈகோ, பயம், பேராசை போன்ற பலவிதமான உணர்ச்சிகளின் தூண்டுதலாலேயே நடைபெறுகிறது. ஒருவர் இடம் வாங்கிவிட்டார் என்ற ஈகோவிலேயே இன்னொருவர் இடம் வாங்குவது. அதிக பயத்தின் வெளிப்பாடுகளால் குறைந்த விலைக்கு சொத்துக்களை விற்றுவிடுவது. முறையாக காம

உணர்ச்சியை கையாள தெரியாததனால் பால் ஈர்ப்பால் தவறாக நிலங்கள் விற்கப்பட்டுவிடுகின்றன. உங்களுடைய மனைகளில் நேரடியாகவும், மறைமுகமாகவும் ஆக்கிரமிப்புகள் நடந்து கொண்டு இருக்கின்றன.

7. பல்வேறு டபுள் டாக்குமெண்ட் சிக்கல்கள், பல்வேறு விதமான நிலச்சிக்கல் வழக்குகள், நிலம் வாங்கும் விசயங்களில் தவறான நிலங்களை வாங்கி ஏமாந்து போகும் விசயங்கள், நிலத்திலோ அல்லது வீட்டிலோ குடியிருந்துவிட்டு காலி செய்ய மறுக்கின்ற சச்சரவுகள். கடன் கொடுத்தல் மற்றும் வாங்குதல் பிரச்சனைகள், கம்பெனி பார்ட்னர்ஷிப் பிரச்சினைகள் போன்ற பல்வேறு பிரச்சினைகளில் சட்ட பிரச்சினைகள் இருந்தால் வெகு சீக்கிரத்தில் தீர்த்துவிடலாம். ஆனால் பெரும்பாலும் உணர்வுரீதியான பிரச்சினைகள்தான் அதிகமாக இருப்பதனால் தீர்க்க முடியாமலேயே இழுத்துக் கொண்டு இருக்கிறது. இந்த உலகத்தில் வாழ்கின்ற 90 சதவீத மக்கள் தங்கள் வாழ்க்கையை சர்வைவல் மோடு (Mode) நிலையில் வாழ்ந்து மரணிக்கிறார்கள்.

8. என்ன ஒருசிலர் அன்றன்றைக்கு வாழ்ந்தால் போதும் என்று ஓடுகின்றார்கள். ஒருசிலர் அந்த மாதம் வாழ்ந்தால் போதும் என்று ஓடுகின்றார்கள். ஒருசிலர் அந்த வருடம் வாழ்ந்தால் போதும் என்று ஓடுகிறார்கள். இப்படி தன் வாழ்வில் மன நிறைவை அடையாமலேயே ஓடிக்கொண்டு இருப்பதால் சொத்து விசயங்களில் எடுக்கின்ற முடிவுகள் பிழையானதாகவே இருக்கும். அறிவு என்பது மனதினுடைய மொழி, உணர்ச்சி என்பது உடலினுடைய மொழி, உடலின் உணர்ச்சிகளையும், அறிவையும் தன் கட்டுக்குள் வைத்து மனச்சமநிலை அடைந்து முடிவுகளை எடுக்க வேண்டுமென்றால் அதற்கு தியான பயிற்சியே மிகச்சிறப்பான அருமருந்து ஆகும்.

9. எனவே ஞானத்தின் வலிமையை கூட்டக் கூட்ட உங்களின் ஆழ்மன தூண்டுதல் வெளிப்பட வெளிப்பட நிலமும் உங்களை சுற்றி கத்தி கொண்டு இருக்கின்ற, இரைச்சலாக இருக்கின்ற உங்களுடைய பெற்றோர்கள், குழந்தைகள், உறவினர்கள், மனைவி, சகோதரிகள், சகோதரர்கள், அக்கம்பக்கத்தினர், அரசியல்வாதிகள், ஆன்மீகவாதிகள், ஜோசியக்காரர்கள், மீடியாக்கள் என அனைத்து இரைச்சல்களையும் கொஞ்ச நேரம் ஒதுக்கி வைத்துவிட்டு உங்களுக்காக நீங்கள் மட்டுமே உங்களுக்குள்ளேயே எந்த இரைச்சலும் தலையிடாமல் முடிவெடுப்பதற்கு உங்களுக்கு தியானம் உறுதுணையாக இருக்கும். எனவே நன்றாக தியானம் பயின்று மனச்சமநிலையை அடைந்து, நிலம் சம்பந்தப்பட்ட முடிவுகளை மற்றும் வாழ்க்கை சம்பந்தப்பட்ட முடிவுகளை எடுங்கள்.

சொத்து முதலீடுகள்
ஒருமுறை தோல்வி
அடைந்தாலே, எதனால் தோல்வி வந்தது
என்று ஆராய்ந்து அதனை சரி செய்ய
முயற்சி செய்ய முன்வருவதற்கு
பலருக்கு நெஞ்சமில்லை.

7. நஞ்சு எண்ணம் உடைய மனிதர்களுக்கு தெரியாமல்தான் சொத்து வாங்க வேண்டும். ஏன் என்று தெரிய வேண்டிய 33 காரணங்கள்!!

1. சக மனிதர்களை புரிந்து கொள்வதற்கும், தெரிந்து கொள்வதற்கும், உணர்ந்து கொள்வதற்கும் நிறைய ஏமாற்ற படிப்பினைகளை நிறைய சறுக்கல்களை சந்தித்து தான் கற்றுக் கொள்ள முடிகிறது. மிகப் பெரிய நிறுவனத்தை கட்டி ஆளுகின்ற கார்ப்பரேட் தலைவர் களாக இருந்தாலும் மாபெரும் அரசியல் இயக்கத்தை நடத்தி கொண்டு இருக்கின்ற அரசியல் தலைவர்களாக இருந்தாலும், மிகப் பெரிய சிந்தனையாளராகவும் அறிவு ஜீவிகளாக இருந்தாலும், மாபெரும் விளையாட்டு நட்சத்திரங்கள், சினிமா நட்சத்திரங்கள் மிகப் பெரிய பிரபலங்கள் என்று யார் இருந்தாலும் சக மனிதர்களிடம் சொத்துக்களை ஏமாற்றிவிட்ட பல செய்திகளை நாம் தொடர்ந்து செய்தி ஊடகங்கள் மூலமாக பார்த்துக் கொண்டுதான் இருக்கிறோம்.

2. எனவே எவ்வளவு பெரிய ஆளாக இருந்தாலும் சக மனிதர்களை அடையாளம் கண்டு அவர்களை வைக்க வேண்டிய இடத்தில் சரியாக வைத்தால்தான் இருக்கின்ற சொத்துக்களை, பெயரை, புகழை, பணத்தை மற்றும் நில புலன்களை காப்பற்றிக் கொள்ள முடியும்.

3. நீங்கள் சொல்வதெல்லாம் சரிதான். ஆனால் எப்படி கண்டுபிடிப்பது. பழகும்போது மிகவும் நல்லவர்களாகத் தான் பழுகுகிறார்கள். இப்படி என்னை ஏமாற்றி விடுவார்கள் என்று நினைக்கவே இல்லை. இப்படி ஒரு நம்பிக்கை துரோகம் செய்து இருப்பார்கள் என்று நம்பவே முடியவில்லை. இதுபோல் கீழ்த்தரமாக நடந்து

கொண்டார்கள் என்று நினைக்கும்போது நெஞ்சே பதறுகிறது என்றெல்லாம் பலர் பதறுகிறார்கள்.

4. இப்படி எதிர்காலத்தில் உங்களுடைய சொத்துக்களில் சிக்கல்கள் வராமல் இருக்கவும் அல்லது உங்கள் சொத்துக்களில் வேண்டுமென்றே சிக்கல்கள் ஏற்படுத்து கின்ற நபர்கள் உருவாகாமல் இருக்கவும், உங்கள் சொத்தை உங்களுக்கே தெரியாமல் திருடி கொள்ளவும், கைப்பற்றி கொள்ளவும் உங்களை சுற்றி உள்ளவர்கள் இருக்கிறார்கள். அதனை அடையாளம் என்றே வகைப் படுத்தி எப்படி பார்ப்பது என்பதனை கீழ்வருவனவற்றில் பார்ப்போம்.

5. உலகத்தில் இருக்கின்ற அனைத்து மனிதர்களும் அவர்கள் அமெரிக்காக்காரர்கள் ஆனாலும், ஐரோப்பியர்கள் ஆனாலும், ரஷ்யகாரர்கள் ஆனாலும் ஆப்பிரிக்ககாரர்கள் ஆனாலும், சீனாகாரர்கள் ஆனாலும், மங்கோலியர்கள் ஆனாலும் அனைவருமே ஒரேவகை மூளை உடையவர்கள். அதாவது மூளையின் வடிவமைப்பு, அதில் சுரக்கின்ற வேதி ரசாயன பொருள்கள், அதில் உருவாகின்ற உணர்ச்சிகரமான எண்ணங்கள் அனைவருக்கும் ஒரே வகையாகத்தான் இருக்கிறது என்பதை புரிந்துகொள்ள வேண்டும்.

6. மனிதர்கள் அனைவரும் ஏறக்குறைய ஒரு சமூக விலங்கு என்பதை அறிவியலில் படித்திருப்போம். நஞ்சு குணங்கள் என்று கோபம், பொறாமை, தாழ்வு மனப்பான்மை, நான்தான் என்ற கர்வம், சோம்பேறித் தனம், வஞ்சம், முறையற்ற காமம், ஏமாற்றுதல், பொய் சொல்லுதல், ஆதிக்கம் செய்தல், தன்னைத் தானே தாழ்த்தி கொள்ளல் போன்ற குணங்கள் எல்லாம் நஞ்சு எண்ணம் உடையவர்களுக்கு மட்டும்தான் இருக்கும்

என்றும், மீதி இருக்கின்ற நல்லவர்களுக் கெல்லாம் இருக்காது, மேலும் இதை படிக்கிற உங்களுக்கெல்லாம் இருக்கவே இருக்காது என்றெல்லாம், நம்பினால் நீங்கள் தான் இந்த உலகின் மிக சிறந்த முட்டாள் என்று புரிந்து கொள்ளுங்கள்.

7. அடிப்படையில் இந்த உலகத்தில் இருக்கின்ற எல்லா மனிதர்களுமே மேற்சொன்ன நஞ்சு எண்ணங்களை உடையவர்களாகத்தான் குழந்தையிலிருந்து வளர் கிறார்கள். ஒரு சின்ன குழந்தைகூட தனக்கு தேவை யானதை அடைய பொய்யான அழுகை செய்து தன் காரியத்தை சாதித்து கொள்கிறது. எனவே மேற்கண்ட குணங்கள் எல்லாம் கொஞ்சம் கூட இல்லாத மனிதர்கள் இந்த உலகத்தில் இல்லவே இல்லை.

8. இங்கே இந்த உலகத்தில் நல்லவர்கள் என்றும், கெட்டவர்கள் என்றும் ஒரு frame-க்குள் யாரையாவது அடைத்து மக்களிடையே நல்லவர்கள் என்று பிரச்சாரம் செய்கிறார்கள் என்றால் அந்த பிரச்சாரம் செய்கின்றவர்கள் ஒரு நபரை மட்டும் புனிதமாக்கி விட்டு மக்களிடையே திருடி தின்பதற்கே தயாராகுகிறார்கள் என்றே அர்த்தம். அதனால் இந்த உலகத்தில் நல்லவர்கள் என்றும், கெட்டவர்கள் என்றும் யாருமே இல்லை. இரண்டுமே கலந்துதான் இருக்கிறார்கள். ஆனால் இப்படி பிரிக்கலாம். அதாவது; பக்குவப்பட்டவர்கள் பக்குவமற்றவர்கள் என்று மக்களை பிரிக்கலாம்.

9. இந்த உலகத்தில் 95% மக்கள், தான் என்ன செய்கின்றோம் என்று தெரியாமலே வெறும் பழக்கத்தி னால் அதனையே தொடர்ந்து செய்து கொண்டும் பேசிக் கொண்டும் இருக்கிறார்கள். அவர்களை unconsious (பக்குவமற்ற) மனிதர்கள் என்று பிரிக்கலாம். இப்படிப்பட்ட

மனிதர்கள்தான் சாதி, மதம், கட்சி, இயக்கம் போன்றவற்றிற்கு புராடக்டுகள். இவர்களை பருவ வயதிலே தேவையான பிரச்சாரங்களை செய்து மண்டையில் ஏற்றி வைத்து விட்டால், அதோடு அது தலையில் இருந்து இறங்காது. அதிலேயே சிந்தனை செயல், வாழ்க்கை என்று வாழ்ந்து முடித்து விடுவார்கள்.

10. மீதம் இருக்கின்ற 5% மனிதர்கள் தான் Matured (பக்குவமுள்ள) மனிதர்கள் ஆகும் அவர்கள் தாங்கள் என்ன செய்கிறோம் என்பதை தெரிந்தே செய்கிறார்கள். தவறுகள் செய்து விட்டால் உடனே விழித்துக் கொண்டு தான் தவறும் செய்கிறோம் என்று உணர்ந்தும் விடுவார்கள். இப்படிபட்ட நபர்கள்தான் ஒரு குடும்பத்திற்கு, ஒரு சமுகத்திற்கு, ஒரு நிறுவனத்திற்கு, ஒரு நாட்டிற்கு பொறுப்பெடுக்கக் கூடிய நல்ல தலைவர்களாக இருக்கிறார்கள்.

11. மேலே சொன்ன 95% Immatured மனிதர்கள் சொத்து வாங்கும் பொழுதும், பையில் கணிசமான தொகை கையிருப்பு என்று வைத்து இருக்கும்பொழுதும், சொத்து சிக்கல்களில் இருக்கும்போதும், இதனை இன்னொரு பக்குவமற்ற மனிதர்களிடம் நம்பி பகிர்ந்து கொள்ளும்பொழுது அல்லது அவர்களிடம் பணியை ஒப்படைக்கும்பொழுது, அவர்கள் பிரச்சனையை பெரிதாக்கி உங்களுக்கு மனகாயங்களை உருவாக்கி விடுகிறார்கள் அல்லது மொத்தமாக உங்களை கீழே தள்ளி ஆழமாக புதைத்து விடுகிறார்கள்.

12. இந்த பக்குவமற்ற மனிதர்களை விட மிகவும் தீங்கானவர்கள் யார்? என்றால்; நான் பக்குவமற்றவன் என்று ஒத்துக் கொள்ளாத 'நான் மிக நல்லவன்' என்று முக மூடிகள் போட்டு கொண்டு அலைகின்ற மனிதர்கள் தான் மிகவும் கொடியவர்கள்.

13) ஒன்று தெரிந்து கொள்ளுங்கள் Matured (பக்குவமாக) இருப்பவர்களால் உங்களுக்கு சொத்து விசயங்களில் பிரச்சனை வராது. அப்படி இருப்பவர்கள் தெரிந்தே சொத்து விஷயங்களில் ஏமாற்றுகிறார் என்றால் அவர்தான் மக்களின் மிகப் பெரிய அழிவுசக்தி.

14) Immatured–ஆக இருப்பவர்களை; நான் பக்குவமற்றுதான் இருக்கிறேன், அதனை நான் உணர்ந்து இருக்கிறேன் என்று தன்னை அடையாளம் கண்டு கொண்டவராலும் எந்தவித பிரச்சனையும் வராது. அது பக்குவமற்ற மக்களின் 95% சதவீதத்தில் 20% சதவீதம் மக்களாக இருக்கிறார்கள் ஆக மீதி 75 சதவீத மக்கள் நல்லவர்கள் என்ற முக மூடிகளுடன் வெளிப்படையாக இல்லாமல் அலைந்து கொண்டு இருக்கிறார்கள் என்பதனை நீங்கள் கருத்தில் கொள்ள வேண்டும்.

15) என்னுடைய மனைவி, என்னுடைய தாய் தந்தையர்கள், என்னுடைய மாமன் மச்சான்கள், என்னுடன் பணிபுரிவர்கள், என்னுடைய வகுப்பு தோழர்கள், என் தெரு நண்பர்கள் எல்லாருமே unconscious ஆக பக்குவமற்று ஆனால் நாங்கள் தெளிவாக இருக்கிறோம் என்று தங்களுடைய கருப்பு பக்கங்களை எல்லாம் முகமூடி போட்டு வாழ்ந்து கொண்டிருக்கிறார்கள் என்றால், நீங்கள் சிறிய பண மதிப்பில் சொத்து வாங்குவதனால் தாராளமாக வாங்கலாம் எந்தவித பிரச்சனை இல்லை.

16. அதுவே உங்களுக்கு ஏதோ அதிஷ்டவசமாக அல்லது உங்களுடைய கடின உழைப்பினால் அல்லது உங்களுடைய தாய், தந்தை, தாத்தா, பாட்டி மூலம் பூர்விகமாக சொத்து இருந்து அது பெரிய அளவில் விலை உயர்ந்து அந்த பணம் உங்களுக்கு

கிடைக்குமென்றால் அதனை உங்களுடன் இருக்கின்ற பக்குவமற்ற மனிதர்களிடம் பகிர்ந்து கொள்வது உங்களுக்கு தீங்கே தரும்.

17) அடுத்ததாக இந்த பக்குவமற்ற மனிதர்களில் தீங்குள்ள மற்றும் தீங்கற்ற மனிதர்கள் என்று இரண்டாக பிரிக்கலாம் தீங்கற்றவர்கள் passive கெட்ட குணங்களைக் கொண்டு இருப்பார்கள். அதாவது நல்ல வீடு கட்டியிருந்தீர்கள் என்றால் "மாப்ள பொறாமையாக இருக்கிறது" என்று மனிதனுக்கே உரிய பொறாமையை தன் பேச்சில் வெளிபடுத்திவிட்டு கள்ளமில்லாமல் தொடர்ந்து பழகுவார்கள்.

18) ஆனால் தீங்கு செய்யும் பக்குவமற்ற மனிதர்கள் active கெட்ட குணங்களை கொண்ட மனிதர்கள் நீங்கள் நல்ல வீடு கட்டியதை பார்த்து வெளிப்படையாக பொறாமை கொண்டதை சொல்லமாட்டார்கள். ஆனால் தனது உடல் மொழியில் வாயை வளைவாக கீழிறக்கி, கண்களை சுருக்கி, உங்கள் குறைகளை பேசி, உங்களுக்கு பின்னால் உங்களை பற்றி பேசி, உங்களுக்கு குழி பறிக்கிற வேலையை செய்வார்கள். இப்படிபட்ட மனிதர்களைத்தான் தள்ளி வைக்க வேண்டும். ஆனால் அவனிடம் போய் தன் நேரத்தையும் சிந்தனையையும் செலவு செய்து, தன் தலையில் தானே கொள்ளி வைத்து கொள்கின்றனர்.

19) ஒவ்வொரு மனிதனும் தான் பிறந்த இடம், சூழல், நண்பர்கள் வட்டாரம், தாங்கள் சந்தித்த நல்ல மற்றும் கெட்ட அனுபவங்கள் அடிப்படையில் தங்களுக்கு தெரியாமலேயே தங்களுக்குள்ளேயே ஒரு குண ரீதியாக ஒரு வடிவத்தை பெற்றிருப்பார்கள்.

20) ஒவ்வொருவரும் ஒரு கடந்த கால எதிர்மறை

அனுபவங்கள் எடுத்து கொண்டு, எதிர்மறை எண்ணங்களை வளர்த்துக் கொண்டு, நிகழ் காலங்களிலும் எதிர்மறை எண்ணங்கள் கொண்ட நஞ்சாகவே இருப்பார்கள். அதே போல கடந்த கால நல்ல அனுபவங்களிருந்து தங்களை நிகழ்காலங்களில் நல்ல மனிதர்களாகவே உருவாக்கி கொண்டு இருப்பார்கள்.

21) பெரும்பாலும் பலர் கடந்த காலங்களில் நல்ல அனுபவங்களை மட்டுமே கடந்து வந்திருக்க வாய்ப்பில்லை, சிலர் கசப்பான அனுபவங்களையும் சந்தித்தே கடந்து வந்திருப்பார்கள். சிலர் கசப்பான அனுபவங்களை மட்டுமே சந்தித்து வந்து கொண்டிருக்க மாட்டார்கள். சில நல்ல அனுபவங்களையும் சேர்ந்தே கடந்து வந்திருப்பார்கள் ஆக அனைத்து மனிதனும் நல்லதும் கெட்டதும் கலந்துதான் வாழ்க்கையில் பயணித்து கடந்து வந்திருப்பார்கள என்று புரிந்து கொள்ளுங்கள்.

22) நிறைய ஊக்க பயிற்சி பேச்சாளர், ஆன்மீக வழிகாட்டிகள் சித்தாந்திகள், வேதாந்திகள் அனைவரும் பிற மக்களிடம் இருக்கின்ற நல்லதையே பார்க்க வேண்டும் அவர்களிடம் இருக்கின்ற கெட்டதை பார்க்க கூடாது அவர்களிடம் இருக்கின்ற கெட்ட குணங்களை பார்க்க ஆரம்பித்து விட்டால் அவர்களை நேசிக்க முடியாது எனவே எப்பொழுதும் நல்லதையே பாருங்கள் நல்லதையே நினையுங்கள் என்று சொல்வது; தர்ம காரிய நிறுனவங்களுக்கு அனைத்து மக்களும் நன்றாக இருக்க வேண்டுமென்ற அரசியல் இயக்க தலைவர்களுக்கு, மக்களுக்கான மதங்களை உருவாக்குபவர்களுக்கு வேண்டுமானாலும் சரியாக இருக்கலாம்.

23) ஆனால் அடித்தட்டு மற்றும் நடுத்தர மக்களுக்கு நம்மை

சுற்றி இருக்கின்ற மனிதர்களிடம் நல்லதையே பாருங்கள் என்ற கோட்பாடு பண விசயத்தில் சொத்து விசயங்களில் வேலைக்கு ஆகாது அடித்தட்டு மற்றும் நடுத்தர மக்களை பொறுத்தவரை சொத்து விசயத்தில் உங்களைச் சுற்றி இருக்கிறவர்களை இயல்பாகவே active ஆன பொறாமையையும் உங்கள் மீதான காழ்ப்புணர்ச்சியையும் கண்டிப்பாக உருவாக்கி விடும்.

24) ஒரே பொருளாதார சூழ்நிலையில் இருக்கின்ற 2 நபர்கள், அதாவது தெருவில் ஒன்றாக விளையாடி கொண்டிருந்த இரண்டு நண்பர்கள், வகுப்பில் ஒன்றாக அமர்ந்து கொண்டிருந்த இரண்டு நண்பர்கள், பக்கத்து பக்கத்து வீடுகளில் ஒன்றாக இருந்த இரண்டு நண்பர்கள், ஒரே தட்டில் சாப்பிட்டு ஒரே பாயில் தூங்கி ஒரே சிகரெட் மாற்றி மாற்றி ஊதிக்கொண்டிருந்த இரண்டு நண்பர்களில் ஒருவருக்கு, குறுகிய காலத்தில் பெரும் அளவில் சொத்துக்கள் வாங்குகிறார்கள் என்றால் கட்டாயம் இன்னொரு நண்பர் மிகவும் active பொறாமை கொண்டவர்களாக மாறி உங்களை நஷ்டபடுத்துகிற, அவமானபடுத்துகிற வேலைகளை செய்யலாம்.

25) மேலும் உங்களிடம் இருக்கின்ற குறைகளையும், தீய விஷயங்களை, அந்தரங்க விஷயங்களை எல்லாம் வெளியில் சொல்லி அசிங்கப்படுத்த வேண்டும் என்று நோக்கில் பிரச்சாரம் செய்பவராகவும், எதிரிகளாகவும் விரைவில் மாறிவிடுவார்கள். ஒருவருக்கு தாத்தா வழியில் கோடிக்கணக்கான மதிப்பு சொத்து ஒன்று வந்தது. ஆனால் அதில் அவருடைய குலதெயவத்திற்கு ஆண்டுதோறும் பூஜை செய்ய வேண்டும் என்று கண்டிஷனுடன் எழுதி இருக்கிறார். கூட இருந்து பார்த்த நண்பர் ஒருவர் 200 கி.மீ தள்ளி இருக்கிற இந்து சமய

அறநிலையத்துறைக்கு பஸ் ஏறிச் சென்று இந்த சொத்து கோயில் சொத்து என்று ஒரு நெருப்பை பற்ற வைத்துவிட்டு வந்து, ஒன்றும் தெரியாத நபர் போல் சொத்து வைத்து இருக்கும் நண்பனுடன் சுற்றி கொண்டு இருக்கிறார். சொத்து வைத்து இருப்பவர் அறநிலையத் துறையினரின் அழைக்கழிப்புக்கு உள்ளாகி சுற்றி கொண்டு இருக்கிறார்.

26) சொத்து வைத்திருக்கின்ற நண்பர் உண்மையாகவே திறமை உடையவராகவும், கடுமையாக உழைக்க கூடியவராகவும் கூட இருக்கலாம். அந்த நல்ல குணங்களினால்தான் இவர் சொத்து வாங்கினார் என்ற உண்மை அந்த பொறாமை கொண்ட நண்பனின் கண்களுக்கு நிச்சயம் தெரியவே தெரியாது. எனவே இப்படிப்பட்டவர்களை அவர்களுடைய உடல் மொழியில் பேச்சில் அடையாளம் கண்டு அவர்களிடம் இருந்து தனிமைப்படுத்தி கொள்வது மிகவும் நல்லது.

27) சேரிகளில், குப்பங்களில், பட்டிக்காடுகளில், பட்டிக்காடு கிராமங்களில் ஒரு பள்ளிக்கூட பெண்; நல்ல தரமான, வண்ணமிகு உடைகளை தினமும் உடுத்தி இருந்தாலே, தண்ணி பிடிக்க பொது குழாய்க்கு கூட செல்ல முடியாது. இந்த துணி எப்போது வாங்கினாய் எப்படி வாங்கினாய் உங்க அப்பா முறையற்று தான் சம்பாதிக்கிறார். அதான் நீ வாங்கினாய் என்றெல்லாம் பொறாமையில் பேசிக் கொண்டிருக்கின்ற மக்கள் 95% இன்றளவும் இருக்கிறார்கள். இவர்களை எல்லாம் சித்தாந்த ரீதியாக நல்லதையே பார்க்க வேண்டும் என்ற கோணத்தில் பார்த்துக் கொண்டிருப்பது மிகவும் முட்டாள் தனமான விஷயம்.

28) இப்படி மிகுந்த பொறாமை குணமுடைய "நான் தான்"

என்ற அதிகளவு ஈகோ குணமுடைய எப்பொழுதும் பிறரில் எதிர்மறை விசயங்களை பார்த்துக் கொண்டிருக்கின்ற நபர்களை அடையாளம் கண்டு அவர்களை உங்களுடைய முதல் கட்ட உறவு வட்டத்தில் இருந்தோ, முதல் அன்பு வட்டத்தில் இருந்தோ கட்டாயம் வெளியேற்றி வைக்க வேண்டும்.

29) "எங்கே வெளியேற்றி வைக்கிறது. சுற்றி இருக்கின்ற அன்பு வட்டங்களும், நட்பு வட்டங்களும், இரத்த உறவுகளும் அப்படி தான் இருக்கிறார்கள். ஏன் கட்டிய பொண்டாட்டியே அப்படித்தான் இருக்கிறார்கள்" என்று இருந்தால் பெரும் சிறையில் ஆயுள் கைதியாகி விட்டதாக நினைத்து கொள்ளுங்கள் இனி சொத்தால் ஐஸ்வர்யம் இல்லை என்று நினைத்து கொள்ளுங்கள்.

30) நீங்கள் நல்லபடியாக வாழவேண்டும் என்று விரும்பினால், உங்களைச் சுற்றியுள்ள நஞ்சு எண்ணங்களை உடைய அன்பு வட்டத்திலும் மற்றும் உறவு வட்டத்திலும் இருந்து நீங்கள் தான் கண்டிப்பாக வெளியேற வேண்டும். வேறு இடத்திற்கு மாறிவிட வேண்டும். ஏன் சார் இடம் மாறினால் அங்கு சுற்றி இருப்பவர்கள் இதே போல் இருக்க மாட்டார்களா? என்றால், கண்டிப்பாக இருக்க மாட்டார்கள். அவர்கள் எல்லாம் வேறு ஒரு நபரை நஞ்சாக டார்கெட் செய்து கொண்டு இருப்பார்கள். நீங்களும் புதிய நபர்களை எளிதாக வைக்க வேண்டிய இடத்தில் தள்ளிவைக்க முடியும்.

31) எனவே நாலு காசு மிச்சம் செய்து சொத்து சேர்த்து நல்லபடியாக வாழ்ந்து வாரிசுகளை நல்லபடியாக வளர்க்க வேண்டும் என்று நினைக்கும் நடுத்தர அடித்தட்டு மக்கள் சம்பாதிப்பதும் தெரியக் கூடாது, சேர்ப்பதும் தெரியக் கூடாது. சம்பாதிக்கிறது ஒரு இடம், சேர்ப்பது ஒரு இடம்

என்று, தனித்தனியாக நிர்வாகிக்க வேண்டும். சம்பாதிக்கும்போது இருக்கும் நண்பர்களை சேர்க்கும் பொழுது கூட்டணி சேர்க்காதீர்கள்.

32) எவ்வளவு நான் விட்டுக் கொடுத்து போகிறேன்? ஆனாலும், அவர்கள் என்னை தவறாகவே பார்க்கி றார்கள், எனக்கு எதிராகவே செயல்படுகிறார்கள் என்று அவர்களை திருத்த முயலாதீர்கள். அவர்கள் தங்களுடைய தீய பேட்டர்ன்களுக்குத் தானே விலங்கிட்டு மாட்டி கொண்டார்கள். அவர்களால் அதனை உடைத்து விட்டு வெளியே வர முடியாது. அவர்கள் உங்களிடம் மட்டும் எப்பொழுதும் அப்படித்தான் நடந்து கொண்டு இருப்பார்கள். எனவே அவர்களுடன் தொடர்பு இல்லாமல் வாழப் பழகி கொள்ளுங்கள். 700 கோடி மனிதர்கள் இருக்கிறார்கள் இந்த உலகத்தில்.

33) சொத்து சந்தோஷமாகவும், நிம்மதியாகவும், மன அமைதியாகவும், வாங்கவும், நிர்வகிக்கவும், அன்பு வட்டம், தொழில் வட்டம், சமூக வட்டம் மற்றும் உலக மக்கள் நலம் என்று படிநிலை ஏற்படுத்தி, நீங்களும் உங்களுக்கே விளக்காகி ஒளிர்ந்து கொண்டு, பிறருக்கும் ஒளி கொடுக்க என்னால் கண்டிப்பாக வழி காட்ட முடியும்.

Paranjothi Pandian's Quotes

பார்த்து பார்த்து சம்பாதிப்பவர்கள் பார்க்காமலேயே ரியல் எஸ்டேட்டில் போட்டு வீணடிக்கின்றனர்.

8) சொத்து நிர்வாகமும் மக்களின் அலட்சியமும் புரிந்து கொள்ள வேண்டிய 13 தகவல்கள்!

1) என் அனுபவத்தில் நான் கண்ட வாடிக்கையாளர்கள், பெரும்பாலும் தாங்கள் வாங்கிய சொத்துகளை அல்லது தங்களின் தந்தையார் சொத்துக்களை அல்லது பூர்வீக நிலங்களை அதற்கென்று நேரம் ஒதுக்கி அந்த நிலங்களை காலார நடந்து போய் பார்வையிட்டு அந்த நிலங்களின் எல்லையோரத்தில் இருக்கின்ற மரங்களை சர்வே கற்களை ஆழமாக மனதில் கொள்வதில்லை.

2) வீட்டில் இருக்கின்ற சொத்துப் பத்திரங்களை, பட்டாக்களை, புலப்படங்களை நிதானமாக படித்து பார்த்து, அதில் இருக்கும் நீள அகலக் கணக்குகளை போட்டுப் பார்த்து கிராம நிர்வாக அலுவலகம் மற்றும் வட்ட அலுவலகம் சென்று தேவையான குறிப்புகளை பெற்று, ஏதாவது பிழைகள் இருக்கின்றனவா? என்று ஆராய்வதில்லை.

3) ஆவணங்களை நின்று நிதானமாக நேரம் கொடுத்து படித்து, பார்க்கின்ற வாசகங்களை நிதானமாக உள்வாங்கி கொள்கின்ற வாசிப்பு திறங்களை பழகி கொள்ளாமல் பட்டாக்களும், பத்திரங்களும் ஒன்றும் புரியவில்லை என்று சொல்கின்ற இந்த தலைமுறையினர்தான் அதிகம்.

4) இந்த பட்டா, பத்திரங்களை எல்லாம் பற்றி பேசுவதற்கு, வீட்டில் பெரியவர்கள் இருக்கின்றார்கள் என்ற இளைய தலைமுறையினர்கள் தான் அதிகம். அதாவது இதெல்லாம் பெரியவர்களின் சமாச்சாரம் என்று கி.பி. இரண்டாயிரத்திற்கு பின்பு பிறந்தவர்கள் விலகி நிற்கிறார்கள்.

5) அடுத்ததாக சொத்தில் ஏதாவது பிரச்சனைகளோ அல்லது பட்டாவில் ஏதாவது சிக்கல்களோ இருப்பது தெரிந்து அதனை சரி செய்ய அரசு அலுவலகங்களை மனு செய்த பிறகே தொடர்ச்சியாக அதனை டேபில் டு டேபில் பின் தொடராமல் வேலையே நடக்கவில்லை என்று அதனை அப்படியே கைவிட்டு விடுகின்றன.

6) இன்றைய இளைய தலைமுறையினர் சொத்து விசயங்களை வீட்டில் உள்ள பெரியவர்களோடு கலந்து ஆலோசிப்பதும், பிரச்சினைகளை பகிர்ந்து கொள்வதும் சிறப்பான பலனைத் தரும்.

7) ஏனென்றால் வருவாய்த்துறை ஆவணங்கள் அனைத்தும் தமிழ் நாட்டில் தமிழ் நிலம் இணையதளத்திலும், பாண்டிச்சேரியில் நிலமகள் இணையதளத்திலும் கிடைக்கின்றன. பதிவுத்துறையை பொறுத்தவரை ஈசி பார்ப்பது, வழிகாட்டி மதிப்பை பார்ப்பது, காப்பி ஆஃப் டாக்குமெண்ட் போடுவது, பத்திரப்பதிவிற்கு பணம் கட்டுவது, பத்திரப்பதிவிற்கு பத்திரத்தை தாக்கல் செய்வது, மாநில மற்றும் மத்திய அரசுகளின் அனைத்து விவரங்களும் ஆன்லைனிலேயே இருக்கிறது. அதற்கு குடும்பத்தில் பெரியவர்களுடன் ஆன்லைன் பற்றி அதிகம் தெரிந்த இளைய தலைமுறையினர் இருப்பது மிகவும் பயனைத் தரும்.

8) மாவட்ட ஆட்சியருக்கு மாவட்ட காவல்துறை கண்காணிப்பாளர் அவர்களுக்கு, முதலமைச்சரின் தனிப்பிரிவிற்கு, ஆளுநருக்கு, பிரதமருக்கு, ஜனாதிபதிக்கு அனைவருமே ஆன்லைன் மூலம் மக்களின் சிக்கல்களை தீர்ப்பதற்காக ஆன்லைன் மூலம் மனுக்களை வாங்குகிறார்கள். அதனால் ஆன்லைனில் அதிகம் பரிட்சயம் உள்ள இளைய தலைமுறையினர்

குடும்பத்தில் உள்ள பெரியவர்களுக்கு உதவி செய்தல் வேண்டும்.

9) அதேபோல் குடும்பத்தில் இருக்கின்ற பெரியவர்களும், இளையதலைமுறையினருக்கு சொத்தை பற்றியும், சொத்தில் உள்ள பத்திரங்களை பற்றியும், அந்த கால நிலம் சம்பந்தப்பட்ட வார்த்தைகள் பற்றியும் சொல்லிக் கொடுத்து அவர்களை ஊக்கப்படுத்துதல் வேண்டும்.

10) அடுத்ததாக, சொத்துக்களை விற்பனைக்கு கொண்டு வரும்பொழுதும், வேறு நபர் உரிமை கொண்டாடும் பொழுதும், பவுண்டரி எல்லை சிக்கல்கள் வரும் பொழுதும், அரசு நில எடுப்பின் பொழுதும், அரசு பயிர் மானியம், புயல்மானியம், கடன் பிரச்சனை என்று வரும் பொழுது, காலில் வெண்ணீர் ஊற்றி கொண்டு பட்டாவை திருத்துவதற்கு அரசு எந்திரத்துடன் சண்டையிட்டு கொண்டிருப்பார்கள்.

11) மேலும் இரயில்வே டிக்கெட்டுக்கான தட்கல் கட்டணம் போல அவசரம் என்றால் ஒரு ரேட், அவசரம் இல்லை என்றால் ஒரு ரேட் என்று அதிகமாக கையில் இருக்கின்ற சேமிப்புப் பணத்தை பட்டா திருத்துவதற்காக செலவு செய்கின்றனர்.

12) இது போன்ற நேரங்களில் உங்களுக்கு ரெவின்யு டிப்பார்ட்மென்ட் விஷயங்களில் உதவி செய்கின்ற நபர்களின் வலையில் மாட்டிய செமத்தியான மீன்கள் நீங்கள்! மேற்படி நபர்கள் இயல்பாக வேலை நடக்காதது போன்ற பிம்பத்தை ஏற்படுத்தி வேலை நடக்க வேண்டும் என்றால், அதிக செலவை இழுத்துவிடுவார்கள். பட்டா பெயர் திருத்தத்திற்கு இரண்டு இலட்சம் ரூபாய் கேட்கின்ற அரசுத்துறை மகான்களை எல்லாம் நான் பார்த்திருக்கிறேன்.

13) ஒழுங்காக திட்டமிடுதலும், திட்டமிட்டதை நடைமுறை படுத்துதலும், செய்யாத மக்கள் சொத்து விசயங்களில் "சுண்டைக்காய் ஒரண்ணா சுமை கூலி பத்தண்ணா" என ஆக்கிவிடுகிறார்கள். இப்படி தண்டத்துக்கு செலவு செய்த தொகையையும், நேரத்தின் மதிப்பையும் கணக்கிட்டால் அதன் பணமதிப்பிற்கு கிராமத்தில் புதியதாக பத்து சென்ட் சொத்தை வாங்கிவிடலாம்.

Paranjothi Pandian's Quotes

- வக்கீல் என்பது அரபு சொல் ஏளஜண்டு முகவர் என்று அர்த்தம் வரும்.

- முபலகு என்பது அரபி சொல் மொத்தம் total என்ற அர்த்தில் பழைய பத்திரங்களில் வரும்

<u>தொகுதி - 6</u>

உதிரி கட்டுரைகள் :

1. இறப்பு சான்றிதழ் வாங்க வேண்டிய நடைமுறைகள்!! தெரிந்து கொள்ள வேண்டிய 17 செய்திகள்

1) ஒன்று, ஒருவர் இறந்தவுடன் உடனடியாக இறப்பு சான்றிதழ் வாங்கும் முறை!

இரண்டாவதாக, ஒருவர் இறப்பு பதியப்பட்டு சில ஆண்டுகள் கழித்து இறப்பு சான்றின் பிரதியை வாங்கும் முறை.

மூன்றாவதாக, சில ஆண்டுகளுக்கு முன்பு அல்லது 10 க்கும் மேற்பட்ட ஆண்டுகளுக்கு முன்பு இறந்து இறப்பை பதியாமல் விட்ட நபரின் இறப்பு சான்று வாங்கும் முறை என்று மூன்று வகையாக இந்த வேலைகளை பிரிக்கலாம்.

2) முதலில் ஒருவர் இறந்தவுடன் உடனடியாக இறப்பு சான்றிதழ் வாங்கும் முறையை பார்ப்போம்!

ஒருவர் இறந்துவிட்டால் நேரடியாக VAO-விடம் சென்று நாம் இறப்பு பற்றிய தகவலை தெரிவித்தவுடன் அவர் அவருடைய பதிவேட்டில் பதிவு செய்து ஆர்.ஐ விசாரணைக்கு அனுப்புவார். ஆர்.ஐ விசாரணை முடிந்து, தாசில்தார் (or) துணை தாசில்தார் வழியாக இறப்பு சான்றிதழ் பதிவுக்கு கையெழுத்து ஆகி ஆன்லைனில் பதிவேற்றப்பட்டு, அதன் பிறகு இறப்பு சான்றிதழ் ஆக பயனாளிக்கு கிடைக்கிறது.

3) மேற்படி இறப்பு சான்றிதழை எந்த இ–சேவை மையத்திலும் ஆன்லைன் மூலம் பிரிண்ட் எடுத்து கொள்ளலாம். இந்த நடைமுறை மிகவும் எளிமையானது அலைச்சல் பெருமளவில் இல்லாதது.

சென்ற தலைமுறைகளில் எல்லாம் இறப்பு சான்றிதழ் பற்றி பெரிய விழிப்பு மக்களிடம் கிடையாது. அவையெல்லாம் படித்தவர்கள் மற்றும் சொத்து வைத்திருப்பவர்கள் சமாச்சாரமாக இருந்தது. ஆனால் இப்பொழுது அனைத்து அடித்தட்டு மற்றும் நடுத்தர மக்களுக்கு தேவையானது ஆகிவிட்டது.

4) இன்னும் நிறைய கிராமங்களில் ஒருவர் இறந்து விட்டால் உடனடியாக கிராம நிர்வாகி அதிகாரியிடம் தகவல் தெரிவித்து அவருடைய இறப்பு பதிவேட்டில் பதிய வைத்து இறப்பு சான்றிதழ் வாங்கும் வேலையை யாரும் மெனக்கெட்டு செய்வது இல்லை. அதுவே இறந்து போன ஒரு நபருக்கு வீடோ,காலி மனையோ அல்லது கொஞ்சம் நிலமாவது இருந்தால்தான் இறப்பு சான்றிதழை அவர்களுடைய வாரிசுகள் உடனடியாக வாங்குகிறார்கள். சொத்து இருந்தாலும் இல்லாவிட்டாலும் அவர்களுடைய பெயரில் இறப்பு சான்றிதழை வாங்கி வைப்பது மிக மிக நல்லது.

5) அதுவே நான்கு அல்லது ஐந்து வருடங்களுக்கு முன்பு அல்லது பத்து வருடங்களுக்கு முன்பு இறந்த நபரின் இறப்பை பதிவு செய்துவிட்டார்கள். ஆனால் தற்பொழுது சான்றிதழ் எதுவும் கையில் இல்லை. அப்படியானால் என்ன செய்ய வேண்டும் என்றால் கிராமப் பகுதிகளாக இருந்தால் வட்டாட்சியர் அலுவலகத்தை அணுக வேண்டும். அங்கு இறப்பு சான்று மாதிரிப் படிவம் விற்கப்படுகிறது. அதனை பெற்று இறந்த ஆண்டு, தேதி, இறந்தவரின் பெயர், தந்தை பெயர், தெளிவாக எழுதி வட்டாட்சியர் அலுவலக பதிவுப் பிரிவில் கொடுத்தால் அவர்களிடம் இருக்கின்ற பிரதியை தேடி எடுத்து அதிலிருந்து இன்னொரு நகல் தயார் செய்து தாசில்தார்

கையெழுத்து போட்டு கொடுப்பார். இவையெல்லாம், வெகு சீக்கிரத்தில் ஆன்லைன் மயம் ஆகிவிடும். இதுவே பேரூராட்சி, நகராட்சி, மாநகராட்சி பகுதிகளில் இறந்தவரின் இறப்பு பதிவு இருந்திருந்தால் அந்த பேரூராட்சி, நகராட்சி, மாநகராட்சி அலுவலகங்களில் நேரடியாக சென்று மனு கொடுக்கும்பொழுது அவர்களுடைய ரெக்கார்டு பகுதிகளில் இருந்து நகல் எடுத்து முத்திரையிட்டு உங்களுக்கு அளிப்பார். சென்னை மற்றும் பிற மாநகராட்சியில் ஏற்கெனவே இறப்பு பதிவேடுகள் எல்லாம் ஆன்லைன் ஆகிவிட்டது. எனவே ஆன்லைன் மூலமாகவே பிரதியை தேடி எடுத்துக் கொள்ளலாம்.

6) அடுத்ததாக, ஒருவர் இறந்து ஐந்து அல்லது பத்து ஆண்டுகளுக்கு மேல் ஆகியும் இறந்தவரின் இறப்பை பதிவு செய்திருக்கிறார்களா என்று எந்த தகவலும் தெரியாதா பொழுது என்ன செய்ய வேண்டும் என்றால் முதலில் மாநகராட்சி, நகராட்சி பிற சுடுகாட்டு ஆவணங்களில் தேடி பார்த்து சுடுகாட்டில் இருக்கின்ற பதிவை தேடி எடுப்பது நல்லது.

7) அதுவே ஒருவர் விபத்தில் இறந்திருந்தால் சம்பந்தபட்ட மருத்துவமனை ஆவணங்களில் இறப்பு தேதியை தேடிப்பார்த்து எடுப்பது நல்லது. மேலும் நகராட்சி அலுவலகங்களில் உள்ள பிறப்பு / இறப்பு பதிவேட்டில் பதிவு எதாவது செய்யப்பட்டிருக்கிறதா? என்று இறந்த ஆண்டை ஒட்டி தேடி பார்க்க வேண்டும். கிராம பகுதிகளாக இருந்தால் வட்டாட்சியர் அலுவலத்திலுள்ள பிறப்பு / இறப்பு சான்றிதழை இறந்த தேதி ஆண்டை ஒட்டி தேடி பார்க்க வேண்டும். தேயிலை எஸ்டேட், காபி எஸ்டேட் போன்ற எஸ்டேட்களில் வேலை செய்பவர்கள்,

கூலிகளாக வேலை செய்து இறந்திருந்தால், அந்த எஸ்டேட் மேனேஜர்களிடம் இருக்கின்ற ரெக்கார்டுகளில் இறந்த ஆண்டை ஒட்டி தேடி பார்க்க வேண்டும்.

8) மேலே சொன்ன எங்குமே உறுதியான இறந்த தேதியோடு ஆவணங்கள் கிடைக்கவில்லையென்றால் சார் பதிவகத்தில் பதிவு இருக்கிறதா? என்று தேடி பார்த்து பதிவு எதுவும் இல்லை அல்லது பதிவு எதாவது இருக்கிறது என்றால் சான்று வாங்கிட வேண்டும். ஏனென்றால் பதிவுத்துறையின் பதிவுத் சட்டத்தில் பிறப்பு, இறப்பு, விவாகரத்து, தத்து, திருமணம், ஜீவனாம்சம் போன்ற அனைத்தையும் பதியலாம் என்று பதிவுச் சட்டம் சொல்கிறது. அதனால் யாராவது பதிந்து இருக்கலாம். மேலும் வட்டாட்சியர் அலுவலகங்களில் இருந்து பழைய இறப்பு பதிவேடுகளை சார்பதிவகத்தில் ஒப்படைப்பார்கள். எனவே சார்பதிவக ரெக்கார்டுகளையும் தேடி பார்ப்பது நல்லது.

9) அவரவர்கள் மத சம்பிரதாயப்படி மசூதிகளில் இருக்கின்ற ரெக்கார்டுகளிலும், சர்ச்களில் இருக்கின்ற ரெக்கார்டுகளிலும் தேடி பார்த்து, இறந்த தேதி பற்றிய விவரங்களை எடுக்க முயற்சிக்கலாம். தமிழகத்தில் சில கிராமங்களில் கிறிஸ்தவர்கள் அல்லாதவர்களின் இறப்புகளைக் கூட, அங்கு இருக்கும் சர்ச் லெட்ஜரில் பதியும் வாய்ப்பு இருக்கிறது. எனவே அதிலும் தேடி பார்க்கலாம். (செயின்ட் ஜார்ஜ் கோட்டையின் மியூசியத்தில் இருக்கின்ற சர்ச்சில் இருந்த பிறப்பு இறப்பிற்கான பேரேடை பார்க்கலாம்).

10) 1965ஆம் ஆண்டிற்கு முன் பாண்டிச்சேரி மாநிலத்தில் பிறப்பு இறப்பை பதிவு செய்வதற்கு அப்பொழுது இருந்த மேரி (நகராட்சி) அலுவலகங்களில் பதிந்திருப்பார்கள்.

அதேபோல் ஒவ்வொரு ஊரிலும் நொத்தேல் என்ற பிரஞ்சு சட்ட அந்தஸ்து உள்ள ஆவண எழுத்தரிடம் பதிந்து இருப்பார்கள். அந்த நொத்தேர் ஆவண காப்பகத்திற்கு சென்று அதனை பதிந்து வைத்திருப்பார். எனவே அங்கேயும் தேடிப் பார்ப்பது நல்லது.

11) சிலர் தங்களுக்கு வேண்டியவரின் இறப்பை பதிவு செய்யாமல் விட்டுவிட்டு திடீரென்று இந்து ஆங்கில பத்திரிக்கையில் 15-வது ஆண்டு நினைவு அஞ்சலி என்று விளம்பரம் கொடுப்பார்கள். அதிலிருந்தே தெரிந்து கொள்ள வேண்டியதுதான் இவர்களுக்கு இறப்பு/வாரிசு சான்றிதழ் தேவைப்படுகிறது. அதனால்தான் 10 ஆண்டுகள் 15 ஆண்டுகள் கழித்தும்கூட தன்னுடைய தாய் தந்தையர்களை மகன்கள் அன்புடன் நினைக்கின்றார்கள். (சொத்து ஏதாவது இருந்தால்தான் இறந்த பின்பும் நினைவஞ்சலி விளம்பரம் கொடுப்பார்கள். எனவேதான் நான் சொல்கிறேன் நிலம் உங்கள் எதிர்காலம் என்று).

12) சரி, நாம் நம்ம விசயத்துக்கு வருவோம். ஒருவர் இறந்து ரொம்ப காலமாக ஆகி பதிவு செய்யப்படவில்லை என்றால், உறுதியான இறந்த தேதி தெரிவதற்காக நகராட்சி, மாநகராட்சி, பிறப்பு/இறப்பு பதிவேடு சுடுகாடு, மருத்துவமனை என்று பல்வேறு பதிவேடுகளை ஆராய்ந்தும், எந்த தகவலும் கிடைக்கவில்லை என்றால், சார்பதிவகத்திலே தேடிப் பார்த்து பதிவு இல்லையென்று சான்று பெற்று வைத்துக் கொள்ள வேண்டும்.

13) தேடிய அனைத்து ஆவணங்களை இறந்த நபரின் நண்பர்கள் மற்றும் வயது ஒத்தவர்களை விசாரித்து, நாமே ஒரு குறிப்பிட்ட இறந்த தேதியை நிர்ணயித்தல் வேண்டும். அல்லது உண்மையான இறந்த தேதியை

கண்டுபிடித்திருந்தால் அதனை வைத்து கொள்ள வேண்டும். அதன்பிறகு வழக்கறிஞர் மூலம் நீதிமன்றத்தில் வழக்குப் பதிவு செய்து, சில ஆண்டுகள் நீதிமன்றத்திற்கு அலைந்து நீதிமன்றம், வருவாய்த் துறையில் இருக்கும் வட்டாட்சியருக்கு விசாரணை செய்ய சொல்லி உத்தரவிடும். அதன்பிறகு வி.ஏ.ஒ, ஆர்.ஜ விசாரணை மேற்கொண்டு நீங்கள் நிர்ணயித்த தேதியையே, இறப்பு தேதியாக நீதிமன்றத்தில் சமர்ப்பிப்பார்கள். அதனடிப்படையில் நீதிமன்றமும் இந்த தேதியில் இறந்துவிட்டார் என்று ஒரு உத்தரவு ஆணையை வழங்கும்.

14) மேற்படி நீதிமன்ற ஆணையை வைத்து வட்டாட்சியரிடம் மனு செய்து இறப்பு சான்றிதழ் பெற்றுவிடலாம். என்னுடைய வாடிக்கையாளரின் தந்தை ஒருவர் அந்த கால ஆல் இந்தியா ரேடியோவிற்கு செய்தி சேகரிப்பாளராக இருந்தார். அவர் சம்பல் பள்ளதாக்கில் ஒரு கலவரத்தில் இறந்துவிட்டார். அவருடைய உடல் கூட கிடைக்கவில்லை. மேற்படி இறந்த நபர், அவரின் பெயரிலும், அவருடைய மனைவியின் பெயரிலும் சேர்த்து, சென்னை,ஒ.எம்.ஆர் சாலையில் சொத்து வாங்கி இருந்தார். அந்த சொத்திற்காக அவருடைய வாரிசுகளுக்கு இறப்பு சான்றிதழ் தேவைப்பட்டது. பூலான் தேவி புகழ் பெற்ற இடமான சம்பல் பள்ளதாக்கு வரை போய் நாங்கள் பார்த்தோம். அங்கு இறந்த உடல் கிடைக்காத நிலையில் இறப்பு சான்றிதழ் கொடுக்க முடியாது என்று திருப்பி அனுப்பிவிட்டனர்.

15) அதன் பிறகு தமிழ்நாடு வந்து தலைமைச் செயலகத்தில் இருக்கின்ற அதிகாரிகளை சந்தித்த பொழுது அவர்கள் நீதிமன்றம் செல்லுங்கள் என்று சொல்லிவிட்டனர். பிறகு சைதாப்பேட்டை நீதிமன்றத்தில் ஒரு வருடம் வழக்கு

நடத்தி இறப்பு தேதிக்கான உத்தரவை பெற்றாயிற்று. மேற்படி நீதிமன்ற உத்தரவின்படி, இறப்புச் சான்று வழங்குமாறு வட்டாட்சியரிடம் மனு செய்தேன். வேறு மாநிலத்தில் இறந்தவருக்கு இங்கு இறப்புச் சான்று நீதிமன்ற உத்தரவு இருந்தாலும் கொடுக்க இயலாது. அதன் அடிப்படையில் வாரிசு சான்றும் கொடுக்க வழியில்லை என்று கைவிரித்துவிட்டனர்.

16) மேற்படி சிக்கலை தீர்க்க முதலமைச்சர் தனிப்பிரிவு மனு மாவட்ட ஆட்சியர் குறை தீர்வு மனு என்று மனு செய்து அலைந்து திரிந்து சோர்வாகி பல ஆண்டுகளாக அந்த வேலை இன்னும் கிடப்பிலேயே இருக்கிறது.

17) மேற்படி சிறப்பு கேஸ் தவிர மீதி எல்லா விதமான இறப்பு சான்றிதழ் பெறுகின்ற வேலைகளையும் கொஞ்சம் அலைச்சல், கொஞ்சம் உழைப்பு கொடுத்தால் வாங்கி விடலாம். கடந்த சில ஆண்டுகளுக்கு முன்பு இறப்பு சான்றிதழ் சம்பந்தப்பட்ட வழக்குகள் அனைத்தும் பெருமளவில் நீதிமன்றத்தில் தேங்கியிருந்ததனால் அதனை முடிப்பதற்காக இறப்பு சான்றிதழ் வழக்குகளை எல்லாம் ஆர்.டி.ஓ நீதிமன்றத்திற்கு மாற்றுகின்ற கொள்கை முடிவை நீதித்துறை எடுத்தது. இதனால் நீதிமன்றத்திற்கும், வருவாய்த்துறைக்கும் அலைகின்ற இரட்டை சுமையில் இருந்தும் ஒரு சுமை இறக்கி வைக்கப்பட்டு, தற்பொழுது வருவாய்த்துறையிலேயே காத்துக் கொண்டிருக்கின்ற நிலையில் மக்கள் இருக்கிறார்கள்.

2. வாரிசு சான்றிதழ்கள் பற்றித் தெரிந்து கொள்ள வேண்டிய 16 விஷயங்கள்!

1. ஒரு தனி நபர் இறந்த பின் அவருடைய சொத்துக்களை அவருடைய வாரிசுகள் அடைவதற்கு வாரிசு சான்றிதழ் தேவைப்படுகிறது. ஒருவரின் தனி சொத்து மற்றும் பூர்விக சொத்து இரண்டிற்குமே வாரிசு உரிமைப்படி வாரிசுகளுக்கு எந்த தடைகளும் இல்லாதபட்சத்தில் தானாக சொத்துக்கள் இறங்கும்.

2. இந்துக்களுக்கு இந்து சட்டப்படியும், இஸ்லாமியர் மற்றும் கிறிஸ்தவர்களுக்கு அவர்களுக்கான சட்டப்படியே வாரிசு சான்றிதழ் வழங்கப்படுகிறது.

3. வாரிசுகள் முதல் நிலை வாரிசுகள், இரண்டாம் நிலை வாரிசுகள், மூன்றாம் நிலை வாரிசுகள் என்று நமது சட்டத்தில் சொல்லப்படுகிறது.

4. நீதிமன்ற பாகப்பிரிவினை வழக்குகளில் அனைத்து நிலை வாரிசுகளையும் கணக்கில் கொண்டே சொத்துகள் பங்கு பிரிக்கப்படுகிறது. ஆனால் வட்டாட்சியர் அலுவலகத்தில் வாரிசு சான்றிதழ் மனு செய்தால் முதல் நிலை வாரிசுகள் பெயர் மட்டுமே சேர்த்து சான்றிதழ் தருகிறார்கள்.

5. முதல் நிலை வாரிசுகளில் யாராவது இறந்து இருந்தால் அவர்களின் வாரிசுகள், அதாவது இரண்டாம் நிலை வாரிசுகளின் பெயர்களை சில நேரங்களில் சேர்த்து எழுதி தருகிறார்கள். இன்னும் சில இடங்களில் இறந்த முதல் நிலை வாரிசுகளின் பெயரை போட்டு அதன் அருகில் அடைப்பு குறிக்குள் இறப்பு என்று எழுதி வாரிசு சான்று கொடுக்கிறார்கள்.

6. இறந்துவிட்ட நிலக்கிழார் ஒருவரின் பூர்வீக சொத்துக்களை (தாத்தா, முப்பாட்டன், பரம்பரை) 20 ஏக்கர் வைத்துள்ளார். அவருக்கு 1 மனைவி, 2 மகன்கள், 1 மகள்கள், என 4 வாரிசுகள் இருக்கிறார்கள். மேற்படி 20 ஏக்கர் அனைவருக்கும் ஒரு பங்கு சேரும். இதனை கணக்கு செய்து முதல் நிலை வாரிசு சான்றிதழ் தருகிறார்கள்.

7. மேற்படி வாரிசு சான்றிதழ் அடிப்படையில் ஆளுக்கு 5 ஏக்கர் எடுத்து கொள்கிறார்கள். அதில் 2 மகன்களில் 1 மகன் அவனுடைய பங்கை வேறு நபரிடம் விற்று விடுகிறார்கள் என்று வைத்து கொள்வோம். விற்ற நபருக்கு அச்சொத்து சுயசம்பாத்தியம் இல்லை. பூர்வீக சொத்து என்பதால் அவரின் பங்கு ஐந்து ஏக்கர் மேல் அவர் முழு உரிமை கொண்டாட முடியாது.

8. மேற்படி விற்ற நபருக்கு இருக்கும் மகன்கள், மகள்களுக்கும் அதில் பாத்தியதை இருக்கிறது. அவர்கள் மேஜராக இருந்தால் மேற்படி கிரையம் செல்லாது என்று தந்தை உடைய விற்பனையை எதிர்த்து வழக்கு போடலாம். விற்றவரின் வாரிசுகள் மைனராக இருந்தால் 18 வயதானவுடன் மேற்படி கிரையத்தை எதிர்த்து வழக்கு போடலாம்.

9. இவ்வாறு சட்ட குழப்பங்கள் அதிகமாக மேற்படி நடைமுறைகளால் வருகிறது. அதனால்தான் வாரிசு சான்று பூர்வீக சொத்தை பொறுத்தவரை முழுமை யானதாக இல்லை. வாரிசு சான்று கொடுக்கும்பொழுது பூர்வீக சொத்திற்காக என்றால் முதல்நிலை, இரண்டாம் நிலை, மூன்றாம்நிலை, வாரிசுகளையும் வாரிசு சான்றிதழில் சேர்த்து கொடுத்துவிட்டால் மிக பயனுள்ளதாய் இருக்கும்.

10. பெங்களூர் புறநகரில் தேவனஹள்ளி, தொட்பெல்லாபூர் பகுதிகளில் இப்படி பதினைந்து ஆண்டுகளுக்கு முன் நிலங்களை விற்றவர்கள் தற்போது வாரிசுரிமை மைனர் சொத்து என்று வழக்குகள் நிறைய தொடர்ந்து கொண்டு இருக்கிறார்கள். நிலங்களின் விலை உயர உயர மக்களின் சபலங்கள் அதிகமாகி கொண்டு போகிறது. "சும்மா வழக்கு போட்டுத்தான் பார்ப்போமே" என்று மைனர், வாரிசு உரிமை வழக்குகளை போடுகிறார்கள் .

11. வாரிசு சான்றிதழில் முதல்நிலை வாரிசு வாங்குவதற்கே தலைகீழாக நின்று தண்ணீர் குடிக்க வேண்டி இருக்கிறது. இதில் இரண்டாம்நிலை, மூன்றாம்நிலை வாரிசுகள் சேர்த்து வாங்க வேண்டுமா? என்ற உங்கள் மைண்ட் வாய்ஸ் எனக்கு புரிகிறது. என்ன செய்வது எதிர்காலத்தில் சட்ட சிக்கல் இல்லாமல் இருக்க இதனை செய்தல் வேண்டும்.

12. சில தனி சொத்து சுயசம்பாத்தியக்காரர்கள் இறந்த பின் வாரிசு சான்று வழங்கும்போது இரண்டாம்நிலை, மூன்றாம் நிலை வாரிசுகளால் குழப்பங்கள் வருமா? என்றால், அது நிச்சயம் வராது. கிரையப் பத்திரத்தில் சுயார்ஜிதம் என்றும் முன் கிரைய ஆவணமும் போடும் பொழுது வாரிசு சான்றிதழில் இருக்கும் முதல்நிலை வாரிசுகள் மட்டும் கையெழுத்து போட்டால் போதுமானது.

13. அடுத்து வாரிசுதாரர்களில் ஒருவர் காணாமல் போயிருந்தால் என்று கேள்விப்பட்டாலே, அதனை அப்படியே நிலுவையில் வைத்துவிடுகிறார்கள் வட்டாட்சியர்கள். கண்டிப்பாக அவரை சேர்க்காமல் வாரிசு சான்று வேண்டும் என்று நீதிமன்றம் மூலம் கேட்டால், அவர் ஏழு ஆண்டுகளுக்கு மேல் காணாமல் போனதாய் கருதப்படும் உத்தரவை வாங்க வேண்டி இருக்கிறது.

14. மேற்படி விசாரணையையும், ஆர்.டி.ஓ நீதிமன்றத்திற்கு மாற்றினால் மிகவும் நல்லதாக இருக்கும். வி.ஏ.ஓ ரிப்போர்ட்டும் கிராமத்தில் இருந்தே விசாரித்து பெற்று கொள்ளலாம். நீதிமன்றங்களுக்கு செல்வதால் அங்கு இருக்கும் பல்வேறு வழக்குகளில் கடலில் கரைத்த பெருங்காயம்போல் கரைந்து போய் கண்டு கொள்ளப்படாமலேயே கிடப்பது தடுக்கப்படும்.

15. ஒருவர் நிரந்த வைப்பு நிதி (FIXED DEPOSIT), தனியார் பேருந்து உரிமைகள் போன்ற அசையும் சொத்துகளுடன், ஒருவர் இறந்துவிட்டால், இறந்த நபர் இறந்த இடத்திற்கு இரண்டு ஆண்டுகளுக்கு முன்தான் குடியேறி இருக்கின்றார்கள். அதற்கு முன் பல ஆண்டுகள் வேறு ஊரில் இருந்தார்கள் என்றால் அங்கு சென்று கள ஆய்வு செய்ய வேண்டும் என்று கருதினால் அங்கு இருக்கும் வட்டாட்சியருக்கு அனுப்பி விசாரித்து, அறிக்கை பெற செய்யலாம்.

16. ஆனால் அதனை செய்யாமல் அப்படியே அதனை நிறுத்தி வைத்துவிடுகிறார்கள். அதாவது "ஆம்" என்றும் சொல்லாமல், "இல்லை" என்றும் சொல்லாமல் அப்படியே அந்தரத்தில் நிறுத்தி வைக்கும் நிலை, நமது வருவாய்த் துறையினருக்கு நன்றாகவே தெரிந்து இருக்கிறது. மேலும் இரு மனைவி சிக்கல்கள், தத்துப் பிள்ளை சிக்கல்கள் போன்றவற்றால் சச்சரவுகள் ஏற்படும் பொழுதும் வாரிசு சான்றுகள் கொடுக்கப்படாமல் அப்படியே நிலுவையில்போட்டுவிடுகின்றார்கள்.

இப்படி வாரிசு சான்றிதழ்களில் மக்கள் பல்வேறு சிக்கல்களால் காலதாமதம், அலைக்கழிச்சல், கூடுதல் செலவுகள் என அவதிப்படுவதை தடுப்பதற்காக சரியான தனி வட்டாட்சியர்களை நியமிக்க வேண்டும்.

3. சொத்துக்கள் மதிப்பிடுதல் (VALUTION) பற்றித் தெரிய வேண்டிய 11 அடிப்படை செய்திகள் !

1. சொத்துக்களை வாங்குவதற்கும், விற்பதற்கும், அடமானக் கடன் வாங்குவதற்கும், பாகப்பிரிவினை செய்யும்பொழுதும், சொத்து சம்பந்தப்பட்ட நீதிமன்ற வழக்குகளில் கோர்ட் ஸ்டாம்ப் வாங்குவதற்கும், சொத்துகளை ஏலம் விடும்பொழுதும், சொத்துக்களுக்கு வழிகாட்டி மதிப்பு நிர்ணயித்தபொழுதும், சொத்துக்களை காப்பீடு செய்யும் பொழுதும், அரசு நில எடுப்பு நஷ்ட ஈடு கொடுக்கும்பொழுதும், வருமானவரி, சொத்துவரி, கேப்பிடல் கெயின், இன்னும் இதர டாக்ஸ் போன்ற வரிகளுக்காக உங்களுடைய சொத்தை மதிப்பிடுதல் மிகமிகத் தேவையாக இருக்கிறது.

2. சொத்தை விற்பதற்கும், சொத்தை வாங்குவதற்கும், வாங்குபவர், விற்பவர்களுக்கு இடையில் நடக்கும் விலை நிர்ணயித்தலில் அதிக அளவு பேச்சு வார்த்தைகள், சொத்தின் மதிப்பைப்பற்றி பேசி கொண்டு இருப்பார்கள். அரசினுடைய வழிகாட்டி மதிப்பும், சந்தை மதிப்பும், காலி நில சொத்தை வாங்கும் பொழுதும், விற்கும் பொழுதும், காலி நிலத்தின் விலையைப் பெருமளவில் தீர்மானிக்கிறது.

3. அதேபோல் காலி நிலத்தை அரசு கையகப்படுத்தும் பொழுது, நஷ்ட ஈடு கொடுப்பதற்கு நிர்ணயிக்கும் மதிப்பு பெரும்பாலும் வழிகாட்டி மதிப்பு மற்றும் சந்தை மதிப்பை சார்ந்தே இருக்கிறது. ஆனால் அதில் கட்டிடமோ, தோட்டமோ, தோப்போ இருக்கும்பொழுது அவை என்ன தொகையை சம்பாதித்து கொடுக்கிறது? என்று கணக்கிட்டு அதனை நிலத்தின் மதிப்பாக பார்க்கப்

படுகிறது. இதற்கு "சொத்து சம்பாதிக்கும் மதிப்பு" (ECONOMY VALUE) என்று பெயர்.

4. ஒரு நிலத்தை அரசு ஆர்ஜிதம் செய்ய போகிறது, வெள்ளம்,சுனாமி, நிலநடுக்கம், போன்ற இயற்கை பேரிடர், நிலத்தைச் சுற்றியிருக்கும் மோசமான சூழ்நிலை, விற்பவரின் தனிப்பட்ட பொருளாதார பிரச்சனைகள், கலவரம், போர், போன்ற பயந்த சூழ்நிலைகளில் சொத்துக்களின் மதிப்பு வாங்கிய விலையையிடக் குறைவாகக் மதிப்பிடுவார்கள்.

5. ஒரு சொத்தை போகின்ற மதிப்பை (VALUE) விட அதிக பணம் கொடுத்து சொத்தை வாங்க தனிப்பட்ட ஒரு நபர் விரும்பினால், அதனைப் பேன்சி வால்யு (FANCY VALUE) என்பார்கள். வாங்கும் சொத்தில் உணர்ச்சிப்பூர்வமாக நம்பிக்கை சார்ந்து இருப்பதற்காக மதிப்பை நிர்ணயிப்பது செண்டிமெண்டல் வால்யு (SENTIMENTAL VALUE) என்பார்கள்.

6. சொத்துக்களில் உள்ள கட்டுமானங்கள் வயதாகிக் கொண்டே போனாலும் பராமரிப்பு இல்லாமல் போனாலும் , அதனை தேய்மான மதிப்பு (DEPRECIATION VALUE) என்பார்கள். இப்படிப் பலவகையான மதிப்பிடுதல்கள் சொத்தைப் பொறுத்தவரை இருக்கிறது.

7. சொத்தின் மதிப்பைப் பாதிக்கும் காரணிகளாக சப்ளை மற்றும் டிமாண்டு (வாடகை ஒப்பந்த சட்டம்), நகர நில உச்சவரம்பு சட்டம், நகர ஊரமைப்பு சட்டம், பதட்டமான சூழ்நிலைகள், வெள்ளம், புயல், நிலநடுக்கம்) ஆகியவை இருக்கின்றன.

8. நிலம், கட்டிடம், விளை நிலங்கள், காப்பி, இரப்பர், தேயிலை, ஏலக்காய்த் தோட்டங்கள், பண்ணை கட்டிடம், தொழிற்சாலைகள் மற்றும் அதன் உபகரணங்கள்,

தோட்டங்கள், தோப்புகள், காலி நிலங்கள், வீட்டு மனைகள் மற்றும் வீடுகள் என்று பலவகையான சொத்துக்களுக்குப் பலவகை முறைகளில் சொத்துக்களை மதிப்பிடுகிறார்கள்.

9. மதிப்பிடுதல் என்பது கால நேரத்திற்கு ஏற்றவாறு, மதிப்பிடுதலின் நோக்கத்திற்கு ஏற்றவாறு, மதிப்பிடு தலின் முறைகளுக்கு ஏற்றவாறு மாறிக் கொண்டே இருக்கும். மதிப்பிடுதல் என்பது கருத்து தானே தவிர 100 சதவீதம் உண்மை அல்ல (Value Is Only Opinion).

10. எதற்கு மதிப்பிடுதல் பற்றி விரிவான விளக்கம் என்று நினைக்கிறார்களா? சொத்து விசயங்களில் நீங்கள் வங்கிக் கடன் வாங்கும்பொழுது உங்களுடைய சொத்தை எப்படி மதிப்பிடுகிறார்கள் என்ற உண்மை உங்களுக்கு கண்டிப்பாக புரிதல் வேண்டும். அப்பொழுதுதான் உங்கள் சொத்தின் மதிப்பீட்டாளரிடம் (VALUATION) நீங்கள் கலந்துரையாடல் செய்ய முடியும்.

11. உங்கள் இடத்தை அரசு கையகப்படுத்தும்பொழுது, அரசு கொடுக்கும் நஷ்டஈட்டுத் தொகையை எந்த மதிப்பிடுதலின் அடிப்படையில் செய்கிறார்கள் என்பதை புரிந்து கொண்டு நீதிமன்றத்தில் வழக்காட முடியும். அதேபோன்று சார்பதிவாளரும், மாவட்ட பதிவாளரும் உங்கள் சொத்திற்கு வழிகாட்டு மதிப்பினை நிர்ணயிக்கும்பொழுது உங்களுக்கு உடன்படாத பட்சத்தில் மேல்முறையீடு செய்கின்ற நடை முறையை செய்யலாம்.

4. ஏன்? ரியல் எஸ்டேட் ஏஜென்டுகள் சைரா சங்கத்தில் (SIRAAA) இணைய வேண்டும்!

பகுதி நேரமாக அல்லது முழு நேரமாக ரியல் எஸ்டேட் தொழிலை தமிழகம் முழுதும் பலர் செய்து கொண்டு இருக்கின்றனர். ஆனால் இத்தனை பேர் இந்த தொழில் செய்கிறார்கள் என்ற பட்டியலில்லை. சங்கத்தில் இணைவதன் மூலம், ஒரு முகவர் பட்டியலை தயாரிக்க முடியும்.

அடித்தட்டில் ரியல் எஸ்டேட் செய்யும் தரகர்களுக்கு அணுகும்படியான எளிமையான சங்க தலைமையாக இருக்கிறது.

ரியல் எஸ்டேட் ஏஜென்டுகளுக்கு வணிகத்தின்போது கமிசன் கொடுப்பதில் வேண்டா வெறுப்பு வெகுஜன மக்களால் காட்டப்படுகிறது. அந்த நேரங்களில் சங்க பின்னணி உதவிகரமாக இருக்கும்.

வெளிப்பார்வையில் ரியல் எஸ்டேட் ஏஜென்டுகள் டாம்பீகமாக இருப்பதுபோல தெரியும். ஆனால் அவர்கள் மன அழுத்தமும், மன உளைச்சலும் அவர்களுக்கு மட்டும்தான் தெரியும். நிரந்தர மாத வருமானம் இல்லாத பாதுகாப்பின்மை போன்ற சூழல் எப்பொழுதும் ஏஜென்டுகள் வாழ்வில் நிலவி கொண்டுதான் இருக்கிறது. இதனை எல்லாம் அரசுக்கு வெளிபடுத்த சைரா தேவை!!

சங்கத்தினால் அதிக நெட்வொர்க் மற்றும் தொடர்புகள் விஸ்தரிக்க முடியும். அரசின் புதிய புதிய விதிகள் மாற்றங்கள் பற்றி கற்றுக் கொடுக்க பயிற்றுவிக்க சங்கம் போன்ற ஒரு அமைப்பு தேவை!

ரியல் எஸ்டேட் தரகு தொழிலில் ஈடுபடுபவர்களுக்கு ஒரு நல வாரியம் இல்லை. அதனை பெறுவதற்கு சங்கம் தேவை!

ரியல் எஸ்டேட் தொழில் பற்றி எதிர்மறையான எண்ணங்களும், எதிர்மறை செய்திகளே மக்களிடம் நிலவுகிறது. அதனை மாற்றுவதற்கும் சங்கம் தேவை!

சங்கத்தில் இணைந்து இருப்பதன் மூலம் நமக்கு மக்கள் மத்தியில் நம்பகத் தன்மையை அதிகப்படுத்திக் கொள்ள முடியும்.

இது ஒரு தொழில் என்று இன்னும் மனதார யாரும் ஏற்றுக் கொள்ளவில்லை. ஆனால் ரியல் எஸ்டேட் ஏஜெண்டு இல்லாமல் ஒரு சொத்தையும் வாங்க முடியாது. நிலம் மற்றும் சொத்து பற்றிய வியாபாரத்தில் தவிர்க்க முடியாத சக்தியாக முகவர்கள் இருக்கிறார்கள். சங்கத்தின் மூலமாகதான், இதனை தொழில் என்று அரசை ஏற்றுக் கொள்ள வைக்க முடியும்.

"தங்கம் சாதிக்காததை சங்கம் சாதிக்கும்". எனவே நமது ரியல் எஸ்டேட் துறையில் உள்ள ஓட்டைகளை நாமே அடைக்க முடியும்!

பழைய பத்திரங்களில் உள்ள வார்த்தைகளின் அர்த்தங்கள்

காம்ஜமாபந்தி = காம்ஜமாபந்தீ
என்பது கிராம செட்டில்மெண்ட்.
இது ஹிந்தீ மொழியாகும்.

5. எப்படி எல்லாம் நிலங்கள் பகிர்ந்து அளிக்கப்பட்டன?

இந்தியாவில் இருக்கிற நிலங்களை பகிர்ந்து அளித்தால் தான் அனைத்து மக்களுக்கும் பொருளாதார சமத்துவம் கிடைக்கும் என்று சமத்துவத்திற்காக போராடும் மக்களின் தலைவர்கள் போராடி நில உரிமைகளை பெறுகின்றனர். அல்லது அவர்கள் மக்களால் தேர்ந்தெடுக்கப்பட்டு அரசு எந்திரத்திற்கு பதவிக்கு செல்லும்பொழுது, நிலங்கள் நிலமில்லாத மக்களுக்கு பகிர்ந்தளிக்கப்பட்டன. அவ்வாறு நிலங்கள் பகிர்ந்தளிக்கப்பட்டதை தான் பின்வருவனவற்றில் கோர்வைப்படுத்தி விளக்கியிருக்கிறேன்.

துல்லியமான சர்வேயினால்தான் ஒவ்வொரு கிராமத்திலும் உபரி நிலங்கள் எவ்வளவு இருக்கிறது என்று கணக்கு தெரிந்தது.

வெள்ளையர்கள் 1880–களில் இருந்து 1930 வரை இந்தியா முழுவதும் ஒவ்வொரு கிராமமாக அலைந்து திரிந்து சர்வே செய்ததால்தான், இன்று சரியான அளவுகளில் நிலங்களும், மேற்படி நிலங்களை யார் யார் எவ்வளவு வைத்து இருக்கிறார்கள் என்ற விவரமும், மேற்படி கிராமத்தில் யாருடைய கட்டுப்பாட்டிலும் இல்லாமல் எவ்வளவு உபரி நிலங்கள் இருக்கிறது என்ற கணக்கும் தெளிவாக தெரிந்தது.

அந்த உபரி நிலங்கள்தான் முதன்முதலில் நில உரிமை அற்றவர்களுக்கு பிரிட்டிஷ் அரசால் பிரித்து கொடுக்கப் பட்டது. 1880களில் பிரிட்டிஷ் ஆட்சி காலத்தில்தான் இந்தியாவில் நிலமற்ற சாதியினருக்கு நிலங்கள் கொடுக்கப் பட்டன. அந்நிலங்கள், நிலங்கள் வைத்து இருப்பவர்களிடம் இருந்து வருவது அல்ல! உபரியாக இருக்கும் நிலங்கள். பெரும்பாலும் விவசாயத்திற்கு பயன்படுத்தப்படாமலேயே

இருக்கும். அந்த நிலங்கள், நிலம் அற்றவர்களுக்கு வழங்கப்பட்டது.

ஒவ்வாரு கிராமத்திலும் இருக்கின்ற உபரி நிலங்களை நிலமற்றவருக்கு வழங்குவதற்காக முதன்முதலில் செங்கல்பட்டு மாவட்ட ஆட்சியர் ட்ரேமேன் ஹீரே என்பவர் இங்கிலாந்து மகாராணிக்கு கடிதம் எழுதி, செங்கல்பட்டு மாவட்டத்தில் இருக்கின்ற நிலமற்ற பறையர்களின் நிலையையும் அவர்களின் மீது பிறர் ஏவப்படும் அடக்கு முறைகளையும் கடிதமாக எழுதினார்.

அதன் விளைவாக இந்தியா முழுவதும் சுமார் 50 இலட்சம் ஏக்கர் வரை, சர்வே முடிந்த பிறகு இருக்கும் உபரி நிலங்களை மேற்படி ஒடுக்கப்பட்ட மக்களுக்கு வழங்குவதற்கு இங்கிலாந்து மகாராணி உத்தரவிட்டார். இந்தியா முழுவதும் சுமார் 50 லட்சம் ஏக்கர் வரை சர்வே முடிந்த பிறகு இருக்கும் உபரி நிலங்களை மேற்படி ஒடுக்கப்பட்ட மக்களுக்கு முதன்முதலில் வழங்கப்பட்டது. ஒருசாரரிடமே குவிந்து இருந்த நிலங்களை சாதாரண மக்களுக்கு பகிர்ந்து அளிக்கின்ற வேலையை முதன்முதலில் பிரிட்டிஷ் அரசுதான் செய்தது என்று நினைவுக்கொள்ள வேண்டும்.

நில சர்வேயின்போது மலை பகுதிகளில் இருக்கும் மலை கிராமங்களில் பெரும்பாலும் பழங்குடி மக்களே வாழ்ந்துள்ளார்கள். அங்கு சமவெளியில் இருக்கும் ஊர் சேரி கட்டமைப்பு, ஊர் நிர்வாக கட்டமைப்பு, மலைபகுதிகளில் இல்லாததனால் பழங்குடியினர் வனாந்தரங்களில் சுதந்திரமாக சுற்றித் திரிந்தனர். அதுவும் மலைகளுக்கு உச்சிகளில் சமவெளியினர் போகாத இடங்களில் எல்லாம் பழங்குடியினர் தான் வாழ்ந்தனர் உதாரணமாக மலை உச்சிகளில் தொடர் கோத்தர், தோடர், மலையாளி, காணி போன்ற பழங்குடியினர் உச்சியில் இருந்தனர். அவர்களுக்கு அதனால் சமவெளியின் மக்களின் அதிகாரத்தால் ஆளுமையால் எந்த பாதிப்பும்

இல்லை. ஆனால் மலை அடிவாரத்தில் இருக்கின்ற பளியர், இருளர், காட்டுநாயக்கர் போன்ற பழங்குடியினர் சமவெளி மக்களின் அடக்குமுறைகளுக்கும், அதிகாரத்திற்கும் கட்டுப்பட்டு இருந்தனர். கொத்தடிமைகளாகவும், கூலி தொழி லாளிகளாகவும் சமவெளி மக்களின் கீழ் வாழ்ந்து வந்தனர்.

மெகா நில சர்வேயின்போது, மலை கிராமங்களை சர்வே செய்து மலை உச்சியில் இருக்கின்ற பழங்குடியினருக்கு அவர்கள் அனுபவிக்கின்ற பயிர் செய்கின்ற நிலங்களை அவர்களுக்கே உரிமையளித்து செட்டில்மெண்ட் செய்யப் பட்டது. அதாவது SLR சர்வேயின்போது மட்டும்தான் மலை உச்சியில் இருக்கின்ற கோத்தர், தோடர் போன்ற பழங்குடியினர் பெயர்களில் நிலங்கள் பட்டாவாக்கப்பட்டது. ஆனால் மலைக்கு அடிவாரத்தில் இருக்கின்ற பழங்குடி மக்களுக்கு SLR சர்வேயின்போது நிலங்கள் பழங்குடி மக்களுக்கு பட்டாவாக்கப்படவில்லை. அப்பகுதிகள் சமவெளி மக்களின் கட்டுப்பாட்டால் இருந்ததால் இவர்களை மக்களாக கருதவில்லை. ஏழைச்சொல் அம்பலமாக கருதவில்லை.

ஆக SLR மெகா சர்வேயின்போது மலை உச்சியில் இருக்கிற பழங்குடியினருக்கு நிலங்கள் பட்டா மாற்றி ஒப்படைக்கப்பட்டது என்பதனை தெரிந்து கொள்ளலாம்.

இந்தியா சுதந்திரம் அடைந்த பிறகு இனாம்தாரர், ஜமீந்தாரர் ஒழிப்பின் மூலம் நிலத்தின் மேல் அடுக்கு உரிமையில் ஒரு உரிமையான ஜமீன் உரிமை மற்றும் இனாம்தாரர் உரிமை நீக்கப்பட்டது.

இதன் மூலம் ஜமீன் மற்றும் இனாம்தாராரிடம் குவிந்து இருந்த நிலங்கள் அந்த நிலங்களில் வேலை செய்கின்ற சாதாரண மக்களுக்கு பகிர்ந்து அளிக்கப்பட்டது. ஜமீந்தாரர் மற்றும் இனாம்தாரர் ஒழிப்பு சட்டம் மூலம் உரிமைகள் ஒழிக்கப்பட்டாலும் களத்தில் அவர்களின் ஆதிக்கத்தையும்

கட்டுப்பாட்டை மீறி நிலங்களை கையகப்படுத்த சற்று சிரமமாகத்தான் இருந்தது. கிட்டத்தட்ட ஜமீன் முறை மற்றும் இனாம்தாரர் ஒழிக்கின்ற சட்டம் ஏற்றி அதற்கிடையில் படிப்படியாக 20 ஆண்டுகளுக்கு பிறகுதான் RSLR கணக்கு களிகள் சாதாரண மக்களின் பெயரில் RSLR ஏற்றப்பட்டது. அதன் மூலமும் நிலமற்ற மக்களுக்கு நிலங்கள் பகிர்ந்து அளிக்கப்பட்டது.

1950–ல் கம்ம்யூனிஸ்ட் இயக்கங்கள் நக்சல்பாரி இயக்கங்களாக மாறி ஆந்திராவிலும் மேற்கு வங்காளத்திலும் ஜமீன்களின் நிலமற்றவர்களையும், வன்முறை மூலம் போராட்டங்கள் நடத்தி, நிலங்களை மீட்கின்ற முயற்சியை மேற்கொண்டனர். இதனால் நில மீட்பை கையில் எடுத்து பேசும் நக்சல்பாரிகளை ஒடுக்கப்பட்ட மக்கள் ஏற்றுக் கொண்டனர். மேற்கு வங்காளத்தில் சாரும் மஜும்தார் தலைமையில் நக்சல்பாரி போராட்டங்கள் தொடர்ந்தது. ஆந்திராவிலும் மேற்படி போராட்டங்கள் கடுமையாக நடைபெற்றது. தமிழகத்தில் தஞ்சை பகுதிகளில் விவசாய கூலி உயர்வு கேட்டதற்காக 44 உயிர்களை உயிரோடு எரித்துக் கொன்ற கீழ் வெண்மணி சம்பவம் போன்றவைகள் எல்லாம் இந்தியா முழுக்க நிலமுள்ளவர்கள், நிலமற்றவர்கள் என்ற பிரிவினையை உருவாக்கி, அரசியல் போராட்ட அழுத்தங்கள் மக்களிடையே முளைவிட்டன. அதனை ஓட்டாக மாற்றி சாமானியர்கள் அரசு பதவிகளுக்கு வந்து அதன் மூலம் அரசு எந்திரத்தை நில சுவானதார்களுக்கு எதிராக பயன்படுத்தி ஒரு சாராரிடம் மட்டுமே குவிந்து இருக்கிற நிலங்களை சரிக்கின்ற வேலையை செய்தனர்.

மாகாத்மாகாந்தி முதன்மை சீடரும் நேர்மையான துறவியுமான விநோபாவே அவர்கள் நிலக்கிழார்கள், பண்ணையார்கள் மற்றும் ஜமீன்தாரர்கள் ஆகியோரிடம் பிச்சை வாங்கி அதனை நிலமற்ற ஏழைகளுக்கு பகிர்ந்து

கொடுக்கின்ற வேலையை செய்தனர். அந்த அமைப்பிற்கு பூதான் இயக்கம் என்று பெயரிடப்பட்டது. இந்தியா முழுவதும் 50 லட்சம் ஏக்கர்களுக்கும் மேல் நிலக்கிழார்களிடமிருந்து பெற்று நில மற்ற ஏழைகளுக்கு வினியோகிக்கப்பட்டது. இது காந்திய வழிகளில், அகிம்சை வழிகளில் ஒரு சாராரிடம் நிலம் குவிந்து இருந்ததை அனைத்து மக்களுக்கும் பரவலாக்குகின்ற வேலையை பூமிதான இயக்கம் செய்தது.

நில உச்சவரம்பு சட்டம்: இந்தியா முழுவதும் பண்ணையர்களும், நிலக்கிழார்களும் நிலங்களை ஒரு குறிப்பிட்ட ஸ்டாண்டர்டு ஏக்கருக்கு மேல் நிலங்களை வைத்திருக்க கூடாது என்ற சட்டம் 1960-களில் இருந்து 70 வரை படிப்படியாக அமல்படுத்தப்பட்டு, நிலகிழார்களிடமிருந்து உபரி நிலங்களை கைப்பற்றப்பட்டு, அந்த உபரி நிலங்களை நிலமற்ற ஏழைகளுக்கு அரசு நில ஒப்படை செய்தது. இப்படி ஒரு சாராரிடம் நிலம் குவிந்து இருந்ததை அனைத்து மக்களுக்கும் பரவலாக்குவதை நில உச்சவரம்பு சட்டம் செய்தது.

1967-க்கு பிறகு தமிழகத்தில் புறம்போக்கு நிலங்களில் வசிக்கின்ற மக்களுக்கு ONE TIME SETTLEMENT மூலம் அடிக்கடி பட்டா வழங்கியது. கிராமங்களில் எங்கெல்லாம் உபரி நிலங்கள் கண்டுபிடிக்கப்படுகிறதோ, அந்த நிலங்கள் எல்லம் அரசு நில ஒப்படை என்ற பெயரில், அசைன்மெண்ட் பட்டா என்ற பெயரில் வீட்டுமனைகளும் இரண்டு ஏக்கர் பயிர் நிலங்களும் அடிக்கடி மக்களுக்கு நிலங்களை ஒப்படைத்துக் கொண்டு இருக்கிறது. இப்படி பல்வேறு வகையான முறைகளில் கடந்த 40 ஆண்டுகளாக ஒருசாராரிடம் மட்டுமே குவிந்து இருக்கின்ற நிலங்களை அனைத்து மக்களுக்கு பரவலாக்குகின்ற வேலைகளை நில ஒப்படை திட்டம் செய்து இருக்கிறது. இப்படி கடந்த 100 வருஷமாக படிப்படியாக ஒவ்வொரு சட்டம் மூலமாகவும். திட்டம் மூலமாகவும். அடிதட்டு மக்களுக்கு பகிர்ந்தளிக்கப்பட்டு இருக்கிறது.

6. மனை/நிலங்களுக்கு "L" CUT கட்டுமானம் & ஃபென்சிங் ஏன் அவசியம் ?

1) வீட்டுமனைகளை முதலீட்டுக்காகவோ அல்லது எதிர்கால வீட்டுமனை தேவைக்காகவோ வாங்குகிறீர்கள் என்றால் "L" CUT கட்டுமானம் கட்டாயம் கட்ட வேண்டும்.

2) உயர்தர மனைபிரிவுகள் சுற்றிலும் சுவர் கட்டி ஆர்ச், கேட்டு (GATE) மர காப்புகள் (Tree Gaurd) எல்லாம் கட்டி, மனைபிரிவுகளை அமைத்து இருப்பார்கள் அது போன்ற இடத்திற்கு "L" CUT கட்டுமானம் தேவைபடாது.

3) மத்தியதர வர்க்கத்தினருக்காக உருவாக்கப்பட்டும் மனைபிரிவுகள் பெரும்பாலும் 2 அடி உயர கருங்கற்களை வைத்து மனைகளை அத்து கட்டி பிரித்து தனி தனி மனைகளாக உருவாக்கி இருப்பர்.

4) மனைபிரிவுகள் விற்றவுடன் ப்ரோமோட்டர்களின் பராமரிப்பு குறைந்துவிடும். அப்பொழுது அங்கு இருக்கும் கற்களை மாடுகள் முட்டி விழுந்துவிடும், அல்லது கற்கள் காணாமல் போய்விடும். திருடப்பட்டு விடும்.

5) சிறிது நாட்கள் கழித்து வந்து உங்கள் மனைகளை பார்க்கும் போது அந்த இடத்தில் மனை பிரிவுகள் இருந்த இடமே இருக்காது. மனையை கண்டுபிடிக்கவே சிரமமாகிவிடும்.

6) இன்னும் சில ஆண்டுகள் கழித்து சென்றால் மனை கண்டுபிடிக்க சர்வேயரை கொண்டு போய் புதியதாக அளந்து எடுக்க வேண்டிய நிலைமை ஆகிவிடும். அதிலும் சர்வேதவறுகள் & குழப்பங்கள் வந்துவிட அதிக வாய்ப்பு இருக்கிறது.

7) அதனால் இப்பொழுது செல்போன் வாங்க போனால்

scratch proof-க்கு ஒரு கண்ணாடி இழையை வாங்கி ஒட்டி கொள்வோமோ, அதுபோல் மனைகள் வாங்கும்போது அதனுடைய எல்லைகள் அழியாமல் இருக்க "L" CUT காட்டுமானம் அவசியம்.

8) மனைபிரிவுகளில் நம் மனைகளை ஒட்டி வீடுகள் வரும் என்று நீங்கள் உணரும்போது அல்லது மனை பிரிவில் வீடுகள் கட்ட ஆரம்பித்துவிட்டார்கள் என்று உணரும் பட்சத்தில், மேற்படி இடத்தில் கட்டாயம் கம்பி வேலி போட்ட ஃபென்சிங் போட வேண்டும்.

9) அப்படி போடாமல் இருந்தால் உங்கள் இடத்தில் அரை அடி முதல் 1 அடி வரை நீள வாக்கில் உங்கள் எல்லைகள் ஆக்கிரமிக்கப்படும். ஒரு சதுர அடி ஆயிரக்கணக்கில் இருந்தால் எவ்வளவு இழப்பு என்று உணர்ந்து கொள்ளுங்கள்.

10) பக்கத்து மனையில் வீடு கட்டுபவர்கள், உங்கள் மனையில் செங்கற்கள், ஜல்லி, மணல் கொட்டி வைப்பார்கள். ஆடு மாடு கட்டுவார்கள், இது போன்ற தேவையற்ற trespass தடுக்கப்படும்.

எனவே சொத்துக்களை வாங்கும் போது "L" CUT கட்டுமானமும், ஃபென்சிங்கும் போட முன்கூட்டியே திட்டமிட்டுவிடுங்கள்.

<u>முடிவுரை</u>

இந்த நிலம் உங்கள் எதிர்காலம் புத்தகத்தில் சர்வே துறை தவிர்த்து வருவாய்த்துறை, பதிவுத்துறை, அங்கீகாரத் துறையின் ஆவணங்களை பற்றியும் நடைமுறைகளைப் பற்றியும் புரியும்படி பார்த்தோம். அரசு மேற்கண்ட துறைகளில் அடிக்கடி மாற்றங்களை கொண்டு வந்துகொண்டு இருக்கிறது. விஞ்ஞான மாற்றங்கள் வேக வேகமாக நடைபெறுகிறது. ஆனால் அதற்கேற்ற வேகத்தில் அரசு எந்திரம் தகவமைத்துக் கொள்வதில்லை. உதாரணமாக, பதிவு சட்டம் 1908ஆம் ஆண்டு உருவாக்கபட்டது. அப்பொழுது சார்பதிவாளர் பதிவுக்கு வரும் ஆவணங்களில் எழுதிக் கொடுப்பவருக்கு உரிமை இருக்கிறதா? என்று ஆராய்வதற்கு உரிமை இல்லை என்று சொல்கிறது. அந்த காலத்தில் நில உரிமையை பொறுத்தவரை மேல்வாரி, கீழ்வாரி என அடுக்கு முறை இருந்தது. ஜமீன், இனாம், மிட்டா, மிராசு போன்ற பல நில உரிமை முறை இருந்தது. மேலும் பெண்களுக்கும் அடிதட்டு மக்களுக்கும் நில உரிமை இல்லை. நிலம், பதிவு போன்றவை பெரும்பாலும் மேல்மட்ட வகுப்பாரின் செயலாக இருந்தது. அதனால் நில உரிமை இருக்கிறதா? என்று விசாரிப்பதற்கு நீதிமன்றத்திற்குத்தான் உரிமை கொடுக்கப் பட்டு இருக்கிறது.

ஆனால் தற்பொழுது காலம் மாறி இருக்கிறது. இனாம், ஜமீன் ஒழித்து நில உச்சவரம்பு, நகர்புற நில உச்சவரம்பு, பெண் சொத்துரிமை, உபரி நிலங்கள் நிலமற்றவர்களுக்கு கொடுத்தல் என்று நிலங்கள் பகிரப்பட்டு இருக்கின்றன. அனைவருக்கும் கல்வி கொடுக்கப்பட்டு படித்து வெளி நாடுகளில் அரசு எந்திரங்களில் வேலை வாய்ப்புகள் பெற்று சொந்தமாக சம்பாதித்து, நிலங்கள் வாங்குகின்றார்கள். இப்பொழுது அனைவரும் சார்பதிவாளர் அலுவலகத்திற்கு

செல்கிறார்கள். இப்பொழுது மேல்வாரி, கீழ்வாரி சிக்கலான அடுக்குமுறை நில உரிமை கிடையாது. நிலம் வைத்து இருக்கும் மக்களுக்கும், அரசுக்கும் நடுவில் இப்பொழுது யாரும் கிடையாது. எனவே அப்பொழுது போட்ட பதிவுச் சட்டம் பழைய சிலபஸ். ஆனால் இன்றும் அதே பதிவுச் சட்டம்தான் தொடர்கிறது. அதனால் அதனை திருத்த வேண்டும். சார்பதிவாளருக்கு எழுதி கொடுப்பவருக்கு நில உரிமை இருக்கிறதா? என்று ஆய்வு செய்ய அதிகாரம் அளிக்கும் சட்டம் வேண்டும்.

இதேபோல, கடந்த சில ஆண்டுகள் வரை பத்திரம் பதியும்போது EC 30 ஆண்டுகளுக்கு போட்டால் போதுமானது என்று எழுதப்படாத விதிகள் மேல்மட்ட வகுப்பால் அமுல்படுத்தப்பட்டு இருந்தது. அதன் அடிப்படையில் சொத்து வாங்குதல் சொத்திற்கு கடன் கொடுத்தல் எல்லாம் நடந்தது. இதனால் பல பெரும் நிலக்கிழார்கள் எல்லாம் இதனை பயன்படுத்தித் தங்கள் நிலங்களை சாதாரண பொது மக்களுக்கு உச்சவரம்பில் பாதிக்கப்பட்ட நிலங்களை கைமாற்றி விட்டுவிட்டார்கள். மேலும் நில விஷயங்களில் அதிக அறிவு இருந்தவர்கள். அரசின் ஓட்டைகளை எல்லாம் பயன்படுத்தி நல்ல நிலங்களை சேர்த்து கொண்டனர். சிக்கலான நிலங்களை கைமாற்றி விட்டனர். ஆனால் இப்பொழுது நடக்கும் சிக்கல்கள் வழக்குகள் எல்லாம் பார்த்தால் அனைத்தும் 50 வருட 100 வருட நில உரிமை பிரச்சினைகள் தான் நீதிமன்றத்தில் நடக்கிறது.

மேலும் இப்பொழுது EC–யை 1975 ஆண்டு முதல் ஆன்லைனுக்கு கொண்டு வந்து விட்டார்கள். எந்தவித பதிவும் ஆன்லைன் காலத்தில் நடக்காத சொத்தை இப்பொழுது பதிய வேண்டும் என்றால், கட்டாயம் 1950–இல் இருந்து 1975 வரை மேனுவல் EC போட வேண்டும் என்று பதிவுதுறை சொல்கிறது. ஆக கடந்த சில ஆண்டுகளுக்கு

முன் 30 ஆண்டுகளுக்கு EC இருந்தால் போதுமென்று சொன்னவர்கள் இன்று 75 ஆண்டுகள் EC பார்க்க வேண்டிய நிலைக்கு வந்துவிட்டோம் என்பதை நாம் உணர்தல் வேண்டும். என்னை பொறுத்தவரை அந்த சொத்தின் ஆதி நிலைமை ஆவணமான SLR காலம் முதல் இன்று வரை பட்டாவினுடைய லிங்க் பத்திரத்தினுடைய லிங்க் சரியாக இருக்கிறதா? என்று ஆய்வு செய்தல் வேண்டும்.

பட்டாவை பொறுத்தவரை அவை நில உரிமை ஆவணம். பத்திரத்தை பொறுத்தவரை அவை நில உரிமை மாற்றும் ஆவணம். பத்திரத்திற்கு 90% தாய்ப்பத்திரம். அதற்கு முந்தைய பத்திரம். அதற்கு முந்தைய ஆதிபத்திரங்கள் இருக்கும். அவற்றின் லிங்கை சரி பார்க்க பதிவுத்துறையில் EC போட்டோ அல்லது நகல் ஆவணம் எடுத்தோ பார்க்கலாம்.

ஆனால் பட்டா ஆவணங்களை பொறுத்தவரை பட்டா ஆவணங்களுக்கு முந்தைய பட்டா பார்க்க அதற்கு முந்தைய லிங்கை பார்க்க ஈசி போல ஒரு ஆவணம் வருவாய்த் துறையில் இல்லை. கடந்த 100 ஆண்டுகளாக ஜமீன் இனாம் ஒழிப்பு, நில உச்சவரம்பு, நகர்புற நில உச்சவரம்பு போன்ற நில சீர்திருத்தங்களால் நிலமற்ற மக்களுக்கு எல்லாம் நில உரிமை வழங்கப்பட்டுள்ளது அதனுடைய விவரங்கள் எல்லாம் கோர்வையாக இன்றும் மக்கள் பார்க்கும்படியாக இல்லை. இதனாலேயே பல நில உரிமை சிக்கல்கள் வருகிறது.

பட்டாவும், பத்திரமும் ஒரு சேர ஆதி முதல் இன்று வரை லிங்க் சரியாக இருந்தால்தான் டைட்டில் சரியாக இருக்கின்றது என்று அர்த்தம். ஆனால் பட்டா பற்றிய லிங்கே சரியாக இல்லாத நிலையில் சாதாரண பொதுமக்கள் சொத்துக்களை நீங்களே விழித்து பார்த்து வாங்கி கொள்ளுங்கள் என்று அரசு சொல்லிவிட்டது. இதில்தான் பல அப்பாவி மக்கள் தங்கள் சேமிப்புகளை இழக்கின்றனர்.

நானும் பல ஆண்டுகளாக தமிழகம் முழுவதும் சுற்றி வந்து, இனியும் சில ஆண்டுகள் சுற்றி, ஒவ்வொரு கிராமத்திற்கும், அதன் ஒவ்வொரு புல எண்ணிற்கும், அது ஜமீன் கிராமமா? இனாம் கிராமமா? உட்பட பட்டாவிற்கான அனைத்து லிங்கையும் பத்திர ஆபிஸ் EC போல உருவாக்குகின்ற முயற்சியை மேற்கொண்டுள்ளேன். இதற்கு அரசின் அலுவலகத்தில் உள்ள ஆவணங்களும் பொதுமக்களிடையே இருக்கின்ற அந்த கால ஆவணங்களும் சேகரித்து கொண்டு இருக்கிறேன். எதிர்காலத்தில் சொத்து வாங்குபவருக்கு ஒரு வழிகாட்டியாக பட்டாவினுடைய லிங்க் ஆவணங்களை தொகுத்து வெளியிட வேண்டும் என்ற உத்வேகத்தில் செயல்பட்டு கொண்டு இருக்கின்றேன். இதனை படிக்கும் உங்களுடைய ஒத்துழைப்பு மிகவும் தேவையான ஒன்றாகும். மேலும் கீழ்கண்ட 21 அம்ச கோரிக்கைகளை அரசு நிறைவேற்றுவதன் மூலமாக நிலம் சம்பந்தப்பட்ட பல்வேறு சிக்கல்களில் இருந்த மக்களை காப்பாற்றலாம். இந்த 21 அம்ச கோரிக்கைகளை அரசிற்கும் அரசு எந்திரத்தில் பணிபுரிபவர்களுக்கும் அனைத்து பொது மக்களுக்கும் இந்த நிலம் உங்கள் எதிரகால புத்தகம் மூலம் கொண்டு செல்லுமாறு அன்புடன் வேண்டுகிறேன்.

நான் முன்னுரையில் சொன்னது போல நீங்கள் சொத்தை வாங்கும்போது எந்தவித operation mistake-வும் செய்யக் கூடாது, விவரம் புரியாதல் technical mistake-வும் செய்யக் கூடாது. பாதையே தவறு என்கின்ற அரசின் strategy mistake-க்குகளை நாமே சேர்ந்து சரி செய்ய முயலுவோம் தோழமைகளே!!

எங்களுடன் பயணம் செய்ய

1. நிலங்கள் அதன் சிக்கல்களின் தன்மைகள் பற்றி தொடர்ந்து ஆசிரியர் சா.மு.பரஞ்சோதிபாண்டியன் தொடர்ந்து www.paranjothipandian.com என்ற Blog-இல் எழுதி வருகிறேன். அதனையும் தாங்கள் தொடர்ந்து படித்து பயன்பெறுங்கள்.

   PARANJOTHIPANDIAN என்ற youtube சேனலிலும், Paranjothi Pandian Investment Plot என்ற youtube சேனலிலும், **நிலத்தின் குரல்** என்ற ஆன்லைன் ரேடியோவிலும் https://podcasters.spotify.com/pod/show/ nilamudan-vazhga தொடர்ந்து பேசி வருகிறேன். அதனையும் பார்த்தும், கேட்டும் பயன் பெறலாம். என்னுடைய பயணங்கள், நிகழ்ச்சிகள், நிகழ்வுகளை https://www.facebook.com/paranjothi.pandian-னிலும், linkedin.com/in/paranjothi-pandian-552067b4-னிலும், tumblr.com/dashboard/blog/paranjothipandian-னிலும், www.instagram.com//paranjothi_pandian-னிலும், மற்றும் https://twitter.com/Paranjothip7 என்ற டிவிட்டரிலும் பின் தொடரலாம்.

2. **நிலம் உங்கள் எதிர்காலம் புத்தகம் வாங்குதல் தொடர்பாக:–**

   நிலம் சம்மந்தப்பட்ட விஷயங்கள் இன்றைய தலைமுறை யினருக்கு பூரணமாக தெரியாது. அப்படி தெரியாமலேயே சொத்து வாங்கப் போகின்ற அல்லது சொத்து சிக்கலில் இருக்கின்ற உங்களின் நண்பர்களுக்கு அன்பளிப்பாக இந்த புத்தகத்தை அளியுங்கள்!

   நிலம் சம்மந்தப்பட்ட சிக்கல்களில் மாட்டாமல் இருக்கவும், நிபுணத்துவம் பெறவும், மிக சிறந்த அன்பளிப்பு இந்த நூல். கீழ்கண்ட முகவரிக்கு தொடர்பு கொண்டு நீங்கள்

அன்பளிப்பு கொடுக்க போகும் முகவரியை அனுப்பினால் நாங்களே கூரியரில் அனுப்பி வைக்கிறோம்.

மேலும் இந்த நூலை 50–க்கு மேல் மொத்தமாக வாங்கும் ரியல்எஸ்டேட் வர்த்தக நிறுவனங்கள், பல்கலைக் கழகங்கள், வழக்கறிஞர் சங்கங்கள், பிலட்ரஸ் சங்கங்கள், ரியல் எஸ்டேட் சங்கங்கள், லாப நோக்கமற்ற சமூக அமைப்புகள் ஆகியவற்றுக்கு சலுகை விலையில் புத்தகங்கள் கொடுக்கப்படும். தொடர்புக்கு: பொது மேலாளர், **PRAPTHAM REAL ESTATE ACADEMY PVT. LTD.,** No. 103/1A, Illaththar North Street, Muthu krishnapuram, Kadayanallur - 627751, Tamilnadu. செல் : 9841665836 / 9962265834

3.   நிலம் உங்கள் எதிர்காலம் பிரச்சார உரைக்கு:

இந்த புத்தகத்தில் இடம்பெற்றுள்ள சிந்தனைகளை செய்திகளை கலந்துரையாடலாக கேள்வி பதிலாக அல்லது உரையாக உங்கள் சங்கங்களிலோ அமைப்புகளிலோ பேச வேண்டும் என்றால்; தொடர்புக்கு: பொது மேலாளர், **PRAPTHAM REAL ESTATE ACADEMY PVT. LTD.,** No. 103/1A, Illaththar North Street, Muthu krishnapuram, Kadayanallur - 627751, Tamilnadu. செல் : 9841665836 / 9962265834

4.   நிலம் உங்கள் எதிர்காலம் ரியல் எஸ்டேட் பயிற்சிக்கு:

ரியல் எஸ்டேட் ஒரு நாள் அடிப்படை பயிற்சியும், மூன்று நாள் ஆழமான பயிற்சி வகுப்புகளும் தமிழகம் முழுவதும் தொடர்ந்து நடைபெற்று வருகிறது. மற்றும் ஆன்லைன் மூலமாக Zoom வகுப்புகளும் தொடர்ந்து நடைப்பெற்று வருகிறது. அதிலும் பங்கு பெற்று பயனடைய விரும்புபவர்கள் தொடர்புக்கு: பொது மேலாளர், **PRAPTHAM REAL ESTATE ACADEMY PVT. LTD.,** No. 103/1A, Illaththar North Street, Muthu krishnapuram, Kadayanallur - 627751, Tamilnadu. செல் : 9841665836 / 9962265834

5. நிலம் சம்பந்தபட்ட பிரச்சனைகளுக்கான ஆலோசனைக்கு :

தமிழகம் முழுதும் நிலம் வாங்கும் போதும் நிலம் விற்கும் போதும், நிலம் சம்பந்தபட்ட சிக்கல்களின்போது சவாலான நில பிரச்சினைகளின்போதும் தீர்க்கமான தெளிவான ஆலோசனைகளுக்கு, வழிகாட்டுதல்களுக்கு

1) ஜமீன், இனாம், கோயில் நில சிக்கல்களுக்கான ஆலோசனைகள்

2) நில உச்சவரம்பு மற்றும் நகர்புற நில உச்சவரம்பு சிக்கல்களுக்கான ஆலோசனைகள்

3) பத்திரங்களிலுள்ள குழப்பங்களுக்கான ஆலோசனைகள்

4) பட்டாக்களில் உள்ள குழப்பங்கள் அதற்கான ஆலோசனைகள்

5) உங்கள் சொத்துக்கள் ஆக்கிரமிக்கப்படும்போது வழிகாட்டுதல்கள்

6) மனைபிரிவுகளை உருவாக்குபவர்களுக்கு (அ) தனிமனைகளுக்கு DTCP, CMDA அங்கீகாரத்திற்கான ஆலோசனைகள்

7) சொத்துசிக்கல் சொத்து பிரச்சினைகளுக்கான ஆலோச னைகள் தொடர்புக்கு: **லா பர்ச்சூன் ரியல்டி & கன்சீல்,** No.5, Maasimagam Street, Regnuga Theater back side, Muthiyalpet, Pondicherry - 4. Cell : 9841665836 / 9841665837 / 8056694288

6. ரியல் எஸ்டேட் தொழில் செய்பவர்களுக்கான சேவைகளுக்கு :

1) RERA–சம்பந்தப்பட்ட டாக்குமெண்டேசன் வேலைகள் மற்றும் வழிகாட்டுதல்,

2) மனை பிரிவுகள் DTCP, CMDA ரெகுலர் மற்றும் ரெகுலேசன் அங்கீகார வேலைகள்;

3)   நிலத்தை மேம்படுத்துதல், நவீன முறையில் சர்வே
      செய்தல், எல்லைகள் அளக்கை–மனைபிரிவுகள்
      பிரித்தல்;

4)   பென்சிங் காண்டராக்ட் வேலைகள்;

5)   சொத்து மதிப்பீடுகள் (Property Valuations)

6)   இடம் வாங்க விற்க சேவைக்கு தொடர்பு கொள்ள :
      லா பர்ச்சூன் ரியல்டி & கன்சீல், No.5, Maasimagam Street,
      Regnuga Theater back side, Muthiyalpet, Pondicherry - 3.
      Cell : 9841665836 / 9841665837 / 8056694288

7.   மாதத்தவணையில் முதலீட்டிற்கான மனைகள் விற்பனை:

கடந்த 20 ஆண்டுகளாக மாத தவணை முறைகளில் வீட்டுமனைகளை தமிழகம் முழுதும் உருவாக்கி சிறந்த முறையில் கொடுத்து கொண்டு இருக்கின்ற சா.மு.பரஞ்சோதி பாண்டியனின் தலைமையிலான நிலம் உங்கள் எதிர்காலம் பில்டர்ஸ் & டெவலப்பர்ஸ் நிறுவனத்தின் மனைகள் வாங்க, தொடர்புக்கு: பொது மேலாளர், **Nilam Ungal Ethirkaalam Builders And Developers,** No. 284, 1st Floor, Maraimalai Adikal Salai, Near Nellithoppu Signal, Puducherry - 13, Tamilnadu. செல் : 8838504533.

8.   இமயம் பன்மாநில வீட்டுவசதி கூட்டுறவு சங்கம் லிமிடெம் தமிழ்நாடு

தமிழ்நாடு – பாண்டிசேரி இரு மாநில அடிதட்டு மற்றும் நடுத்தர மக்களுக்காக நமக்கு நாமே கையடக்க விலையில் வீட்டு மனைகளை உருவாக்கி கொள்ளவும். மத்திய மாநில அரசுகளின் உதவிகளை பயன்படுத்தி கொள்ளவும். மத்திய அரசின் கண்காணிப்பிலே நமக்கான நிலத்தை இமயன் பன்மாநில வீட்டு வசதி கூட்டுறவு சங்கம் லிமிடெட் மூலம் நாம் சாதித்து கொள்ள முன்முயற்சி எடுத்துக் கொண்டிருக்கின் றேன். மேற்படி கூட்டுறவு சங்கத்தில் இணைய தொடர்புக்கு 9442085648.

8A. நிலம் உங்கள் எதிர்காலம் மக்கள் நல அறக்கட்டளை:

1) நிலம் சம்பந்தப்பட்ட பதிவுத்துறை, வருவாய்த்துறை, சர்வே துறை, நில சீர்திருத்தத்துறை உட்பட்ட அரசினு டைய பல்வேறு துறைகளில் நடக்கும் சேவைகளை அரசின் கொள்கை முடிவுகளை அடிதட்டு மற்றும் நடுத்தர மக்களுக்கு எளிமையாக புரியும் விதத்தில் சொல்லி கொடுப்பது மற்றும் பரப்புவது,

2) தமிழ்நாட்டின் அனைத்து மாவட்டங்களிலும் ஆண்டு தோறும் நிலம் சம்பந்தப்பட்ட பயிற்சி வகுப்புகளையும் இலவச ஆலோசனை முகாம்களையும் நடத்துவது,

3) அறக்கட்டளை உறுப்பினராக இணைந்தவர்களுக்கு அமைப்பின் உறுப்பினர் அட்டை வழங்குவது,

4) அறக்கட்டளை சார்பாக நில சிக்கல்களை தீர்க்க தகவல் அறியும் உரிமை சட்டம், முதலமைச்சரின் தனி பிரிவு மனு, மாவட்ட ஆட்சியரின் மனு, மாவட்ட சமரச மையம், இலவச சட்ட உதவி மையம் ஆகியவற்றை பயன்படுத்தி தங்களின் நில சிக்கல்களை தீர்த்து கொள்வதற்கு வகுப்புகள் நடத்துவது வழிகாட்டுதல்கள் செய்வது,

5) கிராமபுறங்களில் நலிந்த பிரிவினருக்கு வீட்டுமனைகள், விவசாய நிலங்கள் இல்லையெனில், அதனை அரசிடம் இருந்து வாங்கித் தருவதற்கு முயற்சி மேற்கொள்வது,

6) வெளிநாடுகளில், வெளிமாநிலங்களில் உழைத்து சம்பாதித்து தமிழ்நாட்டில் நிலம் வாங்க வேண்டும் என்று நினைப்பவர்களுக்கு ஆன்லைன் மூலம் நிலம் சம்பந்தபட்ட கல்வியை போதித்து விழிப்படைய வைப்பது,

7) சொத்து விஷயங்களில் பாதிக்கப்படும் பெண்கள், ஒடுக்கப்பட்ட மக்கள், நலிந்த பிரிவினர்களுக்கு உறுதுணையாக விளங்குவது,

8) சொத்துரிமை மாற்று சட்டம், சர்வே சட்டம், வாரிசுரிமை சட்டம், நில உச்சவரம்பு சட்டம் மற்றும் நகர்புற நில உச்ச வரம்பு சட்டம் போன்றவற்றை மக்களிடம் பரப்புவது,

9) சமூக ஊடகங்கள் மூலமாக ஆலோசனை குழுக்களை உருவாக்கி செயல்படுவது, போன்ற நோக்கங்களைக் கொண்டு நானும் தன்னார்வ நண்பர்களும் இணைந்து இந்த அறக்கட்டளையை உருவாக்கியுள்ளோம். அறக்கட்டளையின் டெலிகிராம் (Telegram) குழுவின் பல்வேறு வகையான நிலச்சிக்கல்களுக்கு இலவசமாக ஆலோசனைகளை தன்னார்வலர்கள் தங்கள் நேரத்தை செலவிட்டு வழங்கி வருகிறார்கள். நீங்களும் இணைந்து தன்னார்வலராக நிலத்தின் பயனை அனைவருக்கும் சென்றடைவதற்கு உழைக்க அறக்கட்டளையில் இணையுமாறு வேண்டுகிறேன். தொடர்புக்கு : 9841665836

10) இலவச ஆலோசனை முகாம் தமிழகம் முழுவதும் தொடர்ந்து இலவச ஆலோசனை முகாம்களை, அறக்கட்டளை நடத்தி வருகிறது மற்றும் ஆன்லைன் மூலம் குறைந்த விலை கட்டணம் பயிற்சிகளையும் நடத்தி வருகிறது. அதற்கு தாங்கள் நன்கொடை அளித்து ஆதரவு அளிக்குமாறு வேண்டுகிறான்.

```
Name         :  Nilam Ungal Ethirkalam Makkal Nala Arakattalai
Account No :  433505000300
IFSC code   :  ICIC0004335
Brach        :  ICICI Bank, G P Road Branch
```

9. என்னுடைய இலட்சிய பார்வை:

தற்காலத்தில் ஆசிரியர்கள்தான் தலைவர்களாக சமுதாயத்தின் குணத்தை மாற்றுகிறார்கள். இளைஞர்களிடம் மனமாற்றங்களை கொண்டு வருகிறார்கள். தற்போதைய அகடமிக் கல்விமுறை செல்லுபடியாகாது, காலாவதியாகி

விட்டது. அறிவு தகவலின் முழு நிலப்பரப்பும் வெகுவாக மாறிவிட்டது. ஆன்லைனில் அறிவை உடனடியாக அணுகி பெறுகிறார்கள். விசயங்கள் மிக வேகமாக மாறுகின்றன. நம்முடைய வழக்கமான கற்றல் முறைகள் எல்லாம் இன்னும் மாறாமலேயே இருக்கிறது.

இதற்கு முன் சமையல் கலை சொல்லி கொடுக்க Catering Technology படித்து இருக்க வேண்டும். ஆனால் இப்பொழுது சாதாரண ஆட்களே தனக்கு தெரிந்த சமையலை யூடியூபில் சொல்லிக் கொடுத்து பதிவிடுகின்றனர். உதாரணமாக, டேடி (DADDY) போன்ற கிராமத்து தந்தைகள் பிரமாதமாக அசைவ உணவுகளை சமைக்க சொல்லி கொடுக்கின்றனர். அதனைப் பார்த்து பல பேர் கற்று வருகிறார்கள்.

அதே போல நானும், எந்தவித அகடமிக் கல்வி அறிவும் பெரிய அளவில் இல்லாமல், என் ரியல் எஸ்டேட் அனுபவங்களை நிலம் சம்பந்தப்பட்ட தகவல்களை கடந்த சில ஆண்டுகளாக, ஆன்லைனில் எழுதவும், பேசவும், அதன் பிறகு அது சம்பந்தப்பட்ட ஆலோசனைகள், சேவைகளை வழங்கிக் கொண்டிருக்கிறேன். அதனையே புத்தகமாக உங்களுக்கு கொடுத்து இருக்கிறேன்.

ஏழை மற்றும் நடுத்தர மக்களுக்கும், வளமான, தரமான நிலத்திற்கும் இடையில் ஒரு பாலமாகவே என் வாழ்நாள் முழுவதும் செயல்பட விரும்புகிறேன். நிலத்தின் பயன்களை அனைத்து தரப்பு மக்களுக்கும் கொண்டு சேர்ப்பதையே என்னுடைய இலட்சியமாக கொண்டிருக்கிறேன்.

இப்படிக்கு
சா.மு.பரஞ்சோதி பாண்டியன்,
எழுத்தாளர் / ரியல்எஸ்டேட் தொழில்முனைவர்
9841665836 / 9841665837 / 9962265834
www.paranjothipandian.com

வெளிவரப்போகின்ற தமிழகம் பாண்டிச்சேரி நில நிர்வாக வரலாறு புத்தகத்தின் ஒரு முன்னோட்ட கட்டுரை!

பழைய நிலதீர்வை முறைகள் கட்டாயம் தெரிய வேண்டிய 22 வரலாற்று செய்திகள்!

1) மன்னர்கள், ஜமீன்கள் ஆட்சி காலத்தில் நிலவரி வருவாய்தான் முக்கியமான வருவாயாக இருந்தது. இப்பொழுதுதான் டாஸ்மாக், கனிம வளங்கள், நுகர் பொருள் விற்பனைகள் பத்திரப்பதிவு துறை, நீதிமன்ற துறையின் முத்திரைதாள் விற்பனை என்று பல வகையில் வருவாய் வருகிறது.

2) அந்தக் காலத்தில் விளைநிலங்களில் இருந்துவரும் விளை பொருட்களால் வரும் வரியில் இருந்துதான் நாடே இயங்கியது. அதற்கு அடுத்து பஜார்கள், சந்தை பகுதியில் இருந்து வரும் மாமூல் வரிகள் என்று சிறிதளவு வரிகள் வந்தன. அந்த சந்தைகளும் விவசாயத்தின் விளைபொருட்களையே சார்ந்து இருந்தது. அதனால் தான் "வரப்பு உயர கோன் உயரும்" என்றார்கள்.

3) பழைய முறையில் விளைபொருட்களின் வரியை தனித் தனியாக குடியானவனிடம் அரசர்கள் பெறுவதில்லை. அவர்கள் ஒவ்வொரு கிராமத்திலும் ஒரு காணியாட்சி முறையை ஏற்படுத்தி ஒட்டு மொத்த கிராமத்தையும் ஏதாவது ஒரு வகையில் ஒரு பண்ணையாருக்கோ, ஒரு பெருந்தனக்காரருக்கோ, ஒரு மிராசின் கீழோ, ஒரு பொடேக்தாருக்கோ, ஒரு ஸ்தோத்திரிதாரருக்கோ, ஒரு ஹாஜிக்கோ, தலைமை நாயுடுவுக்கோ, ஒரு கிராம தலைமையை கொடுத்து அவர் மூலமாக வரியை பெற்று கொள்வார்கள்.

4) அப்பொழுதெல்லாம் ஒரு குடியானவனுக்கு, தான் உழுகின்ற

நிலம் சாசுவதமானது அல்ல. அந்த கிராமமே அந்த காணியாட்சிக்காரரின் ஆளுமையில்தான் இருக்கும். அந்த கிராமத்தின் அனைத்து நிலங்களும் ஓடைகளும் வாய்க்கால்களும் அந்த காணியாட்சிகாரரின் கட்டுப்பாட்டில் இருக்கும்.

5) அவர்கள் ஒவ்வொரு குடியானவனுக்கும் ஒரு வருடம், மூன்று வருடம், ஐந்து வருடத்திற்கு என்றும், அவர்கள் கணக்கில் முப்போகம், ஒன்பது போகம், பதினைந்து போகம் என்று ஒப்பந்தம் போட்டு கொள்வார்கள். அந்த ஒப்பந்தம்தான் பட்டா முச்சலிகை என்று பெயர். அதுதான் இன்றுவரை நாம் பட்டா என்ற வார்த்தையை பயன்படுத்திக் கொண்டு இருக்கிறோம்.

6) அந்த முச்சலிகை எப்படி இருக்கும் என்றால், வருகின்ற ஒன்பது போகத்திற்கு இந்த நான்கு காணி நிலத்தில் மஞ்சள் பயிர் செய்து கொள்ள வேண்டியது. விளைகின்ற மஞ்சளில் அல்லது விளைவிக்காமல் இருந்தாலும் ஆறில் ஒரு பங்கு இராஜபோகமாக ஜமீனுக்கு, இனாம்தாரருக்கு, ஸ்தோத்திரதாரருக்கு கொடுத்துவிட வேண்டும் என்று அந்த முச்சலிகை பட்டா சொல்லும்.

7) மேற்படி காணியாட்சிகாரரிடம் ஜமீன் எஸ்டேட்டாக இருந்தால் ஜமீன் பிரதிநிதியும்; இரயத்துவாரி நிலமாக இருந்தால், அரசின் தாசில்தாரும் வரிகளை பெற்றுக் கொள்வார்கள். பெரும்பாலும் வரிகள் விளைபொருளாக இருக்கும். அதனை கோட்டை என்ற அலகு கணக்கில் அளந்து கொடுப்பதே ஊர் வெட்டியானின் வேலை.

8) ஒரு குடியானவன் தான் வாங்கிய பட்டா முச்சலிகை நிலத்திற்கு வரி கொடுக்கவில்லை என்றால், அவனுடைய இரண்டு மாடுகளை தவிர்த்து, உழும்பொருட்களை தவிர்த்து மீதி எல்லாம் கடுமையாக ஜப்தி செய்ய காணியாட்சிதாரருக்கும், ஊர்காவல்காரன், தலையாரிக் கும் அதிகாரம் இருந்தது. இந்த கடுமையான ஜப்தி முறை பிரிட்டிஷ் காலத்தில் தாசில்தாருக்கு மாற்றப்பட்டது.

அதனால் குடியானவர்களுக்கு கொஞ்சம் மூச்சுவிட நேரம் கிடைத்து. கொஞ்சம் தளர்வும் கிடைத்தது.

9) இப்படி ஐப்தி செய்வதில் இருந்தே உங்களுக்கு புரிந்து இருக்கும் நிலவரி எவ்வளவு கண்டிப்புடன் வசூல் செய்து இருக்கிறார்கள் என்று, மேற்படி வகையில் நிலவரிக்கு பெயர் கிஸ்தி என்று சொல்வார்கள். இந்த கிஸ்தி தொகையை கணக்கிட ஊருக்கு ஒரு கர்ணம் என்ற கணக்கு பிள்ளை இருப்பார். சுமார் 400 தங்க பகோடா காசு வருமானம் வருவதை ஒரு ஊராக பிரித்து இருப்பார்கள். அதற்கேற்றவாறு ஐந்தாறு குக்கிராமங்களை இணைத்தோ பிரித்தோ ஒரு ஊரை உருவாக்குவார்கள்.

10) ஒன்றை நீங்கள் மறக்க கூடாது நான் குடியானவன் (இரயத்து) என்று எங்கெல்லாம் சொல்கிறானோ? அவர்கள் எல்லாம் பட்டா முச்சலிகை பாத்யதாரர்கள். அவர்கள், அவர்களுக்கு கீழே வேறு சாகுபடிதாரருக்கு குத்தகை விடலாம். மேலும் அந்த நிலத்தில் உழுகின்ற, வேலை செய்ய சொந்த ஊரிலேயே சேரி அடிமைகள் இருப்பார்கள். பெருநில பண்ணைகளாக இருந்தால் வெளியூரில் இருந்து வந்து தங்கி வேலை செய்யும் பாயக்காரர்கள் இருப்பார்கள். ஆக அந்த காலத்தில் குடியானவன் என்றால், ஏதோ கலப்பையும் கையுமாக கோவணத்தோடு வயல் சேற்றில் இருப்பார்கள் என்று நினைத்து விடாதீர்கள்.

11) குடியானவன் கொடுக்கும் வரிக்கு கிஸ்தி என்று ஏற்கனவே சொல்லி இருக்கிறேன். அதேபோல் ஜமீன்கள் (இதற்குள் எஸ்டேட்காரர்கள், மிட்டாக்கள், பாளையக் காரர்கள், ஸ்தோத்திரதாரர்கள், இனாம்தாரர்கள் அடங்குவர்) பேரரசுக்கு அதாவது சக்கரவர்த்தினி விக்டோரியாவுக்கு அல்லது அதற்கு முந்தைய முகலாய அல்லது விஜயநகர பேரரசுக்கு கொடுக்கின்ற தொகைக்கு பெயர் "பேஷ்குஷ்" ஆகும்.

12) ஆக இந்த பேஷ்குஷ் வரியை இப்படி சொல்லலாம். நிலத்தில்

விளைகின்ற விளைச்சலில் ஒரு பகுதியை விளையும் பொருளாகவோ, பணமாகவோ அல்லது இராஜ்ஜிய சேவகமாகவோ சாதனை மற்றும் தியாகத்திற்கான பரிசாகவோ (இனாம்தாரர்கள்), பேரரசுக்கு செலுத்துவார்கள். இந்த "பேஷ்குஷ்" தொகையை செலுத்தாத ஜமீன்களை, அந்த தொகைக்காக, ஜமீனின் ஒரு பகுதியை பேரரசு கையகப்படுத்தி அதனை ஏலத்திற்கு கொண்டு வருவார்கள். இப்படி ஜமீன்களை ஏலத்தில் எடுத்தால் அந்த பகுதியை மிட்டா என்றும் அவர்களை மிட்டாதாரர்கள் என்றும் சொல்வார்கள்.

13) ஆக நிலவரி என்பது கிஸ்தியும், பேஷ்குஷ் சேர்த்துதான் அந்த 2 தொகையும் குடியானவன், பாயக்காரர்கள், அடிமைகள் உழைப்பிலிருந்தும் பேரரசர்களுக்கு, ஜமீன்களுக்கு செல்கிறது. அவர்கள் அந்த தொகையில் கிராம கட்டமைப்பு வசதிகள், நீர்ப்பாசன வசதிகளை செய்தல், சாதியை பாதுகாத்து சட்ட சமூக நிர்வாகத்தை காப்பாற்றுதல் வேலைகளை செய்தார்கள்.

14) இப்படி காணியாட்சி முறையில் இருந்து வரும் கிஸ்தி மற்றும் பேஷ்குஷ்கள் பத்து இலட்சம் ரூபாய்க்கு மேல் வந்தால் ஒரு மாவட்டமாகவும், இரண்டு இலட்ச ரூபாய் வரி வருவாய் உள்ளது. ஒரு தாசில் ஆகவும் பிரித்து நிர்வாகம் செய்தனர். ஆக நிலவரியால் தான் மாவட்ட வட்டங்களே உருவாகின்றன.

15) மேலே நான் எழுதியுது அனைத்தும் கி.பி.1800களுக்கு முன்பு 1802 இரண்டில் சாசுவத செட்டில்மெண்டை (permanent settlement) காரன்வாலிஸ் பிரபு கொண்டு வந்தார். அதன்படி பட்டா முச்சலிக்கை மூன்று ஆண்டு, ஐந்து ஆண்டுக்கு என்று புதுபிக்கும்படியும் அல்லது நிலத்தை ராஜினாமா மூலம் திரும்ப பெற்று வேறு நபருக்கு பட்டா முச்சலிகை கொடுப்பது என்று இருந்ததை மாற்றி, இப்பொழுது எந்த குடியானவன் இருக்கிறானோ அந்த குடியானவனுக்கு நிரந்தரமாக பட்டா அளித்ததுதான்

நிரந்தர (அ) சாசுவத செட்டில்மெண்டு ஆகும்.

16) இன்று வரை யாரும் இந்த சாசுவத செட்டில்மெண்டை (permanent settlement)ஐ யாரும் இந்த தலைமுறையினருக்கு புரியும்படி சொன்னது இல்லை. போகிற போக்கில் நில ராஜினாமா என்று சொல்லி இருக்கிறேன். அப்படி என்றால் நிலத்தை பெற்ற பட்டா முச்சலிகைதாரர் நிலத்தை திருப்பி அளிக்கலாம். நிலத்தை எல்லாம் திருப்பி அளிப்பார்களா? என்று ஆச்சர்யப்படாதீர்கள்.

17) அந்த நிலம் தலைமுறைக்கும் அவருக்கானது என்று நிரந்த செட்டில் செய்யப்படாததாலும், அது அரசினுடையது என்ற எண்ணம் குடியானவனுக்கு அதிகமாகவே இருக்கும். மேலும் ராஜினாமா செய்யாமல் வைத்து இருந்து கிஸ்தி கட்டவில்லை என்றால் ஜப்தி செய்வார்கள். அந்த அவமானத்திற்கு முன்கூட்டியே நிலத்தை ராஜினாமா செய்து விடலாம் என்று முடிவுக்கு வந்து விடுவார்கள்.

18) சரி நாம் விஷயத்துக்கு வருவோம். சாசுவதசெட்டில் மெண்டுக்கு முன்பு இருந்த காணியாட்சி நிலைமையை அதன் வரி முறைகளை பார்த்தோம். 1802க்கு பிறகும் சாசுவத செட்டில்மெண்ட் காலத்திற்கு பிறகும், காணியாட்சி முறை இருந்தது. ஆனால் ஒன்றே ஒன்று தற்காலிக பட்டா முச்சலிகை இல்லாமல் நிரந்தர பட்டா குடியானவனுக்கு இருக்கும். ஆனால் அதே கர்ணம் முறை அதே பேஷ்குஷ் முறை, அதே ஜப்தி, அதே மிட்டா முறை, மாவட்ட வட்ட நிர்வாக முறை எல்லாம் இருந்தது 1960கள் வரை அவை தொடர்ந்தன.

19) அதன்பிறகு கொஞ்சம் கொஞ்சமாக நில சீரத்திருத்தம் செய்து பழைய கிராமக் காணியாட்சி முறை, நாட்டாமை முறைகளை ஒழித்து இப்பொழுது இருக்கும் நிலவரி முறை உள்ளது. இன்று இருக்கும் நில உடைமை மேம்பாட்டு திட்ட பட்டாவை எடுத்துப் பார்த்தால் தீர்வை என்ற இடத்தில் அதாவது நிலவரி 1 ரூபாய் 2 ரூபாய் மற்றும் அதற்கு கீழேயே

வைத்து இருக்கிறார்கள். ஏன் என்றால், இந்த கணக்கு எல்லாம் பழைய கர்ணம் வருவாய் நிர்வாகத்தில் கணக்கிடப்பட்டது.

20) அதேபோல, வரி கட்டவில்லை என்றால் ஜப்தி என்பதெல்லாம் பெரிய அளவில் இல்லை. வேறு ஏதாவது வகையில் அரசுக்கு பணம் கொடுக்க வேண்டி இருந்தால்தான் ஜப்தி செய்யப்படுகிறது. பேஷ்குஷ் என்று எதுவும் கிடையாது. ஜமீன் காணியாட்சிகாரர் இனாம்தாரர் என்ற அரசிற்கும் குடியானவருக்கும் இடையில் நிற்பவர்கள் என்று யாரும் கிடையாது.

21) நில உடைமை மேம்பாட்டுத் திட்டத்தில் குடியானவன் என்றால் விவசாயி தான் அடிமை ஆள்வோலை முறை, பாயக்கார முறைகள் ஒழிக்கபட்டு உழுதவனுக்கே நிலம் என்று அனைத்து பிரிவினருக்கும் நிலத்திற்கான பட்டா வைத்துள்ளனர்.

22) இப்பொழுது ஜமாபந்தி என்று சொல்லி ஆண்டுதோறும் கணக்கு முடிக்கிறார்கள். ஆனால் பழைய முறைகள் கெடுபிடி வரி வசூல்கள் செய்யாமல் நிலவரி நிர்வாகம் மக்களுக்கானதாய் செயல்படுகிறது.